ਬਲਬੀਰ ਸਿੰਘ ਮੋਮੀ
ਸਾਹਿਤਕ ਵੰਨਗੀਆਂ
(ਕਿਊਬਾ ਅਤੇ ਪਾਕਿਸਤਾਨ ਦਾ ਸਫ਼ਰ ਅਤੇ ਹੋਰ ਰਚਨਾਵਾਂ)

ਬਲਬੀਰ ਸਿੰਘ ਮੋਮੀ
ਸਾਹਿਤਕ ਵੰਨਗੀਆਂ

(ਕਿਊਬਾ ਅਤੇ ਪਾਕਿਸਤਾਨ ਦਾ ਸਫ਼ਰ ਅਤੇ ਹੋਰ ਰਚਨਾਵਾਂ)

ਸੰਪਾਦਕ :

ਪ੍ਰਿੰਸੀਪਲ ਪਾਖਰ ਸਿੰਘ

International Publishers
of Indian and Foreign Languages

Autobiography/Punjabi Literature/Writings of Balbir Momi

ISBN : 978-93-5068-057-5
Price : 275/-
$20

Balbir Singh Momi : Sahitak Vangian

Edited by

Principal Pakhar Singh

2012
Lokgeet Parkashan
S.C.O. 26-27, Sector 34 A, Chandigarh-160022
Ph.0172-5077427, 5077428
Punjabi Bhawan Ludhiana,
98154-71219
Type Setting & Design PCIS
Printed & bound at Unistar Books Pvt. Ltd.
301, Industrial Area, Phase-9,
S.A.S. Nagar, Mohali-Chandigarh (India)
Mob: 98154-71219

ਸਪਰਪਤ

ਪੰਜਾਬੀ ਬੋਲੀ ਅਤੇ ਸਾਹਿਤ ਨਾਲ ਦਿਲੋਂ ਪਿਆਰ ਕਰਨ ਵਾਲੇ
ਇਸ ਕਿਤਾਬ ਦੇ ਮੁਖ ਸਪਾਂਸਰ ਸੁਹਿਰਦ, ਦਲੇਰ, ਕਾਮਯਾਬ ਬਿਜ਼ਨਸਮੈਨ
ਅਤੇ ਦੂਰ ਅੰਦੇਸ਼
ਸ. ਜੋਗਿੰਦਰ ਸਿੰਘ ਬਾਜਵਾ, ਬਾਜਵਾ ਟੈਕਸੀ, ਟਰਾਂਟੋ ਨੂੰ

ਹਰਜੀਤ ਬਾਜਵਾ ਦੀ ਮਿੱਤਰ ਮੰਡਲੀ

ਤਤਕਰਾ

ਸੁਹਿਰਦ, ਦਲੇਰ ਅਤੇ ਦੂਰ ਅੰਦੇਸ਼ ਜੋਗਿੰਦਰ ਸਿੰਘ ਬਾਜਵਾ

ਸੁਹਿਰਦ, ਦਲੇਰ ਅਤੇ ਸਖਤ ਮਿਹਨਤ ਵਿਚ ਯਕੀਨ ਰਖਣ ਵਾਲੇ ਦੂਰ ਅੰਦੇਸ਼ ਜੋਗਿੰਦਰ ਸਿੰਘ ਬਾਜਵਾ ਦਾ ਜਨਮ ਪਿੰਡ ਘਟਾਰੋਂ, ਜ਼ਿਲਾ ਨਵਾਂ ਸ਼ਹਿਰ ਵਿਚ ਸੁਰਗਵਾਸੀ ਪਿਤਾ ਸ. ਜਸਵੰਤ ਸਿੰਘ ਅਤੇ ਮਾਤਾ ਗੁਰਮੇਜ ਕੌਰ ਦੇ ਘਰ ਹੋਇਆ। ਇਹ ਹੋਣਹਾਰ ਬੱਚਾ ਮੁਢਲੀ ਵਿਦਿਆ ਪ੍ਰਾਪਤ ਕਰ ਕੇ ਆਪਣੇ ਖਾਨਦਾਨੀ ਜ਼ਿਮੀਂਦਾਰਾ ਕਿੱਤੇ ਨਾਲ ਜੁੜ ਗਿਆ। 'ਦੱਬ ਕੇ ਵਾਹ ਅਤੇ ਰੱਜ ਕੇ ਖਾਹ' ਨੂੰ ਉਦੇਸ਼ ਬਣਾ ਕੇ ਓਸ ਅਧੁਨਿਕ ਢੰਗਾਂ ਨਾਲ ਖੇਤੀ ਕਰ ਕੇ ਬੜੀ ਤਰੱਕੀ ਕੀਤੀ। ਫਿਰ ਆੜ੍ਹਤ ਦਾ ਬਿਜ਼ਨਸ ਖੋਲ੍ਹ ਕੇ ਉਸ ਵਿਚ ਵੀ ਬੜੀ ਕਾਮਯਾਬੀ ਹਾਸਲ ਕੀਤੀ। ਸਾਰੇ ਇਲਾਕੇ ਵਿਚ ਉਹਦਾ ਨਾਂ ਤੇ ਕੱਦ ਹੋਰ ਉਚਾ ਹੋ ਗਿਆ।

ਖਾਂਦੇ ਪੀਂਦੇ ਪਰਵਾਰ ਦਾ ਜੱਟ ਮੁੰਡਾ ਜੋਗਿੰਦਰ ਸਿੰਘ ਹੋਰ ਉਜਲੇ ਭਵਿਸ਼ ਦੀ ਤਲਾਸ਼ ਵਿਚ ਪੰਜਾਬ ਤੋਂ ਮੌਕਿਆਂ ਦੇ ਦੇਸ਼ ਕੈਨੇਡਾ ਆਉਣ ਵਾਲੇ ਅਨੇਕਾਂ ਨੌਜਵਾਨਾਂ ਵਾਂਗ 1979 ਵਿਚ ਇਸ ਨਵੀਂ ਧਰਤੀ ਤੇ ਆ ਗਿਆ। ਕੈਨੇਡਾ ਵਿਚ ਕੀ ਕੀਤਾ ਜਾਵੇ ਜਿਸ ਨਾਲ ਮਾਇਆ ਦੇ ਚੰਗੇ ਗੱਫੇ ਆਉਣ ਲੱਗ ਪੈਣ, ਦੀ ਸੋਚ ਅਧੀਨ ਉਸ ਨੇ ਗਰੇਟਰ ਟਰਾਂਟੋ ਵਿਚ ਟੈਕਸੀ ਚਲਾਉਣ ਦਾ ਕਿੱਤਾ ਅਪਣਾ ਲਿਆ। ਇਸ ਕਿੱਤੇ ਵਿਚ ਅਗੇ ਵਧਦਿਆਂ ਉਸ ਨੇ ਆਪਣਾ ਗੈਰਾਜ ਖੋਲ੍ਹ ਲਿਆ ਅਤੇ ਵਖ ਵਖ ਟੈਕਸੀ ਕੰਪਨੀਆਂ ਖੋਲ੍ਹਦਿਆਂ ਇਸ ਵੇਲੇ ਉਹ ਟਰਾਂਟੋ ਦੀ ਮਸ਼ਹੂਰ ਬੈਂਕ ਕੰਪਨੀ ਦਾ ਹਿੱਸੇਦਾਰ ਮਾਲਕ ਹੈ ਇਸ ਵਿਚ ਉਹਦੀਆਂ ਦਰਜਨਾਂ ਟੈਕਸੀਆਂ ਚਲਦੀਆਂ ਹਨ। ਇਸ ਤੋਂ ਵਧ ਉਹਦੀ ਮਿਹਨਤ ਅਤੇ ਕਾਮਯਾਬੀ ਦਾ ਕੀ ਬਿਆਨ ਕਰੀਏ ਕਿ ਉਸ ਨੇ ਇਕ ਸੌ ਵੀਹ ਪਲੇਟਾਂ ਲੀਜ਼ ਤੇ ਦਿਤੀਆਂ ਹੋਈਆਂ ਹਨ। ਗਰਾਜ ਵਿਚ ਟੈਕਸੀਆਂ ਦੀ ਰੀਪੇਅਰ ਦਾ ਬੜਾ ਤਸੱਲੀ ਬਖਸ਼ ਕੰਮ ਹੁੰਦਾ ਹੈ। ਇਸ ਨੂੰ ਉਸਦੇ ਦੋ ਹੋਣਹਾਰ ਲੜਕੇ ਅਤੇ ਬਾਕੀ ਸਟਾਫ ਚਲਾਉਂਦੇ ਹਨ। ਜੋਗਿੰਦਰ ਸਿੰਘ ਬਾਜਵਾ ਦਾ ਕਹਿਣਾ ਹੈ ਕਿ ਇਸ ਟੈਕਸੀ ਦੇ ਬਿਜ਼ਨਸ ਵਿਚ ਜਿਥੇ ਚੰਗਾ ਵਿਹਾਰ ਅਤੇ ਡਸਿੱਪਲਨ ਰੱਖਣਾ ਜ਼ਰੂਰੀ ਹੈ, ਓਥੇ ਸਮੇਂ ਸਮੇਂ ਇਸ ਕਿੱਤੇ ਵਿਚ ਹੁੰਦੀਆਂ ਤਬਦੀਲੀਆਂ ਦੇ ਨਾਲ ਨਾਲ ਚੱਲਣਾ ਵੀ ਬਹੁਤ ਜ਼ਰੂਰੀ ਹੈ।

ਪਤਨੀ ਰਮਿੰਦਰ ਬਾਜਵਾ ਦਾ ਪਿਆਰਾ ਪਤੀ ਅਤੇ ਤਿੰਨ ਲੜਕਿਆਂ ਦਾ ਸੁਹਿਰਦ ਬਾਪ ਜਿਨ੍ਹਾਂ ਵਿਚੋਂ ਇਕ ਲੜਕਾ ਯੂਨੀਵਰਸਿਟੀ ਵਿਚ ਪੜ੍ਹਦਾ ਹੈ, ਜੋਗਿੰਦਰ ਸਿੰਘ ਬਾਜਵਾ ਮੈਪਲ ਏਰੀਏ ਵਿਚ ਪਰਵਾਰ ਨਾਲ ਇਕ ਸ਼ਾਨਦਾਰ ਘਰ ਵਿਚ ਰਹਿੰਦਾ ਹੈ। ਵਧੀਆ ਜ਼ਿੰਦਗੀ ਜੀਣ ਦਾ ਅਭਿਲਾਸ਼ੀ ਜੋਗਿੰਦਰ ਸਿੰਘ ਬਾਜਵਾ ਟਰਾਂਟੋ ਦੀ ਸਾਊਥ ਏਸ਼ੀਅਨ ਕਮਿਊਨਿਟੀ ਦਾ ਇਕ ਸਿਰ ਕਢ ਸਤਿਕਾਰ ਯੋਗ ਵਿਅਕਤੀ ਹੈ। ਜੋਗਿੰਦਰ ਸਿੰਘ ਨੂੰ ਮਿਲਣ ਆਇਆ ਕੋਈ ਵੀ ਵਿਅਕਤੀ ਕਦੇ ਖਾਲੀ ਨਹੀਂ ਮੁੜਦਾ। ਯਾਰਾਂ ਦੋਸਤਾਂ ਦੀ ਸੇਵਾ ਕਰ ਕੇ ਉਸ ਨੂੰ ਬਹੁਤ ਖੁਸ਼ੀ ਹੁੰਦੀ ਹੈ। ਉਹ ਮਾਂ ਬੋਲੀ ਪੰਜਾਬੀ ਦੀ ਉੱਨਤੀ ਲਈ ਵਚਨ ਬਧ ਹੈ। ਤੁਸੀਂ ਇਕ ਵਾਰ ਉਹਨੂੰ ਮਿਲੋ ਤਾਂ ਸਹੀ, ਤੁਹਾਡਾ ਬਾਰ ਬਾਰ ਉਸਨੂੰ ਮਿਲਣ ਨੂੰ ਦਿਲ ਕਰੇਗਾ। ਪ੍ਰਿੰ: ਮਹਿੰਦਰ ਸਿੰਘ ਬਰਾੜ ਨੇ ਬਾਜਵਾ ਜੀ ਬਾਰੇ ਇਕ ਬੜੀ ਪਿਆਰੀ ਕਵਿਤਾ ਲਿਖੀ ਹੈ।

ਜੋ ਜੋਗਿੰਦਰ ਸਿੰਘ ਬਾਜਵਾ ਯਾਰਾਂ ਦਾ ਤਕਿਆ ਯਾਰ।
ਦਿਲ ਵਿਚ ਰੱਖੇ ਲੱਖਾਂ ਤੋਂ ਵਧ ਮਿੱਤਰਾਂ ਲਈ ਪਿਆਰ।
ਟੈਕਸੀਆਂ ਦਾ ਚੰਗਾ ਸੋਹਣਾ ਉਸ ਦਾ ਕਾਰੋਬਾਰ।
ਉਸ ਦੇ ਸਿਰ ਦੇ ਉੱਤੇ ਆਪੇ ਹੱਥ ਰੱਖਿਆ ਕਰਤਾਰ।
ਐਸੇ ਲੋਕੀਂ ਲੰਘ ਜਾਂਦੇ ਔਖੀ ਮਾਰ ਉਡਾਰੀ,
ਬਿਨ ਤਰੇ ਹੀ ਲੰਘਦੇ ਦੇਖੇ ਸਾਗਰਾਂ ਤੋਂ ਪਾਰ।
ਖੁਸ਼ੀਆਂ ਅੰਦਰ ਆ ਕੇ ਹਾਸਾ ਹੱਸਦੇ ਸੋਹਣਾ,
ਜਿਸ ਦੇ ਵਿਚੋਂ ਡੁਲ੍ਹ ਡੁਲ੍ਹ ਪੈਂਦਾ ਰਹਿੰਦਾ ਪਿਆਰ।
ਇਕ ਵਾਰ ਜੋ ਵੀ ਉਸ ਕੋਲ ਪਲ ਭਰ ਬਹਿ ਜਾਂਦਾ,
ਦੂਜੀ ਵਾਰੀ ਦਰਸ਼ਨ ਦੇ ਲਈ ਸਦਾ ਹੀ ਰਹਿੰਦਾ ਤਿਆਰ।
ਮੋਹ ਲੈਂਦਾ ਉਹ ਅਜਨਬੀ ਤਾਈਂ ਹੱਸ ਕੇ ਮਿੰਨਾ ਮਿੰਨਾ,
ਉਸ ਨੂੰ ਮਿਲਣ ਵਾਲਿਆਂ ਦੀ ਸਦਾ ਲੱਗੀ ਰਹੇ ਕਤਾਰ।
ਠੰਡਾ ਠੰਡਾ ਮਿੱਠਾ ਸੋਹਣਾ ਬਖਸ਼ਿਆਂ ਰੱਬ ਸੁਭਾਅ,
ਲੋਕਾਂ ਨਾਲੋਂ ਵੱਖਰੀ ਉਸਦੀ ਦਿਸਦੀ ਰਹੇ ਨੁਹਾਰ।
ਰੱਬ! ਕਰੇ ਉਮਰ ਲੰਮੇਰੀ ਐਸੇ ਹਸਮੁਖ ਯੋਧਿਆਂ ਦੀ,
ਯਾਰਾਂ ਮਿੱਤਰਾਂ ਦੇ ਵਿਚ ਬਣਿਆ ਰਹੇ ਸਦਾ ਹੀ ਉਸਦਾ ਪਿਆਰ।

ਪ੍ਰਿੰਸੀਪਲ ਪਾਖਰ ਸਿੰਘ
ਫੋਨ: 905-793-6656

ਬਹੁਪਖੀ ਵਿਧਾ ਸ਼ਿਲਪੀ ਲੇਖਕ ਬਲਬੀਰ ਸਿੰਘ ਮੋਮੀ

ਬਹੁ ਪਖੀ ਵਿਧਾ ਸ਼ਿਲਪੀ ਲੇਖਕ ਬਲਬੀਰ ਸਿੰਘ ਮੋਮੀ ਨੇ ਕਾਰਜ ਸਾਧਨਾ ਦੇ ਖੇਤਰ ਵਿਚ ਨਾਵਲ, ਨਾਟਕ, ਕਹਾਣੀ, ਆਲੋਚਣਾ, ਰੇਖਾ ਚਿਤਰ, ਖੋਜ ਪੱਤਰ, ਕਾਲਮ ਗੁਸਤਾਖੀ ਮੁਆਫ ਅਤੇ ਬਤੌਰ ਪੱਤਰਕਾਰ ਅਤੇ ਐਡੀਟਰ ਖਬਰਾਂ ਅਤੇ ਸੰਪਾਦਕੀਆਂ ਲਿਖ ਕੇ ਇਹ ਸਾਬਤ ਕੀਤਾ ਹੈ ਕਿ ਉਹਦੀ ਸਿਰਜਣ ਵਿਸ਼ਾਲਤਾ ਵਿਚ ਵਿਲਖਣਤਾ, ਅਵਿਭਿੰਨਤਾ, ਵਿਸਤਰਿਤ ਕਾਲ ਪਰਿਪੇਖ ਲੰਮਾ ਚੌੜਾ ਜੀਵਨ ਅਨੁਭਵ ਹੈ। ਉਸਦੀ ਦ੍ਰਿਸ਼ਟੀ ਜਿਥੇ ਪਾਰਖੂ, ਨੁਕਤਾਚੀਨ, ਨਕ-ਸਬੀਨ ਹੈ, ਓਥੇ ਬਿਰਤੀ ਅਤੇ ਪ੍ਰਵਿਰਤੀ ਪਖੋਂ ਉਹ ਧੁਰ ਅੰਦਰੋਂ ਜੁੜਿਆ ਹੋਇਆ ਹੈ। ਉਹ ਆਪਣੀ ਮਿੱਟੀ, ਆਪਣੀ ਧਰਤੀ, ਸਭਿਆਚਾਰ, ਵਿਰਾਸਤ, ਸਾਹਿਤ, ਕਲਾ ਗਿਆਨ ਅਤੇ ਸੁਹਜ ਨਾਲ ਇਕਮਿਕ ਵੀ ਹੈ। ਇਹੀ ਕਾਰਨ ਹੈ ਕਿ ਲੋਕਾਂ ਦਾ ਦਰਦ ਉਸਦਾ ਆਪਣਾ ਦਰਦ ਬਣ ਕੇ ਸਾਹਿਤ ਰੂਪ ਧਾਰ ਲੈਂਦਾ ਹੈ। ਡਾ: ਚੰਦੀ ਦੇ ਉਪਰੋਕਿਤ ਸ਼ਬਦ ਅਤੇ ਡਾ: ਪ੍ਰੇਮ ਪ੍ਰਕਾਸ਼ ਸਿੰਘ ਦੇ ਇਹ ਸ਼ਬਦ ਵੀ ਬਿਲਕੁਲ ਸੱਚੇ ਹਨ ਕਿ ਮੋਮੀ ਦੀ ਸ਼ਖਸੀਅਤ ਦਾ ਸੰਵੇਦਨਮਈ ਪਹਿਲੂ ਉਸ ਦੇ ਕਿਰਦਾਰ ਅਤੇ ਆਚਾਰ ਵਿਚੋਂ ਰੂਪਮਾਨ ਹੁੰਦਾ ਹੈ। ਉਸਦੀ ਭਾਵੁਕ ਸ਼ਖਸੀਅਤ ਹੀ ਉਸਦੇ ਮਾਨਵਵਾਦੀ ਸਾਹਿਤ ਦਾ ਪ੍ਰਾਣ-ਬਿੰਦੂ ਹੈ, ਜਿਥੋਂ ਉਸ ਦੇ ਸਮੁਚੇ ਕਥਾ ਜਗਤ ਦੀ ਵਿਓਂਤਬਧ ਉਸਾਰੀ ਹੁੰਦੀ ਹੈ।

ਬਲਬੀਰ ਸਿੰਘ ਮੋਮੀ ਦੀਆਂ ਚੋਣਵੀਆਂ ਰਚਨਾਵਾਂ ਨੂੰ ਸੰਪਾਦ ਕਰਦਿਆਂ ਮੈਂ ਪਹਿਲੀ ਵਾਰ ਉਸ ਦੀਆਂ ਦੋ ਯਾਤਰਾਵਾਂ ਕਿਊਬਾ ਅਤੇ ਪਾਕਿਸਤਾਨ ਦੇ ਸਫਰ ਨੂੰ ਵੀ ਇਸ ਕਿਤਾਬ ਵਿਚ ਸ਼ਾਮਲ ਕੀਤਾ ਹੈ। ਉਸਦੀ ਪੇਸ਼ਕਾਰੀ ਜਿਸ ਦਾ ਆਪਣਾ ਇਕ ਨਵੇਕਲਾ ਰੰਗ ਹੈ, ਜ਼ਰੂਰ ਤੁਹਾਨੂੰ ਪਸੰਦ ਆਵੇਗੀ। ਮੈਨੂੰ ਇਹ ਲਿਖਦਿਆਂ ਵੀ ਬੜੀ ਖੁਸ਼ੀ ਮਹਿਸੂਸ ਹੁੰਦੀ ਹੈ ਕਿ ਮੋਮੀ ਸਾਹਿਬ ਦੀਆਂ ਕਈ ਰਚਨਾਵਾਂ ਉਤੇ ਕੁਝ ਯੂਨੀਵਰਸਿਟੀਜ਼ ਵਿਚ ਵਿਦਿਆਰਥੀਆਂ ਨੇ ਐਮ. ਫਿਲ. ਅਤੇ ਪੀ. ਐਚ. ਡੀ. ਲਈ ਕੰਮ ਕੀਤਾ ਹੈ ਅਤੇ ਕੁਝ ਹੋਰ ਵਿਦਿਆਰਥੀ ਵੀ ਕਰ ਰਹੇ ਹਨ।

ਉਸਦੀ ਸਵੈ ਜੀਵਨੀ "ਕਿਹੋ ਜਿਹਾ ਸੀ ਜੀਵਨ" ਭਾਗ ਪਹਿਲਾ ਅਤੇ ਭਾਗ ਦੂਜਾ ਬਹੁਤ ਚਰਚਤ ਹੋਈ ਹੈ ਅਤੇ ਪਾਕਿਸਤਾਨ ਵਿਚ ਛਪਣ ਤੋਂ ਇਲਾਵਾ ਹਿੰਦੀ ਵਿਚ ਵੀ ਛਪ ਰਹੀ ਹੈ। ਹੁਣ ਉਹ ਆਪਣੀ ਜੀਵਨੀ ਦਾ ਤੀਜਾ ਭਾਗ ਲਿਖ ਰਹੇ ਹਨ।

ਬਲਬੀਰ ਸਿੰਘ ਮੋਮੀ ਪੰਜਾਬੀ ਦੇ ਬਹੁਤ ਪ੍ਰਸਿੱਧ ਲੇਖਕ ਹਨ ਜੋ ਪਿਛਲੇ 60 ਸਾਲਾਂ ਤੋਂ ਲਗਾਤਾਰ ਲਿਖ ਕੇ ਪੰਜਾਬੀ ਬੋਲੀ ਅਤੇ ਪੰਜਾਬੀ ਸਾਹਿਤ ਦੀ ਸੇਵਾ ਕਰ ਰਹੇ ਹਨ। ਆਪ ਨੇ 14 ਸਾਲ ਦੀ ਉਮਰ ਵਿਚ ਸਕੂਲ ਪੜ੍ਹਦਿਆਂ ਹੀ ਕਹਾਣੀਆਂ ਲਿਖਣੀਆਂ ਸੁਰੁ ਕਰ ਦਿਤੀਆਂ ਜੋ ਓਸ ਵੇਲੇ ਦੇ ਪ੍ਰਸਿਧ ਰਸਾਲਿਆਂ ਵਿਚ ਛਪਣ ਲਗ ਪਈਆਂ ਸਨ। ਚੜ੍ਹਦੀ ਜਵਾਨੀ ਭਾਵ 1959 ਵਿਚ ਹੀ ਆਪ ਦੀ ਕਹਾਣੀਆਂ ਦੀ ਪਹਿਲੀ ਕਿਤਾਬ "ਮਸਾਲੇ ਵਾਲਾ ਘੋੜਾ ਤੇ ਹੋਰ ਕਹਾਣੀਆਂ" ਪ੍ਰੋ: ਮੋਹਨ ਸਿੰਘ ਮਾਲਕ ਹਿੰਦ ਪਬਲਿਸ਼ਰਜ਼ ਦਵਾਰਾ ਛਪ ਗਈ ਸੀ। ਇਸ ਕਿਤਾਬ ਦਾ ਪੰਜਾਬੀ ਸਾਹਿਤ ਵਿਚ ਬਹੁਤ ਚਰਚਾ ਹੋਇਆ।

ਇਸ ਤੋਂ ਬਾਅਦ ਆਪ ਨੇ ਪਿਛੇ ਮੁੜ ਕੇ ਨਹੀਂ ਵੇਖਿਆ। ਅਧਿਆਪਨ ਨੂੰ ਰੁਜ਼ਗਾਰ ਦਾ ਸਾਧਨ ਬਣਾ ਲਗਾਤਾਰ ਸਾਹਿਤ ਰਚਨਾ ਨਾਲ ਜੁੜੇ ਰਹੇ। ਕੈਨੇਡਾ ਆ ਕੇ ਢਿੱਡ ਨੂੰ ਝੁਲਕਾ ਦੇਣ ਖਾਤਰ ਆਪ ਪੱਤਰਕਾਰੀ ਦੇ ਖੇਤਰ ਵਿਚ ਪ੍ਰਵੇਸ਼ ਕਰ ਗਏ। ਆਪ ਨੇ ਲਿਖਣ ਦੀਆਂ ਵਖ ਵਖ ਧਾਰਾਵਾਂ ਜਿਵੇਂ ਮੌਲਿਕ ਲੇਖਣੀ ਵਿਚ ਕਹਾਣੀ, ਨਾਵਲ, ਨਾਟਕ, ਰੇਖਾ ਚਿਤਰ, ਅਨੁਵਾਦ, ਸਫਰਨਾਮੇ, ਖੋਜ ਪੱਤਰ, ਰੀਵੀਊ, ਮੁਖ ਬੰਦ, ਸਵੈ-ਜੀਵਨੀ ਅਤੇ ਪੱਤਰਕਾਰੀ ਵਿਚ ਸੰਪਦਕੀਆਂ, ਕਾਲਮ ਖੁੰਢ ਚਰਚਾ, ਗੁਸਤਾਖੀ ਮੁਆਫ, ਸਾਹਿਤਕ ਪੰਨਾ ਅਤੇ ਕਮਿਊਨਿਟੀ ਨਿਊਜ਼ ਲਿਖ ਲਿਖ ਕੇ ਪਾਠਕਾਂ ਦਾ ਧਿਆਨ ਆਪਣੇ ਵੱਲ ਖਿਚੀ ਰਖਿਆ ਹੈ।

ਮੈਨੂੰ ਮਾਣ ਹੈ ਕਿ ਮੈਂ ਇਹਨਾਂ ਦੀਆਂ ਮੁਖ ਰਚਨਾਵਾਂ ਦੇ ਪ੍ਰੀਨਿਧ ਨਮੂਨੇ ਇਕਠੇ ਕੀਤੇ ਹਨ ਅਤੇ ਆਪਣੀ ਯੋਗਤਾ ਅਨੁਸਾਰ ਇਹਨਾਂ ਨੂੰ ਤਸਵੀਰਾਂ ਸਮੇਤ ਸੰਪਾਦ ਕਰ ਕੇ ਇਸ ਪੁਸਤਕ ਦੇ ਰੂਪ ਵਿਚ ਤੁਹਾਡੇ ਅਗੇ ਪੇਸ਼ ਕਰ ਰਿਹਾ ਹਾਂ। ਮੈਨੂੰ ਪੂਰੀ ਆਸ ਹੈ ਆਪ ਮੇਰੇ ਇਸ ਯਤਨ ਨੂੰ ਪਸੰਦ ਕਰੋਗੇ।

ਪ੍ਰਿੰਸੀਪਲ ਪਾਖਰ ਸਿੰਘ
(ਰੀਟਾਇਰਡ) ਪੀ. ਈ. ਐਸ.,
ਫੋਨ: 905-793-6656
ਬਰੈਂਪਟਨ, ਕੈਨੇਡਾ

ਮੇਰਾ ਰੇਸ਼ਮ ਵਰਗਾ ਯਾਰ ਮੋਮੀ

ਬਲਬੀਰ ਮੋਮੀ ਦੀ ਕਹਾਣੀ "ਅਲਵਿਦਾ ਪਿਆਰੇ ਵਤਨ" ਮੂਲ ਵਤਨ ਪੰਜਾਬ ਵਿਚ ਲੱਕ ਤੋੜਵੀਂ ਆਰਥਿਕਤਾ ਤੇ ਗਰੀਬੀ ਨਾਲ ਘੁਲਦੇ ਸਮਾਜ ਅਤੇ ਜ਼ਿੰਦਗੀ ਦੇ ਵਧਦੇ ਭਾਰ ਹੇਠ ਆ ਕੇ ਦਮ ਤੋੜ ਜਾਣ ਦੇ ਡਰੋਂ ਅਗਲੀ ਪੀੜ੍ਹੀ ਨੂੰ ਕੈਨੇਡਾ ਦੀ ਥੰਮ੍ਹੀ ਦੇਣ ਦੀ ਮਜਬੂਰੀ ਅਤੇ ਇਥੋਂ ਕੈਨੇਡਾ ਦੇ ਜੀਵਨ ਦੀ ਜ਼ਮੀਨੀ ਸੱਚਾਈ ਦਾ ਯਥਾਰਥਕ ਵਰਣਨ ਹੀ ਇਸ ਕਹਾਣੀ ਰੂਪੀ ਸਾਹਿਤਕ ਵਿਧਾ ਦੀ ਮਾਨਸਿਕਤਾ ਦਾ ਬਹੁਤ ਸੁੰਦਰ ਨਮੂਨਾ ਏਂ। ਆਪਣੇ ਪਿਆਰੇ ਵਤਨ ਨੂੰ ਅਲਵਿਦਾ ਕਹਿਣਾ ਸੌਖਾ ਨਹੀਂ ਹੁੰਦਾ ਪਰ ਹਾਲਾਤ ਕਿਵੇਂ ਇਸ ਸਥਿਤੀ ਪੈਦਾ ਕਰ ਦਿੰਦੇ ਹਨ। ਇਹੀ ਇਸ ਕਹਾਣੀ ਦਾ ਦੈਵੀ ਗੁਣ ਹੈ।

ਕਹਾਣੀ ਕੌੜੀ ਗਿਰੀ: ਇਹ ਜੀਵਨ ਦੇ ਇਕ ਵਚਿੱਤਰ ਸੱਚ ਦੀ ਵਿਥਿਆ ਦਾ ਉਹ ਮਾਰਮਿਕ ਤੇ ਹਿਰਦੇ ਵੇਧਕ ਵਰਣਨ ਏ ਜੋ ਮਨੁਖੀ ਇਤਿਹਾਸ ਦੀ ਸਭ ਤੋਂ ਸੰਗੀਨ ਘਟਨਾ ਦੇ ਪਾਤਰ ਵਜੋਂ ਇਕ ਯਥਾਰਥਕ ਬਿਆਨ ਇਸ ਢੰਗ ਅਤੇ ਸ਼ੈਲੀ ਤੇ ਸ਼ਬਦਾਵਲੀ ਨਾਲ ਪੇਸ਼ਕਾਰੀ ਦਾ ਮੁਜਸਮਾ ਏਂ ਜਿਸ ਨੂੰ ਵਿਸ਼ਵ ਦੀ ਕਿਸੇ ਵੀ ਭਾਸ਼ਾ ਕੋਲ ਬਿਆਣਨ ਅਤੇ ਨਾਪਣ ਦੀ ਸਮਰਥਾ ਨਹੀਂ। ਇਹ ਘਟਨਾ ਮਨੁਖੀ ਇਤਿਹਾਸ ਦਾ ਉਹ ਦਰਦਨਾਕ ਕਾਂਡ ਏ ਜਿਸ ਦੀ ਚੀਸ ਪੀੜ੍ਹੀਆਂ ਅਤੇ ਸਦੀਆਂ ਤੀਕ ਮਨੁਖੀ ਨਸਲ ਦੇ ਹਡਾਂ ਵਿਚ ਪੈਂਦੀ ਰਹੇਗੀ। 1947 ਦੇ ਘਲੂਘਾਰੇ ਦੇ ਮਨੁਖਤਾ ਨੂੰ ਦਿਤੇ ਇਸ ਜ਼ਖਮ ਅਤੇ ਲੰਗਾਰੇ ਮਨੁਖੀ ਦਾਮਨ ਨੂੰ ਸਿਉਂਣ ਵਾਸਤੇ ਪਤਾ ਨਹੀਂ ਵਕਤ ਨੂੰ ਕਿੰਨਾ ਚਿਰ ਲਗੇ ਅਤੇ ਕਿਹੜੀ ਸ਼ੈਲੀ ਅਪਨਾਉਣੀ ਪਵੇ। ਇਹ ਕਹਾਣੀ ਪੜ੍ਹ ਕੇ ਕੋਈ ਵੀ ਅਖ ਰੋਏ ਬਿਨਾਂ ਨਹੀਂ ਰਹਿ ਸਕਦੀ। ਦੇਸ਼ ਵੰਡ ਦੇ ਦੁਖਾਂਤ ਦੀ ਮਨੁਖੀ ਤਰਾਸਦੀ ਦੀ ਘਟਨਾ ਤੇ ਲਿਖੀ ਇਹ ਕਹਾਣੀ ਦੀ ਇਸ ਤੋਂ ਵਧੇਰੇ ਕਰੁਣਾਮਈ ਤਸਵੀਰ ਪੇਸ਼ ਨਹੀਂ ਕੀਤੀ ਜਾ ਸਕਦੀ। ਪ੍ਰਿੰਸੀਪਲ ਪਾਖਰ ਸਿੰਘ ਪੁਸਤਕ ਸੰਪਾਦਨਾ ਲਈ ਵਧਾਈ ਦੇ ਹੱਕਦਾਰ ਹਨ ।

ਪ੍ਰੋ: ਸਾਧਾ ਸਿੰਘ ਵੜੈਚ

ਬਲਬੀਰ ਮੋਮੀ: ਮਨੁੱਖੀ ਰਿਸ਼ਤਿਆਂ ਦਾ ਯਥਾਰਥ

ਬਲਬੀਰ ਮੋਮੀ ਕੈਨੇਡਾ ਦਾ ਬਹੁ-ਪੱਖੀ ਪੰਜਾਬੀ ਲੇਖਕ ਹੈ। ਕੈਨੇਡੀਅਨ ਪੰਜਾਬੀ ਸਾਹਿਤਕ ਹਲਕਿਆਂ ਵਿੱਚ ਉਸ ਦੀ ਪਹਿਚਾਣ ਇੱਕ ਨਾਵਲਕਾਰ, ਕਹਾਣੀਕਾਰ, ਵਿਅੰਗ ਲੇਖਕ, ਕਾਲਮ ਨਵੀਸ ਅਤੇ ਰੇਖਾ-ਚਿਤਰ ਲਿਖਣ ਵਾਲੇ ਲੇਖਕ ਵਜੋਂ ਬਣੀ ਹੋਈ ਹੈ।

ਇਸ ਗੱਲ ਦਾ ਵੀ ਅਹਿਸਾਸ ਹੁੰਦਾ ਹੈ ਕਿ ਸਾਹਿਤ ਦੇ ਵੱਖੋ ਵੱਖ ਰੂਪਾਂ ਦੀ ਸ਼ਿਲਪਕਾਰੀ ਵਿੱਚ ਨਿਪੁੰਨਤਾ ਪ੍ਰਾਪਤ ਕਰਨ ਲਈ ਬਲਬੀਰ ਮੋਮੀ ਨੇ, ਨਿਰਸੰਦੇਹ, ਪੰਜਾਬੀ ਅਤੇ ਹੋਰ ਜ਼ੁਬਾਨਾਂ ਦੇ ਅਨੇਕਾਂ ਮਹਾਨ ਸਾਹਿਤਕਾਰਾਂ ਦੀਆਂ ਮਹਾਨ ਲਿਖਤਾਂ ਪੜ੍ਹੀਆਂ ਹਨ ਅਤੇ ਉਨ੍ਹਾਂ ਤੋਂ ਪ੍ਰਭਾਵਤ ਹੋਇਆ ਹੋਵੇਗਾ। ਕਿਉਂਕਿ ਉਸਦੀਆਂ ਲਿਖਤਾਂ ਵਿੱਚੋਂ ਸੁਆਦਤ ਹਸਨ ਮੰਟੋ, ਕੁਲਵੰਤ ਸਿੰਘ ਵਿਰਕ, ਬਲਵੰਤ ਗਾਰਗੀ, ਸੰਤ ਸਿੰਘ ਸੇਖੋਂ, ਮੁਨਸ਼ੀ ਪ੍ਰੇਮ ਚੰਦ, ਕ੍ਰਿਸ਼ਨ ਚੰਦਰ, ਅਹਿਮਦ ਨਦੀਮ ਕਾਸਮੀ, ਸਮਰਸਟ ਮਾਅਮ, ਓ ਹੈਨਰੀ, ਹੇਮਿੰਗਜ਼ਵੇ, ਟਾਲਸਟਾਏ, ਦਸਤੋਵਸਕੀ, ਚੈਖੋਵ, ਗੋਰਕੀ, ਪੁਸ਼ਕਿਨ, ਥਾਮਸ ਹਾਰਡੀ, ਸ਼ੇਕਸਪੀਅਰ ਅਤੇ ਮੁਪਾਸਾਂ ਜਿਹੇ ਮਹਾਨ ਸਾਹਿਤਕਾਰਾਂ ਦੀਆਂ ਲਿਖਤਾਂ ਦੇ ਸ਼ਿਲਪੀ ਝਲਕਾਰੇ ਪੈਂਦੇ ਹਨ। ਬਲਬੀਰ ਮੋਮੀ ਦੀਆਂ ਲਿਖਤਾਂ ਦੇ ਅਜਿਹੇ ਗੁਣਾਂ ਕਰਕੇ ਹੀ ਉਸ ਨੂੰ ਕੈਨੇਡਾ ਦੇ ਨਾਮਵਰ ਅਤੇ ਚਰਚਿਤ ਪੰਜਾਬੀ ਲੇਖਕਾਂ ਵਿਚ ਸ਼ਾਮਿਲ ਕੀਤਾ ਜਾਂਦਾ ਹੈ।

ਮਨੁੱਖੀ ਰਿਸ਼ਤਿਆਂ ਦੇ ਯਥਾਰਥ ਦਾ ਦੂਜਾ ਪਾਸਾ ਵੀ ਬਲਬੀਰ ਮੋਮੀ ਨੇ 'ਕੌੜੀ ਗਿਰੀ' ਕਹਾਣੀ ਵਿੱਚ ਬਹੁਤ ਹੀ ਅਰਥ ਭਰਪੂਰ ਸ਼ਬਦਾਂ ਰਾਹੀਂ ਪੇਸ਼ ਕੀਤਾ ਹੈ। ਔਰਤ ਦੇ ਮਾਮਲੇ ਵਿੱਚ ਕੋਈ ਵੀ ਧਰਮ, ਸਭਿਆਚਾਰ ਉਸਦਾ ਲਿਹਾਜ਼ ਨਹੀਂ ਕਰਦਾ। ਹਰ ਦੇਸ਼, ਹਰ ਧਰਮ, ਹਰ ਸਭਿਆਚਾਰ ਵਿੱਚ ਹੀ ਔਰਤ ਉੱਤੇ ਕੀਤੇ ਜਾਂਦੇ ਅਤਿਆਚਾਰਾਂ ਦੀ ਦਾਸਤਾਨ ਮਰਦ ਪ੍ਰਧਾਨ ਸਮਾਜ ਵਾਲੀ ਮਨੁੱਖੀ ਸਭਿਅਤਾ ਨੂੰ ਸ਼ਰਮਿੰਦਾ ਕਰ ਰਹੀ ਹੈ। 1947 ਵਿੱਚ ਜਦੋਂ ਹਜ਼ਾਰਾਂ ਔਰਤਾਂ ਨੂੰ ਮੁਸਲਮਾਨ ਗੁੰਡਾ ਅਨਸਰ ਜ਼ਬਰਦਸਤੀ ਚੁੱਕ ਕੇ ਲੈ ਗਿਆ ਤਾਂ ਉਨ੍ਹਾਂ ਉੱਤੇ ਕਿਸ ਕਿਸ ਤਰ੍ਹਾਂ ਦਾ ਮਾਨਸਿਕ ਅਤੇ ਸਰੀਰਕ ਜ਼ੁਲਮ ਕੀਤਾ ਗਿਆ ਉਸਦਾ ਅਹਿਸਾਸ 'ਕੌੜੀ ਗਿਰੀ' ਕਹਾਣੀ ਦੀਆਂ ਇਨ੍ਹਾਂ ਸਤਰਾਂ ਨੂੰ ਪੜ੍ਹਨ ਨਾਲ ਹੀ ਹੋ ਜਾਂਦਾ ਹੈ:

ਅੰਤ ਵਿਚ ਮੈਂ ਪ੍ਰਿੰਸੀਪਲ ਪਾਖਰ ਸਿੰਘ ਨੂੰ ਵਧਾਈ ਦਿੰਦਾ ਹਾਂ ਜਿਨ੍ਹਾਂ ਨੇ ਮੋਮੀ ਸਾਹਿਬ ਦੀਆਂ ਚੋਣਵੀਆਂ ਲਿਖਤਾਂ ਨੂੰ ਸੰਪਾਦ ਕਰਕੇ ਪੁਸਤਕ ਰੂਪ ਵਿਚ ਪੇਸ਼ ਕੀਤਾ ਹੈ।

ਸੁਖਿੰਦਰ

ਕਿਊਬਾ ਵਿਚ ਸੱਤ ਦਿਨ

1.ਕਿਊਬਾ ਇਮੀਗਰੇਸ਼ਨ ਨੇ ਏਅਰਪੋਰਟ ਤੇ ਪੱਗਾਂ ਲੁਹਾਈਆਂ

ਜ਼ਿੰਦਗੀ ਵਿਚ ਕਦੇ ਕਿਊਬਾ ਜਾਵਾਂਗਾ, ਮੇਰੇ ਚਿੱਤ ਚੇਤੇ ਵਿਚ ਹੀ ਨਹੀਂ ਸੀ। ਕਿਊਬਾ ਦੇ ਇਤਿਹਾਸਕ, ਭੂਗੋਲਕਿ, ਰਾਜਨੀਤਕ, ਬੋਲੀ ਅਤੇ ਸਭਿਆਚਾਰ ਬਾਰੇ ਵੀ ਮੇਰੀ ਜਾਣਕਾਰੀ ਨਾ ਹੋਣ ਦੇ ਬਰਾਬਰ ਸੀ। ਕਦੇ ਕਦੇ ਓਥੋਂ ਦੇ ਫੌਜੀ ਸ਼ਾਸਕ ਫਾਈਡਲ ਕਾਸਟਰੋ ਦਾ ਨਾਂ ਜ਼ਰੂਰ ਸੁਣਿਆ ਸੀ ਜਿਸ ਨੇ ਅਮਰੀਕਾ ਨਾਲ ਯਾਰੀ ਤੋੜ ਕੇ ਰੂਸ ਨਾਲ ਯਾਰੀ ਪਾ ਲਈ ਸੀ ਜਾਂ ਏਨਾ ਕੁ ਸੁਣਿਆ ਸੀ ਕਿ ਕਮਿਊਨਿਸਟ ਦੇਸ਼ ਕਿਊਬਾ ਇਕ ਗਰੀਬ ਦੇਸ਼ ਹੈ। ਕਿਊਬਾ ਬਾਰੇ ਜੋ ਵਧ ਤੋਂ ਵਧ ਮੈਨੂੰ ਹੋਰ ਪਤਾ ਸੀ ਕਿ ਕਾਮਰੇਡਾਂ ਦੇ ਗੁਰੂ ਹਰਕਿਸ਼ਨ ਸਿੰਘ ਸੁਰਜੀਤ ਜਦ ਕਦੇ ਪਾਰਟੀ ਲਈ ਫੰਡ ਇਕੱਠਾ ਕਰਨ, ਆਪਣੀਆਂ ਦਵਾਈਆਂ ਲੈਣ ਅਤੇ ਆਪਣੇ ਦੋਸਤਾਂ ਨੂੰ ਮਿਲਣ ਲਈ ਦੁਨੀਆ ਦੇ ਅਮੀਰ ਦੇਸ਼ ਕੈਨੇਡਾ ਵਿਚ ਆਉਂਦੇ ਸਨ ਤਾਂ ਏਥੋਂ ਹੋ ਕੇ ਉਹ ਕਿਊਬਾ ਜ਼ਰੂਰ ਜਾਂਦੇ ਸਨ। ਕੁਝ ਲੋਕ ਸੁਰਜੀਤ ਬਾਰੇ ਮਜ਼ਾਕੀਆ ਅੰਦਾਜ਼ ਵਿਚ ਕਹਿੰਦੇ ਸਨ ਕਿ ਜੇ ਕਾਮਰੇਡ ਸੁਰਜੀਤ ਜੀ ਦਾ ਗਲਾ ਖਰਾਬ ਹੋਵੇ ਤਾਂ ਉਸਦੀ ਦਵਾਈ ਲੈਣ ਲਈ ਕੈਨੇਡਾ ਆਉਂਦੇ ਸਨ ਅਤੇ ਜੇ ਸਿਰ ਦੁਖੇ ਤਾਂ ਕਿਊਬਾ ਜਾਂਦੇ ਸਨ। ਪਤਾ ਨਹੀਂ ਇਸ ਮਜ਼ਾਕ ਵਿਚ ਕਿੰਨੀ ਕੁ ਸੱਚਾਈ ਹੈ ਪਰ ਇਕ ਦੋ ਵਾਰ ਜਦ ਇਕਬਾਲ ਰਾਮੂਵਾਲੀਆ ਨਾਲ ਮੈਂ ਕਾਮਰੇਡ ਸੁਰਜੀਤ ਨੂੰ ਮਾਲਟਨ ਵਿਚ ਇਕ ਕਾਮਰੇਡ ਦੇ ਘਰ ਮਿਲਿਆ ਤਾਂ ਉਹ ਕੁਝ ਇਸ ਤਰ੍ਹਾਂ ਦੀਆਂ ਗੱਲਾਂ ਕਰ ਰਹੇ ਸਨ ਕਿ ਹੁਣ ਮੇਰਾ ਮਿਅਦਾ ਚੰਗੀ ਤਰ੍ਹਾਂ ਕੰਮ ਨਹੀਂ ਕਰਦਾ। ਮੈਂ ਜ਼ਿਆਦਾ ਰੋਟੀ ਹਜ਼ਮ ਨਹੀਂ ਕਰ ਸਕਦਾ। ਬਹੁਤ ਪਰਹੇਜ਼ ਕਰਦਾ ਹਾਂ। ਕੈਨੇਡਾ ਵਿਚ ਆਪਣੇ ਬੰਦਿਆਂ ਨੂੰ ਮਿਲ ਕੇ ਮੈਂ ਇਸ ਤੋਂ ਬਾਅਦ ਕਿਊਬਾ ਜਾਣਾ ਹੈ। ਇਕ ਵਾਰ ਸ. ਅਮਰ ਸਿੰਘ ਭੁੱਲਰ ਐਡੀਟਰ ਹਮਦਰਦ ਦੇ ਦਫਤਰ ਜੋ ਓਸ ਵੇਲੇ ਮੱਲ੍ਹੀ ਸਾਹਿਬ ਦੇ ਦਫਤਰ ਨੇੜੇ ਹੁੰਦਾ ਸੀ, ਮੈਂ ਸੁਰਜੀਤ ਜੀ ਨੂੰ ਪ੍ਰੈੱਸ ਕਾਨਫਰੰਸ ਵਿਚ ਮਿਲਿਆ ਸਾਂ ਤੇ ਮੇਰੇ ਤਾਬੜ ਤੋੜ ਸਵਾਲਾਂ ਨੂੰ ਸੁਣ ਕੇ ਕਾਮਰੇਡ ਸੁਰਜੀਤ ਜੀ ਕੁਝ ਗੁੱਸੇ ਵਿਚ ਆ ਗਏ ਸਨ। ਇਸ ਤੋਂ ਬਾਅਦ ਇਕ ਵਾਰ ਸ਼ਾਨੇ ਦਰਬਾਰ ਰੈਸਟੋਰੈਂਟ ਵਿਚ ਕਾਮਰੇਡ ਸੁਰਜੀਤ ਜੀ ਲਈ ਹੋਈ ਇਕ ਪ੍ਰੈੱਸ ਕਾਨਫਰੰਸ ਵਿਚ ਕਾਮਰੇਡ ਨਿਰਮਲ ਢੀਂਡਸਾ ਜੀ ਮੈਨੂੰ ਵੀ ਨਾਲ ਲੈ ਗਏ ਸਨ। ਉਪਰੋਕਿਤ ਹਵਾਲਿਆਂ ਨਾਲ ਹੀ ਮੈਂ ਕਿਊਬਾ ਦਾ ਨਾਂ ਸੁਣਿਆ ਸੀ ਜਿਸ ਵਿਚ ਝਾਤੀ ਮਾਰਨ ਵੇਲੇ ਕਾਮਰੇਡਾਂ ਦੇ ਗੁਰੂ ਹਰਕਿਸ਼ਨ

ਸਿੰਘ ਸੁਰਜੀਤ ਦਾ ਅਰਥ ਭਰਪੂਰ ਚਿਹਰਾ ਮੇਰੀਆਂ ਅਖਾਂ ਅੱਗੇ ਆ ਖਲੋਂਦਾ ਸੀ। ਇਸ ਤੋਂ ਵੱਧ ਇਹ ਸੀ ਕਿ ਜਦ ਕਿਸੇ ਟਰੈਵਲ ਏਜੰਟ ਦੇ ਦਫਤਰ ਵਿਚ ਇੰਡੀਆ ਦੀ ਟਿਕਟ ਲੈਣ ਲਈ ਜਾਈਦਾ ਸੀ ਤਾਂ ਓਥੇ ਸਮੁੰਦਰ ਕੰਢੇ ਕੋਕੋਨਟ ਦੇ ਰੁੱਖਾਂ ਦੀਆਂ ਤਸਵੀਰਾਂ ਹੇਠਾਂ ਅਧ ਨੰਗੀਆਂ ਖੂਬਸੂਰਤ ਕੁੜੀਆਂ ਦੀਆਂ ਫੋਟਜ਼ੋ ਵੇਖਣ ਨੂੰ ਮਿਲਦੀਆਂ ਜੋ ਇਹ ਸੱਦਾ ਦਿੰਦੀਆਂ ਸਨ ਕਿ ਆਓ ਕਿਊਬਾ ਆਓ ਤੇ ਸਾਡੇ ਵਾਂਗ ਖੁਲ੍ਹੇ ਅਸਮਾਨ, ਚਮਕਦੇ ਸੂਰਜ, ਲਿਸ਼ਕਦੀ ਧੁੱਪ ਵਿਚ ਸਮੁੰਦਰ ਦੇ ਕੰਢੇ ਬੈਠ ਕੇ ਬੇ ਰੋਕ-ਟੋਕ ਚੱਲ ਰਹੀ ਤਾਜ਼ਾ ਹਵਾ ਦੇ ਬੁਲ੍ਹਿਆਂ ਵਿਚ ਲੰਮੀਆਂ ਕੁਰਸੀਆਂ ਤੇ ਅਧਨੰਗੇ ਲੇਟ ਕੇ ਆਪਣੇ ਸਰੀਰ ਨੂੰ ਉਸ ਧੁੱਪ ਅਤੇ ਹਵਾ ਦੇ ਹਵਾਲੇ ਕਰ ਦਿਓ ਜੋ ਤੁਹਾਡੇ ਕਈ ਸਰੀਰਕ ਅਤੇ ਮਾਨਸਿਕ ਰੋਗਾਂ ਤੇ ਕੈਨੇਡਾ ਦੇ ਥਕੇਵੇਂ ਤੇ ਮਾਨਸਿਕ ਫਿਕਰਾਂ ਨੂੰ ਦੂਰ ਕਰ ਦੇਵੇਗੀ। ਮੈਂ ਸੋਚਦਾ ਕਿ ਕੀ ਮੈਂ ਕਦੇ ਓਥੇ ਕਿਊਬਾ ਜਾ ਸਕਾਂਗਾ। ਆਪ ਈ ਆਪਣੇ ਆਪ ਨੂੰ ਨਾਂਹ ਵਿਚ ਜਵਾਬ ਦੇ ਕੇ ਮਨ ਵਿਚ ਪੈਦਾ ਹੁੰਦੀ ਖੁਦ-ਖੁਸ਼ੀ ਦਾ ਗਲਾ ਘੁੱਟ ਦਿੰਦਾ। ਮੇਰੇ ਦਿਮਾਗ ਵਿਚ ਕਾਮਰੇਡ ਹਰਕਿਸ਼ਨ ਸਿੰਘ ਸੁਰਜੀਤ, ਇਨਕਲਾਬੀ ਲੀਡਰ ਫਾਈਡਲ ਕਾਸਟਰੋ, ਸਮੁੰਦਰ ਦਾ ਰੇਤਲਾ ਕੰਢਾ, ਸਿੱਪੀਆਂ, ਘੋਗੇ, ਜਲਪਰੀਆਂ, ਨਾਰੀਅਲ ਦੇ ਉਚੇ ਲੰਮੇ ਰੁੱਖਾਂ ਤੇ ਬਾਦਬਾਨਾਂ ਵਾਲੀਆਂ ਸਮੁੰਦਰ ਵਿਚ ਤੈਰਦੀਆਂ ਕਿਸ਼ਤੀਆਂ ਸੁਪਨੇ ਬਣ ਕੇ ਆਉਂਦੀਆਂ ਤੇ ਸੁਪਨੇ ਵਾਂਗ ਹੀ ਭੁਰ ਜਾਂਦੀਆਂ।

ਦਸੰਬਰ ਦਾ ਦੂਜਾ ਹਫਤਾ ਖਤਮ ਹੋਣ ਵਾਲਾ ਸੀ ਕਿ ਕੰਮ ਤੋਂ ਮੇਰੀ ਬੇਟੀ ਦਾ ਫੋਨ ਆਇਆ ਕਿ ਡੈਡੀ ਜੀ ਅਸੀਂ ਸਾਰੇ ਵੇਕੇਸ਼ਨ ਲਈ ਕਿਊਬਾ ਜਾ ਰਹੇ ਹਾਂ। ਤੁਸੀਂ ਜਾਣਾ ਹੈ ਤਾਂ ਦੱਸੋ, ਪੀਕ ਸੀਜ਼ਨ ਹੋਣ ਕਰ ਕੇ ਪੈਕਜ ਡੀਲ ਵਿਚ ਇਨਸ਼ੋਰੰਸ ਤੋਂ ਬਿਨਾਂ ਆਣ ਜਾਣ ਦੀ ਟਿਕਟ 975 ਡਾਲਰ ਦੀ ਮਿਲ ਰਹੀ ਹੈ ਜਿਸ ਵਿਚ ਫਾਈਵ ਸਟਾਰ ਹੋਟਲ ਦੇ ਦਰਜੇ ਰੀਜ਼ੋਰਟ ਵਿਚ ਹਫਤੇ ਦੀ ਰਿਹਾਇਸ਼, ਕਿਸਮ ਕਿਸਮ ਦੀ ਫਰੀ ਡਰਿੰਕ, ਸਾਹਮਣੇ ਤਲੀ ਜਾ ਰਹੀ ਮਛੀ, ਸੰਤਰੇ, ਮਾਲਟੇ ਤੇ ਮੁਸੱਮੀ ਦਾ ਤਾਜ਼ਾ ਕਢਿਆ ਜੂਸ ਅਤੇ ਅਨੇਕਾਂ ਕਿਸਮ ਦਾ ਖਾਣਾ ਫਰੀ ਹੈ। ਮੇਰੇ ਸੁਰਗਵਾਸੀ ਦੋਸਤ ਵਕੀਲ ਡਾ: ਹਰਜੀਤ ਸਿੰਘ ਆਹਲੂਵਾਲੀਆ ਜੋ ਕਿਊਬਾ ਜਾਂਦੇ ਰਹਿੰਦੇ ਸਨ ਅਤੇ ਆ ਕੇ ਓਥੋਂ ਬਾਰੇ ਕਵਿਤਾ ਲਿਖਦੇ ਸਨ, ਤੋਂ ਸੁਣਿਆ ਸੀ ਕਿ ਓਥੇ ਫਰੀ ਸ਼ਰਾਬ ਦੇ ਦਰਿਆ ਚੌਵੀ ਘੰਟੇ ਵਗਦੇ ਹਨ ਪਰ ਇਹ ਸੋਚ ਲੈਣਾ ਚਾਹੀਦਾ ਹੈ ਕਿ ਜੇ ਸੋਨੇ ਦੀ ਤਲਵਾਰ ਹੋਵੇ ਤਾਂ ਢਿਡ ਵਿਚ ਥੋੜ੍ਹਾ ਮਾਰ ਲੈਣੀ ਹੈ। ਟੂਰ ਵਿਚ 975 ਡਾਲਰਾਂ ਵਿਚ ਡਬਲ ਬੈੱਡ ਵਾਲਾ ਕਮਰਾ ਸ਼ਾਮਲ ਸੀ ਪਰ ਜੇ ਕੋਈ ਸਾਥੀ ਹੋਵੇ ਤਾਂ ਕੁਝ ਰਿਐਤ ਮਿਲ ਜਾਂਦੀ ਸੀ, ਇਕੱਲੇ ਨੂੰ ਸੌ ਡਾਲਰ ਵਧ ਦੇਣੇ ਪੈਂਦੇ ਸਨ। ਮੈਂ ਕਿਹਾ ਮੈਂ ਜਾਣਾ ਤਾਂ ਜ਼ਰੂਰ ਚਹੁੰਦਾ ਹਾਂ ਪਰ ਸੋਚਣ ਦਾ ਮੌਕਾ ਦਿਤਾ ਜਾਵੇ। ਬੇਟੀ ਦਾ ਜਵਾਬ ਸੀ ਇਕ ਘੰਟੇ ਵਿਚ ਹਾਂ ਨਾਂਹ ਦਾ ਜਵਾਬ ਦੱਸਣਾ ਹੋਵੇਗਾ। ਓਥੇ ਜਾ ਕੇ ਹੋਰ ਬੀਮਾਰ ਹੋ ਜਾਣ ਦੇ ਡਰੋਂ ਮੇਰੀ ਬੀਵੀ ਨੇ ਜਾਣਾ ਨਹੀਂ ਸੀ। ਏਨੇ ਵਿਚ

ਮੈਨੂੰ ਮੇਰੇ ਪੁਰਾਣੇ ਦੋਸਤ ਲੇਖਕ ਪ੍ਰਿੰ: ਪਾਖਰ ਸਿੰਘ ਜੋ ਬੜੇ ਦਲੇਰ, ਹਸਮੁਖ, ਹਲੀਮ ਅਤੇ ਬੁਧੀਜੀਵੀ ਹਨ, ਦਾ ਕਿਸੇ ਕੰਮ ਲਈ ਫੋਨ ਆ ਗਿਆ ਤੇ ਮੈਂ ਉਹਨਾਂ ਨੂੰ ਕਿਹਾ ਕਿ ਮੈਂ ਕਿਊਬਾ ਜਾ ਰਿਹਾ ਹਾਂ। ਰੀਜ਼ੋਰਟ ਦੇ ਕਮਰੇ ਵਿਚ ਵਿਚ ਇਕ ਹੋਰ ਬੰਦੇ ਲਈ ਥਾਂ ਖਾਲੀ ਹੈ। ਜੇ ਮੇਰੇ ਨਾਲ ਕਿਊਬਾ ਚੱਲਣਾ ਹੈ ਤਾਂ ਦੱਸੋ। ਉਹਨਾਂ ਫੌਰਨ ਹਾਂ ਕਰ ਦਿਤੀ ਤੇ ਕਹਿ ਦਿਤਾ ਕਿ ਟਿਕਟਾਂ ਵੀਜ਼ੇ ਤੇ ਬੁੱਕ ਕਰਵਾ ਦਿਓ। ਬਾਅਦ ਵਿਚ ਹਿਸਾਬ ਕਰ ਲਵਾਂਗੇ। ਮੈਂ ਬੇਟੀ ਨੂੰ ਹਾਂ ਕਰ ਦਿਤੀ ਤੇ ਆਪਣਾ ਵੀਜ਼ਾ ਨੰਬਰ, ਆਪਣੀ ਤੇ ਪ੍ਰਿੰ: ਪਾਖਰ ਸਿੰਘ ਦੀ ਜਨਮ ਮਿਤੀ ਆਦਿ ਲਿਖਵਾ ਦਿਤੀ। ਸਿਤਮ ਜ਼ਰੀਫੀ ਇਹ ਹੋਈ ਕਿ ਮੇਰੀ ਤੇ ਪ੍ਰਿੰ: ਪਾਖਰ ਸਿੰਘ ਦੀ ਜੋ ਟਿਕਟ 975 ਡਾਲਰ ਪ੍ਰਤੀ ਸਵਾਰੀ ਸੀ, ਟਰੈਵਲ ਏਜੰਟ ਨਾਲ ਫੋਨ ਤੇ ਗੱਲ ਕਰਦਿਆਂ ਕਰਦਿਆਂ ਯਕਦਮ 1075 ਡਾਲਰ ਦੀ ਹੋ ਗਈ ਤੇ ਬੇਟੀ ਨੇ ਇਸ ਬਾਰੇ ਪੁਛਿਆ ਤਾਂ ਮੈਂ ਕਹਿ ਦਿਤਾ ਕਿ ਠੀਕ ਹੈ, ਜਦ ਮਨ ਬਣਾ ਹੀ ਲਿਆ ਹੈ ਤਾਂ ਜੇ 50 ਡਾਲਰ ਟਿਕਟ ਦੇ ਵਧ ਗਏ ਹਨ ਤਾਂ ਕੋਈ ਫਿਕਰ ਨਹੀਂ। ਵੀਜ਼ੇ ਤੇ ਟਿਕਟਾਂ ਦੀ ਅਦਾਇਗੀ ਉਸੇ ਵੇਲੇ ਹੋ ਗਈ ਤੇ ਕੰਪਿਊਟਰ ਦੇ ਇੰਟਰਨੈੱਟ ਤੇ ਟਿਕਟਾਂ ਦਾ ਸਾਰਾ ਰੀਕਾਰਡ ਵੀ ਤੁਰਤ ਆ ਗਿਆ। ਮੈਂ ਟਿਕਟਾਂ ਡਾਊਨ ਲੋਡ ਕਰ ਲਈਆਂ ਤੇ ਪ੍ਰਿੰ: ਪਾਖਰ ਸਿੰਘ ਜੀ ਨੂੰ ਸੂਚਨਾ ਦੇ ਦਿਤੀ। ਫਿਰ ਬੇਟੀ ਨੇ ਕਿਹਾ ਕਿ ਬਗੈਰ ਮੈਡੀਕਲ ਇਨਸ਼ੋਰੰਸ ਦੇ ਕਿਊਬਾ ਨਹੀਂ ਜਾ ਸਕਦੇ। ਜੇ ਹਬੀ ਨਬੀ ਹੋ ਜਾਵੇ ਤਾਂ ਦੇਸ਼ ਭਾਵੇਂ ਬਹੁਤ ਗਰੀਬ ਹੈ ਪਰ ਓਥੇ ਹਸਪਤਾਲ ਤੇ ਇਲਾਜ ਬਹੁਤ ਮਹਿੰਗਾ ਹੈ। ਕੈਨੇਡਾ ਦੀ ਓਹਿਪ ਨਹੀਂ ਚਲੇਗੀ ਇਸ ਲਈ ਆਪਣੀ ਇਨਸ਼ੋਰੰਸ ਜ਼ਰੂਰ ਕਰਵਾ ਲਵੋ ਤੇ ਇਨਸ਼ੋਰੰਸ ਪੇਪਰ ਟਿਕਟ ਦੇ ਨਾਲ ਹੋਣੇ ਚਾਹੀਦੇ ਹਨ। ਮੈਂ ਕਿਹਾ ਮੈਂ ਇਨਸ਼ੋਰੰਸ ਲਈ ਕਿਸੇ ਤੋਂ ਪੁਛ ਗਿਛ ਕਰਦਾ ਹਾਂ। ਸਾਨੂੰ ਸੱਤ ਜਣਿਆਂ ਦੀ ਟਰੈਵਲ ਇਨਸ਼ੋਰੰਸ ਚਾਹੀਦੀ ਸੀ ਜਿਸ

ਕਾਮਾਗੁਈ (ਕਿਊਬਾ) ਏਅਰਪੋਰਟ 'ਤੇ ਬਲਬੀਰ ਸਿੰਘ ਮੋਮੀ

ਵਿਚ ਮੇਰੇ ਫੈਮਿਲੀ ਦੇ ਪੰਜ ਜੀਅ ਜੋ ਸਾਰੇ 55 ਤੋਂ ਛੋਟੇ ਸਨ ਅਤੇ ਮੈਂ ਤੇ ਪ੍ਰਿੰ: ਪਾਖਰ ਸਿੰਘ ਸਿਨੀਅਰਜ਼ ਵਿਚ ਆ ਜਾਂਦੇ ਸਾਂ। ਬੈਂਕ ਵਿਚੋਂ ਡਾਲਰ ਲੈਣ ਲਈ ਜਦ ਮੈਂ ਟੀ ਡੀ ਬੈਂਕ ਗਿਆ ਤੇ ਟੈਲਰ ਨੂੰ ਦਸਿਆ ਕਿ ਅਸੀਂ ਕਿਊਬਾ ਜਾ ਰਹੇ ਹਾਂ ਤਾਂ ਓਸ ਵੀ ਅਗੋਂ ਕਿਹਾ ਕਿ ਜਾਣ ਲਈ ਟਰੈਵਲ ਇਨਸ਼ੋਰੰਸ ਬਹੁਤ ਜ਼ਰੂਰੀ ਹੈ ਅਤੇ ਬੈਂਕ ਚੋਂ ਇਨਸ਼ੋਰੰਸ ਹੁਣੇ ਮਿਲ ਸਕਦੀ ਹੈ। ਓਸ 55 ਤੋਂ ਛੋਟੇ ਪੰਜਾਂ ਦੀ ਇਨਸ਼ੋਰੰਸ ਦੀ ਕੀਮਤ ਸਿਰਫ 63 ਡਾਲਰ ਦੱਸੀ ਜੋ ਮੈਨੂੰ ਬਹੁਤ ਸਸਤੀ ਲੱਗੀ। ਮੈਂ ਟੈਲਰ ਨਾਲ ਗਲ ਕਰਦਿਆਂ ਹੀ ਬੇਟੀ ਨੂੰ ਫੋਨ ਕਰ ਕੇ ਪੁਛਿਆ ਤਾਂ ਓਸ ਕਿਹਾ ਫੌਰਨ ਲੈ ਲਵੋ। ਰੇਟ ਬਹੁਤ ਠੀਕ ਹੈ। ਮੈਂ ਫੈਮਿਲੀ ਦੇ ਪੰਜਾਂ ਜੀਆਂ ਦੀਆਂ ਜਨਮ ਮਿਤੀਆਂ ਦੱਸ ਕੇ ਸਭ ਦੀ ਇਨਸ਼ੋਰੰਸ ਸਿਰਫ 63 ਡਾਲਰ ਵਿਚ ਖਰੀਦ ਲਈ। ਜਦ ਮੈਂ ਆਪਣੀ ਤੇ ਪ੍ਰਿੰ: ਪਾਖਰ ਸਿੰਘ ਦੀ ਇਨਸ਼ੋਰੰਸ ਦਾ ਰੇਟ ਪੁਛਿਆ ਤਾਂ ਸਿਨੀਅਰ ਹੋਣ ਕਰ ਕੇ ਸਾਡੀ ਇਨਸ਼ੋਰੰਸ ਬਹੁਤ ਮਹਿੰਗੀ ਸੀ, ਭਾਵ ਦੋਹਾਂ ਦੀ ਸੌ ਸੌ ਡਾਲਰ ਤੋਂ ਉਤੇ ਸੀ। ਮੈਂ ਪ੍ਰਿੰ: ਪਾਖਰ ਸਿੰਘ ਨੂੰ ਫੋਨ ਕੀਤਾ ਤਾਂ ਉਹ ਕਹਿਣ ਲਗੇ ਕਿ ਬੈਂਕ ਤੋਂ ਨਾ ਲਵੋ। ਸਾਡਾ ਇਕ ਮੁੰਡਾ ਇਹੋ ਕੰਮ ਕਰਦਾ ਹੈ, ਉਹ ਸਸਤੀ ਇਨਸ਼ੋਰੰਸ ਦੇ ਦੇਵੇਗਾ ਅਤੇ ਵਾਕਿਆ ਹੀ ਓਸ ਕੋਲੋਂ ਸਾਨੂੰ ਟੀ ਡੀ ਬੈਂਕ ਨਾਲੋਂ ਕਾਫੀ ਸਸਤੀ ਇਨਸ਼ੋਰੰਸ ਮਿਲ ਗਈ। ਮੇਰੀ ਸਿਰਫ 68 ਡਾਲਰ ਵਿਚ ਤੇ ਪ੍ਰਿੰ: ਪਾਖਰ ਸਿੰਘ ਦੀ 82 ਡਾਲਰ ਵਿਚ। ਮੇਰੇ ਨਾਲੋਂ ਕੁਝ ਮਹਿੰਗੀ ਮਿਲੀ। ਇਹ ਅੰਤਰ ਦਾ ਕਾਰਨ ਉਮਰ ਦਾ ਵਡੇ ਛੋਟੇ ਜਾਂ ਅਗੇ ਪਿਛੇ ਹੋਣਾ ਸਮਝਿਆ ਗਿਆ।

ਪ੍ਰਿੰ: ਪਾਖਰ ਸਿੰਘ ਦੀ ਬਹੁਤ ਲਾਇਕ ਬੇਟੀ ਮੀਨਾ ਜੋ ਇਕ ਟਰੈਵਲ ਕੰਪਨੀ ਵਿਚ ਮੈਨੇਜਰ ਹੈ, ਦਾ ਫੋਨ ਆ ਗਿਆ ਕਿ ਅੰਕਲ ਜੀ ਤਹਾਨੂੰ ਟਿਕਟਾਂ ਬਹੁਤ ਮਹਿੰਗੀਆਂ ਮਿਲੀਆਂ ਹਨ। ਇਹ ਟਿਕਟ ਤਾਂ 500 ਡਾਲਰ ਤੋਂ ਵਧ ਨਹੀਂ ਹੋਣੀ ਚਾਹੀਦੀ। ਓਸ ਦਾ ਭਾਵ ਸੀ ਕਿ ਸਾਨੂੰ ਟਰੈਵਲ ਏਜੰਟ ਨੇ ਬਹੁਤ ਮਹਿੰਗੀਆਂ ਟਿਕਟਾਂ ਦਿਤੀਆਂ ਹਨ। ਜਦ ਇਸ ਦੀ ਪੜਤਾਲ ਕੀਤੀ ਤਾਂ ਪਤਾ ਲੱਗਾ ਕਿ ਸਸਤੀਆਂ ਟਿਕਟਾਂ ਬਹੁਤ ਪਹਿਲਾਂ ਬੁਕ ਕਰਵਾਣੀਆਂ ਪੈਂਦੀਆਂ ਹਨ। ਅਸੀਂ ਤਾਂ ਖੜ੍ਹੇ ਪੈਰ ਐਨ ਪੀਕ ਸੀਜ਼ਨ ਤੇ ਟਿਕਟਾਂ ਲਈਆਂ ਸਨ ਅਤੇ ਇਸੇ ਲਈ ਮਹਿੰਗੀਆਂ ਸਨ। ਹੁਣ ਇਹ ਟਿਕਟਾਂ ਨਾ ਰੀਫੰਡ ਹੋ ਸਕਦੀਆਂ ਸਨ, ਨਾ ਕੈਂਸਲ ਹੋ ਸਕਦੀਆਂ ਸਨ। ਜਾਓ ਜਾਂ ਨਾ ਜਾਓ, ਪੈਸੇ ਗਏ ਸੋ ਗਏ। ਅਸੀਂ ਕਿਹਾ ਕਿ ਕੀ ਅਧ ਪਚਧ ਹੀ ਮਿਲ ਸਕਦਾ ਹੈ ਤਾਂ ਜਵਾਬ ਸੀ ਕਿ ਕੁਝ ਨਹੀਂ ਮਿਲ ਸਕਦਾ। ਮੀਨਾ ਵੀ ਇਸ ਨੂੰ ਤਬਦੀਲ ਕਰਨ ਵਿਚ ਕੁਝ ਨਾ ਕਰ ਸਕੀ। ਸਿਰਫ ਇਹ ਤਜਰਬਾ ਹੋਇਆ ਕਿ ਜੇ ਜਾਣਾ ਹੋਵੇ ਤਾਂ ਬਹੁਤ ਪਹਿਲਾਂ ਬੁਕਿੰਗ ਕਰਵਾਣੀ ਚਾਹੀਦੀ ਹੈ। ਇੰਜ ਸਸਤੀਆਂ ਟਿਕਟਾਂ ਮਿਲ ਜਾਂਦੀਆਂ ਹਨ। ਪਰਮਜੀਤ ਸਿੰਘ ਸੰਧੂ ਨੇ ਤਾਂ ਕਿਊਬਾ ਦੀ ਜਾਣਕਾਰੀ ਵਿਚ ਵਾਧਾ ਕਰਦਿਆਂ ਇਹ ਵੀ ਦਸਿਆ ਕਿ ਫਾਈਵ ਸਟਾਰ ਹੋਟਲ ਜਾਂ ਮਹਿੰਗੇ ਰੀਜ਼ੋਰਟ ਵਿਚ ਰਹਿਣ ਦੀ ਬਜਾਏ ਬਾਹਰ ਬਹੁਤ ਸਸਤੇ ਪਰਾਈਵੇਟ ਘਰ ਮਿਲ

ਜਾਂਦੇ ਹਨ ਅਤੇ ਸਸਤੇ ਨੌਕਰ ਵੀ ਜੋ ਖਾਣਾ ਵੀ ਤਿਆਰ ਕਰ ਦਿੰਦੇ ਹਨ। ਪਰ ਅਸੀਂ ਤਾਂ ਹੁਣ ਇਸ ਵਿਚ ਕੋਈ ਤਬਦੀਲੀ ਨਹੀਂ ਕਰ ਸਕਦੇ ਸਾਂ। ਬਾਕੀ ਜਦ ਵੇਕੇਸ਼ਨ ਦਾ ਮਨ ਬਣਾ ਹੀ ਲਿਆ ਸੀ ਤਾਂ ਹੁਣ ਮਹਿੰਗੇ ਸਸਤੇ ਦੇ ਚੱਕਰ ਵਿਚ ਪੈਣ ਦਾ ਕੋਈ ਮਤਲਬ ਨਹੀਂ ਸੀ। ਮਨ ਨੂੰ ਕਿਊਬਾ ਦੇ ਬੀਚ ਦੀਆਂ ਰੌਣਕਾਂ ਅਤੇ ਫਰੀ ਜਾਮ ਤੇ ਪੈਮਾਨਿਆਂ ਦੇ ਵੱਸ ਕਰ ਦਿਤਾ ਸੀ। ਫਰੀ ਦਾਰੂ ਦੇ ਵਗਦੇ ਦਰਿਆ ਚਿਤਵ ਕੇ ਪ੍ਰਿੰ: ਪਾਖਰ ਸਿੰਘ ਦੀ ਖੁਸ਼ੀ ਝੱਲੀ ਨਹੀਂ ਸੀ ਜਾਂਦੀ। ਬੇਟੀ ਮੀਨਾ ਤੇ ਉਹਦੇ ਪਰਵਾਰ ਨੇ ਮੈਨੂੰ ਚੌਕਸ ਕਰ ਦਿਤਾ ਕਿ ਉਹਨਾਂ ਦੇ ਡੈਡੀ ਦੀ ਦੇਖ ਭਾਲ ਕਰਨ ਦਾ ਜ਼ਿੰਮਾ ਤੁਹਾਡਾ ਹੈ। ਓਥੇ ਥਾਂ ਥਾਂ ਜਾਮ ਛਲਕਦੇ ਵੇਖ ਕੇ ਉਹ ਕਿਤੇ ਆਪਣੀ ਪ੍ਰਤਿਭਾ ਨਾ ਭੁੱਲ ਜਾਣ, ਇਹ ਖਿਆਲ ਤੁਹਾਨੂੰ ਰੱਖਣਾ ਪਵੇਗਾ। ਕਈ ਵਾਰ ਬਹੁਤੀ ਖੁਲ੍ਹ ਨੁਕਸਾਨ ਕਰਦੀ ਹੈ। ਮੈਂ ਇਹ ਚੁਣੌਤੀ ਕਬੂਲ ਕਰ ਲਈ, ਖਾਸ ਤੌਰ ਤੇ ਏਸ ਲਈ ਕਿ ਦਾਰੂ ਸਿੱਕੇ ਦੇ ਕੰਮਾਂ ਵਿਚ ਸਾਡੀ ਬਦਨਾਮੀ ਬਰਾਬਰ ਹੀ ਹੈ। ਅਸੀਂ ਕਿਉਂ ਪੀਂਦੇ ਹਾਂ? ਇਸ ਬਾਰੇ ਤੇ ਲਗਾਤਾਰ ਲਿਖਣ ਦਾ ਕੰਮ ਕਰਦੇ ਰਹਿਣ ਦੀ ਜ਼ਿੰਮੇਵਾਰੀ ਨਿਭਾਣ ਬਾਰੇ ਕਦੀ ਕਿਸੇ ਨੇ ਸੱਚੇ ਮਨੋਂ ਜਾਨਣ ਦੀ ਕੋਸ਼ਿਸ਼ ਹੀ ਨਹੀਂ ਕੀਤੀ।

ਇਸ ਸਫਰ ਨੂੰ ਹੋਰ ਰੌਚਿਕ ਬਨਾਉਣ ਲਈ ਪਤਾ ਲੱਗਾ ਕਿ ਕਿਊਬਾ ਵਿਚ ਲੋਕਾਂ ਕੋਲ ਕਪੜੇ ਦੀ ਬਹੁਤ ਕਮੀ ਹੈ। ਉਹ ਕਪੜੇ ਭਾਵੇਂ ਉਹ ਪਹਿਲਾਂ ਪਾਏ ਹੀ ਹੋਣ, ਲੈ ਕੇ ਬਹੁਤ ਖੁਸ਼ ਹੁੰਦੇ ਹਨ। ਅਸੀਂ ਆਪਣੇ ਸਾਮਾਨ ਵਿਚ ਦਵਾਈਆਂ ਤੇ ਵੰਡਣ ਵਾਲੇ ਕਪੜੇ ਵੀ ਭਰ ਲਏ। ਬੇਟੀ ਬਾਰ ਬਾਰ ਚਿਤਾਵਨੀ ਦੇ ਰਹੀ ਸੀ ਕਿ ਓਥੇ ਗਰਮੀ ਬਹੁਤ ਹੈ, ਇਸ ਲਈ ਚੱਪਲਾਂ, ਸ਼ਾਟਸ, ਬਨੈਣਾਂ ਆਦਿ ਵਾਧੂ ਲੇ ਕੇ ਜਾਇਓ। ਮਛਰਾਂ ਤੋਂ ਬਚਣ ਲਈ ਕੋਈ ਕਰੀਮ ਤੇ ਆਪਣੀਆਂ ਹੋਰ ਦਵਾਈਆਂ ਨਾਲ ਲਿਜਾਣੀਆਂ ਨਾ ਭੁੱਲਣਾ। ਅਸੀਂ ਹਰ ਜ਼ਰੂਰੀ ਗੱਲ ਤੇ ਅਮਲ ਕਰ ਰਹੇ ਸਾਂ।

22 ਦਸੰਬਰ ਦੀ ਸਵੇਰ ਨੂੰ 6 ਵਜੇ ਟਰਾਂਟੋ ਦੇ ਟਰਮੀਨਲ 3 ਤੋਂ ਕਿਊਬਾ ਨੂੰ ਉਡਣ ਵਾਲੇ ਕੈਨਜੈਟ ਹਵਾਈ ਜਹਾਜ਼ ਦੀਆਂ ਟਿਕਟਾਂ ਤੇ ਇਨਸ਼ੋਰੰਸ ਦੇ ਪੇਪਰ ਮੇਰੇ ਹਥ ਵਿਚ ਸਨ। ਟਰਾਂਟੋ ਤੋਂ ਕਾਮਾਗੁਈ (CAMAGUEY) ਏਅਰਪੋਰਟ (ਕਿਊਬਾ) ਦੀ ਉਡਾਣ ਫੜਨ ਲਈ 3 ਘੰਟੇ ਪਹਿਲਾਂ ਏਅਰਪੋਰਟ ਤੇ ਪਹੁੰਚਣ ਦੇ ਆਦੇਸ਼ ਸਨ। ਆਪਣੇ 23 ਕਿੱਲੋ ਵਾਲੇ ਸੂਟਕੇਸ ਤੋਂ ਇਲਾਵਾ ਹੈਂਡ ਬੈਗ ਤੇ ਪਾਸਪੋਰਟ ਸਮੇਤ ਮੈਂ ਪਾਖਰ ਸਿੰਘ ਨੂੰ ਸਵੇਰੇ 3 ਵਜੇ ਟਰਮੀਨਲ 3 ਤੇ ਪਹੁੰਚਣ ਲਈ ਤਾਕੀਦ ਕਰ ਦਿਤੀ। ਓਸ ਕਿਹਾ ਕਿ ਮੇਰਾ ਫਿਕਰ ਨਾ ਕਰਨਾ, ਮੈਨੂੰ ਮਦਨ ਵੇਲੇ ਸਿਰ ਏਅਰਪੋਰਟ ਤੇ ਪੁਚਾ ਦੇਵੇਗਾ। ਅਸੀਂ ਸਾਰੇ ਪਰਵਾਰ ਨੇ ਵਡੀ ਟੈਕਸੀ ਵਾਲੇ ਨੂੰ ਸਾਨੂੰ ਘਰੋਂ 3 ਵਜੇ ਚੁਕਣ ਲਈ ਫੋਨ ਕਰ ਦਿਤਾ ਜਿਸ ਵਿਚ ਸਾਡੇ ਸਾਰਿਆਂ ਦੇ ਸੂਟ ਕੇਸ ਅਤੇ ਹੈਂਡ ਬੈਗ ਸੁਰਖਿਅਤ ਆ ਸਕਦੇ ਸਨ। ਜਾਣ ਦੀ ਤਿਆਰੀ ਵਿਚ ਰਾਤ ਦੇ ਬਾਰਾਂ ਵਜ ਗਏ ਤੇ ਸਵੇਰੇ 3 ਵਜੇ ਏਅਰਪੋਰਟ ਤੇ ਪਹੁੰਚਣਾ ਸੀ। ਸੌਣ ਲਈ ਬੱਸ ਇਕ ਦੋ ਘੰਟੇ ਹੀ ਸਨ ਤੇ ਉਹ ਵੀ ਫਿਕਰ ਫਾਕੇ

ਵਿਚ ਬੀਤ ਗਏ ਤੇ ਅਸੀਂ ਅਧੇ ਸੁਤੇ ਅਧੇ ਜਾਗਦੇ ਠੀਕ ਸਮੇਂ ਏਅਰਪੋਰਟ ਤੇ ਸਾਂ। ਕੈਨਜੈੱਟ ਦੇ ਮੁਸਾਫਰਾਂ ਦੀ ਲਾਈਨ ਭਾਵੇਂ ਬਹੁਤ ਲੰਮੀ ਸੀ ਚੈਕ ਇਨ ਕਰਵਾ, ਬੋਰਡਿੰਗ ਪਾਸ ਲੈ, ਸੂਟਕੇਸ ਏਰਲਾਈਨ ਦੇ ਹਵਾਲੇ ਕਰ ਬਗੈਰ ਕਿਸੇ ਔਕੜ ਦੇ ਅਸੀਂ 200 ਕੁ ਮੁਸਾਫਰਾਂ ਵਲੇ ਹਵਾਈ ਜਹਾਜ਼ ਵਿਚ ਜਾ ਕੇ ਆਪਣੀਆਂ ਸੀਟਾਂ ਮੱਲ ਲਈਆਂ। ਹਥਾਂ ਵਾਲੇ ਬੈਗ ਉਪਰ ਟਿਕਾ ਦਿਤੇ। ਠੀਕ 6 ਵਜੇ ਜਹਾਜ਼ ਪਟੜੀ ਤੇ ਪੈ ਗਿਆ ਤੇ ਮੁਕਲਾਵੇ ਤੁਰਨ ਵਾਲੀ ਮੁਟਿਆਰ ਵਾਂਗ ਅਧਾ ਕੁ ਘੰਟਾ ਖੇਖੇਣ ਵੇਖਣ ਕਰ ਆਖਰ ਉਡਾਣ ਭਰ ਕੇ ਬਦਲਾਂ ਅਤੇ ਧੁੰਦ ਨੂੰ ਚੀਰਦਾ ਚਮਕਦੀ ਧੁੱਪ ਤੇ ਗੋਰੇ ਚਿੱਟੇ ਦਿਨ ਵਿਚ ਠੀਕ ਦਸ ਵਜੇ ਕਾਮਾਗੁਈ (ਕਿਊਬਾ) ਦੀ ਛੋਟੀ ਜਹੀ ਏਅਰਪੋਰਟ ਤੇ ਜਾ ਉਤਰਿਆ। ਇੰਜ ਲੱਗਾ ਜਿਵੇਂ ਖੇਤਾਂ ਵਿਚ ਏਅਰਪੋਰਟ ਬਣੀ ਹੋਈ ਸੀ। ਇਸ ਜਹਾਜ਼ ਤੋਂ ਬਗੈਰ ਓਥੇ ਹੋਰ ਕੋਈ ਜਹਾਜ਼ ਨਹੀਂ ਸੀ। ਅਜੀਬ ਜਹੀ ਸਾਧਾਰਨ ਵਰਦੀ ਵਾਲੇ ਪੁਲਸ ਅਫਸਰ ਜਿਨ੍ਹਾਂ ਵਿਚੋਂ ਕਿਸੇ ਦੇ ਦੋ ਤੇ ਕਿਸੇ ਦੇ ਤਿੰਨ ਸਟਾਰ ਸਨ, ਲਾਈਨ ਵਿਚ ਖੜ੍ਹੇ ਮੁਸਾਫਰਾਂ ਦੇ ਪਾਸਪੋਰਟ ਬੜੀ ਸਖਤਾਈ ਨਾਲ ਚੈੱਕ ਕਰ ਕੇ ਅਗਲੇ ਅਫਸਰਾਂ ਕੋਲ ਭੇਜ ਰਹੇ ਸਨ। ਇਹਨਾਂ ਵਿਚ ਲੇਡੀ ਪੋਲੀਸ ਅਫਸਰ ਵੀ ਸਨ। ਕਿਸੇ ਦਾ ਵਤੀਰਾ ਵੀ ਦੋਸਤਾਨਾ ਨਹੀਂ ਸੀ। ਇਹਨਾਂ ਦੇ ਕੱਦ ਮਧਰੇ ਤੇ ਰੰਗ ਕਣਕਵੰਨੇ ਸਨ। ਜਿਸ ਇਮੀਗਰੇਸ਼ਨ ਅਫਸਰ ਕੋਲ ਮੈਂ ਆਪਣਾ ਪਾਸਪੋਰਟ ਪੇਸ਼ ਕੀਤਾ, ਓਸ ਮੇਰੇ ਕੈਨੇਡੀਅਨ ਪਾਸਪੋਰਟ ਅਤੇ ਮੇਰੇ ਚਿਹਰੇ ਨੂੰ ਬਾਰ ਬਾਰ ਵੇਖਿਆ। ਫਿਰ ਮੇਰੇ ਚਿਹਰੇ ਨੂੰ ਐਨਕਾਂ ਲੁਹਾ ਕੇ ਵੇਖਿਆ। ਮੈਂ ਕੈਨੇਡਾ ਵਿਚ ਕੀ ਕਰਦਾ ਹਾਂ ਆਦਿ ਸਵਾਲ ਪੁਛੇ ਅਤੇ ਆਖਰ ਸੱਤ ਦਿਨ ਦਾ ਦਸਤੀ ਵੀਜ਼ਾ ਤੇ ਮੇਰਾ ਪਾਸਪੋਰਟ ਮੇਰੇ ਹਥ ਫੜਾ ਸਿਕਿਓਰਟੀ ਚੈੱਕ ਅਪ ਲਈ ਭੇਜ ਦਿਤਾ। ਸਿਕਿਓਰਟੀ ਵਿਚੋਂ ਲੰਘ ਜਦ ਅਗੇ ਪਿਛੇ ਕਰ ਕੇ ਸਾਰੇ ਸਰੀਰ ਨੂੰ ਡੰਡੇ ਨੇ ਛੂਹਿਆ ਤਾਂ ਟੀਂ ਟੀਂ ਹੋਣ ਲੱਗੀ। ਸ਼ਾਇਦ ਕੜੇ ਕਰ ਕੇ ਵੀ ਸੀ। ਮੈਨੂੰ ਤੇ ਪਾਖਰ ਸਿੰਘ ਨੂੰ ਸਿਕਿਓਰਟੀ ਨੇ ਪੱਗਾਂ ਲਾਹੁਣ ਦਾ ਹੁਕਮ ਦਿਤਾ ਜੋ ਬਹੁਤ ਬੁਰਾ ਲਗਿਆ। ਇਸ ਮੌਕੇ ਇਕ ਕਮਿਊਨਿਸਟ ਕੰਟਰੀ ਵਿਚ ਪਗਾਂ ਨਾ ਉਤਾਰਨ ਦਾ ਪੰਗਾ ਲੈਣ ਦਾ ਮਤਲਬ ਇਹ ਵੀ ਸੀ ਕਿ ਕਿਊਬਾ ਅੰਦਰ ਦਾਖਲ ਹੋਣ ਦੀ ਬਜਾਏ ਕੁਝ ਚਿਰ ਹਿਰਾਸਤ ਵਿਚ ਰੱਖ ਕੇ ਵਾਪਸ ਜਾਣ ਵਾਲੇ ਜਹਾਜ਼ ਵਿਚ ਮੋੜ ਦਿਤਾ ਜਾਵੇ। ਪੱਗਾਂ ਲਾਹ ਕੇ ਉਹਨਾਂ ਫਿਰ ਪੱਗਾਂ ਤੇ ਸਿਰ ਤੇ ਡੰਡੇ ਲਾ ਤਸੱਲੀ ਹੋਣ ਪਿਛੋਂ ਸਾਨੂੰ ਜਾਣ ਦਿਤਾ। ਬਾਕੀ ਪਰਵਾਰ ਕੋਲ ਖੜ੍ਹਾ ਸਭ ਕੁਝ ਵੇਖ ਰਿਹਾ ਸੀ। ਲਗਦਾ ਸੀ ਕਿ ਏਅਰਪੋਰਟ ਅਧਿਕਾਰੀਆਂ ਨੇ ਪਹਿਲੀ ਵਾਰ ਪੱਗਾਂ ਵਾਲੇ ਸਰਦਾਰ ਵੇਖੇ ਸਨ ਜੋ ਉਹਨਾਂ ਨੂੰ ਪਤਾ ਨਹੀਂ ਕੀ ਲੱਗ ਰਹੇ ਸਨ? ਪਰ ਮੇਰਾ ਤਜਰਬਾ ਹੈ ਕਿ ਸਾਰੀਆਂ ਏਅਰਪੋਰਟਸ ਤੇ ਹੀ ਇਮੀਗਰੇਸ਼ਨ ਅਧਿਕਾਰੀਆਂ ਦਾ ਵਰਤਾਓ ਰੁੱਖਾ ਹੀ ਹੁੰਦਾ ਹੈ। ਇਹ ਵਰਤਾਓ ਮੈਂ ਕੁਵੈਤ ਏਅਰਪੋਰਟ ਤੇ ਵੀ ਵੇਖ ਚੁਕਾ ਸਾਂ।

ਕਿਊਬਾ ਵਿਚ ਸੱਤ ਦਿਨ

2. ਰੀਜ਼ੋਰਟ ਤੇ ਪਹੁੰਚਣ ਲਈ ਦੋ ਘੰਟੇ ਦਾ ਬੱਸ ਵਿਚ ਸਫਰ

ਕਿਊਬਾ ਦੀ ਕਾਮਾਗੁਈ ਏਅਰਪੋਰਟ ਤੇ ਬੈਲਟ ਤੇ ਆ ਰਿਹਾ ਆਪੋ ਆਪਣਾ ਸਾਮਾਨ ਲੈ ਕੇ ਜਦ ਅਸੀਂ ਏਅਰਪੋਰਟ ਤੋਂ ਬਾਹਰ ਨਿਕਲ ਰਹੇ ਸਾਂ ਤਾਂ ਏਅਰਪੋਰਟ ਦੇ ਅਧਿਕਾਰੀ ਫਿਰ ਸਾਨੂੰ ਚੈੱਕ ਕਰ ਰਹੇ ਸਨ। ਇਸ ਮੌਕੇ ਤੇ ਚੈਕਿੰਗ ਵਾਲੀ ਕੋਈ ਤੁਕ ਤਾਂ ਬਣਦੀ ਨਹੀਂ ਸੀ ਪਰ ਤਕੜੇ ਦਾ ਸੱਤੀਂ ਵੀਹੀਂ ਸੌ ਵਾਲੀ ਗੱਲ ਸੀ। ਏਅਰਪੋਰਟ ਦੇ ਅੰਦਰ ਇਕ ਸਾਧਾਰਨ ਜਿਹਾ ਵਾਸ਼ਰੂਮ ਸੀ ਜਿਸ ਦੇ ਬਾਹਰ ਪੀਣ ਵਾਲੇ ਪਾਣੀ ਦੀ ਟੂਟੀ ਸੀ। ਪਿਆਸ ਲੱਗਣ ਕਾਰਨ ਪਾਣੀ ਪੀਣ ਨੂੰ ਜੀ ਕਰਦਾ ਸੀ ਪਰ ਦਰਸ਼ਨ ਨੇ ਮੈਨੂੰ ਟੂਟੀ ਦਾ ਸਿਧਾ ਪਾਣੀ ਪੀਣੋਂ ਹਟਕ ਦਿਤਾ। ਮੇਰੇ ਹੈਂਡ ਬੈਗ ਵਿਚ ਜੋ ਪਾਣੀ ਦੀ ਬੋਤਲ ਸੀ, ਉਹ ਟਰਾਂਟੋ ਏਅਪੋਰਟ ਤੇ ਸਿਕਿਓਰਟੀ ਚੈੱਕ ਅਪ ਵਾਲਿਆਂ ਨੇ ਲੰਘਣ ਨਹੀਂ ਦਿਤੀ ਸੀ। ਬਾਹਰ ਨਿਕਲੇ ਤਾਂ ਕੁਝ ਬੱਸਾਂ ਬੀਚ ਤੇ ਜਾਣ ਲਈ ਤਿਆਰ ਖੜ੍ਹੀਆਂ ਸਨ। ਸਾਨੂੰ ਤਿੰਨ ਨੰਬਰ ਬੱਸ ਵਿਚ ਵਿਚ ਸਵਾਰ ਹੋਣ ਲਈ ਕਿਹਾ ਗਿਆ ਅਤੇ ਬੱਸ ਦੇ ਅਮਲੇ ਨੇ ਸਾਡਾ ਸਾਮਾਨ ਬੱਸ ਥਲੇ ਟਿਕਾ ਦਿਤਾ। ਬੱਸਾਂ ਖ਼ੂਬਸੂਰਤ ਤੇ ਆਰਮਦਾਇਕ ਸਨ। ਇਕ ਬੱਸ ਵਿਚ 30 ਕੁ ਮੁਸਾਫਰਾਂ ਦੀ ਥਾਂ ਸੀ। ਮੈਂ ਤੇ ਪ੍ਰਿੰ: ਪਾਖਰ ਸਿੰਘ ਜੋ ਕੈਨੇਡਾ ਦੀ ਧਰਤੀ ਤੇ ਪੈਰ ਟਿਕਾ ਕੇ ਜੋ ਹੁਣ ਬੜੇ ਟਕਿਦੇ ਮੂਡ ਵਿਚ ਸਨ, ਨੇ ਬੱਸ ਵਿਚ ਦੋ ਸੀਟਾਂ ਮੱਲ ਲਈਆਂ। ਪਰਵਾਰ ਦੇ ਬਾਕੀ ਜੀ ਵੀ ਆਪੋ ਆਪਣੀਆਂ ਮਨ ਪਸੰਦ ਸੀਟਾਂ ਤੇ ਬੈਠ ਗਏ। ਉਹਨਾਂ ਨੇ ਬਾਹਰ ਦੀ ਤੇਜ਼ ਧੁੱਪ ਤੋਂ ਬਚਣ ਲਈ ਅਖਾਂ ਤੇ ਸਨ ਗਲਾਸਜ਼ ਲਗਾ ਲਏ ਸਨ। ਬੀਅਰ ਤੇ ਪਾਣੀ ਵੇਚਣ ਵਾਲੇ ਏਅਰਪੋਰਟ ਦੇ ਅੰਦਰ ਵੀ ਮਹਿੰਗੇ ਭਾਅ ਭਾਵ ਪੰਜ ਡਾਲਰਜ਼ ਦੀਆਂ ਦੋ ਬੀਅਰ ਜਾਂ ਪਾਣੀ ਦੀਆਂ ਦੋ ਬੋਤਲਾਂ ਵੇਚ ਰਹੇ ਸਨ ਅਤੇ ਪੰਜਾਬ ਦੀਆਂ ਬੱਸਾਂ ਵਾਂਗ ਬੱਸ ਵਿਚ ਚੜ੍ਹ ਕੇ ਮੁਸਾਫਰਾਂ ਨੂੰ ਮਹਿੰਗੇ ਭਾਅ ਬੀਅਰ ਤੇ ਪਾਣੀ ਵੇਚਣ ਭਾਵ ਪੰਜ ਡਾਲਰ ਵਿਚ 2 ਬੋਤਲਾਂ ਵੇਚਣ ਦੇ ਹੋਕੇ ਦੇ ਰਹੇ ਸਨ। ਬਹੁਤ ਘੱਟ ਕਿਸੇ ਨੇ ਉਹਨਾਂ ਕੋਲੋਂ ਪਾਣੀ ਜਾਂ ਬੀਅਰ ਖਰੀਦੀ ਕਿਉਂਕਿ ਬੱਸ ਵਾਲਿਆਂ ਨੇ ਕੁਝ ਚਿਰ ਬਾਅਦ ਇਕ ਇਕ ਪਾਣੀ ਦੀ ਬੋਤਲ ਸਭ ਸੈਲਾਨੀਆਂ ਨੂੰ ਦੇ ਦਿਤੀ। ਮੁਸਾਫਰਾਂ ਦੀ ਪੂਰੀ ਤਰ੍ਹਾਂ ਗਿਣਤੀ ਕਰ ਕੇ ਜਦ ਬੱਸ ਚਲੀ ਤਾਂ ਸਵਾਗਤ ਕਰਤਾ ਅਮਲੇ ਦੀ ਇਕ ਲੇਡੀ ਨੇ ਯਾਤਰੀਆਂ ਨੂੰ ਜੀ ਆਇਆਂ ਕਹਿੰਦਿਆਂ ਕਿਊਬਾ ਦੇ ਜਿਸ ਸਾਂਤਾ ਲੂਸੀਆ ਬੀਚ ਤੇ ਅਸਾਂ ਜਾਣਾ ਸੀ, ਬਾਰੇ ਅੰਗਰੇਜ਼ੀ ਵਿਚ ਜਾਣਕਾਰੀ ਦੇਣੀ ਸ਼ੁਰੂ ਕਰ ਦਿਤੀ।

ਉਸ ਦੀ ਅੰਗਰੇਜ਼ੀ ਬੜੀ ਸਪਸ਼ਟ ਸੀ ਜਦ ਕਿ ਏਅਰਪੋਰਟ ਤੇ ਜਿਨ੍ਹਾਂ ਜਿਨ੍ਹਾਂ ਅਧਿਕਾਰੀਆਂ ਨਾਲ ਵਾਹ ਪਿਆ ਸੀ, ਉਹਨਾਂ ਦੀ ਅੰਗਰੇਜ਼ੀ ਮਾੜੀ, ਵਿਹਾਰ ਰੁੱਖਾ ਤੇ ਸ਼ੱਕੀ ਚਿਹਰੇ ਪਥਰਾਂ ਵਰਗੇ ਸਖਤ ਸਨ। ਸਪੈਨਿਸ਼ ਸਾਨੂੰ ਆਉਂਦੀ ਨਹੀਂ ਸੀ ਤੇ ਅੰਗਰੇਜ਼ੀ ਉਹ ਠੀਕ ਤਰ੍ਹਾਂ ਬੋਲਦੇ ਨਹੀਂ ਸਨ। ਅੰਨ੍ਹੇ ਨੂੰ ਬੋਲਾ ਘਸੀਟਣ ਵਰਗੀ ਗੱਲ ਸੀ।

ਸਵਾਗਤ ਕਰਤਾ ਲੇਡੀ ਨੇ ਬੀਚ ਬਾਰੇ ਜਾਣਕਾਰੀ ਦਿੰਦਿਆਂ ਜਦ ਵਾਸ਼ਰੂਮਜ਼ ਦਾ ਜ਼ਿਕਰ ਕੀਤਾ ਤੇ ਦਸਿਆ ਹੋਟਲ ਦੇ ਹਰ ਕਮਰੇ ਵਿਚ ਵਧੀਆ ਵਾਸ਼ਰੂਮ ਹਨ। ਬਾਹਰ ਵੀ ਕਈ ਥਾਵਾਂ ਤੇ ਵਾਸ਼ਰੂਮਜ਼ ਬਣੇ ਹੋਏ ਹਨ ਅਤੇ ਇਹ ਵੀ ਕਹਿ ਦਿਤਾ ਕਿ ਲੋੜ ਪੈਣ ਤੇ ਥਰਡ ਵਰਲਡ ਕੰਟਰੀਜ਼ ਵਾਂਗ ਤੁਸੀਂ ਬਾਹਰ ਖੇਤਾਂ ਵਿਚ ਵੀ ਜਾ ਸਕਦੇ ਹੋ ਤਾਂ ਸਾਰੇ ਹੱਸਣ ਲੱਗ ਪਏ। ਕਿਊਬਾ ਆਏ ਮੁਸਾਫਰਾਂ ਨੂੰ ਉਹਦਾ ਲੈਕਚਰ ਕਾਫੀ ਜਾਣਕਾਰੀ ਦੇਣ ਵਾਲਾ ਸੀ ਅਤੇ ਕਿਸੇ ਗੈਰ ਕਾਨੂੰਨੀ ਚੱਕਰ ਤੋਂ ਬਚਣ ਬਾਰੇ ਵੀ ਚਿਤਾਵਨੀ ਸੀ ਕਿਉਂਕਿ ਕਿਊਬਾ ਦੀ ਪੋਲੀਸ ਸਿਰਫ ਸਖਤ ਹੀ ਨਹੀਂ ਸੀ, ਸਗੋਂ ਪੰਜਾਬ ਦੀ ਪੋਲੀਸ ਵਾਂਗ ਬਹੁਤ ਕੁਰਪਟ ਸੀ ਤੇ ਕਿਸੇ ਅਵਗਿਆ ਦੇ ਚੱਕਰ ਵਿਚ ਫਸ ਜਾਣ ਭਾਵ ਉਹਨਾਂ ਦੇ ਅੜਿਕੇ ਆ ਜਾਣ ਨਾਲ ਛੁਟਕਾਰਾ ਪਾਉਣ ਲਈ ਮੋਟੀ ਰਕਮ ਲੈ ਕੇ ਹੀ ਪੋਲੀਸ ਛਡਦੀ ਸੀ। ਇਸ ਇਸ਼ਾਰੇ ਨੇ ਸਾਨੂੰ ਕਾਫੀ ਚੌਕੰਨਾ ਕਰ ਦਿਤਾ ਸੀ ਜਾਂ ਜੇ ਇਹ ਕਹਿ ਲਿਆ ਜਾਵੇ ਕਿ ਅਸੀਂ ਅੰਦਰੋਂ ਡਰ ਗਏ ਸਾਂ ਤੇ ਇਸ ਵਿਚ ਅਤਿਕਥਨੀ ਵੀ ਨਹੀਂ ਸੀ।

ਬੱਸ ਚੱਲੀ ਤਾਂ ਮੈਂ ਬੱਸ ਵਿਚੋਂ ਹਰ ਚੀਜ਼ ਨੂੰ ਬੜੇ ਗਹੁ ਅਤੇ ਧਿਆਨ ਅਤੇ ਨੀਝ ਲਾ ਕੇ ਵੇਖ ਰਿਹਾ ਸਾਂ ਕਿ ਇਹ ਨਵਾਂ ਤੇ ਪਹਿਲੀ ਵਾਰ ਵੇਖੇ ਜਾਣ ਵਾਲਾ

ਕਿਊਬਾ ਵਿਚ ਰੀਜ਼ੋਰਟ ਤੇ ਪੁੱਜਣ ਤੇ ਸਵਾਗਤ ਅਤੇ ਰਜਿਸਟਰੇਸ਼ਨ

ਦੇਸ਼, ਧਰਤੀ ਅਤੇ ਲੋਕ ਕਿਹੋ ਜਿਹੇ ਸਨ। ਰਸਤੇ ਵਿਚ ਸੜਕ ਦੇ ਆਰ ਪਾਰ ਕਿਧਰੇ ਕਿਧਰੇ ਘਰ ਸਨ ਜਿਨ੍ਹਾਂ ਦੇ ਬਾਹਰ ਕੁਕੜੀਆਂ, ਬਕਰੀਆਂ ਤੇ ਘੋੜੇ ਵੇਖਣ ਨੂੰ ਮਿਲਦੇ ਸਨ। ਸੜਕਾਂ ਕੰਢੇ ਦੂਰ ਦੂਰ ਤਕ ਵਡੀਆਂ ਛੋਟੀਆਂ ਝਾੜੀਆਂ ਸਨ ਜਾਂ ਝਾੜੀਦਾਰ ਦਰਖਤ ਸਨ। ਇਸ ਤੋਂ ਇਲਾਵਾ ਢਾਕ ਦੇ ਪਤਿਆਂ ਵਰਗੇ ਛੋਟੇ ਅਤੇ ਵਡੇ ਰੁੱਖ ਵੀ ਸਨ। ਜਿਥੋਂ ਤਕ ਨਜ਼ਰ ਜਾਂਦੀ ਸੀ, ਉਜਾੜ ਬੀਆਬਾਨ ਵਿਚ ਉਗਿਆ ਓਥੋਂ ਦਾ ਘਾਹ ਜਾਂ ਝਾੜੀਆਂ ਦਿਸਦੀਆਂ ਸਨ। ਕਿਧਰੇ ਕਿਧਰੇ ਛੋਟੇ ਪਿੰਡ ਆਉਂਦੇ ਸਨ ਜੋ ਪਕੇ ਸਨ। ਵਿਚ ਵਿਚ ਪੰਜ ਪੰਜ, ਸੱਤ ਸੱਤ ਮੰਜਲ਼ੀਆਂ ਹਾਈਰਾਈਜ਼ ਬਿਲਡਿੰਗਜ਼ ਤੇ ਕੁਝ ਫੈਕਟਰੀਆਂ ਦਿਸਦੀਆਂ ਸਨ। ਕਈ ਘਰ ਅਜਿਹੇ ਵੀ ਵੇਖੇ ਜਿਨ੍ਹਾਂ ਉਤੇ ਛੱਤ ਨਹੀਂ ਸੀ ਜਾਂ ਛੱਤ ਪੈਣ ਤੇ ਆ ਕੇ ਪੈਸੇ ਮੁਕ ਗਏ ਸਨ। ਕਿਧਰੇ ਕਿਧਰੇ ਟਰੈਕਟਰ ਵੀ ਵੇਖਣ ਨੂੰ ਮਿਲਦੇ ਸਨ ਪਰ ਕਈ ਕਈ ਬੱਸ ਅਡਿਆਂ ਤੇ ਬੱਸ ਦੀ ਉਡੀਕ ਵਿਚ ਖੜ੍ਹੇ ਕੁੜੀਆਂ ਮੁੰਡੇ ਤੇ ਲੋਕ ਵੇਖੇ ਜਿਨ੍ਹਾਂ ਦੇ ਕੱਦ ਬਹੁਤੇ ਲੰਮੇ ਨਹੀਂ ਸਨ ਅਤੇ ਰੰਗ ਕਣਕਵੰਨਾ ਸੀ। ਕਈਆਂ ਨੇ ਸਨਗਲਾਸਜ਼ ਲਗਾਏ ਹੋਏ ਸਨ ਅਤੇ ਸ਼ਾਟਸ ਪਾਏ ਹੋਏ ਸਨ। ਕੁੜੀਆਂ ਦਾ ਲਿਬਾਸ ਵੀ ਇਸੇ ਤਰ੍ਹਾਂ ਦਾ ਸੀ ਤੇ ਕੋਈ ਸਮਾਜਕ ਜਾਂ ਕਾਨੂੰਨੀ ਰੋਕ ਟੋਕ ਤੋਂ ਜਵਾਨ ਕੁੜੀਆਂ ਮੁੰਡੇ ਆਜ਼ਾਦ ਲਗ ਰਹੇ ਸਨ। ਕਿਤੇ ਕਿਤੇ ਖੁਲ੍ਹੇ ਮੈਦਾਨ ਜਿਥੇ ਕੁਝ ਪਸੂ ਚਰਦੇ ਨਜ਼ਰੀਂ ਆਉਂਦੇ ਸਨ। ਇਸ ਤਰ੍ਹਾਂ ਦੇ ਖੁਲ੍ਹੇ ਖੇਤ ਬਚਪਨ ਵਿਚ ਬਾਰ ਦੇ ਮੁਰਬਿਆਂ ਵਿਚ ਵੇਖੇ ਸਨ। ਸੜਕ ਸਾਫ ਸੀ ਤੇ ਨਾਲ ਨਾਲ ਰੇਲਵੇ ਲਾਈਨ ਜਾ ਰਹੀ ਸੀ ਪਰ ਉਸ ਤੇ ਨਾ ਜਾਂਦਿਆਂ ਅਤੇ ਨਾ ਆਉਂਦਿਆਂ ਕੋਈ ਗੱਡੀ ਵੇਖੀ। ਹਾਂ ਸੜਕ ਦੇ ਨਾਲ ਜ਼ਮੀਨ ਪੁਟ ਕੇ ਕਾਫੀ ਵਡੀ ਪਾਈਪ ਵਿਛਾਈ ਜਾ ਰਹੀ ਸੀ ਜੋ ਲਗਦਾ ਸੀ ਪਾਣੀ ਵਾਸਤੇ ਹੀ ਹੋਵੇਗੀ। ਮੇਰਾ ਧਿਆਨ ਖੇਤੀ ਬਾੜੀ ਵੱਲ ਜਾ ਰਿਹਾ ਸੀ ਪਰ ਕੁਝ ਘਰਾਂ ਕੋਲ ਪਪੀਤੇ, ਕੇਲੇ, ਕੋਕੋਨਟ, ਟਮਾਟਰ ਤੇ ਕੁਝ ਸਬਜ਼ੀਆਂ ਹੀ ਨਜ਼ਰ ਆਉਂਦੀਆਂ ਸਨ ਜਿਨ੍ਹਾਂ ਤੋਂ ਅੰਦਾਜ਼ਾ ਲੱਗ ਜਾਂਦਾ ਸੀ ਕਿ ਮੁਲਕ ਗਰੀਬ ਹੈ ਪਰ ਸੜਕਾਂ ਸਾਫ ਸਨ ਅਤੇ ਕਿਸੇ ਕਿਸਮ ਦੀ ਕੋਈ ਗੰਦਗੀ ਵਿਖਾਈ ਨਹੀਂ ਦੇ ਰਹੀ ਸੀ। ਨਾ ਹੀ ਕਿਧਰੇ ਪਸੂਆਂ, ਗਾਈਆਂ, ਮਝਾਂ ਜਾਂ ਬਕਰੀਆਂ ਦੇ ਵਗ ਸੜਕ ਤੇ ਖੜ੍ਹੇ ਦਿਸਦੇ ਸਨ।

ਸੜਕਾਂ ਤੇ ਆਏ ਕਿਸੇ ਇੰਟਰ ਸੈਕਸ਼ਨ ਤੇ ਕੋਈ ਲਾਈਟਸ ਨਹੀਂ ਸਨ ਅਤੇ ਲਕੜ ਦੇ ਪੁਰਾਣੇ ਟੇਢੇ ਮੇਢੇ ਫਟਿਆਂ ਤੇ ਚਹੁੰ ਪਾਸੀਂ ਜਾਂਦੀਆਂ ਸੜਕਾਂ ਤੇ ਸਪੈਨਿਸ਼ ਵਿਚ ਨਾਂ ਲਿਖੇ ਹੋਏ ਸਨ। ਕਈ ਵੀ ਵਡਾ ਸ਼ਹਿਰ ਰਸਤੇ ਵਿਚ ਦਿਖਾਈ ਨਹੀਂ ਦੇ ਰਿਹਾ ਸੀ। ਪਿਛੋਂ ਮਤਾ ਲਗਾ ਕਿ ਕਾਮਾਗੁਈ ਜਿਸ ਦੀ ਏਅਰਪੋਰਟ ਤੇ ਅਸੀਂ ਉਤਰੇ ਸਾਂ, ਏਅਰਪੋਰਟ ਤੋਂ ਪਰ੍ਹਾਂ ਬਹੁਤ ਵਡਾ ਸ਼ਹਿਰ ਸੀ। ਹਾਂ ਬੱਸ ਵਿਚ ਡਰਾਈਵਰ ਸੀਟ ਦੇ ਅਗੇ ਮਗਰਮਛ ਵਰਗਾ ਬਹੁਤ ਲੰਮਾ ਕਿਊਬਾ ਦਾ ਨਕਸ਼ਾ ਬਣਿਆ ਹੋਇਆ ਸੀ ਜਿਸ ਨੂੰ ਵੇਖ ਕੇ ਪਤਾ ਲਗਦਾ ਸੀ ਕਿ ਸਮੁੰਦਰ ਦੇ ਵਿਚ ਇਹ ਦੇਸ਼

ਵਿਚ ਲੰਬਾਈ ਵਿਚ ਬਹੁਤ ਲੰਮਾ ਅਤੇ ਚੌੜਾਈ ਵਿਚ ਛੋਟਾ ਹੈ। ਬਾਅਦ ਵਿਚ ਮੈਂ ਪੜ੍ਹਿਆ ਕਿ ਕਿਊਬਾ ਦੇਸ਼ ਦਾ ਟੋਟਲ ਏਰੀਆ 42, 803 ਸੁਕੇਅਰ ਮੀਲ ਹੈ ਅਤੇ 2010 ਦੇ ਅੰਕੜਿਆਂ ਅਨੁਸਾਰ ਇਸ ਦੀ ਵਸੋਂ 11,477,459 ਹੈ ਅਤੇ ਪੈਦਾਇਸ਼ ਦਰ ਸਿਰਫ 0.2% ਹੈ। ਔਸਤਨ ਉਮਰ 77 ਸਾਲ ਦੇ ਕਰੀਬ ਹੈ। ਕਿਊਬਾ ਦੀ ਰਾਜਧਾਨੀ ਹਵਾਨਾ ਹੈ ਅਤੇ ਇਹ ਸ਼ਹਿਰ 2,686,000 ਮੈਟਰੋ ਏਰੀਏ ਵਿਚ ਵਸਿਆ ਹੋਇਆ ਹੈ। ਇਹ ਹਵਾਨਾ ਦਾ ਸਭ ਤੋਂ ਵਡਾ ਸ਼ਹਿਰ ਹੈ ਜਿਸ ਦੀ ਆਬਾਦੀ 2,343,700 ਹੈ। ਅਤੇ ਬਾਕੀ ਵਡੇ ਸ਼ਹਿਰਾਂ ਦੇ ਨਾਂ ਸਾਨੀਤਿਆਗ ਦਾ ਕਿਊਬਾ, ਕਾਮਾਗੂਈ, ਹੋਲਗੂਨ, ਗੁਆਂਤੋ ਨਾਮੋ ਅਤੇ ਸਾਂਤਾ ਕਲਾਰਾ ਹਨ। ਸਾਨੀਤਿਆਗੋ ਦਾ ਕਿਊਬਾ ਦੀ ਵੱਸੋਂ 5 ਲਖ 54 ਹਜ਼ਾਰ ਚਾਰ ਸੌ ਅਤੇ ਕਾਮਾਗੂਈ ਸ਼ਹਿਰ ਦੀ ਵੱਸੋਂ 3 ਲਖ, 54 ਹਜ਼ਾਰ, 400 ਹੈ। ਮੁਲਕ ਵਿਚ ਕਮਿਉਨਿਸਟ ਹਕੂਮਤ ਹੈ ਤੇ ਕਰੰਸੀ ਦਾ ਨਾਂ ਕਿਊਬਨ ਪੈਸੋ ਹੈ ਅਤੇ ਲੋਕ ਸਪੈਨਿਸ਼ ਬੋਲਦੇ ਹਨ।

ਦੋ ਘੰਟੇ ਇਸ ਦਿਲਚਸਪੀ ਵਿਚ ਹੀ ਬੀਤ ਗਏ ਕਿ ਅਸੀਂ ਇਕ ਨਵੇਂ ਮੁਲਕ, ਨਵੀਂ ਧਰਤੀ ਅਤੇ ਨਵੇਂ ਲੋਕਾਂ ਨੂੰ ਵੇਖ ਰਹੇ ਸਾਂ ਅਤੇ ਇਹ ਵੀ ਵੇਖਿਆ ਕਿ ਸੜਕ ਦੇ ਆਸ ਪਾਸ ਕਈ ਥਾਈਂ ਝੀਲਾਂ ਵਰਗੇ ਛਪੜ ਸਨ ਜਿਨ੍ਹਾਂ ਵਿਚ ਪਾਣੀ ਸੀ ਅਤੇ ਚਿੱਟੇ ਤੇ ਲਾਲ ਬਗਲੇ ਦਿਸ ਰਹੇ ਸਨ। ਇਨ੍ਹਾਂ ਤੋਂ ਇਲਾਵਾ ਵਡੇ ਵਡੇ ਕਾਂ ਵੀ ਉਡਦੇ ਵੇਖੇ ਜਿਸ ਤਰ੍ਹਾਂ ਦੇ ਘੋਗੜ ਕਾਂ ਕਦੀ ਪੰਜਾਬ ਵਿਚ ਵੇਖੀਦੇ ਸਨ। ਜਦ ਮਨ ਕਾਮਾਗੂਈ ਦੀ ਏਅਰਪੋਰਟ ਤੇ ਅਧਿਕਾਰੀਆਂ ਵੱਲੋਂ ਪੱਗਾਂ ਲੁਹਾ ਕੇ ਸਿਕਿਓਰਟੀ ਚੈੱਕ ਕਰਨ ਦੀ ਹਿਮਾਕਤ ਵੱਲ ਚਲਾ ਜਾਂਦਾ ਤਾਂ ਇਸ ਵੇਕੇਸ਼ਨ ਦਾ ਸਵਾਦ ਕਿਰਕਰਾ ਹੋ ਜਾਂਦਾ। ਆਟਵਾ ਦੀ ਇਕ ਜੱਟ ਸਿੱਖ ਨਰਿੰਦਰ ਸਿੰਘ ਸਰਾ ਫੈਮਿਲੀ ਨੇ ਵੀ ਸਾਡੀਆਂ ਪੱਗਾਂ ਲੁਹਾਣ ਦਾ ਬਹੁਤ ਬੁਰਾ ਮਨਾਇਆ ਸੀ। ਬਠਿੰਡੇ ਲਾਗੇ ਦਾ ਸਰਾ ਸਰਦਾਰ ਨਰਿੰਦਰ ਸਿੰਘ ਆਟਵਾ ਦੇ ਸਰਕਾਰੀ ਮਹਿਕਮੇ ਪਬਲਕ ਵਰਕਸ ਵਿਚ ਚੀਫ ਇੰਜਿਨੀਅਰ ਸੀ ਤੇ ਉਹਦੀ ਵਾਈਫ ਅਤੇ ਦੋਵੇਂ ਕੁੜੀਆਂ ਵੀ ਇਸੇ ਤਰ੍ਹਾਂ ਦੀਆਂ ਚੰਗੀਆਂ ਜਾਬਜ਼ ਤੇ ਸਨ। ਰੀਜ਼ੋਰਟ ਤੇ ਜਾ ਕੇ ਸੱਤ ਦਿਨਾਂ ਦੀ ਵੇਕੇਸ਼ਨ ਵਿਚ ਸਾਡਾ ਸਭ ਦਾ ਪਰਵਾਰਕ ਸਾਥ ਵਡੀ ਸਾਂਝ ਵਿਚ ਬਦਲ ਗਿਆ ਸੀ।

ਰੀਜ਼ੋਰਟ ਤੇ ਜਦ ਬੱਸ ਆ ਕੇ ਰੁਕੀ ਤਾਂ ਰੀਜ਼ੋਰਟ ਦੇ ਲੋਕਲ ਕੁੜੀਆਂ ਮੁੰਡਿਆਂ ਨੇ ਗਾਂਦਿਆਂ ਤੇ ਤਾੜੀਆਂ ਮਾਰਦਿਆਂ ਸਾਡਾ ਸਭ ਦਾ ਸਵਾਗਤ ਕੀਤਾ ਅਤੇ ਸੈਲਾਨੀਆਂ ਨੂੰ ਸਵਾਦਿਸ਼ਟ ਜੂਸ ਦਾ ਇਕ ਇਕ ਗਲਾਸ ਪੇਸ਼ ਕੀਤਾ। ਹੋਟਲ ਦੇ ਅਮਲੇ ਨੇ ਬੱਸ ਵਿਚੋਂ ਸਾਡਾ ਸਾਮਾਨ ਲਾਹ ਕੇ ਸਾਡੇ ਹਵਾਲੇ ਕਰ ਦਿਤਾ ਤੇ ਚਾਰ ਸਿਤਾਰਾ ਹੋਟਲ ਦੇ ਅੰਦਰ ਜਾਣ ਲਈ ਸਾਡੀ ਰਜਿਸਟਰੇਸ਼ਨ ਹੋਣ ਲੱਗੀ। ਏਥੇ ਕਿਊ ਬਣਿਆ ਹੋਇਆ ਸੀ ਪਰ ਐਨੀ ਸਖਤੀ ਵਾਲਾ ਨਹੀਂ ਸੀ। ਜਦ ਸਾਡੀ ਵਾਰੀ ਆਈ ਤਾਂ ਸਵਾਗਤ ਕਰਤਾ ਲੇਡੀਜ਼ ਨੇ ਸਾਡੇ ਪਾਸਪੋਰਟ, ਸੱਤ ਦਿਨਾਂ ਦਾ ਵੀਜ਼ਾ,

ਇਨਸ਼ੋਰੰਸ ਦੇ ਪੇਪਰ ਆਦਿ ਚੈੱਕ ਕਰ ਕੇ ਸਾਡੇ ਹਥਾਂ ਤੇ ਟੈਗਜ਼ ਬੰਨ੍ਹ ਦਿਤੇ ਤੇ ਸਖਤ ਹਦਾਇਤ ਕੀਤੀ ਕਿ ਇਹ ਟੇਗਜ਼ ਉਤਾਰਨੇ ਨਹੀਂ ਹਨ ਕਿਉਂਕਿ ਇਹ ਟੈਗਜ਼ ਹੀ ਮਾਨਤਾ ਦੇ ਤੌਰ ਤੇ ਇਸ ਹੋਟਲ ਵਿਚ ਹਰ ਤਰ੍ਹਾਂ ਦੀ ਫਰੀ ਸਹੂਲਤ ਲੈਣ ਦੀ ਵਡੀ ਨਿਸ਼ਾਨੀ ਹਨ। ਇਹ ਟੈਗਜ਼ ਓਸ ਤਰ੍ਹਾਂ ਦੇ ਸਨ ਜਿਸ ਤਰ੍ਹਾਂ ਦੇ ਕੈਨੇਡਾ ਦੇ ਹਸਪਤਾਲਾਂ ਵਿਚ ਦਾਖਲ ਹੋਣ ਵਾਲੇ ਮਰੀਜ਼ਾਂ ਦੇ ਹਥਾਂ ਉਤੇ ਪਾਏ ਜਾਂਦੇ ਹਨ। ਇਨ੍ਹਾਂ ਉਤੇ ਸਾਂਤਾ ਲੂਸੀਆ ਲਿਖਿਆ ਹੋਇਆ ਸੀ ਅਤੇ ਟੈਗ ਦਾ ਨੰਬਰ ਵੀ ਜਿਵੇਂ ਮੇਰੇ ਟੈਗ ਦਾ ਨੰਬਰ 198789 ਸੀ ਜਿਸ ਦਾ ਮਤਲਬ ਇਹ ਸੀ ਕਿ ਹੋਟਲ ਦੇ ਰੀਕਾਰਡ ਵਿਚ ਮੇਰਾ ਵੇਰਵਾ ਇਸ ਨੰਬਰ ਹੇਠਾਂ ਦਰਜ ਸੀ। ਹਸਪਤਾਲ ਦੇ ਅਮਲੇ ਨੇ ਸਾਡਾ ਸਭ ਦਾ ਸਾਮਾਨ ਸਾਨੂੰ ਅਲਾਟ ਹੋਏ ਕਮਰਿਆਂ ਵਿਚ ਪੁਚਾ ਦਿਤਾ ਅਤੇ ਸਾਨੂੰ ਦੋ ਦੋ ਇਲੈਕਟਰਿਕ ਚਾਬੀਆਂ ਦੇ ਦਿਤੀਆਂ ਜੋ ਬੂਹੇ ਦੇ ਹੈਂਡਲ ਕੋਲ ਕਰਦਿਆਂ ਹੀ ਹਰੀ ਲਾਈਟ ਹੋ ਜਾਂਦੀ ਸੀ ਅਤੇ ਦਰਵਾਜ਼ਾ ਖੁਲ੍ਹ ਜਾਂਦਾ ਸੀ। ਸਾਡਾ ਦੋਹਾਂ ਦਾ ਕਮਰਾ ਉਪਰਲੀ ਮੰਜਲ਼ ਤੇ ਸੀ ਤੇ ਪੌੜੀਆਂ ਚੜ੍ਹ ਕੇ ਉਪਰ ਜਾਣਾ ਪੈਂਦਾ ਸੀ। ਬਹੁਤ ਖੂਬਸੂਰਤ ਕੋਕੋਨਟ ਦੇ ਉਚੇ ਲੰਮੇ ਰੁੱਖਾਂ ਵਿਚ ਬਣੇ ਕਮਰੇ ਇਕ ਵਾਰ ਸਵਰਗ ਹੀ ਲਗ ਰਹੇ ਸਨ ਕਿਉਂਕਿ ਨਾਲ ਹੀ ਸਮੁੰਦਰ ਦਾ ਕੰਢਾ ਸੀ ਜਿਸ ਦੇ ਲਾਗੇ ਬਣੇ ਸਾਫ ਸੁਥਰੇ ਪਾਣੀ ਵਾਲੇ ਪੂਲ ਵਿਚ ਅਧ-ਨੰਗੇ ਮਰਦ, ਔਰਤਾਂ ਤੇ ਬੱਚੇ ਨਹਾ ਰਹੇ ਸਨ ਤੇ ਉਹਨਾਂ ਦੇ ਜਿਸਮ ਚਮਕਦੀ ਧੁਪ ਵਿਚ ਤਾਂਬੇ ਵਾਂਗ ਲਿਸ਼ਕ ਰਹੇ ਸਨ। ਕਈਆਂ ਨੇ ਪੂਲ ਕੰਢੇ ਪਈਆਂ ਲੰਮੀਆਂ ਕੁਰਸੀਆਂ ਤੇ ਲੇਟ ਕੇ ਆਪਣੇ ਆਪ ਨੂੰ ਸਮੁੰਦਰ ਤੋਂ ਆ ਰਹੀ ਅਧ ਨਮਕੀਨ ਹਵਾ ਦੇ ਬੁਲ੍ਹਿਆਂ ਦੇ ਹਵਾਲੇ ਕਰ ਦਿਤਾ ਸੀ। ਸਰੀਰ ਨੂੰ ਰੀਲੈਕਸ ਕਰਦੇ ਮੈਨੂੰ ਇਹ ਬੁਲ੍ਹੇ ਵੇਖ ਕੇ ਪੰਜਾਬੀ ਦਾ ਅਜ ਕੱਲ ਬਹੁਤ ਚਲਦਾ ਗੀਤ ਯਾਦ ਆ ਗਿਆ, "ਬੜੇ ਚੇਤੇ ਆਉਂਦੇ ਨੇ ਹਵਾ ਦੇ ਬੁਲ੍ਹੇ-ਯਾਰ ਅਣਮੁੱਲੇ।"

ਆਪੋ ਆਪਣਾ ਸਾਮਾਨ ਟਿਕਾ ਕੇ ਸਭ ਤੋਂ ਪਹਿਲਾ ਕੰਮ ਲੰਚ ਕਰਨ ਦਾ ਸੀ। ਇਹ ਤਾਂ ਸਾਨੂੰ ਦੱਸ ਦਿਤਾ ਗਿਆ ਸੀ ਕਿ ਹੋਟਲ ਵਿਚ ਸੱਤ ਦਿਨਾਂ ਦੀ ਠਹਿਰ ਵਿਚ ਏਥੇ ਸਭ ਕੁਝ ਫਰੀ ਸੀ ਭਾਵ ਕਿਸਮ ਕਿਸਮ ਦੀ ਕਿਊਬਾ ਦੀ ਦਾਰੂ, ਬੀਅਰ, ਵਾਈਨ, ਵਿਸਕੀ, ਸਕਾਚ, ਰਮ, ਜਿੰਨ ਅਤੇ ਅਨੇਕਾਂ ਕਿਸਮਾਂ ਦੀ ਹੋਰ ਸ਼ਰਾਬ। ਲੰਚ ਤਿੰਨ ਵਜੇ ਬੰਦ ਹੋ ਜਾਣਾ ਸੀ ਇਸ ਲਈ ਲੰਚ ਰੂਮ ਵਿਚ ਸਮੇਂ ਅੰਦਰ ਪੁਜਣਾ ਜ਼ਰੂਰੀ ਸੀ। ਪ੍ਰਿੰ: ਪਾਖਰ ਸਿੰਘ ਕਹਿਣ ਲੱਗੇ ਕਿ ਲੰਚ ਤੋਂ ਪਹਿਲਾਂ ਕੁਝ ਹੋ ਜਾਵੇ ਜਿਸ ਦਾ ਮਤਲਬ ਸੀ ਹਜ਼ਾਰ ਹਜ਼ਾਰ ਡਾਲਰ ਕਾਹਦਾ ਦਿਤਾ ਹੈ ਤੇ ਮੈਂ ਇਸ਼ਾਰੇ ਨਾਲ ਕਹਿ ਰਿਹਾ ਸਾਂ ਕਿ ਪ੍ਰਿੰ: ਸਾਹਿਬ ਜੇ ਸੋਨੇ ਦੀ ਤਲਵਾਰ ਹੋਵੇ ਤਾਂ ਢਿੱਡ ਵਿਚ ਥੋੜ੍ਹਾ ਮਾਰ ਲੈਣੀ ਹੈ। ਡਰਿੰਕ ਬਾਰ ਤੇ ਕਿਊਬਾ ਦੀਆਂ ਜਵਾਨ ਮੁਟਿਆਰਾਂ ਨੇ ਜਿਨ੍ਹਾਂ ਦੀਆਂ ਸ਼ਕਲਾਂ ਕੁਝ ਕੁਝ ਪੰਜਾਬਣਾਂ ਨਾਲ ਮਿਲਦੀਆਂ ਸਨ, ਸਾਨੂੰ ਮੁਸਕਰਾ ਕੇ ਪੁਛਿਆ ਕਿ ਕੀ ਪੀਓਗੇ। ਮੈਂ ਪ੍ਰਿੰ: ਸਾਹਿਬ ਨੂੰ ਕਿਹਾ ਕਿ ਬੀਅਰ ਤੋਂ ਸ਼ੁਰੂ ਕਰਦੇ

ਹਾਂ ਤੇ ਉਹਨਾਂ ਨੇ ਸਾਨੂੰ ਛੋਟੇ ਛੋਟੇ ਪਲਾਸਟਕ ਦੇ ਗਲਾਸ ਬੀਅਰ ਨਾਲ ਭਰ ਕੇ ਦੇ ਦਿਤੇ ਜਿਨ੍ਹਾਂ ਨੂੰ ਅਸੀਂ ਲਾਗੇ ਪਈਆਂ ਕੁਰਸੀਆਂ ਤੇ ਬੈਠ ਕੇ ਪੀ ਗਏ। ਹੋਰ ਵੀ ਬਹੁਤ ਸੈਲਾਨੀ ਆਪਣੀ ਮਨ ਮਰਜ਼ੀ ਦੀ ਦਾਰੂ ਪੀ ਰਹੇ ਸਨ। ਦੋ ਦੋ, ਤਿੰਨ ਤਿੰਨ ਤਿੰਨ ਬੀਅਰ ਦੇ ਗਲਾਸ ਪੀਣ ਤੋਂ ਬਾਅਦ ਮਹਿਸੂਸ ਹੋਇਆ ਕਿ ਜਿਵੇਂ ਪਾਣੀ ਪੀ ਰਹੇ ਹਾਂ ਅਤੇ ਬੀਅਰ ਵਿਚੋਂ ਨਸ਼ਾ ਕਢਿਆ ਹੋਇਆ ਹੈ। ਅਸੀਂ ਫਿਰ ਬਾਰ ਤੇ ਗਏ ਤੇ ਸਕਾਚ ਦੇ ਡਬਲ ਗਲਾਸ ਦੇਣ ਲਈ ਕਿਹਾ। ਉਹਨਾਂ ਨੂੰ ਸਾਡੇ ਵੱਲੋਂ ਮੰਗੀ ਸ਼ਰਾਬ ਦੀ ਸਮਝ ਨਹੀਂ ਆ ਰਹੀ ਸੀ। ਬਾਰਟੈਂਡਰ ਨੇ 40% ਸਕਾਚ ਦੀ ਬੋਤਲ ਲਭ ਕੇ ਸਾਨੂੰ ਦੋ ਦੋ ਡਬਲ ਸ਼ਾਟ ਦੇ ਦਿਤੇ ਜਿਨ੍ਹਾਂ ਨੂੰ ਪੀਣ ਵਿਚ ਅਸੀਂ ਦੇਰ ਨਾ ਲਾਈ ਤੇ ਫਿਰ ਬਾਰਟੈਂਡਰ ਦੋ ਦੋ ਹੋਰ ਸ਼ਾਟ ਓਸੇ ਬਰੈਂਡ ਦੇ ਹੋਰ ਬਣਵਾ ਕੇ ਪੀ ਲਏ। ਹੁਣ ਕੁਝ ਕੁਝ ਸਰੂਰ ਆਉਣ ਲਗਾ ਸੀ ਤੇ ਮੈਂ ਪ੍ਰਿੰ: ਸਾਹਿਬ ਨੂੰ ਕਿਹਾ ਕਿ ਲੰਚ ਕਰ ਲਈਏ ਤਾਂ ਜੋ ਰੈਸਟੋਰੈਂਟ ਬੰਦ ਨਾ ਹੋ ਜਾਵੇ। ਪ੍ਰਿੰ: ਸਾਹਿਬ ਅਜੇ ਹੋਰ ਅਰਧ ਚੇਤਨ ਅਵਸਥਾ ਵਿਚ ਧੱਕੇ ਜਾਣ ਦੀ ਰੌਂ ਵਿਚ ਸਨ। ਮੈਨੂੰ ਬੇਟੀ ਮੀਨਾ ਦੇ ਚਿਤਾਵਨੀ ਭਰੇ ਕਹੇ ਸ਼ਬਦ ਯਾਦ ਆ ਰਹੇ ਸਨ ਕਿ ਅੰਕਲ ਡੈਡੀ ਨੂੰ ਤੁਹਾਡੀ ਜ਼ਿੰਮੇਵਾਰੀ ਤੇ ਭੇਜਿਆ ਜਾ ਰਿਹਾ ਹੈ ਤੇ ਇਹ ਜ਼ਿੰਮੇਵਾਰੀ ਭੁੱਲ ਨਾ ਜਾਣਾ। ਇਹਨਾਂ ਦੀ ਪੀਣ ਦੀ ਆਦਤ ਦੇਵਦਾਸ ਵਰਗੀ ਹੈ। ਮੈਂ ਵੇਖਿਆ ਕਿ ਬਾਰ ਵਿਚ ਸ਼ਰਾਬ ਵਰਤਾਣ ਵਾਲੀਆਂ ਕੁੜੀਆਂ ਨੂੰ ਸਭ ਟਿੱਪ ਦੇ ਰਹੇ ਸਨ ਅਤੇ ਅਸੀਂ ਅਜੇ ਤਕ ਆਪਣੀ ਕਰੰਸੀ ਚੇਂਜ ਨਹੀਂ ਸੀ ਕਰਵਾਈ। ਏਨਾ ਕੁ ਪਤਾ ਲਗਾ ਸੀ ਕਿ ਕੈਨੇਡੀਅਨ ਸੌ ਡਾਲਰ ਦੇ 90 ਤੋਂ ਕੁਝ ਜ਼ਿਆਦਾ ਕਿਊਬਕ ਪੀਸੋ ਮਿਲਦੇ ਸਨ ਜਿਸ ਨੂੰ ਕਨਵਰਟੇਬਲ ਪੀਸੋ ਕਹਿੰਦੇ ਸਨ। ਭਾਵ ਸਾਡਾ ਡਾਲਰ ਉਹਨਾਂ ਨਾਲੋਂ ਘੱਟ ਸੀ ਜਦ ਕਿ ਕਿਊਬਾ ਦੀ ਨੈਸ਼ਨਲ ਮਨੀ ਵਿਚ ਜੋ ਰੀਜ਼ੋਰਟ ਵਿਚ ਚਲਦੀ ਨਹੀਂ ਸੀ, ਇਕ ਡਾਲਰ ਦੇ 25 ਪੀਸੋ ਮਿਲਦੇ ਸਨ। ਉਹ ਸਿਰਫ ਕਿਊਬਾ ਦੇ ਸ਼ਹਿਰਾਂ ਵਿਚ ਹੀ ਚਲਦੇ ਸਨ। ਏਥੇ ਅਸਾਂ ਬਰਾਬਰ ਜਾਂ ਘੱਟ ਵਾਲੇ ਕਨਵਰਟੇਬਲ ਪੀਸੋ ਹੀ ਬੈਂਕ ਚੋਂ ਲੈ ਕੇ ਚਲਾਣੇ ਸਨ। ਜਦ ਲੰਚ ਕਰਨ ਗਏ ਤਾਂ ਓਥੇ ਖਾਣ ਲਈ ਐਨਾ ਕੁਝ ਸੀ ਕਿ ਇਹ ਫੈਸਲਾ ਕਰਨਾ ਹੀ ਬੜਾ ਮੁਸ਼ਕਲ ਸੀ ਕਿ ਕੀ ਖਾਧਾ ਜਾਵੇ ਤੇ ਕੀ ਨਾ। ਭਾਵੇਂ ਭੁੱਖ ਬਹੁਤ ਲੱਗੀ ਹੋਈ ਸੀ ਪਰ ਢਿਡ ਤਾਂ ਆਪਣਾ ਸੀ। ਲੋਕ ਆਪੋ ਆਪਣੀਆਂ ਪਲੇਟਾਂ ਫੜ ਕੇ ਲਾਈਨਜ਼ ਵਿਚ ਲਗੇ ਹੋਏ ਸਨ। ਇਕ ਲਾਈਨ ਜੋ ਜ਼ਿਆਦਾ ਲੰਮੀ ਸੀ, ਵਿਚ ਕੁੱਕ ਮਛੀ ਤਲ ਤਲ ਕੇ ਦੇ ਰਿਹਾ ਸੀ ਅਤੇ ਉਸ ਨੂੰ ਲੋਕ ਟਿੱਪ ਵੀ ਖੂਬ ਦੇ ਰਹੇ ਸਨ। ਅਸੀਂ ਵੀ ਓਸੇ ਲਾਈਨ ਵਿਚ ਲਗ ਗਏ ਅਤੇ ਵਾਰੀ ਆਉਣ ਤੇ ਓਸ ਪੁਛਿਆ ਕਿ ਕਿੰਨੇ ਪੀਸ ਤਾਂ ਅਸੀਂ ਕਿਹਾ ਕਿ ਤਿੰਨ ਤਿੰਨ ਪੀਸ ਫਿਸ਼ ਦੇ ਤਲ ਦਿਓ ਪਰ ਵੈੱਲ ਕੁੱਕ ਕਰਨੀ ਹੈ। ਉਹ ਕੁਝ ਮਿੰਟਾਂ ਵਿਚ ਹੀ ਤਵੇ ਤੇ ਉਪਰ ਥਲੇ ਕਰ ਕੇ ਫਿਸ਼ ਜੋ ਪਤਲੇ ਆਕਾਰ ਦੇ ਟੁਕੜਿਆਂ ਵਿਚ ਸੀ, ਪਲੇਟਾਂ ਵਿਚ ਰਖ ਦਿੰਦਾ ਸੀ ਤੇ ਲੋਕ ਖਾ ਰਹੇ ਸਨ ਜਿਸ ਦਾ

ਮਤਲਬ ਉਹ ਕੱਚੀ ਨਹੀਂ ਸੀ। ਅਸੀਂ ਫਿਸ਼ ਤੇ ਹੋਰ ਖਾਣ ਦਾ ਸਾਮਾਨ ਪਲੇਟਾਂ ਵਿਚ ਪਾ ਕੇ ਟੇਬਲਾਂ ਤੇ ਆ ਗਏ ਜਿਥੇ ਨਿਮਕ ਤੇ ਕਾਲੀ ਮਿਰਚ ਪਈ ਸੀ ਪਰ ਲਾਲ ਮਿਰਚ ਨਹੀਂ। ਵੈਸੇ ਅਸੀਂ ਆਪਣਾ ਲੂਨ ਮਿਰਚ ਮਸਾਲਾ ਨਾਲ ਲੈ ਕੇ ਗਏ ਸਾਂ ਪਰ ਇਸ ਵਕਤ ਨਾਲ ਨਹੀਂ ਸਾਂ ਲਿਆਏ। ਕਈ ਪਰਕਾਰ ਦਾ ਫਰੂਟ, ਜੂਸ, ਕਾਫੀ, ਚਾਹ, ਪੀਜ਼ਾ, ਤਾਜ਼ਾ ਕਢਿਆ ਜਾ ਰਿਹਾ ਜੂਸ ਤੇ ਟਿੱਪ ਲੈਣ ਦੇ ਚਾਹਵਾਨ ਬਹਿਰੇ ਜਿਨ੍ਹਾਂ ਵਿਚ ਵਧੇਰੇ ਔਰਤਾਂ ਸਨ, ਸਾਡੇ ਅਗੇ ਪਿਛੇ ਫਿਰ ਰਹੇ ਸਨ ਕਿ ਇਹ ਸਾਨੂੰ ਟਿੱਪ ਦੇ ਕੇ ਜਾਣਗੇ। ਦਸਿਆ ਗਿਆ ਸੀ ਕਿ ਇਹਨਾਂ ਦੀਆਂ ਤਨਖਾਹਾਂ ਵੀਹ ਡਾਲਰ ਮਹੀਨੇ ਤੋਂ ਘੱਟ ਹਨ। ਡਾਕਟਰ ਅਤੇ ਬੈਂਕ ਮੈਨੇਜਰ ਦੀ ਤਨਖਾਹ ਵੀ 20 ਡਾਲਰ ਮਹੀਨੇ ਤੋਂ ਘੱਟ ਸੀ। ਭਾਵ ਕਿਊਬਾ ਦੇ ਇਸ ਤਰ੍ਹਾਂ ਦੀਆਂ ਨੌਕਰੀਆਂ ਕਰਨ ਵਾਲਿਆਂ ਦੀ ਤਨਖਾਹਾਂ ਕਿਊਬੈਕ ਨੈਸ਼ਨਲ ਮਨੀ ਵਿਚ 500 ਪੀਸੋ ਤੋਂ ਜ਼ਿਆਦਾ ਨਹੀਂ ਸਨ। ਪਰ ਏਥੇ ਰੀਜ਼ੋਰਟ ਵਿਚ ਤਾਂ ਕਈ ਮੁਲਾਜ਼ਮ ਰੋਜ਼ ਦੇ 20 ਤੋਂ 50 ਡਾਲਰ ਤਕ ਦੇ ਟਿੱਪ ਬਣਾ ਰਹੇ ਸਨ। ਇਹ ਕਿਵੇਂ ਗਰੀਬ ਸਨ? ਏਨੇ ਡਾਲਰ ਤਾਂ ਸਾਨੂੰ ਵੀ ਰੋਜ਼ ਦੇ ਨਹੀਂ ਬਣਦੇ ਸਨ। ਲੰਚ ਕਰ ਕੇ ਕਮਰੇ ਵਿਚੋਂ ਮੈਂ ਆਪਣਾ ਕੈਮਰਾ ਲਿਆ ਤੇ ਅਸੀਂ ਮਸਤੀ ਮਾਰਨ ਲਈ ਸਮੁੰਦਰ ਦੇ ਕੰਢੇ ਤੇ ਚਲੇ ਗਏ ਜਿਥੇ ਘੋੜੇ, ਕਿਸ਼ਤੀ ਅਤੇ ਟਰੈਕਟਰ ਖੜ੍ਹੇ ਸਨ। ਵੇਖਣ ਵਾਲਿਆਂ ਨੂੰ ਅਸੀਂ ਸ਼ਰਾਬੀ ਜਹੇ ਲਗ ਰਹੇ ਸਾਂ। ਲਾਗਲੇ ਪਿੰਡਾਂ ਦੀਆਂ ਗਰੀਬ ਕੁੜੀਆਂ ਮੁੰਡੇ ਨਿਕੀਆਂ ਨਿਕੀਆਂ ਲਕੜ ਦੀਆਂ ਬਣੀਆਂ ਚੀਜ਼ਾਂ ਤੇ ਹੈਟ ਸੈਲਾਨੀਆਂ ਨੂੰ ਵੇਚ ਰਹੇ ਸਨ ਤੇ ਉਚੇਚਾ ਕਰੈਬ ਜਾਂ ਬਕਰਾ ਬਣਾ ਕੇ ਲਿਆਉਣ ਤੋਂ ਇਲਾਵਾ ਵਿਆਗਰਾ ਦੀਆਂ ਗੋਲੀਆਂ ਵੀ ਵੇਚ ਰਹੇ ਸਨ। ਰੀਜ਼ੋਰਟ ਦੇ ਸਿਕਿਓਰਟੀ ਗਾਰਡ ਉਨ੍ਹਾਂ ਨੂੰ ਸੈਲਾਨੀਆਂ ਕੋਲੋਂ ਦੂਰ ਰਹਿਣ ਦੇ ਡਰਾਵੇ ਦੇ ਰਹੇ ਸਨ। ਉਸ ਸ਼ਾਮ ਨੂੰ ਅਸੀਂ ਦਾਰੂ ਹੋਰ ਰੱਜ ਕੇ ਪੀ ਲਈ ਤੇ ਬੜੀ ਮੁਸ਼ਕਲ ਨਾਲ ਆਪਣੇ ਦੂਜੀ ਮੰਜ਼ਲ ਵਾਲੇ ਕਮਰੇ ਵਿਚ ਪਹੁੰਚੇ। ਇਹ ਕਥਨ ਗਲਤ ਸੀ ਕਿ ਕਿਊਬਾ ਦੀ ਦਾਰੂ ਵਿਚ ਨਸ਼ਾ ਨਹੀਂ ਸੀ। ਹਾਂ ਇਹ ਨਸ਼ਾ ਲਹਿ ਜਲਦੀ ਜਾਂਦਾ ਸੀ ਅਤੇ ਇਥੋਂ ਦੀ ਦਾਰੂ ਦਾ ਨਜ਼ਾਰਾ ਕੈਨੇਡਾ ਦੀ ਦਾਰੂ ਵਾਲਾ ਨਹੀਂ ਸੀ। ਅਗਲੇ ਦਿਨ ਅਸੀਂ ਕਮਰਾ ਬਦਲ ਕੇ ਥਲੇ ਵਾਲੇ ਕਮਰੇ ਵਿਚ ਆ ਗਏ ਕਿ ਕਿਤੇ ਰਾਤ ਨੂੰ ਉਪਰ ਚੜ੍ਹਦੇ ਡਿਗ ਨਾ ਪਈਏ।

ਕਿਊਬਾ ਵਿਚ ਸੱਤ ਦਿਨ

3. ਰੀਜ਼ੋਰਟ ਦੀ ਟਿੱਪ ਕਲਚਰ ਤੇ ਕਿਊਬਾ ਕਰੰਸੀ ਪੀਸੋ

ਥੱਲੇ ਵਾਲੇ ਕਮਰੇ ਅਤੇ ਉਪਰਲੇ ਕਮਰੇ ਵਿਚ ਬਹੁਤਾ ਫਰਕ ਤਾਂ ਨਹੀਂ ਸੀ ਪਰ ਦੋਹਾਂ ਕਮਰਿਆਂ ਜਿਨ੍ਹਾਂ ਵਿਚ ਸਾਡੇ ਲਈ ਡਬਲ ਬੈੱਡ ਲਗੇ ਹੋਏ ਸਨ, ਉਹਨਾਂ ਵਿਚ ਨਹਾਉਣ ਵਾਲੇ ਟੱਬ ਬੜੇ ਵਾਹ-ਹਯਾਤ ਸਨ। ਇਹ ਫਰਸ਼ ਤੋਂ ਕਾਫੀ ਉਚੇ ਬਣਾਏ ਹੋਏ ਸਨ ਅਤੇ ਇਨ੍ਹਾਂ ਉਤੇ ਚੜ੍ਹਨਾ ਵੀ ਔਖਾ ਸੀ ਅਤੇ ਬਾਹਰ ਨਿਕਲਣਾ ਵੀ। ਟੱਬ ਵਿਚ ਬੈਠਣਾ ਤੇ ਫਿਰ ਉਠਣਾ ਬਹੁਤ ਮੁਸ਼ਕਲ ਸੀ। ਸਾਈਡ ਤੇ ਕੋਈ ਸੁਪੋਰਟ ਨਹੀਂ ਲੱਗੀ ਹੋਈ ਸੀ। ਨਹਾ ਕੇ ਜਦ ਟੂਟੀ ਦਾ ਸਹਾਰਾ ਲੈ ਕੇ ਮੈਂ ਉਠਣ ਦੀ ਕੋਸ਼ਿਸ਼ ਕੀਤੀ ਪਰ ਉਠਿਆ ਨਹੀਂ ਜਾ ਰਿਹਾ ਸੀ। ਦਰਵਾਜ਼ਾ ਬੰਦ ਹੋਣ ਕਰ ਕੇ ਮੈਂ ਪ੍ਰਿ: ਪਾਖਰ ਸਿੰਘ ਨੂੰ ਉਠਾਉਣ ਵਿਚ ਮਦਦ ਕਰਨ ਲਈ ਆਵਾਜ਼ ਵੀ ਨਹੀਂ ਮਾਰ ਸਕਦਾ ਸਾਂ। ਬਾਥਰੂਮ ਦੇ ਕਰਟਨ ਨੂੰ ਫੜ ਕੇ ਉਠਣ ਲੱਗਾ ਤਾਂ ਕਰਟਨ ਥਲੇ ਆ ਡਿਗਾ। ਮੈਂ ਹੀ ਜਾਣਦਾ ਹਾਂ ਕਿ ਕਿੰਨੀ ਜ਼ਿਆਦਾ ਮੁਸ਼ਕਲ ਨਾਲ ਉਸ ਟੱਬ ਵਿਚੋਂ ਮੈਂ ਬਾਹਰ ਆ ਸਕਿਆ। ਇਹੀ ਕਸ਼ਟ ਪ੍ਰਿ: ਪਾਖਰ ਸਿੰਘ ਨੂੰ ਵੀ ਉਠਾਣਾ ਪਿਆ। ਅਸੀਂ ਦੋਵੇਂ ਬੁੜ੍ਹੇ ਬੰਦੇ ਇਸ ਮੁਸ਼ਕਲ ਨੂੰ ਆਸਾਨ ਕਰਨ ਲਈ ਸੋਚਣ ਲੱਗੇ। ਅਗਲੇ ਦਿਨ ਮੈਂ ਅਧਾ ਟੱਬ ਪਾਣੀ ਨਾਲ ਭਰ ਲਿਆ ਜਿਸ ਨੇ ਮੈਨੂੰ ਟੱਬ ਵਿਚੋਂ ਉਠ ਕੇ ਬਾਹਰ ਆਉਣ ਵਿਚ ਕੁਝ ਮਦਦ ਕੀਤੀ। ਜਦ ਇਸ ਸਮਸਿਆ ਬਾਰੇ ਕਲੀਂਨਗ ਲੇਡੀਜ਼ ਨਾਲ ਗੱਲ ਕੀਤੀ ਤਾਂ ਉਹਨਾਂ ਕੋਲ ਇਸਦਾ ਕੋਈ ਜਵਾਬ ਨਹੀਂ ਸੀ ਪਰ ਬਾਥਰੂਮ ਦੇ ਡਿਗੇ ਕਰਟਨ ਨੂੰ ਉਹਨਾਂ ਕਾਰਪੇਂਟਰ ਬੁਲਾ ਕੇ ਫਿਕਸ ਕਰਵਾ ਦਿਤਾ। ਹਾਂ ਏਨੀ ਕੁ ਗੱਲ ਉਹਨਾਂ ਦੀ ਸਮਝ ਵਿਚ ਆ ਗਈ ਸੀ ਕਿ ਟੱਬ ਵਿਚੋਂ ਉਠਣ ਲਈ ਬਾਥਰੂਮ ਵਿਚ ਹੈਂਡਲ ਜ਼ਰੂਰ ਲੱਗਾ ਹੋਣਾ ਚਾਹੀਦਾ ਸੀ।

ਕਿਊਬਾ ਜਾਣ ਤੋਂ ਪਹਿਲਾਂ ਪ੍ਰਿ: ਪਾਖਰ ਸਿੰਘ ਦੀ ਬੇਟੀ ਮੀਨਾ ਦਾ ਕਹਿਣਾ ਕਿ ਓਥੇ ਪਹੁੰਚ ਕੇ ਆਪਣੀ ਰਾਜ਼ੀ ਖੁਸ਼ੀ ਦਾ ਫੋਨ ਜ਼ਰੂਰ ਕਰਨਾ, ਸਾਨੂੰ ਡੈਡੀ ਦਾ ਬਹੁਤ ਫਿਕਰ ਰਹੇਗਾ। ਫੋਨ ਬਾਰੇ ਜਾਣਕਾਰੀ ਇਕੱਠੀ ਕੀਤੀ ਤਾਂ ਪਤਾ ਲੱਗਾ ਕਿ ਏਥੇ ਨਾ ਤਾਂ ਫੋਨ ਆ ਸਕਦਾ ਹੈ ਅਤੇ ਨਾ ਜਾ ਸਕਦਾ ਹੈ। ਇਹ ਸੁਣ ਕੇ ਬੜੀ ਹੈਰਾਨੀ ਹੋਈ ਕਿ ਇੰਜ ਕਿਵੇਂ ਹੋ ਸਕਦਾ ਹੈ। ਅੱਜ ਸਾਰੀ ਦੁਨੀਆ ਦੇ ਲੋਕ ਫੋਨ ਕਲਚਰ ਨਾਲ ਬਝੇ ਹੋਏ ਹਨ। ਇੰਡੀਆ ਭਾਵ ਪੰਜਾਬ ਵਿਚ ਤਾਂ ਬਕਰੀਆਂ ਤੇ ਭੇਡਾਂ ਚਾਰਨ ਵਾਲਿਆਂ, ਬਾਂਦਰਾਂ ਤੇ ਰਿੱਛਾਂ ਦਾ ਤਮਾਸ਼ਾ ਕਰਨ ਵਾਲੇ ਮਦਾਰੀਆਂ, ਵਖ

ਵਖ ਲੋਕੇਸ਼ਨਜ਼ ਤੇ ਮੰਗਣ ਵਾਲੇ ਮੰਗਤਿਆਂ, ਬੀਨ ਵਜਾ ਕੇ ਸੱਪ ਵਖਾਣ ਵਾਲੇ ਜੋਗੀਆਂ, ਘਰਾਂ ਵਿਚ ਕੰਮ ਕਰਨ ਆਉਣ ਵਾਲੀਆਂ ਨੌਕਰਾਣੀਆਂ ਕੋਲ ਵੀ ਸੈੱਲ ਫੋਨ ਹਨ ਅਤੇ ਕਿਊਬਾ ਵਿਚ ਇਹ ਕਿਵੇਂ ਹੋ ਸਕਦਾ ਹੈ ਕਿ ਇਥੋਂ ਕਿਧਰੇ ਫੋਨ ਹੀ ਨਾ ਕੀਤਾ ਜਾ ਸਕੇ। ਕੈਨੇਡਾ ਤੋਂ ਚੱਲਣ ਵੇਲੇ ਏਨਾ ਕੁ ਪਤਾ ਲੱਗ ਗਿਆ ਸੀ ਕਿ ਕਿਊਬਾ ਵਿਚ ਫੋਨ ਕਰਨਾ ਬਹੁਤ ਮਹਿੰਗਾ ਹੈ ਭਾਵ ਕੈਨੇਡਾ ਵਿਚੋਂ ਕਿਊਬਾ ਵਿਚ ਫੋਨ ਕਰਨ ਦੇ ਡੇਢ ਡਾਲਰ ਇਕ ਮਿੰਟ ਦੇ ਪੈਂਦੇ ਸਨ ਅਤੇ ਸਸਤਾ ਓਧਰੋਂ ਵੀ ਨਹੀਂ ਪੈਂਦਾ ਸੀ। ਕੈਨੇਡਾ ਤੋਂ ਕਿਊਬਾ ਫੋਨ ਕਰਨ ਦਾ ਕੋਡ ਲੈ ਕੇ ਘਰ ਦੇ ਜੀਆਂ ਨੂੰ ਦੇ ਦਿਤਾ ਸੀ ਪਰ ਏਥੇ ਆ ਕੇ ਕਿਵੇਂ ਫੋਨ ਕਰਨਾ ਸੀ, ਇਹ ਪਤਾ ਤਾਂ ਹੁਣ ਏਥੇ ਕਿਊਬਾ ਦੇ ਰੀਜ਼ੋਰਟ ਦੀ ਰੀਸੈਪਸ਼ਨ ਤੋਂ ਹੀ ਲੱਗਣਾ ਸੀ। ਮੈਂ ਆਪਣਾ ਸੈੱਲ ਫੋਨ ਚਾਰਜਰ ਤੇ ਲਾ ਕੇ ਚਾਰਜ ਕਰ ਲਿਆ ਸੀ ਪਰ ਕੰਮ ਕਰਨ ਦਾ ਸਿਗਨਲ ਨਹੀਂ ਆ ਰਿਹਾ ਸੀ। ਮੈਂ ਜਦ ਵੀ ਕੈਨੇਡਾ ਫੋਨ ਮਿਲਾਣ ਦੀ ਕੋਸ਼ਿਸ਼ ਕਰਦਾ ਤਾਂ ਆਊਟ ਆਫ ਸਰਵਿਸ ਏਰੀਆ ਦਾ ਸਿਗਨਲ ਆ ਜਾਂਦਾ ਸੀ ਅਤੇ ਬਿਲਕੁਲ ਹੀ ਥਰੂ ਨਹੀਂ ਹੁੰਦਾ ਸੀ। ਨਾ ਹੀ ਕੋਈ ਫੋਨ ਕੈਨੇਡਾ ਤੋਂ ਹੀ ਆ ਰਿਹਾ ਸੀ। ਨਾਰੀਅਲ ਦੇ ਉਚੇ ਲੰਮੇ ਦਰਖਤਾਂ ਵਿਚ ਖੂਬਸੂਰਤ ਦੋ ਮੰਜ਼ਲੇ ਬਣੇ ਰੀਜ਼ੋਰਟ ਵਿਚ ਹੋਟਲ ਦੇ ਕਮਰਿਆਂ ਦੇ ਅੰਦਰ ਬਾਹਰ ਕਿਸੇ ਦਾ ਫੋਨ ਨਹੀਂ ਵੱਜ ਰਿਹਾ ਸੀ। ਇਸ ਬਾਰੇ ਆਟਵਾ ਦੇ ਨਰਿੰਦਰ ਸਿੰਘ ਸਰਾ ਨੇ ਦਸਿਆ ਕਿ ਏਥੇ ਲੋਕ ਵੇਕੇਸ਼ਨ ਤੇ ਹੋਣ ਕਰ ਕੇ ਸੈੱਲ ਫੋਨ ਦੀ ਵਰਤੋਂ ਨਹੀਂ ਕਰਦੇ ਕਿਉਂਕਿ ਫੋਨ ਕਾਲਜ਼ ਤੋਂ ਖਹਿੜਾ ਛਡਾਉਣ ਲਈ ਹੀ ਤਾਂ ਵੇਲੇਸ਼ਨ ਕਰਨ ਆਏ ਹਾਂ। ਪਰ ਐਮਰਜੰਸੀ ਵਿਚ ਫੋਨ ਕਰਨ ਲਈ ਕੀ ਕੀਤਾ ਜਾਵੇ। ਮੀਨਾ ਨੇ ਤਾਂ ਤਾਕੀਦ ਕੀਤੀ ਸੀ ਕਿ ਇਕ ਵਾਰ ਫੋਨ ਜ਼ਰੂਰ ਕਰ ਕੇ ਆਪਣੀ

ਰੀਜ਼ੋਰਟ ਤੋਂ 5 ਮੀਲ ਦੂਰ ਇਕ ਰਿਹਾਇਸ਼ੀ ਤਿੰਨ ਮੰਜ਼ਲੀ ਬਿਲਡਿੰਗ

ਰਾਜ਼ੀ ਖੁਸ਼ੀ ਬਾਰੇ ਦੱਸ ਦੇਣਾ, ਸਾਨੂੰ ਚਿੰਤਾ ਰਹੇਗੀ। ਵੈਸੇ ਤਾਂ ਪ੍ਰਿੰ: ਪਾਖਰ ਸਿੰਘ ਸਿਵਾਏ ਦਾਰੂ ਪੀਣ ਦਾ ਸ਼ੌਕ ਪੂਰਾ ਕਰਨ ਤੋਂ ਇਲਾਵਾ ਬਾਕੀ ਠੀਕ ਠਾਕ ਸਨ ਪਰ ਮੈਂ ਆਪਣੇ ਵੱਲੋਂ ਬੇਟੀ ਮੀਨਾ ਨਾਲ ਕੀਤੀ ਜ਼ਬਾਨ ਅਨੁਸਾਰ ਇਕ ਵਾਰ ਕੈਨੇਡਾ ਫੋਨ ਜ਼ਰੂਰ ਕਰਨਾ ਚਹੁੰਦਾ ਸਾਂ। ਰੀਸੈਪਸ਼ਨ ਤੇ ਜਾ ਕੇ ਇਸ ਬਾਰੇ ਪੁਛਿਆ ਤਾਂ ਜਵਾਬ ਮਿਲਿਆ ਕਿ ਪੰਜ ਜਾਂ ਦਸ ਡਾਲਰ ਦਾ ਕਾਰਡ ਲੈ ਕੇ ਕੈਨੇਡਾ ਫੋਨ ਕਰ ਸਕਦੇ ਹੋ। ਇਕ ਵਾਰ ਲਿਆ ਕਾਰਡ ਵਰਤੋ ਜਾਂ ਨਾ ਵਰਤੋ, ਪੈਸੇ ਗਏ ਤੇ ਗਏ। ਕੁਝ ਮਿੰਟ ਵਰਤੇ ਕਾਰਡ ਦੇ ਬਚੇ ਮਿੰਟ ਵੀ ਦੋਬਾਰਾ ਕੰਮ ਨਹੀਂ ਆਣਗੇ। ਦਸ ਡਾਲਰ ਦਾ 10 ਮਿੰਟ ਦਾ ਕਾਰਡ ਵੇਚ ਕੇ ਕਾਊਂਟਰ ਤੇ ਖੜ੍ਹੀ ਰੀਸੈਪਨਿਸਟ ਕੁੜੀ ਨੇ ਆਪਣਾ ਮੁਖ ਇਸ ਤਰ੍ਹਾਂ ਭਵਾ ਲਿਆ ਜਿਵੇਂ ਲਾਗੀਆਂ ਲਾਗ ਲੈ ਲਿਆ ਤੇ ਬਿਗਾਨੀ ਧੀ ਭਾਵੇਂ ਜਾਂਦੀ ਰੰਡੀ ਹੋ ਜਾਵੇ। ਜਦ ਅਸਾਂ ਪੁਛਿਆ ਕਿ ਕੈਨਡਾ ਫੋਨ ਕਰਨ ਦਾ ਕੋਡ ਵਗੈਰਾ ਵੀ ਦੱਸੋ। ਬੜੀ ਭਾਰੀ ਪੈ ਕੇ ਤੇ ਨਖਰੇ ਨਾਲ ਓਸ ਨੇ ਕਾਗਜ਼ ਤੇ ਲੰਮਾ ਚੌੜਾ ਕੋਡ ਨੰਬਰ ਵਗੈਰਾ ਲਿਖ ਕੇ ਦੇ ਦਿਤਾ ਤੇ ਸਾਹਮਣੇ ਲਗੇ ਦੋ ਪਬਲਕ ਫੋਨਜ਼ ਤੋਂ ਕੈਨੇਡਾ ਫੋਨ ਕਰਨ ਦਾ ਰਾਹ ਦੱਸ ਦਿਤਾ। ਅਸੀਂ ਕਾਰਡ ਪੀਲ ਕਰ ਕੇ ਕੋਡ ਨੰਬਰ ਲਿਖ ਲਿਆ ਤੇ ਉਹ ਕੋਡ ਅਤੇ ਕੈਨੇਡਾ ਦਾ ਕੋਡ ਲਾ ਕੇ ਇਕ ਘੰਟੇ ਤਕ ਕੈਨੇਡਾ ਫੋਨ ਮਿਲਾਣ ਦੀ ਕੋਸ਼ਿਸ਼ ਕਰਦੇ ਰਹੇ ਪਰ ਕੈਨੇਡਾ ਦਾ ਫੋਨ ਨਹੀਂ ਮਿਲ ਰਿਹਾ ਸੀ। ਦੋਬਾਰਾ ਕਾਊਂਟਰ ਤੇ ਖੜ੍ਹੀ ਕੁੜੀ ਨੂੰ ਮਦਦ ਕਰਨ ਲਈ ਆਖਿਆ ਪਰ ਓਸ ਨੇ ਕੋਈ ਮਦਦ ਨਾ ਕੀਤੀ। ਸਾਡੇ ਵਰਗਾ ਇਕ ਹੋਰ ਵਿਅਕਤੀ ਵੀ ਫੋਨ ਕਰਨ ਵਿਚ ਕਾਮਯਾਬ ਨਾ ਹੋਣ ਤੇ ਖਿਝ ਕੇ ਤੇ ਗਿਵ ਅਪ ਕਰ ਕੇ ਚਲਾ ਗਿਆ ਸੀ। ਏਨੇ ਨੂੰ ਰੀਸੈਪਸ਼ਨ ਵਾਲੀ ਉਹ ਕੁੜੀ ਚਲੀ ਗਈ ਤੇ ਉਹਦੀ ਜਗ੍ਹਾ ਇਕ ਹੋਰ ਬੰਦਾ ਆ

ਸਾਂਤਾ ਲੂਸੀਆ ਰੀਜ਼ੋਰਟ ਤੇ ਫਰੀ ਖਾਣ ਪੀਣ ਦੀਆਂ ਮੌਜਾਂ ਹੀ ਮੌਜਾਂ

ਗਿਆ। ਓਸ ਨੂੰ ਮਦਦ ਕਰਨ ਲਈ ਕਿਹਾ ਤਾਂ ਓਸ ਨੇ ਆਪ ਆ ਕੇ ਸਾਡੀ ਮਦਦ ਕੀਤੀ ਪਰ ਜਿੰਨੇ ਵੀ ਪ੍ਰਿੰ: ਪਾਖਰ ਸਿੰਘ ਦੇ ਵਖ ਵਖ ਘਰਾਂ ਦੇ ਨੰਬਰ ਮਿਲਾਏ, ਕੋਈ ਨੰਬਰ ਵੀ ਨਾ ਮਿਲਿਆ ਤੇ ਅੱਕ ਕੇ ਅਸਾਂ ਫੋਨ ਮਿਲਾਣਾ ਛਡ ਦਿਤਾ ਤੇ ਫੋਨ ਨਾ ਹੋ ਸਕਣ ਦੀ ਹੋਈ ਅਵਾਜ਼ਾਰੀ ਨੂੰ ਭੁਲਾਣ ਲਈ ਸਾਹਮਣੇ ਖੁਲ੍ਹੀ ਬਾਰ ਵਿਚ ਜਾ ਕੇ ਬੀਅਰ ਪੀਣੀ ਸ਼ੁਰੂ ਕਰ ਦਿਤੀ ਤਾਂ ਜੋ ਅਕਿਆ ਥਕਿਆ ਮਨ ਤੇ ਖਰਾਬ ਹੋਏ ਵਕਤ ਦਾ ਗੁੱਸਾ ਸੂਤ ਕੀਤਾ ਜਾ ਸਕੇ। ਮੁਫਤ ਬਾਰ ਤੇ ਪੀਣ ਵਾਲਿਆਂ ਦੀਆਂ ਲਾਈਨਾਂ ਅਕਸਰ ਲੰਮੀਆਂ ਹੀ ਹੁੰਦੀਆਂ ਸਨ। ਭਾਵੇਂ ਦੋ ਤਿੰਨ ਬਾਰਟੈਂਡਰਜ਼ ਕੁੜੀਆਂ ਸਰਵ ਕਰ ਰਹੀਆਂ ਸਨ ਪਰ ਲਾਈਨ ਲੰਮੀ ਹੋਣ ਕਰ ਕੇ ਜਾਮ ਭਰਾਉਣ ਤਕ ਸਮਾਂ ਲਗ ਹੀ ਜਾਂਦਾ ਸੀ। ਹੁਣ ਅਸੀਂ ਸਮਝ ਚੁਕੇ ਸਾਂ ਕਿ ਹਰ ਵਾਰ ਨਹੀਂ ਤਾਂ ਇਕ ਵਾਰ ਤਾਂ ਇਹਨਾਂ ਸ਼ਰਾਬ ਵਰਤਾਣ ਵਾਲੀਆਂ ਕੁੜੀਆਂ ਨੂੰ ਟਿੱਪ ਦੇਣਾ ਬਣਦਾ ਸੀ ਅਤੇ ਉਹ ਵੀ ਕਨਵਰਟੇਬਲ ਕਿਊਬਕ ਪੀਸੋ ਵਿਚ ਜੋ 20 ਕੈਨੇਡੀਅਨ ਡਾਲਰਜ਼ ਦੇ 18 ਤੋਂ ਘੱਟ ਪੀਸੋ ਮਿਲਦੇ ਸਨ। ਇਹ ਟਿੱਪ, ਬਾਰਟੈਂਡਰਜ਼ ਕੁੜੀਆਂ, ਬਰੇਕ ਫਾਸਟ, ਲੰਚ ਅਤੇ ਡਿਨਰ ਕਰਾਉਣ ਵਾਲੇ ਅਮਲੇ, ਕਮਰਾ ਸਾਫ ਕਰਨ ਵਾਲੀਆਂ ਕਲੀਨਿੰਗ ਲੇਡੀਜ਼, ਸਿਕਿਓਰਟੀ ਗਾਰਾਡ, ਹਸਪਤਾਲ ਦੀ ਨਰਸ, ਡਾਕਟਰ, ਮਸਾਜ ਵਾਲੇ ਸੀਲੋਨ ਤੇ ਵਾਲ ਕੱਟਣ ਵਾਲੀ, ਮਾਲੀ ਆਦਿ ਸਭ ਨੂੰ ਟਿੱਪ ਦੇਣੇ ਪੈਂਦੇ ਸਨ। ਟਿੱਪ ਕਲਚਰ ਇਸ ਰੀਜ਼ੋਰਟ ਦੀ ਸੈਰ ਦਾ ਇਕ ਅਹਿਮ ਹਿੱਸਾ ਸੀ ਅਤੇ ਲਗ ਭਗ ਸਾਰੇ ਸੈਲਾਨੀ ਲੋਕ ਟਿੱਪ ਦੇ ਹੀ ਰਹੇ ਸਨ।

ਮੋਟੇ ਅੰਦਾਜ਼ੇ ਮੁਤਾਬਕ ਇਸ ਰੀਜ਼ੋਰਟ ਵਿਚ ਕੰਮ ਕਰਨ ਵਾਲੇ ਮੁਲਾਜ਼ਮਾਂ ਚੋਂ ਬਹੁਤਿਆਂ ਨੂੰ ਘਟੋ ਘੱਟ ਰੋਜ਼ ਦੇ 20 ਤੋਂ 30 ਕਨਵਰੇਟਬਲ ਪੀਸੋ ਟਿੱਪ ਮਿਲ ਜਾਂਦੇ ਸਨ ਜਦ ਕਿ ਉਹਨਾਂ ਚੋਂ ਸਭ ਦੀਆਂ ਮਹੀਨੇ ਦੀਆਂ ਤਨਖਾਹਾਂ 20 ਕਨਵਰੇਟਬਲ ਪੀਸੋ ਤੋਂ ਘੱਟ ਸਨ ਜੋ ਉਹਨਾਂ ਦੀ ਨੈਸ਼ਨਲ ਮਨੀ ਵਿਚ 500 ਪੀਸੋ ਬਣਦੇ ਸਨ। ਕਮਿਊਨਿਸਟ ਮੁਲਕ 500 ਪੀਸੋ ਮਹੀਨੇ ਤੋਂ ਵਧ ਲੈਣ ਵਾਲਾ ਕੋਈ ਨਹੀਂ ਮਿਲਿਆ ਸੀ ਤੇ ਮੈਂ ਇਸ ਬਾਰੇ ਹੋਰ ਸਮਝਣਾ ਚਹੁੰਦਾ ਸਾਂ ਜੋ ਸਮਝ ਨਹੀਂ ਆ ਰਿਹਾ ਸੀ। ਟਿੱਪਾਂ ਨਾਲ ਪੈਸੇ ਬਣਾ ਕੇ ਰੀਜ਼ੋਰਟ ਵਿਚ ਕੰਮ ਕਰਨ ਵਾਲੇ ਕਿਸੇ ਤਰ੍ਹਾਂ ਗਰੀਬ ਨਹੀਂ ਸਨ। ਕਿਥੇ ਮਹੀਨੇ ਦੀ ਤਨਖਾਹ 20 ਕਨਵਰੇਟਬਲ ਪੀਸੋ ਤੇ ਕਿਥੇ ਰੋਜ਼ ਦੇ 20 ਤੋਂ 30 ਕਨਵਰੇਟਬਲ ਪੀਸੋ ਟਿੱਪ। ਸਾਡੇ ਪਾਸ ਤਾਂ ਕਿਊਬਕ ਪੀਸੋ ਨਹੀਂ ਸਨ। ਰੀਜ਼ੋਰਟ ਦਾ ਬੈਂਕ ਸਵੇਰੇ 7 ਤੋਂ ਸ਼ਾਮ 7 ਤਕ ਸਿਵਾਏ ਦੋਪਹਿਰ ਦੀ ਇਕ ਘੰਟੇ ਦੀ ਬਰੇਕ ਦੇ ਬਾਰਾਂ ਘੰਟੇ ਰੋਜ਼ ਖੁਲ੍ਹਦਾ ਸੀ, ਓਥੇ ਡਾਲਰ ਵਟਾਉਣ ਵਾਲਿਆਂ ਦੀ ਭੀੜ ਲੱਗੀ ਰਹਿੰਦੀ ਤੇ ਲਾਈਨ ਵਿਚ ਖਲੋ ਕੇ ਪੈਸੇ ਵਟਾਣ ਲਈ ਬਹੁਤ ਸਮਾਂ ਲਗਦਾ ਸੀ। ਕਰੰਸੀ ਵਟਾਣ ਲਈ ਸਭ ਤੋਂ ਵਡੀ ਔਕੜ ਇਹ ਵੀ ਸੀ ਕਿ ਹਰ ਵਾਰ ਆਪਣਾ ਪਾਸਪੋਰਟ ਵਿਖਾਣਾ ਪੈਂਦਾ ਅਤੇ ਉਸ ਦੀ ਐਂਟਰੀ ਕੰਪਿਊਟਰ ਵਿਚ ਹੁੰਦੀ

ਸੀ। ਪਾਸਪੋਰਟ ਅਸੀਂ ਪੱਕੇ ਤੌਰ ਤੇ ਆਪਣੇ ਸੂਟਕੇਸਾਂ ਵਿਚ ਬੰਦ ਕਰ ਕੇ ਹੋਟਲ ਦੇ ਕਮਰਿਆਂ ਵਿਚ ਰੱਖ ਦਿਤੇ ਸਨ। ਮੈਂ ਬਾਰਟੈਂਡਰ ਕੁੜੀ ਨੂੰ ਕਿਹਾ ਕਿ ਸਾਡੇ ਪਾਸ ਕੈਨੇਡੀਅਨ ਮਨੀ ਹੈ ਅਤੇ ਕਿਊਬਕ ਕਨਵਰੇਟਬਲ ਪੀਸੋ ਨਹੀਂ ਹਨ। ਅਸੀਂ ਟਿੱਪ ਦੇਣਾ ਚਹੁੰਦੇ ਹਨ ਤਾਂ ਕੀ ਕਰੀਏ। ਓਸ ਖੁਸ਼ ਹੋ ਕੇ 20 ਕੈਨੇਡੀਅਨ ਡਾਲਰ ਦਾ ਨੋਟ ਲੈ ਕੇ ਰੇਟ ਅਨੁਸਾਰ 18 ਪੀਸੋ ਮੋੜ ਦਿਤੇ ਤੇ ਅਸੀਂ ਉਸ ਨੂੰ ਇਕ ਇਕ ਸਿਕੇ ਦਾ ਕਨਵਰੇਟਬਲ ਪੀਸੋ ਟਿੱਪ ਭਾਵ ਇਕ ਇਕ ਡਾਲਰ ਦੇ ਦਿਤਾ ਜੋ ਓਸ ਨੇ ਸਾਹਮਣੇ ਪਏ ਇਕ ਗਲਾਸ ਵਿਚ ਸੁੱਟ ਦਿਤਾ ਜਿਸ ਵਿਚ ਪਹਿਲਾਂ ਹੀ ਸਿਕਿਆਂ ਅਤੇ ਨੋਟਾਂ ਦੀ ਸ਼ਕਲ ਵਿਚ ਕਾਫੀ ਕਨਵਰੇਟਬਲ ਪੀਸੋ ਪਏ ਸਨ। ਅਗਲੀ ਵਾਰ ਦਾਰੂ ਲੈਣ ਗਿਆਂ ਅਸੀਂ ਵੇਖਿਆ ਕਿ ਬਾਰਟੈਂਡਰ ਕੁੜੀਆਂ ਜਦ ਟਿੱਪ ਵਾਲਾ ਗਲਾਸ ਅੱਧ ਤਕ ਭਰ ਜਾਂਦਾ ਸੀ ਤਾਂ ਟਿੱਪ ਦੇ ਪੈਸੇ ਏਧਰ ਓਧਰ ਰੱਖ ਦੇਂਦੀਆਂ ਸਨ। ਇਨ੍ਹਾਂ ਟਿੱਪ ਦੇ ਪੈਸਿਆਂ ਦੀ ਵੰਡ ਅਗੇ ਕਿਵੇਂ ਹੁੰਦੀ ਸੀ, ਇਹ ਸਾਡੀ ਸਮਝ ਤੋਂ ਬਾਹਰ ਸੀ। ਜਦ ਅਸੀਂ ਕਿਹਾ ਕਿ ਅਸੀਂ ਕੈਨੇਡਾ ਵਿਚੋਂ ਤੁਹਾਨੂੰ ਦੇਣ ਲਈ ਕਪੜੇ ਵੀ ਲਿਆਏ ਹਾਂ ਤਾਂ ਉਹ ਅਤੇ ਬਾਕੀ ਹੋਰ ਵੀ ਕਪੜੇ ਲੈਣ ਵਿਚ ਬੜੀ ਖੁਸ਼ੀ ਮਹਿਸੂਸ ਕਰਦੇ ਸਨ। ਇਨ੍ਹਾਂ ਵਿਚ ਬਾਰਟੈਂਡਰਜ਼ ਕੁੜੀਆਂ, ਬਰੇਕ ਫਾਸਟ, ਲੰਚ ਅਤੇ ਡਿਨਰ ਕਰਾਉਣ ਵਾਲਾ ਰੈਸਟੋਰੈਂਟ ਦਾ ਅਮਲਾ ਫੈਲਾ, ਕਮਰਾ ਸਾਫ ਕਰਨ ਵਾਲੀਆਂ ਕਲੀਨਿੰਗ ਲੇਡੀਜ਼, ਸਿਕਿਓਰਟੀ ਗਾਰਾਡ, ਹਸਪਤਾਲ ਵਿਚ ਮਸਾਜ ਕਰਨ ਤੇ ਸਮੁੰਦਰ ਕੰਢੇ ਛੋਟੀਆਂ ਛੋਟੀਆਂ ਚੀਜ਼ਾਂ ਵੇਚਣ ਵਾਲੇ ਸਭ ਇਕੋ ਜਿਹੇ ਸਨ। ਸਮੁੰਦਰ ਕੰਢੇ ਇਕ ਗਰਭਵਤੀ ਕਾਲੀ ਆਪਣਾ ਢਿਡ ਨੰਗਾ ਕਰ ਕੇ ਤੇ ਹੋਣ ਵਾਲੇ ਬੱਚੇ ਦਾ ਇਸ਼ਾਰਾ ਕਰ ਕੇ ਪੀਸੋ ਮੰਗ ਰਹੀ ਸੀ। ਹਸਪਤਾਲ ਦੀ ਡਾਕਟਰ ਡਾਇਨਾ ਜੋ ਬੜੀ ਹਸਮੁਖ ਤੇ ਮਿਲਣਸਾਰ ਸੀ, ਨੂੰ ਮੈਂ ਕਈ ਵਾਰ ਬਾਰ ਅਗੇ ਲਗੀਆਂ ਕੁਰਸੀਆਂ ਤੇ ਬੈਠਿਆਂ ਵੇਖਿਆ ਜਿਥੇ ਉਹ ਕੁਝ ਨਾ ਕੁਝ ਪੀ ਰਹੀ ਹੁੰਦੀ। ਹੋ ਸਕਦਾ ਇਹ ਸ਼ਰਾਬ ਨਾ ਹੋਵੇ। ਮਿਸਟਰ ਸਰਾ ਇਹ ਵੀ ਦੱਸ ਰਹੇ ਸਨ ਕਿ ਕਿਊਬਾ ਵਿਚ ਕਈ ਡਾਕਟਰ ਰੀਜ਼ੋਰਟਸ ਵਿਚ ਆ ਕੇ ਪ੍ਰੈਕਟਿਸ ਕਰਦੇ ਹਨ ਤੇ ਬਹੁਤ ਪੈਸੇ ਬਣਾਉਂਦੇ ਹਨ। ਇਸ ਤਜਰਬੇ ਤੋਂ ਇਹ ਸਿੱਟਾ ਨਿਕਲ ਆਇਆ ਸੀ ਕਿ ਟਿੱਪ ਦੇ ਬਹਾਨੇ ਸੈਲਾਨੀਆਂ ਤੋਂ ਪੈਸੇ ਬਨਾਣਾ ਹੀ ਏਥੋਂ ਦੀ ਟਿੱਪ ਕਲਚਰ ਦਾ ਹਿੱਸਾ ਸੀ। ਤੁਰੇ ਫਿਰਦੇ ਨੌਕਰ ਕੋਕੋਨਟ ਦੇ ਦਰਖਤਾਂ ਤੋਂ ਡਿਗ ਰਹੇ ਤਾਜ਼ਾ ਨਾਰੀਅਲ ਨੂੰ ਤੁਹਾਡੇ ਸਾਹਮਣੇ ਅਗੋਂ ਪਿਛੋਂ ਕੱਟ ਅਤੇ ਮੋਰੀ ਕਰ ਕੇ ਤਾਜ਼ਾ ਨਾਰੀਅਲ ਦਾ ਪਾਣੀ ਪੀਣ ਲਈ ਪੇਸ਼ ਕਰਦੇ ਸਨ। ਇਹਨਾਂ ਨੂੰ ਇਕ ਇਕ ਕਨਵਰਟੇਬਲ ਪੀਸੋ ਦਾ ਟਿੱਪ ਭਾਵ ਇਕ ਡਾਲਰ ਅਤੇ ਜੇ ਕੋਈ ਵਾਧੂ ਕਪੜਾ ਹੋਵੇ ਤਾਂ ਦੇਣਾ ਪੈਂਦਾ ਸੀ। ਦਲੇਰ ਅਤੇ ਦਾਨੀ ਸੁਭਾ ਦਾ ਪ੍ਰਿੰ: ਪਾਖਰ ਸਿੰਘ ਜਦ ਇਹਨਾਂ ਲੋਕਾਂ ਨੂੰ ਰੀਜ਼ੋਰਟ ਅਤੇ ਬੀਚ ਤੇ ਪੈਸੇ ਅਤੇ ਕਪੜੇ ਵੰਡ ਰਿਹਾ ਸੀ ਤਾਂ ਮਹਾਰਾਜਾ

ਰਣਜੀਤ ਸਿੰਘ ਹੀ ਲਗ ਰਿਹਾ ਸੀ। ਇਥੋਂ ਤਕ ਕਿ ਇਕ ਮੰਗਣ ਵਾਲੀ ਮੰਗਤੀ ਨੂੰ ਮੇਰੇ ਰੋਕਦਿਆਂ ਰੋਕਦਿਆਂ ਵੀ ਉਹਨੇ ਹਥ ਦੀ ਕੀਮਤੀ ਘੜੀ ਵੀ ਲਾਹ ਕੇ ਫੜਾ ਦਿਤੀ ਅਤੇ ਰੀਜ਼ੋਰਟ ਤੇ ਕੰਮ ਕਰਨ ਵਾਲਿਆਂ ਨੂੰ ਆਪਣੀਆਂ ਕੀਮਤੀ ਪੈਂਟਾਂ ਅਤੇ ਟੀ ਸ਼ਰਟਸ ਵੀ ਵੰਡ ਦਿਤੀਆਂ।

ਬਾਰ ਦੇ ਲਾਗੇ ਹੀ ਪੈਸੇ ਵਟਾਉਣ ਵਾਲਾ ਬੈਂਕ ਸੀ ਦਾ ਜਿਸ ਦਾ ਮੈਨੇਜਰ ਨੌਜਵਾਨ ਮੁੰਡਾ ਜੋਸੇ ਸੀ ਜੋ ਕਰੰਸੀ ਬਦਲਣ ਦਾ ਕੰਮ ਕਰਦਾ ਸੀ, ਬੜੀ ਵਧੀਆ ਅੰਗਰੇਜ਼ੀ ਬੋਲਦਾ ਸੀ। ਮੈਂ ਤੇ ਪ੍ਰਿੰ: ਪਾਖਰ ਸਿੰਘ ਨੇ ਸਕਾਚ ਦੇ ਡਬਲ ਡਬਲ ਗਲਾਸ ਭਰਵਾਏ ਤੇ ਕਿਣ ਕਿਣ ਕਰਦੇ ਮੌਸਮ ਵਿਚ ਬੈਂਕ ਦੇ ਕਮਰੇ ਦੇ ਬਾਹਰ ਬਰਾਂਡੇ ਵਿਚ ਲੱਗੀਆਂ ਕੁਰਸੀਆਂ ਤੇ ਪੀਣ ਲਈ ਬੈਠ ਗਏ। ਜੋਸੇ ਦਾ ਕੰਪਿਊਟਰ ਖਰਾਬ ਹੋ ਗਿਆ ਤੇ ਉਹ ਵੀ ਸਾਡੇ ਕੋਲ ਆ ਕੇ ਖਲੋ ਗਿਆ। ਜਦ ਅਸੀਂ ਉਸ ਨੂੰ ਪੀਣ ਦੀ ਸੁਲ੍ਹਾ ਮਾਰੀ ਤਾਂ ਓਸ ਤੁਰਤ ਸੁਲ੍ਹਾ ਕਬੂਲੀ ਤੇ ਇਕ ਇਕ ਕਰ ਕੇ ਦੋਵੇਂ ਗਲਾਸ ਪੀ ਗਿਆ ਤੇ ਸਾਡਾ ਦੋਸਤ ਬਣ ਗਿਆ। ਪ੍ਰਿੰ: ਪਾਖਰ ਸਿੰਘ ਬਾਰ ਤੋਂ ਦੋ ਗਲਾਸ ਹੋਰ ਭਰਵਾ ਕੇ ਲੈ ਆਇਆ। ਜਦ ਮੈਂ ਜੋਸੇ ਨੂੰ ਆਪਣਾ ਕਾਰਡ ਦਿਤਾ ਤਾਂ ਉਹ ਬੜਾ ਪ੍ਰਭਾਵਤ ਹੋਇਆ ਤੇ ਹੋਰ ਖੁਲ੍ਹ ਗਿਆ। ਜਦ ਵੀ ਸਾਨੂੰ ਕਰੰਸੀ ਬਦਲਣ ਦੀ ਲੋੜ ਪੈਂਦੀ ਤਾਂ ਬਗੈਰ ਪਾਸਪੋਰਟ ਦੇ ਸਾਡੀ ਕਰੰਸੀ ਬਦਲ ਦਿੰਦਾ। ਪੜ੍ਹੇ ਲਿਖੇ ਤੇ ਅੰਗਰੇਜ਼ੀ ਬੋਲਦੇ ਹੋਣ ਕਰ ਕੇ ਓਸ ਕੋਲੋਂ ਕਿਊਬਾ ਬਾਰੇ ਕੁਝ ਜਾਣਕਾਰੀ ਮਿਲੀ। ਉਸ ਦਸਿਆ ਕਿ ਉਹਦੀ ਘਰਵਾਲੀ ਡਾਕਟਰ ਸੀ ਅਤੇ ਉਹਦੀ ਮਹੀਨੇ ਦੀ ਤਨਖਾਹ ਸਿਰਫ 17 ਕਿਊਬਾ ਪੀਸੋ ਅਤੇ ਉਹਦੀ ਆਪਣੀ ਤਨਖਾਹ 20 ਕਿਊਬਾ ਪੀਸੋ ਮਹੀਨਾ ਸੀ। ਪਰ ਇਹ ਉਹ ਕਿਊਬਾ ਪੀਸੋ ਸੀ ਜਿਸ ਦੇ ਕਿਊਬਾ ਦੀ ਨੈਸ਼ਨਲ ਮਨੀ ਵਿਚ ਇਕ ਪੀਸੋ ਦੇ 25 ਪੀਸੋ ਬਣਦੇ ਸਨ। ਰੀਜ਼ੋਰਟ ਤੋਂ ਚਾਰ ਪੰਜ ਮੀਲ ਦੂਰ ਉਹਦਾ ਘਰ ਸੀ। ਉਹਨੇ ਮੋਪਡ ਰਖੀ ਹੋਈ ਤੇ ਸ਼ਾਮੀਂ 7 ਤੋਂ ਬਾਅਦ ਘਰ ਚਲਾ ਜਾਂਦਾ ਸੀ ਅਤੇ ਸਵੇਰੇ 7 ਵਜੇ ਫਿਰ ਆਪਣੀ ਡਿਊਟੀ ਤੇ ਆ ਜਾਂਦਾ ਸੀ। ਉਸ ਦਸਿਆ ਕਿ ਉਹ ਈਸਾਈ ਸੀ ਤੇ ਉਹਨੂੰ ਚਰਚ ਜਾਣ ਦੀ ਖੁਲ੍ਹ ਸੀ ਪਰ ਸੱਤ ਦਿਨਾਂ ਵਿਚ ਅਸੀਂ ਓਥੇ ਅਤੇ ਲਾਗੇ ਚਾਗੇ ਕੋਈ ਚਰਚ ਨਾ ਵੇਖਿਆ। ਬੈਂਕ ਦੇ ਇਸ ਮੁਲਾਜ਼ਮ ਜੋਸੇ ਨੇ ਸਾਡੀ ਇਕ ਦਿਨ ਪਹਿਲਾਂ ਖਰੀਦੇ ਫੋਨ ਕਾਰਡ ਤੇ ਕੈਨੇਡਾ ਵਿਚ ਪ੍ਰਿੰ: ਪਾਖਰ ਸਿੰਘ ਦੇ ਘਰ ਰਾਜ਼ੀ ਖੁਸ਼ੀ ਦੀ ਗੱਲ ਵੀ ਕਰਵਾ ਕੇ ਸਾਡਾ ਬੋਝ ਹਲਕਾ ਕਰ ਦਿਤਾ। ਬਤੌਰ ਇਕ ਲੇਖਕ ਮੈਂ ਤਾਂ ਕਿਊਬਾ ਵਸਦੇ ਲੋਕਾਂ ਦਾ ਅੰਦਰਲਾ ਜੀਵਨ ਤੇ ਦਿਲ ਪੜ੍ਹਨਾ ਚਹੁੰਦਾ ਸਾਂ ਤਾਂ ਜੋ ਯਾਤਰਾ ਬਾਰੇ ਲਿਖਣ ਲਈ ਮੇਰੇ ਕੋਲ ਕੁਝ ਮੈਟਰ ਇਕਠਾ ਹੋ ਜਾਵੇ ਪਰ ਜੋ ਗਿਆਨ ਹਾਸਲ ਹੋ ਰਿਹਾ ਸੀ, ਉਹ ਪਤਲਾ ਤੇ ਸਿਰਫ ਬਾਹਰਲਾ ਹੀ ਸੀ। ਮੇਰੇ ਲਈ ਇਹ ਕਾਫੀ ਨਹੀਂ ਸੀ। ਕਈ ਵਾਰ ਜਦ ਪ੍ਰਿੰ: ਪਾਖਰ ਸਿੰਘ ਸਵੇਰੇ ਹੀ ਮੰਤਰ ਮੁਗਧ ਹੋ ਜਾਂਦੇ ਤੇ ਬਰੇਕਫਾਸਟ, ਲੰਚ ਜਾਂ ਡਿਨਰ

ਖਾਣ ਲਈ ਨਾ ਜਾਂਦੇ ਤੇ ਹੋਰ ਦਾਰੂ ਪੀਣ ਦੀ ਜ਼ਿਦ ਕਰਦੇ ਤਾਂ ਜਿਥੇ ਉਹਨਾਂ ਦਾ ਖਿਆਲ ਰੱਖਣ ਲਈ ਮੇਰੀ ਜ਼ਿੰਮੇਵਾਰੀ ਵਿਚ ਵਾਧਾ ਹੋ ਜਾਂਦਾ, ਓਥੇ ਮੈਂ ਸੌਂ ਨਾ ਸਕਦਾ ਤੇ ਮੇਰਾ ਬਲਡ ਪ੍ਰੈਸ਼ੇ ਬਹੁਤ ਵਧ ਗਿਆ। ਮੈਂ ਕਈ ਵਾਰ ਉਹਨਾਂ ਲਈ ਖਾਣੇ ਦੀ ਪਲੇਟ ਭਰ ਕਮਰੇ ਵਿਚ ਲੈ ਆਉਂਦਾ ਤੇ ਉਹ ਫਿਰ ਵੀ ਨਾਂ ਖਾਂਦੇ। ਖਾਣਾ ਠੰਢਾ ਹੋ ਜਾਂਦਾ। ਜਦ ਕਲੀਨਿੰਗ ਲੇਡੀਜ਼ ਆਉਂਦੀਆਂ ਤਾਂ ਮੈਂ ਉਹਨਾਂ ਨੂੰ ਉਹ ਠੰਢਾ ਖਾਣਾ ਖਾਣ ਲਈ ਦੇ ਦਿੰਦਾ ਤਾਂ ਉਹ ਬਹੁਤ ਖੁਸ਼ ਹੋ ਕੇ ਝੱਟ ਖਾਣ ਲਈ ਲੈ ਜਾਂਦੀਆਂ। ਇਸ ਤਰ੍ਹਾਂ ਕੈਨੇਡਾ ਵਿਚ ਨਹੀਂ ਹੁੰਦਾ। ਇਸਦਾ ਮਤਲਬ ਇਹ ਹੋ ਸਕਦਾ ਸੀ ਕਿ ਉਹ ਗਰੀਬ ਸਨ ਤੇ ਰੀਜ਼ੋਰਟ ਵਿਚ ਭਾਂਤ ਭਾਂਤ ਦਾ ਜੋ ਖਾਣਾ ਸਾਨੂੰ ਮਿਲਦਾ ਸੀ। ਉਹਨਾਂ ਦੇ ਨਸੀਬ ਵਿਚ ਨਹੀਂ ਸੀ ਜਾਂ ਉਹਨਾਂ ਦੀ ਪਹੁੰਚ ਤੋਂ ਵਖਰਾ ਸੀ। ਉਹਨਾਂ ਦੇ ਘਰਾਂ ਵਿਚ ਕਿਸ ਤਰ੍ਹਾਂ ਦਾ ਖਾਣਾ ਪਕਦਾ ਸੀ, ਇਹ ਜਾਣਨ ਦੀ ਮੇਰੀ ਪਰਬਲ ਇੱਛਾ ਸੀ ਪਰ ਪੂਰੀ ਨਹੀਂ ਹੋ ਰਹੀ ਸੀ। ਇਸ ਘਟਨਾ ਕ੍ਰਮ ਤੋਂ ਮੈਨੂੰ ਕਿਊਬਾ ਦੇ ਲੋਕਾਂ ਦੇ ਸੁਭਾਅ ਬਾਰੇ ਕੁਝ ਪਤਾ ਲਗਦਾ। ਇਹ ਵੀ ਸਪਸ਼ਟ ਹੋ ਗਿਆ ਕਿ ਜਦ ਸਾਡੀ ਗੈਰ ਹਾਜ਼ਰੀ ਵਿਚ ਕਲੀਨਿੰਗ ਲੇਡੀਜ਼ ਕਮਰਾ ਅਤੇ ਬਾਥਰੂਮ ਸਾਫ ਕਰਨ ਅਤੇ ਬਿਸਤਰੇ ਬਦਲਣ ਲਈ ਆਉਂਦੀਆਂ ਸਨ ਤਾਂ ਕਿਸੇ ਕਿਸਮ ਦੀ ਕੋਈ ਚੋਰੀ ਨਹੀਂ ਕਰਦੀਆਂ ਸਨ। ਜੋ ਕੀਮਤੀ ਸਾਮਾਨ ਜਿਵੇਂ ਕੈਮਰੇ, ਟੇਪ ਰੀਕਾਰਡਰ, ਸੈੱਲ ਫੋਨਜ਼, ਕੈਸ਼, ਕਪੜੇ ਆਦਿ ਜੋ ਕੁਝ ਵੀ ਜਿਥੇ ਪਿਆ ਹੁੰਦਾ ਸੀ, ਉਸ ਨੂੰ ਬਿਲਕੁਲ ਨਹੀਂ ਛੇੜਦੀਆਂ ਸਨ ਅਤੇ ਸਿਰਫ ਸਾਡੇ ਵੱਲੋਂ ਆਪਣੀ ਖੁਸ਼ੀ ਅਤੇ ਮਰਜ਼ੀ ਨਾਲ ਦਿਤਾ ਟਿੱਪ ਜਾਂ ਕੋਈ ਕਪੜਾ ਹੀ ਸਵੀਕਾਰ ਕਰਦੀਆਂ ਸਨ। ਹਾਂ ਉਹਨਾਂ ਵਿਚੋਂ ਕਈਆਂ ਨੇ, ਇਥੋਂ ਤਕ ਕਿ ਹਸਤਪਾਲ ਦੀ ਡਾਕਟਰ ਡਾਇਨਾ ਨੇ ਵੀ ਮੇਰੇ ਕੋਲ ਜੋ ਅਦੀਦਸ ਦਾ ਹੈਂਡ ਬੈਗ ਸੀ, ਗਿਫਟ ਕਰਨ ਲਈ ਕਿਹਾ ਪਰ ਮੈਨੂੰ ਉਸਦੀ ਖੁਦ ਜ਼ਰੂਰਤ ਸੀ। ਇਸ ਤੋਂ ਇਹ ਪਤਾ ਲੱਗ ਗਿਆ ਸੀ ਕਿ ਉਹਨਾਂ ਨੂੰ ਨੇਮ ਬਰੈਂਡ ਚੀਜ਼ਾਂ ਬਾਰੇ ਪਤਾ ਸੀ। ਰੀਜ਼ੋਰਟ ਵਿਚ ਕੰਮ ਕਰਨ ਵਾਲਿਆਂ ਨੂੰ ਇਹ ਗਿਆਨ ਸੀ ਕਿ ਕਿਹੜੀ ਚੀਜ਼ ਚੰਗੀ ਜਾਂ ਨੇਮ ਬਰੈਂਡ ਹੈ। ਹਾਂ ਕਲੀਨਿੰਗ ਲੇਡੀਜ਼ ਨੂੰ ਅੰਗਰੇਜ਼ੀ ਬਿਲਕੁਲ ਨਹੀਂ ਆਉਂਦੀ ਸੀ ਪਰ ਦਿਖ ਅਤੇ ਪਹਿਰਾਵੇ ਵਿਚ ਉਹ ਖੂਬਸੂਰਤ ਅਤੇ ਮਾਡਰਨ ਲਗਦੀਆਂ ਸਨ, ਗਰੀਬ ਨਹੀਂ। ਭਾਸ਼ਾ ਦੀ ਬਹੁਤ ਵਡੀ ਰੁਕਾਵਟ ਸੀ ਜਿਸ ਨਾਲ ਕਿਸੇ ਨਾਲ ਗੱਲ ਕਰਨੀ ਜਾਂ ਉਸ ਦੇ ਮਨ ਵਿਚ ਝਾਤੀ ਮਾਰਨੀ ਬਹੁਤ ਮੁਸ਼ਕਲ ਸੀ। ਕਈ ਵਾਰ ਇੰਜ ਲਗਦਾ ਜਿਵੇਂ ਦੋ ਕੰਧਾਂ ਇਕ ਦੂਜੇ ਅਗੇ ਖੜ੍ਹੀਆਂ ਇਕ ਦੂਜੇ ਵੱਲ ਵੇਖ ਰਹੀਆਂ ਹੋਣ ਪਰ ਬੋਲ ਕੇ ਆਪਣੇ ਦਿਲ ਦੀ ਗੱਲ ਨਾ ਕਰ ਸਕਦੀਆਂ ਹੋਣ। ਵੈਸੇ ਤਾਂ ਅਜਿਹਾ ਵਤੀਰਾ ਮੈਂ ਇਸ ਤੋਂ ਪਹਿਲਾਂ ਕੁਵੈਤ, ਇਟਲੀ, ਹਾਲੈਂਡ ਅਤੇ ਰੂਸ ਚੋਂ ਟੁਟ ਕੇ ਬਣੇ ਦੇਸ਼ ਯੂਕਰੇਨ ਦੇ ਇਕ ਹਵਾਈ ਅਡੇ ਤੇ ਵੀ ਵੇਖ ਚੁਕਾ ਸਾਂ ਕਿ ਅੰਗਰੇਜ਼ੀ ਭਾਸ਼ਾ ਨਾਲ ਹਰ ਥਾਂ ਕੰਮ ਕਾਰ ਨਹੀਂ ਚਲਦਾ ਸੀ ਜਦ

ਕਿ ਦੁਨੀਆ ਵਿਚ ਜਿਥੇ ਅੰਗਰੇਜ਼ੀ ਨਹੀਂ ਹੈ, ਹਵਾਈ ਜਹਾਜ਼ ਤਾਂ ਓਥੇ ਵੀ ਮੁਸਾਫਰਾਂ ਨੂੰ ਉਤਾਰਦੇ, ਚੜ੍ਹਾਉਂਦੇ ਆਪਣਾ ਕਾਰੋਬਾਰ ਕਰੀ ਜਾ ਰਹੇ ਸਨ। ਕਿਊਬਾ ਵਿਚ ਕੈਨੇਡਾ ਤੋਂ ਨਾਲ ਲਿਆਂਦਾ ਸੈੱਲ ਫੋਨ ਬੇਕਾਰ ਸੀ ਕਿਉਂਕਿ ਨਾ ਤਾਂ ਏਥੇ ਫੋਨ ਆ ਸਕਦਾ ਸੀ ਤੇ ਨਾ ਜਾ ਸਕਦਾ ਸੀ। ਕਿਊਬਾ ਦੇ ਇਸ ਰੀਜ਼ੋਰਟ ਤੇ ਮੈਂ ਸੱਤ ਦਿਨ ਕੋਈ ਸੈੱਲ ਫੋਨ ਵਜਦਾ ਨਾ ਵੇਖਿਆ ਅਤੇ ਕਮਰੇ ਦਾ ਫੋਨ ਵੀ ਇਕ ਵਾਰ ਵੀ ਨਾ ਵਜਿਆ, ਹਾਂ ਕਲੀਨਿੰਗ ਲੇਡੀਜ਼ ਕਦੀ ਕਦੀ ਕਮਰੇ ਦੇ ਫੋਨ ਤੋਂ ਆਪਸ ਵਿਚ ਜਾਂ ਆਪਣੇ ਕੰਮ ਵਾਲਿਆਂ ਨਾਲ ਗੱਲ ਬਾਤ ਕਰ ਲੈਂਦੀਆਂ। ਹੋਟਲ ਦੇ ਕਮਰੇ ਵਿਚੋਂ ਦਿਨ ਵਿਚ ਤਿੰਨ ਵਾਰ ਤਾਂ ਬਰੇਕ ਫਾਸਟ, ਲੰਚ ਅਤੇ ਡਿਨਰ ਕਰਨ ਲਈ ਬਾਹਰ ਆਉਣਾ ਪੈਂਦਾ ਸੀ। ਖਾਣ ਵਾਲੇ ਕਮਰੇ ਵਿਚ ਸਭ ਤੋਂ ਜ਼ਿਆਦਾ ਭੀੜ ਤਾਜ਼ਾ ਜੂਸ ਕਢ ਕੇ ਦੇਣ ਅਤੇ ਬਰੇਕਫਾਸਟ ਵਿਚ ਸਾਹਮਣੇ ਅੰਡੇ ਭੰਨ ਕੇ ਮਨ ਮਰਜ਼ੀ ਦਾ ਆਮਲੇਟ ਬਣਵਾਉਣ ਵਾਲੇ ਕੁੱਕ ਕੋਲ ਹੁੰਦੀ ਸੀ। ਕੁੱਕ ਨੂੰ ਦੱਸਣਾ ਪੈਂਦਾ ਸੀ ਕਿ ਸਿੰਪਲ ਅਮਾਲੇਟ ਜਾਂ ਵਿਚ ਕਟੀਆਂ ਹੋਈਆਂ ਮਸ਼ਰੂਮਜ਼ ਤੇ ਪਿਆਜ਼ ਪਾ ਕੇ ਕਿੰਨੇ ਅੰਡਿਆਂ ਦਾ ਆਮਲੇਟ ਬਨਾਉਣਾ ਹੈ। ਹਰੀ ਮਿਰਚ ਕਿਧਰੇ ਨਹੀਂ ਦਿਸਦੀ ਸੀ। ਕੁਕ ਤਲਦੇ ਤਵੇ ਤੇ ਇਕੋ ਸਮੇਂ ਮਾਮੂਲੀ ਜਿਹਾ ਤੇਲ ਛਿੜਕ ਕੇ ਛੇ ਆਮਲੇਟ ਕੁਝ ਮਿੰਟਾਂ ਵਿਚ ਹੀ ਤਿਆਰ ਕਰ ਦਿੰਦਾ ਸੀ। ਬਰੈੱਡ ਖੁਦ ਸੇਕ ਕੇ ਬਟਰ ਲਾਉਣਾ ਪੈਂਦਾ ਸੀ। ਚਾਹ ਕਾਫੀ ਵੀ ਆਪ ਤਿਆਰ ਕਰਨੀ ਪੈਂਦੀ ਸੀ ਜਾ ਤੁਰਦੀਆਂ ਫਿਰਦੀਆਂ

ਕਿਊਬਾ ਵਿਚ ਰੀਜ਼ੋਰਟ (ਬੀਚ) ਤੇ ਮੁਫਤ ਦਾਰੂ ਪਿਆਉਣ ਵਾਲੀਆਂ ਬਾਰਟੈਂਡਰ ਕੁੜੀਆਂ

ਕੰਮ ਕਰਨ ਵਾਲੀਆਂ ਨੂੰ ਕਹਿਣਾ ਪੈਂਦਾ ਸੀ। ਪਾਣੀ ਦੀ ਬੋਤਲ ਵੀ ਉਹਨਾਂ ਕੋਲੋਂ ਭਰਵਾ ਕੇ ਕਮਰੇ ਵਿਚ ਲੈ ਆਈਦੀ ਸੀ ਕਿਉਂਕਿ ਸਿੱਧਾ ਟੂਟੀ ਦਾ ਪਾਣੀ ਕੋਈ ਨਹੀਂ ਪੀਂਦਾ ਸੀ। ਹਾਂ ਇਹ ਸਰਵ ਕਰਨ ਵਾਲੀਆਂ ਲੇਡੀਜ਼ ਵਾਈਨ ਜਾਂ ਬੀਅਰ ਵੀ ਲਿਆ ਕੇ ਦੇ ਦਿੰਦੀਆਂ ਸਨ ਅਤੇ ਇੰਜ ਟਿੱਪ ਲੈਣ ਦੀਆਂ ਹਕਦਾਰ ਹੋ ਜਾਂਦੀਆਂ ਸਨ। ਤੁਰਤ ਆਮਲੇਟ ਬਣਾ ਕੇ ਦੇਣ ਵਾਲੇ ਕੁੱਕ ਅਗੇ ਲੰਚ ਵੇਲੇ ਜਦ ਉਹ ਸਾਹਮਣੇ ਫਿਸ਼ ਤਲ ਕੇ ਦਿੰਦਾ ਸੀ, ਓਸ ਵੇਲੇ ਵੀ ਹਥਾਂ ਵਿਚ ਪਲੇਟਾਂ ਚੁਕੀ ਲੋਕਾਂ ਦੀ ਭੀੜ ਲੱਗੀ ਹੁੰਦੀ ਸੀ। ਉਹ ਐਨੀ ਫੁਰਤੀ ਨਾਲ ਇਕੋ ਸਮੇਂ ਤਪਦੇ ਤਵੇ ਤੇ ਥੋੜ੍ਹ ਥੋੜ੍ਹਾ ਤੇਲ ਪਾ ਕੇ ਛੇ ਲੋਕਾਂ ਲਈ ਫਿਸ਼ ਤਲ ਕੇ ਪਲੇਟ ਵਿਚ ਪਾ ਦਿੰਦਾ ਸੀ। ਫਿਸ਼ ਜਿਸ ਤੇ ਮਾਮੂਲੀ ਜਿਹਾ ਨਿਮਕ ਛਿੜਕਿਆ ਹੁੰਦਾ, ਲਗਦਾ ਅਧ ਪਕੀ ਕੱਚੀ ਹੀ ਤਲ ਕੇ ਦਈ ਜਾਂਦਾ ਸੀ। ਵੈੱਲ ਕੁੱਕ ਕਰਨ ਲਈ ਕਹਿਣਾ ਪੈਂਦਾ ਸੀ। ਘਟ ਹੀ ਇਹੋ ਜਹੇ ਖਾਣ ਵਾਲੇ ਹੋਣਗੇ ਜਿਨ੍ਹਾਂ ਨੇ ਖਾਣ ਤੋਂ ਪਹਿਲਾਂ ਆਪਣੀ ਮਨ ਪਸੰਦ ਦਾਰੂ ਨਾ ਲਾਈ ਹੋਵੇ ਪਰ ਸ਼ਰਾਬੀ ਹੋ ਕੇ ਮੇਲ੍ਹਦਾ ਕੋਈ ਨਹੀਂ ਵੇਖਿਆ ਸੀ। ਪੂਲ ਜਿਸ ਵਿਚ ਅਧ ਨੰਗੇ ਲੋਕ ਸਾਰਾ ਦਿਨ ਨਹਾਉਂਦੇ ਤੇ ਵਿਚੇ ਬਣੀ ਮੁਫਤ ਦੀ ਬਾਰ ਵਿਚੋਂ ਨਾਲ ਨਾਲ ਦਾਰੂ ਪੀਂਦੇ ਪਰ ਡੁਬਦਾ ਕੋਈ ਨਹੀਂ ਵੇਖਿਆ ਸੀ। ਪ੍ਰਿੰ: ਸਾਹਿਬ ਨੂੰ ਦਾਰੂ ਪੀ ਕੇ ਸਮੁੰਦਰ ਕੰਡੇ ਰੇਤ ਤੇ ਘੁੰਮਣਾ ਬਹੁਤ ਪਸੰਦ ਸੀ। ਇਥੇ ਹੀ ਘੋੜ ਸਵਾਰੀ ਕਰਨ ਲਈ ਘੋੜੇ, ਸਮੁੰਦਰ ਵਿਚ ਜਾਣ ਲਈ ਬਾਦਬਾਨ ਵਾਲੀਆਂ ਕਿਸ਼ਤੀਆਂ ਤੇ ਨਮਕੀਣ ਸਮੁੰਦਰ ਦੇ ਪਾਣੀ ਤਰ ਕੇ ਆ ਰਹੀ ਤਾਜ਼ਾ ਹਵਾ ਦੇ ਬੁਲ੍ਹੇ ਲੈਣ ਲਈ ਲੰਮੀਆਂ ਕੁਰਸੀਆਂ ਤੇ ਲੇਟੇ ਅਧਨੰਗੇ ਲੋਕ ਵੇਕੇਸ਼ਨ ਦਾ ਅਨੰਦ ਲੈ ਰਹੇ ਹੁੰਦੇ। ਲਕੜ ਦੀਆਂ ਨਿਕੀਆਂ ਨਿਕੀਆਂ ਚੀਜ਼ਾਂ ਬਣਾ ਕੇ ਵੇਚਣ ਵਾਲੇ ਕੁੜੀਆਂ ਮੁੰਡੇ ਆਪਣੀ ਦਿਹਾੜੀ ਬਨਾਉਣ ਲਈ ਆਏ ਲੋਕਾ ਨੂੰ ਆਕ੍ਰਸ਼ਤ ਕਰਨ ਲਈ ਕਰੈਬ ਬਣਾ ਕੇ ਖਵਾਉਣ ਅਤੇ ਵਿਆਗਰਾ ਵੇਚਣ ਦੀ ਕੋਸ਼ਿਸ਼ ਵੀ ਕਰਦੇ ਪਰ ਰੀਜ਼ੋਰਟ ਦਾ ਸਿਕਿਓਰਟੀ ਗਾਰਡ ਉਹਨਾਂ ਨੂੰ ਸੈਲਾਨੀਆਂ ਤੋਂ ਪਰ੍ਹੇ ਭਜਾਉਣ ਦੇ ਦਬਕੇ ਮਾਰਦਾ ਰਹਿੰਦਾ।

ਕਿਊਬਾ ਵਿਚ ਸੱਤ ਦਿਨ

4. ਰੀਜ਼ੋਰਟ ਤੋਂ ਬਾਹਰ ਦਾ ਕਿਊਬਾ

ਪਰਵਾਰ ਨੇ ਸਾਂਤਾ ਲੂਸੀਆ ਰੀਜ਼ੋਰਟ ਜਿਥੇ ਅਸੀਂ ਇਕ ਹਫਤੇ ਲਈ ਆਏ ਹੋਏ ਸਾਂ, ਤੋਂ ਪੰਜ ਕੁ ਮੀਲ ਦੂਰ ਕੋਕੋ ਬੀਚ ਤੇ ਘੁੰਮਣ ਦਾ ਪਰੋਗਰਾਮ ਬਣਾਇਆ ਹੋਇਆ ਸੀ ਤੇ ਉਸ ਲਈ ਸਾਬਤ ਤਾਂਗਾ ਕਰਨ ਤੋਂ ਇਲਾਵਾ ਕੁਝ ਸਾਈਕਲ ਵੀ ਲੈ ਲਏ ਸਨ ਜੋ ਰੀਜ਼ੋਰਟ ਵੱਲੋਂ ਬਿਲਕੁਲ ਫਰੀ ਸਨ। ਇੰਜ ਰੀਜ਼ੋਰਟ ਤੋਂ ਬਾਹਰ ਨਿਕਲ ਕੇ ਕਿਊਬਾ ਵੇਖਣ ਦਾ ਸਾਡਾ ਇਹ ਪਹਿਲਾ ਦਿਨ ਸੀ। ਜਿਥੇ ਅਸੀਂ ਸਾਰਿਆਂ ਨੇ ਇਕਠੇ ਹੋ ਕੇ ਜਾਣਾ ਸੀ। ਨਕਸ਼ੇ ਵਿਚ ਵੀ ਉਸ ਥਾਂ ਦਾ ਨਾਂ ਕੋਕੋ ਬੀਚ ਸੀ ਜੋ ਇਸ ਰੀਜ਼ੋਰਟ ਤੋਂ ਪੰਜ ਕੁ ਮੀਲ ਅਗੇ ਦੱਸੀ ਗਈ ਸੀ। ਇਹ ਥਾਂ ਵੀ ਲੂਸੀਆ ਰੀਜ਼ੋਰਟ ਵਾਂਗ ਸਮੁੰਦਰ ਦੇ ਕੰਢੇ ਤੇ ਸਥਿਤ ਸੀ। ਰਸਤੇ ਵਿਚ ਅਸੀਂ ਕਈ ਥਾਈਂ ਬੱਸ ਉਡੀਕਦੇ ਲੋਕ ਵੇਖੇ ਜਿਨ੍ਹਾਂ ਵਿਚ ਜਵਾਨ ਕੁੜੀਆਂ ਮੁੰਡੇ ਵੀ ਸਨ। ਸੜਕਾਂ ਭਾਵੇਂ ਚੌੜਾਈ ਵਿਚ ਛੋਟੀਆਂ ਸਨ ਪਰ ਬਣੀਆਂ ਅਛੀਆਂ ਹੋਈਆਂ ਸਨ। ਬੱਸਾਂ ਵੀ

ਬਲਬੀਰ ਸਿੰਘ ਮੋਮੀ ਅਤੇ ਪ੍ਰਿੰ: ਪਾਖਰ ਸਿੰਘ ਕੋਕੋ ਬੀਚ ਤੇ ਸਮੁੰਦਰ ਕੰਢੇ

ਖੂਬਸੂਰਤ ਸਨ ਪਰ ਮੁਸਾਫਰਾਂ ਦੀ ਭੀੜ ਹਰ ਅਡੇ ਤੇ ਵੇਖਣ ਨੂੰ ਮਿਲੀ। ਲਾਗਲੇ ਪਿੰਡਾਂ ਤੋਂ ਇਹ ਲੋਕ ਬੱਸ ਪਕੜ ਕੇ ਏਧਰ ਓਧਰ ਜਾਂਦੇ ਸਨ। ਇਹਨਾਂ ਨੂੰ, ਬੱਸ ਦੇ ਅਡਿਆਂ ਅਤੇ ਇੰਤਜ਼ਾਰ ਕਰ ਰਹੇ ਲੋਕਾਂ ਨੂੰ ਵੇਖ ਕੇ ਸਾਨੂੰ ਪੁਰਾਣਾ ਪੰਜਾਬ ਚੇਤੇ ਆ ਰਿਹਾ ਸੀ। ਕਦੀ ਕਦੀ ਕੋਈ ਛੋਟੀ ਲਾਡਾ ਕਾਰ ਵੇਖਣ ਨੂੰ ਮਿਲ ਜਾਂਦੀ ਸੀ।

ਕੋਕੋ ਬੀਚ ਤੇ ਜਾਣ ਤੋਂ ਪਹਿਲਾਂ ਮੈਂ ਸੈੱਲ ਫੋਨ ਅਤੇ ਕੈਮਰੇ ਦੀ ਬੈਟਰੀ ਰਾਤ ਹੀ ਚਾਰਜ ਕਰ ਲਈ ਸੀ। ਹਾਲਾਂ ਕਿ ਮੈਨੂੰ ਪਤਾ ਸੀ ਕਿ ਸੈਲ ਫੋਨ ਤਾਂ ਕਿਊਬਾ ਵਿਚ ਚਲਦਾ ਹੀ ਨਹੀਂ ਸੀ। ਸਵੇਰੇ ਅਸੀਂ ਆਪਣੇ ਕੈਮਰੇ ਤੇ ਟੇਪ ਰੀਕਾਰਡਰ ਚੁਕੇ ਤੇ ਕਮਰਿਆਂ ਵਿਚੋਂ ਬਾਹਰ ਆ ਗਏ। ਤਾਜ਼ਾ ਜੂਸ ਦੇ ਦੋ ਦੋ ਗਲਾਸ ਪੀ ਰਾਤ ਰੀਜ਼ੋਰਟ ਦੀ ਪੀਤੀ ਫਰੀ ਦਾਰੂ ਦੇ ਅਸਰ ਨੂੰ ਖਤਮ ਕੀਤਾ। ਤਿੰਨ ਤਿੰਨ ਅੰਡਿਆਂ ਅਤੇ ਮਖਨ ਲੱਗੀ ਬਰੈੱਡ ਦਾ ਵਧੀਆ ਬਰੇਕ ਫਾਸਟ ਕਰ ਕੇ ਰੀਜ਼ੋਰਟ ਦੇ ਬਾਹਰ ਸੜਕ ਤੇ ਆ ਗਏ ਜਿਥੇ ਘੋੜ੍ਹੇ ਵਾਲੇ ਤਾਂਗੇ ਸਾਡਾ ਇੰਤਜ਼ਾਰ ਕਰ ਰਹੇ ਸਨ। ਸਾਡੀ ਟੋਲੀ ਵਿਚੋਂ ਕਈਆਂ ਨੇ ਸਾਈਕਲ ਲੈ ਲਏ ਅਤੇ ਮੈਂ ਤੇ ਪ੍ਰਿੰ: ਪਾਖਰ ਸਿੰਘ ਪਰਵਾਰ ਨਾਲ ਤਾਂਗੇ ਵਿਚ ਬੈਠ ਗਏ। ਤਾਂਗੇ ਵਿਚ ਆਟਵਾ ਵਾਲੇ ਨਰਿੰਦਰ ਸਿੰਘ ਦਾ ਪਰਵਾਰ ਵੀ ਬੈਠ ਗਿਆ ਪਰ ਨਰਿੰਦਰ ਸਿੰਘ ਨੇ ਕੋਕੋ ਬੀਚ ਤੇ ਸਾਈਕਲ ਚਲਾ ਕੇ ਜਾਣਾ ਹੀ ਬਿਹਤਰ ਸਮਝਿਆ। ਸਾਈਕਲ ਚਲਾ ਕੇ ਸਿਹਤ ਕਾਇਮ ਰਖਣ ਲਈ ਇਹ ਵਧੀਆ ਤਰੀਕਾ ਸੀ। ਤਾਂਗੇ ਦਾ ਕੋਚਵਾਨ ਜਿਸ ਨੇ ਕਾਓ ਬੁਆਏ ਵਾਲਾ ਟੋਪ ਪਾਇਆ ਤੇ ਕਾਲੀ ਐਨਕ ਲਗਾਈ ਹੋਈ ਸੀ, ਚੰਗਾ ਦਰਸ਼ਨੀ ਜਵਾਨ ਹੀ ਨਹੀਂ, ਸਗੋਂ ਪਹਿਲਵਾਨ ਲਗ ਰਿਹਾ ਸੀ ਤੇ ਸੁਹਣਾ ਵੀ। ਉਸਦਾ ਘੋੜਾ ਵੀ ਸੁੰਦਰ ਤੇ ਚੰਗਾ ਪਲਿਆ ਹੋਇਆ ਸੀ। ਤਾਂਗੇ ਲਾਗੇ ਦੋ ਮੁੰਡੇ ਰਿਕਸ਼ੇ ਲੈ ਕੇ ਵੀ ਖੜ੍ਹੇ ਸਨ। ਇਹ ਰਿਕਸ਼ੇ ਇੰਡੀਆ ਵਰਗੇ ਸਨ ਅਤੇ ਉਪਰ ਛੱਤ ਸੀ। ਹੋ ਸਕਦਾ ਹੈ ਕਿ ਗਰਮ ਦੇਸ਼ ਹੋਣ ਕਰ ਕੇ ਗਰਮੀ ਤੇ ਧੁੱਪ ਤੋਂ ਬਚਣ ਲਈ ਛੱਤ ਜ਼ਰੂਰੀ ਹੋਵੇ ਪਰ ਇੰਡੀਆ ਦੇ ਰਿਕਸ਼ਿਆਂ ਵਾਂਗ ਇਹ ਛੱਤ ਅਗੇ ਪਿਛੇ ਨਹੀਂ ਹੋ ਸਕਦੀ ਸੀ। ਰਿਕਸ਼ਾ ਚਲਾਉਣ ਵਾਲੇ ਮੁੰਡੇ ਜਵਾਨ ਸਨ ਪਰ ਅੰਗਰੇਜ਼ੀ ਬਿਲਕੁਲ ਨਹੀਂ ਸਮਝਦੇ ਸਨ, ਇਸ ਲਈ ਅੰਗਰੇਜ਼ੀ ਬੋਲਣ ਦਾ ਤਾਂ ਸਵਾਲ ਹੀ ਪੈਦਾ ਨਹੀਂ ਹੁੰਦਾ ਸੀ।

ਤਾਂਗੇ ਸਾਨੂੰ, ਬੇਟੀ ਅਤੇ ਬੱਚਿਆਂ ਨੂੰ ਚੜ੍ਹਾ ਕੇ ਸਮੁੰਦਰ ਕੰਢੇ ਬਣੀ ਸੜਕ ਤੇ ਚੱਲਣ ਲੱਗੇ ਅਤੇ ਸਾਡੀ ਟੋਲੀ ਦੇ ਮਰਦ ਸਾਈਕਲਾਂ ਤੇ ਸਾਡੇ ਨਾਲ ਨਾਲ ਕਦੀ ਅਗੇ ਕਦੀ ਪਿਛੇ ਚੱਲਣ ਲਗੇ। ਸਾਡੇ ਰੀਜ਼ੋਰਟ ਤੋਂ ਇਲਾਵਾ ਸਮੁੰਦਰ ਦੇ ਕੰਢੇ ਵਾਲੇ ਪਾਸੇ ਹੋਰ ਵੀ ਰੀਜ਼ੋਰਟ ਅਤੇ ਕਈ ਖੂਬਸੂਰਤ ਮਕਾਨ ਵੀ ਸਨ। ਕਿਧਰੇ ਕਿਧਰੇ ਖੁਲ੍ਹੇ ਹਰੇ ਮੈਦਾਨ ਸਨ ਜਿਸ ਵਿਚ ਇਕ ਥਾਂ ਫੱਟੇ ਉਤੇ ਮੁਲਕ ਦੇ ਲੀਡਰਾਂ ਦੇ ਚਿਤਰ ਲੱਗੇ ਹੋਏ ਸਨ। ਖਬੇ ਪਾਸੇ ਟਾਵੇਂ ਟਾਵੇਂ ਮਕਾਨ ਸਨ ਜੋ ਵੇਖਣ ਨੂੰ ਗਰੀਬ ਲੋਕਾਂ ਦੇ ਮਕਾਨ ਲਗਦੇ ਸਨ। ਅਗੇ ਜਾ ਕੇ ਇਕ ਹਾਈਰਾਜ਼ ਬਿਲਡਿੰਗ ਆ ਗਈ

ਜਿਸ ਦੀ ਹਾਲਤ ਵੀ ਬਹੁਤ ਵਧੀਆ ਨਹੀਂ ਸੀ। ਸਿਰਫ ਇਕ ਘਰ ਅਗੇ ਇਕ ਰੱਸੀ ਤੇ ਕੁਝ ਕਪੜੇ ਸੁਕਣੇ ਪਾਏ ਹੋਏ ਦਿਸੇ। ਸਾਨੂੰ ਇਹ ਪਤਾ ਲੱਗ ਚੁਕਾ ਸੀ ਕਿ ਕਿਊਬਾ ਵਿਚ ਕਪੜੇ ਦੀ ਕਮੀ ਹੈ ਅਤੇ ਲੋਕ ਬੜੀ ਖੁਸ਼ੀ ਨਾਲ ਸੈਲਾਨੀਆਂ ਕੋਲੋਂ ਟਿੱਪ ਤੋਂ ਇਲਾਵਾ ਕਪੜੇ ਵੀ ਸਵੀਕਾਰ ਕਰਦੇ ਹਨ। ਅਗੇ ਕੁਝ ਹੋਰ ਪਿੰਡ ਆਏ ਤੇ ਫਿਰ ਟਾਂਗਾ ਇਕ ਕੱਚੇ ਰਾਹ ਪੈ ਗਿਆ ਜੋ ਸਮੁੰਦਰ ਦੇ ਨਾਲ ਨਾਲ ਥੋੜ੍ਹਾ ਹਟਵਾਂ ਜਾ ਰਿਹਾ ਸੀ। ਮੀਂਹ ਪਿਆ ਹੋਣ ਕਰ ਕੇ ਇਹ ਕੱਚੀ ਸੜਕ ਬਿਲਕੁਲ ਪੁਰਾਣੇ ਪੰਜਾਬ ਦੇ ਪਿੰਡਾਂ ਵਰਗੀ ਸੀ ਜਿਥੇ ਬਹੁਤ ਸਾਲ ਪਹਿਲਾਂ ਇਹੋ ਜਹੀਆਂ ਕੱਚੀਆਂ ਸੜਕਾਂ ਹੁੰਦੀਆਂ ਸਨ। ਮੈਂ ਆਪਣੇ ਬਚਪਨ ਵਿਚ ਬਹੁਤ ਵਾਰ ਇਸ ਤਰ੍ਹਾਂ ਦੀਆਂ ਕਚੀਆਂ ਅਤੇ ਤਿਲਕਣ ਵਾਲੀਆਂ ਸੜਕਾਂ ਤੋਂ ਲੰਘਿਆ ਸਾਂ ਜਿਥੋਂ ਦਾ ਚੀਕਣਾ ਗਾਰਾ ਸਾਈਕਲ ਦੇ ਪਹੀਆਂ ਵਿਚ ਫਸ ਜਾਂਦਾ ਸੀ ਅਤੇ ਸਾਈਕਲ ਖਿਚਣਾ ਮੁਸ਼ਕਲ ਹੋ ਜਾਂਦਾ ਸੀ। ਇਸ ਕੱਚੀ ਸੜਕ ਦੇ ਆਸ ਪਾਸ ਝਾੜੀਆਂ ਵਾਲੇ ਢਾਕ ਦੇ ਦਰਖਤ ਤੇ ਖਬੇ ਪਾਸੇ ਦੂਰ ਦੂਰ ਤਕ ਪਾਣੀ ਦਿਸ ਰਿਹਾ ਸੀ ਜਿਸ ਵਿਚ ਚਿੱਟੇ ਅਤੇ ਲਾਲ ਬਗਲੇ ਦਿਸ ਰਹੇ ਸਨ। ਲਾਲ ਬਗਲੇ ਬਹੁਤ ਦੂਰ ਪਾਣੀ ਵਿਚ ਬੈਠੇ ਦਿਸ ਰਹੇ ਸਨ ਪਰ ਦੂਰ ਹੋਣ ਕਰ ਕੇ ਚੰਗੀ ਤਰ੍ਹਾਂ ਕੈਮਰੇ ਦੀ ਪਕੜ ਵਿਚ ਨਹੀਂ ਆ ਰਹੇ ਸਨ। ਫਿਰ ਵੀ ਅਸੀਂ ਉਹਨਾਂ ਦੀਆਂ ਤਸਵੀਰਾਂ ਖਿਚੀਆਂ ਜੋ ਵਧੇਰੇ ਸਾਫ ਨਹੀਂ ਸਨ। ਰਾਹ ਵਿਚ ਹੋਰ ਵੀ ਨਿਕੇ ਨਿਕੇ ਘਰਾਂ ਵਾਲੇ ਪਿੰਡ ਆਏ ਜਿਥੇ ਕਿਊਬਾ ਦੇ ਲੋਕ ਸਾਡੇ ਵੱਲ ਵੇਖ ਰਹੇ ਸਨ। ਇਹਨਾਂ ਘਰਾਂ ਵਿਚ ਕਈ ਘਰਾਂ ਉਤੇ ਛੱਤਾਂ ਨਹੀਂ ਸਨ ਜਿਵੇਂ ਛੱਤ ਪੈਣ ਤੇ ਆ ਕੇ ਪੈਸੇ ਮੁਕ ਗਏ ਸਨ। ਬਹੁਤੀਆਂ ਛੱਤਾਂ ਵੀ ਕੋਕੋਨਟ ਦੇ ਪੱਤਿਆਂ ਦੀਆਂ ਸਨ। ਕੋਕੋਨਟ ਦੇ ਰੁੱਖ ਰਸਤੇ ਵਿਚ ਥਾਂ ਥਾਂ ਦਿਸ ਰਹੇ ਸਨ ਅਤੇ ਪਿੰਡਾਂ ਵਿਚ ਕੁਝ ਘੋੜੇ,

ਕਿਊਬਾ ਦੇ ਇਕ ਘਰ ਦੇ ਬਾਹਰ ਸੁੱਕ ਰਹੇ ਕਪੜੇ

ਕੁਕੜੀਆਂ ਤੇ ਬਕਰੀਆਂ ਵੀ ਦਿਸਦੀਆਂ ਸਨ। ਕੋਕੋਨਟ ਦੇ ਰੁੱਖਾਂ ਦੇ ਧੁਰ ਉਪਰ ਹਰੇ ਹਰੇ ਪਤਿਆਂ ਲਾਗੇ ਜਾ ਕੇ ਕੱਚੇ ਪਕੇ ਨਾਰੀਅਲ ਲੱਗੇ ਹੋਏ ਸਨ। ਇਹ ਤਾਂ ਸਪਸ਼ਟ ਹੋ ਗਿਆ ਸੀ ਕਿ ਧਰਤੀ ਘੱਟ ਆਬਾਦ ਸੀ ਅਤੇ ਇਹ ਪਤਾ ਨਹੀਂ ਲੱਗ ਰਿਹਾ ਸੀ ਕਿ ਇਥੋਂ ਦੇ ਲੋਕ ਆਪਣੇ ਜੀਵਨ ਨਿਰਬਾਹ ਲਈ ਕੀ ਕਰਦੇ ਸਨ ਕਿਉਂਕਿ ਖੇਤੀ ਵੀ ਕਿਧਰੇ ਨਜ਼ਰ ਨਹੀਂ ਆ ਰਹੀ ਸੀ। ਹਾਂ ਟਮਾਟਰਾਂ ਦੇ ਟਾਵੇਂ ਟਾਵੇਂ ਬੂਟੇ, ਪਪੀਤੇ ਅਤੇ ਕੇਲੇ ਕਿਧਰੇ ਕਿਧਰੇ ਦਿਸਦੇ ਸਨ। ਹੋਰ ਕੋਈ ਫਸਲ ਜਾਂ ਸਬਜ਼ੀ ਨਹੀਂ ਦਿਸ ਰਹੀ ਸੀ ਤੇ ਦੂਰ ਦੂਰ ਤਕ ਵੀਰਾਨਗੀ ਹੀ ਵੀਰਾਨਗੀ ਦਿਖਾਈ ਦੇ ਰਹੀ ਸੀ। ਕਣਕ ਜਾ ਚਾਵਲ ਦੀ ਖੇਤੀ ਹੁੰਦੀ ਸੀ ਜਾਂ ਨਹੀਂ, ਵੇਖਣ ਤੋਂ ਕੁਝ ਪਤਾ ਨਹੀਂ ਲਗ ਰਿਹਾ ਸੀ।

ਸੋਚਿਆ ਜਾਵੇ ਤਾਂ ਸੰਵਾਦ ਰਚਾਉਣ ਲਈ ਭਾਸ਼ਾ ਦੀ ਸਮਸਿਆ ਬਹੁਤ ਜ਼ਿਆਦਾ ਸੀ। ਅੰਗਰੇਜ਼ੀ ਉਹ ਸਮਝਦੇ ਨਹੀਂ ਸਨ ਅਤੇ ਸਪੈਨਿਸ਼ ਸਾਨੂੰ ਆਉਂਦੀ ਨਹੀਂ ਸੀ। ਜਲਦੀ ਹੀ ਅਸੀਂ ਕੋਕੋ ਬੀਚ ਤੇ ਪਹੁੰਚ ਗਏ। ਸਮੁੰਦਰ ਕੰਢੇ ਰੇਤ ਤੇ ਛਤਰੀਆਂ ਵਾਲੇ ਛੋਟੇ ਛੋਟੇ ਰੁੱਖ ਬਣਾ ਕੇ ਲਾਏ ਹੋਏ ਸਨ। ਇਹਨਾਂ ਥਲੇ ਬੈਠਣ ਲਈ ਜਾਂ ਸਮੁੰਦਰ ਕੰਢੇ ਕੁਰਸੀਆਂ ਤੇ ਲੇਟਣ ਲਈ ਕੁਰਸੀਆਂ ਫਰੀ ਨਹੀਂ ਸਨ ਅਤੇ ਕਿਰਾਏ ਤੇ ਲੈਣੀਆਂ ਪੈਂਦੀਆਂ ਸਨ। ਬਾਰ ਤੇ ਸ਼ਰਾਬ ਸਰਵ ਕਰਨ ਵਾਲ ਬੰਦਾ ਜਿਸ ਨੇ ਬੜੇ ਫਬਵੇਂ ਕਪੜੇ ਪਾਏ ਹੋਏ ਸਨ, ਲੋੜੋਂ ਜ਼ਿਆਦਾ ਰੁੱਖਾ ਅਤੇ ਬੇਇਤਬਾਰਾ ਸੀ। ਜਦ ਮੈਂ ਤੇ ਪ੍ਰਿੰ: ਪਾਖਰ ਸਿੰਘ ਨੇ ਇਕ ਇਕ ਬੀਅਰ ਲਈ ਤਾਂ ਓਸ ਪਹਿਲਾਂ ਪੈਸੇ ਦੇਣ ਲਈ ਕਿਹਾ ਜਦ ਕਿ ਇਹ ਕਿਵੇਂ ਸੰਭਵ ਸੀ ਕਿ ਕੋਈ ਸੈਲਾਨੀ ਇਥੇ ਬੀਅਰ ਪੀ ਕੇ ਬਗੈਰ ਪੈਸੇ ਦਿਤਿਆਂ ਇਸ ਥਾਂ ਤੋਂ ਖਿਸਕ ਸਕਦਾ ਸੀ। ਰੁਖੇ ਸੁਭਾ ਵਾਲੇ ਬੰਦੇ ਤੋਂ ਇਕ ਇਕ ਬੀਅਰ ਪੀ ਕੇ ਮਨ ਕੁਝ ਖੇੜੇ ਵਿਚ ਆ ਗਿਆ ਤੇ ਕਹਿਣ ਲੱਗਾ ਕਿ ਇਹ ਨਾ ਭੁਲੋ ਕਿ ਵੇਕੇਸ਼ਨ ਤੇ ਹੋ। ਇਥੇ ਜਿਥੋਂ ਤਕ ਨਜ਼ਰ ਜਾਂਦੀ ਸੀ, ਵਿਸ਼ਾਲ ਸਮੁੰਦਰ ਵਿਚ ਪਾਣੀ ਹੀ ਪਾਣੀ ਦਿਸਦਾ ਸੀ ਅਤੇ ਸਮੁੰਦਰ ਕੰਢੇ ਖਲੋ ਕੇ ਦਿਲਕਸ ਨਜ਼ਾਰਾ ਲੈਣ ਦਾ ਆਪਣਾ ਹੀ ਅਨੋਖਾ ਤੇ ਵਖਰਾ ਸਵਾਦ ਸੀ। ਅਸੀਂ ਪਲਾਸਟਕ ਦੀਆਂ ਲੇਟਣ ਵਾਲੀਆਂ ਕੁਸੀਆਂ ਕਿਰਾਏ ਤੇ ਲੈ ਕੇ ਆਪਣੇ ਆਪਣੇ ਟੋਲੇ ਬਣਾ ਕੇ ਅੱਡੇ ਬਣਾ ਲਏ ਤੇ ਸ਼ਾਟਸ ਪਾ ਤੇ ਬਨੈਣਾਂ ਉਤਾਰ ਕੁਰਸੀਆਂ ਤੇ ਲੇਟ ਕੇ ਸਮੁੰਦਰ ਕੰਢੇ ਰੇਤ ਤੇ ਟਕਾਈਆਂ ਕੁਰਸੀਆਂ ਤੇ ਲੇਟ ਗਏ। ਕੁਝ ਦੇਰ ਬਾਅਦ ਸਮੁੰਦਰ ਦੇ ਪਾਣੀ ਵਿਚ ਦੂਰ ਤਕ ਜਾ ਕੇ ਨਹਾਣਾ ਸ਼ੁਰੂ ਕਰ ਦਿਤਾ। ਪਾਣੀ ਜ਼ਿਆਦਾ ਡੂੰਘਾ ਨਹੀਂ ਸੀ ਪਰ ਪਾਣੀ ਥਲੇ ਬੇ-ਤਰਤੀਬੇ ਪਥਰ ਜੋ ਪਾਣੀ ਵਿਚ ਦਿਸਦੇ ਨਹੀਂ ਸਨ, ਕਾਰਨ ਪਾਣੀ ਵਿਚ ਅਗੇ ਤੁਰਨਾ ਔਖਾ ਹੋ ਰਿਹਾ ਸੀ। ਹੌਲੀ ਹੌਲੀ ਅਸੀਂ ਸਮੁੰਦਰ ਵਿਚ ਲੱਕ ਲੱਕ ਪਾਣੀ ਤੀਕ ਅਪੜ ਗਏ ਤੇ ਪਾਣੀ ਦੀਆਂ ਛੱਲਾਂ ਸਾਡੇ ਜਿਸਮਾਂ ਨੂੰ ਧਕੇ ਮਾਰ ਰਹੀਆਂ ਸਨ। ਮੈਂ ਇਕ ਵਾਰ ਪਾਣੀ ਵਿਚ ਚੁਭੀ ਮਾਰ ਕੇ

ਆਪਣਾ ਸਾਰਾ ਪਿੰਡਾ ਗਿੱਲਾ ਕਰ ਲਿਆ। ਜਦ ਪਾਣੀ ਦੀ ਚੂਲੀ ਭਰੀ ਤਾਂ ਪਾਣੀ ਐਨਾ ਜ਼ਿਆਦਾ ਨਮਕੀਣ ਸੀ ਕਿ ਅੰਦਰ ਨਹੀਂ ਲੰਘਾਇਆ ਜਾ ਸਕਦਾ ਸੀ। ਕਰੂਲੀ ਕਰ ਕੇ ਮੂੰਹ ਵਿਚੋਂ ਪਾਣੀ ਬਾਹਰ ਸੁੱਟ ਦਿਤਾ। ਜਦੋਂ ਮੈਂ ਪੰਜਾਬ ਵਿਚ ਸਾਂ ਤੇ ਮੇਰੇ ਕੁਝ ਦੋਸਤ ਜੋ ਬੰਬਈ ਜਾ ਕੇ ਸਮੁੰਦਰ ਵਿਚ ਗੋਤੇ ਲਾ ਆਉਂਦੇ ਸਨ ਤੇ ਨਾਲ ਸਮੁੰਦਰ ਦੇ ਨਮਕੀਣ ਪਾਣੀ ਦੀ ਬੋਤਲ ਭਰ ਲਿਆਉਂਦੇ ਸਨ ਤੇ ਇਕ ਵਾਰ ਮੈਂ ਉਸ ਪਾਣੀ ਨੂੰ ਮੂੰਹ ਲਾ ਕੇ ਵੇਖਿਆ ਸੀ ਕਿ ਉਹ ਨਿਰਾ ਨਮਕੀਣ ਹੀ ਨਹੀਂ, ਸਗੋਂ ਕੌੜਾ ਸੀ ਅਤੇ ਮੈਂ ਹੈਰਾਨ ਹੁੰਦਾ ਕਿ ਦੁਨੀਆ ਦਾ ਐਡੇ ਵਡੇ ਸਮੁੰਦਰਾਂ ਦਾ ਪਾਣੀ ਨਮਕੀਣ ਕਿਵੇਂ ਹੋ ਸਕਦਾ ਸੀ। ਪਰ ਕਿਊਬਾ ਆ ਕੇ ਸਮੁੰਦਰ ਦੇ ਪਾਣੀ ਦੀ ਮੂੰਹ ਵਿਚ ਪਾਈ ਇਕ ਚੂਲੀ ਨੇ ਕਿਆਸਿਆ ਸੱਚ ਅਜ ਸੱਚ ਕਰ ਕੇ ਵਿਖਾ ਦਿਤਾ ਸੀ। ਕੈਨੇਡਾ ਦੀਆਂ ਝੀਲਾਂ ਦਾ ਪਾਣੀ ਕਈ ਵਾਰ ਮੂੰਹ ਲਾ ਕੇ ਵੇਖਿਆ ਸੀ ਪਰ ਇਹ ਪਾਣੀ ਖਾਰਾ ਜਾਂ ਨਮਕੀਣ ਨਹੀਂ ਸੀ। ਐਡੇ ਵਡੇ ਸਮੁੰਦਰ ਦਾ ਸਾਰੇ ਦਾ ਸਾਰਾ ਪਾਣੀ ਨਮਕੀਣ ਹੋ ਸਕਦਾ ਹੈ, ਭਾਵੇਂ ਯਕੀਨ ਨਹੀਂ ਪੈਂਦਾ ਸੀ ਪਰ ਪਰਤਖ ਨੂੰ ਪਰਮਾਣ ਦੀ ਕੀ ਲੋੜ ਸੀ। ਰੱਬ ਦਾ ਨਾਂ ਭਾਵੇਂ ਬਹੁਤ ਵਡਾ ਹੈ ਅਤੇ ਸਾਰੀ ਦੁਨੀਆ ਵਿਚ ਉਹਦੀ ਹੋਂਦ ਦੀ ਜਾਂ ਅਣਹੋਂਦ ਦੀ ਬੜੀ ਚਰਚਾ ਹੈ ਪਰ ਕੁਦਰਤ ਰੱਬ ਤੋਂ ਉਤੇ ਸੀ ਜਿਸ ਨੇ ਸਭ ਦੇ ਸਾਹਮਣੇ ਇਹ ਸਿੱਧ ਕਰ ਵਖਾਇਆ ਸੀ ਕਿ ਵੇਖੋਂ ਦੁਨੀਆ ਦੇ ਸਮੁੰਦਰਾਂ ਦਾ ਪਾਣੀ ਕੁਦਰਤ ਵੱਲੋਂ ਹੀ ਨਮਕੀਣ ਹੈ ਨਹੀਂ ਤਾਂ ਅਰਬਾਂ ਕੁਇੰਟਲ ਲੂਨ ਪਾ ਕੇ ਵੀ ਸਮੁੰਦਰੀ ਪਾਣੀ ਦੇ ਐਡੇ ਵਡੇ ਜ਼ਖੀਰੇ ਨੂੰ ਨਮਕੀਣ ਨਹੀਂ ਕੀਤਾ ਜਾ ਸਕਦਾ। ਗੁਰੂ ਨਾਨਕ ਦੇਵ ਜੀ ਨੇ ਜਪੁ ਜੀ ਸਾਹਿਬ ਦੀ ਆਖਰੀ ਪੌੜੀ ਤੋਂ ਸਲੋਕ ਤੋਂ ਬਾਅਦ ਪਵਣੁ

ਪ੍ਰਿੰਸੀਪਲ ਪਾਖਰ ਸਿੰਘ ਕਿਊਬਾ ਵਿਚ ਇਕ ਪਾਰਕ ਦੇ ਬਾਹਰ

ਗੁਰੂ ਪਾਣੀ ਪਿਤਾ ਮਾਤਾ ਧਰਤਿ ਮਹੁਤ ਲਿਖ ਕੇ ਕੁਦਰਤ ਨੂੰ ਰੱਬ ਦੀ ਸ਼ਕਤੀ ਤੋਂ ਉੱਤੇ ਲਿਆ ਖੜ੍ਹਾ ਕੀਤਾ ਸੀ। ਇਸ ਕੁਦਰਤੀ ਸ਼ਕਤੀ ਨੂੰ ਅਜ ਤਕ ਕੋਈ ਵੀ ਝੁਠਲਾ ਨਹੀਂ ਸਕਿਆ ਅਤੇ ਨਾ ਹੀ ਝੁਠਲਾ ਸਕੇਗਾ।

ਕੋਕੋ ਬੀਚ ਤੇ ਜੋ ਇਕ ਛੋਟਾ ਜਿਹਾ ਹੋਟਲ ਸੀ, ਓਥੇ ਬੀਅਰ ਤੋਂ ਇਲਾਵਾ ਸ਼ਰਾਬ ਦੇ ਕੁਝ ਹੋਰ ਨਮੂਨੇ ਵੀ ਪਏ ਸਨ ਅਤੇ ਕੁਝ ਖਾਣ ਦਾ ਸਾਮਾਨ ਵੀ ਪਿਆ ਸੀ। ਅਸੀਂ ਕੈਨੇਡਾ ਤੋਂ ਖਾਣ ਲਈ ਕਈ ਕੁਝ ਲੈ ਕੇ ਆਏ ਸਾਂ ਜਿਵੇਂ ਗੋਟ ਦਾ ਅਚਾਰ, ਮਠੀਆਂ, ਵੇਸਣ ਦੀ ਬਰਫੀ, ਬਿਸਕੁਟ ਅਤੇ ਕਈ ਕੁਝ ਹੋਰ ਵੀ। ਆਟਵਾ ਵਾਲਾ ਪਰਵਾਰ ਵੀ ਆਪਣੇ ਨਾਲ ਖਾਣ ਲਈ ਕੁਝ ਨਾ ਕੁਝ ਲੈ ਕੇ ਆਇਆ ਸੀ। ਸਮੁੰਦਰ ਦੇ ਕੰਢੇ ਲੇਟਿਆਂ ਅਤੇ ਸਮੁੰਦਰ ਵਿਚ ਚੁਭੀਆਂ ਲਾ ਕੇ ਬਾਹਰ ਲੇਟਿਆਂ ਕੁਝ ਭੁਖ ਮਹਿਸੂਸ ਹੋ ਰਹੀ ਸੀ। ਬੇਟੀ ਨੇ ਸਭ ਨੂੰ ਖਾਣ ਲਈ ਕੁਝ ਨਾ ਕੁਝ ਦਿਤਾ ਅਤੇ ਗੋਟ ਮੀਟ ਦਾ ਸੁਕਾ ਭੁੱਜਾ ਆਚਾਰ ਸਭ ਨੇ ਬੜਾ ਪਸੰਦ ਕੀਤਾ। ਆਟਵਾ ਵਾਲਾ ਸ. ਨਰਿੰਦਰ ਸਿੰਘ ਸਰਾ ਪੁੱਛਣ ਲੱਗਾ ਕਿ ਇਹ ਗੋਟ ਦਾ ਅਚਾਰ ਕਿਥੋਂ ਲਿਆ ਹੈ ਤਾਂ ਮੈਂ ਦਸਿਆ ਕਿ ਇਹ ਵਿਸ਼ੇਸ਼ ਤੌਰ ਤੇ ਪੱਤੋ ਸਵੀਟਸ ਰੈਸਟੋਰੈਂਟ ਦੇ ਮਾਲਕ ਰਣਜੀਤ ਸਿੰਘ ਹਾਂਸ ਜਿਸ ਦਾ ਛੋਟਾ ਨਾਂ ਗੋਰਾ ਹੈ, ਖਾਸ ਤੌਰ ਤੇ ਸਾਡੇ ਲਈ ਬਣਾ ਕੇ ਦਿਤਾ ਹੈ। ਕਹਿਣ ਲਗਾ ਕਿ ਅਸੀਂ ਵੀ ਉਹਦੇ ਕੋਲੋਂ ਇਹੋ ਜਿਹਾ ਆਚਾਰ ਬਣਵਾ ਕੇ ਲਿਜਾਵਾਂਗੇ। ਮੈਂ ਕਿਹਾ ਕਿ ਉਹ ਤਿੱਤਰਾਂ, ਮੁਰਗੇ ਅਤੇ ਮੱਛੀ ਦਾ ਆਚਾਰ ਵੀ ਬਣਾ ਕੇ ਦਿੰਦਾ ਹੈ। ਜਦੋਂ ਲਿਜਾਣਾ ਹੋਵੇ, ਮੈਨੂੰ ਆਟਵਾ ਤੋਂ ਆਉਣ ਤੋਂ ਕੁਝ ਦਿਨ ਪਹਿਲਾਂ ਫੋਨ ਕਰ ਦੇਣਾ, ਵਧੀਆ ਤਿਆਰ ਕਰਵਾ ਕੇ ਦਿਆਂਗੇ। ਕੋਕੋ ਬੀਚ ਤੇ ਜਿੰਨਾ ਵੀ ਸਮਾਂ ਬੀਤਿਆ, ਕਦੇ ਨਾ ਭੁਲਣ ਵਾਲਾ ਤੇ ਸਦਾ ਯਾਦ ਰਹਿਣ ਵਾਲਾ ਸੀ। ਸੜਕ ਦੇ ਇਕ ਪਾਸੇ ਸਮੁੰਦਰ ਸੀ ਤੇ ਦੂਜੇ ਪਾਸੇ ਜੰਗਲ ਅਤੇ ਪਾਣੀ ਸੀ। ਪਬਲਕ ਵਾਸ਼ਰੂਮ ਵੀ ਬਣੇ ਹੋਏ ਸਨ ਜੋ ਸਾਫ ਨਹੀਂ ਸਨ। ਇਥੇ ਝਾੜੀਆਂ ਵਿਚ ਪੇਸ਼ਾਬ ਕਰਨ ਦੀ ਖੁਲ੍ਹ ਸੀ ਅਤੇ ਹੈਰਾਨੀ ਹੋ ਰਹੀ ਸੀ ਕਿ ਕੋਕੋਨਟ ਦੇ ਉਚੇ ਲੰਮੇ ਰੁੱਖਾਂ ਤੇ ਉਪਰ ਜਾ ਕੇ ਨਾਰੀਅਲ ਦੇ ਗੁਛੇ ਲਗੇ ਹੋਏ ਸਨ ਜੋ ਸਾਨੂੰ ਬਹੁਤ ਖੂਬਸੂਰਤ ਲਗਦੇ ਸਨ ਪਰ ਅਨੇਕਾਂ ਕੱਚੇ ਪੱਕੇ ਨਾਰੀਅਲ ਥਲੇ ਜ਼ਮੀਨ ਤੇ ਡਿਗੇ ਹੋਏ ਸਨ ਜਿਨ੍ਹਾਂ ਨੂੰ ਕੋਈ ਓਥੇ ਕੋਈ ਨਹੀਂ ਚੁਕਦਾ ਨਹੀਂ ਸੀ। ਨਾਰੀਅਲ ਜਿਸ ਨੂੰ ਇੰਡੀਆ ਵਿਚ ਖੋਪਾ ਕਿਹਾ ਜਾਂਦਾ ਹੈ ਅਤੇ ਜਿਸ ਦਾ ਵਾਲਾਂ ਨੂੰ ਲਾਉਣ ਵਾਲਾ ਤੇਲ ਵੀ ਮਿਲਦਾ ਹੈ, ਦੀ ਐਨੀ ਬੇਕਦਰੀ ਪਹਿਲੀ ਵਾਰ ਵੇਖੀ ਸੀ। ਹੁਣ ਤਾਂ ਕੋਕੋਨਟ ਦੀ ਬਰਫੀ ਵੀ ਬਨਣ ਲਗ ਪਈ ਸੀ।

ਕੋਕੋ ਬੀਚ ਤੇ ਸ਼ਾਮ ਪੈਣ ਤੋਂ ਪਹਿਲਾਂ ਅਸੀਂ ਸਭ ਆਪੋ ਆਪਣਾ ਖਿਲਰਿਆ ਸਾਮਾਨ ਇਕਠਾ ਕਰ ਕੇ ਵਾਪਸ ਰੀਜ਼ੋਰਟ ਨੂੰ ਜਾਣ ਲਈ ਤਿਆਰ ਹੋਣ ਲੱਗੇ। ਹੁਣ ਤਕ ਸਾਡੇ ਨੀਲੇ ਤੌਲੀਏ ਵੀ ਸੁੱਕ ਚੱਲੇ ਸਨ ਜੋ ਅਸੀਂ ਰੀਜ਼ੋਰਟ ਤੋਂ ਨਾਲ ਲੈ ਕੇ

ਆਏ ਸਾਂ। ਇਹ ਬਹੁਤ ਵਡੇ ਵਡੇ ਸਾਈਜ਼ ਵਾਲੇ ਤੌਲੀਏ ਰੀਜ਼ੋਰਟ ਦੀ ਮਲਕੀਅਤ ਸਨ। ਰੀਜ਼ੋਰਟ ਦੀ ਮੈਨਜਮੈਂਟ ਵੱਲੋਂ ਸਖਤ ਹਦਾਇਤ ਸੀ ਕਿ ਰੀਜ਼ੋਰਟ ਛਡਣ ਵੇਲੇ ਇਹ ਤੌਲੀਏ ਖਾਸ ਤੌਰ ਤੇ ਵਾਪਸ ਕਰਨੇ ਹਨ। ਗੁੰਮ ਹੋਣ ਦੀ ਸ਼ਕਲ ਵਿਚ ਇਹਨਾਂ ਦੀ ਕੀਮਤ ਅਦਾ ਕਰਨੀ ਪਵੇਗੀ ਕਿਉਂਕਿ ਅਕਸਰ ਸੈਲਾਨੀ ਲੋਕ ਬੀਚ ਤੇ ਤੌਲੀਏ ਭੁੱਲ ਜਾਂਦੇ ਹਨ। ਜਾਣ ਦੀ ਤਿਆਰੀ ਵਿਚ ਸਾਂ ਕਿ ਬੀਚ ਤੇ ਤੁਰੀ ਫਿਰਦੀ ਗਾਣ ਨੱਚਣ ਵਾਲਿਆਂ ਦੀ ਇਕ ਟੋਲੀ ਸਾਡੇ ਲਾਗੇ ਆ ਗਈ ਤੇ ਉਹਨਾਂ ਨੇ ਆਪਣੇ ਸਾਜ਼ ਵਜਾ ਕੇ ਗਾਉਣਾ ਅਤੇ ਨੱਚਣਾ ਸ਼ੁਰੂ ਕਰ ਦਿਤਾ। ਉਹ ਜਿਸ ਭਾਸ਼ਾ ਵਿਚ ਗਾ ਰਹੇ ਸਨ, ਉਹ ਭਾਸ਼ਾ ਸਪੈਨਿਸ਼ ਹੋਣ ਕਰ ਕੇ ਸਾਨੂੰ ਸਮਝ ਤਾਂ ਨਹੀਂ ਆ ਰਹੀ ਸੀ ਪਰ ਮਿਊਜ਼ਕ ਤਾਂ ਦਿਲਾਂ ਦੀ ਧੜਕਣ ਹੁੰਦਾ ਹੈ ਅਤੇ ਉਸ ਲਈ ਜ਼ਰੂਰੀ ਨਹੀਂ ਕਿ ਗਾਣੇ ਅਤੇ ਭਾਸ਼ਾ ਦੀ ਸਮਝ ਹੋਵੇ। ਗਾਣੇ ਅਤੇ ਮਿਊਜ਼ਕ ਦੀਆਂ ਧੁਣਾਂ ਤੇ ਨਾਚ ਤਾਂ ਅਖਾਂ ਵੇਖ ਰਹੀਆਂ ਸਨ ਅਤੇ ਖੂਬਸੂਰਤ ਲਗ ਰਹੀਆਂ ਸਨ। ਬੀਚ ਤੇ ਬੈਠਿਆਂ ਪੀਤੀਆਂ ਕੁਝ ਬੀਅਰ ਦੀਆਂ ਬੋਤਲਾਂ ਨੇ ਨੇ ਸਾਡੇ ਖੂੰਨ ਅੰਦਰ ਕੁਝ ਹਰਕਤ ਪੈਦਾ ਕਰ ਦਿਤੀ ਸੀ ਅਤੇ ਫਿਰ ਇਹ ਭਲੀ ਭਾਂਤ ਸਪਸ਼ਟ ਸੀ ਕਿ ਅਸੀਂ ਵੇਕੇਸ਼ਨ ਤੇ ਸਾਂ ਤੇ ਮਸਤੀ ਦੇ ਮੂਡ ਵਿਚ ਸਾਂ। ਅਸੀਂ ਵੀ ਸਾਰੇ ਓਸ ਟੋਲੀ ਦੇ ਨਾਲ ਨਚਣ ਲਗੇ ਅਤੇ ਬੱਚੇ ਬਹੁਤ ਖੁਸ਼ ਸਨ। ਕੋਕੋ ਬੀਚ ਤੇ ਸਮੁੰਦਰ ਕੰਢੇ ਦੂਰ ਦੂਰ ਤਕ ਜਿਥੋਂ ਤਕ ਨਜ਼ਰ ਦੀ ਮਾਰ ਸੀ, ਨੀਲੀ ਭਾਅ ਮਾਰਦੇ ਪਾਣੀ ਨੂੰ ਵੇਖਦੇ, ਰੇਤ ਵਿਚ ਖੜ੍ਹੀਆਂ ਕੀਤੀਆਂ ਆਰਜ਼ੀ ਛਤਰੀਆਂ ਹੇਠ ਅਤੇ ਲਾਗੇ ਚੱਲ ਰਿਹਾ ਇਹ ਨਾਚ ਗਾਣੇ ਦਾ ਪਰੋਗਰਾਮ ਜ਼ਿੰਦਗੀ ਦੀ ਇਕ ਮਿਠੀ ਯਾਦ ਬਣਦਾ ਜਾ ਰਿਹਾ ਸੀ। ਚੁਫੇਰੇ ਖੁਲ੍ਹੇ ਪਾਣੀ, ਜੰਗਲ, ਝਾੜੀਆਂ ਤੇ ਦਰਖਤਾਂ ਵਿਚ ਚਮਕਦੇ ਦਿਨ ਅਤੇ ਕਦੇ ਕਦੇ ਛਾ ਜਾਣ ਵਾਲੇ ਬੱਦਲਾਂ ਵਿਚ ਦਿਮਾਗ ਤੋਂ ਬਹੁਤ ਸਾਰੀਆਂ ਪ੍ਰੇਸ਼ਾਨੀਆਂ ਦੂਰ ਸਨ। ਇੰਜ ਮਹਿਸੂਸ ਹੋ ਰਿਹਾ ਸੀ ਕਿ ਵੇਕੇਸ਼ਨ ਤੇ ਆਉਣਾ ਬਹੁਤ ਜ਼ਰੂਰੀ ਸੀ ਅਤੇ ਵੇਕੇਸ਼ਨ ਤੇ ਲੱਗੇ ਕਾਫੀ ਪੈਸਿਆਂ ਦਾ ਕੋਈ ਦੁੱਖ ਮਹਿਸੂਸ ਨਹੀਂ ਹੋ ਰਿਹਾ ਸੀ। ਸਭ ਤੋਂ ਜ਼ਿਆਦਾ ਮਜ਼ੇਦਾਰ ਗੱਲ ਇਹ ਸੀ ਕਿ ਅਸੀਂ ਖੁਲ੍ਹੇ ਡੁਲ੍ਹੇ ਕਿਊਬਾ ਵਿਚ ਆਪਣੇ ਆਪ ਨੂੰ 1960 ਦੇ ਪੰਜਾਬ ਵਿਚ ਤੁਰਦੇ ਫਿਰਦੇ ਮਹਿਸੂਸ ਕਰ ਰਹੇ ਸਾਂ ਜਦੋਂ ਪ੍ਰੇਸ਼ਾਨੀਆਂ ਬਹੁਤ ਘੱਟ ਹੁੰਦੀਆਂ ਸਨ ਅਤੇ ਜ਼ਿੰਦਗੀ ਬੜੀ ਸਿੱਧੀ ਸਾਦੀ ਸੀ।

ਸ਼ਾਮ ਤਕ ਤਾਂਗਿਆਂ ਤੇ ਬੈਠ ਅਤੇ ਸਾਈਕਲ ਚਲਾ ਕੇ ਅਸੀਂ ਵਾਪਸ ਰੀਜ਼ੋਰਟ ਵਿਚ ਆ ਗਏ। ਸਾਮਾਨ ਕਮਰਿਆਂ ਵਿਚ ਰਖ ਕੇ ਕੁਝ ਚਿਰ ਆਰਾਮ ਕੀਤਾ ਤੇ ਫਿਰ ਪ੍ਰਿੰਸੀਪਲ ਪਾਖਰ ਸਿੰਘ ਕਹਿਣ ਲੱਗੇ ਕਿ ਹੁਣ ਬਾਰ ਤੇ ਚਲਿਆ ਜਾਵੇ। ਬਾਰ ਤੇ ਰੀਜ਼ੋਰਟ ਦੀ ਕਲਚਰ ਵਾਂਗ ਫਰੀ ਦਾਰੂ ਦੇ ਦਰਿਆ ਵਗ ਰਹੇ ਸਨ। ਆਪੋ ਆਪਣੇ ਗਲਾਸ ਭਰਵਾ ਕੇ ਅਸੀਂ ਕੁਝ ਚਿਰ ਬਾਰ ਦੇ ਬਾਹਰ ਲੱਗੀਆਂ ਕੁਰਸੀਆਂ ਤੇ ਬੈਠ ਕੇ ਅਰਧ ਚੇਤਨ ਅਵਸਥਾ ਵਿਚ ਜਾਣ ਦਾ ਯਤਨ ਕਰਦੇ ਰਹੇ ਅਤੇ ਜਦ

ਮਨ ਨੇ ਸਿਗਨਲ ਦਿਤਾ ਕਿ ਹੁਣ ਬੀਚ ਦਾ ਭਲਵਾਨੀ ਗੇੜਾ ਲਾਇਆ ਜਾਵੇ। ਬਾਹਰ ਬੀਚ ਤੇ ਅਧ ਨੰਗੇ ਲੋਕ ਨਹਾ ਰਹੇ ਸਨ, ਕੁਝ ਲੰਮੀਆਂ ਕੁਰਸੀਆਂ ਤੇ ਲੇਟੇ ਸਮੁੰਦਰ ਦੇ ਉਤੋਂ ਦੀ ਹੋ ਆ ਰਹੀ ਤਾਜ਼ਾ ਹਵਾ ਦਾ ਅਨੰਦ ਲੈ ਰਹੇ ਸਨ। ਪੂਲ ਦੀ ਇਕ ਨੁਕਰ ਵਿਚ ਬਾਰ ਖੁਲ੍ਹੀ ਸੀ ਅਤੇ ਵੇਕੇਸ਼ਨ ਤੇ ਆਏ ਲੋਕ ਨਹਾ ਰਹੇ ਸਨ ਅਤੇ ਨਾਲ ਫਰੀ ਦਾਰੂ ਪੀ ਰਹੇ ਸਨ। ਕਈ ਆਪਣੇ ਗਲਾਸ ਭਰਵਾ ਕੇ ਪੂਲ ਵਿਚ ਖਲੋ ਕੇ ਪੀ ਰਹੇ ਸਨ ਤੇ ਦਾਰੂ ਦੇ ਗਲਾਸ ਵਾਲਾ ਹਥ ਉਚਾ ਰੱਖ ਕੇ ਪਾਣੀ ਵਿਚ ਟੁਭੀਆਂ ਲਾ ਰਹੇ ਸਨ। ਕਿਊਬਾ ਆਣ ਤੋਂ ਪਹਿਲਾਂ ਜੋ ਦਸਿਆ ਗਿਆ ਸੀ ਕਿ ਓਥੇ ਥਾਂ ਥਾਂ ਹਰ ਵੇਲੇ ਖੁਲ੍ਹੀ ਤੇ ਫਰੀ ਸ਼ਰਾਬ ਵਰਤਾਈ ਜਾਂਦੀ ਹੈ, ਬਿਲਕੁਲ ਸੱਚੀ ਨਿਕਲੀ। ਮੈਂ ਪ੍ਰਿੰਸੀਪਲ ਸਾਹਿਬ ਨੂੰ ਕਿਹਾ ਕਿ ਜੇ ਸੋਨੇ ਦੀ ਤਲਵਾਰ ਹੋਵੇ ਤਾਂ ਢਿੱਡ ਵਿਚ ਥੋੜ੍ਹਾ ਮਾਰ ਲੈਣੀ ਹੈ ਪਰ ਉਹ ਮੇਰੀ ਗੱਲ ਨੂੰ ਸੁਣ ਕੇ ਅਣਸੁਣੀ ਕਰ ਦਿੰਦੇ। ਮੈਂ ਉਹਨਾਂ ਨੂੰ ਬੀਚ ਤੇ ਘੁਮਾਣ ਲੈ ਗਿਆ ਜਿਥੇ ਇਕ ਟਰੈਕਟਰ ਥੋੜ੍ਹੇ ਥੋੜ੍ਹੇ ਸਮੇਂ ਪਿਛੋਂ ਸਮੁੰਦਰ ਕੰਢੇ ਗੇੜਾ ਲਾ ਕੇ ਸਮੁੰਦਰ ਕੰਢੇ ਜਮ੍ਹਾਂ ਹੋਇਆ ਕੂੜਾ ਕਰਕਟ ਇਕ ਪਾਸੇ ਕਰ ਦੇਂਦਾ ਸੀ। ਸਮੁੰਦਰ ਕੰਢੇ ਬਾਦਬਾਨ ਵਾਲੀ ਕਿਸ਼ਤੀ ਖੜ੍ਹੀ ਕਿਸੇ ਸੈਲਾਨੀ ਨੂੰ ਸਮੁੰਦਰ ਦੇ ਪਾਣੀ ਦੀ ਹਿਕ ਤੇ ਲੈ ਕੇ ਜਾਣ ਦਾ ਸੱਦਾ ਦੇ ਰਹੀ ਸੀ ਪਰ ਸੂਰਜ ਆਪਣੀ ਆਖਰੀ ਝਲਕ ਦਿਖਾ ਕੇ ਡੁਬ ਗਿਆ ਸੀ ਤੇ ਉਸਦਾ ਲਾਲ ਅਕਸ ਸਮੁੰਦਰ ਦੇ ਪਾਣੀ ਵਿਚ ਦਿਸ ਰਿਹਾ ਸੀ। ਮੈਂ ਕਿਊਬਾ ਵਿਚ ਸਮੁੰਦਰ ਵਿਚ ਡੁਬਦੇ ਸੂਰਜ ਦੀ ਯਾਦਗਾਰੀ ਤਸਵੀਰ ਖਿਚੀ। ਸੋਚਾਂ ਦੇ ਸਾਗਰ ਵਿਚ ਡੁਬਦਿਆਂ, ਡਿਨਰ ਤੋਂ ਪਹਿਲਾਂ ਕੁਝ ਆਰਾਮ ਕਰਨ ਲਈ ਆਪਣੇ ਕਮਰੇ ਵਿਚ ਆ ਰਿਹਾ ਸਾਂ ਤਾਂ ਡੂੰਘੇ ਹੁੰਦੇ ਹਨੇਰੇ ਵਿਚ ਸਮੁੰਦਰ ਕੰਢੇ ਚਮਕਦੀਆਂ ਰੋਸ਼ਨੀਆਂ ਤੇ ਕੋਕੋਨਟ ਦੇ ਉਚੇ ਲੰਮੇ ਰੁੱਖਾਂ ਵਿਚ ਬਣਿਆ ਰੀਜ਼ੋਰਟ ਇਕ ਸ਼ੀਸ਼ ਮਹਿਲ ਵਾਂਗ ਲੱਗ ਰਿਹਾ ਸੀ।

ਕਿਊਬਾ ਵਿਚ ਸੱਤ ਦਿਨ

5. ਰਿਕਸ਼ੇ ਤੇ ਚੜ੍ਹ ਕੇ ਰੀਜ਼ੋਰਟ ਤੋਂ ਬਾਹਰ ਦਾ ਕਿਊਬਾ ਵੇਖਣਾ

ਪਰਵਾਰ ਨਾਲ ਇਕ ਦਿਨ ਰੀਜ਼ੋਰਟ ਤੋਂ ਪੰਜ ਸੱਤ ਮੀਲ ਬਾਹਰ ਕੋਕੋ ਬੀਚ ਤੇ ਜਾ ਕੇ ਮਾਣੀ ਖੁਲ੍ਹ ਨਾਲ ਕਮਿਊਨਿਸਟ ਮੁਲਕ ਕਿਊਬਾ ਵਿਚ ਰੀਜ਼ੋਰਟ ਦੇ ਬਾਹਰ ਘੁੰਮਨ ਦਾ ਡਰ ਤੇ ਝਾਕਾ ਕਿਸੇ ਹੱਦ ਤਕ ਲਹਿ ਗਿਆ ਸੀ। ਪਰਵਾਰ ਦੇ ਬਾਕੀ ਜੀਅ ਤਾਂ ਕਿਸੇ ਹੋਰ ਥਾਂ ਚਲੇ ਗਏ ਜਿਥੇ ਉਹਨਾਂ ਨੇ ਸਮੁੰਦਰ ਦੇ ਪਾਣੀ ਵਿਚ ਕੁਝ ਥਲੇ ਜਾ ਕੇ ਨਜ਼ਾਰੇ ਲੈਣੇ ਤੇ ਫੋਟੋਗਰਾਫੀ ਕਰਨਾ ਸੀ। ਫਰੀ ਦਾਰੂ ਦੇ ਚੱਕਰਾਂ ਵਿਚ ਫਸੇ ਹੋਣ ਕਰ ਕੇ ਅਸੀਂ ਉਹਨਾਂ ਦੇ ਨਾਲ ਨਾ ਗਏ ਜਿਸ ਦਾ ਬਾਅਦ ਵਿਚ ਮੈਨੂੰ ਬੜਾ ਅਫਸੋਸ ਹੋਇਆ। ਮੇਰੇ ਮਨ ਵਿਚ ਤਾਂ ਇਸ ਨਵੇਂ ਦੇਸ਼ ਕਿਊਬਾ ਨੂੰ ਤੇ ਏਥੇ ਵਸਦੇ ਲੋਕਾਂ ਦੇ ਜਨ ਜੀਵਨ ਨੂੰ ਵਧ ਤੋਂ ਵਧ ਸਮਝਣ ਦੀ ਬੜੀ ਉਤਸੁਕਤਾ ਸੀ। ਮੈਂ ਇਹ ਗੱਲਾਂ ਘੋਖਣਾ ਚਹੁੰਦਾ ਸਾਂ ਕਿ ਇਸ ਦੇਸ਼ ਬਾਰੇ ਦਸਿਆ ਗਿਆ ਸੀ ਕਿ ਇਥੇ ਇੰਡੀਆ ਵਾਂਗ ਬਹੁਤ ਕੁਰਪਸ਼ਨ ਹੈ। ਮੁਲਕ ਅਤੇ ਲੋਕ ਬਹੁਤ ਗਰੀਬ ਹਨ। ਜੀਵਨ ਔਖਾ ਹੈ। ਪੁਲਸ

ਕਿਊਬਾ ਵਿਚ ਚਲਦੇ ਰਿਕਸ਼ੇ ਦਾ ਦ੍ਰਿਸ਼

ਦੇ ਕਾਬੂ ਆਇਆ ਬੰਦਾ ਵਡੀ ਰਿਸ਼ਵਤ ਦਿਤੇ ਬਿਨਾਂ ਬਾਹਰ ਨਹੀਂ ਆ ਸਕਦਾ। ਹੁਣ ਤਕ ਤਾਂ ਰੀਜ਼ੋਰਟ ਦੀ ਆਕਰਸ਼ਤਕਤਾ, ਕੋਕੋਨਟ ਦੇ ਖੂਬਸੂਰਤ ਦਰਖਤ, ਪੂਲ ਵਿਚ ਅਧਨੰਗੇ ਨਹਾਂਦੇ ਲੋਕਾਂ ਦੇ ਚਮਕਦੇ ਬਦਨ, ਫਰੀ ਦਾਰੂ ਦੇ ਵਗਦੇ ਦਰਿਆ, ਸਮੁੰਦਰ ਦਾ ਰੇਤਲਾ ਕੰਢਾ ਜਿਥੇ ਲੰਮੀਆਂ ਕੁਰਸੀਆਂ ਤੇ ਲੋਕ ਆਪਣੇ ਵਧ ਤੋਂ ਵਧ ਨੰਗੇ ਜਿਸਮ ਤੇ ਤੇਲ ਮਲ ਕੇ ਧੁੱਪ ਸੇਕਦੇ ਅਤੇ ਸਮੁੰਦਰ ਉਤੋਂ ਦੀ ਹੋ ਕੇ ਆ ਰਹੀ ਹਵਾ ਦਾ ਅਨੰਦ ਮਾਣਦੇ ਵੇਖੇ ਸਨ। ਜਾਂ ਫਿਰ ਸਮੁੰਦਰ ਕੰਢੇ ਗਰੀਬ ਕੁੜੀਆਂ ਮੁੰਡੇ ਵੇਖੇ ਸਨ ਜੋ ਸੈਲਾਨੀਆਂ ਨੂੰ ਓਥੋਂ ਦੀ ਲਕੜੀ ਦੀਆਂ ਬਣੀਆਂ ਕੁਝ ਨਾ ਕੁਝ ਚੀਜ਼ਾਂ ਆਦਿ ਵੇਚ ਕੇ ਚਾਰ ਪੈਸੇ ਬਨਾਉਣ ਦੇ ਚੱਕਰਾਂ ਵਿਚ ਤੁਰੇ ਫਿਰਦੇ ਸਨ। ਇਹ ਨਿਕੀਆਂ ਨਿਕੀਆਂ ਕੁੜੀਆਂ ਕੁਝ ਮਨ ਚਲੇ ਸੈਲਾਨੀਆਂ ਨਾਲ ਜਿਸਮਾਨੀ ਖੁਲ੍ਹ ਲੈਣ ਦੇ ਸੌਦੇ ਵੀ ਕਰ ਰਹੀਆਂ ਸਨ ਜਿਸ ਲਈ ਉਹ ਸੈਲਾਨੀਆਂ ਨੂੰ ਰੀਜ਼ੋਰਟ ਦੀ ਹੱਦ ਤੋਂ ਕੁਝ ਪਰ੍ਹਾਂ ਆਉਣ ਦੇ ਇਸ਼ਾਰੇ ਕਰਦੀਆਂ ਸਨ। ਵੇਖਣ ਨੂੰ ਭਾਵੇਂ ਉਹ ਗਰੀਬ ਲਗਦੀਆਂ ਸਨ ਪਰ ਦਿਨ ਰਾਤ ਸੈਲਾਨੀਆਂ ਨਾਲ ਵਾਹ ਰਖਣ ਤੇ ਬੜੀਆਂ ਚਾਲਾਕ ਤੇ ਹੁਸ਼ਿਆਰ ਵੀ ਸਨ। ਲੁੱਟ ਹੋਣ ਲਈ ਆਏ ਕਈ ਸੈਲਾਨੀ ਇਹਨਾਂ ਕੋਲੋਂ ਲੁੱਟੇ ਵੀ ਜਾਂਦੇ ਸਨ। ਅਗਲੇ ਦਿਨ ਅਸੀਂ ਸਾਰਾ ਦਿਨ ਸਮੁੰਦਰ ਕੰਢੇ ਘੁੰਮਦੇ ਰਹੇ ਜਾਂ ਬੀਅਰ ਪੀਂਦੇ ਅਤੇ ਬੀਚ ਤੇ ਪਈਆਂ ਲੰਮੀਆਂ ਕੁਰਸੀਆਂ ਤੇ ਲੇਟ ਕੇ ਸਮੁੰਦਰ ਦੇ ਖੁਲ੍ਹੇ ਤਲ ਉਤੋਂ ਦੀ ਹੋ ਕੇ ਆ ਰਹੀ ਹਵਾ ਦਾ ਅਨੰਦ ਲੈਂਦੇ ਰਹੇ। ਪ੍ਰਿੰ: ਪਾਖਰ ਸਿੰਘ ਦੀ ਤਬੀਅਤ ਠੀਕ ਨਹੀਂ ਲਗ ਰਹੀ ਸੀ। ਨਾ ਉਹ ਬਰੇਕਫਾਸਟ ਕਰ ਰਹੇ ਸਨ, ਨਾ ਲੰਚ ਤੇ ਨਾ ਡਿਨਰ। ਉਹਨਾਂ ਦਾ ਜ਼ਿਆਦਾ ਰੁਝਾਣ ਫਰੀ ਦੀ ਦਾਰੂ ਪੀਣ ਵੱਲ ਸੀ। ਜਦ ਵੀ ਦਾਅ ਲਗਦਾ, ਬਾਹਰ ਜਾ ਕੇ ਹਾੜਾ ਲਾ ਆਉਂਦੇ ਜਾਂ ਮੈਨੂੰ ਲਿਆਣ ਲਈ ਕਹਿ ਦਿੰਦੇ। ਮੈਨੂੰ ਉਹਨਾਂ ਦੇ ਘਰ ਵਾਲਿਆਂ ਵੱਲੋਂ ਸਖਤ ਹਦਾਇਤ ਸੀ ਕਿ ਇਹਨਾਂ ਨੂੰ ਜ਼ਿਆਦਾ ਪੀਣ ਨਹੀਂ ਦੇਣੀ ਅਤੇ ਇਹ ਗੱਲ ਮੇਰੇ ਵੱਸੋਂ ਬਾਹਰ ਹੁੰਦੀ ਜਾ ਰਹੀ ਸੀ। ਮੈਂ ਖੁਦ ਵੀ ਪੀਣੀ ਛਡ ਦਿਤੀ ਅਤੇ ਇਹਨਾਂ ਤੇ ਵੀ ਸਖਤੀ ਕਰਨੀ ਸ਼ੁਰੂ ਕਰ ਦਿਤੀ। ਬਹੁਤ ਜ਼ਿਦ ਕਰਨ ਤੇ ਮੈਂ ਘੱਟ ਤੋਂ ਘੱਟ ਦਾਰੂ ਲੈ ਕੇ ਆਉਂਦਾ ਕਿਉਂਕਿ ਬੀਮਾਰ ਹੋਣ ਦੀ ਹਾਲਤ ਵਿਚ ਹਸਪਤਾਲ ਜਾਣਾ ਰਿਸਕ ਵਾਲੀ ਗੱਲ ਸੀ। ਸ਼ਾਮ ਨੂੰ ਨਾਚ ਗਾਣੇ ਦਾ ਪਰੋਗਰਾਮ ਅਤੇ ਥੇਟਰ ਜੋ ਲੰਚ ਰੂਮ ਅਤੇ ਪੂਲ ਦੇ ਲਾਗੇ ਹੀ ਸੀ, ਓਸ ਦਾ ਅਨੰਦ ਲੈਣ ਲਈ ਅਸੀਂ ਇਕ ਵਾਰ ਵੀ ਨਾ ਜਾ ਸਕੇ। ਰੀਜ਼ੋਰਟ ਤੇ ਇਹ ਸਾਡਾ ਪੰਜਵਾਂ ਦਿਨ ਸੀ ਅਤੇ ਪ੍ਰਿੰਸੀਪਲ ਸਾਹਿਬ ਦੀ ਵਿਗੜਦੀ ਸਿਹਤ ਮੈਨੂੰ ਚਿੰਤਤ ਕਰ ਰਹੀ ਸੀ। ਉਹਨਾਂ ਦੀ ਸਾਂਭ ਸੰਭਾਲ ਦੀ ਜ਼ਿੰਮੇਵਾਰੀ ਚੁਕ ਕੇ ਮੈਂ ਆਪਣੀ ਵੇਕੇਸ਼ਨ ਜ਼ਰੂਰ ਖਰਾਬ ਕਰ ਲਈ ਸੀ ਪਰ ਮੇਰੇ ਮਨ ਵਿਚ ਉਹਨਾਂ ਪ੍ਰਤੀ ਲੰਮੇ ਸਮੇਂ ਤੋਂ ਬਣਿਆ ਬਹੁਤ ਜ਼ਿਆਦਾ ਪਿਆਰ, ਸਤਿਕਾਰ ਅਤੇ ਮਾਣ ਇੱਜ਼ਤ ਬਣੀ ਹੋਈ ਸੀ। ਪ੍ਰਿੰਸੀਪਲ ਪਾਖਰ ਸਿੰਘ

ਵਿਚੋਂ ਮੈਨੂੰ ਅਕਸਰ ਸ਼ੇਖ ਫਰੀਦ, ਭਗਤ ਕਬੀਰ, ਗੁਰੂ ਰਵਿਦਾਸ, ਸ਼ਾਹ ਹੁਸੈਨ, ਬੁਲ੍ਹੇ ਸ਼ਾਹ ਦਾ ਝਲਕਾਰਾ ਦਿਸਦਾ ਸੀ। ਉਹਨਾਂ ਦੇ ਮਨ ਨੂੰ ਸਮਝਣਾ ਬੜਾ ਔਖਾ ਸੀ। ਉਹਨਾਂ ਦਾ ਅੰਦਰਲਾ ਮਨ ਹੋਰ ਤੇ ਬਾਹਰਲਾ ਮਨ ਹੋਰ ਸੀ। ਓਸ ਦੀ ਥਾਹ ਪਾਉਣੀ ਸਾਧਾਰਨ ਲੋਕਾਂ ਦੇ ਵੱਸ ਤੋਂ ਬਾਹਰ ਸੀ। ਬੜੇ ਵਿਦਵਾਨ ਅਤੇ ਕਈ ਕਿਤਾਬਾਂ ਦੇ ਲੇਖਕ ਹੋਣ ਕਾਰਨ ਮੈਂ ਉਹਨਾਂ ਦਾ ਬਹੁਤ ਆਸ਼ਕ ਸਾਂ। ਸ਼ਰਾਬ ਪੀਣ ਨੂੰ ਮੈਂ ਬਹੁਤ ਮਾਮੂਲੀ ਗੱਲ ਸਮਝਦਾ ਸਾਂ ਪਰ ਉਹਨਾਂ ਦੀ ਸਿਹਤ ਦੇ ਫਿਕਰ ਨੇ ਮੈਨੂੰ ਕੁਝ ਚਿੰਤਤ ਕਰ ਦਿਤਾ ਤੇ ਮੈਂ ਉਹਨਾਂ ਨੂੰ ਰੀਜ਼ੋਰਟ ਦੇ ਹਸਪਤਾਲ ਲਿਜਾਣ ਦਾ ਫੈਸਲਾ ਕਰ ਲਿਆ। ਹਸਪਤਾਲ ਰੀਜ਼ੋਰਟ ਦੀ ਇਕ ਨੁਕਰੇ ਸੀ। ਜਦ ਅਸੀਂ ਓਥੇ ਗਏ ਤਾਂ ਛੋਟੇ ਛੋਟੇ ਚਾਰ ਪੰਜ ਕਮਰਿਆਂ ਦੀ ਇਮਾਰਤ ਵਿਚ ਇਕ ਕਮਰਾ ਵਾਲ ਕੱਟਣ ਵਾਲੀ ਭਾਵ ਸਲੋਨ ਵਾਲੀ ਔਰਤ, ਦੂਜਾ ਡਾਕਟਰ ਦਾ, ਤੀਜਾ ਡਿਸਪੈਂਸਰੀ, ਚੌਥਾ ਮਾਲਸ਼ ਕਰਨ ਵਾਲੇ ਦਾ ਅਤੇ ਇਕ ਨਿੱਕਾ ਜਿਹਾ ਜਿਮ ਸੀ। ਨਿੱਕੇ ਜਹੇ ਬਰਾਂਡੇ ਵਿਚ ਇੰਤਜ਼ਾਰ ਕਰਨ ਲਈ ਸੋਫੇ ਤੇ ਕੁਰਸੀਆਂ ਸਨ। ਪਕੇ ਰੰਗ ਦੀ ਨਰਸ ਦਸਿਆ ਕਿ ਡਾਕਟਰ ਨੇ ਚਾਰ ਵਜੇ ਤੋਂ ਬਾਅਦ ਆਉਣਾ ਸੀ। ਮਾਲਸ਼ ਵਾਲੇ ਨੂੰ ਮਸਾਜ ਦਾ ਰੇਟ ਪੁਛਿਆ ਤਾਂ ਕਹਿਣ ਲੱਗਾ ਕਿ ਸੇਲ ਕਾਰਨ ਅਧੇ ਘੰਟੇ ਦੀ ਮਾਲਸ਼ ਦਾ ਸਰਕਾਰੀ ਹਾਫ ਰੇਟ ਭਾਵ ਦਸ ਡਾਲਰ ਹੈ ਅਤੇ ਦੋ ਕਿਊਬਾ ਕਨਵਰਟੇਬਲ ਪੀਸੋ ਟਿੱਪ ਦੇਣਾ ਪਵੇਗਾ। ਮੈਂ

ਲੇਖਕ ਬਲਬੀਰ ਸਿੰਘ ਮੋਮੀ ਅਤੇ ਦਰਵੇਸ਼ ਪ੍ਰਿੰਸੀਪਲ ਪਾਖਰ ਸਿੰਘ ਕਿਊਬਾ ਦੇ ਸਮੁੰਦਰ ਕੰਢੇ ਰੀਜ਼ੋਰਟ ਦੇ ਹਸਪਤਾਲ ਦੀ ਹਸਮੁਖ ਡਾਕਟਰ ਡਾਇਨਾ ਨਾਲ ਯਾਦਗਾਰੀ ਫੋਟੋਜ਼ ਵਿਚ

ਸਰਵਾਈਕਲ ਤੋਂ ਪੀੜਤ ਆਪਣੀ ਗਰਦਨ, ਮੋਢੇ ਅਤੇ ਬੈਕ ਦੀ ਮਾਲਸ਼ ਕਰਵਾਉਣ ਲਈ ਕਿਹਾ ਤਾਂ ਮਾਲਸ਼ ਕਰਨ ਵਾਲੇ ਨੇ ਕਿਹਾ ਕਿ ਪਹਿਲਾਂ ਅਪਾਇੰਟਮੈਂਟ ਬਨਵਾਣੀ ਪੈਂਦੀ ਹੈ ਅਤੇ ਉਸ ਨੇ ਮੇਰਾ ਨਾਂ ਪਤਾ ਲਿਖ ਕੇ ਅਗਲੇ ਦੋ ਦਿਨ ਮਾਲਸ਼ ਕਰਵਾਉਣ ਦੀ ਮੇਰੀ ਬੁਕਿੰਗ ਕਰ ਦਿਤੀ। ਭਾਵੇਂ ਮੇਰੀ ਗਰਦਨ, ਮੋਢਿਆਂ ਅਤੇ ਬੈਕਪੇਨ ਦੀ ਪੀੜ ਨੂੰ ਕੁਝ ਸਮੇਂ ਲਈ ਹੀ ਰਾਹਤ ਮਿਲੀ ਪਰ ਇਸ ਦਾ ਮੈਨੂੰ ਬਹੁਤ ਅਨੰਦ ਆਇਆ ਤੇ ਮੇਰੀ ਬਾਡੀ ਨੇ ਕੁਝ ਰੀਲੈਕਸ ਵੀ ਕੀਤਾ।

ਸ਼ਾਮ ਨੂੰ ਡਾਕਟਰ ਡਾਇਨਾ ਨੇ ਪ੍ਰਿੰਸੀਪਲ ਸਾਹਿਬ ਨੂੰ ਚੈੱਕ ਕੀਤਾ। ਉਹਨਾਂ ਦਾ ਬਲੱਡ ਪ੍ਰੈਸ਼ਰ 120/60 ਸੀ ਜਦ ਕਿ ਮੇਰਾ ਉਹਨਾਂ ਦੇ ਫਿਕਰ ਅਤੇ ਜ਼ਿੰਮੇਵਾਰੀ ਕਾਰਨ 180/80 ਸੀ। ਮੈਂ ਕਈ ਰਾਤਾਂ ਤੋਂ ਪੂਰੀ ਤਰ੍ਹਾਂ ਸੁੱਤਾ ਵੀ ਨਹੀਂ ਸਾਂ। ਥਕਾਵਟ ਬਹੁਤ ਮਹਿਸੂਸ ਹੋ ਰਹੀ ਸੀ। ਨਰਸ ਨੇ ਮੈਨੂੰ ਬੀ-1, ਬੀ-6, ਬੀ-12 ਦਾ ਟੀਕਾ ਲਾ ਦਿਤਾ। ਦਸ ਪੀਸੋ ਦਾ ਟੀਕਾ ਅਤੇ ਦੋ ਪੀਸੋ ਟਿੱਪ। ਡਾਕਟਰ ਨੇ ਦਸਿਆ ਕਿ ਪਾਖਰ ਸਿੰਘ ਨੂੰ ਮਿਅਦੇ ਦੀ ਪਰਾਬਲਮ ਹੈ ਅਤੇ ਬਾਕੀ ਸਭ ਕੁਝ ਠੀਕ ਸੀ। ਡਰਿੰਕ ਘੱਟ ਕਰਨ ਅਤੇ ਕੁਝ ਖਾਂਦੇ ਰਹਿਣ ਦੀ ਸਲਾਹ ਵੀ ਦਿਤੀ। ਡਾਕਟਰ ਨੇ ਕਿਹਾ ਕਿ ਜੇ ਇਨਸ਼ੋਰੰਸ ਤੋਂ ਕਲੇਮ ਕਰਨ ਲਈ ਰਸੀਦ ਲੈਣੀ ਹੈ ਤਾਂ 50 ਕਿਊਬਾ ਕਨਵਰਟੇਬਲ ਪੀਸੋ ਦੇਣੇ ਪੈਣਗੇ। ਜੇ ਰਸੀਦ ਨਹੀਂ ਲੈਣੀ ਤਾਂ 30 ਕਊਬਾ ਕਨਵਰਟੇਬਲ ਪੀਸੋ ਦੇ ਦਿਓ ਜੋ ਦੇਣੇ ਅਸੀਂ ਠੀਕ ਸਮਝੇ ਕਿਉਂਕਿ ਇਨਸ਼ੋਰੰਸ ਤੋਂ ਪੈਸੇ ਕਲੇਮ ਕਰਨੇ ਕਿਹੜਾ ਸੌਖਾ ਕੰਮ ਸੀ। ਡਾਕਟਰ ਡਾਇਨਾ ਅਤੇ ਨਰਸ ਨੇ ਸਾਡੇ ਨਾਲ ਬਹੁਤ ਖੁਸ਼ ਹੋ ਕੇ ਫੋਟੋਜ਼ ਲੁਹਾਈਆਂ ਅਤੇ ਮੇਰੇ ਹਥ ਵਿਚ ਅਦੀਦਾਸ ਬੈਗ ਵੇਖ ਕੇ ਡਾਕਟਰ ਨੇ ਬੈਗ ਮੰਗ ਲਿਆ। ਮੈਂ ਬੈਗ ਦੇਣ ਤੋਂ ਇਹ ਕਹਿ ਕੇ ਇਨਕਾਰ ਕਰ ਦਿਤਾ ਕਿ ਮੈਨੂੰ ਖੁਦ ਇਸ ਦੀ ਲੋੜ ਹੈ ਪਰ ਜਾਣ ਤੋਂ ਪਹਿਲਾਂ ਉਸ ਨੂੰ ਬਹੁਤ ਸਾਰੇ ਕਪੜੇ ਦੇਣ ਦਾ ਵਾਅਦਾ ਕਰ ਲਿਆ ਕਿਉਂਜੋ ਮੇਰੀ ਬੇਟੀ ਕਈ ਸੂਟਕੇਸ ਭਰ ਕੇ ਵੰਡਣ ਲਈ ਕੱਪੜੇ ਲਿਆਈ ਸੀ। 29 ਦਸੰਬਰ ਦੀ ਸਵੇਰ ਨੂੰ 6 ਵਜੇ ਅਸੀਂ ਸਾਂਤਾ ਲੂਸੀਆ ਰੀਜ਼ੋਰਟ ਤੋਂ ਕਾਮਾਗੁਈ ਏਅਰਪੋਰਟ ਨੂੰ ਚੱਲਣਾ ਸੀ। 28 ਦੀ ਡੂੰਘੀ ਹੁੰਦੀ ਸ਼ਾਮ ਨੂੰ ਮੈਂ ਤੇ ਮੇਰੀ ਬੇਟੀ ਡਾ: ਡਾਇਨਾ ਨੂੰ ਕਾਫੀ ਕਪੜੇ ਦੇ ਆਏ ਤੇ ਉਹ ਬੜੀ ਖੁਸ਼ ਹੋਈ। ਬਾਅਦ ਵਿਚ ਮੈਂ ਮਹਿਸੂਸ ਕੀਤਾ ਕਿ ਇਸ ਡਾਕਟਰ ਦੀ ਤਨਖਾਹ ਭਾਵੇਂ ਮਹੀਨੇ ਦੇ 20 ਕਿਊਬਾ ਕਨਵਰਟੇਬਲ ਪੀਸੋ ਸਨ ਪਰ ਇਹ ਤਾਂ ਰੋਜ਼ ਦੇ ਉਤੋਂ ਸੈਂਕੜੇ ਕਊਬਾ ਕਨਵਰਟੇਬਲ ਪੀਸੋ ਬਣਾ ਲੈਂਦੀ ਸੀ ਅਤੇ ਇਹ ਕੋਈ ਗਰੀਬ ਨਹੀਂ ਸੀ। ਇਹ ਕਪੜੇ ਤਾਂ ਸਾਨੂੰ ਰੀਜ਼ੋਰਟ ਤੋਂ ਬਾਹਰ ਜਾ ਕੇ ਪਿੰਡਾਂ ਦੇ ਗਰੀਬਾਂ ਨੂੰ ਵੰਡਣੇ ਚਾਹੀਦੇ ਸਨ। ਰੀਜ਼ਰਟ ਵਿਚ ਕੰਮ ਕਰਨ ਵਾਲੀਆਂ ਬਾਰਟੈਂਡਰ ਔਰਤਾਂ, ਖਾਣਾ ਸਰਵ ਕਰਨ ਵਾਲਾ ਸਟਾਫ, ਕਲੀਨਿੰਗ ਲੇਡੀਜ਼ ਆਦਿ

ਤਾਂ ਸਾਰੇ ਹੀ ਟਿੱਪਸ ਮਨੀ ਨਾਲ ਕਾਫੀ ਕਊਬਾ ਕਨਵਰਟੇਬਲ ਪੀਸੋ ਇਕਠੇ ਕਰ ਲੈਂਦੇ ਸਨ। ਸ਼ਾਇਦ ਏਸੇ ਦਾ ਨਾਂ ਹੀ ਕਿਊਬਾ ਦੀ ਕੁਰਪਸ਼ਨ ਸੀ ਜਿਸ ਨੂੰ ਅਸੀਂ ਸਮਝ ਨਹੀਂ ਰਹੇ ਸਾਂ।

ਸ਼ਾਮ ਢਲਣ ਤੋਂ ਪਹਿਲਾਂ ਪਹਿਲਾਂ ਮੈਂ ਪ੍ਰਿੰਸੀਪਲ ਸਾਹਿਬ ਨੂੰ ਰੀਜ਼ੋਰਟ ਤੋਂ ਬਾਹਰ ਬੱਸਾਂ ਦੇ ਅਡੇ ਤੇ ਲੈ ਆਇਆ। ਏਥੇ ਤਾਂਗੇ ਅਤੇ ਰਿਕਸ਼ੇ ਖੜ੍ਹੇ ਸਨ। ਅਸੀਂ ਇਕ ਰਿਕਸ਼ੇ ਵਾਲੇ ਨੌਜਵਾਨ ਮੁੰਡੇ ਨੂੰ ਅੰਗਰੇਜ਼ੀ ਵਿਚ ਕਿਹਾ ਕਿ ਸਾਨੂੰ ਕੋਕੋ ਬੀਚ ਵਾਲੇ ਪਾਸੇ ਨਹੀਂ, ਦੂਜੇ ਪਾਸੇ ਲੈ ਚੱਲ। ਉਸ ਨੂੰ ਸਾਡੀ ਅੰਗਰੇਜ਼ੀ ਸਮਝ ਨਹੀਂ ਆ ਰਹੀ ਸੀ ਤੇ ਸਪੈਨਿਸ਼ ਸਾਨੂੰ ਆਉਂਦੀ ਨਹੀਂ ਸੀ। ਜਦ ਅਸੀਂ ਉਸ ਨੂੰ ਪੁਛਿਆ ਕਿ ਕਿੰਨੇ ਪੈਸੇ ਲਵੇਂਗਾ ਤਾਂ ਓਸ ਨੇ ਕੋਈ ਜਵਾਬ ਨਾ ਦਿਤਾ। ਮੈਂ ਓਸ ਨੂੰ ਆਪਣੀ ਘੜੀ ਵਿਖਾ ਕੇ ਕਿਹਾ ਕਿ ਇਸ ਵੇਲੇ 4 ਵਜੇ ਹਨ। 6 ਵਜੇ ਤਕ ਭਾਵ ਦੋ ਘੰਟੇ ਤੇਰੇ ਰਿਕਸ਼ੇ ਤੇ ਸੈਰ ਕਰਾਂਗੇ ਅਤੇ ਦੱਸ ਕਿੰਨੇ ਪੀਸੋ। ਉਹ ਕੋਈ ਜਵਾਬ ਨਾ ਦੇ ਸਕਿਆ। ਮੈਂ ਜੇਬ ਵਿਚੋਂ ਦੋ ਕਊਬਾ ਕਨਵਰਟੇਬਲ ਪੀਸੋ ਕਢ ਕੇ ਵਿਖਾਏ ਤੇ ਕਿਹਾ ਓ. ਕੇ. ਹੈ ਤਾਂ ਓਸ ਹਾਂ ਵਿਚ ਸਿਰ ਹਿਲਾ ਦਿਤਾ। ਮੈਂ ਥੋੜ੍ਹਾ ਉਚੀ ਸਮਝਾਂਦਿਆਂ ਉਸ ਨੂੰ ਕਿਹਾ ਕਿ 2 ਕਿਊਬਾ ਕਨਵਰਟੇਬਲ ਪੀਸੋ ਕਿਊਬਾ ਦੀ ਨੈਸ਼ਨਲ ਮਨੀ ਦੇ 50 ਪੀਸੋ ਬਣਦੇ ਹਨ। ਵੀਹ ਬਾਈ ਸਾਲ ਦਾ ਮੁੰਡਾ ਖੂਬਸੂਰਤ ਤੇ ਨੌਜਵਾਨ ਸੀ ਅਤੇ ਉਹਦੇ ਕਪੜਿਆਂ ਤੋਂ ਗਰੀਬ ਹੋਣ ਵਾਲੀ ਕੋਈ ਨਿਸ਼ਾਨੀ ਨਹੀਂ ਝਲਕਦੀ ਸੀ। ਸਿਰ

ਕਿਊਬਾ ਵਿਚ ਪਕੀ ਸੜਕ ਦੇ ਕੰਢੇ ਵੱਸੇ ਇਕ ਪਿੰਡ ਵਿਚ ਨਿਕੇ ਨਿਕੇ ਘਰ,
ਨਾਰੀਅਲ ਦੇ ਰੁਖ ਅਤੇ ਹਰੇ ਘਾਹ ਵਿਚ ਚੁਗ ਰਹੀ ਇਕ ਮੁਰਗੀ

ਤੇ ਓਸ ਕੈਪ ਵੀ ਪਾਈ ਹੋਈ ਸੀ ਜਿਸ ਬਾਰੇ ਮੈਂ ਬਾਅਦ ਵਿਚ ਸੋਚਿਆ ਕਿ ਸ਼ਾਇਦ ਇਹ ਤਾਂਗੇ ਰਿਕਸ਼ੇ ਵਾਲਿਆਂ ਦੀ ਡਰੈਸ ਕੋਡ ਵਿਚ ਸ਼ਾਮਲ ਸੀ। ਕਿਉਂਕਿ ਇਕ ਦਿਨ ਪਹਿਲਾਂ ਜਿਸ ਤਾਂਗੇ ਵਿਚ ਸਵਾਰ ਹੋ ਕੇ ਅਸੀਂ ਕੋਕੋ ਬੀਚ ਗਏ ਸਾਂ, ਓਸ ਤਾਂਗੇ ਵਾਲੇ ਨੇ ਵੀ ਇਕ ਹੈਟ ਪਾਇਆ ਹੋਇਆ ਸੀ ਜੋ ਉਸ ਨੇ ਸਾਰਾ ਦਿਨ ਸਿਰ ਤੋਂ ਨਹੀਂ ਉਤਾਰਿਆ ਸੀ। ਮੁੰਡੇ ਨੇ ਖੂਨਬਸੂਰਤ ਸੜਕ ਤੇ ਰਿਕਸ਼ਾ ਤੋਰ ਲਿਆ। ਰਸਤਾ ਪਧਰਾ ਸੀ ਜਿਸ ਕਾਰਨ ਉਹਦਾ ਜ਼ਿਆਦਾ ਜ਼ੋਰ ਨਹੀਂ ਲਗ ਰਿਹਾ ਸੀ। ਸਵਾਰੀਆਂ ਵਾਲੀਆਂ ਖੂਬਸੂਰਤ ਬੱਸਾਂ ਆ ਜਾ ਰਹੀਆਂ ਸਨ ਅਤੇ ਮੁਸਾਫਰ ਉੱਤਰ ਚੜ੍ਹ ਰਹੇ ਸਨ। ਇਕ ਕਾਫੀ ਵਡਾ ਗੈਸ ਸਟੇਸ਼ਨ ਸੀ ਜਿਸ ਤੇ ਇਕੋ ਸਮੇਂ ਕਈ ਕਾਰਾਂ ਗੈਸ ਪਵਾ ਸਕਦੀਆਂ ਸਨ। ਮੈਂ ਬੱਸ ਤੇ ਗੈਸ ਸਟੇਸ਼ਨ ਦੀ ਫੋਟੋ ਖਿਚੀ ਅਤੇ ਅਸੀਂ ਹੋਰ ਅਗੇ ਚਲੇ ਗਏ। ਰਸਤੇ ਵਿਚ ਛੋਟੇ ਛੋਟੇ ਪਕੇ ਘਰਾਂ ਵਾਲੇ ਪਿੰਡ ਸਨ ਜਿਨ੍ਹਾਂ ਦੇ ਬਾਹਰ ਕੁਕੜੀਆਂ ਚੁਗ ਰਹੀਆਂ ਸਨ ਅਤੇ ਕੁਝ ਘਰਾਂ ਅੰਦਰ ਬਕਰੀਆਂ ਬਝੀਆਂ ਹੋਈਆਂ ਸਨ। ਕੁਝ ਲੇਡੀਜ਼ ਘਰਾਂ ਦੇ ਬਾਹਰ ਜਿਥੇ ਟਾਵੇਂ ਟਾਵੇਂ ਫੁੱਲਾਂ ਜਾਂ ਕੁਝ ਸਬਜ਼ੀਆਂ ਉਗੀਆਂ ਹੋਈਆਂ ਸਨ, ਵਿਚ ਕੰਮ ਕਰ ਰਹੀਆਂ ਸਨ। ਅਸੀਂ ਰਿਕਸ਼ੇ ਨੂੰ ਹੋਰ ਅਗੇ ਲੈ ਗਏ ਤੇ ਸਮੁੰਦਰ ਕੰਢੇ ਜਾ ਰਹੀ ਇਸ ਸੜਕ ਦੇ ਕੰਢੇ ਥੋੜ੍ਹੀ ਥੋੜ੍ਹੀ ਵਿਥ ਤੇ ਛੋਟੇ ਛੋਟੇ ਪਿੰਡ ਸਨ। ਕਿਸੇ ਕਿਸੇ ਘਰ ਅਗੇ ਕਾਰ ਵੀ ਖੜ੍ਹੀ ਦਿਸ ਪੈਂਦੀ ਸੀ। ਕੁਝ ਘਰ ਖੂਬਸੂਰਤ ਬਗੀਚੇ ਵਾਲੇ ਤੇ ਕੁਝ ਬਗੈਰ ਛੱਤਾਂ ਦੇ ਸਨ ਜਿਸ ਦਾ ਭਾਵ ਇਹੀ ਲਿਆ ਜਾ ਸਕਦਾ ਸੀ ਕਿ ਬਗੈਰ ਛੱਤਾਂ ਵਾਲੇ ਘਰ ਗਰੀਬਾਂ ਦੇ ਹੋਣਗੇ। ਕੁਝ ਦੂਰ ਹੋਰ ਅਗੇ ਗਏ ਤਾਂ ਇਕ ਹੋਟਲ ਵੇਖਿਆ ਜਿਸ ਵਿਚ ਕੁਰਸੀਆਂ ਲਗੀਆਂ ਹੋਈਆਂ ਸਨ ਪਰ ਬੰਦਾ ਕੋਈ ਨਹੀਂ ਸੀ। ਕੁਝ ਦੇਰ ਬੈਠਣ ਦੇ ਬਹਾਨੇ ਅਸੀਂ ਦੋ ਬੀਅਰਾਂ ਦਾ ਆਰਡਰ ਕੀਤਾ ਤਾਂ ਜਵਾਬ ਮਿਲਿਆ ਕਿ ਖਤਮ ਹੋ ਚੁਕੀਆਂ ਹਨ, ਲਾਗੇ ਹੀ ਇਕ ਹੋਰ ਕੁੜੀ ਸ਼ਰਾਬ ਵੇਚ ਰਹੀ ਸੀ। ਉਸ ਨੇ ਸਾਨੂੰ ਦੋ ਬੀਅਰ ਦੀਆਂ ਬੋਤਲਾਂ ਪਹਿਲਾਂ ਦੋ ਕਊਬਾ ਕਨਵਰਟੇਬਲ ਪੀਸੋ ਲੈ ਕੇ ਦੇ ਦਿਤੀਆਂ। ਓਥੇ ਵੀ ਬੜੀ ਬੇਰੌਣਕੀ ਸੀ ਅਤੇ ਕੋਈ ਭੀੜ ਭੜੱਕਾ ਨਹੀਂ ਸੀ ਜਾਂ ਰਾਤ ਪੈਣ ਵਾਲੀ ਹੋਣ ਕਰ ਕੇ ਚੁੱਪ ਚਾਪ ਛਾ ਰਹੀ ਸੀ।

ਮੈਂ ਅਧੀ ਕੁ ਬੀਅਰ ਪੀ ਕੇ ਬਾਕੀ ਦੀ ਨੌਜਵਾਨ ਰਿਕਸ਼ਾ ਚਲਾਉਣ ਵਾਲੇ ਮੁੰਡੇ ਨੂੰ ਦੇ ਦਿਤੀ ਜੋ ਉਹਨੇ ਬਗੈਰ ਕਿਸੇ ਝਿਜਕ ਦੇ ਪੀ ਲਈ। ਮੈਂ ਉਸ ਨੂੰ ਹੋਰ ਬੀਅਰ ਮੱਲ ਲੈ ਕੇ ਦੇਣ ਲਈ ਕਿਹਾ ਪਰ ਉਸ ਨੇ ਨਾਂਹ ਕਰ ਦਿਤੀ। ਹੁਣ ਦਿਨ ਡੁਬਣ ਵੱਲ ਵਧ ਰਿਹਾ ਸੀ। ਅਸੀਂ ਵਾਪਸ ਜਾਣ ਦਾ ਮਨ ਬਣਾ ਲਿਆ। ਭਾਸ਼ਾ ਦੇ ਆਦਾਨ ਪਰਦਾਨ ਬਗੈਰ ਜਦ ਕਿਸੇ ਨਾਲ ਕੋਈ ਗੱਲ ਹੀ ਨਹੀਂ ਹੋ ਸਕਦੀ ਸੀ ਤਾਂ ਲੋਕਾਂ ਦੇ ਮਨ ਕਿਵੇਂ ਪੜ੍ਹੇ ਜਾ ਸਕਦੇ ਸਨ। ਵਾਪਸ ਪਰਤਦਿਆਂ ਇਕ ਘਰ ਦੇ

ਪਿਛਵਾੜੇ ਵਿਚ ਕੁਝ ਮੁਰਗੀਆਂ, ਚੂਚੇ ਅਤੇ ਲਾਲ ਅਤੇ ਕਾਲੇ ਮੁਰਗੇ ਤੁਰ ਫਿਰ ਰਹੇ ਸਨ ਅਤੇ ਇਕ ਨੌਜਵਾਨ ਕਿਊਬਨ ਲੇਡੀ ਪਿਛਵਾੜੇ ਖੜ੍ਹੀ ਸੀ। ਕੁਕੜ ਵੇਖ ਕੇ ਅਸਾਂ ਮਨ ਬਣਾ ਇਆ ਕਿ ਇਸ ਨੂੰ ਪੁਛੀਏ ਕਿ ਇਸਨੇ ਕੋਈ ਕੁਕੜ ਜਾਂ ਬਿਨ ਬਾਂਗਾ ਮੁਰਗਾ ਵੇਚਣਾ ਹੈ ਅਤੇ ਕੀ ਇਹ ਬਣਾ ਕੇ ਵੀ ਸਾਨੂੰ ਖਵਾ ਸਕਦੀ ਹੈ। ਹੈਰਾਨੀ ਹੋਈ ਜਦ ਉਹ ਅੰਗਰੇਜ਼ੀ ਵਿਚ ਸਾਡੇ ਨਾਲ ਗੱਲਾਂ ਕਰਨ ਲੱਗੀ। ਓਸ ਕਿਹਾ ਕਿ ਨਹੀਂ ਓਸ ਨੇ ਕੁਕੜ ਨਹੀਂ ਵੇਚਣਾ ਅਤੇ ਜੇ ਅਸੀਂ ਕੁੜੀਆਂ ਦੀ ਭਾਲ ਵਿਚ ਸਾਂ ਤੇ ਓਸ ਨੇ ਇਸ਼ਾਰਾ ਕਰ ਕੇ ਕਿਹਾ ਕਿ ਓਧਰ ਚਲੇ ਜਾਓ ਅਤੇ ਰਿਕਸ਼ੇ ਵਾਲੇ ਨੂੰ ਵੀ ਸਮਝਾ ਦਿਤਾ। ਏਨੇ ਨੂੰ ਉਹਦਾ ਘਰ ਵਾਲਾ ਕਾਰ ਲੈ ਕੇ ਆ ਗਿਆ ਅਤੇ ਸਾਡੇ ਕੋਲ ਖਲੋ ਕੇ ਸਾਡੀਆਂ ਗੱਲਾਂ ਸੁਣਨ ਲੱਗਾ ਪਰ ਕਿਸੇ ਵੀ ਕਿਸਮ ਦਾ ਕੋਈ ਪ੍ਰਭਾਵ ਨਾ ਦਿਤਾ। ਲਗਦਾ ਸੀ ਕਿ ਉਹ ਕੁੜੀ ਸੈਲਾਨੀਆਂ ਨਾਲ ਖੁਲ੍ਹੀਆਂ ਗੱਲਾਂ ਕਰਨ ਦੀ ਆਦੀ ਸੀ। ਅਸੀਂ ਹੁਣ ਰੀਜ਼ੋਰਟ ਨੂੰ ਵਾਪਸ ਆ ਰਹੇ ਸਾਂ ਜੋ ਓਥੋਂ ਤਿੰਨ ਚਾਰ ਮੀਲ ਦੂਰ ਸੀ। ਰਸਤੇ ਵਿਚ ਸੜਕ ਦੇ ਇਕ ਕੰਢੇ ਸਮੁੰਦਰ ਤੇ ਦੂਜੇ ਪਾਸੇ ਹਰੇ ਭਰੇ ਮੈਦਾਨ ਸਨ ਤੇ ਪਾਣੀ ਦੇ ਵਡੇ ਵਡੇ ਛਪੜ ਵੀ ਦਿਸ ਰਹੇ ਸਨ ਜਿਨ੍ਹਾਂ ਵਿਚ ਚਿਟੇ ਬਗਲੇ ਕਲੋਲਾਂ ਕਰ ਰਹੇ ਸਨ। ਜਦ ਅਸੀਂ ਵਾਪਸ ਰੀਜ਼ੋਰਟ ਤੇ ਪਹੁੰਚੇ ਤਾਂ ਮਨ ਬੜਾ ਖੁਸ਼ ਸੀ ਕਿ ਅਸੀਂ ਕਿਊਬਾ ਵਿਚ ਇੰਡੀਆਂ ਵਾਂਗ ਰਿਕਸ਼ੇ ਤੇ ਚੜ੍ਹ ਕੇ ਸਮੁੰਦਰ ਦੇ ਕਿਨਾਰੇ ਤੇ ਬਣੇ ਹੋਏ ਕੁਝ ਪਿੰਡ ਵੇਖੇ ਸਨ ਅਤੇ ਕੁਝ ਨਾ ਕੁਝ ਨਵੀਂ ਜਾਣਕਾਰੀ ਸਾਡੇ ਪੱਲੇ ਪਈ ਸੀ। ਰਿਕਸ਼ੇ ਵਾਲੇ ਮੁੰਡੇ ਨੂੰ ਜਦ ਦੋ ਪੀਸੋ ਦਿਤੇ ਜੋ ਉਹਨਾਂ ਦੀ ਨੈਸ਼ਨਲ ਮਨੀ ਵਿਚ 50 ਪੀਸੋ ਬਣਦੇ ਸਨ ਤਾਂ ਉਹ ਖੁਸ਼ ਲਗ ਰਿਹਾ ਸੀ ਜਦ ਕਿ ਮੈਂ ਬਾਅਦ ਵਿਚ ਮਹਿਸੂਸ ਕੀਤਾ ਕਿ ਇਸ ਨੂੰ ਜ਼ਿਆਦਾ ਪੈਸੇ ਦੇਣੇ ਚਾਹੀਦੇ ਸਨ ਜੋ ਸਾਡੇ ਵਰਗੇ ਬੁਢਿਆਂ ਨੂੰ ਦੋ ਘੰਟੇ ਸੜਕਾਂ ਤੇ ਖਿਚੀ ਫਿਰਦਾ ਰਿਹਾ ਸੀ। ਜੋ ਕਪੜਾ ਅਸੀਂ ਰੀਜ਼ੋਰਟ ਵਿਚ ਵੰਡਿਆ ਸੀ, ਇਸ ਤਰ੍ਹਾਂ ਦੇ ਮਿਹਨਤ ਕਰਨ ਵਾਲੇ ਲੋਕਾਂ ਨੂੰ ਵੰਡਿਆ ਜਾਣਾ ਚਾਹੀਦਾ ਸੀ। ਬਾਰ ਤੋਂ ਥੋੜ੍ਹੀ ਥੋੜ੍ਹੀ ਦਾਰੂ ਪੀ ਕੇ ਅਸੀਂ ਬੈਂਕ ਮੈਨੇਜਰ ਮੁੰਡੇ ਜੋਸੇ ਕੋਲ ਚਲੇ ਗਏ ਤੇ ਉਹਨੂੰ ਕਿਹਾ ਕਿ ਸਾਨੂੰ ਕਿਊਬਾ ਦੀ ਨੈਸ਼ਨਲ ਮਨੀ ਅਤੇ ਕਿਊਬਾ ਦਾ ਕਨਵਰਟੇਬਲ ਪੀਸੋ ਜੋ ਲਗ ਭਗ ਕੈਨੇਡੀਅਨ ਡਾਲਰ ਦੇ ਕਰੀਬ ਸੀ, ਦਾ ਫਰਕ ਸਮਝਾਵੇ। ਮੈਂ ਜੋਸੇ ਨੂੰ ਕਿਹਾ ਕਿ ਸਾਡੇ ਕੋਲ ਕਨਵਰਟੇਬਲ ਪੀਸੋ ਤਾਂ ਹਨ ਜਿਸ ਦੇ ਇਕ ਪੀਸੋ ਦੇ 25 ਪੀਸੋ ਬਣਦੇ ਹਨ ਪਰ ਅਸੀਂ ਨੈਸ਼ਨਲ ਮਨੀ ਵੇਖਣਾ ਚਹੁੰਦੇ ਹਾਂ। ਉਹ ਕਹਿਣ ਲੱਗਾ ਕਿ ਸਵੇਰੇ ਉਹ ਸਾਡੇ ਲਈ ਇਕ ਡਾਲਰ ਦੀ 25 ਪੀਸੋ ਨੈਸ਼ਨਲ ਮਨੀ ਲੈ ਆਵੇਗਾ ਜੋ ਤੁਸੀਂ ਏਥੇ ਚਲਾ ਤਾਂ ਨਹੀਂ ਸਕੋਗੇ ਪਰ ਆਪਣੀ ਯਾਦਾਸ਼ਤ ਲਈ ਨਾਲ ਕੈਨੇਡਾ ਲੈ ਜਾਣਾ। ਅਸੀਂ ਉਹਦੀ ਗੱਲ ਸੁਣ ਕੇ ਬਹੁਤ ਖੁਸ਼ ਹੋ ਗਏ। ਪ੍ਰਿੰਸੀਪਲ ਸਾਹਿਬ ਨੇ ਤਿੰਨ ਸਕਾਚ ਦੇ

ਗਲਾਸ ਲਿਆਂਦੇ ਅਤੇ ਅਸੀਂ ਤਿੰਨਾਂ ਨੇ ਪੀ ਲਏ। ਦਾਰੂ ਦਾ ਗਲਾਸ ਪੀ ਕੇ ਜੋਸੇ ਖੁਸ਼ ਹੋ ਗਿਆ। ਮੈਂ ਜੋਸੇ ਨੂੰ ਕਿਹਾ ਕਿ ਅਸੀਂ ਸਵੇਰੇ ਤੇਰੇ ਲਈ ਪੈਂਟਾਂ ਆਦਿ ਲੈ ਕੇ ਆਵਾਂਗੇ ਤੇ ਉਹ ਹੋਰ ਵੀ ਖੁਸ਼ ਹੋ ਗਿਆ। ਅਤੇ ਅਸੀਂ ਆਪਣੇ ਕਮਰੇ ਵਿਚ ਆ ਗਏ। ਡਿਨਰ ਕਰਨ ਤੋਂ ਪਹਿਲਾਂ ਕੁਝ ਚਿਰ ਆਰਾਮ ਕਰਨਾ ਚਹੁੰਦੇ ਸਨ। ਇਸ ਰਾਤ ਤੋਂ ਬਾਅਦ ਰੀਜ਼ੋਰਟ ਵਿਚ ਸਾਡੀ ਇਕ ਰਾਤ ਹੋਰ ਰਹਿ ਗਈ ਸੀ। ਜਾਂ ਸਮਝ ਲਵੋ ਕਿ ਜੋ ਅਗਲਾ ਦਿਨ ਚੜ੍ਹਨਾ ਸੀ, ਰੀਜ਼ੋਰਟ ਵਿਚ ਉਹ ਸਾਡਾ ਆਖਰੀ ਦਿਨ ਹੋਣਾ ਸੀ। ਪ੍ਰਿੰ: ਸਾਹਿਬ ਤਾਂ ਆਂਦੇ ਹੀ ਮੰਜੇ ਤੇ ਡਿਗ ਪਏ ਤੇ ਸੌਂ ਗਏ ਤੇ ਮੈਂ ਸੋਚਾਂ ਦੇ ਸਮੁੰਦਰ ਵਿਚ ਗੋਤੇ ਖਾਣ ਲੱਗਾ ਕਿ ਮੈਨੂੰ ਨੀਂਦ ਕਿਉਂ ਨਹੀਂ ਆਉਂਦੀ। ਇਹ ਨੀਂਦ ਪੀ ਕੇ ਵੀ ਨਹੀਂ ਆਉਂਦੀ ਸੀ ਅਤੇ ਨਾ ਬਿਨ ਪੀਤਿਆਂ ਵੀ ਨਹੀਂ। ਇਥੋਂ ਤਕ ਕਿ ਕਈ ਵਾਰ ਨੀਂਦ ਦੀ ਗੋਲੀ ਵੀ ਅਸਰ ਕਰਨੋ ਹਟ ਗਈ ਸੀ। ਮੈਂ ਬਹੁਤ ਪਾਠ ਵੀ ਕਰਦਾ ਹਾਂ ਕਿ ਮਨ ਸ਼ਾਂਤ ਹੋ ਜਾਵੇ ਤੇ ਨੀਂਦ ਆ ਜਾਵੇ। ਪ੍ਰਿੰਸੀਪਲ ਸਾਹਿਬ ਘੁਰਾੜੇ ਮਾਰ ਰਹੇ ਸਨ ਤੇ ਮੈਂ ਜਾਗ ਰਿਹਾ ਸਾਂ।

ਪ੍ਰਿੰ: ਸਾਹਿਬ ਤਾਂ ਸੌਂ ਗਏ ਸਨ ਅਤੇ ਕੁਝ ਘੰਟੇ ਸੌਂ ਕੇ ਇਹਨਾਂ ਆਪਣੀ ਨੀਂਦ ਪੂਰੀ ਕਰ ਲੈਣੀ ਸੀ। ਮੈਂ ਕੁਝ ਚਿਰ ਲੇਟਿਆ ਰਿਹਾ ਤੇ ਫਿਰ ਬਾਹਰ ਨਿਕਲ ਕੇ ਸਮੁੰਦਰ ਦੇ ਕੰਢੇ ਘੁੰਮਣ ਚਲਾ ਗਿਆ। ਹਨੇਰਾ ਹੋ ਚੁਕਾ ਸੀ ਤੇ ਹੁਣ ਏਥੇ ਕੋਈ ਟਾਵਾਂ ਟਾਵਾਂ ਸੈਲਾਨੀ ਹੀ ਦਿਸ ਰਿਹਾ ਸੀ। ਕੁਝ ਦੇਰ ਮੈਂ ਇਕ ਲੰਮੀ ਕੁਰਸੀ ਤੇ ਲੇਟ ਕੇ ਸਮੁੰਦਰ ਦੀਆਂ ਛੱਲਾਂ ਦਾ ਸ਼ੋਰ ਸੁਣਦਾ ਰਿਹਾ। ਕੁਝ ਬੇਚੈਨੀ ਘਟੀ ਤਾਂ ਫਿਰ ਉਠ ਕੇ ਪੂਲ ਤੇ ਆ ਕੇ ਲੇਟ ਗਿਆ। ਏਥੇ ਰੋਸ਼ਨੀਆਂ ਦਾ ਕੋਈ ਅੰਤ ਨਹੀਂ ਸੀ। ਹੁਣ ਪੂਲ ਤੇ ਕੋਈ ਨਹਾ ਨਹੀਂ ਰਿਹਾ ਸੀ। ਕੋਈ ਕੋਈ ਸੈਲਾਨੀ ਬੀਅਰ, ਵਾਈਨ ਜਾਂ ਡਰਿੰਕ ਲੈ ਰਿਹਾ ਸੀ। ਪੂਲ ਦੇ ਵਿਚ ਇਕ ਪਾਸੇ ਬਾਰ ਸੀ ਤੇ ਪੂਲ ਤੋਂ ਸਮੁੰਦਰ ਵਾਲੇ ਪਾਸੇ ਵੀ ਬਾਰ ਸੀ ਜਿਥੇ ਕੁਝ ਖਾਣ ਨੂੰ ਵੀ ਮਿਲ ਜਾਂਦਾ ਸੀ। ਓਥੇ ਜਾ ਕੇ ਮੈਂ ਇਕ ਬੀਅਰ ਪੀਤੀ ਪਰ ਮਨ ਟਿਕ ਨਹੀਂ ਰਿਹਾ ਸੀ। ਅੰਦਰੋਂ ਡਰ ਸੀ ਕਿ ਪ੍ਰਿੰਸੀਪਲ ਪਾਖਰ ਸਿੰਘ ਹੁਰੀਂ ਕਿਤੇ ਕਮਰੇ ਵਿਚੋਂ ਬਾਹਰ ਜਾ ਕੇ ਫਿਰ ਪੀਣੀ ਸ਼ੁਰੂ ਨਾ ਕਰ ਦੇਣ। ਇਸ ਡਰ ਨੂੰ ਖਤਮ ਕਰਨ ਲਈ ਮੈਂ ਕਮਰੇ ਵੱਲ ਹੋ ਤੁਰਿਆ ਜੋ ਹਨੇਰਾ ਹੋਣ ਕਰ ਕੇ ਲਭ ਨਹੀਂ ਰਿਹਾ ਸੀ। ਹੋਟਲ ਦੇ ਸਾਰੇ ਕਮਰੇ ਇਕੋ ਜਹੇ ਸਨ ਅਤੇ ਪਛਾਣ ਸਿਰਫ ਨੰਬਰਾਂ ਤੋਂ ਆਉਂਦੀ ਸੀ। ਇਕ ਰਾਤ ਤਾਂ ਜਦ ਮੈਂ ਤੇ ਪ੍ਰਿੰ: ਪਾਖਰ ਸਿੰਘ ਜ਼ਿਆਦਾ ਪੀ ਗਏ ਸਾਂ ਤਾਂ ਆਪਣਾ ਕਮਰਾ ਭੁੱਲ ਕੇ ਕਾਫੀ ਚਿਰ ਗਵਾਚੇ ਰਹੇ ਸਾਂ। ਜਦ ਮੈਂ ਕਮਰੇ ਵਿਚ ਆਇਆ ਤਾਂ ਪਾਖਰ ਸਿੰਘ ਜੀ ਘੂਕ ਸੌਂ ਰਹੇ ਸਨ। ਮਨ ਨੂੰ ਬੜੀ ਤਸੱਲੀ ਹੋਈ ਤੇ ਮੈਂ ਸੋਚਿਆ ਕਿ ਬੱਸ ਅਜ ਦੀ ਰਾਤ ਤੋਂ ਬਾਅਦ ਇਕ ਦਿਨ ਤੇ ਇਕ ਰਾਤ ਹੋਰ ਰਹਿ ਗਈ ਸੀ। ਫਿਰ ਤਾਂ ਏਅਰਪੋਰਟ ਤੇ ਪਹੁੰਚ ਜਹਾਜ਼ ਵਿਚ

ਚੜ੍ਹ ਕੇ ਟਰਾਂਟੋ ਜਾ ਉਤਰਨਾ ਸੀ ਅਤੇ ਪ੍ਰਿੰਸੀਪਲ ਪਾਖਰ ਸਿੰਘ ਹੁਰਾਂ ਨੂੰ ਉਹਨਾਂ ਦੇ ਪਰਵਾਰ ਦੇ ਹਵਾਲੇ ਕਰ ਕੇ ਲਈ ਜ਼ਿੰਮੇਵਾਰੀ ਤੋਂ ਮੁਕਤ ਹੋ ਜਾਣਾ ਸੀ। ਮੈਂ ਉਹਨਾਂ ਨੂੰ ਕਿਹਾ ਕਿ ਕਿ ਡਿਨਰ ਕਰਨ ਵਾਸਤੇ ਜਾਣਾ ਹੈ ਜਾਂ ਨਹੀਂ ਪਰ ਉਹਨਾਂ ਸੁਤਿਆਂ ਹੀ ਜਵਾਬ ਦੇ ਦਿਤਾ ਕਿ ਮੈਂ ਰੋਟੀ ਨਹੀਂ ਖਾਣੀ। ਕੁਝ ਦੇਰ ਬਾਅਦ ਮੈਂ ਡਿਨਰ ਕਰਨ ਤੋਂ ਪਹਿਲਾਂ ਬਾਰ ਦੇ ਬਾਹਰ ਪਈਆਂ ਕੁਰਸੀਆਂ ਤੇ ਬੈਠ ਕੇ ਹੌਲੀ ਹੌਲੀ ਦਾਰੂ ਦੇ ਘੁਟ ਭਰਨ ਲੱਗਾ। ਕੋਈ ਕਿਸੇ ਨੂੰ ਬੁਲਾ ਨਹੀਂ ਰਿਹਾ ਸੀ। ਸਿਰਫ ਉਹ ਲੋਕ ਹੀ ਇਕ ਦੂਜੇ ਨਾਲ ਗੱਲਾਂ ਕਰ ਰਹੇ ਸਨ ਜੋ ਇਕਠੇ ਆਏ ਸਨ ਤੇ ਇਕ ਦੂਜੇ ਨੂੰ ਜਾਣਦੇ ਸਨ। ਕੁਝ ਦੇਰ ਬਾਅਦ ਸਰਾ ਸਾਹਿਬ ਵੀ ਦਾਰੂ ਲੈ ਕੇ ਮੇਰੇ ਲਾਗੇ ਆ ਕੇ ਬੈਠ ਗਏ ਅਤੇ ਮੇਰੀ ਵੀ ਉਹਨਾਂ ਨਾਲ ਕੰਪਨੀ ਹੋ ਗਈ। ਜਦ ਸਾਡੇ ਗਲਾਸ ਖਾਲੀ ਹੋ ਜਾਂਦੇ ਤਾਂ ਸਰਾ ਸਾਹਿਬ ਆਪਣੇ ਤੇ ਮੇਰੇ ਲਈ ਗਲਾਸ ਭਰਵਾ ਕੇ ਲੈ ਆਉਂਦੇ। ਸਿਵਾਏ ਵਿਆਹ ਸ਼ਾਦੀਆਂ ਜਾ ਪਾਰਟੀਆਂ ਦੇ ਮੈਂ ਜ਼ਿੰਦਗੀ ਵਿਚ ਇਸ ਤਰ੍ਹਾਂ ਫਰੀ ਵਰਤਾਈ ਜਾਂਦੀ ਮਨ ਮਰਜ਼ੀ ਦੀ ਸ਼ਰਾਬ ਪਹਿਲੀ ਵਾਰ ਵੇਖੀ ਸੀ। ਪਰ ਇਹ ਸ਼ਰਾਬ ਥੋੜ੍ਹਾ ਹੁਲਾਰਾ ਦੇ ਕੇ ਲਹਿ ਜਾਂਦੀ ਸੀ ਅਤੇ ਇਸਦਾ ਸਵਾਦ ਵੀ ਵਖਰਾ ਸੀ। ਜ਼ਿਆਦਾ ਸੈਲਾਨੀ ਲੋਕ ਕਿਊਬਾ ਦੀ ਵੇਕੇਸ਼ਨ ਤੇ ਜਾ ਕੇ ਵੋਦਕਾ ਅਤੇ ਰਮ ਹੀ ਪੀਂਦੇ ਵੇਖੇ ਗਏ।

ਕਿਊਬਾ ਵਿਚ ਸੱਤ ਦਿਨ

6. ਰਿਕਸ਼ੇ ਤੇ ਚੜ੍ਹ ਕੇ ਕਿਊਬਾ ਦਾ ਇਕ ਹੋਰ ਪਾਸਾ ਵੇਖਣਾ

ਸ਼ਾਮ ਪੈਣ ਤੋਂ ਪਹਿਲਾਂ ਜਦ ਅਸੀਂ ਰਿਕਸ਼ਾ ਕਰ ਕੇ ਰੀਜ਼ੋਰਟ ਤੋਂ ਬਾਹਰ ਦਾ ਕਿਊਬਾ ਵੇਖਣ ਲਈ ਨਿਕਲੇ ਤਾਂ ਮੌਸਮ ਕਾਫੀ ਗਰਮ ਸੀ। ਰੀਜ਼ੋਰਟ ਤੋਂ ਬਾਹਰ ਜਾਂਦੀ ਵਡੀ ਸੜਕ ਤੇ ਰਿਕਸ਼ੇ ਵਾਲਾ ਓਸੇ ਥਾਂ ਤੇ ਖੜ੍ਹਾ ਸੀ ਜਿਥੇ ਇਕ ਦਿਨ ਪਹਿਲਾਂ ਉਹ ਸਾਨੂੰ ਮਿਲਿਆ ਸੀ। ਓਸ ਨੂੰ ਕੱਲ ਵਾਂਗ ਹੀ ਦੋ ਘੰਟਿਆਂ ਵਾਸਤੇ ਰਿਕਸ਼ੇ ਤੇ ਚੜ੍ਹ ਕੇ ਸੈਰ ਕਰਨ ਜਾਣ ਲਈ ਕਿਹਾ ਤਾਂ ਉਸ ਨੂੰ ਸਾਡੀ ਕੋਈ ਗੱਲ ਸਮਝ ਨਹੀਂ ਆ ਰਹੀ ਸੀ। ਹੈਰਾਨੀ ਵਾਲੀ ਗੱਲ ਇਹ ਸੀ ਕਿ ਉਹ ਸਾਨੂੰ ਬਿਲਕੁਲ ਹੀ ਪਹਿਚਾਣ ਨਹੀਂ ਰਿਹਾ ਸੀ। ਰਿਕਸ਼ਾ ਵੀ ਬਿਲਕੁਲ ਕੱਲ ਵਰਗਾ ਤੇ ਮੁੰਡਾ ਵੀ ਹੂ ਬਹੂ ਹਰ ਪਖੋਂ ਭਾਵ ਕੱਦ ਕਾਠ ਅਤੇ ਉਮਰ ਦੇ ਪਖੋਂ ਉਹੀ ਸੀ ਪਰ ਉਹ ਕੱਲ ਵਾਲੀ ਕੋਈ ਵੀ ਗੱਲ ਨਹੀਂ ਸਮਝ ਰਿਹਾ ਸੀ। ਕੁਝ ਚਿਰ ਦੀ ਸਿਰ ਖਪਾਈ ਤੋਂ ਬਾਅਦ ਅਸੀਂ ਇਸ ਨਤੀਜੇ ਤੇ ਪਹੁੰਚ ਗਏ ਕਿ ਇਹ ਮੁੰਡਾ ਕੱਲ ਵਾਲਾ ਨਹੀਂ ਸੀ ਪਰ ਇਸਦੀ ਸ਼ਕਲ ਬਿਲਕੁਲ ਕੱਲ ਵਾਲੇ ਮੁੰਡੇ ਨਾਲ ਸੌ ਪ੍ਰਤੀ ਸ਼ਤ ਮਿਲਦੀ ਸੀ। ਜਿਵੇਂ ਕਿਵੇਂ ਵੀ ਭਾਸ਼ਾ ਦੀ ਸਮਝ ਨਾ ਹੁੰਦਿਆਂ ਵੀ ਉਹਦੇ ਰਿਕਸ਼ੇ ਵਿਚ ਬੈਠ ਕੇ ਉਹਨੂੰ ਅਸੀਂ ਟੋਰ ਲਿਆ ਤੇ ਕੋਕੋ ਬੀਚ ਵਾਲੇ ਰਸਤੇ ਪਾ ਲਿਆ। ਦੋ ਦਿਨ ਪਹਿਲਾਂ ਅਸੀਂ ਤਾਂਗਿਆਂ ਅਤੇ ਸਾਈਕਲਾਂ ਉਤੇ ਚੜ੍ਹ ਕੇ ਕੋਕੋ ਬੀਚ ਗਏ ਸਾਂ ਜਿਥੇ ਇਕ ਤਿੰਨ ਮੰਜਲੀ ਬਿਲਡਿੰਗ ਤੋਂ ਅਗੇ ਕੋਕੋ ਬੀਚ ਨੂੰ ਕੱਚਾ ਰਸਤਾ ਮੁੜ ਜਾਂਦਾ ਸੀ ਪਰ ਅਸੀਂ ਓਸ ਕੱਚੇ ਰਸਤੇ ਨਾ ਪਏ ਅਤੇ ਬਿਲਿਡੰਗ ਦੇ ਆਖਰੀ ਹਿੱਸੇ ਕੋਲ ਪਹੁੰਚ ਕੇ ਰਿਕਸ਼ਾ ਖਬੇ ਪਾਸੇ ਵੱਲ ਪੈਂਦੇ ਪਿੰਡਾਂ ਵੱਲ ਮੋੜ ਲਿਆ। ਜਿਥੋਂ ਤਕ ਅਸੀਂ ਜਾ ਸਕਦੇ ਸਾਂ ਅਸੀਂ ਰਿਕਸ਼ਾ ਲੈ ਗਏ ਪਰ ਅਗੇ ਜਾ ਕੇ ਪਾਣੀ ਆ ਗਿਆ। ਇਸ ਲਈ ਓਸ ਤੋਂ ਅਗੇ ਜਾਣਾ ਮੁਸ਼ਕਲ ਸੀ। ਮੈਂ ਵੇਖਣਾ ਚਹੁੰਦਾ ਸਾਂ ਕਿ ਲੋਕਾਂ ਦਾ ਜੀਵਨ ਕਿਸ ਤਰ੍ਹਾਂ ਦਾ ਹੈ। ਪਾਣੀ ਆਣ ਤੋਂ ਪਹਿਲਾਂ ਕਈ ਥਾਈਂ ਸੱਜੇ ਪਾਸੇ ਛੱਪਰ ਪਏ ਹੋਏ ਸਨ ਜਿਨ੍ਹਾਂ ਹੇਠਾਂ ਘੋੜ੍ਹੇ ਬੰਨ੍ਹੇ ਹੋਏ ਸਨ। ਕਿਧਰੇ ਕਿਧਰੇ ਟਰੈਕਟਰ ਵੀ ਖੜ੍ਹੇ ਸਨ ਅਤੇ ਕੁਝ ਘਰਾਂ ਅਗੇ ਅਤੇ ਪਾਸੇ ਬਣੇ ਵਾੜਿਆਂ ਵਿਚ ਥੋੜ੍ਹੀਆਂ ਥੋੜ੍ਹੀਆਂ ਸਬਜ਼ੀਆਂ ਵੀਜੀਆਂ ਹੋਈਆਂ ਸਨ ਜਿਨ੍ਹਾਂ ਵਿਚ ਟਮਾਟਰਾਂ ਦੇ ਬੂਟੇ ਦਿਸ ਰਹੇ ਸਨ। ਕਿਧਰੇ ਕਿਧਰੇ ਕੇਲੇ, ਮੱਕੀ ਜਾਂ ਕਮਾਦ ਦੇ ਕੁਝ ਬੂਟੇ ਦਿਸਦੇ ਸਨ ਪਰ ਠੁਕ ਨਾਲ ਕੁਝ ਪਤਾ ਨਹੀਂ ਲਗਦਾ ਸੀ ਕਿ ਇਥੇ ਕਿਹੜੀ ਫਸਲ ਹੁੰਦੀ ਸੀ ਜਿਵੇਂ ਪੰਜਾਬ ਵਿਚ ਹੋਣ ਵਾਲੀਆਂ ਜਾ ਹੁੰਦੀਆਂ ਫਸਲਾਂ ਦਾ ਸਾਨੂੰ ਸਾਰਾ ਪਤਾ ਹੁੰਦਾ ਹੈ। ਕਾਫੀ ਮੁੰਡੇ

ਕੁੜੀਆਂ ਘਰਾਂ ਦੇ ਬਾਹਰ ਜਾਂ ਲਾਗੇ ਖੇਡਦੇ ਦਿਸਦੇ ਸਨ ਪਰ ਪਕੀ ਮੇਨ ਸੜਕ ਤੇ ਜਿਥੇ ਬੱਸ ਆ ਕੇ ਰੁਕਦੀ ਸੀ, ਓਥੇ ਹਰ ਅਡੇ ਉਤੇ ਸਵਾਰੀਆਂ ਦੀ ਭੀੜ ਸੀ। ਹਨੇਰਾ ਹੋ ਰਿਹਾ ਸੀ ਤੇ ਮਛਰ ਲੜਨਾ ਸ਼ੁਰੂ ਹੋ ਗਿਆ ਸੀ। ਸਾਡੀਆਂ ਲੱਤਾਂ ਵੀ ਨੰਗੀਆਂ ਸਨ ਅਤੇ ਸ਼ਾਟਸ ਪਾਏ ਹੋਣ ਕਰ ਕੇ ਮੱਛਰ ਨੂੰ ਲੱਤਾਂ ਜਾਂ ਬਾਹਵਾਂ ਤੇ ਲੜਨ ਲਈ ਕੋਈ ਮੁਸ਼ਕਲ ਪੇਸ਼ ਨਹੀਂ ਹੋ ਰਹੀ ਸੀ। ਘੋੜਿਆਂ ਦੇ ਵਾੜੇ ਤੇ ਪਏ ਸਾਜ਼ ਬਾਜ਼ ਤੋਂ ਪਤਾ ਲਗਦਾ ਸੀ ਕਿ ਇਹਨਾਂ ਪਿੰਡਾਂ ਵਿਚ ਲੋਕ ਘੋੜੇ ਰਖਦੇ ਸਨ ਪਰ ਇਹ ਘੋੜੇ ਕਿਸ ਕੰਮ ਆਉਂਦੇ ਸਨ, ਇਹ ਪਤਾ ਨਹੀਂ ਲਗਦਾ ਸੀ। ਕਿਸੇ ਘਰ ਅਗੇ ਕਾਰ ਘੱਟ ਹੀ ਦਿਸਦੀ ਸੀ ਅਤੇ ਜੇ ਕੋਈ ਕਾਰ ਦਿਸਦੀ ਸੀ ਤਾਂ ਛੋਟੀ ਰੂਸੀ ਲਾਡਾ ਕਾਰ ਵਰਗੀ ਸੀ। ਜਿਸ ਤਰ੍ਹਾਂ ਦੀਆਂ ਫੀਅਟ ਕਾਰਾਂ ਕੁਝ ਦਹਾਕੇ ਪਹਿਲਾਂ ਪੰਜਾਬ ਜਾਂ ਹਿੰਦੋਸਤਾਨ ਵਿਚ ਆਮ ਹੁੰਦੀਆਂ ਸਨ। ਕਮਿਉਨਿਸਟ ਕੰਟਰੀ ਕਿਊਬਾ ਦੇ ਜਨ ਜੀਵਨ ਦਾ ਅਸਲ ਪਤਾ ਤਾਂ ਇਥੋਂ ਦੀ ਸਪੈਨਿਸ਼ ਭਾਸ਼ਾ ਆਉਣ ਨਾਲ ਹੀ ਲੱਗ ਸਕਦਾ ਸੀ। ਦੂਜਾ ਤਰੀਕਾ ਇਹ ਸੀ ਕਿ ਕਿ ਇਥੇ ਇਹਨਾਂ ਲੋਕਾਂ ਵਿਚ ਇਹਨਾਂ ਵਰਗੇ ਹੋ ਕੇ ਹੀ ਕੁਝ ਮਹੀਨੇ ਜਾਂ ਸਾਲ ਰਿਹਾ ਜਾਵੇ ਅਤੇ ਇਹਨਾਂ ਵਿਚ ਵਿਚਰ ਕੇ ਅਸਲ ਜੀਵਨ ਅਤੇ ਕਾਰ ਵਿਹਾਰ ਦਾ ਪਤਾ ਲਾਇਆ ਜਾਵੇ। ਤਿੰਨ ਦਿਨ ਰੀਜ਼ੋਰਟ ਵਿਚੋਂ ਬਾਹਰ ਆਉਣ ਤੇ ਪੁਲਸ ਦਾ ਵਰਦੀਧਾਰੀ ਕੋਈ ਬੰਦਾ ਨਜ਼ਰ ਨਹੀਂ ਸੀ ਆਇਆ ਜਿਵੇਂ ਭਾਰਤ ਅਤੇ ਪਾਕਿਸਤਾਨ ਵਿਚ ਹਥਿਆਰਬੰਦ ਪੁਲਸ ਆਮ ਲੋਕਾਂ ਨਾਲੋਂ ਵੀ ਵਧ ਦਿਖਾਈ ਦੇਂਦੀ ਹੈ। ਇਥੋਂ ਤਕ ਕਿ ਨਾਰਥ ਅਮਰੀਕਾ ਵਿਚ ਵੀ ਪੁਲਸ ਦੀਆਂ ਗਡੀਆਂ ਹਰ ਪੰਜ ਸੱਤ ਮਿੰਟਾਂ ਬਾਅਦ ਸੜਕਾਂ ਤੇ ਭੱਜੀਆਂ ਫਿਰਦੀਆਂ ਦਿਸ ਪੈਂਦੀਆਂ ਹਨ। ਜਿਵੇਂ ਡਰ ਪਾਇਆ ਗਿਆ ਸੀ ਕਿ ਕਿਊਬਾ ਵਿਚ ਪੁਲਸ ਬਹੁਤ ਮਾੜੀ ਹੈ, ਇਸ ਤਰ੍ਹਾਂ ਦੀ ਕੋਈ ਗੱਲ ਦਿਸਣ ਵਿਚ ਨਹੀਂ ਸੀ ਆਈ।

ਰਸਤੇ ਵਿਚ ਵਖ ਵਖ ਪਿੰਡਾਂ ਵਿਚੋਂ ਲੰਘਦਿਆਂ ਹੋਇਆਂ ਆਂਦਿਆਂ ਜਾਂਦਿਆਂ ਸੜਕਾਂ ਤੇ ਖੜ੍ਹੇ ਲੋਕਾਂ ਵਿਚੋਂ ਕਿਸੇ ਨੇ ਸਾਡੇ ਨਾਲ ਕੋਈ ਗੱਲ ਬਾਤ ਜਾਂ ਡਾਇਲਾਗ ਨਹੀਂ ਕੀਤਾ। ਨਾ ਹੀ ਪੰਜਾਬ ਦੀ ਪ੍ਰਾਹੁਣਚਾਰੀ ਵਾਂਗ ਕਿਸੇ ਨੇ ਬਾਂਹੋਂ ਫੜ ਕੇ ਕਿਹਾ ਕਿ ਆਓ ਸਾਡੇ ਘਰ ਚਾਹ ਦਾ ਕੱਪ ਪੀ ਕੇ ਜਾਇਓ। ਇਕ ਪਿੰਡ ਵਿਚ ਇਕ ਔਰਤ ਘਰ ਦੇ ਬਾਹਰ ਬੈਠੀ ਹੋਈ ਵੇਖੀ ਜਿਸ ਦੇ ਲਾਗੇ ਉਹਦੇ ਨਿਆਣੇ ਖੇਡ ਰਹੇ ਸਨ। ਪਹਿਲਾਂ ਤਾਂ ਮੇਰਾ ਜੀ ਕੀਤਾ ਕਿ ਇਸ ਨਾਲ ਗੱਲ ਕੀਤੀ ਜਾਵੇ ਪਰ ਕੀ ਗੱਲ ਕੀਤੀ ਜਾਵੇ ਤੇ ਗੱਲ ਕਿਥੋਂ ਤੇ ਕਿਵੇਂ ਸ਼ੁਰੂ ਕੀਤੀ ਜਾਵੇ, ਇਸਦਾ ਕੋਈ ਸਿਰਾ ਹਥ ਨਹੀਂ ਆ ਰਿਹਾ ਸੀ। ਗਲਤੀ ਇਹ ਹੋਈ ਕਿ ਜੋ ਕਪੜੇ ਲੋਕਾਂ ਨੂੰ ਵੰਡਣ ਲਈ ਲਿਆਂਦੇ ਸਨ, ਜੇਕਰ ਉਹ ਕਪੜੇ ਇਸ ਵੇਲੇ ਕੋਲ ਹੁੰਦੇ ਤਾਂ ਕਪੜੇ ਦੇਣ ਦੇ ਬਹਾਨੇ ਕੋਈ ਨਾ ਕੋਈ ਗੱਲ ਹੋ ਸਕਦੀ ਸੀ ਜਾਂ ਗੱਲ ਸ਼ੁਰੂ ਕਰਨ ਦਾ ਬਹਾਨਾ ਤਾਂ ਬਣ ਹੀ ਜਾਂਦਾ ਸੀ। ਫਿਰ ਵੀ ਭਾਸ਼ਾ ਦੀ ਸਮਝ ਨਾ ਹੋਣੀ ਬੜੀ ਵਡੀ ਔਕੜ ਤੇ ਰੁਕਾਵਟ ਸੀ। ਗੱਲ ਤਾਂ ਇਸ ਦੇਸ਼ ਦੇ ਲੋਕਾਂ ਦੇ ਮਨਾਂ ਵਿਚ ਦਾਖਲ ਹੋਣ ਤੇ ਝਾਤੀ ਮਾਰਨ ਦੀ ਸੀ।

ਕਮਿਊਨਿਸਟ ਦੇਸ਼ ਹੋਣ ਕਾਰਨ ਇਹਨਾਂ ਦਾ ਜੀਵਨ ਢਾਂਚਾ ਕੀ ਸੀ, ਆਰਥਕਤਾ ਕਿਵੇਂ ਚਲਦੀ ਸੀ? ਘਰ ਬਾਰ ਦਾ ਖਰਚਾ ਕਿਥੋਂ ਆਉਂਦਾ ਸੀ। ਇਸਦਾ ਪਤਾ ਨਹੀਂ ਲੱਗ ਰਿਹਾ ਸੀ। ਅਮਰੀਕਾ ਅਤੇ ਕੈਨੇਡਾ ਵਰਗੇ ਅਮੀਰ ਦੇਸ਼ਾਂ ਦੇ ਐਨ ਕੰਢੇ ਭਾਵ ਦੋ ਤਿੰਨ ਘੰਟਿਆਂ ਦੀ ਹਵਾਈ ਉਡਾਣ ਭਰ ਕੇ ਇਸ ਤਰ੍ਹਾਂ ਦੇ ਗਰੀਬ ਦੇਸ਼ ਹੋਣ ਦਾ ਕੀ ਮਤਲਬ ਸੀ? ਜਦ ਕਿ ਇਹ ਬੈਲਟ ਤਾਂ ਅਮੀਰ ਦੇਸ਼ਾਂ ਦੀ ਸੀ। ਇਹ ਤਾਂ ਦਿਸ ਹੀ ਰਿਹਾ ਸੀ ਕਿ ਦੇਸ਼ ਵਿਚ ਗਰੀਬੀ ਸੀ। ਫਿਰ ਇਹ ਲੋਕ ਗੁਜ਼ਾਰਾ ਕਿਵੇਂ ਕਰਦੇ ਸਨ। ਸਰਕਾਰੀ ਨੌਕਰੀਆਂ, ਖੇਤੀਬਾੜੀ ਜਾਂ ਪਰਾਈਵੇਟ ਕੰਮ ਕਾਰ ਕਿਸ ਤਰ੍ਹਾਂ ਦੇ ਸਨ। ਵਾਹ ਤਾਂ ਹੁਣ ਤਕ ਸਿਰਫ ਰੀਜ਼ੋਰਟ ਵਿਚ ਕੰਮ ਕਰਨ ਵਾਲੇ ਸਟਾਫ ਨਾਲ ਹੀ ਪਿਆ ਸੀ ਜੋ 20 ਪੀਸੋ ਮਹੀਨੇ ਦੀ ਤਨਖਾਹ ਤੋਂ ਕਿਤੇ ਵੱਧ ਰੋਜ਼ ਦਾ ਟਿੱਪ ਬਣਾ ਲੈਂਦੇ ਸਨ। ਇਹਨਾਂ ਦਾ ਕੰਮ ਤਾਂ ਟਿੱਪ ਮਿਲਣ ਨਾਲ ਵਧੀਆ ਚੱਲ ਰਿਹਾ ਸੀ। ਰਿਕਸ਼ੇ ਵਾਲਾ ਮੁੰਡਾ ਵੀ ਸਾਡੇ ਲਈ ਗੁੰਗਾ ਤੇ ਬੋਲਾ ਸੀ ਤੇ ਪੰਜਾਬੀ ਦੇ ਉਸ ਮਸ਼ਹੂਰ ਮੁਹਾਵਰੇ ਵਾਂਗ ਹੀ ਸੀ ਜਿਥੇ ਅੰਨ੍ਹੀ ਨੂੰ ਬੋਲਾ ਘਸੀਟ ਰਿਹਾ ਸੀ।

ਜਦ ਅਸੀਂ ਵਾਪਸ ਰੀਜ਼ੋਰਟ ਵਿਚ ਆਏ ਤਾਂ ਹਨੇਰਾ ਹੋ ਚੁਕਾ ਸੀ। ਜਿਸਮ ਤੇ ਜਿਥੇ ਜਿਥੇ ਮੱਛਰ ਲੜਿਆ ਸੀ, ਉਥੇ ਬੜੀ ਖਾਰਿਸ਼ ਹੋਣ ਲੱਗ ਪਈ ਸੀ। ਇਹਤਿਹਾਤਨ ਅਸੀਂ ਇੰਡੀਆ ਵਾਲੀ ਮੱਛਰ ਲੜਨ ਤੇ ਮਲਣ ਲਈ ਓਡੋਮਾਸ ਕਰੀਮ ਨਾਲ ਲੈ ਗਏ ਸਾਂ ਪਰ ਉਸਦੇ ਮਲਣ ਨਾਲ ਖਾਰਸ਼ ਨੂੰ ਕੋਈ ਫਰਕ ਨਹੀਂ ਪੈ ਰਿਹਾ ਸੀ। ਬਾਰ ਚੋਂ ਦਾਰੂ ਲੈ ਕੇ ਵੀ ਮੱਛਰ ਲੜਨ ਵਾਲੀ ਥਾਂ ਤੇ ਲਗਾਈ ਪਰ ਫਿਰ ਵੀ ਕੋਈ ਫਰਕ ਨਾ ਪਿਆ। ਪਤਾ ਨਹੀਂ ਇਹ ਕਿਸ ਕਿਸਮ ਦਾ ਜ਼ਹਿਰੀਲਾ ਮੱਛਰ ਸੀ। ਹਾਰ ਕੇ ਇਸਦਾ ਇਲਾਜ ਇਹੀ ਲਭਿਆ ਕਿ ਫਰੀ ਦੀ ਦਾਰੂ ਹੋਰ ਪੀਤੀ ਜਾਵੇ ਤੇ ਮੱਛਰ ਲੜਨ ਦੀ ਖਾਰਸ਼ ਨੂੰ ਭੁਲਿਆ ਜਾਵੇ। ਦਾਰੂ ਦੇ ਨਸ਼ੇ ਨਾਲ ਮੱਛਰ ਲੜਨ ਦੀ ਖਾਰਸ਼ ਆਪੇ ਮਠੀ ਪੈ ਜਾਵੇਗੀ। ਜੋ ਅਗਲਾ ਦਿਨ ਚੜ੍ਹਨਾ ਸੀ, ਸਾਡੀ ਵਕੇਸ਼ਨ ਦਾ ਉਹ ਆਖਰੀ ਦਿਨ ਅਤੇ ਆਖਰੀ ਰਾਤ ਹੋਣੀ ਸੀ। ਇਸ ਲਈ ਸਮੇਂ ਦਾ ਵਧ ਤੋਂ ਵਧ ਸਵਾਦ ਅਤੇ ਨਸ਼ਾ ਮੈਂ ਆਪਣੇ ਅੰਦਰ ਬਾਹਰ ਭਰ ਲੈਣਾ ਚਹੁੰਦਾ ਸਾਂ। ਸਭ ਤੋਂ ਵਧੀਆ ਤੇ ਅਨੋਖੀ ਗੱਲ ਇਹ ਸੀ ਕਿ ਕਿਤੇ ਕੋਈ ਫੋਨ ਨਹੀਂ ਵੱਜ ਰਿਹਾ ਸੀ। ਸਿਰਫ ਕਮਰਿਆਂ ਦੇ ਅੰਦਰ ਇੰਟਰਕਾਮ ਫੋਨ ਸਨ ਜਿਥੇ ਨਾ ਕੋਈ ਫੋਨ ਆਉਂਦਾ ਸੀ ਅਤੇ ਨਾ ਜਾਂਦਾ ਸੀ। ਹਾਂ ਬੈਂਕ ਮੈਨੇਜਰ ਜੋਸੇ ਕੋਲ ਇੰਟਰਕਾਮ ਫੋਨ ਵੇਖਿਆ ਸੀ ਜਾਂ ਫਿਰ ਰੀਸੈਪਸ਼ਨ ਤੇ ਫੋਨ ਵੇਖੇ ਸਨ। ਦਸ ਡਾਲਰ ਦਾ ਕਾਰਡ ਖਰੀਦ ਕੇ ਫੋਨ ਨਾ ਮਿਲਣ ਦਾ ਵੇਰਵਾ ਮੈਂ ਪਿਛੇ ਲਿਖ ਹੀ ਆਇਆ ਹਾਂ। ਇਸ ਰਾਤ ਨੂੰ ਹੋਰ ਮਜ਼ੇਦਾਰ ਕਿਵੇਂ ਬਣਾਇਆ ਜਾਵੇ, ਸਿਵਾਏ ਫਰੀ ਦੀ ਦਾਰੂ ਪੀਣ ਦੇ ਹੋਰ ਕੋਈ ਰਾਹ ਨਹੀਂ ਦਿਸ ਰਿਹਾ ਸੀ। ਚੜ੍ਹਨ ਵਾਲੀ ਸਵੇਰੇ ਅਤੇ ਵੇਕੇਸ਼ਨ ਦਾ ਆਖਰੀ ਦਿਨ ਹੋਣ ਤੇ ਸਾਮਾਨ ਬੰਨ੍ਹਣਾ, ਰੀਜ਼ੋਰਟ ਦਾ ਹਿਸਾਬ ਕਿਤਾਬ ਕਰਨਾ ਤੇ ਵਾਪਸ ਜਾਣ ਦੀ ਤਿਆਰੀ ਕਰਨੀ ਸੀ। ਸ਼ਰਾਬ ਦੇ ਗਲਾਸ ਭਰਵਾ ਕੇ ਪ੍ਰਿੰਸੀਪਲ ਸਾਹਿਬ ਤੇ ਮੈਂ

ਆਪਣੇ ਕਮਰੇ ਵਿਚ ਆ ਗਏ। ਇਕੋ ਡੀਕੇ ਹਲਕ ਅੰਦਰ ਸੁਟ ਕੇ ਬੈੱਡ ਤੇ ਲੇਟ ਗਏ ਜਿਥੇ ਪ੍ਰਿੰਸੀਪਲ ਸਾਹਿਬ ਕੁਝ ਚਿਰ ਬਾਅਦ ਉਹ ਡੂੰਘੀ ਨੀਂਦ ਦੀ ਗੋਦ ਵਿਚ ਜਾ ਬਿਰਾਜੇ। ਮੈਨੂੰ ਨੀਂਦ ਨਹੀਂ ਆ ਰਹੀ ਸੀ। ਮੈਂ ਕਮਰਾ ਬੰਦ ਕਰ ਕੇ ਹੌਲੀ ਹੌਲੀ ਪੂਲ ਤੇ ਆ ਕੇ ਇਕ ਕੁਰਸੀ ਤੇ ਬੈਠ ਗਿਆ। ਸ਼ਰਾਬ ਦੇ ਨਸ਼ੇ ਵਿਚ ਪੂਲ ਦਾ ਨੀਲਾ ਪਾਣੀ, ਚਮਕਦੀਆਂ ਰੋਸ਼ਨੀਆਂ ਅਤੇ ਨਾਰੀਅਲ ਦੇ ਰੁੱਖ ਬਹੁਤ ਖੂਬਸੂਰਤ ਦਿਖਾਈ ਦੇ ਰਹੇ ਸਨ। ਪੂਲ ਤੋਂ ਥੋੜ੍ਹਾ ਪਰ੍ਹਾਂ ਹਨੇਰੇ ਵਿਚ ਸਮੁੰਦਰ ਦਾ ਪਾਣੀ ਲਹਿਰਾਂ ਪੈਦਾ ਕਰਦਾ ਆਪਣਾ ਕਾਰਜ ਓਸੇ ਤਰ੍ਹਾਂ ਨਿਭਾ ਰਿਹਾ ਸੀ ਜੋ ਸਦੀਆਂ ਤੋਂ ਓਹਦੇ ਮਥੇ ਲਿਖਿਆ ਹੋਇਆ ਸੀ। ਮੈਂ ਵੇਕੇਸ਼ਨ ਤੇ ਆਇਆ ਸਾਂ। ਸਮੁੰਦਰ ਦਾ ਕੰਢਾ, ਕਾਫੀ ਹੱਦ ਤਕ ਇੱਕਲ ਤੇ ਹਨੇਰਾ ਪਰ ਮਨ ਸ਼ਾਂਤ ਕਿਉਂ ਨਹੀਂ ਸੀ। ਮੈਂ ਆਪਣੀ ਚੱਪਲ ਲਾਹ ਕੇ ਪਾਸੇ ਰੱਖ ਦਿਤੀ ਤੇ ਰੇਤ ਵਿਚ ਆਪਣੇ ਪੈਰ ਦਬਾ ਦਿਤੇ ਪਰ ਪੈਰਾਂ ਵਿਚੋਂ ਅਜੇ ਵੀ ਸੇਕ ਨਿਕਲ ਰਿਹਾ ਸੀ। ਜੀ ਕਰੇ ਕਿ ਉਠ ਕੇ ਨੰਗੇ ਪੈਰੀਂ ਸਮੁੰਦਰ ਦੇ ਪਾਣੀ ਵਿਚ ਪੈਰਾਂ ਨੂੰ ਗਿੱਲੇ ਕਰ ਕੇ ਠੰਢੇ ਕਰਾਂ ਪਰ ਛੱਲਾਂ ਤੋਂ ਡਰਦਾ ਮੈਂ ਸਮੁੰਦਰ ਵੱਲ ਨਾ ਗਿਆ। ਕਿਤੇ ਸਮੁੰਦਰ ਦੀ ਛੱਲ ਮੈਨੂੰ ਘੇਰ ਕੇ ਅੰਦਰ ਸੁੱਟ ਲਵੇ ਤੇ ਫਿਰ--, ਫਿਰ ਕੁਝ ਦੇਰ ਹਨੇਰੇ ਵਿਚ ਸਮੁੰਦਰ ਨੂੰ ਘੂਰਦਾ ਫਿਰ ਪੂਲ ਤੇ ਆ ਗਿਆ ਅਤੇ ਆਪਣੇ ਪੈਰਾਂ ਨੂੰ ਪੂਲ ਦੇ ਪਾਣੀ ਨਾਲ ਠੰਢਾ ਕੀਤਾ। ਮੈਂ ਪੂਲ ਕੰਢੇ ਆਪਣੇ ਪੈਰਾਂ ਅਤੇ ਆਪਣੇ ਦਿਮਾਗ ਨੂੰ ਠੰਡਾ ਕਰ ਰਿਹਾ ਸਾਂ ਅਤੇ ਪ੍ਰਿੰਸੀਪਲ ਸਾਹਿਬ ਕਮਰੇ ਅੰਦਰ ਸੌਂ ਰਹੇ ਸਨ। ਸ਼ਰਾਬ ਦੀ ਜ਼ਿਆਦਾ ਵਰਤੋਂ ਨੇ ਉਹਨਾਂ ਦੀ ਪਾਚਣ ਸ਼ਕਤੀ ਖੋਹ ਲਈ ਸੀ ਤੇ ਉਹ ਕੁਝ ਖਾ ਨਹੀਂ ਰਹੇ ਸਨ। ਇਹ ਉਹਨਾਂ ਲਈ ਕਿਸੇ ਤਰ੍ਹਾਂ ਵੀ ਠੀਕ ਨਹੀਂ ਸੀ। ਮੈਂ ਕੀ ਕਰ ਸਕਦਾ ਸਾਂ। ਇਕ ਸੱਚੇ ਤੇ ਸੁਹਿਰਦ ਦੋਸਤ ਵਾਂਗ ਉਹਨਾਂ ਦਾ ਪੂਰੀ ਤਰ੍ਹਾਂ ਖਿਆਲ ਰੱਖ ਕੇ ਆਪਣਾ ਫਰਜ਼ ਪੂਰਾ ਕਰ ਰਿਹਾ ਸਾਂ। ਉਹ ਤਾਂ ਸ਼ਾਟ ਲਾਉਂਦੇ ਅਤੇ ਸੌਂ ਜਾਂਦੇ ਸਨ ਪਰ ਮੈਨੂੰ ਤਾਂ ਨਾ ਪੀ ਕੇ ਨੀਂਦ ਆਉਂਦੀ ਸੀ ਅਤੇ ਨਾ, ਨਾ ਪੀ ਕੇ ਵੀ। ਮੇਰੀ ਮਾਨਿਸਿਕ ਬੇਚੈਨੀ ਦੂਰ ਕਰਨ ਲਈ ਸ਼ਰਾਬ ਨੇ ਹਥਿਆਰ ਸੁਟ ਦਿਤੇ ਹਨ। ਪੈ ਰਹੀ ਰਾਤ ਵਿਚ ਹੋਰ ਕਿੰਨਾਂ ਕੁ ਚਿਰ ਸਮੁੰਦਰ ਜਾਂ ਬੀਚ ਦੇ ਕੰਢੇ ਬੈਠਿਆ ਜਾ ਸਕਦਾ ਸੀ। ਆਖਰ ਫਿਰ ਵਾਪਸ ਬਾਰ ਵਿਚ ਆ ਕੇ ਹੋਰ ਡਰਿੰਕ ਲਈ ਤੇ ਲਆਨ ਵਿਚ ਬੈਠ ਕੇ ਉਸਦੇ ਘੁੱਟ ਭਰਨ ਲੱਗਾ। ਅਸਲੀਅਤ ਜ਼ਾਹਰ ਹੋਣ ਲੱਗ ਪਈ ਸੀ ਕਿ ਫਰੀ ਦੀ ਸ਼ਰਾਬ ਬੇਕਾਰ ਸੀ। ਛੇਤੀ ਚੜ੍ਹ ਕੇ ਛੇਤੀ ਲਹਿ ਜਾਂਦੀ ਸੀ। ਸ਼ਾਇਦ ਰੀਜ਼ੋਰਟ ਵਾਲਿਆਂ ਦੀ ਇਹੀ ਪਾਲੀਸੀ ਸੀ। ਮੈਂ ਕਿਸੇ ਨੂੰ ਓਥੇ ਸ਼ਰਾਬੀ ਹੋ ਕੇ ਡਿਗਦਿਆਂ ਜਾਂ ਕਮਲੇ ਹੁੰਦਿਆਂ ਨਹੀਂ ਵੇਖਿਆ ਸੀ। ਕਿਸੇ ਹਦ ਤਕ ਇਹ ਚੰਗੀ ਗੱਲ ਵੀ ਸੀ। ਕਾਫੀ ਦੇਰ ਤਕ ਮੈਂ ਬਾਰ ਦੇ ਬਾਹਰ ਲਾਅਨ ਵਿਚ ਲੱਗੀਆਂ ਕੁਰਸੀਆਂ ਤੇ ਬੈਠਾ ਉਤਸਵ ਵਿਚ ਇਕਾਂਤ ਦਾ ਨਜ਼ਾਰਾ ਲੈਂਦਾ ਰਿਹਾ। ਬਾਹਰ ਲਾਨ ਵਿਚ ਬੈਠੇ ਹੋਰ ਲੋਕ ਜੋ ਪੀ ਰਹੇ ਸਨ, ਉਹਨਾਂ ਨਾਲ ਉਹਨਾਂ ਦੇ ਪਰਵਾਰ ਆਦਿ ਦੇ ਲੋਕ ਸਨ। ਸਿਰਫ ਮੈਂ ਹੀ ਇਕੱਲਾ ਸਾਂ। ਮੇਰਾ ਪਰਵਾਰ ਤਾਂ

ਨਾਲ ਆਇਆ ਸੀ ਪਰ ਉਹ ਆਪੋ ਆਪਣੇ ਕਮਰਿਆਂ ਵਿਚ ਜਾ ਚੁਕੇ ਸਨ। ਉਹਨਾਂ ਦੇ ਕਮਰੇ ਵੀ ਸਾਡੇ ਕਮਰੇ ਤੋਂ ਦੂਰ ਸਨ। ਬਾਹਰ ਲਾਨ ਵਿਚ ਬੈਠਿਆਂ ਸਮਾਂ ਬੀਤ ਰਿਹਾ ਸੀ ਅਤੇ ਅਰਧ ਚੇਤਨ ਅਵਸਥਾ ਵਿਚ ਓਦੋਂ ਹੀ ਪਤਾ ਲੱਗਾ ਜਦ ਮੇਰੇ ਪਿਆਰੇ ਗਰੈਂਡਸਨ ਨੇ ਕਿਹਾ ਕਿ ਗਰੈਂਡਪਾ ਡਿਨਰ ਦਾ ਵਕਤ ਹੋ ਗਿਆ ਹੈ, ਕਿਚਨ ਬੰਦ ਨਾ ਹੋ ਜਾਵੇ, ਜਾ ਕੇ ਡਿਨਰ ਕਰ ਲਵੋ।

ਡਿਨਰ ਕਰਦਿਆਂ ਬਾਰਟੈਂਡਰ ਕੁੜੀ ਨੇ ਆ ਕੇ ਮੇਰੇ ਕੋਲੋਂ ਪੁਛਿਆ ਕਿ ਕੀ ਮੈਨੂੰ ਵਾਈਨ ਜਾਂ ਬੀਅਰ ਚਾਹੀਦੀ ਹੈ। ਮੈਂ ਇਸ ਤੋਂ ਪਹਿਲਾਂ ਹਾਰਡ ਸਕਾਚ ਦੇ ਕੁਝ ਪੈਗ ਆਪਣੇ ਹਲਕ ਅੰਦਰ ਸੁਟ ਚੁੱਕਾ ਸਾਂ ਤੇ ਮਿਕਸ ਨਹੀਂ ਕਰਨਾ ਚਹੁੰਦਾ ਸਾਂ। ਮੈਂ ਉਸ ਨੂੰ ਕਿਹਾ ਕਿ ਜੇ ਹੋ ਸਕਦਾ ਹੈ ਤਾਂ ਉਹ ਮੇਰੇ ਲਈ ਆਲ ਚਾਇਸ ਸਕਾਚ ਦਾ ਇਕ ਡਬਲ ਪੈਗ ਬਾਰ ਵਿਚੋਂ ਲੈ ਆਵੇ। ਉਹ ਬਾਰ ਵਿਚ ਗਈ ਤੇ ਕੁਝ ਮਿੰਟਾਂ ਬਾਅਦ ਹੀ ਮੇਰੇ ਲਈ ਸਕਾਚ ਦਾ ਗਲਾਸ ਭਰਵਾ ਕੇ ਲੈ ਆਈ। ਮੈਂ ਉਸ ਨੂੰ ਇਕ ਪੀਸੋ ਟਿਪ ਦਿਤਾ ਤੇ ਉਸ ਮੁਸਕਰਾ ਕੇ ਮੇਰਾ ਥੈਂਕਿਊ ਕੀਤਾ। ਬੜੇ ਮਜ਼ੇ ਨਾਲ ਮੈਂ ਡਿਨਰ ਕੀਤਾ ਜਿਸ ਵਿਚ ਤਲੀ ਹੋਈ ਟਰਾਊਟ ਫਿਸ਼, ਬਰੈਡ ਐਂਡ ਬਟਰ, ਜੂਸ ਦਾ ਗਲਾਸ, ਓਲਾਈਵ ਆਚਾਰ, ਰੋਸਟਡ ਚਿਕਨ ਤੋਂ ਇਲਾਵਾ ਗਰੇਵੀ ਵਾਲਾ ਗੋਟ ਮੀਟ ਅਤੇ ਕਈ ਕੁਝ ਹੋਰ ਸ਼ਾਮਲ ਸੀ। ਬੰਦਾ ਕਿੰਨਾ ਕੁ ਖਾ ਸਕਦਾ ਹੈ। ਇਥੇ ਤਾਂ ਖਾਣ ਪੀਣ ਦਾ ਅੰਤ ਹੀ ਕੋਈ ਨਹੀਂ ਸੀ। ਜਾਣ ਲਗਿਆਂ ਮੈਂ ਪ੍ਰਿੰ: ਸਾਹਿਬ ਲਈ ਖਾਣਾ ਪੈਕ ਕਰਵਾ ਲਿਆ। ਜਦ ਕਮਰੇ ਦਾ ਲਾਕ ਖੋਲ੍ਹ ਕੇ ਮੈਂ ਅੰਦਰ ਗਿਆ ਤਾਂ ਉਹ ਸੁਤੇ ਪਏ ਸਨ। ਉਹਨਾਂ ਨੂੰ ਖਾਣਾ ਖਾਣ ਲਈ ਬਹੁਤ ਜ਼ੋਰ ਦਿਤਾ ਪਰ ਉਹ ਨਾ ਉਠੇ। ਰਾਤ ਦੇ ਦੇ ਦਸ ਵੱਜ ਰਹੇ ਸਨ। ਮੈਂ ਆਪਣੇ ਮਿੰਨੀ ਟੇਪ ਰੀਕਾਰਡਰ ਤੇ ਪੰਜਾਬੀ ਦੇ ਬਹੁਤ ਪੁਰਾਣੇ ਗੀਤ ਆਨ ਕਰ ਦਿਤੇ। 1949-50 ਵਿਚ ਬਣੀ ਫਿਲਮ ਲੱਛੀ ਦਾ ਗੀਤ ਵੱਜ ਰਿਹਾ ਸੀ, "ਜੱਗ ਵਾਲਾ ਮੇਲਾ ਯਾਰੋ ਥੋੜ੍ਹੀ ਦੇਰ ਦਾ-ਹਸਦਿਆਂ ਰਾਤ ਲੰਘੇ ਪਤਾ ਨਹੀਂ ਸਵੇਰ ਦਾ।" ਮਨ ਪਸੰਦ ਪੁਰਾਣੇ ਗੀਤ ਦੀ ਆਵਾਜ਼ ਵਿਚ ਮੈਂ ਸੌਣ ਦੀ ਕੋਸ਼ਿਸ਼ ਕਰਨ ਲੱਗਾ। ਗਾਣੇ ਖਤਮ ਹੋਣ ਤੇ ਟੇਪ ਨੇ ਆਪੇ ਬੰਦ ਹੋ ਜਾਣਾ ਸੀ ਤੇ ਪਤਾ ਨਹੀਂ ਮੈਂ ਕਦੋਂ ਨੀਂਦ ਅਤੇ ਸੁਪਨਿਆਂ ਦੀ ਵਾਦੀ ਵਿਚ ਗਵਾਚ ਗਿਆ।

ਸਵੇਰੇ ਉਠੇ ਤਾਂ ਮਨ ਨੇ ਕਿਹਾ ਕਿ ਤੇ ਸਾਂਤਾ ਲੂਸੀਆ ਰੀਜ਼ੋਰਟ ਤੇ 28 ਦਸੰਬਰ ਦਾ ਇਹ ਸਾਡਾ ਆਖਰੀ ਦਿਨ ਸੀ। 29 ਦਸੰਬਰ ਦੀ ਸਾਡੀ ਟਰਾਂਟੋ ਨੂੰ ਵਾਪਸੀ ਸੀ। ਕਿਊਬਾ ਦੀ ਕਾਮਾਗੁਈ ਏਅਰਪੋਰਟ ਤੋਂ ਦੋ ਘੰਟੇ ਬੱਸ ਦੇ ਸਫਰ ਦੀ ਦੂਰੀ ਬਾਰੇ ਹਾਲੇ ਤਕ ਕੋਈ ਪਤਾ ਨਹੀਂ ਸੀ ਕਿ ਵਾਪਸੀ ਦਾ ਪਰੋਗਰਾਮ ਕਿਸ ਤਰ੍ਹਾਂ ਦਾ ਹੈ। 28 ਦਸੰਬਰ ਨੂੰ ਇਸ ਬੀਚ ਤੇ ਆਖਰੀ ਦਿਨ ਹੋਣ ਕਰ ਕੇ ਮੈਂ ਇਸ ਦਾ ਆਖਰੀ ਤੇ ਹੋਰ ਵਧ ਤੋਂ ਵਧ ਅਨੰਦ ਮਾਨਣਾ ਚਹੁੰਦਾ ਸਾਂ। ਵੈਸੇ ਤਾਂ ਇਸ ਛੋਟੇ ਜਹੇ ਬੀਚ ਤੇ ਸਭ ਪਾਸੇ ਤੁਰ ਫਿਰ ਕੇ ਵੇਖ ਲਿਆ ਸੀ ਅਤੇ ਹੁਣ ਇਸ ਨੂੰ ਵੇਖਣ ਵਾਲੀ ਕੋਈ ਨਵੀਂ ਗੱਲ ਬਾਕੀ ਨਹੀਂ ਰਹੀ ਸੀ। ਰਾਤ ਦਾ ਖਾਣਾ ਜੋ ਮੈਂ ਪ੍ਰਿੰਸੀਪਲ ਸਾਹਿਬ

ਲਈ ਲਿਆਂਦਾ ਸੀ, ਓਸੇ ਤਰ੍ਹਾਂ ਹੀ ਪਿਆ ਸੀ। ਜਦ ਕਲੀਨਿੰਗ ਲੇਡੀ ਆਏਗੀ ਤਾਂ ਉਸ ਨੂੰ ਖਾਣ ਲਈ ਦੇ ਦਿਆਂਗੇ। ਸੋਚਦਾ ਮੈਂ ਆਰਾਮ ਨਾਲ ਨਹਾ ਧੋ ਕੇ ਬਰੇਕਫਾਸਟ ਕੀਤਾ ਜਾਵੇ, ਦੇ ਖਿਆਲ ਨਾਲ ਮੈਂ ਵਾਸ਼ਰੂਮ ਵਿਚ ਜਾ ਵੜਿਆ।

ਪ੍ਰਿੰਸੀਪਲ ਸਾਹਿਬ ਮੇਰੇ ਨਾਲ ਬਰੇਕਫਾਸਟ ਕਰਨ ਵੀ ਨਾ ਗਏ। ਮਸਾਜ ਕਰਨ ਵਾਲੇ ਨਾਲ ਅਧੇ ਘੰਟੇ ਦੀ ਮਾਲਸ਼ ਕਰਾਉਣ ਦਾ ਟਾਈਮ ਪਹਿਲਾਂ ਹੀ ਨਿਸਚਿਤ ਹੋ ਚੁਕਾ ਸੀ। ਓਸ ਤੋਂ ਵਿਹਲੇ ਹੋ ਕੇ ਡਾਕਟਰ ਡਾਇਨਾ ਅਤੇ ਨਰਸ ਨੂੰ ਵੀ ਬਾਈ ਕਹਿ ਦੇਣਾ ਸੀ ਕਿ ਪਤਾ ਨਹੀਂ ਸ਼ਾਇਦ ਜ਼ਿੰਦਗੀ ਵਿਚ ਫਿਰ ਕਦੇ ਮਿਲੀਏ ਜਾਂ ਨਾ ਮਿਲੀਏ। ਸਮੁੰਦਰ ਕੰਢੇ ਮੰਗਣ ਵਾਲਿਆਂ ਨੂੰ ਸੈਲਾਨੀਆਂ ਨਾਲ ਮਿਕਸ ਅਪ ਨਾ ਹੋਣ ਤੋਂ ਰੋਕਣ ਵਾਲੇ ਸਿਕਿਓਰਟੀ ਗਾਰਡ ਨੂੰ ਕੁਝ ਕਪੜੇ ਦਾਨ ਕਰਨੇ ਸਨ। ਓਸ ਨੇ ਕਈ ਵਾਰ ਕਿਹਾ ਸੀ ਕਿ ਮੈਨੂੰ ਬਾਰ ਤੋਂ ਡਰਿੰਕ ਲਿਆ ਕੇ ਵੀ ਪਿਆਈ ਜਾਵੇ ਜਿਸ ਨਾਲ ਉਹ ਬੜਾ ਖੁਸ਼ ਹੋਵੇਗਾ। ਕੋਕੋ ਬੀਚ ਤੋਂ ਸਾਨੂੰ ਸ਼ਰਾਬ ਦੀ ਇਕ ਖਾਲੀ ਬੋਤਲ ਮਿਲ ਗਈ ਸੀ ਜਿਸ ਨੂੰ ਧੋ ਕੇ ਅਤੇ ਸਾਫ ਕਰ ਕੇ ਬਾਰ ਤੋਂ ਭਰਾ ਕੇ ਅਸੀਂ ਆਪਣੇ ਕਮਰੇ ਵਿਚ ਰੱਖੀ ਹੋਈ ਸੀ। ਪ੍ਰਿੰ: ਸਾਹਿਬ ਕਹਿਣ ਲੱਗੇ ਕਿ ਇਹ ਬੋਤਲ ਵਿਚੋਂ ਕੁਝ ਪੀ ਕੇ ਬਾਕੀ ਬੋਤਲ ਹੀ ਸਿਕਿਓਰਟੀ ਗਾਰਡ ਨੂੰ ਦੇ ਦਿਓ। ਮੈਂ ਇਹ ਬੋਤਲ ਦੇਣ ਦਾ ਅਤੇ ਹੋਰ ਕਪੜੇ ਵੰਡਣ ਦਾ ਸਾਰਾ ਕੰਮ ਬਾਅਦ ਦੋਪਹਿਰ ਨੂੰ ਕਰਨਾ ਚਹੁੰਦਾ ਸਾਂ। ਕਿਉਂਕਿ ਇਸ ਤੋਂ ਬਾਅਦ ਅਸੀਂ ਉਸ ਨੂੰ ਮਿਲਣਾ ਨਹੀਂ ਸੀ ਅਤੇ ਵਾਪਸ ਜਾਣ ਦੀ ਤਿਆਰੀ ਵਿਚ ਜੁਟ ਜਾਣਾ ਸੀ। ਦਿਨੇ ਬੇਟੇ ਦਰਸ਼ਨ ਨੇ ਦਸਿਆ ਕਿ ਸ਼ਾਮ ਤਕ ਸਾਮਾਨ ਪੈਕ ਕਰ ਲੈਣਾ ਕਿਉਂਕਿ 29 ਸਵੇਰ ਨੂੰ ਸਵੇਰੇ 6 ਵਜੇ ਚੈਕ ਇਨ ਹੋਣ ਤੋਂ ਬਾਅਦ ਬੱਸਾਂ ਵਿਚ ਚੜ੍ਹ ਕੇ ਵਾਪਸ ਏਅਰਪੋਰਟ ਨੂੰ ਚੱਲ ਪੈਣਾ ਹੈ। ਕਿਊਬਾ ਦੇ 30 ਕਨਵਰਟੇਬਲ ਪੀਸੋ ਏਅਪੋਰਟ ਦੀ ਫੀਸ ਹੈ ਅਤੇ ਸ਼ਾਮ ਤਕ ਇਹ ਡਾਲਰ ਕਨਵਰਟ ਕਰਾ ਕੇ ਪੀਸੋ ਆਪਣੇ ਕੋਲ ਤਿਆਰ ਰਖਣੇ। ਬੀਚ ਤੇ ਨਹਾਉਣ ਵਾਲੇ ਤੌਲੀਏ ਕਮਰੇ ਵਿਚ ਰੀਜ਼ੋਰਟ ਵਾਲਿਆਂ ਨੇ ਚੈੱਕ ਕਰਨੇ ਹਨ। ਗੁੰਮ ਹੋਣ ਦੀ ਸ਼ਕਲ ਵਿਚ ਉਹਨਾਂ ਦੇ ਪੈਸੇ ਭਰਨੇ ਪੈ ਜਾਣਗੇ। ਇਸ ਲਈ ਇਹ ਨੀਲੇ ਵਡੇ ਤੌਲੀਏ ਕਮਰੇ ਵਿਚ ਮੌਜੂਦ ਹੋਣੇ ਚਾਹੀਦੇ ਹਨ ਤਾਂ ਜੋ ਕਲੀਨਿੰਗ ਲੇਡੀਜ਼ ਚੈੱਕ ਕਰ ਕੇ ਰੀਸੈਪਸ਼ਨ ਨੂੰ ਦੱਸ ਦੇਣ ਕਿ ਸਭ ਅੱਛਾ ਹੈ। ਮੈਂ ਬੇਟੇ ਨੂੰ ਕਿਹਾ ਤੁਸੀਂ ਫਿਕਰ ਨਾ ਕਰੋ, ਜਿਵੇਂ ਤੁਸੀਂ ਕਿਹਾ ਹੈ, ਓਸੇ ਤਰ੍ਹਾਂ ਹੋਵੇਗਾ ਅਤੇ ਅਸੀਂ ਸਵੇਰੇ ਤੁਹਾਨੂੰ ਠੀਕ 6 ਵਜੇ ਰੀਜ਼ੋਰਟ ਦੀ ਰੀਸੈਪਸ਼ਨ ਤੇ ਬਿਲਕੁਲ ਤਿਆਰ ਮਿਲਾਂਗੇ।

ਕਿਊਬਾ ਵਿਚ ਸੱਤ ਦਿਨ

7. ਕਿਊਬਾ ਨੂੰ ਅਲਵਿਦਾ

28 ਦਸੰਬਰ ਦੀ ਬਾਅਦ ਦੋਪਹਿਰ ਤਕ ਅਸੀਂ ਇਕ ਵਾਰ ਫਿਰ ਕੇਮਲੀਓਨ ਕੰਪਨੀ ਦਾ ਇਸ ਸਾਂਤਾ ਲੂਸੀਆ ਦਾ ਰੀਜ਼ੋਰਟ ਵੱਧ ਤੋਂ ਵਧ ਤੁਰ ਫਿਰ ਕੇ ਵੇਖ ਲਿਆ ਸੀ। ਕਿਉਂਕਿ ਅਸੀਂ 29 ਦਸੰਬਰ ਦੀ ਸਵੇਰ ਨੂੰ 6 ਵਜੇ ਹੀ ਰੀਜ਼ੋਰਟ ਛਡ ਦੇਣਾ ਸੀ, ਇਸ ਲਈ ਨੌਜਵਾਨ ਬੈਂਕ ਮੈਨੇਜਰ ਮੁੰਡੇ 'ਜੋਸੇ' ਕੋਲੋਂ ਕੈਨੇਡੀਅਨ ਡਾਲਰ ਦੇ ਕੇ ਏਅਪੋਰਟ ਫੀਸ ਭਰਨ ਲਈ ਚਾਹੀਦੀ ਕਿਊਬਾ ਕਨਵਰਟੇਬਲ ਕਰੰਸੀ 30 ਪੀਸੋ ਪ੍ਰਤੀ ਸੈਲਾਨੀ 28 ਦਸੰਬਰ ਨੂੰ ਹੀ ਲੈ ਲਈ ਸੀ। ਜੋਸੇ ਨੇ ਮੈਨੂੰ ਕੈਨੇਡਾ ਦੇ ਇਕ ਡਾਲਰ ਬਦਲੇ ਕਿਊਬਾ ਦੀ ਨੈਸ਼ਨਲ ਮਨੀ ਦੇ 25 ਪੀਸੋ ਵੀ ਦੇ ਦਿਤੇ ਸਨ ਜੋ ਮੈਂ ਆਪਣੀ ਯਾਦ-ਦਾਸ਼ਤ ਲਈ ਕੈਨੇਡਾ ਨਾਲ ਲੈ ਕੇ ਆਉਣੇ ਸਨ। ਭਾਵੇਂ ਇਹ ਰੀਜ਼ੋਰਟ ਤੇ ਚਲਦੇ ਨਹੀਂ ਸਨ ਅਤੇ ਇਹਨਾਂ ਦਾ ਕੋਈ ਮਤਲਬ ਵੀ ਨਹੀਂ ਸੀ ਪਰ ਕਿਊਬਾ ਨੈਸ਼ਨਲ ਪੀਸੋ ਅਤੇ ਕਿਊਬਾ ਕਨਵਰਟੇਬਲ ਪੀਸੋ ਦੇ ਫਰਕ ਬਾਰੇ ਲਿਖਣ ਲਈ ਮੈਂ ਇਕੋ ਮੁਲਕ ਦੀਆਂ ਦੋਵੇਂ ਕਰੰਸੀਆਂ ਆਪਣੇ ਕੋਲ ਰੱਖ ਲਈਆਂ ਸਨ। ਇਕੋ ਮੁਲਕ ਵਿਚ ਸੈਲਾਨੀਆਂ ਲਈ ਹੋਰ ਅਤੇ ਕਿਊਬਾ ਦੇ ਬਾਸ਼ਿੰਦਆਂ ਲਈ ਹੋਰ ਕਰੰਸੀ ਵੇਖ ਕੇ ਮੈਨੂੰ ਬਾਵਾ ਬਲਵੰਤ ਦਾ ਇਕ ਬੜਾ ਪਿਆਰਾ ਤੇ ਮਸ਼ਹੂਰ ਸ਼ਿਅਰ ਯਾਦ ਆ ਰਿਹਾ ਸੀ ਜੋ ਉਸ ਨੇ ਆਪਣੀ ਮਹਿਬੂਬਾ ਲਈ ਲਿਖਿਆ ਸੀ, "ਤੇਰਾ ਇਕ ਦਿਲ ਹੈ ਜਾਂ ਦੋ-ਆਪੇ ਕਹੀਂ ਮੈਂ ਤੇਰੀ ਤੇਰੀ ਆਪੇ ਕਹੇਂ ਨਾ ਛੋਹ।"

ਬਾਰ ਅਤੇ ਰੈਸਟੋਰੈਂਟ ਵਿਚ ਕੰਮ ਕਰਨ ਵਾਲੇ ਸਟਾਫ ਤੋਂ ਇਲਾਵਾ ਕਮਰੇ ਸਾਫ ਕਰਨ ਵਾਲੀਆਂ ਕਲੀਨਿੰਗ ਲੇਡੀਜ਼ ਨੂੰ ਵੀ ਪਤਾ ਸੀ ਕਿ ਅਸੀਂ ਜਾਣ ਵਾਲੇ ਹਨ ਅਤੇ ਨਵੇਂ ਸੈਲਾਨੀ ਆਉਣ ਵਾਲੇ ਹਨ। ਉਹਨਾਂ ਦਾ ਦਿਨ ਰਾਤ ਦਾ ਇਹੋ ਕੰਮ ਸੀ ਕਿ ਜਾਣ ਵਾਲਿਆਂ ਦੇ ਬਿਸਤਰੇ ਚੁਕ ਦੇਣੇ ਅਤੇ ਆਉਣ ਵਾਲਿਆਂ ਲਈ ਵਿਛਾ ਦੇਣੇ। ਰੀਜ਼ੋਰਟ ਦਾ ਬਿਜ਼ਨਸ ਹੋਣ ਕਰ ਕੇ ਸੈਲਾਨੀਆਂ ਦਾ ਆਉਣਾ ਜਾਣਾ ਬਣਿਆ ਰਹਿੰਦਾ ਸੀ। ਪਤਾ ਨਹੀਂ ਰੋਜ਼ਾਨਾ ਇਹਨਾਂ ਲੋਕਾਂ ਦਾ ਸਾਡੇ ਵਰਗੇ ਕਿੰਨੇ ਲੋਕਾਂ ਨਾਲ ਵਾਹ ਪੈਂਦਾ ਸੀ। ਵਧ ਤੋਂ ਵਧ ਟਿੱਪ ਹਾਸਲ ਕਰਨ ਲਈ ਮੈਨੂੰ ਉਹਨਾਂ ਦੀਆਂ ਬੁਲ੍ਹੀਆਂ ਵਿਚੋਂ "ਥੈਂਕਸ" ਸ਼ਬਦ ਕਿਰਣਾ ਆਮ ਜਹੀ ਗੱਲ ਬਣ ਕੇ ਰਹਿ ਗਿਆ ਸੀ। ਪਰ ਇਹ ਤਾਂ ਸਭ ਕੁਝ ਇਥੋਂ ਦੀ ਰੀਜ਼ੋਰਟ ਦੀ ਕਲਚਰ ਦਾ ਇਕ ਹਿੱਸਾ ਸੀ।

ਪਤਾ ਨਹੀਂ ਇਹ ਸਾਨੂੰ ਬੇਵਕੂਫ ਸਮਝਦੇ ਸਨ ਜਾਂ ਅਸੀਂ ਇਹਨਾਂ ਨੂੰ। ਜਾਂ ਇਹਨਾਂ ਨੂੰ ਐਨੀ ਸਮਝ ਹੀ ਨਹੀਂ ਸੀ। ਇਹ ਕਿਵੇਂ ਹੋ ਸਕਦਾ ਸੀ ਕਿ ਇਹ ਬਿਲਕੁਲ ਭੋਲੇ ਭਾਲੇ ਹੋਣ ਅਤੇ ਪੀਸੋ ਦੀ ਵੈਲਿਊ ਤੋਂ ਅਣਜਾਣ ਹੋਣ। ਮੈਂ ਤਾਂ ਆਪਣੀ ਜ਼ਿੰਦਗੀ ਵਿਚ ਕਈ ਐਸਾ ਬੰਦਾ ਨਹੀਂ ਵੇਖਿਆ ਸੀ ਜੋ ਡਾਲਰ 25 ਸੈਂਟ ਵਿਚ ਚਲਾਉਂਦਾ ਹੋਵੇ ਜਾਂ ਇੰਡੀਆ ਦਾ ਦਸਾਂ ਦਾ ਨੋਟ ਇਕ ਰੁਪੈ ਵਿਚ। ਪੈਸੇ ਦਾ ਲੈਣ ਦੇਣ ਵੀ ਜੀਵਨ ਦਾ ਕੈਸਾ ਅਜੀਬ ਚੱਕਰ ਸੀ। ਜਦੋਂ ਛੋਟੇ ਹੁੰਦੇ ਸਾਂ ਤਾਂ ਦਾਣਿਆਂ ਦੀ ਝੋਲੀ ਭਰ ਕੇ ਹੱਟੀ ਤੇ ਲੈ ਜਾਣੀ ਅਤੇ ਇਵਜ਼ ਵਿਚ ਕਾਗਜ਼, ਪੈਨਸਿਲ, ਲੱਡੂ ਜਾਂ ਪਕੌੜੇ ਲੈ ਆਉਣੇ।

ਸ਼ਾਮ ਤਕ ਜਿਥੇ ਅਸੀਂ ਫਰੀ ਦਾਰੂ ਪੀਣ ਦਾ ਜਾਇਜ਼ ਅਤੇ ਨਾਜਾਇਜ਼ ਲਾਭ ਉਠਾਂਦੇ ਰਹੇ ਅਤੇ ਬੈਂਕ ਮੈਨੇਜਰ ਮੁੰਡੇ ਜੋਸੇ ਤੋਂ ਇਲਾਵਾ ਹੋਰ ਵੀ ਕਈਆਂ ਨੂੰ ਵੀ ਪਿਲਾਂਦੇ ਰਹੇ। ਜਦ ਕਿ ਸਚਾਈ ਤਾਂ ਇਹ ਸੀ ਕਿ ਇਹ ਮੁਫਤ ਦੀ ਸ਼ਰਾਬ ਰੀਜ਼ੋਰਟ ਦੀ ਨਹੀਂ ਸਗੋਂ ਸਾਡੇ ਉਹਨਾਂ ਪੈਸਿਆਂ ਦੀ ਸੀ ਜਿਹੜੇ ਅਸੀਂ ਬਾਰਾਂ ਬਾਰਾਂ ਸੌ ਡਾਲਰ ਫੂਕ ਕੇ ਵੇਕੇਸ਼ਨ ਕਰਨ ਲਈ ਏਥੇ ਆਏ ਸਾਂ। ਇਸ ਪੈਕਜ ਡੀਲ ਵਿਚ ਕੈਨੇਡਾ ਤੋਂ ਕਿਊਬਾ ਦਾ ਹਵਾਈ ਜਹਾਜ਼ ਦਾ ਸਫਰ, ਰਹਾਇਸ਼ ਅਤੇ ਖਾਣਾ ਪੀਣਾ ਸਭ ਕੁਝ ਫਰੀ ਸੀ। ਇਹ ਵੇਕੇਸ਼ਨ ਵਿਚ ਫਰੀ ਖਾਣ ਪੀਣ ਲਈ ਇਕੱਲਾ ਰੀਜ਼ੋਰਟ ਨਹੀਂ ਬੋਲ ਰਿਹਾ ਸੀ, ਸਗੋਂ ਇਸ ਪਿਛੇ ਸਾਡੇ ਬਾਰਾਂ ਬਾਰਾਂ ਸੌ ਡਾਲਰ ਬੋਲ ਰਹੇ ਸਨ ਜੋ ਵੇਕੇਸ਼ਨ ਕਰਨ ਦੇ ਬਹਾਨੇ ਅਸੀਂ ਆਪੋ ਆਪਣੇ ਸਟਰੈੱਸ ਦੂਰ ਕਰਨ ਲਈ ਬੜੀ ਜੁਗਤ ਨਾਲ ਬੜੀ ਦੇਰ ਤੋਂ ਬਚਾ ਕੇ ਰਖੇ ਸਨ। ਟਰਾਂਟੋ ਤੋਂ ਕਿਊਬਾ ਵੇਕੇਸ਼ਨ ਕਰਨ ਜਾਣ ਲਗਿਆਂ ਸਾਨੂੰ ਕਈਆਂ ਖਾਸਕਰ ਪ੍ਰਿੰਸੀਪਲ ਸਾਹਿਬ ਦੀ ਬੜੀ ਇਨਟੈਲੀਜੰਟ ਲੜਕੀ ਮੀਨਾ ਜੋ ਟਰੈਵਲ ਏਜੰਸੀ ਦੇ ਬਿਜ਼ਨਸ ਵਿਚ ਸੀ, ਨੇ ਕਿਹਾ ਸੀ ਕਿ ਤੁਸੀਂ ਬਹੁਤ ਮਹਿੰਗੀਆਂ ਟਿਕਟਾਂ ਲਈਆਂ ਹਨ। ਜੇ ਬਹੁਤ ਪਹਿਲਾਂ ਬੁਕ ਕਰਵਾਈਆਂ ਹੁੰਦੀਆਂ ਤਾਂ ਬਹੁਤ ਸਸਤੀਆਂ ਮਿਲ ਜਾਣੀਆਂ ਸਨ। ਇਕੋ ਦਿਨ ਵਿਚ ਫੈਸਲਾ ਕਰਨ ਕਰ ਕੇ ਅਤੇ ਦਸੰਬਰ ਦੀਆਂ ਛੁਟੀਆਂ ਦਾ ਪੀਕ ਸੀਜ਼ਨ ਕਾਰਨ ਮਹਿੰਗੀ ਡੀਲ ਦੀਆਂ ਟਿਕਟਾਂ ਲੈਣੀਆਂ ਪੈ ਗਈਆਂ ਸਨ, ਪਰ ਜੋ ਹੋ ਗਿਆ ਸੋ ਹੋ ਗਿਆ ਸੀ। ਦਰਵੇਸ਼ ਸੁਭਾਅ ਦੇ ਮਾਲਕ ਪ੍ਰਿੰਸੀਪਲ ਸਾਹਿਬ ਕਹਿ ਰਹੇ ਸਨ ਕਿ ਕੋਈ ਗਿਲਾ, ਕੋਈ ਅਫਸੋਸ ਨਹੀਂ ਹੈ। ਜੋ ਹੋਇਆ ਹੈ, ਬਿਲਕੁਲ ਠੀਕ ਹੋਇਆ ਹੈ।

ਮੈਂ ਪ੍ਰਿੰਸੀਪਲ ਸਾਹਿਬ ਨੂੰ ਕਿਹਾ ਕਿ ਕਿਊਬਾ ਵਿਚ ਇਸ ਰੀਜ਼ੋਰਟ, ਇਸ ਬੀਚ ਤੇ ਇਸ ਠਾਠਾਂ ਮਾਰਦੇ ਖਾਰੇ ਜਾਂ ਨਮਕੀਨ ਸਮੁੰਦਰ ਦੇ ਕੰਢੇ ਇਹ ਸਾਡੀ ਆਖਰੀ ਸ਼ਾਮ ਜਾਂ ਆਖਰੀ ਰਾਤ ਹੈ। ਫਿਰ ਕਦੀ ਕਦੀ ਸੁਪਨਿਆਂ ਜਾਂ ਖਿਆਲਾਂ

ਵਿਚ ਹੀ ਏਥੇ ਆਇਆ ਕਰਾਂਗੇ ਜਾਂ ਵਾਪਸ ਜਾ ਕੇ ਆਪਣੇ ਦੋਸਤਾਂ ਨਾਲ ਕਿਊਬਾ ਦੀਆਂ ਗੱਲਾਂ ਕਰਿਆ ਕਰਾਂਗੇ। ਚਲੋ ਆਪਣੇ ਆਪਣੇ ਗਲਾਸ ਲੈ ਕੇ ਜਾਂਦੀ ਵਾਰ ਸਮੁੰਦਰ ਕੰਢੇ ਚੱਲ ਕੇ ਕੁਰਸੀਆਂ ਤੇ ਲੇਟਦੇ ਤੇ ਦਾਰੂ ਦੀਆਂ ਚੁਸਕੀਆਂ ਭਰਦੇ ਹਾਂ। ਕੁਝ ਚਿਰ ਉਹ ਤੇ ਮੈਂ ਸਮੁੰਦਰ ਕੰਢੇ ਕੁਰਸੀਆਂ ਤੇ ਬੈਠੇ ਰਹੇ ਪਰ ਤਬੀਅਤ ਨਾਸਾਜ਼ ਹੋਣ ਕਾਰਨ ਉਹਨਾਂ ਕਮਰੇ ਵਿਚ ਜਾ ਕੇ ਆਰਾਮ ਕਰਨਾ ਜ਼ਿਆਦਾ ਮੁਨਾਸਬ ਸਮਝਿਆ ਅਤੇ ਉਹ ਵਾਪਸ ਚਲੇ ਗਏ। ਮੈਂ ਇਕੱਲਾ ਹੀ ਸਮੁੰਦਰ ਦੇ ਕੰਢੇ ਬੈਠਾ ਰਿਹਾ। ਘੁੱਪ ਹਨੇਰੇ ਵਿਚ ਓਥੇ ਕੋਈ ਦਿਖਾਈ ਨਹੀਂ ਦੇ ਰਿਹਾ ਸੀ। ਨਾ ਘੋੜੇ, ਨਾ ਕਿਊਬਾ ਦੀਆਂ ਗਰੀਬ ਕੁੜੀਆਂ ਮੁੰਡੇ ਜੋ ਸੈਲਾਨੀਆਂ ਨੂੰ ਛੋਟੀਆਂ ਛੋਟੀਆਂ ਵਸਤੂਆਂ ਵੇਚ ਕੇ ਗੁਜ਼ਾਰਾ ਕਰਦੇ ਸਨ। ਡੂੰਘੀ ਹੁੰਦੀ ਜਾ ਰਹੀ ਕਾਲੀ ਬੋਲੀ ਰਾਤ ਵਿਚ ਲਹਿਰਾਂ ਦੇ ਸ਼ੋਰ ਨਾਲ ਸਮੁੰਦਰ ਕਿਸੇ ਦੈਂਤ ਵਾਂਗ ਚੰਘਿਆੜਦਾ ਦਿਖਾਈ ਦੇ ਰਿਹਾ ਸੀ। ਭਾਵੇਂ ਪਿਛੇ ਰੀਜ਼ੋਰਟ ਦੀਆਂ ਰੋਸ਼ਨੀਆਂ ਜਗਮਗਾ ਰਹੀਆਂ ਸਨ ਪਰ ਇਸ ਇਕੱਲ ਅਤੇ ਇਕਾਂਤ ਵਿਚ ਮੈਂ ਇਕ ਕੁਰਸੀ ਤੇ ਲੇਟ ਗਿਆ। ਕਈ ਮਿੰਟ ਬੀਤ ਗਏ ਪਰ ਮਨ ਅੰਦਰ ਜੋ ਸ਼ੋਰ ਸੀ, ਉਹ ਸ਼ਾਂਤ ਨਹੀਂ ਹੋ ਰਿਹਾ ਸੀ। ਪੈਰਾਂ ਵਿਚੋਂ ਸੇਕ ਨਿਕਲ ਰਿਹਾ ਸੀ। ਪਤਾ ਨਹੀਂ ਮੈਨੂੰ ਇਸ ਤਰ੍ਹਾਂ ਕਿਉਂ ਲੱਗਾ ਜਿਵੇਂ ਬਾਬਾ ਸ਼ੇਖ ਫਰੀਦ ਜੀ ਦੀ ਆਤਮਾ ਸਾਰੀ ਰਾਤ ਤਕ ਸਮੁੰਦਰ ਕੰਢੇ ਫਿਰਦੀ ਰਹੇਗੀ। ਜਦ ਸਵੇਰ ਹੋਵੇਗੀ ਤੇ ਬਗਲੇ ਮਛੀ ਫੜਨ ਲਈ ਆ ਜਾਣਗੇ ਤੇ ਉਸ ਨਜ਼ਾਰੇ ਨੂੰ ਵੇਖਣ ਤੋਂ ਬਾਅਦ ਉਹ ਲਿਖਣਗੇ, "ਫਰੀਦਾ ਦਰੀਆਵੈ ਕੰਨ੍ਹੈ ਬਗੁਲਾ ਬੈਠਾ ਕੇਲ ਕਰੇ॥ ਕੇਲ ਕਰੇਦੇ ਹੰਝ ਨੋ ਅਚਿੰਤੇ ਬਾਜ ਪਏ॥ ਪਰ ਇਹ ਤਾਂ ਮੇਰੇ ਹਿਤਾਸ਼ ਮਨ ਦੀ ਸੋਚ ਦਾ ਅਕਸ ਸੀ। ਬਾਬਾ ਸ਼ੇਖ ਫਰੀਦ ਜੀ ਨੇ ਜੋ ਲਿਖਿਆ ਸੀ, ਉਹ ਸਮੁੰਦਰ ਕੰਢੇ ਨਹੀਂ ਸਗੋਂ ਕਿਸੇ ਦਰਿਆ ਦੇ ਕੰਢੇ ਦੇ ਹਵਾਲੇ ਨਾਲ ਲਿਖਿਆ ਸੀ। ਇਸ ਸਮੁੰਦਰ ਅਤੇ ਦਰਿਆ ਦੀ ਸੋਚ ਤੋਂ ਬਾਹਰ ਨਿਕਲਣ ਲਈ ਮੈਂ ਬਾਬਾ ਸ਼ੇਖ ਫਰੀਦ ਵੱਲੋਂ ਆਪਣਾ ਮਨ ਹਟਾ ਕੇ ਇਕ ਦਮ ਸ਼ਾਹ ਹੁਸੈਨ ਜੀ ਵੱਲ ਲੈ ਆਂਦਾ ਕਿਉਂਕਿ ਤਿੰਨੇ ਮਹਾਨ ਸੂਫੀ ਸੰਤਾਂ ਬਾਬਾ ਸ਼ੇਖ ਫਰੀਦ, ਸ਼ਾਹ ਹੁਸੈਨ ਅਤੇ ਬਾਬਾ ਬੁਲ੍ਹੇ ਸ਼ਾਹ ਦੀਆਂ ਸੂਫੀਵਾਦ ਰਚਨਾਵਾਂ ਦਾ ਮੇਰੇ ਤੇ ਬੜਾ ਅਸਰ ਸੀ।

ਸ਼ਾਹ ਹੁਸੈਨ ਨੇ ਲਾਹੌਰ ਤੋਂ ਬਾਹਰਵਾਰ ਕਿੰਨੀਆਂ ਹੀ ਰਾਤਾਂ ਦਰਿਆ ਰਾਵੀ ਵਿਚ ਖੜ੍ਹ ਕੇ ਕੁਰਾਨ ਦੀ ਬੰਦਗੀ ਵਿਚ ਗੁਜ਼ਾਰੀਆਂ ਸਨ। ਇਸ ਤੋਂ ਪਹਿਲਾਂ ਸ਼ਾਹ ਹੁਸੈਨ ਦਸ ਸਾਲ ਦੀ ਉਮਰ ਵਿਚ ਸ਼ੇਖ ਬਹਿਲੋਲ ਦਾ ਚੇਲਾ ਬਣ ਗਿਆ ਸੀ ਅਤੇ ਜਾਂਦਾ ਜਾਂਦਾ ਸ਼ੇਖ ਬਹਿਲੋਲ ਸ਼ਾਹ ਹੁਸੈਨ ਨੂੰ ਲਾਹੌਰ ਸਥਿਤ ਦਾਤਾ ਗੰਜ ਬਖਸ਼ ਦੀ ਦਰਗਾਹ ਤੇ ਸੂਫੀ ਸਾਧਨਾ ਦੀ ਤਾਲੀਮ ਜਾਰੀ ਰਖਣ ਦੀ ਹਦਾਇਤ ਕਰ ਗਿਆ ਸੀ।

ਬਾਰਾਂ ਵਰ੍ਹੇ ਇਸ ਕਬਰ ਤੇ ਸ਼ਾਹ ਹੁਸੈਨ ਨੇ ਸੇਵਾ ਕੀਤੀ ਤੇ ਸ਼ਰ੍ਹਾ ਤੇ ਕੁਰਾਨ ਦਾ ਪਾਬੰਦ ਰਿਹਾ। 26 ਸਾਲ ਦੀ ਉਮਰ ਵਿਚ ਉਸਨੇ ਦਾਤਾ ਗੰਜ ਬਖਸ਼ ਨੂੰ ਛਡ ਦਿਤਾ ਅਤੇ ਸਾਅਦ ਉੱਲਾ ਦਾ ਮੁਰੀਦ ਬਣ ਗਿਆ। ਉਹਨੇ ਸੂਫੀ ਮੱਤ ਬਾਰੇ ਬਹੁਤ ਸਾਰੀਆਂ ਪੁਸਤਕਾਂ ਪੜ੍ਹੀਆਂ ਤੇ ਉਸ ਨੂੰ ਪਤਾ ਲੱਗ ਗਿਆ ਕਿ ਉਸ ਨੇ ਖੁਦਾ ਦੇ ਮਰ੍ਹਮ ਨੂੰ ਜਾਣ ਲਿਆ ਹੈ। ਇਸ ਖੁਸ਼ੀ ਵਿਚ ਉਸਨੇ ਆਪਣੇ ਹਥ ਵਾਲਾ ਪਵਿਤਰ ਕੁਰਾਨ ਖੂਹ ਵਿਚ ਸੁੱਟ ਦਿਤਾ। ਕੁਰਾਨ ਦੀ ਬੇਅਦਬੀ ਤੇ ਕੁਫਰ ਵੇਖ ਕੇ ਉਸਦੇ ਸਹਿਪਾਠੀ ਅੱਗ ਬਗੋਲਾ ਹੋ ਗਏ। ਇਸ ਤੋਂ ਬਾਅਦ ਸ਼ਾਹ ਹੁਸੈਨ ਨੇ ਪੋਥੀ ਨੂੰ ਬਾਹਰ ਆਉਣ ਲਈ ਪੁਕਾਰਿਆ। ਪਵਿਤਰ ਕੁਰਾਨ ਦੇ ਬਗੈਰ ਗਿੱਲੇ ਹੋਇਆਂ ਬਾਹਰ ਆਉਣ ਤੇ ਉਸਦੇ ਕਲਾਸਫੈਲੋ ਹੈਰਾਨ ਰਹਿ ਗਏ। ਇਸ ਤੋਂ ਬਾਅਦ ਸ਼ਾਹ ਹੁਸੈਨ ਨੇ ਲਾਲ ਬਾਣਾ ਪਾ ਲਿਆ। ਦਾੜ੍ਹੀ ਮੁਛਾਂ ਮਨਾ ਦਿਤੀਆਂ ਤੇ ਸ਼ਰ੍ਹਾ ਦੀਆਂ ਪਾਬੰਦੀਆਂ ਤੋੜ ਕੇ ਸ਼ਰਾਬ ਪੀਣੀ, ਨੱਚਣਾ ਅਤੇ ਗਾਉਣਾ ਸ਼ੁਰੂ ਕਰ ਦਿਤਾ, "ਸਈਓ ਨੀ ਅਸੀਂ ਨੈਣਾਂ ਦੇ ਆਖੇ ਲਗੇ"। ਉਹ ਮੁਲਾਮਤੀ ਹੋ ਗਿਆ ਪਰ ਅਕਬਰ ਅਤੇ ਸ਼ਹਿਜ਼ਾਦਾ ਸਲੀਮ ਦੇ ਹਰਮ ਦੀਆਂ ਔਰਤਾਂ ਸ਼ਾਹ ਹੁਸੈਨ ਦੀਆਂ ਕਰਾਮਾਤਾਂ ਵਿਚ ਯਕੀਨ ਰਖਦੀਆਂ ਸਨ ਅਤੇ ਉਸ ਨੂੰ ਬਹੁਤ ਮਾਣ ਇੱਜ਼ਤ ਦਿੰਦੀਆਂ ਸਨ। ਪ੍ਰਿੰਸੀਪਲ ਪਾਖਰ ਸਿੰਘ ਜੋ ਪੀ ਕੇ ਕਮਰੇ ਵਿਚ ਆਰਾਮ ਕਰ ਰਹੇ ਸਨ ਜਾਂ ਕਿਸੇ ਅਧਿਆਤਮਕ ਅਵਸਥਾ ਵਿਚ ਸਨ, ਵਿਚੋਂ ਕਈ ਵਾਰ ਮੈਨੂੰ ਸ਼ਾਹ ਹੁਸੈਨ ਦੀ ਝਲਕ ਪੈਂਦੀ ਸੀ। ਮੈਂ ਬੇਚੈਨੀ ਤੋਂ ਬਚਣ ਲਈ ਤੇ ਸਮੁੰਦਰ ਨੂੰ ਆਖਰੀ ਸਲਾਮ ਕਹਿਣ ਲਈ ਉਠਿਆ ਅਤੇ ਸ਼ਰਾਬ ਦਾ ਭਰਿਆ ਗਲਾਸ ਸਮੁੰਦਰ ਵਿਚ ਡੋਲ੍ਹ ਦਿਤਾ। ਮੇਰਾ ਇਕ ਦੋਸਤ ਖਵਾਜਾ ਖਿਜਰ ਨੂੰ ਮੰਨਦਾ ਸੀ ਅਤੇ ਉਹਦੀ ਮੰਨਤਾ ਮੰਨਦਿਆਂ ਕਦੀ ਕਦੀ ਦਰਿਆ ਤੇ ਜਾ ਕੇ ਉਹਨੂੰ ਧਿਆਉਂਦਾ ਅਤੇ ਸ਼ਰਾਬ ਦੀ ਬੋਤਲ ਦਰਿਆ ਦੇ ਪਾਣੀ ਵਿਚ ਰੋੜ੍ਹ ਦਿੰਦਾ। ਪਤਾ ਨਹੀਂ ਉਹ ਠੀਕ ਸੀ ਕਿ ਗਲਤ ਸੀ ਪਰ ਉਹਦਾ ਯਕੀਨ ਕੁਝ ਇਸ ਤਰ੍ਹਾਂ ਦਾ ਬਣਿਆ ਹੋਇਆ ਸੀ।

ਬੀਚ ਦੇ ਪਾਣੀ, ਨਾਰੀਅਲ ਦੇ ਰੁੱਖਾਂ ਅਤੇ ਫਾਈਵ ਸਟਾਰ ਹੋਟਲ ਦੇ ਕਮਰਿਆਂ ਅਗੋਂ ਲੰਘਦਿਆਂ ਤੇ ਯਾਦਾਂ ਦੇ ਖਜ਼ਾਨੇ ਨੂੰ ਭਰਦਿਆਂ ਮੈਂ ਕਮਰੇ ਵਿਚ ਆ ਗਿਆ। ਪ੍ਰਿੰਸੀਪਲ ਸਾਹਿਬ ਨੇ ਆਪਣਾ ਸਾਮਾਨ ਪੈਕ ਕਰ ਲਿਆ ਹੋਇਆ ਸੀ। ਮੈਂ ਵੀ ਆਪਣਾ ਸਾਮਾਨ ਪੈਕ ਕਰ ਲਿਆ ਤਾਂ ਜੋ ਸਵੇਰੇ ਸਵੇਰੇ 6 ਵਜੇ ਤੋਂ ਪਹਿਲਾਂ ਰੀਸੈਪਸ਼ਨ ਤੇ ਜਾ ਕੇ ਚੈੱਕ ਇਨ ਕਰਵਾਈ ਜਾ ਸਕੇ। ਸਾਡੇ ਸਭ ਦੇ ਪਾਸਪੋਰਟ, ਇਨਸ਼ੋਰੰਸ ਦੇ ਪੇਪਰ ਅਤੇ ਬਾਕੀ ਕਾਰਵਾਈ ਬੇਟੇ ਦਰਸ਼ਨ ਨੇ ਕਰਨੀ ਸੀ। ਕਿਊਬਾ ਵਿਚ ਵੇਕੇਸ਼ਨ ਦੀ ਇਹ ਆਖਰੀ ਰਾਤ ਸੀ। ਨਾ ਚਹੁੰਦਿਆਂ ਵੀ ਮਨ

ਜਜ਼ਬਾਤੀ ਹੁੰਦਾ ਜਾ ਰਿਹਾ ਸੀ। ਦੁਨੀਆ ਵਿਚ ਕਿਊਬਾ ਦਾ ਬੜਾ ਨਾਂ ਸੀ ਕਿਉਂਕਿ ਕਮਿਊਨਿਸਟ ਦੇਸ਼ ਹੋਣ ਕਰ ਕੇ ਇਹਦੀ ਆਪਣੀ ਇਕ ਵਿਲਖਣਤਾ ਸੀ। ਮੈਂ ਸ਼ੁਰੂ ਜਵਾਨੀ ਵਿਚ ਕਾਲਜ ਪੜ੍ਹਦਿਆਂ ਕਮਿਊਨਿਸਟ ਪਾਰਟੀ ਵਿਚ ਰਲ ਗਿਆ ਸਾਂ ਅਤੇ ਕਈ ਸਾਲ ਪਾਰਟੀ ਵਿਚ ਧਕੇ ਖਾਣ ਤੋਂ ਬਾਅਦ ਜਦ ਹੋਸ਼ ਆਈ ਤਾਂ ਪਤਾ ਲੱਗਾ ਕਿ ਸੰਕੀਰਨਤਾ ਵਿਚ ਇਸ ਮੱਤ ਦੇ ਲੋਕ ਕਿਸੇ ਤਰ੍ਹਾਂ ਵੀ ਵਖ ਵਖ ਧਰਮਾਂ ਦੇ ਮਜ਼੍ਹਬੀ ਜਨੂਨੀਆਂ ਵਾਲੀ ਹੈਂਕੜ ਤੋਂ ਘੱਟ ਨਹੀਂ ਸਨ। ਇਹ ਕੁੱਕੜ ਦੀ ਇਕ ਲੱਤ ਮਨਾਉਣ ਵਿਚ ਬਜ਼ਿਦ ਰਹਿੰਦੇ ਸਨ। ਇਹਨਾਂ ਵਿਚੋਂ ਕਈਆਂ ਵਿਚ ਉਹ ਸਾਰੇ ਐਬ ਸ਼ਾਮਲ ਸਨ, ਜਿਨ੍ਹਾਂ ਗੱਲਾਂ ਦੀ ਇਹ ਖੁਦ ਨਿੰਦਾ ਕਰਦੇ ਸਨ, ਇਹ ਗੱਲਾਂ ਦੇ ਗਾਦੜੀ ਤੇ ਵਜਰੀ ਹੋਣ ਕਰ ਕੇ ਦੂਜੇ ਨੂੰ ਮੌਕਾ ਨਹੀਂ ਦਿੰਦੇ ਸਨ। ਅਤਿ ਦਰਜੇ ਦੇ ਜ਼ਿੱਦੀ, ਲਾਲਚੀ ਅਤੇ ਰੁਅਬ ਪਾਉਣ ਵਾਲੇ ਸਨ। ਇਹ ਉਤੋਂ ਹੋਰ ਅਤੇ ਅੰਦਰੋਂ ਹੋਰ ਸਨ। ਮੈਂ ਤਾਂ ਇਹਨਾਂ ਦੇ ਝੱਫੇ ਵਿਚੋਂ ਨਿਕਲ ਗਿਆ ਸਾਂ ਪਰ ਕਈ ਪੜ੍ਹ ਲਿਖ ਕੇ, ਕੈਨੇਡਾ, ਅਮਰੀਕਾ ਅਤੇ ਇੰਗਲੈਂਡ ਵਰਗੇ ਅਮੀਰ ਮੁਲਕਾਂ ਵਿਚ ਆ ਕੇ ਵੀ ਕਾਮਰੇਡੀ ਝਫੇ ਵਿਚੋਂ ਨਹੀਂ ਨਿਕਲੇ ਸਨ। ਅਜੇ ਵੀ ਲਾਲ ਲਾਲ ਗੱਲਾਂ ਕਰਦੇ ਸਨ ਤੇ ਸੀਟੀ ਸੁਣਨ ਤੇ ਮਾਰਨ ਦੀ ਕਲਚਰ ਤੇ ਚਲਦੇ ਸਨ। ਅਮੀਰ ਮੁਲਕਾਂ ਵਿਚ ਰੱਜਵੀਂ ਰੋਟੀ ਖਾ ਕੇ ਗੁਣ ਰੂਸ ਤੇ ਚੀਨ ਦੇ ਗਾਉਂਦੇ ਸਨ। ਪਰ ਮਰਜ਼ੀ ਇਹਨਾਂ ਦੀ।

ਪ੍ਰਿੰਸੀਪਲ ਸਾਹਿਬ ਇਸ ਰੀਜ਼ੋਰਟ ਵਿਚ ਰਾਤ ਦਾ ਆਖਰੀ ਡਿਨਰ ਕਰਨ ਲਈ ਵੀ ਤਿਆਰ ਨਾ ਹੋਏ। ਕਹਿਣ ਲੱਗੇ ਕਿ ਤੁਸੀਂ ਜਾਓ ਤੇ ਡਿਨਰ ਕਰ ਆਓ। ਹੋ ਸਕੇ ਖਾਣਾ ਖਾਣ ਤੋਂ ਪਹਿਲਾਂ ਸ਼ਾਟ ਲਾ ਲੈਣਾ ਤੇ ਆਉਣ ਵੇਲੇ ਮੇਰੇ ਲਈ ਲੈ ਆਉਣਾ। ਰਾਤ ਬੀਤਦੀ ਜਾ ਰਹੀ ਸੀ। ਮੈਂ ਸੱਤ ਬਚਨ ਕਹਿ ਕੇ ਜਾਣ ਵਾਲਾ ਸਾਂ ਕਿ ਕਲੀਨਿੰਗ ਲੇਡੀ ਆ ਗਈ। ਅਸੀਂ ਜੋ ਕਪੜੇ ਬਚੇ ਸਨ, ਉਹ ਤੇ ਕੁਝ ਪੀਸੋ ਉਸ ਨੂੰ ਦੇ ਦਿਤੇ। ਉਹਨੇ ਖੁਸ਼ ਹੋ ਕੇ ਥੈਂਕਸ ਕੀਤਾ ਤੇ ਚਲੀ ਗਈ। ਮੈਂ ਹੌਲੀ ਹੌਲੀ ਰੈਸਟੋਰੈਂਟ ਵਿਚ ਚਲਾ ਗਿਆ ਤੇ ਇਸ ਰੈਸਟੋਰੈਂਟ ਵਿਚ ਆਖਰੀ ਡਿਨਰ ਕਰਨ ਲਈ ਮਨ ਬਨਾਉਣ ਲੱਗਾ। ਕਈ ਸੈਲਾਨੀ ਰੈਸਟੋਰੈਂਟ ਵਿਚ ਕੰਮ ਕਰਨ ਵਾਲੇ ਸਟਾਫ ਨਾਲ ਫੋਟੋਜ਼ ਖਿਚਵਾ ਰਹੇ ਸਨ ਤੇ ਉਹਨਾਂ ਨੂੰ ਟਿੱਪ ਦੇ ਰਹੇ ਸਨ। ਇਕ ਵੇਟਰ ਮੇਰੇ ਲਈ ਡਰਿੰਕ ਦਾ ਗਲਾਸ ਲੈ ਆਈ ਤੇ ਖਾਣ ਲਈ ਪੁੱਛਣ ਲੱਗੀ। ਹਲਕਾ ਡਿਨਰ ਕਰ ਕੇ ਕੁਝ ਚਿਰ ਟਹਿਲ ਕਦਮੀ ਕੀਤੀ ਤੇ ਵਾਪਸ ਕਮਰੇ ਵਿਚ ਆ ਗਿਆ। ਸਵੇਰੇ ਜਲਦੀ ਉਠਣ ਲਈ ਹੁਣ ਸੌਂ ਜਾਣਾ ਹੀ ਬਿਹਤਰ ਸੀ। ਪ੍ਰਿੰਸੀਪਲ ਸਾਹਿਬ ਨੇ ਵੀ ਗੁਡ ਨਾਈਟ ਕੀਤਾ ਤੇ ਸਵੇਰੇ ਜਲਦੀ ਉਠ ਕੇ ਤਿਆਰ ਹੋਣ ਕਾਰਨ ਸੌਂ ਗਏ। ਆਮ ਕਿਹਾ ਜਾਂਦਾ ਹੈ ਕਿ ਨੀਂਦ ਸੂਲੀ ਤੇ ਵੀ ਆ ਜਾਂਦੀ ਹੈ ਅਤੇ ਵੇਕੇਸ਼ਨ

ਦੀ ਇਸ ਆਖਰੀ ਰਾਤ ਨੂੰ ਸੂਲੀ ਦੀ ਬਜਾਏ ਕਿਸੇ ਕਿਆਸੇ ਸਵਰਗ ਦੀ ਝਾਕੀ ਨਾਲ ਤੁਲਣਾ ਕਰਦਿਆਂ ਅਸੀਂ ਸਵੇਰੇ ਪੰਜ ਵਜੇ ਤੋਂ ਪਹਿਲਾਂ ਉਠ ਦੰਦਾਂ ਤੇ ਬੁਰਸ਼ ਆਦਿ ਕਰ ਤੇ ਦਾੜ੍ਹੀਆਂ ਬੰਨ੍ਹ ਕੇ ਤਿਆਰ ਹੋ ਆਪੋ ਆਪਣਾ ਸਾਮਾਨ ਲੈ ਕੇ ਕੁਝ ਮਿੰਟਾਂ ਵਿਚ ਰੀਜ਼ੋਰਟ ਤੇ ਪਹੁੰਚ ਗਏ। ਅਜੇ ਸਵੇਰ ਦੇ ਛੇ ਨਹੀਂ ਵੱਜੇ ਸਨ ਅਤੇ ਚੰਗੀ ਤਰ੍ਹਾਂ ਦਿਨ ਵੀ ਨਹੀਂ ਚੜ੍ਹਿਆ ਸੀ। ਸਾਥੋਂ ਪਹਿਲਾਂ ਦੋ ਤਿੰਨ ਹੋਰ ਸੈਲਾਨੀ ਆਪਣਾ ਸਾਮਾਨ ਲੈ ਕੇ ਪਹੁੰਚ ਚੁਕੇ ਸਨ। ਸੋਫੇ ਅਤੇ ਕੁਰਸੀਆਂ ਖਾਲੀ ਪਈਆਂ ਸਨ। ਬੈਠਣਾ ਬਿਹਤਰ ਸਮਝਦਿਆਂ ਅਸੀਂ ਸੋਫੇ ਮੱਲ ਲਏ ਕਿਉਂਕਿ ਪਤਾ ਨਹੀਂ ਇਥੋਂ ਕਿੰਨੇ ਵਜੇ ਬੱਸਾਂ ਨੇ ਚੱਲਣਾ ਸੀ। ਹੈਰਾਨੀ ਵਾਲੀ ਗੱਲ ਇਹ ਸੀ ਕਿ ਸਾਹਮਣੇ ਕੁਝ ਵਿੱਥ ਤੇ ਸਵੇਰੇ ਹੀ ਬਾਰ ਖੁਲ੍ਹ ਗਈ ਸੀ ਅਤੇ ਕੁਝ ਲੋਕ ਆਪਣੇ ਸੂਟਕੇਸ ਅਤੇ ਹੈਂਡ ਬੈਗ ਆਦਿ ਰੀਸੈਪਸ਼ਨ ਅਗੇ ਬਣੇ ਬਰਾਂਡੇ ਵਿਚ ਟਿਕਾ ਕੇ ਬਾਰ ਵੱਲ ਆਖਰੀ ਚੂਪਾ ਲਾਉਣ ਲਈ ਚਲੇ ਗਏ ਸਨ। ਕੁਝ ਦੇ ਹਥਾਂ ਵਿਚ ਚਾਹ ਜਾਂ ਕਾਫੀ ਦੇ ਡਿਸਪੋਜ਼ੇਬਲ ਗਲਾਸ ਵੀ ਸਨ। ਮੈਨੂੰ ਵੀ ਚਾਹ ਦੀ ਬਹੁਤ ਤਲਬ ਹੋ ਰਹੀ ਸੀ। ਏਨੇ ਨੂੰ ਮੇਰੀ ਲੜਕੀ, ਜਵਾਈ, ਦੋਹਤੇ, ਦੋਹਤੀ ਵੀ ਆਪੋ ਆਪਣੇ ਸੂਟ ਕੇਸ ਲੈ ਕੇ ਪੁਜ ਗਏ ਅਤੇ ਬੱਚੇ ਸਾਡੇ ਨਾਲ ਸੋਫਿਆਂ ਤੇ ਬੈਠ ਗਏ। ਆਟਵਾ ਵਾਲੇ ਚੀਫ ਇੰਜਨੀਅਰ ਸਰਾ ਸਾਹਿਬ, ਉਹਨਾਂ ਦੀ ਪਤਨੀ ਅਤੇ ਬੱਚੀਆਂ ਵੀ ਪਹੁੰਚ ਗਈਆਂ। ਅਗਲੇ ਕੁਝ ਸਮੇਂ ਵਿਚ ਰੀਸੈਪਸ਼ਨ ਤੇ ਵੇਕੇਸ਼ਨ ਤੋਂ ਮੁੜਨ ਵਾਲਿਆਂ ਦਾ ਜਮਘਟਾ ਬਝ ਗਿਆ। ਮੇਰੀ ਬੇਟੀ ਤੇ ਗਗਨ ਰੈਸਟੋਰੈਂਟ ਵਿਚ ਗਏ ਤੇ ਸਾਰਿਆਂ ਲਈ ਚਾਹ ਲੈ ਆਏ। ਇਹ ਸਵੇਰ ਦੀ ਚਾਹ ਪੀਂਦਿਆਂ ਹੀ ਦਮ ਵਿਚ ਦਮ ਤੇ ਸਰੀਰ ਵਿਚ ਚੁਸਤੀ ਤੇ ਮਨ ਵਿਚ ਉਤਸ਼ਾਹ ਆ ਗਿਆ। ਪਤਾ ਲੱਗਾ ਕਿ ਬੱਸਾਂ ਆਉਣ ਵਾਲੀਆਂ ਹਨ। ਦਰਸ਼ਨ ਨੇ ਬੜੀ ਹੋਸ਼ਿਆਰੀ ਅਤੇ ਫੁਰਤੀ ਨਾਲ ਰੀਸੈਪਸ਼ਨ ਤੇ ਚੈੱਕ ਇਨ ਕਰਵਾ ਕੇ ਉਹਨਾਂ ਦੀ ਹਦਾਇਤ ਅਨੁਸਾਰ ਸਾਰੇ ਸੂਟਕੇਸ ਅਤੇ ਸਾਮਾਨ ਇਕ ਲਾਈਨ ਵਿਚ ਕਰ ਦਿਤੇ ਜੋ ਬੱਸਾਂ ਵਾਲਿਆਂ ਨੇ ਖੁਦ ਬੱਸਾਂ ਵਿਚ ਰੱਖਣੇ ਸਨ।

ਆਖਰ ਚੈੱਕ ਇਨ ਦੀ ਕਾਰਵਾਈ ਪੂਰੀ ਹੋਈ ਅਤੇ ਬੱਸਾਂ ਵਿਚ ਬੈਠਣ ਦਾ ਸਮਾਂ ਹੋ ਗਿਆ। ਤਿੰਨ ਬੱਸਾਂ ਅਗੇ ਪਿਛੇ ਆ ਕੇ ਖਲੋ ਗਈਆਂ। ਪੋਰਟਰਜ਼ ਨੇ ਰੀਸੈਪਸ਼ਨ ਵੱਲੋਂ ਮਿਲੀਆਂ ਹਦਾਇਤਾਂ ਅਨੁਸਾਰ ਸਾਮਾਨ ਬੱਸਾਂ ਵਿਚ ਰੱਖਣਾ ਸ਼ੁਰੂ ਕੀਤਾ ਅਤੇ ਸੈਲਾਨੀ ਵੀ ਦੱਸੀਆਂ ਬੱਸਾਂ ਵਿਚ ਸਵਾਰ ਹੁੰਦੇ ਗਏ। ਇਹਨਾਂ ਬੱਸਾਂ ਵਿਚ ਹੀ 22 ਦਸੰਬਰ ਨੂੰ ਅਸੀਂ ਕਾਮਾਗੁਈ ਏਰਪੋਰਟ ਤੋਂ ਇਥੇ ਰੀਜ਼ੋਰਟ ਵਿਚ ਆਏ ਸਾਂ। ਜਦ ਬੱਸਾਂ ਅਗੇ ਪਿਛੇ ਕਾਮਾਗੁਈ ਏਅਰਪੋਰਟ ਨੂੰ ਤੁਰੀਆਂ ਤਾਂ ਮੈਂ ਹਸਰਤ ਭਰੀਆਂ ਅੱਖਾਂ ਨਾਲ ਇਕ ਵਾਰ ਫਿਰ ਰੀਜ਼ੋਰਟ ਨੂੰ ਵੇਖਿਆ ਜਿਥੇ ਇਕ

ਹਫਤਾ ਛੁਟੀਆਂ ਮਨਾ ਕੇ ਵਾਪਸ ਜਾ ਰਹੇ ਸਾਂ। ਆਪਣੇ ਆਪ ਨੂੰ ਸਵਾਲ ਕੀਤਾ ਕਿ ਪਤਾ ਨਹੀਂ ਦੋਬਾਰਾ ਕਦੀ ਏਥੇ ਆਣ ਹੋਵੇਗਾ ਕਿ ਨਹੀਂ। ਦੋ ਘੰਟੇ ਦੇ ਸਫਰ ਵਿਚ ਵਾਪਸ ਜਾਂਦਿਆਂ ਬੱਸ ਵਿਚੋਂ ਜੋ ਕੁਝ ਇਸ ਦੇਸ਼ ਬਾਰੇ ਵੇਖਿਆ ਜਾ ਸਕਦਾ ਸੀ ਜਾਂ ਜੋ ਕੁਝ ਵੇਖਣ ਨੂੰ ਦਿਸਦਾ ਸੀ, ਬੜੀ ਈਮਾਨਦਾਰੀ ਨਾਲ ਚਾਨਣ ਦੀ ਚਾਟੀ ਭਰ ਕੇ ਰੱਖਣ ਵਾਂਗ ਮੈਂ ਆਪਣੇ ਮਨ ਦੀ ਵੱਖੀ ਵਿਚ ਰੱਖੀ ਜਾ ਰਿਹਾ ਸਾਂ। ਰਸਤੇ ਵਿਚ ਥਾਂ ਥਾਂ ਬੱਸ ਅਡਿਆਂ ਤੇ ਖੜ੍ਹੇ ਮੁਸਾਫਰ ਬੱਸਾਂ ਦਾ ਇੰਤਜ਼ਾਰ ਕਰ ਰਹੇ ਸਨ। ਹੋਰ ਟਰੈਫਿਕ ਬਹੁਤ ਘੱਟ ਸੀ। ਕਿਧਰੇ ਕਿਧਰੇ ਜ਼ਿਆਦਾ ਹਰਿਆਵਲ ਤੇ ਉਹੀ ਕੰਡੇਦਾਰ ਝਾੜੀਆਂ ਤੋਂ ਇਲਾਵਾ ਵਡੇ ਪਤਿਆਂ ਵਾਲੇ ਢਾਕ ਦੇ ਰੁੱਖ ਦਿਸ ਰਹੇ ਸਨ। ਸੜਕ ਦੇ ਨਾਲ ਨਾਲ ਰੇਲਵੇ ਲਾਈਨ ਜਾ ਰਹੀ ਸੀ ਪਰ ਦੋ ਘੰਟੇ ਦੇ ਸਫਰ ਵਿਚ ਕੋਈ ਗੱਡੀ ਆਂਦੀ ਜਾਂ ਜਾਂਦੀ ਨਾ ਦਿਸੀ। ਕਿਊਬਾ ਦਾ ਅਸਲੀ ਜੀਵਨ ਕਿਹੋ ਜਿਹਾ ਸੀ, ਬਹੁਤ ਜਾਨਣ ਦੀ ਕੋਸ਼ਿਸ਼ ਕਰਦਿਆਂ ਵੀ ਓਥੋਂ ਤਕ ਝਾਤ ਨਾ ਪੈ ਸਕੀ ਤੇ ਆਖਰ ਅਸੀਂ ਏਅਰਪੋਰਟ ਤੇ ਪਹੁੰਚ ਕੇ ਬੋਰਡਿੰਗ ਪਾਸ ਲੈਣ ਲਈ ਬਣੀਆਂ ਲਾਈਨਜ਼ ਵਿਚ ਲਗ ਗਏ। ਇਥੇ ਏਰਪੋਰਟ ਦੀ ਫੀਸ ਵੀ ਭਰਨੀ ਪਈ ਤੇ ਇਮੀਗਰੇਸ਼ਨ ਅਤੇ ਸਿਕਿਓਰਟੀ ਚੈੱਕ ਅਪ ਪਾਰ ਕਰ ਕੇ ਦੋ ਮੰਜ਼ਲੀ ਬਿਲਿਡੰਗ ਵਾਲੀ ਇਸ ਏਅਰਪੋਰਟ ਦੀ ਲਾਬੀ ਵਿਚ ਹਵਾਈ ਜਹਾਜ਼ ਦਾ ਇੰਤਜ਼ਾਰ ਕਰਨ ਲਗੇ। ਮੈਂ ਉਪਰਲੀ ਮੰਜ਼ਲ ਤੇ ਜਾ ਕੇ ਏਅਰਪੋਰਟ ਦੀਆਂ ਕਈ ਫੋਟੋਜ਼ ਖਿਚੀਆਂ। ਖੁਲ੍ਹੇ ਖੇਤਾਂ ਵਿਚ ਬਣੇ ਏਅਰਪੋਰਟ ਤੇ ਸਾਦਗੀ, ਧੁੱਪ ਅਤੇ ਨੀਲੇ ਅਸਮਾਨ ਦਾ ਨਜ਼ਾਰਾ ਕੈਨੇਡਾ ਨਾਲੋਂ ਕਿਤੇ ਬਹੁਤ ਜ਼ਿਆਦਾ ਵਖਰਾ ਸੀ।

ਡਿਊਟੀ ਫਰੀ ਤੇ ਕਿਊਬਾ ਦੀ ਵੋਦਕਾ ਲਿਟਰ ਦੀ ਬੋਤਲ ਸਿਰਫ ਪੰਜ ਪੀਸੋ ਦੀ ਸੀ। ਸਿਗਾਰ ਤੇ ਹੋਰ ਵੀ ਸਾਮਾਨ ਸਸਤਾ ਸੀ ਪਰ ਸ਼ਿਵਾਸ ਰੀਗਲ ਅਤੇ ਬਲੈਕ ਲੇਬਲ ਮਹਿੰਗੀ ਸੀ। ਇਕ ਇਕ ਡਿਊਟੀ ਫਰੀ ਬੋਤਲ ਖਰੀਦ ਕੇ ਕਿਊਬਾ ਨੂੰ ਯਾਦ ਰਖਣ ਵਿਚ ਹੋਰ ਵਾਧਾ ਕਰ ਲਿਆ। ਸਮੇਂ ਸਿਰ ਜਹਾਜ਼ ਆ ਗਿਆ ਤੇ ਅਸੀਂ ਪੈਦਲ ਹੀ ਥੋੜ੍ਹੀ ਵਿਥ ਤੇ ਖੜ੍ਹੇ ਜਹਾਜ਼ ਵਿਚ ਚੜ੍ਹਨ ਤੋਂ ਪਹਿਲਾਂ ਫੋਟੋ ਲੁਹਾਈਆਂ। ਕੋਈ ਰਸ਼ ਨਹੀਂ ਸੀ ਕਿਉਂਕਿ ਇਕੋ ਇਕ ਜਹਾਜ਼ ਸੀ ਜਿਸ ਨੇ ਸਾਨੂੰ ਤਿੰਨ ਘੰਟਿਆਂ ਵਿਚ ਮੁੜ ਆਪਣੇ ਪਿਆਰੇ ਵਤਨ ਕੈਨੇਡਾ ਲੈ ਆਂਦਾ। ਸਾਮਾਨ ਲੈ ਕੇ ਬਾਹਰ ਨਿਕਲੇ ਤਾਂ ਸੀਨਾ ਚੀਰਦੀ ਤੇਜ਼ ਰਫਤਾਰ ਠੰਢੀ ਹਵਾ ਅਤੇ ਬਰਫ ਦੀਆਂ ਫਲਰੀਜ਼ ਨੇ ਸਾਡਾ ਸਵਾਗਤ ਕੀਤਾ। ਗਰਮ ਦੇਸ਼ ਵਿਚੋਂ ਆਉਣ ਕਰ ਕੇ ਸਰਦੀ ਨਾਲ ਜਿਸਮ ਵਿਚ ਫਿਰ ਝੁਣਝੁਣੀ ਪੈਦਾ ਹੋ ਗਈ। ਕੈਨੇਡਾ ਕਿਉਂ ਐਨਾ ਠੰਢਾ ਸੀ ਜਦ ਕਿ ਢਾਈ ਤਿੰਨ ਘੰਟੇ ਦੀ ਫਲਾਈਟ ਪਿਛੋਂ ਕਿਊਬਾ ਵਿਚ ਓਥੇ ਕਿਉਂ ਐਨੀ ਜ਼ਿਆਦਾ ਗ਼ਰਮੀ ਸੀ,

ਕਿਊਬਾ ਤੋਂ ਟਰਾਂਟੋ ਨੂੰ ਵਾਪਸ ਲਿਆਉਣ ਵਾਲਾ ਜਹਾਜ਼ ਤਿਆਰ ਖੜ੍ਹਾ ਹੈ
ਦੂਰ ਇਕ ਬਹੁ ਮੰਜ਼ਲੀ ਬਿਲਡਿੰਗ ਦਾ ਦ੍ਰਿਸ਼

ਦੀਆਂ ਸੋਚਾਂ ਵਿਚ ਗੜੁੱਚਾ ਮਨ ਇਕ ਹਫਤੇ ਤੋਂ ਦਾਲ ਰੋਟੀ ਖਾਣ ਲਈ ਤਰਸ ਗਿਆ ਸੀ। ਘਰ ਫੋਨ ਕੀਤਾ ਤਾਂ ਵਡੀ ਬੇਟੀ ਨੇ ਦਸਿਆ ਕਿ ਮੱਕੀ ਦੀ ਰੋਟੀ ਤੇ ਸਾਗ, ਰੜ੍ਹੇ ਫੁਲਕਿਆਂ ਨਾਲ ਤੜਕੇ ਵਾਲੀ ਦਾਲ, ਮੂਲੀ ਤੇ ਹਰਾ ਪਿਆਜ਼, ਪੂਦਨੇ ਤੇ ਅੰਬੀਆਂ ਦੀ ਚਟਨੀ ਅਤੇ ਤਾਜ਼ਾ ਮਟਰਾਂ ਦੀ ਸੁਕੀ ਭੁੱਜੀ ਸਬਜ਼ੀ ਤੁਹਾਡਾ ਸਭ ਦਾ ਇੰਤਜ਼ਾਰ ਕਰ ਰਹੀ ਹੈ। ਪ੍ਰਿੰਸੀਪਲ ਸਾਹਿਬ ਦਾ ਆਗਿਆਕਾਰ ਲੜਕਾ ਮਨਜੀਤ ਉਹਨਾਂ ਨੂੰ ਲੈਣ ਲਈ ਏਅਰਪੋਰਟ ਤੇ ਪਹਿਲਾਂ ਹੀ ਪਹੁੰਚ ਕੇ ਉਡੀਕ ਕਰ ਰਿਹਾ ਸੀ।

ਸਮਾਪਤ

ਪਾਕਿਸਤਾਨ ਵਿਚ 13 ਮਾਰਚ-28 ਮਾਰਚ, 2010

ਪਾਕਿਸਤਾਨ ਵਿਚ ਪਹਿਲਾ ਦਿਨ

ਇਤਹਾਦ ਏਅਲਾਈਨ ਦੇ ਜਹਾਜ਼ ਵਿਚ ਅਬੂ ਧਾਬੀ ਤੋਂ ਚੱਲ ਕੇ ਤਿੰਨ ਘੰਟਿਆਂ ਵਿਚ ਮੈਂ ਇਸਲਾਮਾਬਾਦ ਏਅਪੋਰਟ ਤੇ ਪੁਜਾ ਤਾਂ ਰਾਤ ਦੇ ਤਿੰਨ ਵੱਜੇ ਸਨ। ਅਧਾ ਘੰਟਾ ਇਮੀਗਰੇਸ਼ਨ ਕਲੀਅਰ ਕਰਨ ਅਤੇ ਸਾਮਾਨ ਲੈਣ ਵਿਚ ਲੱਗ ਗਿਆ। ਇਸਲਾਮਾਬਾਦ ਦਾ ਏਅਰਪੋਰਟ ਬੜਾ ਛੋਟਾ ਅਤੇ ਗਰੀਬ ਜਿਹਾ ਲਗਦਾ ਸੀ। ਬਾਹਰ ਨਿਕਲਦਿਆਂ ਹੀ ਸੂਫੀਇਜ਼ਮ ਐਂਡ ਪੀਸ ਕਾਨਫਰੰਸ ਦੇ ਬੈਨਰ ਲੱਗੇ ਵੇਖੇ ਅਤੇ ਕਾਨਫਰੰਸ ਦੇ ਅਹਿਲਕਾਰਾਂ ਨੇ ਸਾਡਾ ਸਵਾਗਤ ਕੀਤਾ। ਇਮੀਗਰੇਸ਼ਨ ਦੇ ਬਿਲਕੁਲ ਸਾਹਮਣੇ ਮਨੀ ਐਕਚੇਂਜ ਦਾ ਬੋਰਡ ਲੱਗਾ ਹੋਇਆ ਸੀ। ਮੇਰੇ ਪਾਸ ਪਾਕਿਸਤਾਨ ਦੀ ਕਰੰਸੀ ਬਿਲਕੁਲ ਨਹੀਂ ਸੀ। ਮੈਂ ਸੌ ਕੈਨੇਡੀਅਨ ਡਾਲਰ ਦੇ ਕੇ ਅਠ ਹਜ਼ਾਰ ਪਾਕਿਸਤਾਨੀ ਰੁਪੈ ਲੈ ਲਏ। ਪੋਲੀਸ ਅਤੇ ਨੀਮ ਪੋਲੀਸ ਦੀਆਂ ਗਡੀਆਂ ਦੇ ਦਰਮਿਆਨ ਖੜ੍ਹੀਆਂ ਬੱਸਾਂ ਵਿਚ ਸਾਨੂੰ ਬਿਠਾ ਦਿਤਾ ਗਿਆ। ਇਸ ਜਹਾਜ਼ ਵਿਚ ਬਹੁਤ ਸਾਰੇ ਮੁਲਕਾਂ ਵਿਚੋਂ ਹੋਰ ਵੀ ਡੈਲੀਗੇਟ ਆਏ ਸਨ ਪਰ ਇਸ

ਪਾਕਿਸਤਾਨ ਦੀ ਉਡਾਨ ਭਰਨ ਤੋਂ ਪਹਿਲਾਂ ਲੇਖਕ ਟੋਰਾਂਟੋ ਏਅਰਪੋਰਟ ਦੇ ਵੇਟਿੰਗ ਹਾਲ ਵਿਚ

ਦਾ ਪਤਾ ਜਹਾਜ਼ ਵਿਚ ਬੈਠਿਆਂ ਨਹੀਂ, ਬੱਸਾਂ ਵਿਚ ਬੈਠ ਕੇ ਹੀ ਲੱਗਾ। ਆਖਰ ਭਾਰੀ ਹਿਫਾਜ਼ਤੀ ਪਰਬੰਧਾਂ ਹੇਠ ਮਿੰਨੀ ਬੱਸਾਂ ਇਸਲਾਮਾਬਾਦ ਦੇ ਫਾਈਵ ਸਟਾਰ ਹੋਟਲ ਇਸਲਾਮਾਬਾਦ ਵੱਲ ਰਵਾਨਾ ਹੋਈਆਂ। ਰਾਤ ਦੇ ਹਨੇਰੇ ਜਗ ਮਗ ਕਰਦੀਆਂ ਰੋਸ਼ਨੀਆਂ ਵਿਚ ਇਸਲਾਮਾਬਾਦ ਸ਼ਹਿਰ ਖੂਬਸੂਰਤ ਲੱਗ ਰਿਹਾ ਸੀ। ਭਾਵੇਂ ਹਿਫਾਜ਼ਤੀ ਇੰਤਜ਼ਾਮ ਪੂਰੇ ਸਨ ਪਰ ਫਿਰ ਵੀ ਡਰ ਦੀ ਇਕ ਨਿੱਕੀ ਜਹੀ ਲਕੀਰ ਦਿਮਾਗ ਵਿਚ ਫਿਰਦੀ ਸੀ ਕਿ ਕਿਤੇ ਤਾਲਬਾਨਾਂ ਜਾਂ ਅਤਿਵਾਦੀਆਂ ਦਾ ਕੋਈ ਹੋਰ ਦਸ਼ਿਤਗਰਦ ਗਰੁੱਪ ਸਾਰੀ ਬੱਸ ਹੀ ਅਗਵਾ ਨਾ ਕਰ ਲਵੇ ਜਾਂ ਬੱਸ ਨੂੰ ਆਪਣੀਆਂ ਗੋਲੀਆਂ ਤੇ ਬੰਬਾਂ ਦਾ ਨਿਸ਼ਾਨਾ ਬਣਾ ਦੇਵੇ। ਫਿਰ ਮਨ ਅਗੋਂ ਤਸੱਲੀ ਦੇਂਦਾ ਕਿ ਅਸੀਂ ਤਾਂ ਅਮਨ ਤੇ ਸ਼ਾਂਤੀ ਦੇ ਦੂਤ ਬਣ ਕੇ ਪਾਕਿਸਤਾਨ ਵਿਚ ਆਏ ਸਾਂ, ਸੂਫੀਇਜ਼ਮ ਦੀ ਮਹਾਨ ਫਿਲਾਸਫੀ ਦਾ ਪਰਚਾਰ ਕਰਨ ਤੇ ਸ਼ਾਂਤੀ ਦਾ ਸੰਦੇਸ਼ ਦੇਣਾ ਸਾਡਾ ਮੁਖ ਨਿਸ਼ਾਨਾ ਸੀ। ਦਹਿਤਸ਼ਗਰਦ ਗਰੁੱਪ ਸਾਨੂੰ ਆਪਣਾ ਨਿਸ਼ਾਨਾ ਕਿਉਂ ਬਣਾਨਗੇ। ਹੋਟਲ ਵਿਚ ਦਾਖਲੇ ਵੇਲੇ ਸਖਤ ਸਿਕਿਓਰਟੀ ਵਿਚੋਂ ਲੰਘਣ ਬਾਅਦ ਜਦ ਅਸੀਂ ਹੋਟਲ ਦੀ ਲਾਬੀ ਵਿਚ ਪਹੁੰਚੇ ਤਾਂ ਸਭ ਨੂੰ ਇਕ ਇਕ ਐਪਲ ਜੂਸ ਦਾ ਗਲਾਸ ਪਿਆਇਆ ਗਿਆ ਅਤੇ ਹੋਟਲ ਵਾਲਿਆਂ ਦੀ ਰੀਸੈਪਸਨ ਨੇ ਸਾਡੇ ਪਾਸਪੋਰਟ ਜਿਨ੍ਹਾਂ ਵਿਚ ਪਾਕਿਸਤਾਨ ਦਾ ਵੀਜ਼ਾ ਲੱਗਾ ਹੋਇਆ ਸੀ, ਫੋਟੋ ਕਾਪੀ ਕਰਨ ਲਈ ਰੱਖ ਲਏ। ਹੋਟਲ ਦੀ ਪਹਿਲੀ ਮੰਜ਼ਲ ਵਾਲੇ ਲਿਫਟ ਦੇ ਸਾਹਮਣੇ ਪੈਂਦੇ ਕਮਰੇ ਵਿਚ ਵੇਟਰਜ਼ ਕੋਲੋਂ ਜਦੋਂ ਮੈਂ ਆਪਣਾ ਸਾਰਾ ਸਾਮਾਨ ਰਖਵਾਇਆ ਜਿਨ੍ਹਾਂ ਵਿਚ ਤੇਈ ਤੇਈ ਕਿੱਲੋ ਭਾਰ ਵਾਲੇ ਦੋ ਸੂਟ ਕੇਸ, ਸੱਤ ਕਿੱਲੋ ਵਜ਼ਨ ਵਾਲੇ ਇਕ ਹੈਂਡ ਬੈਗ ਤੋਂ ਇਲਾਵਾ ਇਕ ਬਰੀਫ ਕੇਸ ਵੀ ਸੀ, ਤਾਂ ਜਾ ਕੇ ਮੇਰੀ ਜਾਨ ਸੁਖਾਲੀ ਹੋਈ ਤੇ ਮੈਨੂੰ ਸੁਖ ਦਾ ਸਾਹ ਆਇਆ। ਜੇ ਮੈਂ ਵਾਇਆ ਭਾਰਤ ਹੋ ਕੇ ਪਾਕਿਸਤਾਨ ਆਉਂਦਾ ਤਾਂ ਮੈਂ ਆਪਣਾ ਸਾਮਾਨ ਚੰਡੀਗੜ੍ਹ ਆਪਣੇ ਘਰ ਰੱਖ ਕੇ ਆਉਣਾ ਸੀ ਪਰ ਹੁਣ ਤਾਂ ਮੈਂ ਆਪਣੇ ਸਾਮਾਨ ਸਮੇਤ ਪਾਕਿਸਤਾਨ ਵਿਚ ਕਈ ਹਫਤੇ ਗੁਜ਼ਾਰ ਕੇ ਫਿਰ ਭਾਰਤ ਵਿਚ ਦਾਖਲ ਹੋਣਾ ਸੀ।

ਜੇ ਮੇਰੀ ਟਿਕਟ ਵਾਇਆ ਦਿੱਲੀ ਹੁੰਦੀ ਤਾਂ ਮੈਂ ਆਪਣਾ ਵਾਧੂ ਸਾਮਾਨ ਚੰਡੀਗੜ੍ਹ ਵਿਚ ਆਪਣੇ ਘਰ ਛਡ ਕੇ ਵਾਇਆ ਵਾਘਾ ਬਾਰਡਰ ਪਾਕਿਸਤਾਨ ਅੰਦਰ ਦਾਖਲ ਹੋ ਕੇ ਇਸਲਾਮਾਬਾਦ ਪਹੁੰਚਣਾ ਸੀ ਪਰ ਸਿਕਿਓਰਟੀ ਪਖੋਂ ਮੈਨੂੰ ਪਾਕਿਸਤਾਨ ਸਰਕਾਰ ਦੀ ਲੈਟਰਜ਼ ਆਫ ਅਕਾਡਮੀ ਵੱਲੋਂ ਦਿੱਲੀ ਉੱਤਰਣ ਦਾ ਟਿਕਟ ਨਾ ਮਿਲਿਆ ਤੇ ਮੈਨੂੰ ਸਾਰੇ ਸਾਮਾਨ ਸਮੇਤ ਇਸਲਾਮਾਬਾਦ ਏਅਰਪੋਰਟ ਤੇ ਉਤਰਣਾ ਪਿਆ। ਐਨੇ ਜ਼ਿਆਦਾ ਸਾਮਾਨ ਨਾਲ ਐਨਾ ਲੰਮਾ ਸਫਰ ਕਰਨਾ ਬੜਾ ਔਖਾ ਸੀ। ਇਤਹਾਦ ਏਅਰਲਾਈਨ ਦੀ ਟਰਾਂਟੋ ਤੋਂ ਅਬੂਧਾਬੀ ਦੀ 15 ਘੰਟੇ ਦੀ ਉਡਾਣ ਭਾਵੇਂ ਬੜੀ ਵਧੀਆ ਸੀ ਪਰ ਬੜੀ ਲੰਮੀ ਅਤੇ ਥਕਾ ਦੇਣ ਵਾਲੀ ਸੀ। ਵੈਸੇ

ਤਾਂ ਮੈਂ ਅਬੂਧਾਬੀ ਤੋਂ ਪਾਕਿਸਤਾਨ ਦੀ ਕੈਨੇਡਾ ਵਿਚ ਡਾਕਟਰ ਲੱਗੀ ਨੌਜਵਾਨ ਕੁੜੀ ਬਤੋਲ ਦੇ ਇੰਟਰਨੈਸ਼ਨਲ ਫੋਨ ਤੋਂ ਕੈਨੇਡਾ ਵਿਚ ਆਪਣੇ ਅਬੂ ਧਾਬੀ ਪਹੁੰਚਣ ਤਕ ਦੀ ਇਤਲਾਹ ਦੇ ਦਿਤੀ ਸੀ ਪਰ ਇਸਲਾਮਾਬਾਦ ਪਹੁੰਚ ਕੇ ਆਪਣੇ ਪਰਵਾਰ ਨੂੰ ਇਹ ਦੱਸਣਾ ਕਿ ਮੈਂ ਠੀਕ ਠਾਕ ਪਾਕਿਸਤਾਨ ਦੇ ਸ਼ਹਿਰ ਇਸਲਾਮਾਬਾਦ ਪਹੁੰਚ ਗਿਆ ਹਾਂ ਅਤੇ ਆਪਣਾ ਫੋਨ ਨੰਬਰ ਦੇਣਾ ਬੜਾ ਜ਼ਰੂਰੀ ਸੀ। ਮੈਂ 9 ਦੱਬ ਕੇ ਹੋਟਲ ਦੇ ਅਪਰੇਟਰ ਨੂੰ ਹੋਟਲ ਦਾ ਨੰਬਰ ਅਤੇ ਕੈਨੇਡਾ ਵਿਚ ਆਪਣੇ ਘਰ ਦਾ ਨੰਬਰ ਮਿਲਾਉਣ ਲਈ ਕਿਹਾ ਤੇ ਕਾਲ ਦੇ ਰੇਟ ਵੀ ਪੁਛੇ। ਅਗੋਂ ਜਵਾਬ ਸੀ ਕਿ ਹੋਟਲ ਵਿਚੋਂ ਕੈਨੇਡਾ ਦੀ ਕਾਲ ਦਾ ਰੇਟ 150 ਰੁਪੈ ਮਿੰਟ ਅਤੇ ਲੋਕਲ ਕਾਲ ਵੀਹ ਰੁਪੈ ਮਿੰਟ ਸੀ। ਇਹ ਸਾਰਾ ਖਰਚਾ ਮੈਂ ਦੇਣਾ ਸੀ ਨਾ ਕਿ ਪਾਕਿਸਤਾਨ ਲੈਟਰਜ਼ ਆਫ ਅਕੈਡਮੀ ਨੇ। ਕਮਰੇ ਵਿਚ ਚਾਹ ਦਾ ਕੱਪ ਮੰਗਵਾਣ ਦਾ ਖਰਚਾ 107 ਰੁਪੈ ਫੀ ਕੱਪ ਸੀ। ਕਮੀਜ਼ ਦੀ ਧਵਾਈ ਇਕ ਸੌ ਪੰਜਾਹ ਰੁਪੈ ਅਤੇ ਬਟਨ ਲਵਾਈ ਤੀਹ ਰੁਪੈ ਸਨ। ਮੈਂ ਕੈਨੇਡਾ ਫੋਨ ਕਰ ਕੇ ਆਪਣੇ ਪਹੁੰਚਣ ਦੀ ਇਤਲਾਹ ਅਤੇ ਆਪਣੇ ਹੋਟਲ ਤੇ ਕਮਰੇ ਦਾ ਫੋਨ ਨੰਬਰ ਵੀ ਦੇ ਦਿਤਾ। ਬੇਟੀ ਨਿਸ਼ੀ ਅਤੇ ਪਰਵਾਰ ਬਾਰ ਬਾਰ ਸੁਰਖਿਆ ਪਖੋਂ ਲੋੜੋਂ ਵਧ ਸਾਵਧਾਨ ਰਹਿਣ ਦੀ ਚਿਤਾਵਨੀ ਦੇ ਰਹੇ ਸਨ। ਉਹਨੂੰ ਡਰ ਸੀ ਕਿ ਇਕੋ ਇਕ ਪਗੜੀ ਵਾਲਾ ਸਿੱਖ ਹੋਣ ਕਰ ਕੇ ਜੇ ਮੈਨੂੰ ਤਾਲਬਾਨਾਂ ਨੇ ਅਗਵਾ ਕਰ ਲਿਆ ਤਾਂ ਉਹ ਮੈਨੂੰ ਤਾਲਬਾਨਾਂ ਤੋਂ ਛੁਡਾਉਣ ਦੀ ਮੂੰਹ ਮੰਗੀ ਰਕਮ ਕਿਥੋਂ ਅਦਾ ਕਰਨਗੇ। ਮੈਂ ਉਹਨਾਂ ਨੂੰ ਵਿਸ਼ਵਾਸ਼ ਦਵਾਇਆ ਕਿ ਮੈਂ ਪੂਰਾ ਚੌਕੰਨਾ ਰਹਿ ਕੇ ਪਾਕਿਸਤਾਨ ਵਿਚ ਰਹਾਂਗਾ ਅਤੇ ਆਪਣੀ ਹਿਫਾਜ਼ਤ ਦਾ ਪੂਰਾ ਧਿਆਨ ਰਖਾਂਗਾ, ਤਾਲਬਾਨਾਂ ਦੇ ਇਲਾਕੇ ਵਿਚ ਨਹੀਂ ਜਾਵਾਂਗਾ।

ਫਾਈਵ ਸਟਾਰ ਹੋਟਲ ਇਸਲਾਮਾਬਾਦ ਵਿਚ 13 ਮਾਰਚ ਸਵੇਰ ਦੇ 4 ਵੱਜ ਗਏ ਸਨ ਅਤੇ ਦਿਨ ਚੜ੍ਹਨ ਵਿਚ ਦੋ ਢਾਈ ਘੰਟੇ ਬਾਕੀ ਸਨ। ਮੈਂ ਕਪੜੇ ਬਦਲ ਕੇ ਸੌਣ ਦੀ ਕੋਸ਼ਿਸ਼ ਕਰ ਰਿਹਾ ਸਾਂ ਪਰ ਜ਼ਿਆਦਾ ਥਕੇ ਹੋਣ ਕਰ ਮੈਨੂੰ ਨੀਂਦ ਨਹੀਂ ਆ ਰਹੀ ਸੀ। ਮੈਨੂੰ ਹਵਾਈ ਜਹਾਜ਼ ਦੇ ਸਫਰ ਵਿਚ ਕਦੇ ਵੀ ਨੀਂਦ ਨਹੀਂ ਆਈ ਅਤੇ ਮੈਂ ਹਵਾਈ ਜਹਾਜ਼ ਦੇ ਸਫਰ ਨੂੰ ਸਭ ਤੋਂ ਜ਼ਿਆਦਾ ਔਖਾ ਅਤੇ ਬੇਆਰਾਮੀ ਵਾਲਾ ਸਫਰ ਸਮਝਦਾ ਹਾਂ। ਲੰਮੇ ਸਫਰ ਦੀ ਥਕਾਨ ਅਤੇ ਉਨੀਂਦਰੇ ਨਾਲ ਜਾਨ ਨਿਕਲ ਰਹੀ ਸੀ। ਨੀਂਦ ਦੀ ਅਧੀ ਗੋਲੀ ਖਾ ਕੇ ਸੌਣ ਦੀ ਕੋਸ਼ਿਸ਼ ਕੀਤੀ ਪਰ ਐਵੇਂ ਕੱਚੀ ਭੁੰਨੀ ਜਹੀ ਨੀਂਦ ਆਈ ਤੇ ਏਨੇ ਨੂੰ ਹੋਟਲ ਦੇ ਬਹਿਰੇ ਵੱਲੋਂ ਵਜਾਈ ਬੈੱਲ ਤੇ ਮੈਂ ਅਖਾਂ ਮਲਦੇ ਨੇ ਦਰਵਾਜ਼ਾ ਖੋਲ੍ਹਿਆ ਤੇ ਓਸ ਸਲਾਮ ਆਖ ਕੇ ਅਖਬਾਰ, ਕੱਪ ਅਤੇ ਚਾਹਦਾਨੀ ਮੇਜ਼ ਤੇ ਰੱਖੀ ਤੇ ਚਲਾ ਗਿਆ। ਮੈਂ ਪਰਦਾ ਪਰ੍ਹਾਂ ਕੀਤਾ ਤਾਂ ਸੂਰਜ ਨਿਕਲ ਚੁਕਾ ਸੀ ਅਤੇ ਬਾਹਰ ਕਾਫੀ ਚਾਨਣ ਸੀ। ਪਾਕਿਸਤਾਨ ਦੇ ਕਿਸੇ ਬੈਂਕ ਦੀ ਬਿਲਡਿੰਗ ਦੂਜੇ ਪਾਸੇ ਦਿਸਦੀ ਸੀ। ਚਾਹ ਦਾ ਇਕ ਘੁੱਟ ਹੀ ਭਰਿਆ ਸੀ ਕਿ ਹੋਟਲ

ਵਾਲਿਆਂ ਦਾ ਇਕ ਬੰਦਾ ਮੇਰਾ ਪਾਸਪੋਰਟ ਲੈ ਕੇ ਆ ਗਿਆ ਜਿਹੜਾ ਰਾਤੀਂ ਹੋਟਲ ਵਿਚ ਆਂਦਿਆਂ ਹੀ ਪਾਸਪੋਰਟ ਅਤੇ ਵੀਜ਼ੇ ਦੀ ਕਾਪੀ ਕਰਨ ਲਈ ਰੱਖ ਲਿਆ ਸੀ। ਜੋ ਵੀ ਹੋਟਲ ਵਿਚ ਠਹਿਰਦਾ ਹੈ, ਪਾਕਿਸਤਾਨ ਦੇ ਕਾਨੂੰਨ ਮੁਤਾਬਕ ਹੋਟਲ ਵਾਲੇ ਉਹਦੀ ਆਈ ਡੀ ਦੀ ਫੋਟੋ ਕਾਪੀ ਕਰ ਕੇ ਆਪਣੇ ਰੀਕਾਰਡ ਵਿਚ ਰੱਖ ਲੈਂਦੇ ਹਨ। ਕਿਸੇ ਹੱਦ ਤਕ ਇਹ ਜ਼ਰੂਰੀ ਵੀ ਹੈ ਅਤੇ ਲੋੜੀਂਦਾ ਵੀ ਕਿਉਂਕਿ ਹੋਟਲ ਵਿਚ ਠਹਿਰਣ ਵਾਲੇ ਯਾਤਰੀ ਦੀ ਸ਼ਨਾਖਤ ਹੋਣੀ ਵੀ ਬੜੀ ਜ਼ਰੂਰੀ ਹੈ। ਪਰਦੇਸਾਂ, ਖਾਸ ਕਰ ਪਾਕਿਸਤਾਨ ਜਿਥੇ ਦਹਿਸ਼ਤਗਰਦੀ ਦੇ ਬੱਦਲ ਮੰਡਲਾਂਦੇ ਰਹਿੰਦੇ ਹਨ, ਪਾਸਪੋਰਟ ਹਰ ਵੇਲੇ ਜੇਬ ਵਿਚ ਰਖਣਾ ਸੁਰਖਿਆ ਪਖੋਂ ਬਹੁਤ ਜ਼ਰੂਰੀ ਹੈ। ਮੈਂ ਸੁੱਤੇ ਉਨੀਂਦੇ ਵਿਚ ਹੀ ਪਾਸਪੋਰਟ ਹੈਂਗਰ ਤੇ ਲਟਕਦੀ ਆਪਣੀ ਕਮੀਜ਼ ਦੀ ਜੇਬ ਵਿਚ ਪਾ ਦਿਤਾ। ਅੱਖਾਂ ਉਨੀਂਦਰੇ ਨਾਲ ਭਰੀਆਂ ਹੋਈਆਂ ਸਨ ਪਰ ਨੌਂ ਵਜੇ ਸਭ ਨੇ ਥਲੇ ਬਰੇਕਫਾਸਟ ਤੇ ਇਕਠੇ ਹੋਣਾ ਸੀ ਅਤੇ ਸਵਾਗਤ ਕਰਨ ਵਾਲਿਆਂ ਨੇ ਆਏ ਡੈਲੀਗੇਟਸ ਨੂੰ ਜੀ ਆਇਆਂ ਵੀ ਆਖਣਾ ਸੀ। ਗਰਮ ਪਾਣੀ ਨਾਲ ਨਹਾ ਧੋ, ਤਿਆਰ ਹੋ ਜਦ ਮੈਂ ਐਲੀਵੇਟਰ ਰਾਹੀਂ ਥਲੇ ਆਇਆ ਤਾਂ 84 ਮੁਲਕਾਂ ਦੇ ਡੈਲੀਗੇਟਸ ਜੋ ਇਸ ਹੋਟਲ ਵਿਚ ਠਹਿਰੇ ਹੋਏ ਸਨ, ਇਕ ਦੂਜੇ ਨੂੰ ਬੜੇ ਚਾਅ ਨਾਲ ਮਿਲ ਰਹੇ ਸਨ। ਆਪਣੀ ਜਾਣ ਪਛਾਣ ਕਰਵਾਉਣ ਲਈ ਆਪੋ ਆਪਣੇ ਬਿਜ਼ਨਸ ਕਾਰਡਜ਼ ਇਕ ਦੂਜੇ ਸਾਂਝੇ ਕਰ ਰਹੇ ਰਹੇ ਸਨ। ਕਾਨਫਰੰਸ ਕਰਾਉਣ ਵਾਲੇ ਅਹਿਲਕਾਰ ਉਹਨਾਂ ਨੂੰ ਲਭ ਲਭ ਕੇ ਉਹਨਾਂ ਦੀਆਂ ਫੋਟੋ ਆਈ ਡੀਜ਼ ਉਹਨਾਂ ਦੇ ਗਲਾਂ ਵਿਚ ਪਾ ਰਹੇ ਸਨ। ਹੈਰਾਨੀ ਵਾਲੀ ਗੱਲ ਇਹ ਸੀ ਕਿ ਇਹਨਾਂ ਵਿਚੋਂ ਬਹੁਤੇ ਲੇਖਕ ਅਤੇ ਡੈਲੀਗੇਟਸ ਜੋ ਇਸ ਹੋਟਲ ਵਿਚ ਠਹਿਰੇ ਸਨ, ਓਸੇ ਜਹਾਜ਼ ਵਿਚ ਆਏ ਸਨ ਜਿਸ ਵਿਚ ਮੈਂ ਅਬੂਧਾਬੀ ਤੋਂ ਇਸਲਾਮਾਬਾਦ ਆਇਆ ਸਾਂ ਪਰ ਓਸ ਵੇਲੇ ਕਿਸੇ ਦੀ ਕਿਸੇ ਨਾਲ ਕੋਈ ਜਾਣ ਪਹਿਚਾਣ ਨਹੀਂ ਸੀ। ਹੋਟਲ ਦੇ ਬਹਿਰੇ ਅਤੇ ਸਿਕਿਓਰਟੀ ਵਾਲੇ ਇਕੋ ਇਕ ਪੱਗ ਵਾਲਾ ਸਰਦਾਰ ਹੋਣ ਕਰ ਕੇ ਮੈਨੂੰ ਲੋੜੋਂ ਵਧ ਸਲੂਟ ਮਾਰ ਰਹੇ ਸਨ। ਐਨੇ ਸਲੂਟ ਤਾਂ ਮੈਨੂੰ ਸਾਰੀ ਉਮਰ ਨਹੀਂ ਵੱਜੇ ਹੋਣੇ ਜਿੰਨੇ ਸਲੂਟ ਇਸ ਫੇਰੀ ਵਿਚ ਪਾਕਿਸਤਾਨ ਵਿਚ ਵੱਜ ਰਹੇ ਸਨ। ਪਗੜੀਧਾਰੀ ਸਰਦਾਰ ਹੋਣ ਦਾ ਜੋ ਮਾਣ ਇਜ਼ੱਤ ਅਤੇ ਸਵਾਦ ਪਾਕਿਸਤਾਨ ਵਿਚ ਮਿਲਦਾ ਹੈ, ਹੋਰ ਕਿਧਰੇ ਨਹੀਂ ਮਿਲਦਾ। ਇਸ ਕਾਨਫਰੰਸ ਵਿਚ ਇਕੋ ਇਕ ਪਗੜੀਧਾਰੀ ਸਰਦਾਰ ਹੋਣ ਕਰ ਕੇ ਬਹੁਤੇ ਲੋਕ ਮੇਰੇ ਨਾਲ ਫੋਟੋ ਲੁਹਾਣੀ ਵੀ ਬਹੁਤ ਪਸੰਦ ਕਰਦੇ ਸਨ। ਅਕਸਰ ਮੀਡੀਏ ਵਾਲਿਆਂ ਦੇ ਕੈਮਰੇ ਮੇਰੇ ਤੇ ਲੋੜੋਂ ਜ਼ਿਆਦਾ ਕੇਂਦਰਤ ਰਹਿੰਦੇ ਸਨ। ਕੈਨੇਡਾ ਤੋਂ ਦੋ ਡੈਲੀਗੇਟਸ ਹੋਰ ਆਏ ਸਨ, ਇਕ ਕਾਰਨਵਾਲ ਦਾ ਵਾਸੀ ਅੰਗਰੇਜ਼ੀ ਅਤੇ ਪੰਜਾਬੀ ਦਾ ਲੇਖਕ ਡਾ: ਸਟੀਫਨ ਗਿੱਲ ਅਤੇ ਦੂਜਾ ਮਸ਼ਹੂਰ ਕੈਨੇਡੀਅਨ ਪਾਕਿਸਤਾਨੀ ਉਰਦੂ ਸ਼ਾਇਰ ਜਨਾਬ ਅਸ਼ਫਾਕ ਹੁਸੈਨ ਜੋ ਮੇਰੇ ਚੱਲਣ ਤੋਂ ਦੋ ਦਿਨ ਪਹਿਲਾਂ ਟਰਾਂਟੋ ਤੋਂ ਕਰਾਚੀ

ਆ ਗਿਆ ਸੀ। ਉਹ ਕਰਾਚੀ ਦਾ ਰਹਿਣ ਵਾਲਾ ਸੀ ਅਤੇ ਕਰਾਚੀ ਉਹਦੇ ਬਹੁਤ ਰਿਸ਼ਤੇਦਾਰ ਅਤੇ ਦੋਸਤ ਰਹਿੰਦੇ ਸਨ। ਉਸ ਨੇ ਬਹੁਤ ਅਸਰਾਰ ਕੀਤਾ ਕਿ ਮੈਂ ਕਰਾਚੀ ਉਹਦੇ ਨਾਲ ਚੱਲਾਂ ਤੇ ਓਥੇ ਦੋ ਦਿਨ ਰਹਿ ਕੇ, ਦੋਸਤਾਂ ਨੂੰ ਮਿਲ ਕੇ ਅਤੇ ਫਿਰ ਕਰਾਚੀ ਤੋਂ ਨਵੀਂ ਉਡਾਣ ਲੈ ਕੇ ਇਸਲਾਮਾਬਾਦ ਪਹੁੰਚ ਜਾਵਾਂਗੇ ਪਰ ਮੈਂ ਉਹਦੇ ਨਾਲ ਨਾ ਜਾ ਸਕਿਆ ਅਤੇ ਕਿਹਾ ਕਿ ਵਾਪਸੀ ਤੇ ਮੈਂ ਉਹਦੇ ਨਾਲ ਇਸਲਾਮਾਬਾਦ ਤੋਂ ਕਰਾਚੀ ਚਲਾਂਗਾ ਤੇ ਕੁਝ ਦਿਨ ਕਰਾਚੀ ਰਹਿ ਕੇ ਫਿਰ ਲਾਹੌਰ ਆ ਜਾਵਾਂਗਾ। ਉਹਦਾ ਵਿਚਾਰ ਸੀ ਕਿ ਮੇਰੀ ਸਵੈ ਜੀਵਨੀ ਜੋ ਲਾਹੌਰ ਸ਼ਾਹਮੁਖੀ ਵਿਚ ਛਪ ਗਈ ਸੀ, ਉਹ ਇਸਲਾਮਾਬਾਦ, ਗੁਜਰਾਤ ਯੂਨੀਵਰਸਿਟੀ ਅਤੇ ਲਾਹੌਰ ਤੋਂ ਇਲਾਵਾ ਕਰਾਚੀ ਯੂਨੀਵਰਸਿਟੀ ਵਿਚ ਵੀ ਰੀਲੀਜ਼ ਕੀਤੀ ਜਾਵੇ। ਇਹ ਸਵੈ ਜੀਵਨੀ ਮੈਂ ਫੈਜ਼ ਅਹਿਮਦ ਫੈਜ਼ ਅਤੇ ਅਸ਼ਫਾਕ ਹੁਸੈਨ ਨੂੰ ਸਮਰਪਤ ਕੀਤੀ ਸੀ।

ਹੋਟਲ ਦੀ ਲਾਬੀ ਵਿਚ ਮੈਂ ਤੇ ਅਸ਼ਫਾਕ ਬਗਲਗੀਰ ਹੋ ਕੇ ਮਿਲੇ ਅਤੇ ਅਸ਼ਫਾਕ ਨੇ ਕਰਾਚੀ ਤੋਂ ਆਏ ਹੋਰ ਕੁਝ ਲੇਖਕਾਂ ਨਾਲ ਮੇਰੀ ਜਾਣ ਪਹਿਚਾਣ ਕਰਵਾਈ ਜਿਨ੍ਹਾਂ ਵਿਚੋਂ ਦੋ ਨੂੰ ਮੈਂ ਟਰਾਂਟੋ ਵਿਚ ਬਹੁਤ ਸਾਲ ਪਹਿਲਾਂ ਮਿਲ ਚੁਕਾ ਸਾਂ। ਉਸ ਵੇਲੇ ਪਾਕਿਸਤਾਨ ਦੇ ਮਰਹੂਮ ਸ਼ਾਇਰ ਮੁਨੀਰ ਨਿਆਜ਼ੀ ਵੀ ਇਹਨਾਂ ਦੇ ਨਾਲ ਟਰਾਂਟੋ ਆਏ ਸਨ। ਮੁਨੀਰ ਨਿਆਜ਼ੀ ਨੂੰ ਮੈਂ ਬਹੁਤ ਪਹਿਲਾਂ ਤੋਂ ਜਾਣਦਾ ਸਾਂ। ਲਾਹੌਰ 1975 ਵਿਚ ਫਖਰ ਜ਼ਮਾਨ ਦੇ ਘਰ ਮੇਰੀ ਉਹਦੇ ਨਾਲ ਮੁਲਾਕਾਤ ਹੋਈ ਸੀ।

"ਕੁਝ ਉਂਜ ਵੀ ਰਾਹਵਾਂ ਔਖੀਆਂ ਸਨ, ਕੁਝ ਦਿਲ ਵਿਚ ਗਮ ਦਾ ਤੌਂਕ ਵੀ ਸੀ
ਕੁਝ ਸ਼ਹਿਰ ਦੇ ਲੋਕ ਵੀ ਜ਼ਾਲਮ ਸਨ, ਕੁਝ ਸਾਨੂੰ ਮਰਨ ਦਾ ਸ਼ੌਕ ਵੀ ਸੀ"

ਨਾਂ ਦੀ ਕਵਿਤਾ ਨੇ ਉਹਨੂੰ ਬਹੁਤ ਮਸ਼ਹੂਰ ਕਰ ਦਿਤਾ ਸੀ। ਇਹਨਾਂ ਵਿਚ ਸ਼ਾਇਦ ਤਾਜ ਜੀਓ ਵੀ ਸੀ ਜੋ ਸਿੰਧੀ ਲੈਂਗੁਏਜ ਅਥਾਰਟੀ ਹੈਦਰਾਬਾਦ, ਸਿੰਧ ਦਾ ਸੈਕਰਟਰੀ ਹੈ। ਬੜਾ ਪਿਆਰ ਇਨਸਾਨ ਜੋ 27 ਮਾਰਚ, 2010 ਨੂੰ ਲਾਹੌਰ ਵਿਚ ਸ਼ਾਹਮੁਖੀ ਲਿੱਪੀ ਵਿਚ ਛਪੀ ਮੇਰੀ ਕਿਤਾਬ "ਕਿਹੋ ਜਿਹਾ ਸੀ ਜੀਵਨ" ਰੀਲੀਜ਼ ਹੋਣ ਦੀ ਰਸਮ ਵੇਲੇ ਮੇਰੇ ਲਈ ਉਚੇਚੇ ਤੌਰ ਤੇ ਮੈਨੂੰ ਸਨਮਾਣਤ ਕਰਨ ਲਈ ਸਿੰਧੀ ਸ਼ਾਲ ਲੈ ਕੇ ਆਇਆ ਸੀ।

ਇਸਲਾਮਾਬਾਦ ਵਿਚ ਤੇਰਾਂ ਮਾਰਚ ਦਾ ਇਹ ਦਿਨ ਮਿਲਣ ਮਿਲਾਣ ਅਤੇ ਆਰਾਮ ਕਰਨ ਦਾ ਦਿਨ ਸੀ। ਸੂਫੀਇਜ਼ਮ ਐਂਡ ਪੀਸ ਦੇ ਮਹਤਵ ਪੂਰਨ ਵਿਸ਼ੇ ਤੇ ਕਾਨਫਰੰਸ ਦਾ ਪਹਿਲਾ ਸੈਸ਼ਨ ਚੌਦਾਂ ਮਾਰਚ ਨੂੰ ਸੀ ਜੋ ਨੈਸ਼ਨਲ ਲਾਇਬਰੇਰੀ ਆਫ ਪਾਕਿਸਤਾਨ ਵਿਖੇ ਅਰੰਭ ਹੋਣਾ ਸੀ। ਇਸ ਵਿਚ ਵਖ ਵਖ ਮੁਲਕਾਂ ਤੋਂ ਆਏ ਲੇਖਕਾਂ ਵੱਲੋਂ ਪਰਚੇ ਪੜ੍ਹੇ ਤੇ ਵਿਚਾਰੇ ਜਾਣੇ ਸਨ। ਕਈ ਲੋਕ ਗੱਲਾਂ ਕਰ ਰਹੇ ਸਨ ਕਿ ਕਾਨਫਰੰਸ ਦਾ ਮੂਲ ਮੁੱਦਾ ਪਾਕਿਸਤਾਨ ਦੇ ਮਥੇ ਤੇ ਲਗੇ ਦਸ਼ਿਤਵਰਦ ਦੇ ਕਲੰਕ

ਦੂਰ ਕਰਨਾ ਸੀ ਕਿ ਕਿ ਪਾਕਿਸਤਾਨ ਇਕ ਦਸ਼ਿਤਗਰਦ ਮੁਲਕ ਹੈ। ਇਸਲਾਮ ਦੀ ਕੱਟੜਤਾ ਤੋਂ ਉੱਚਾ ਉਠ ਕੇ ਪਾਕਿਸਤਾਨ ਸਰਕਾਰ ਸੂਫੀਇਜ਼ਮ ਨੂੰ ਪਹਿਲ ਦੇ ਕੇ ਅਮਨ ਵੱਲ ਕਦਮ ਪੁਟਦੀ ਕੱਟੜਵਾਦ ਦੀ ਨਿੰਦਾ ਕਰਦੀ ਸੀ। ਹੋਟਲ ਵਿਚ ਮਿਲਣ ਆਏ ਦੋ ਪਾਕਿਸਤਾਨੀ ਪੰਜਾਬੀ ਲੇਖਕ ਸਲੀਮ ਪਾਸ਼ਾ ਅਤੇ ਇਤਫਾਕ ਬੱਟ ਮੇਰੇ ਦੋਸਤ ਬਣ ਗਏ। ਉਹਨਾਂ ਨੇ ਆਪਣੀਆਂ ਛਪੀਆਂ ਕਿਤਾਬਾਂ "ਕਾਲੇ ਕੋਟ ਨੂੰ ਸਲਾਮ" ਅਤੇ "ਵਖ ਹੋਣ ਤੋਂ ਪਹਿਲਾਂ" ਮੈਨੂੰ ਬੜੇ ਅਦਬ ਨਾਲ ਭੇਟ ਕੀਤੀਆਂ। ਇਸ ਪਿਛੋਂ ਇਹ ਕਿਤਾਬਾਂ ਲੈਣ ਦੇਣ ਦਾ ਕੰਮ ਏਨਾ ਵਧ ਗਿਆ ਕਿ ਪਹਿਲੇ ਦਿਨ ਹੀ ਮੇਰੇ ਕਮਰੇ ਵਿਚ ਪਾਕਿਸਤਾਨੀ ਲੇਖਕਾਂ ਵੱਲੋਂ ਦਿਤੀਆਂ ਕਿਤਾਬਾਂ ਦਾ ਢੇਰ ਲਗ ਗਿਆ। ਇਸ ਦੀ ਇਕ ਵਜ੍ਹਾ ਇਹ ਵੀ ਸੀ ਕਿ ਮੈਨੂੰ ਉਰਦੂ ਪੜ੍ਹਨਾ ਆਉਂਦਾ ਸੀ। ਸਲੀਮ ਪਾਸ਼ਾ ਤਾਂ ਕਈ ਵਾਰ ਭਾਰਤ ਆ ਚੁਕਾ ਸੀ ਅਤੇ ਪੰਜਾਬੀ ਦੇ ਬਹੁਤ ਸਾਰੇ ਲੇਖਕ ਜਿਵੇਂ ਅਮ੍ਰਿਤਾ ਪ੍ਰੀਤਮ ਅਤੇ ਅਜੀਤ ਕੌਰ ਨੂੰ ਜ਼ਾਤੀ ਤੌਰ ਤੇ ਮਿਲ ਚੁਕਾ ਸੀ। ਉਹ ਕਈ ਹੋਰ ਭਾਰਤੀ ਪੰਜਾਬੀ ਲੇਖਕਾਂ ਨੂੰ ਵੀ ਨਿੱਜੀ ਤੌਰ ਤੇ ਜਾਣਦਾ ਸੀ। ਅਜੀਤ ਕੌਰ ਨਾਲ ਉਹਦੀ ਖਤੋ ਕਿਤਾਬਤ ਹੁੰਦੀ ਰਹਿੰਦੀ ਸੀ। ਆਪਣੀ ਪੰਜਾਬੀ ਪੋਇਟਰੀ ਦੀ ਕਿਤਾਬ "ਵਖ ਹੋਣ ਤੋਂ ਪਹਿਲਾਂ" ਉਹਨੇ ਅਮ੍ਰਿਤਾ ਪ੍ਰੀਤਮ ਨੂੰ ਭੇਟ ਕੀਤੀ ਸੀ।

ਹੋਟਲ ਦਾ ਫੋਨ ਵਰਤਣਾ ਬੜਾ ਮਹਿੰਗਾ ਸੀ। ਇਸ ਦਾ ਇਕੋ ਇਕ ਹੱਲ ਸੀ ਕਿ ਮੈਂ ਆਪਣਾ ਸੈੱਲ ਫੋਨ ਲੈ ਲਵਾਂ। ਹਾਲੇ ਤਕ ਮੈਂ ਇਕੱਲਾ ਹੋਟਲ ਵਿਚੋਂ ਬਾਹਰ ਨਹੀਂ ਗਿਆ ਸਾਂ। ਮੈਂ ਕਾਨਫਰੰਸ ਦੇ ਇਕ ਪ੍ਰਬੰਧਕ ਨਾਲ ਗੱਲ ਕੀਤੀ ਕਿ ਮੈਂ ਸੈੱਲ ਫੋਨ ਲੈਣਾ ਹੈ ਅਤੇ ਮੇਰੇ ਨਾਲ ਇਕ ਸਿਕਿਓਰਟੀ ਵਾਲਾ ਬੰਦਾ ਬਾਹਰ ਮਾਰਕੀਟ ਵਿਚ ਭੇਜੋ। ਹੋਟਲ ਵਿਚੋਂ ਬਾਹਰ ਜਾਣ ਅਤੇ ਅੰਦਰ ਆਣ ਲਈ ਸਖਤ ਸਿਕਿਓਰਟੀ ਵਿਚੋਂ ਲੰਘਣਾ ਪੈਂਦਾ ਸੀ ਜਿਵੇਂ ਅਕਸਰ ਏਅਰਪੋਰਟਸ ਤੇ ਹੁੰਦਾ ਹੈ। ਇਸਦਾ ਕਾਰਨ ਇਹ ਵੀ ਸੀ ਕਿ ਕੁਝ ਵਡੇ ਹੋਟਲ ਅਤਿਵਾਦੀਆਂ ਦੇ ਹਮਲਿਆਂ ਦਾ ਨਸ਼ਾਨਾ ਬਣ ਚੁਕੇ ਸਨ। ਜੇਕਰ ਮੇਰਾ ਸਿਰ ਤੇ ਪੱਗ ਨਾ ਹੁੰਦੀ ਤਾਂ ਕੋਈ ਮੁਸ਼ਕਲ ਨਹੀਂ ਸੀ। ਬਗੈਰ ਪਗੜੀ ਹਿੰਦੂ ਜਾਂ ਮੁਸਲਮਾਨ ਦੀ ਪਛਾਣ ਮੁਸ਼ਕਲ ਹੈ ਕਿ ਬੰਦਾ ਕਿਸ ਧਰਮ ਦਾ ਹੈ ਅਤੇ ਜੇਕਰ ਲਿਬਾਸ ਸਲਵਾਰ ਕਮੀਜ਼ ਵਾਲਾ ਹੋਵੇ ਤਾਂ ਮੁਸਲਿਮ ਹੋਣ ਦਾ ਪਤਾ ਸਹਿਜੇ ਹੀ ਲਗ ਜਾਂਦਾ ਹੈ। ਹੋਟਲ ਤੋਂ ਬਾਹਰ ਆ ਕੇ ਮੈਂ ਵੇਖਿਆ ਕਿ ਭਾਵੇਂ ਮੇਰੇ ਸਿਰ ਤੇ ਪਗੜੀ ਸੀ ਅਤੇ ਪਾਕਿਸਤਾਨ ਦੇ ਸ਼ਹਿਰ ਇਸਲਾਮਾਬਾਦ ਵਿਚ ਸਾਰਿਆਂ ਨਾਲੋਂ ਨਿਆਰਾ ਤੇ ਵਖਰਾ ਸਾਂ ਪਰ ਦੁਕਾਨਦਾਰਾਂ, ਲੰਘਦਿਆਂ ਟੱਪਦਿਆਂ ਅਤੇ ਟੈਕਸੀ ਵਾਲਿਆਂ ਤੇ ਇਸਦਾ ਕੋਈ ਖਾਸ ਅਸਰ ਨਹੀਂ ਸੀ। ਮੈਂ ਕਿਸੇ ਦਾ ਧਿਆਨ ਨਹੀਂ ਖਿਚ ਰਿਹਾਂ ਸਾਂ। ਮੇਰੇ ਓਥੇ ਹੋਣ ਦਾ ਜਿਵੇਂ ਕਿਸੇ ਨੂੰ ਕੋਈ ਅਚੰਭਾ ਨਹੀਂ ਸੀ। ਇਕ ਸਰਦਾਰ ਇਸਲਾਮਾਬਾਦ ਦੇ ਬਾਜ਼ਾਰ ਵਿਚ ਤੁਰਿਆ ਫਿਰਦਾ ਸੀ,

ਕਿਸੇ ਦੀ ਸਿਹਤ ਤੇ ਸੋਚ ਤੇ ਕੋਈ ਅਸਰ ਨਹੀਂ ਸੀ।

ਮੈਨੂੰ ਯਾਦ ਆਇਆ ਜਦ ਮੈਂ 1961-62 ਵਿਚ ਅਤੇ ਫਿਰ 1975-76 ਵਿਚ ਪਾਕਿਸਤਾਨ ਆਇਆ ਸਾਂ ਤਾਂ ਲੋਕ ਬਾਹਵਾਂ ਤੋਂ ਫੜ ਕੇ ਘਰਾਂ ਵੱਲ ਖਿਚਦੇ ਸਨ। ਰੋਟੀ ਪਾਣੀ ਦੀ ਸੁਲ੍ਹਾ ਮਾਰਦੇ ਸਨ। ਪਰ ਹੋ ਸਕਦਾ ਹੈ ਕਿ ਇਸਲਾਮਾਬਾਦ ਦਾ ਕਲਚਰ ਲਾਹੌਰ ਨਾਲੋਂ ਵਖਰਾ ਹੋਵੇ। ਖੈਰ ਹੋਟਲ ਦੇ ਪਿਛਲੇ ਪਾਸੇ ਲਗਦਾ ਪਹਿਲਾ ਬਲਾਕ ਲੰਘ ਕੇ ਇਕ ਟੈਲੀਫੋਨ ਰੀਪੇਅਰ ਕਰਨ ਵਾਲਾ ਰਾਣਾ ਨਾਂ ਦਾ ਬੰਦਾ ਮਿਲ ਗਿਆ ਜਿਸ ਨੇ ਥੋੜ੍ਹੀ ਥੋੜ੍ਹੀ ਦਾੜ੍ਹੀ ਰੱਖੀ ਹੋਈ ਸੀ। ਮੈਂ ਉਸ ਨੂੰ ਕਿਹਾ ਕਿ ਮੈਂ ਕੁਝ ਹਫਤੇ ਪਾਕਿਸਤਾਨ ਵਿਚ ਰਹਿਣਾ ਹੈ ਅਤੇ ਮੇਰੇ ਕੋਲ ਇੰਡੀਆ ਦਾ ਸੈੱਲ ਫੋਨ ਹੈ ਜਿਸ ਵਿਚ ਸਿਮ ਕਾਰਡ ਵੀ ਹੈ। ਪਿਛਲੇ ਦੋ ਸਾਲ ਕੈਨੇਡਾ ਵਿਚ ਰਹਿਣ ਕਰ ਕੇ ਮੈਂ ਇਸ ਫੋਨ ਦੀ ਵਰਤੋਂ ਨਹੀਂ ਕੀਤੀ। ਉਸ ਨੇ ਤੁਰਤ ਫੋਨ ਚਲਾ ਕੇ ਕਿਹਾ ਕਿ ਇਹ ਸਿਮ ਖਤਮ ਹੋ ਚੁਕਾ ਹੈ ਅਤੇ ਤੁਸੀਂ ਇਸ ਵਿਚ ਪਾਕਿਸਤਾਨ ਦਾ ਸਿਮ ਪਵਾ ਲਵੋ। ਨਾਲ ਹੀ ਉਸ ਨੇ ਪੁਛਿਆ, ਸਰਦਾਰ ਜੀ ਏਧਰੋਂ ਕਿਹੜੇ ਜ਼ਿਲੇ ਵਿਚੋਂ ਗਏ ਸੋ। ਜਦ ਮੈਂ ਜ਼ਿਲਾ ਸ਼ੇਖੂਪੁਰਾ ਵਿਚ ਪੈਂਦੇ ਆਪਣੇ ਪਿੰਡ ਦਾ ਨਾਂ ਲਿਆ ਤਾਂ ਉਹਦੀਆਂ ਅੱਖਾਂ ਵਿਚ ਚਮਕ ਆ ਗਈ ਤੇ ਉਸ ਸਿਮ ਪਾ ਕੇ ਕਿਹਾ, ਸਰਦਾਰ ਜੀ ਕਿੰਨੇ ਪੈਸਿਆਂ ਦਾ ਟਾਈਮ ਪਵਾਣਾ ਜੇ। ਮੈਂ ਹਜ਼ਾਰ ਰੁਪੈ ਦਾ ਟਾਈਮ ਪਾਉਣ ਲਈ ਕਿਹਾ ਅਤੇ ਓਸ ਬਗੈਰ ਮੇਰੀ ਆਈ. ਡੀ. ਦੇ ਸਿਮ ਅਤੇ ਟਾਈਮ ਪਾ ਕੇ ਅਤੇ ਫੋਨ ਦਾ ਨੰਬਰ ਦੱਸ ਦਿਤਾ ਜੋ ਮੈਂ ਆਪਣੀ ਡਾਇਰੀ ਵਿਚ ਨੋਟ ਕਰ ਲਿਆ। ਇਕ ਨੰਬਰ ਮਿਲਾ ਕੇ ਦੱਸ ਵੀ ਦਿਤਾ ਕਿ ਫੋਨ ਠੀਕ ਕੰਮ ਕਰਦਾ ਹੈ ਅਤੇ ਫੋਨ ਮੇਰੇ ਹਵਾਲੇ ਕਰ ਦਿਤਾ। ਉਸ ਨੂੰ ਆਪਣੀ ਆਈ ਡੀ ਦੇਣ ਲਈ ਮੈਂ ਆਪਣੇ ਪਾਸਪੋਰਟ ਦੀ ਫੋਟੋ ਕਾਪੀ ਕੋਲ ਰੱਖੀ ਹੋਈ ਸੀ। ਮੈਂ ਫੋਟੋ ਕਾਪੀ ਉਹਨੂੰ ਲੈਣ ਲਈ ਕਿਹਾ ਤਾਂ ਉਹ ਅਗੋਂ ਬੋਲਿਆ, "ਸਰਦਾਰ ਜੀ, ਮੈਂ ਵੀ ਜ਼ਿਲੇ ਸ਼ੇਖੂਪੁਰੇ ਦਾ ਹਾਂ ਅਤੇ ਆਪਣੇ ਪਿੰਡ ਵੀ ਲਾਗੇ ਲਾਗੇ ਨਿਕਲ ਆਏ ਹਨ। ਮੈਨੂੰ ਆਈ. ਡੀ. ਦੀ ਕਾਪੀ ਭਾਵੇਂ ਨਾ ਦੇਵੋ। ਬੱਸ ਇਕੋ ਅਰਜ਼ ਹੈ ਕਿ ਕਿਸੇ ਮੁਸ਼ਕਲ ਵਿਚ ਨਾ ਫਸਾ ਦੇਣਾ"। ਮੈਂ ਕਿਹਾ ਰਾਣਾ ਜੀ ਮੈਂ ਪਾਕਿਸਤਾਨ ਛਡਦਿਆਂ ਹੀ ਇਸ ਸਿਮ ਨੂੰ ਜ਼ਾਇਆ ਕਰ ਦਿਆਂਗਾ। ਓਸ ਬੜੇ ਪਿਆਰ ਨਾਲ ਚਾਹ ਪਿਆਈ ਅਤੇ ਦੁਆ ਸਲਾਮ ਪਿਛੋਂ ਮੈਂ ਆਪਣੇ ਹੋਟਲ ਵਿਚ ਆ ਗਿਆ। ਸਭ ਤੋਂ ਪਹਿਲਾਂ ਮੈਂ ਆਪਣਾ ਸੈੱਲ ਫੋਨ ਦਾ ਨੰਬਰ ਕੈਨੇਡਾ ਵਿਚ ਆਪਣੇ ਘਰ ਵਾਲਿਆਂ ਨੂੰ ਲਿਖਵਾਇਆ ਅਤੇ ਕੈਨੇਡਾ ਵਿਚ ਆਪਣੇ ਹੋਰ ਕਈ ਦੋਸਤਾਂ ਨੂੰ ਵੀ ਫੋਨ ਕੀਤੇ ਅਤੇ ਆਪਣਾ ਨੰਬਰ ਵੀ ਦੇ ਦਿਤਾ। ਇਹ ਨਵਾਂ ਫੋਨ ਨੰਬਰ ਮੈਂ ਜਿੰਨਾ ਚਿਰ ਪਾਕਿਸਤਾਨ ਵਿਚ ਰਿਹਾ, ਮੈਨੂੰ ਯਾਦ ਹੀ ਨਾ ਹੋ ਸਕਿਆ। ਰਾਣਾ ਨੇ ਦੱਸ ਦਿਤਾ ਸੀ ਕਿ ਪਾਕਿਸਤਾਨ ਵਿਚੋਂ ਕੈਨੇਡਾ ਫੋਨ ਕਰਨਾ ਬੜਾ ਸਸਤਾ ਹੈ, ਸ਼ਾਇਦ ਦੋ ਰੁਪੈ ਮਿੰਟ ਅਤੇ ਇੰਡੀਆ ਕਾਲ ਕਰਨ ਦੇ 25 ਰੁਪੈ ਮਿੰਟ ਸਨ। ਜਿਵੇਂ ਜਿਵੇਂ ਮੇਰੇ ਸੈੱਲ

ਫੋਨ ਦੇ ਨੰਬਰ ਦਾ ਪਾਕਿਸਤਾਨੀ ਲੇਖਕ ਦੋਸਤਾਂ ਨੂੰ ਇਕ ਦੂਜੇ ਤੋਂ ਪਤਾ ਲੱਗਾ ਤਾਂ ਮੇਰੇ ਪਾਕਿਸਤਾਨ ਛਡਣ ਤਕ ਇਹ ਫੋਨ ਵਜਦਾ ਹੀ ਰਿਹਾ ਅਤੇ ਇਕ ਤੋਂ ਬਾਅਦ ਅਗਲੇ ਨੂੰ ਅਤੇ ਓਸ ਤੋਂ ਕਿਸੇ ਹੋਰ ਅਗਲੇ ਨੂੰ ਫੋਨ ਨੰਬਰ ਦਾ ਪਤਾ ਲੱਗਣ ਨਾਲ ਐਨੇ ਫੋਨ ਸੁਣਨੇ ਮੇਰੇ ਲਈ ਔਖੇ ਹੋ ਗਏ। ਫੋਨ ਕਰਨ ਵਾਲਿਆਂ ਵਿਚੋਂ ਬਹੁਤਿਆਂ ਨੂੰ ਤਾਂ ਮੈਂ ਜਾਣਦਾ ਹੀ ਨਹੀਂ ਸਾਂ ਅਤੇ ਜਦੋਂ ਕੋਈ ਫੋਨ ਆਉਂਦਾ ਤਾਂ ਮੈਂ ਅਗੋਂ ਹਾਂ-ਹੂੰ ਕਰੀ ਜਾਂਦਾ। ਇਸੇ ਫੋਨ ਤੋਂ ਮੈਂ ਲਾਹੌਰ ਆਪਣੇ ਪਬਲਿਸ਼ਰ ਅਮਜਦ ਸਲੀਮ ਮਿਨਹਾਸ ਨੂੰ ਆਪਣੀ ਸਵੈ ਜੀਵਨੀ "ਕਿਹੋ ਜਿਹਾ ਸੀ ਜੀਵਨ" ਦੀਆਂ ਸ਼ਾਹਮੁਖੀ ਵਿਚ ਛਪੀਆਂ ਪੰਜਾਹ ਕਾਪੀਆਂ ਇਸਲਾਮਾਬਾਦ ਹੋਟਲ ਵਿਚ ਪੁਚਾਣ ਲਈ ਕਿਹਾ ਤਾਂ ਜੋ ਇਹ ਇਸਲਾਮਾਬਾਦ, ਗੁਜਰਾਤ ਯੂਨੀਵਰਸਿਟੀ, ਕਰਾਚੀ ਅਤੇ ਫਿਰ ਲਾਹੌਰ ਵਿਚ ਰੀਲੀਜ਼ ਹੋ ਸਕਣ। ਅਗਲੀ ਸ਼ਾਮ ਜਦ ਅਸੀਂ ਕਾਨਫਰੰਸ ਵਿਚ ਬੈਠੇ ਸਾਂ ਤਾਂ ਸਲੀਮ ਸਾਹਿਬ, ਬਾਬਾ ਜਨਮੀ ਅਤੇ ਆਸਫ ਰਜ਼ਾ ਲਾਹੌਰ ਤੋਂ ਟੈਕਸੀ ਤੇ 50 ਕਾਪੀਆਂ ਲੈ ਕੇ ਇਸਲਾਮਾਬਾਦ ਪਹੁੰਚ ਗਏ। ਜਿਉਂ ਹੀ ਇਹ ਪੁਸਤਕ ਸ਼ਾਹਮੁਖੀ ਵਿਚ ਅਸ਼ਫਾਕ ਹੁਸੈਨ ਨੇ ਵੇਖੀ, ਜਿਸ ਨੂੰ ਇਹ ਕਿਤਾਬ ਸਪਰਪਤ ਸੀ, ਤਾਂ ਉਹਦੀ ਤੇ ਉਹਦੇ ਦੋਸਤਾਂ ਦੀ ਖੁਸ਼ੀ ਦੀ ਕੋਈ ਹੱਦ ਨਾ ਰਹੀ। ਕਾਨਫਰੰਸ ਵਿਚ ਬਹੁਤ ਲੋਕ ਇਸ ਕਿਤਾਬ ਨੂੰ ਲੈਣ ਲਈ ਉਤਸੁਕ ਸਨ। ਫਖਰ ਜ਼ਮਾਨ ਤੋਂ ਇਸਦੀ ਸੰਖੇਪ ਮੂੰਹ ਵਿਖਾਲੀ ਦੀ ਰਸਮ ਪੂਰੀ ਕਰਾ ਕੇ ਪਹਿਲੀ ਕਾਪੀ ਮੈਂ ਪਾਕਿਸਤਾਨ ਦੀ ਜਾਨੀ ਮਾਨੀ ਸ਼ਖਸੀਅਤ ਦੀ ਮਾਲਕ ਤੇ ਬਹੁਤ ਖ਼ੂਬਸੂਰਤ ਲੇਖਿਕਾ ਸਰਵਤ ਮੁਹੀਉਦੀਨ ਨੂੰ ਭੇਟ ਕੀਤੀ। ਸਰਵਤ ਨੂੰ ਮੈਂ ਪਿਛਲੇ 21 ਸਾਲ ਤੋਂ ਜਾਣਦਾ ਸਾਂ ਅਤੇ ਉਸ ਵੱਲੋਂ ਹਰ ਸਾਲ ਕੈਨੇਡਾ ਵਿਚ ਫੇਰਾ ਮਾਰਨ ਵੇਲੇ ਉਸ ਨਾਲ ਅਕਸਰ ਅਦਬੀ ਮੁਲਾਕਾਤ ਹੋ ਜਾਂਦੀ ਸੀ। ਲਾਹੌਰ ਜਦ ਇਹ ਕਿਤਾਬ ਰੀਲੀਜ਼ ਹੋਈ ਤਾਂ ਸਰਵਤ ਨੇ ਇਸ ਕਿਤਾਬ ਅਤੇ ਇਸ ਦੀ ਵਿਧਾ ਬਾਰੇ ਬੜੀ ਖੁਭ ਕੇ ਚਰਚਾ ਕੀਤੀ।

13 ਮਾਰਚ ਦੀ ਰਾਤ ਦੇ ਗਿਆਰਾਂ ਵਜ ਚੁਕੇ ਸਨ। ਮੈਂ ਸੌਣ ਦੀ ਤਿਆਰੀ ਕਰ ਰਿਹਾ ਸਾਂ ਕਿ ਦੂਜੇ ਫਲੋਰ ਤੋਂ ਅਸ਼ਫਾਕ ਹੁਸੈਨ ਦਾ ਫੋਨ ਆ ਗਿਆ ਕਿ ਮੈਂ ਉਹਦੇ ਕਮਰੇ ਵਿਚ ਆ ਜਾਵਾਂ ਜਿਥੇ ਮੇਰੀ ਉਡੀਕ ਹੋ ਰਹੀ ਸੀ। ਜਦੋਂ ਮੈਂ ਗਿਆ ਤਾਂ ਕਰਾਚੀ ਦੇ ਕੁਝ ਨਾਮਵਰ ਲੇਖਕ ਤੇ ਪ੍ਰੋਫੈਸਰਜ਼ ਬੈਠੇ ਖੁਲ੍ਹੀਆਂ ਗੱਲਾਂ ਕਰ ਰਹੇ ਸਨ। ਬਲੈਕ ਲੇਬਲ ਸਕਾਚ ਦੀ 40 ਔਂਸ ਦੀ ਬੋਤਲ ਮੇਜ਼ ਤੇ ਖੁਲ੍ਹੀ ਪਈ ਸੀ। ਪਤਾ ਨਹੀਂ ਨਾਲ ਦੇ ਕਮਰਿਆਂ ਵਿਚ ਬੈਠੇ ਕੁਝ ਹੋਰ ਲੇਖਕਾਂ ਨੂੰ ਕਿਵੇਂ ਪਤਾ ਚੱਲ ਗਿਆ ਕਿ ਦਾਰੂ ਦਾ ਦੌਰ ਚੱਲ ਰਿਹਾ ਹੈ ਅਤੇ ਸਾਰਾ ਕਮਰਾ ਲੇਖਕਾਂ ਅਤੇ ਸ਼ਾਇਰਾਂ ਨਾਲ ਭਰ ਗਿਆ। ਅਸ਼ਫਾਕ ਨੇ ਹੋਟਲ ਦੇ ਇਕ ਬਹਿਰੇ ਰਾਹੀਂ ਚਾਰ ਜਾਂ ਪੰਜ ਹਜ਼ਾਰ ਪਾਕਿਸਤਾਨੀ ਰੁਪਿਆਂ ਵਿਚ ਇਹ ਬੋਤਲ ਮੰਗਵਾਈ ਸੀ। ਪਾਕਿਸਤਾਨ ਦੇ ਇਹ ਮੁਸਲਿਮ ਲੇਖਕ ਕਿਸੇ ਤਰ੍ਹਾਂ ਵੀ ਭਾਰਤੀ ਪੰਜਾਬ ਦੇ ਲੇਖਕਾਂ ਦੇ ਮੁਕਾਬਲੇ ਵਿਚ

ਇਸਲਾਮਾਬਾਦ ਵਿਚ ਹੋਈ ਕਾਨਫਰੰਸ ਵਿਚ ਭਾਗ ਲੈਂਦੇ ਹੋਏ

ਦਾਰੂ ਪੀਣ ਤੋਂ ਪਿਛੇ ਨਹੀਂ ਸਨ। ਖੈਰ ਇਹ ਮਹਿਫਲ ਜੋ ਰਾਤ ਦੇ ਤਿੰਨ ਵਜੇ ਤੱਕ ਚੱਲੀ, ਅਦਬ, ਫਿਲਮਾਂ, ਮੰਟੋ, ਜੋਸ਼, ਰਾਜਿੰਦਰ ਸਿੰਘ ਬੇਦੀ, ਕ੍ਰਿਸ਼ਨ ਚੰਦਰ, ਦਲੀਪ ਕੁਮਾਰ, ਰਾਜ ਕਪੂਰ, ਸਿੰਧੀ, ਪਾਲੀ ਭਾਸ਼ਾ ਬਾਰੇ ਐਨੀਆਂ ਡੂੰਘੀਆਂ ਤੇ ਦਿਲਚਸਪ ਗੱਲਾਂ ਹੋਈਆਂ ਕਿ ਮੈਂ ਉਹਨਾਂ ਦੀ ਸਰਵ ਪਖੀ ਜਾਣਕਾਰੀ ਤੋਂ ਪ੍ਰਭਾਵਤ ਹੋਏ ਬਿਨਾ ਨਾ ਰਹਿ ਸਕਿਆ। ਕਰਾਚੀ ਯੂਨੀਵਰਸਿਟੀ ਦੇ ਇਹਨਾਂ ਅਦੀਬਾਂ ਅਤੇ ਪ੍ਰੋਫੈਸਰਜ਼ ਦਾ ਗਿਆਨ ਅਤੇ ਚੇਤਾ ਬੜੇ ਕਮਾਲ ਦਾ ਸੀ। ਇਹ ਭਾਰਤ ਦੇ ਉਰਦੂ ਲੇਖਕਾਂ ਦੇ ਕਲਾਮ ਤੋਂ ਭਲੀ ਪਰਕਾਰ ਜਾਣੂ ਸਨ। ਇਹਨਾਂ ਵਿਚੋਂ ਬਹੁਤੇ ਅਕਸਰ ਹਿੰਦੋਸਤਾਨ ਵਿਚ ਹੁੰਦੇ ਉਰਦੂ ਮੁਸ਼ਾਇਰਿਆਂ ਵਿਚ ਆਂਦੇ ਜਾਂਦੇ ਰਹਿੰਦੇ ਸਨ। ਇਹ ਜਜ਼ਬਾਤੀ ਤੌਰ ਤੇ ਇੰਡੀਆ ਨਾਲ ਜੁੜੇ ਹੋਏ ਸਨ। ਪਾਕਿਸਤਾਨ ਦੀ ਕਿਆਮੀ ਦੇ ਜ਼ਿਆਦਾ ਹਕ ਵਿਚ ਨਹੀਂ ਸਨ। ਹੋ ਸਕਦਾ ਹੈ ਕਿ ਸਿੰਧੀ ਹੋਣ ਕਰ ਕੇ ਉਹਨਾਂ ਨੂੰ ਆਪਣੀ ਵਖਰੀ ਪਛਾਣ ਤੇ ਬੜਾ ਗੌਰਵ ਸੀ। ਭਾਸ਼ਾਵਾਂ ਦੀ ਉਤਪਤੀ, ਦੋਹਾਂ ਮੁਲਕਾਂ ਦੀ ਅਦਬੀ ਸਿਆਸਤ ਅਤੇ ਹੋਰ ਬਹੁਤ ਸਾਰੇ ਪੱਖਾਂ ਬਾਰੇ ਉਹਨਾਂ ਦਾ ਗਿਆਨ ਬੜਾ ਕਮਾਲ ਦਾ ਸੀ। ਉਹ ਇੰਡੀਆ ਦੇ ਗੁਣ ਗਾਉਣੇ ਬਹੁਤ ਪਸੰਦ ਕਰ ਰਹੇ ਸਨ।

ਪਾਕਿਸਤਾਨ ਵਿਚ ਅਗਲਾ ਦਿਨ

14 ਮਾਰਚ ਨੂੰ ਇਸਲਾਮਾਬਾਦ ਹੋਟਲ ਵਿਚ ਸਵੇਰ ਦਾ ਬਰੇਕਫਾਸਟ ਕਰ ਕੇ ਪਾਕਿਸਤਾਨ ਦੀ ਨੈਸ਼ਨਲ ਲਾਇਬਰੇਰੀ ਦੇ ਵਡੇ ਹਾਲ ਵਿਚ ਕਾਨਫਰੰਸ ਵਿਚ ਸ਼ਾਮਲ ਹੋਣ ਲਈ ਪੁਜਣਾ ਸੀ। ਬਾਹਰ ਛੋਟੀਆਂ ਛੋਟੀਆਂ ਕਈ ਬੱਸਾਂ ਡੈਲੀਗੇਟਸ ਦਾ ਇੰਤਜ਼ਾਰ ਕਰ ਰਹੀਆਂ ਸਨ ਜਿਨ੍ਹਾਂ ਵਿਚ ਗਿਣਤੀ ਮੁਤਾਬਕ ਸਾਨੂੰ ਬਠਾਇਆ ਜਾ ਰਿਹਾ ਸੀ। ਜਿਵੇਂ ਕਿ ਮੈਂ ਪਿਛੇ ਵੀ ਲਿਖ ਚੁਕਾ ਹਾਂ ਕਿ ਹੋਟਲ ਵਿਚ ਅੰਦਰ ਦਾਖਲ ਹੋਣ ਲਈ ਅਤੇ ਬਾਹਰ ਨਿਕਲਣ ਲਈ ਸਿਕਿਓਰਟੀ ਦਾ ਬੜਾ ਸਖਤ ਪ੍ਰਬੰਧ ਸੀ। ਜਿੰਨੀ ਵਾਰ ਵੀ ਭਾਵੇਂ ਇਕ ਮਿੰਟ ਲਈ ਹੀ ਬਾਹਰ ਨਿਕਲ ਕੇ ਫਿਰ ਅੰਦਰ ਦਾਖਲ ਹੋਵੋ, ਸਿਕਿਓਰਟੀ ਦੇ ਗੇਟ ਵਿਚੋਂ ਸੈੱਲ ਫੋਨ, ਸਿੱਕੇ ਅਤੇ ਚਾਬੀਆਂ ਆਦਿ ਇਕ ਟਰੇ ਵਿਚ ਰੱਖ ਕੇ ਏਸੇ ਤਰ੍ਹਾਂ ਹੀ ਲੰਘਣਾ ਪੈਂਦਾ ਸੀ ਜਿਸ ਤਰ੍ਹਾਂ ਏਅਰਪੋਰਟਸ ਤੇ ਸਿਕਿਓਰਟੀ ਚੈੱਕ ਅਪ ਵੇਲੇ ਲੰਘਣਾ ਪੈਂਦਾ ਹੈ। ਕਾਨਫਰੰਸ ਹਾਲ ਵਿਚ ਜਾਣ ਤੋਂ ਪਹਿਲਾਂ ਸਭ ਨੇ ਹੋਟਲ ਵਿਚੋਂ ਚੰਗਾ ਹੈਵੀ ਬਰੇਕਫਾਸਟ ਜੋ

ਇੰਟਰਨੈਸ਼ਨਲ ਸੂਫ਼ੀਇਜ਼ਮ ਐਂਡ ਪੀਸ ਕਾਨਫਰੰਸ ਸ਼ੁਰੂ ਹੋਣ ਤੋਂ
ਪਹਿਲਾਂ ਡੈਲੀਗੇਟਸ ਨਾਲ ਬਲਬੀਰ ਸਿੰਘ ਮੋਮੀ

ਲੰਚ ਨਾਲੋਂ ਵੀ ਭਾਰੀ ਅਤੇ ਕਈ ਪਰਕਾਰ ਦੇ ਖਾਣਿਆਂ ਦੀ ਸਹੂਲਤ ਨਾਲ ਭਰਪੂਰ ਸੀ, ਕਰ ਲਿਆ ਸੀ ਅਤੇ ਨੈਸ਼ਨਲ ਲਾਇਬਰੇਰੀ ਪਹੁੰਚਣ ਲਈ ਵਖ ਵਖ ਬੱਸਾਂ ਵਿਚ ਬੈਠ ਰਹੇ ਸਾਂ। ਆਖਰ ਸਿਕਿਓਰਟੀ ਦੀ ਗੱਡੀ ਦੇ ਪਿਛੇ ਪਿਛੇ ਅਸੀਂ ਜਲਦੀ ਹੀ ਨੈਸ਼ਨਲ ਲਾਇਬਰੇਰੀ ਪਹੁੰਚ ਗਏ। ਪਾਕਿਸਤਾਨ ਦੀ ਸੈਕਟਰੀਏਟ ਅਤੇ ਪਾਰਲੀਮੈਂਟ ਦੀਆਂ ਬਿਲਡਿੰਗਜ਼ ਵੀ ਏਥੋਂ ਨੇੜੇ ਹੀ ਪੈਂਦੀਆਂ ਸਨ। ਨੈਸ਼ਨਲ ਲਾਇਬਰੇਰੀ ਦੇ ਬਾਹਰ ਜਦ ਬੱਸਾਂ ਵਿਚੋਂ ਅਸੀਂ ਉਤਰੇ ਤਾਂ ਓਥੇ ਵੀ ਸਿਕਿਓਰਟੀ ਚੈੱਕ ਅਪ ਬਹੁਤ ਸਖਤ ਸੀ ਅਤੇ ਪਾਕਿਸਤਾਨ ਪੁਲਸ ਦੇ ਕਈ ਅਫਸਰ ਵਰਦੀ ਅਤੇ ਬਿਨਾਂ ਵਰਦੀ ਹਿਫਾਜ਼ਤ ਲਈ ਤਾਈਨਾਤ ਸਨ। ਇਥੇ ਨੈਸ਼ਨਲ ਲਾਇਬਰੇਰੀ ਆਡੀਟੋਰੀਅਮ ਦੇ ਬਾਹਰ ਵੀ ਚਾਹ ਪਾਣੀ ਦਾ ਪ੍ਰਬੰਧ ਸੀ। ਇਕ ਨੁਕਰੇ ਪਾਕਿਸਤਾਨ ਅਕੈਡਮੀ ਆਫ ਲੈਟਰਜ਼ ਨੇ ਆਪਣੀਆਂ ਛਪੀਆਂ ਵਧੀਆ ਕਿਤਾਬਾਂ ਦੀ ਨੁਮਾਇਸ਼ ਵੀ ਲਾਈ ਹੋਈ ਸੀ। ਇਨ੍ਹਾਂ ਵਿਚ ਵਡੀ ਵਾਲਯੂਮ ਵਿਚ ਛਪੀਆਂ ਫਖਰ ਜ਼ਮਾਨ ਦੀਆਂ ਕਈ ਕਿਤਾਬਾਂ ਪਈਆਂ ਸਨ ਅਤੇ ਅਮ੍ਰਿਤਾ ਪ੍ਰੀਤਮ ਬਾਰੇ ਵੀ ਬਹੁਤ ਵਡੀ ਵਾਲੂਅਮ ਵਿਚ ਛਪੀ ਕਿਤਾਬ ਪਈ ਸੀ। ਵਖ ਵਖ ਵਿਸ਼ਿਆਂ ਤੇ ਛਪੀਆਂ ਕਿਤਾਬਾਂ ਵੇਖ ਕੇ ਪਾਕਿਸਤਾਨ ਅਕੈਡਮੀ ਆਫ ਲੈਟਰਜ਼ ਦੇ ਕੀਤੇ ਕੰਮ ਦੀ ਸ਼ਲਾਘਾ ਕਰਨੀ ਬਣਦੀ ਸੀ। ਇਥੇ ਵੀ ਇਕੋ ਇਕ ਸਰਦਾਰ ਹੋਣ ਕਰ ਕੇ ਜਿਥੇ ਟੀ ਵੀ ਅਤੇ ਪ੍ਰਿੰਟ ਮੀਡੀਏ ਦੇ ਕੈਮਰੇ ਮੇਰੇ ਵੱਲ ਲੋੜੋਂ ਵੱਧ ਧਿਆਨ ਦੇ ਰਹੇ ਸਨ ਅਤੇ ਕਾਨਫਰੰਸ ਵਿਚ ਆਏ ਲੇਖਕ ਵਿਸ਼ੇਸ਼ ਤੌਰ ਤੇ ਮੇਰੇ ਨਾਲ ਫੋਟੋਜ਼ ਲੁਹਾ ਰਹੇ ਸਨ। ਇਹ ਲਿਖਣਾ ਅਤਿਕਥਨੀ ਨਹੀਂ ਕਿ ਜ਼ਿੰਦਗੀ ਵਿਚ ਕਦੇ ਮੇਰੀਆਂ ਐਨੀਆਂ ਤਸਵੀਰਾਂ ਨਹੀਂ ਉਤਰੀਆਂ ਜਿੰਨੀਆਂ ਇਸ ਅਵਸਰ ਤੇ ਉਤਰ ਰਹੀਆਂ ਸਨ। ਇਕ ਦੂਜੇ ਨਾਲ ਬਿਜ਼ਨਸ ਕਾਰਡਜ਼ ਵਟਾਏ ਜਾ ਰਹੇ ਸਨ। ਮੈਨੂੰ ਪਾਕਿਸਤਾਨ ਵਿਚ ਚਿੱਪ ਪਵਾ ਕੇ ਸੈੱਲ ਫੋਨ ਲਿਆਂ ਇਕ ਦਿਨ ਹੀ ਹੋਇਆ ਸੀ ਅਤੇ ਇਹ ਨੰਬਰ ਮੈਨੂੰ ਯਾਦ ਨਹੀਂ ਹੋਇਆ ਸੀ। ਇਸ ਲਈ ਜਦ ਵੀ ਕੋਈ ਫੋਨ ਨੰਬਰ ਮੰਗਦਾ ਸੀ ਤਾਂ ਮੈਨੂੰ ਡਾਇਰੀ ਵਿਚੋਂ ਵੇਖ ਕੇ ਨੰਬਰ ਦੇਣਾ ਪੈਂਦਾ ਸੀ। ਫਿਰ ਮੈਂ ਇਹ ਨੰਬਰ ਆਪਣੇ ਬਹੁਤ ਸਾਰੇ ਵਿਜ਼ਟਿੰਗ ਕਾਰਡਜ਼ ਉਤੇ ਲਿਖ ਵੀ ਲਿਆ ਅਤੇ ਜਦ ਕੋਈ ਫੋਨ ਮੰਗਦਾ ਤਾਂ ਮੈਂ ਆਪਣਾ ਵਿਜ਼ਟਿੰਗ ਕਾਰਡਜ ਦੇ ਦਿੰਦਾ ਜਿਸ ਉਤੇ ਮੇਰੇ ਕੈਨੇਡਾ ਦੇ ਫੋਨ ਨੰਬਰਜ਼, ਪਤਾ ਅਤੇ ਈਮੇਲ ਵੀ ਲਿਖੇ ਹੋਏ ਸਨ, ਅਗਲੇ ਨੂੰ ਦੇ ਦਿੰਦਾ।

ਜਿਵੇਂ ਜਿਵੇਂ ਲੋਕ ਆਡੀਟੋਰੀਅਮ ਅੰਦਰ ਦਾਖਲ ਹੋ ਕੇ ਸੀਟਾਂ ਮੱਲ ਰਹੇ ਸਨ, ਤਾਂ ਉਹਨਾਂ ਦੀਆਂ ਫੋਟੋਜ਼ ਵਾਲੇ ਪਛਾਣ ਟੈਗ ਜਿਨ੍ਹਾਂ ਉਤੇ ਫੋਟੋ ਲੱਗੀ ਹੋਈ ਸੀ, ਉਹਨਾਂ ਦੇ ਗਲਾਂ ਵਿਚ ਪਾਏ ਜਾ ਰਹੇ ਸਨ। ਮੈਂ ਵੀ ਆਪਣਾ ਨਾਂ ਅਤੇ ਫੋਟੋ ਵਾਲਾ ਟੈਗ ਆਪਣੇ ਗਲ ਵਿਚ ਪਾਇਆ ਅਤੇ ਆਡੀਟੋਰੀਅਮ ਅੰਦਰ ਦਾਖਲ ਹੋ ਕੇ ਫਰੰਟ ਰੋਅ ਦੀ ਇਕ ਖਾਲੀ ਪਈ ਸੀਟ ਤੇ ਬੈਠ ਗਿਆ। ਇਕ ਦਮ ਹੀ ਕਈ

ਕੈਮਰਿਆਂ ਵਾਲਿਆਂ ਨੇ ਮੇਰੀਆਂ ਫੋਟੋਜ਼ ਖਿਚ ਲਈਆਂ ਅਤੇ ਟੀ ਵੀ ਵਾਲਿਆਂ ਨੇ ਵੀ। ਫਖਰ ਜ਼ਮਾਨ ਪਾਕਿਸਤਾਨ ਅਕੈਡਮੀ ਆਫ ਲੈਟਰਜ਼ ਦੇ ਚੇਅਰਮੈਨ ਹੋਣ ਦੇ ਨਾਤੇ ਹੈਂਡ ਟੇਬਲ ਤੇ ਬੈਠਾ ਸਨ ਅਤੇ ਅਕੈਡਮੀ ਦੇ ਕਾਰਿੰਦੇ ਉਹਦੇ ਇਸ਼ਾਰਿਆਂ ਤੇ ਸਾਰਾ ਇੰਤਜ਼ਾਮ ਠੀਕ ਤਰ੍ਹਾਂ ਚਲਾਉਣ ਲਈ ਬੜੀ ਵਚਨ ਬਧਤਾ ਨਾਲ ਕੰਮ ਕਰ ਰਹੇ ਸਨ। ਫਖਰ ਜ਼ਮਾਨ ਦੀਆਂ ਅਖਾਂ ਸਭ ਨੂੰ ਬੜੀ ਬਾਰੀਕੀ ਨਾਲ ਨਿਘਾਰ ਰਹੀਆਂ ਸਨ। ਕਾਨਫਰੰਸ ਦੇ ਕੋਆਰਡੀਨੇਟਰ ਡਾ: ਅਬਦਾਲ ਬੇਲਾ ਨੇ ਸਟੇਜ ਸੰਭਾਲੀ ਅਤੇ ਇੰਟਰਨੈਸ਼ਨਲ ਕਾਨਫਰੰਸ ਆਨ ਸੂਫੀਇਜ਼ਮ ਐਂਡ ਪੀਸ ਦਾ ਅਰੰਭ ਪਵਿਤਰ ਕੁਰਾਨ ਦੀਆਂ ਆਇਤਾਂ ਨਾਲ ਸ਼ੁਰੂ ਹੋਇਆ।

ਇਸ ਤੋਂ ਬਾਅਦ ਪਾਕਿਸਤਾਨ ਅਕੈਡਮੀ ਆਫ ਲੈਟਰਜ਼ ਦੇ ਪ੍ਰੈਜ਼ੀਡੰਟ ਜਨਾਬ ਫਖਰ ਜ਼ਮਾਨ ਨੇ ਆਪਣਾ ਕੁੰਜੀਵਤ ਭਾਸ਼ਨ ਦਿਤਾ ਅਤੇ ਕਾਨਫਰੰਸ ਦੀ ਲੋੜ ਅਤੇ ਮਹੱਤਤਾ ਬਾਰੇ ਖੁਲ੍ਹ ਕੇ ਚਾਨਣਾ ਪਾਇਆ ਅਤੇ ਕਾਨਫਰੰਸ ਦਾ ਅਰੰਭ ਹੋ ਗਿਆ। ਇਸ ਪਿਛੋਂ ਸਟੇਜ ਸੈਕਟਰੀ ਨੇ ਪੇਪਰ ਪੇਸ਼ ਕਰਨ ਲਈ ਸਵੀਡਨ ਤੋਂ ਆਏ ਮਿਸਟਰ ਪੀਟਰ ਕਰਮਨ ਨੂੰ ਸਟੇਜ ਤੇ ਆਉਣ ਲਈ ਕਿਹਾ ਅਤੇ ਉਹਨਾਂ ਨੇ ਆਪਣਾ ਪੇਪਰ ਪੇਸ਼ ਕੀਤਾ। ਵਿਦਵਾਨ ਲੇਖਕਾਂ ਵੱਲੋਂ ਪੜ੍ਹੇ ਗਏ ਸਾਰੇ ਪੇਪਰ ਅੰਗਰੇਜ਼ੀ ਵਿਚ ਸਨ ਅਤੇ ਪੇਪਰਜ਼ ਵਿਚ ਸੂਫੀਇਜ਼ਮ ਦੇ ਹਵਾਲਿਆਂ ਨਾਲ ਸੰਸਾਰ ਸ਼ਾਂਤੀ ਦੀ ਗੱਲ ਕੀਤੀ ਗਈ ਸੀ। ਅਕਸਰ ਵਖ ਵਖ ਦੇਸ਼ਾਂ ਵਿਚ ਹੋਏ ਸੂਫੀ ਸੇਂਟਸ ਦੀਆਂ ਰਚਨਾਵਾਂ ਦੇ ਹਵਾਲੇ ਵੀ ਦਿਤੇ ਹੋਏ ਸਨ। ਮਿਸਟਰ ਪੀਟਰ ਕਰਮਨ ਤੋਂ ਬਾਅਦ ਇਟਲੀ ਤੋਂ ਆਏ ਵਿਦਵਾਨ ਮਿਸਟਰ ਵੀਟੋ ਸਾਲੀਰਨੋ, ਚਾਈਨਾ ਤੋਂ ਆਈ ਮਿਸ ਜ਼ੂਹੂ ਯਾਨ ਅਤੇ ਜਰਮਨੀ ਤੋਂ ਆਏ ਮਿਸਟਰ ਜਰਡ ਲੀਨਵੈਬਰ ਨੇ ਆਪੋ ਆਪਣੇ ਪੇਪਰਜ਼ ਪੇਸ਼ ਕੀਤੇ। ਸਾਢੇ ਗਿਆਰਾਂ ਵਜੇ ਪ੍ਰੈਜ਼ੀਡੰਟ ਆਫ ਪਾਕਿਸਤਾਨ ਮਿਸਟਰ ਆਸਫ ਜ਼ਰਦਾਰੀ ਨੇ ਸਾਰੇ ਡੈਲੀਗੇਟਸ ਨੂੰ ਐਡਰੈਸ ਕਰਨਾ ਸੀ ਪਰ ਆਪਣੇ ਰੁਝੇਵਿਆਂ ਕਾਰਨ ਉਹ ਆ ਨਾ ਸਕੇ। ਇਸ ਪਰੋਗਰਾਮ ਦੇ ਉਲਟ ਰਾਸ਼ਟਰਪਤੀ ਜ਼ਰਦਾਰੀ ਨੇ ਅਗਲੇ ਦਿਨ ਸਾਰੇ ਡੈਲੀਗੇਟਸ ਨੂੰ ਪ੍ਰੈਜ਼ੀਡੰਟ ਹਾਊਸ ਵਿਚ ਦੋਪਹਿਰ ਦੇ ਖਾਣੇ ਤੇ ਬੁਲਾ ਲਿਆ। ਕਾਨਫਰੰਸ ਦਾ ਪਹਿਲਾ ਸੈਸ਼ਨ ਖਤਮ ਹੋ ਗਿਆ। ਦੋ ਘੰਟੇ ਲਈ ਰੀਫਰੈਸ਼ਮੈਂਟ ਲੰਚ ਲਈ ਡੈਲੀਗੇਟਸ ਆਡੀਟੋਰੀਅਮ ਤੋਂ ਬਾਹਰ ਹਾਲ ਵਿਚ ਆ ਗਏ। ਇਥੇ ਹੀ ਪਾਕਿਸਤਾਨ ਦੀ ਅਮੀਰ ਅਤੇ ਮਸ਼ਹੂਰ ਸ਼ਾਇਰਾ ਸਰਵਤ ਮੁਹੀਉਦੀਨ ਵੀ ਮਿਲ ਗਈ ਜੋ ਮੈਨੂੰ ਅਤੇ ਟਰਾਂਟੋ ਤੋਂ ਆਏ ਅਸ਼ਫਾਕ ਹੁਸੈਨ ਨੂੰ ਲਭ ਰਹੀ ਸੀ। ਕਾਨਫਰੰਸ ਖਤਮ ਹੋਣ ਤੋਂ ਅਗਲੇ ਦਿਨ ਓਸ ਮੈਨੂੰ ਅਤੇ ਅਸ਼ਫਾਕ ਹੁਸੈਨ ਨੂੰ ਆਪਣੇ ਇਸਲਾਮਾਬਾਦ ਵਾਲੇ ਘਰ ਵਿਚ ਦੋਪਹਿਰ ਦਾ ਖਾਣਾ ਖਾਣ ਦੀ ਦਾਅਵਤ ਦੇ ਦਿਤੀ। ਸਰਵਤ ਦਾ ਇਸਲਾਮਾਬਾਦ ਵਿਚ ਵੀ ਘਰ ਹੈ ਅਤੇ ਲਾਹੌਰ ਦੀ ਗੁਲਬਰਗ ਆਬਾਦੀ ਤੇ ਟਰਾਂਟੋ ਵਿਚ ਵੀ। ਸਰਵਤ ਅਕਸਰ

ਟਰਾਂਟੋ ਆਉਂਦੀ ਰਹਿੰਦੀ ਹੈ ਅਤੇ ਬੜੀ ਖੂਬਸੂਰਤ, ਮੁਹਜ਼ੱਬ ਅਤੇ ਸ਼ਾਇਸਤਾ ਔਰਤ ਹੈ। ਏਨੇ ਸਲੀਕੇ ਨਾਲ ਗੱਲ ਕਰਦੀ ਹੈ ਕਿ ਉਹਦੇ ਮੂੰਹੋਂ ਨਿਕਲੇ ਸ਼ਬਦ ਫੁੱਲਾਂ ਵਾਂਗ ਕਿਰਦੇ ਦਿਸਦੇ ਹਨ ਜੋ ਬੋਚ ਕੇ ਫੁੱਲਾਂ ਦੇ ਗੁਲਦਸਤੇ ਵਿਚ ਸਜਾਉਣੇ ਪੈਂਦੇ ਹਨ। ਸਾਰੀ ਕਾਨਫਰੰਸ ਅਤੇ ਗੁਜਰਾਤ ਯੂਨੀਵਰਸਿਟੀ ਤਕ ਮੈਨੂੰ ਅਤੇ ਸਰਵਤ ਨੂੰ ਕੁਝ ਦਿਨ ਇਕਠੇ ਵਿਚਰਣ ਦਾ ਮੌਕਾ ਮਿਲਿਆ। ਕਨਫਰੰਸ ਦੇ ਲੰਚ ਦਾ ਆਪਣਾ ਹੀ ਲੁਤਫ ਸੀ। ਪਾਕਿਸਤਾਨ ਵਿਚ ਗੋਸ਼ਤ ਪਕਾਉਣ ਦੇ ਆਪਣੇ ਹੀ ਨਿਰਾਲੇ ਤਰੀਕੇ ਅਤੇ ਰੈਸਪੀਜ਼ ਹਨ। ਖਾਣ ਨੂੰ ਬਹੁਤ ਕੁਝ ਸੀ, ਗੋਟ ਮੀਟ, ਚਿਕਨ, ਦਾਲ ਮਖਨੀ, ਰਾਇਤਾ, ਸਵੀਟਸ ਅਤੇ ਬਰਿਆਨੀ ਦਾ ਆਪਣਾ ਨਵੇਕਲਾ ਸਵਾਦ ਸੀ। ਸਿਰਫ ਬੋਤਲਾਂ ਵਾਲਾ ਪਾਣੀ ਨਾ ਹੋਣ ਕਰ ਕੇ ਮੈਨੂੰ ਦੂਜਾ ਪਾਣੀ ਪੀਣ ਤੋਂ ਡਰ ਲਦਾ ਸੀ ਭਾਵੇਂ ਉਹ ਪਾਣੀ ਫਿਲਟਰ ਦਾ ਸੀ। ਲੰਚ ਵਿਚ ਬਹੁਤ ਲੇਖਕ ਦੋਸਤ ਬਣ ਗਏ। ਲਗ ਭਗ ਸਭ ਨੇ ਮੈਨੂੰ ਆਪਣੀਆਂ ਕਿਤਾਬਾਂ ਬੜੇ ਅਦਬ ਪਿਆਰ ਨਾਲ ਭੇਟ ਕੀਤੀਆਂ। ਐਨੀਆਂ ਕਿਤਾਬਾਂ ਮੇਰੇ ਲਈ ਚੁਕਣੀਆਂ ਵੀ ਮੁਸ਼ਕਲ ਹੋ ਰਹੀਆਂ ਸਨ। ਉਰਦੂ ਵਿਚ ਵਡ ਆਕਾਰੀ ਰਸਾਲਾ ਕਢਣ ਵਾਲਾ ਨੌਜਵਾਨ ਜੱਟ ਲੇਖਕ ਰਿਆਜ਼ ਹਾਂਸ ਜੋ ਦੂਰ ਮੁਲਤਾਨ ਵੱਲੋਂ ਆਇਆ ਸੀ ਅਤੇ ਸੌ ਏਕੜ ਜ਼ਮੀਨ ਦਾ ਮਾਲਕ ਸੀ, ਨੇ ਆਪਣਾ ਬਹੁਤ ਖੂਬਸੂਰਤ ਉਰਦੂ ਵਿਚ ਛਪਿਆ ਪਰਚਾ ਮੈਨੂੰ ਪੇਸ਼ ਕੀਤ। ਉਹ ਛੀਟਕਾ ਜਿਹਾ ਮੁਸਲਮਾਨ ਮੁੰਡਾ ਇਕ ਸਿੱਖ ਨੂੰ ਮਿਲ ਕੇ ਬਹੁਤ ਖੁਸ਼ ਹੋ ਰਿਹਾ ਸੀ। ਉਹਨੂੰ ਪਤਾ ਸੀ ਹਾਂਸ ਗੋਤ ਦੇ ਕਾਫੀ ਜੱਟ ਸਿੱਖ ਭਾਰਤੀ ਪੰਜਾਬ ਵਿਚ ਰਹਿੰਦੇ ਹਨ। ਇਥੇ ਹੀ ਦੋਸਤ ਬਣੇ ਦੋ ਪਾਕਿਸਤਾਨੀ ਪੰਜਾਬੀ ਲੇਖਕ ਇਤਫਾਕ ਬੱਟ ਅਤੇ ਸਲੀਮ ਪਾਸ਼ਾ ਨੇ ਮੈਨੂੰ ਮਿਲੀਆਂ ਕਿਤਾਬਾਂ ਦਾ ਭਾਰ ਚੁਕ ਲਿਆ ਅਤੇ ਕਿਹਾ ਕਿ ਇਹ ਸਾਰੀਆਂ ਕਿਤਾਬਾਂ ਉਹ ਇਸਲਾਮਾਬਾਦ ਹੋਟਲ ਦੇ ਮੇਰੇ ਕਮਰੇ ਵਿਚ ਪੁਜਦੀਆਂ ਕਰ ਦੇਣਗੇ। ਸਲੀਮ ਪਾਸ਼ਾ ਕਈ ਵਾਰ ਹਿੰਦੋਸਤਾਨ ਜਾ ਆਇਆ ਸੀ ਅਤੇ ਓਸ ਆਪਣੀ ਕਿਤਾਬ "ਵੱਖ ਹੋਣ ਤੋਂ ਪਹਿਲਾਂ" ਅਮ੍ਰਿਤਾ ਪ੍ਰੀਤਮ ਨੂੰ ਅਰਪਨ ਕੀਤੀ ਸੀ। ਰਾਤ ਨੂੰ ਉਹ ਤੇ ਇਤਫਾਕ ਬੱਟ ਅਕਸਰ ਮੇਰੇ ਕਮਰੇ ਵਿਚ ਆ ਜਾਂਦੇ ਅਤੇ ਮੇਰੀਆਂ ਲੋੜਾਂ ਦਾ ਖਾਸ ਖਿਆਲ ਰਖਦੇ। ਇਕ ਸ਼ਾਮ ਇਤਫਾਕ ਬੱਟ ਹੋਟਲ ਦੇ ਪਿਛਵਾੜੇ ਪੈਂਦੇ ਬਲਾਕ ਵਿਚ ਇਕ ਫੂਡ ਕੋਰਟ ਵਿਚ ਲੈ ਗਿਆ ਜਿਥੇ ਉਹਨੇ ਇਸਲਾਮਾਬਾਦ ਦੀ ਇਕ ਕਾਫੀ ਵਡੀ ਤਲੀ ਮਛੀ ਵਾਲੀ ਦੁਕਾਨ ਤੋਂ ਮਛੀ ਖਵਾ ਕੇ ਪਾਕਿਸਤਾਨ ਦੀਆਂ ਯਾਦਾਂ ਵਿਚ ਹੋਰ ਵਾਧਾ ਕਰ ਦਿਤਾ।

ਇਸ ਕਾਨਫਰੰਸ ਵਿਚ ਜਿਹੜੀ ਸਭ ਤੋਂ ਜ਼ਿਆਦਾ ਪ੍ਰਭਾਵਤ ਕਰਨ ਵਾਲੀ ਅਨੋਖੀ ਗੱਲ ਮੈਂ ਵੇਖੀ, ਉਹ ਇਹ ਸੀ ਕਿ ਇਸ ਕਾਨਫਰੰਸ ਵਿਚ ਬਤੌਰ ਡੈਲੀਗੇਟ ਸਮੂਲੀਅਤ ਕਰਨ ਆਈਆਂ ਮੁਸਲਿਮ ਔਰਤ ਲੇਖਿਕਾਵਾਂ ਜੋ ਆਮ ਤੌਰ ਤੇ ਪ੍ਰੋਫੈਸਰਜ਼, ਪ੍ਰਿੰਸੀਪਲਜ਼ ਅਤੇ ਪੀ. ਐਚ. ਡੀ. ਦੀਆਂ ਡਿਗਰੀਆਂ ਨਾਲ ਲੈਸ ਸਨ, ਕਿਸੇ ਨੇ

ਬੁਰਕਾ ਨਹੀਂ ਪਾਇਆ ਹੋਇਆ ਸੀ ਅਤੇ ਸਿਰ ਵੀ ਬਹੁਤ ਘਟ ਢਕੇ ਹੋਏ ਸਨ। ਕੁਝ ਕੁ ਨੇ ਭਾਰਤੀ ਪਹਿਰਾਵੇ ਵਾਲੀਆਂ ਸਾੜ੍ਹੀਆਂ ਬੰਨ੍ਹੀਆਂ ਹੋਈਆਂ ਸਨ ਜਦ ਕਿ ਪਾਕਿਸਤਾਨ ਵਿਚ ਵਧੇਰੇ ਔਰਤਾਂ ਸਲਵਾਰ ਕਮੀਜ਼ ਹੀ ਪੌਂਦੀਆਂ ਹਨ। ਮਰਦ ਵੀ ਲੰਮੇ ਝਗੇ ਅਤੇ ਸਲਵਾਰਾਂ ਪਾਉਂਦੇ ਹਨ। ਜਦ ਕਿ ਅਗਲੇ ਦਿਨ ਪ੍ਰੈਜ਼ੀਡੈਂਟ ਹਾਊਸ ਵਿਚ ਜਦ ਆਸਫ ਜ਼ਰਦਾਰੀ ਨੂੰ ਵੇਖਿਆ ਤਾਂ ਓਸ ਨੇ ਵੀ ਸਲਵਾਰ ਕਮੀਜ਼ ਪਾਈ ਹੋਈ ਸੀ ਅਤੇ ਉਪਰ ਛੋਟਾ ਕੋਟ ਪਾਇਆ ਹੋਇਆ ਸੀ। ਸਿਰ ਤੇ ਬਹੁਤ ਨਿੱਕੀ ਜਹੀ ਅਜੀਬ ਕਿਸਮ ਦੀ ਸਿੰਧੀ ਟੋਪੀ ਪਾਈ ਹੋਈ ਸੀ ਜੋ ਬਿਲਕੁਲ ਉਹਦੇ ਸਿਰ ਦੇ ਨਾਲ ਚਿਪਕੀ ਹੋਈ ਸੀ। ਇਸ ਤਰ੍ਹਾਂ ਦੀ ਟੋਪੀ ਅਕਸਰ ਨਿਮਾਜ਼ ਪੜ੍ਹਨ ਵੇਲੇ ਕੁਝ ਮੁਸਲਮਾਨ ਲੋਕ ਸਿਰ ਤੇ ਪਾਉਂਦੇ ਹਨ। ਕਈ ਮੁਸਲਮਾਨ ਸਲਵਾਰਾਂ ਅਕਸਰ ਗਿੱਟਿਆਂ ਤੋਂ ਉਚੀਆਂ ਪਹਿਨਦੇ ਹਨ। ਪਰ ਇਕ ਗੱਲ ਜੋ ਖਾਸ ਕਰ ਮੈਂ ਲਾਹੌਰ ਦੇ ਬਾਜ਼ਾਰਾਂ ਵਿਚ ਆ ਕੇ ਨੋਟ ਕੀਤੀ ਕਿ ਗਿੱਟਿਆਂ ਤਕ ਉਚੀਆਂ ਸਲਵਾਰਾਂ ਜਿਨ੍ਹਾਂ ਦੀ ਕਰੀਜ਼ ਪਾਸਿਆਂ ਵੱਲ ਜਾਂਦੀ ਸੀ, ਲੰਮੇ ਕੁੜਤਿਆਂ ਤੇ ਖਬੀਆਂ ਬੁਕਲਾਂ ਮਾਰੀਂ ਤੁਰਦੀਆਂ ਲਾਹੌਰਨਾਂ ਦੀ ਤੋਰ ਅਨੋਖੇ ਸਟਾਈਲ ਦੀ ਸੀ। ਇਹ ਵਖਰੀ ਤੋਰ ਇਕ ਅਜੀਬ ਪ੍ਰਭਾਵ ਵੀ ਛਡਦੀ ਸੀ। ਆਪਣੇ ਵਿਸ਼ੇਸ਼ ਅੰਦਾਜ਼ ਵਿਚ ਤੁਰਦੀਆਂ ਤੇ ਗੱਲਾਂ ਕਰਦੀਆਂ ਵੇਖ ਇੰਜ ਲਗਦਾ ਸੀ ਜਿਵੇਂ ਨਾ ਇਹਨਾਂ ਨੂੰ ਕੋਈ ਕਾਹਲ ਸੀ, ਨਾ ਕੋਈ ਚਿੰਤਾ, ਫਿਕਰ ਅਤੇ ਦਿਮਾਗੀ ਬੋਝ। ਲਾਹੌਰਨਾਂ ਦੀ ਮੜਕ ਦੁਨੀਆ ਵਿਚ ਮੰਨੀ ਹੋਈ ਹੈ ਅਤੇ ਮੈਂ ਕਿੰਨਾ ਖੁਸ਼ਨਸੀਬ ਸਾਂ ਕਿ ਮੈਨੂੰ ਮੜਕ ਨਾਲ ਤੁਰਨ ਵਾਲੀਆਂ ਮੁਸਲਿਮ ਔਰਤਾਂ ਨੂੰ ਵੇਖਣ ਦਾ ਅਵਸਰ ਮਿਲ ਰਿਹਾ ਸੀ।

ਲੰਚ ਖਤਮ ਹੋਇਆ ਅਤੇ ਮੇਰੇ ਨਾਲ ਬਹੁਤ ਲੇਖਕ ਫੋਟੋਜ਼ ਲੁਹਾ ਰਹੇ ਸਨ ਤਾਂ ਇਕ ਨੌਜਵਾਨ ਮੌਲਵੀ ਲੜਕਾ ਜਿਸ ਨਾਲ ਦੋ ਛੀਟਕੇ ਜਹੇ ਘੱਟ ਉਮਰ ਦੇ ਲੜਕੇ ਸਨ, ਫੋਟੋ ਖਿਚਵਾ ਕੇ ਕਹਿਣ ਲੱਗਾ ਕਿ ਸਰਦਾਰ ਜੀ ਜੂਨ 1984 ਵਿਚ ਗੋਲਡਨ ਟੈਂਪਲ ਤੇ ਹੋਏ ਫੌਜੀ ਹਮਲੇ ਨਾਲ ਹਜ਼ਾਰਾਂ ਨਿਰਦੋਸ਼ ਸਿੱਖਾਂ ਦੀਆਂ ਮੌਤਾਂ ਅਤੇ ਦਿੱਲੀ ਵਿਚ ਇੰਦਰਾ ਦੀ ਮੌਤ ਤੋਂ ਬਾਅਦ ਹੋਏ ਸਿੱਖ ਵਿਰੋਧੀ ਹਮਲਿਆਂ ਵਿਚ ਸਿੱਖਾਂ ਨੂੰ ਮਾਰਨ, ਜ਼ਿੰਦਾ ਜਲਾਉਣ, ਸਿੱਖ ਔਰਤਾਂ ਦੇ ਸਮੂਹਕ ਰੇਪ ਕਰਨ ਤੋਂ ਬਾਅਦ ਹੁਣ ਤੁਸੀਂ ਆਪਣੇ ਆਪ ਨੂੰ ਕਿੰਨਾ ਕੁ ਮਹਿਫੂਜ਼ ਸਮਝਦੇ ਹੋ। ਮੈਨੂੰ ਉਹਦੀ ਗੱਲ ਬੜੀ ਨਾਗਵਾਰ ਲੱਗੀ ਅਤੇ ਮੈਂ ਕਿਹਾ ਕਿ ਮੈਨੂੰ ਇਹੋ ਜਹੇ ਸਵਾਲ ਪੁਛਣ ਦਾ ਤੇਰਾ ਕੋਈ ਹੱਕ ਨਹੀਂ ਹੈ। ਸਿੱਖਾਂ ਨਾਲ ਭਾਰਤ ਵਿਚ ਕੋਈ ਵਿਤਕਰਾ ਨਹੀਂ ਹੈ ਅਤੇ ਜੇ ਹੈ ਤਾਂ ਉਹ ਪਾਕਿਸਤਾਨ ਵਿਚ ਹੈ। ਬਾਕੀ ਮੈਂ ਕੈਨੇਡਾ ਰਹਿੰਦਾ ਹਾਂ ਅਤੇ ਜੇ ਤੂੰ ਮੈਨੂੰ ਇਹੋ ਜਿਹਾ ਕੋਈ ਫਜ਼ੂਲ ਸਵਾਲ ਕੀਤਾ ਤਾਂ ਮੈਂ ਪ੍ਰਬੰਧਕਾਂ ਅਤੇ ਸਿਕਿਓਰਟੀ ਨੂੰ ਤੇਰੀ ਸ਼ਕਾਇਤ ਕਰਾਂਗਾ। ਫਿਰ ਵੀ ਉਹ ਬੜੀ ਬੇਸ਼ਰਮੀ ਨਾਲ ਗੱਲ ਬਾਤ ਨੂੰ ਜਾਰੀ ਰਖਣਾ ਚਹੁੰਦਾ ਸੀ ਅਤੇ ਜਦ ਮੈਂ ਹੋਰ ਸਖਤੀ ਨਾਲ ਕਿਹਾ ਤਾਂ ਉਹ ਤੇ ਉਹਦੇ

ਨਾਲ ਦੇ ਦੋ ਮੁੰਡੇ ਲੰਚ ਹਾਲ ਵਿਚੋਂ ਚਲੇ ਗਏ। ਸਪਸ਼ਟ ਸੀ ਕਿ ਉਹ ਕਿਸੇ ਏਜੰਸੀ ਦੇ ਬੰਦੇ ਸਨ ਅਤੇ ਮੇਰੇ ਨਾਲ ਮੈਨੂੰ ਚੰਗੇ ਨਾ ਲੱਗਣ ਵਾਲੇ ਸਵਾਲ ਜਵਾਬ ਕਰ ਰਹੇ ਸਨ। ਇਸ ਪਿਛੇ ਕੀ ਮਕਸਦ ਸੀ, ਇਹ ਤਾਂ ਉਹ ਹੀ ਜਾਣਦੇ ਸਨ। ਇਸ ਵਿਚ ਸ਼ੱਕ ਦੀ ਕੋਈ ਗੁੰਜਾਇਸ਼ ਨਹੀਂ ਸੀ ਕਿ ਉਹ ਕਿਸੇ ਏਜੰਸੀ ਦੇ ਭੇਜੇ ਆਏ ਸਨ।

ਸ਼ਾਮ ਦਾ ਸੈਸ਼ਨ ਚੱਲ ਰਿਹਾ ਸੀ ਕਿ ਲਾਹੌਰ ਤੋਂ ਟੈਕਸੀ ਕਰ ਕੇ ਸਾਂਝ ਪਬਲੀਕੇਸ਼ਨਜ਼ ਦਾ ਮਾਲਕ ਕਾਮਰੇਡ ਅਮਜਦ ਸਲੀਮ ਜੋ ਮੇਰਾ ਪਬਲਿਸ਼ਰ ਸੀ, ਸ਼ਾਹਮੁਖੀ ਵਿਚ ਛਪੀ ਮੇਰੀ ਸਵੈ ਜੀਵਨੀ "ਕਿਹੋ ਜਿਹਾ ਸੀ ਜੀਵਨ?" ਦੀਆਂ ਪੰਜਾਹ ਕਾਪੀਆਂ ਲੈ ਕੇ ਆ ਗਿਆ। ਉਸ ਨਾਲ ਗੁਰਮਖੀ ਨੂੰ ਸ਼ਾਹਮੁਖੀ ਵਿਚ ਕਨਵਰਟ ਕਰਨ ਵਾਲਾ ਆਸਿਫ ਰਜ਼ਾ, ਪਾਕਿਸਤਾਨ ਦਾ ਮਸ਼ਹੂਰ ਸ਼ਾਇਰ ਨਜਮੀ ਬਾਬਾ ਆਦਿ ਵੀ ਆਏ ਸਨ। ਉਹਨਾਂ ਨੇ ਕਾਨਫਰੰਸ ਹਾਲ ਵਿਚ ਅੰਦਰ ਆਣਾ ਮੁਨਾਸਬ ਨਾ ਸਮਝਿਆ ਕਿਉਂਕਿ ਫਖਰ ਜ਼ਮਾਨ ਨੇ ਉਹਨਾਂ ਨੂੰ ਸੱਦਾ ਪੱਤਰ ਨਹੀਂ ਘਲਿਆ ਸੀ। ਉਹ ਓਸ ਗਰੁੱਪ ਨਾਲ ਸਬੰਧਤ ਸਨ ਜੋ ਪਾਕਿਸਤਾਨ ਵਿਚ ਫਖਰ ਜ਼ਮਾਨ ਦੇ ਉਲਟ ਹੈ। ਖੈਰ ਮੈਂ ਓਸੇ ਵੇਲੇ ਅਸ਼ਫਾਕ ਹੁਸੈਨ ਨੂੰ ਬਾਹਰ ਬੁਲਾਇਆ ਅਤੇ ਛਪੀ ਕਿਤਾਬ ਓਸ ਨੂੰ ਪੇਸ਼ ਕੀਤੀ ਕਿਉਂਕਿ ਇਹ ਕਿਤਾਬ ਮੈਂ ਉਹਨੂੰ ਅਤੇ ਫੈਜ਼ ਅਹਿਮਦ ਫੈਜ਼ ਨੂੰ ਅਰਪਨ ਕੀਤੀ ਸੀ। ਕਿਤਾਬ ਵੇਖ ਕੇ ਅਸ਼ਫਾਕ ਬਹੁਤ ਖੁਸ਼ ਹੋਇਆ ਅਤੇ ਕਿਤਾਬ ਦੀਆਂ ਕੁਝ ਕਾਪੀਆਂ ਲੈ ਕੇ ਆਪਣੇ ਕਰਾਚੀ ਤੋਂ ਆਏ ਦੋਸਤਾਂ ਨੂੰ ਮੇਰੇ ਵੱਲੋਂ ਉਹਨਾਂ ਦੇ ਨਾਂ ਲਿਖ ਕੇ ਪੇਸ਼ ਕੀਤੀਆਂ। ਕਿਤਾਬ ਨੂੰ ਪ੍ਰਾਪਤ ਕਰਨ ਵਾਲਿਆਂ ਦੀ ਭੀੜ ਲਗ ਗਈ ਅਤੇ ਮਿੰਟਾਂ ਵਿਚ ਹੀ ਕਈ ਕਿਤਾਬਾਂ ਆਏ ਲੇਖਕਾਂ ਵਿਚ ਵੰਡੀਆਂ ਗਈਆਂ। ਇਸਦੇ ਦੋ ਕਾਰਨ ਸਨ, ਇਕ ਤਾਂ ਪਾਕਿਸਤਾਨ ਵਿਚ ਇਕ ਸਿੱਖ ਦੀ ਪਾਕਿਸਤਾਨ ਵਿਚ ਸ਼ਾਹਮੁਖੀ ਵਿਚ ਛਪੀ ਕਿਤਾਬ ਅਤੇ ਦੂਜਾ ਉਹ ਵੀ ਸਵੈਜੀਵਨੀ ਜਿਸ ਵਿਚ ਵੰਡ ਤੋਂ ਪਹਿਲਾਂ ਅਤੇ ਪਿਛੋਂ ਦੇ ਪੰਜਾਬ ਦਾ ਹਿਰਦੇ ਵੇਦਕ ਜ਼ਿਕਰ ਕੀਤਾ ਗਿਆ ਸੀ। ਬਾਕੀ ਕਿਤਾਬਾਂ ਹੋਟਲ ਵਿਚ ਪੁਚਾਣ ਦਾ ਵਾਅਦਾ ਕਰ ਕੇ ਅਮਜਦ ਸਲੀਮ ਹੁਰੀਂ ਕਿਸੇ ਹੋਰ ਨੂੰ ਮਿਲਣ ਲਈ ਇਸਲਾਮਾਬਾਦ ਸ਼ਹਿਰ ਵਿਚ ਚਲੇ ਗਏ।

ਕਾਨਫਰੰਸ ਦੇ ਈਵਨਿੰਗ ਸੈਸ਼ਨ ਵਿਚ ਸੂਫੀ ਧਾਰਾਨਾਵਾਂ ਪੇਸ਼ ਕੀਤੀਆਂ ਗਈਆਂ ਅਤੇ ਆਸਟਰੀਆ ਦੇ ਮਿਸਟਰ ਡੈਨਿਸ ਮੇਟੇ, ਇੰਡੀਆ ਦੇ ਮਿਸਟਰ ਪਰਾਨ ਨਾਥ ਅਤੇ ਮਰਾਕੋ ਦੇ ਮਿਸਟਰ ਚੀਫ ਕੁਅਜ਼ਨੀ ਨੇ ਆਪਣੇ ਪਰਚੇ ਪੇਸ਼ ਕੀਤੇ ਜਿਨ੍ਹਾਂ ਉਪਰ ਕੁਝ ਵਿਚਾਰ ਵਟਾਂਦਰਾ ਵੀ ਹੋਇਆ। ਚਾਹ ਦੀ ਬਰੇਕ ਤੋਂ ਬਾਅਦ ਜਿਹੜੇ ਬੁਲਾਰੇ ਬੋਲੇ, ਉਹਨਾਂ ਵਿਚ ਫਰਾਂਸ ਦੇ ਐਰਿਕ ਜਿਓਫਰਾਈ, ਕੈਨੇਡਾ ਤੋਂ ਸਟੀਫਨ ਗਿੱਲ ਅਤੇ ਗੁਜਰਾਤ ਯੂਨੀਵਰਸਿਟੀ ਦੇ ਵਾਈਸ ਚਾਂਸਲਰ ਡਾ: ਨਿਜ਼ਾਮ-ਉਦ-ਦੀਨ ਦੇ ਨਾਂ ਵਰਨਣ ਯੋਗ ਹਨ। ਰਾਤ ਦੇ ਡਿਨਰ ਤੋਂ ਬਾਅਦ

ਸੂਫੀ ਮਿਊਜ਼ਕ ਪੇਸ਼ ਕੀਤਾ ਗਿਆ। ਭਾਵੇਂ ਬਦੇਸ਼ਾਂ ਵਿਚੋਂ ਆਏ ਬਹੁਤੇ ਡੈਲੀਗੇਟਸ ਲਈ ਇਹ ਉਹਨਾਂ ਦੀ ਸਮਝ ਤੋਂ ਬਾਹਰ ਸੀ ਪਰ ਫਿਰ ਵੀ ਇਸਦੀ ਆਪਣੇ ਤੌਰ ਤੇ ਬੜੀ ਵਿਲੱਖਣਤਾ ਸੀ। ਕੁਝ ਡੈਲੀਗੇਟਸ ਆਪਣੇ ਅਪਣੇ ਹੋਟਲਜ਼ ਵਿਚ ਆ ਕੇ ਕਿਸੇ ਨਾ ਕਿਸੇ ਤਰੀਕੇ ਨਾਲ ਬਲੈਕ ਲੇਬਲ ਦਾ ਪ੍ਰਬੰਧ ਕਰ ਲੈਂਦੇ ਜੋ ਹੋਟਲ ਦੇ ਬਹਿਰਿਆਂ ਰਾਹੀਂ ਚਾਰ ਹਜ਼ਾਰ ਪਾਕਿਸਤਾਨੀ ਰੁਪਿਆਂ ਵਿਚ ਮਿਲ ਜਾਂਦੀ ਸੀ। ਇਸ ਤਰ੍ਹਾਂ ਦੀਆਂ ਮਹਿਫਲਾਂ ਵਿਚ ਮੈਨੂੰ ਵੀ ਸ਼ਰੀਕ ਹੋਣ ਦਾ ਮੌਕਾ ਮਿਲਿਆ ਜਿਸ ਵਿਚ ਕਰਾਚੀ ਅਤੇ ਹੈਦਰਾਬਾਦ ਸਿੰਧ ਤੋਂ ਆਏ ਹੋਏ ਸ਼ਾਇਰ ਪ੍ਰੋਫੈਸਰਜ਼ ਸ਼ਾਮਲ ਸਨ। ਉਹਨਾਂ ਦੀ ਸਿੰਧੀ, ਉਰਦੂ, ਪਾਲੀ, ਅਪਭ੍ਰੰਸ਼ ਅਤੇ ਹੋਰ ਪੁਰਾਤਣ ਬੋਲੀਆਂ ਅਤੇ ਸਾਹਿਤ ਤੋਂ ਇਲਾਵਾ ਭਾਰਤੀ ਅਤੇ ਪਾਕਿਸਤਾਨ ਦੀ ਉਰਦੂ ਸ਼ਾਇਰੀ ਦੀ ਜਾਣਕਾਰੀ ਕਮਾਲ ਦੀ ਸੀ। ਉਹਨਾਂ ਨੂੰ ਸੁਣ ਕੇ ਮੈਂ ਹੈਰਾਨ ਰਹਿ ਗਿਆ। ਇਹ ਹੀ ਨਹੀਂ, ਉਹਨਾਂ ਨੂੰ ਭਾਰਤ ਅਤੇ ਪਾਕਿਸਤਾਨ ਦੀ ਰਾਜਨੀਤੀ ਦਾ ਵੀ ਬੜਾ ਡੂੰਘਾ ਗਿਆਨ ਸੀ ਅਤੇ ਸਭ ਤੋਂ ਮਹਤਵ ਪੂਰਨ ਗੱਲ ਇਹ ਸੀ ਕਿ ਉਹਨਾਂ ਵਿਚੋਂ ਬਹੁਤੇ ਬੜੇ ਪ੍ਰੋ-ਭਾਰਤੀ ਸਨ। ਮੁਲਕ ਦੀ ਤਕਸੀਮ ਨੂੰ ਨਿੰਦਦੇ ਸਨ ਅਤੇ ਦਾਰੂ ਪੀਂਦਿਆਂ ਪੀਂਦਿਆਂ ਈ ਦੋਵੇਂ ਮੁਲਕ ਇਕ ਹੋ ਜਾਣ ਅਤੇ ਸਰਹੱਦਾਂ ਟੁੱਟ ਜਾਣ ਦੇ ਬੜੇ ਚਾਹਵਾਨ ਸਨ। ਜਿਨਾਹ ਦੇ ਪਾਕਿਸਤਾਨ ਬਨਾਣ ਦੇ ਫੈਸਲੇ ਦੇ ਵਿਰੁਧ ਸਨ। ਉਹਨਾਂ ਦੀ ਲਤੀਫੇਬਾਜ਼ੀ ਵੀ ਬੜੀ ਕਮਾਲ ਦੀ ਸੀ ਅਤੇ ਭਾਰਤੀ ਫਿਲਮਾਂ ਬਾਰੇ, ਗਾਣੇ ਤੇ ਡਾਇਲਾਗਜ਼ ਲਿਖਣ ਬਾਰੇ ਅਤੇ ਪੁਰਾਣੇ ਐਕਟਰਜ਼ ਜਿਵੇਂ ਦਲੀਪ ਕੁਮਾਰ, ਰਹਿਮਾਨ, ਸ਼ਾਨ, ਕਿਰਨ ਦੀਵਾਨ, ਪਰਾਨ, ਰਾਜ ਕਪੂਰ, ਅਸ਼ੋਕ ਕੁਮਾਰ, ਦੇਵਾਨੰਦ, ਤੇ ਐਕਟਰੈਸਜ਼ ਸੁਰੀਇਆ, ਨੂਰ ਜਹਾਂ, ਗੀਤਾ ਬਾਲੀ, ਕਾਮਨੀ ਕੋਸ਼ਲ, ਮਧੂਬਾਲਾ, ਮੀਨਾ ਕੁਮਾਰੀ ਆਦਿ ਬਾਰੇ ਪੂਰੀ ਜਾਣਕਾਰੀ ਸੀ। ਉਹਨਾਂ ਨੇ ਸਭ ਨੂੰ ਐਨਾ ਹਸਾਇਆ ਕਿ ਮੈਂ ਸ਼ਾਇਦ ਪਿਛਲੇ 30 ਸਾਲ ਕੈਨੇਡਾ ਵਿਚ ਕਦੀ ਐਨਾ ਹਸਿਆ ਨਹੀਂ ਸਾਂ। ਉਹਨਾਂ ਮੈਨੂੰ ਕਰਾਚੀ ਆਉਣ ਦਾ ਸੱਦਾ ਵੀ ਦਿਤਾ ਅਤੇ ਓਥੇ ਮੇਰੀ ਸਵੈ-ਜੀਵਨੀ "ਕਿਹੋ ਜਿਹਾ ਸੀ ਜੀਵਨ?" ਰੀਲੀਜ਼ ਕਰਨ ਦਾ ਇੰਤਜ਼ਾਮ ਕਰਨ ਦਾ ਵਾਅਦਾ ਵੀ ਕੀਤਾ ਪਰ ਕੈਨੇਡਾ ਤੋਂ ਆਏ ਮੇਰੇ ਦੋਸਤ ਅਸ਼ਫਾਕ ਹੁਸੈਨ ਜਿਸ ਨੂੰ ਮੈਂ ਇਹ ਕਿਤਾਬ ਅਰਪਨ ਕੀਤੀ ਸੀ, ਨੇ ਦੋ ਦਿਨਾਂ ਬਾਅਦ ਹੀ ਕਰਾਚੀ ਤੋਂ ਕੈਨੇਡਾ ਪਰਤ ਜਾਣਾ ਸੀ ਤੇ ਓਸ ਬਗੈਰ ਕਰਾਚੀ ਵਿਚ ਮੇਰਾ ਹੋਰ ਨੇੜੇ ਦਾ ਕੋਈ ਦੋਸਤ ਨਹੀਂ ਸੀ। ਇਸ ਲਈ ਮੈਂ ਕਰਾਚੀ ਨਾ ਜਾਣ ਦਾ ਫੈਸਲਾ ਕਰਨਾ ਠੀਕ ਸਮਝਿਆ।

ਪਾਕਿਸਤਾਨ ਵਿਚ ਅਗਲਾ ਦਿਨ

ਫਾਈਵ ਸਟਾਰ ਹੋਟਲ ਇਸਲਾਮਾਬਾਦ ਵਿਚ ਰਿਹਾਇਸ਼ ਰਖਣ ਵਾਲੇ ਡੈਲੀਗੇਟਸ ਦਾ ਬਰੇਕਫਾਸਟ ਇਸਲਾਮਾਬਾਦ ਹੋਟਲ ਵਿਚ ਹੀ ਨਿਸਚਿਤ ਸੀ। ਇਸ ਦਾ ਖਰਚਾ ਅਕੈਡਮੀ ਨੇ ਦੇਣਾ ਸੀ। ਹੋਟਲ ਵਾਲੇ ਬਰੇਕਫਾਸਟ ਦਾ ਕੂਪਨ ਸਵੇਰੇ ਸਵੇਰੇ ਹੀ ਕਮਰੇ ਦੀਆਂ ਝੀਤਾਂ ਵਿਚੋਂ ਅੰਦਰ ਸੁਟ ਜਾਂਦੇ ਸਨ ਜਿਸ ਨੂੰ ਕਾਉਂਟਰ ਤੇ ਵਿਖਾ ਕੇ ਬਰੇਕਫਾਸਟ ਹਾਲ ਵਿਚ ਦਾਖਲ ਹੋ ਕੇ ਬਰੇਕਫਾਸਟ ਕਰ ਸਕੀਦਾ ਸੀ। ਬਰੇਫਾਸਟ ਦੀ ਵਰਾਇਟੀ ਦਾ ਕੋਈ ਅੰਤ ਨਹੀਂ ਸੀ। ਜੇਕਰ ਛਤੀ ਪਰਕਾਰ ਦੇ ਭੋਜਨ ਦੀ ਤੁਲਨਾ ਕਰਦਿਆਂ ਹਰ ਇਕ ਆਈਟਮ ਥੋੜ੍ਹੀ ਥੋੜ੍ਹੀ ਵੀ ਖਾਧੀ ਜਾਵੇ ਤਾਂ ਲੰਚ ਅਤੇ ਡਿਨਰ ਖਾਣ ਦੀ ਕੋਈ ਲੋੜ ਨਹੀਂ ਸੀ। ਸਾਰੀਆਂ ਆਈਟਮਜ਼ ਹੀ ਏਨੀਆਂ ਵਧੀਆ ਤਾ ਜ਼ਾਇਕੇਦਾਰ ਸਨ ਕਿ ਸਮਝ ਨਹੀਂ ਸੀ ਆਉਂਦੀ ਕਿ ਕਿਹੜੀ ਖਾਧੀ ਜਾਵੇ ਤੇ ਕਿਹੜੀ ਛਡੀ ਜਾਵੇ। 15 ਮਾਰਚ ਦੀ ਸਵੇਰ ਨੂੰ ਜਦ ਅਸੀਂ ਕਲ ਵਾਂਗ ਹੀ ਬਰੇਕ ਫਾਸਟ ਕਰ ਕੇ ਬਾਰ ਨਿਕਲੇ ਤਾਂ ਅਗੜ ਪਿਛੜ ਖਲੋਤੀਆਂ ਕਈ ਮਿੰਨੀ ਬੱਸਾਂ ਨੈਸ਼ਨਲ ਲਾਇਬਰੇਰੀ ਜਾਣ ਲਈ ਤਿਆਰ ਖੜ੍ਹੀਆਂ ਸਨ। ਜਾ ਕੇ ਪਤਾ

ਕਾਨਫਰੰਸ ਦਾ ਆਰੰਭ ਕਰਦੇ ਹੋਏ ਅਕਾਦਮੀ ਦੇ ਪ੍ਰੈਜ਼ੀਡੈਂਟ ਫਖ਼ਰ ਜ਼ਮਾਨ

ਲਗਾ ਕਿ ਸਵੇਰ ਵਾਲੇ ਸੈਸ਼ਨ ਵਿਚ ਤਬਦੀਲੀ ਆ ਗਈ ਸੀ। ਪਾਕਿਸਤਾਨ ਦੇ ਪ੍ਰੈਜ਼ੀਡੈਂਟ ਆਸਫ ਜ਼ਰਦਾਰੀ ਸਾਹਿਬ ਕੁਝ ਰੁਝੇਵਿਆ ਕਾਰਨ ਕਾਨਫਰੰਸ ਵਿਚ ਆ ਨਹੀਂ ਰਹੇ ਸਨ ਤੇ ਸਾਰੇ ਡੈਲੀਗੇਟਸ ਜਿਨ੍ਹਾਂ ਦੀ ਗਿਣਤੀ ਢਾਈ ਸੌ ਤੋਂ ਵਧ ਸੀ, ਨੇ ਦੋਪਹਿਰ ਦਾ ਲੰਚ ਉਹਨਾਂ ਦੇ ਪ੍ਰੈਜ਼ੀਡੈਂਟ ਹਾਊਸ ਵਿਚ ਕਰਨਾ ਸੀ ਤੇ ਓਥੇ ਹੀ ਜ਼ਰਦਾਰੀ ਸਾਹਿਬ ਨੇ ਕਾਨਫਰੰਸ ਦੇ ਸਾਰੇ ਡੈਲੀਗੇਟਸ ਨੂੰ ਮੁਖਾਤਿਬ ਹੋਣਾ ਸੀ।

ਕਾਨਫਰੰਸ ਵਿਚ ਭਾਗ ਲੈਣ ਆਏ ਕੁਝ ਡੈਲੀਗੇਟਸ ਨੇ ਤਾਂ ਹੋਟਲ ਦੇ ਆਪੋ ਆਪਣੇ ਕਮਰਿਆਂ ਵਿਚ 16 ਮਾਰਚ ਦੀ ਸਵੇਰ ਨੂੰ ਹੀ ਆਪੋ ਆਪਣੀ ਪੈਕਿੰਗ ਕਰਨੀ ਸ਼ੁਰੂ ਕਰ ਦਿਤੀ ਸੀ ਤਾਂ ਜੋ 16 ਮਰਚ ਦੀ ਰਾਤ ਨੂੰ ਜਾਂ 17 ਮਾਰਚ ਦੀ ਸਵੇਰ ਨੂੰ ਆਪੋ ਆਪਣੀਆਂ ਮੰਜ਼ਲਾਂ ਵੱਲ ਰਵਾਨਾ ਹੋ ਸਕਣ। ਜਿਨ੍ਹਾਂ ਦੀਆਂ ਹਵਾਈ ਉਡਾਣਾਂ ਕਨਫਰਮ ਸਨ, ਉਹਨਾਂ ਨੂੰ ਕੋਈ ਸਮਸਿਆ ਨਹੀਂ ਸੀ ਪਰ ਹੋਟਲ ਦਾ ਹਿਸਾਬ ਕਿਤਾਬ ਚੁਕਤਾ ਕਰ ਕੇ ਚੈੱਕ ਇਨ ਕਰਨੀ ਬਹੁਤ ਜ਼ਰੂਰੀ ਸੀ। ਅਕੈਡਮੀ ਦੇ ਸਟਾਫ ਨੇ ਡੈਲੀਗੇਟਸ ਨੂੰ ਉਡਾਣਾਂ ਮੁਤਾਬਕ ਇਸਲਾਮਾਬਾਦ ਏਅਰਪੋਰਟ ਤੇ ਪੁਜਦਿਆਂ ਕਰਨਾ ਸੀ। ਖੈਰ ਨਿੱਤ ਵਾਂਗ ਅਸੀਂ ਬਰੇਕ ਫਾਸਟ ਹਾਲ ਵਿਚ ਆਏ ਤਾਂ ਕਈ ਡੈਲੀਗੇਟਸ ਬਗਲਗੀਰ ਹੋ ਕੇ ਅਲਵਿਦਾ ਕਰਨ ਦੇ ਮੂਡ ਵਿਚ ਮਿਲ ਰਹੇ ਜਿਨ੍ਹਾਂ ਵਿਚ ਸ੍ਰੀ ਲੰਕਾ ਤੋਂ ਆਈ ਰਾਮਾਨੀ ਹਟਿਆਰਾਛੀ ਵੀ ਸ਼ਾਮਲ ਸੀ। ਬੜੇ ਪਿਆਰ ਨਾਲ ਬਗਲਗੀਰ ਹੋ ਕੇ ਮਿਲੀ ਅਤੇ ਸ੍ਰੀ ਲੰਕਾ ਆਉਣ ਦਾ ਸੱਦਾ ਦਿਤਾ। ਸਨ। ਬਹੁਤੇ ਡੈਲੀਗੇਟ ਪਾਕਿਸਤਾਨ ਦੇ ਵਖ ਵਖ ਸ਼ਹਿਰਾਂ ਵਿਚੋਂ ਆਏ ਹੋਏ ਸਨ ਜਿਨ੍ਹਾਂ ਨੇ ਰਾਤੋ ਰਾਤ ਆਪਣੇ ਸ਼ਹਿਰਾਂ ਨੂੰ ਰੇਲ, ਬੱਸਾਂ ਜਾਂ ਹਵਾਈ ਜਹਾਜ਼ ਦੀਆਂ ਉਡਾਣਾਂ ਫੜ ਕੇ ਚਲੇ ਜਾਣਾ ਸੀ। ਅਸੀਂ ਨਾਸ਼ਤਾ ਕਰ ਕੇ ਨੈਸ਼ਨਲ ਲਾਇਬਰੇਰੀ ਜਾਣ ਲਈ ਬੱਸਾਂ ਦੀ ਉਡੀਕ ਕਰਨ ਲਗੇ। ਆਖਰ ਬੱਸਾਂ ਆਈਆਂ ਤਾਂ ਅਸੀਂ ਨੈਸ਼ਨਲ ਲਾਇਬਰੇਰੀ ਪਹੁੰਚ ਗਏ। ਬੀਤੀ ਰਾਤ ਮੈਂ ਤੇ ਅਸ਼ਫਾਕ ਹੁਸੈਨ "ਆਪਣਾ" ਟੀ ਵੀ ਤੇ "ਸੂਫੀਇਜ਼ਮ ਅਤੇ ਪੀਸ" ਕਾਨਫਰੰਸ ਦੇ ਮੁੱਦੇ ਤੇ ਇਕ ਘੰਟਾ ਗੱਲ ਬਾਤ ਕਰ ਕੇ ਆਏ ਸਾਂ। ਕੰਪੀਅਰਰ ਬਾਰ ਬਾਰ ਸਾਨੂੰ ਪਾਕਿਸਤਾਨ ਵਿਚ ਸੁਖ ਸ਼ਾਂਤੀ ਦੇ ਮੁੱਦੇ ਨੂੰਲੈ ਕੇ ਤਾਲਬਾਨਾਂ ਦੇ ਸਟੈਂਡ ਬਾਰੇ ਸਵਾਲ ਪੁਛ ਰਿਹਾ ਸੀ ਕਿ ਹਕੂਮਤ ਨੂੰ ਕੀ ਕਰਨਾ ਚਾਹੀਦਾ ਹੈ। ਜਦ ਉਹ ਇਹ ਸਵਾਲ ਕਰਨੋਂ ਨਾ ਹਟਿਆ ਤਾਂ ਮੇਰਾ ਤੇ ਅਸ਼ਫਾਕ ਦਾ ਇਕੋ ਜਵਾਬ ਸੀ ਕਿ ਟੇਬਲ ਤੇ ਬੈਠ ਕੇ ਗੱਲ ਹੋਣੀ ਚਾਹੀਦੀ ਹੈ। ਦੋਵੇਂ ਧਿਰਾਂ ਆਪੋ ਆਪਣੇ ਪਖ ਪੂਰ ਸਕਦੀਆਂ ਹਨ। ਬਾਕੀ ਅਸੀਂ ਅਤਿਵਾਦ ਅਤੇ ਦਹਿਸ਼ਤਗਰਦੀ ਦੀ ਸਖਤ ਨਿੰਦਾ ਕਰਦੇ ਹਾਂ ਅਤੇ ਗਵਾਂਢੀ ਦੇਸ਼ਾਂ ਨਾਲ ਅਮਨ ਸ਼ਾਂਤੀ ਨਾਲ ਰਹਿਣ ਦੇ ਹੱਕ ਵਿਚ ਹਾਂ। ਉਸਦਾ ਅਗਲਾ ਸਵਾਲ ਸੀ ਕਿ ਕੀ ਇਹ ਕਾਨਫਰੰਸ ਆਪਣੇ ਮੁੱਦੇ ਨੂੰ ਲੈ ਕੇ ਕਾਮਯਾਬ ਹੈ ਅਤੇ ਇਹ ਕਿਵੇਂ ਕਿਹਾ ਜਾ ਸਕਦਾ ਸੀ ਕਿ ਕਾਮਯਾਬ ਨਹੀਂ ਹੈ। ਬਾਕੀ ਇਸ ਦੇ ਕੀ ਸਿੱਟੇ ਨਿਕਲਦੇ ਹਨ, ਇਸ

ਬਾਰੇ ਐਨੀ ਜਲਦੀ ਕੀ ਕਿਹਾ ਜਾ ਸਕਦਾ ਸੀ। ਇਹ ਟੀ ਵੀ ਇੰਟਰਵੀਊ ਬੜੀ ਥਕਾ ਦੇਣ ਵਾਲੀ ਸੀ ਪਰ ਪ੍ਰੋਡਿਊਸਰ ਏਨਾ ਮਗਰ ਪੈ ਗਿਆ ਕਿ ਮੈਨੂੰ ਤੇ ਅਸ਼ਫਾਕ ਨੂੰ ਹੋਟਲ ਚੋਂ ਆਪਣੀ ਕਾਰ ਵਿਚ ਚੜ੍ਹਾ ਕੇ ਸਟੂਡੀਓ ਲੈ ਵੀ ਗਿਆ ਸੀ ਅਤੇ ਵਾਪਸ ਛਡ ਕੇ ਵੀ ਗਆ।

ਸਵੇਰ ਦੇ ਸੈਸ਼ਨ ਵਿਚ ਰਸ਼ੀਆ ਤੋਂ ਆਈ ਮਿਸ ਰੁਜ਼ਾਨਾ ਵੀ ਪਸਕੂ, ਸਾਈਪਰਸ ਤੋਂ ਆਈ ਮਿਸ ਨੈਸ਼ੀਗੁਲ, ਪਾਕਿਸਤਾਨ ਦੇ ਮਿਸਟਰ ਖਾਲਿਦ ਅਹਿਮਦ, ਚਿੱਲੀ ਤੋਂ ਆਏ ਮਿਸਟਰ ਇਗਨੈਸੀਓ ਸਲਵਾਡੋਰ, ਆਇਰਲੈਂਡ ਤੋਂ ਆਏ ਮਿਸਟਰ ਜੈਕ ਅਤੇ ਸਵਿਟਰਜ਼ਲੈਂਡ ਤੋਂ ਆਏ ਮਿਸਟਰ ਹੇਐਨੀ ਪੈਟਰਿਕ ਨੇ ਪੇਪਰ ਪੇਸ਼ ਕੀਤੇ। ਪੇਪਰਜ਼ ਬਾਰੇ ਸੰਖੇਪ ਵਿਚਾਰ ਵਟਾਂਦਰਾ ਹੋਇਆ ਅਤੇ ਇਹ ਆਖਰੀ ਦਿਨ ਦਾ ਪਹਿਲਾ ਸੈਸ਼ਨ ਟੀ ਬਰੇਕ ਲਈ ਸਮਾਪਤ ਹੋ ਗਿਆ। ਚਾਹ ਤੋਂ ਬਾਅਦ ਅਗਲੇ ਸੈਸ਼ਨ ਵਿਚ ਸੂਫੀ ਗਾਇਨ ਤੋਂ ਬਾਅਦ ਫਿਨਲੈਂਡ ਦੀ ਮਿਸ ਜਾਨਾ ਕ੍ਰਿਸਟੀਨਾ, ਸਰੀ ਲੰਕਾ ਦੀ ਮਿਸ ਰਾਮਨੀ ਹਟਿਆਰਾਛੀ ਅਤੇ ਪਾਕਿਸਤਾਨ ਦੇ ਡਾ: ਅਹਿਮਦ ਮੁਬਸਰ ਮਲਕ ਨੇ ਆਪਣੇ ਪਰਚੇ ਪੇਸ਼ ਕੀਤੇ। ਜਿਥੇ ਵਖ ਵਖ ਬੁਲਾਰਿਆਂ ਨੇ ਇਸ ਕਾਨਫਰੰਸ ਬਾਰੇ ਆਪਣੇ ਆਖਰੀ ਤਾਸਰਾਤ ਆਏ ਡੈਲੀਗੇਟਸ ਨਾਲ ਸਾਂਝੇ ਕੀਤੇ,ਓਥੇ ਕਾਨਫਰੰਸ ਦੇ ਚੇਅਰਮੈਨ ਫਖਰ ਜ਼ਮਾਨ ਨੇ ਇਸਲਾਮਾਬਾਦ ਡੈਕਲੇਰੇਸ਼ਨ ਤੇ ਬੋਲਦਿਆਂ ਬੜੇ ਜ਼ਬਰਦਸਤ ਸ਼ਬਦਾਂ ਵਿਚ ਕਿਹਾ ਕਿ ਪਾਕਿਸਤਾਨ ਕੱਟੜਵਾਦ ਦੀ ਵਿਰੋਧਤਾ ਅਤੇ ਨਿੰਦਿਆ ਕਰਦਾ ਹੈ। ਸੂਫੀਇਜ਼ਮ ਦੀ ਖੁਲ੍ਹ ਕੇ ਪ੍ਰੋੜ੍ਹਤਾ ਕਰਦਾ ਹੈ ਅਤੇ ਮੂਲਵਾਦੀਆਂ ਅਤੇ ਮੁੱਲਾਂ ਨੂੰ ਚੁਣੌਤੀ ਦਿੰਦਾ ਹੈ ਕਿ ਅਸੀਂ ਸੈਕੂਲਰ ਹਾਂ, ਮਨੁਖੀ ਅਧਿਕਾਰਾਂ ਦੀ ਕਦਰ ਕਰਦੇ ਹਾਂ। ਲੋਕਰਾਜ ਵਿਚ ਵਿਸ਼ਵਾਸ਼ ਰਖਦੇ ਹਾਂ ਅਤੇ ਤਾਨਾਸ਼ਾਹੀ ਦੀ ਨਿੰਦਾ ਕਰਦੇ ਹਾਂ। ਸਾਰੇ ਧਰਮਾਂ, ਵਿਸ਼ਵਾਸ਼ਾਂ, ਸਭਿਆਚਾਰਾਂ ਦੇ ਹਾਮੀ ਹਾਂ। ਅਸੀਂ ਉਹਨਾਂ ਤੋਂ ਡਰਦੇ ਨਹੀਂ ਹਾਂ। ਦੁਨੀਆ ਵਿਚ ਬਹੁ-ਸਭਿਆਚਾਰਕ ਸੁਸਾਇਟੀ ਰਾਹੀਂ ਅਧਿਆਤਮਿਕਵਾਦ ਅਤੇ ਸੂਫੀਇਜ਼ਮ ਦਾ ਪਰਚਾਰ ਜ਼ਰੂਰੀ ਹੋ ਗਿਆ ਹੈ। ਸੂਫੀਇਜ਼ਮ ਹੀ ਸਮਾਜ ਵਿਚ ਬਰਦਾਸ਼ਤ ਦੀ ਭਾਵਨਾ ਪੈਦਾ ਕਰਦਾ ਹੈ। ਸਾਨੂੰ ਗਲੋਬਲ ਹਾਰਮਨੀ ਅਤੇ ਅਮਨ ਲਈ ਮਜ਼ਬੂਤ ਕਦਮ ਚੁਕਣੇ ਚਾਹੀਦੇ ਹਨ।

ਕਾਨਫਰੰਸ ਦੇ ਚੇਅਰਮੈਨ ਜਨਾਬ ਫਖਰ ਜ਼ਮਾਨ ਨੇ ਜ਼ੋਰ ਦਿਤਾ ਕਿ ਵਖੋਂ ਵਖ ਸੁਸਾਇਟੀਜ਼ ਅਤੇ ਧਰਮਾਂ ਦੇ ਆਪਸੀ ਖਿਚਾਅ ਨੂੰ ਖਤਮ ਕਰਨਾ ਚਾਹੀਦਾ ਹੈ ਅਤੇ ਇਹ ਕੰਮ ਲਿਖਾਰੀ, ਬੁਧੀਜੀਵੀ, ਸੋਚਵਾਨ, ਸੂਝਵਾਨ ਅਤੇ ਕਲਾਕਾਰ ਹੀ ਕਰ ਸਕਦੇ ਹਨ ਜੋ ਅਮਨ ਦੇ ਪੁਜਾਰੀ ਹਨ। ਇਸ ਲਈ ਪ੍ਰਿੰਟ ਅਤੇ ਇਲੈਕਟਰੌਨਿਕ ਮੀਡੀਏ ਵਾਲਿਆਂ ਨੂੰ ਚਾਹੀਦਾ ਹੈ ਕਿ ਹੋਰ ਵਧੇਰੇ ਜ਼ਿੰਮੇਵਾਰੀ ਨਾਲ ਆਪਣੇ ਫਰਜ਼ ਨੂੰ ਪਛਾਨਣ। ਸੰਸਾਰ ਦੇ ਵਖ ਵਖ ਧਰਮ ਅਤੇ ਫੇਥ ਸਭ ਹੀ ਅਮਨ ਅਤੇ ਸ਼ਾਂਤੀ ਦੇ ਅਲੰਬਰਦਾਰ ਅਤੇ ਅਨੁਯਾਈ ਹਨ। ਉਹ ਇਸ ਤੇ ਹੋਰ ਜ਼ੋਰ ਨਾਲ ਅਮਲ ਕਰਨ।

ਅੰਤ ਵਿਚ ਫਖਰ ਜ਼ਮਾਨ ਨੇ ਕਿਹਾ ਕਿ ਇਸਲਾਮਾਬਾਦ ਡੈਕਲੇਰੇਸ਼ਨ ਸਿਰਫ ਪਾਕਿਸਤਾਨ ਵਿਚ ਹੀ ਨਹੀਂ, ਸਗੋਂ ਸਾਰੀ ਦੁਨੀਆ ਵਿਚ ਹਰ ਤਰ੍ਹਾਂ ਦੀ ਦਹਿਸ਼ਤਗਰਦੀ ਦੀ ਨਿੰਦਾ ਕਰਦੀ ਹੈ। ਇਸਲਾਮਾਬਾਦ ਡੈਕਲੇਰੇਸ਼ਨ ਪਾਕਿਸਤਾਨ ਸਰਕਾਰ, ਅਕੈਡਮੀ ਆਫ ਲੈਟਰਜ਼ ਨੂੰ ਮਾਨਤਾ ਦਿੰਦੀ ਹੈ ਅਤੇ ਇਸ ਵੇਲੇ ਛਾਏ ਹਨੇਰੇ ਨੂੰ ਦੂਰ ਕਰਨ ਲਈ ਦਾਤਾ ਗੰਜ ਬਖਸ਼, ਬੁੱਲ੍ਹੇ ਸ਼ਾਹ, ਸ਼ਾਹ ਲਤੀਫ ਭਿਟਾਈ, ਰਾਹਮਾਨ ਬਾਬਾ, ਮਸਤ ਤਵਕਲੀ, ਸਚਲ ਸਰਮਸਤ ਅਤੇ ਖਵਾਜਾ ਗੁਲਾਮ ਫਰੀਦ ਦੀ ਧਰਤੀ ਤੋਂ ਅਮਨ ਤੇ ਸ਼ਾਂਤੀ ਦਾ ਹੋਕਾ ਦਿੰਦੀ ਹੈ।

ਕਾਨਫਰੰਸ ਦੀ ਸਮਾਪਤੀ ਤੇ ਇਸੇ ਸ਼ਾਮ ਨੂੰ ਪੀ ਐਨ ਸੀ ਏ ਆਡੀਟੋਰੀਅਮ, ਇਸਲਾਮਾਬਾਦ ਵਿਖੇ ਸੂਫੀ ਮਿਊਜ਼ਕ ਦਾ ਪਰੋਗਰਾਮ ਸੀ ਪਰ ਮੈਂ ਤੇ ਬਹੁਤ ਸਾਰੇ ਹੋਰ ਡੈਲੀਗੇਟਸ ਆਪਣੇ ਹੋਟਲ ਵਿਚ ਆ ਗਏ ਅਤੇ ਜਾਣ ਦੀਆਂ ਤਿਆਰੀਆਂ ਕਰਨ ਲਗੇ। ਅਗਲੇ ਦਿਨ ਸਤਾਰਾਂ ਅਪ੍ਰੈਲ ਨੂੰ ਸਰਵਤ ਨੇ ਆਪਣੇ ਇਸਲਾਮਾਬਾਦ ਵਾਲੇ ਘਰ ਮੈਨੂੰ ਤੇ ਅਸ਼ਫਾਕ ਹੁਸੈਨ ਨੂੰ ਦੋਪਹਿਰ ਦੇ ਖਾਣੇ ਦੀ ਦਾਅਵਤ ਦਿਤੀ ਹੋਈ ਸੀ। ਅਸ਼ਫਾਕ ਦੀ ਦੋ ਵਜੇ ਦੀ ਕਰਾਚੀ ਦੀ ਫਲਾਈਟ ਸੀ। ਇਸ ਲਈ ਉਹ ਬਾਰਾਂ ਵਜੇ ਤੋਂ ਪਹਿਲਾਂ ਹੀ ਖਾਣ ਖਾ ਕੇ ਏਅਰਪੋਰਟ ਨੂੰ ਨਿਕਲ ਜਾਣਾ ਚਹੁੰਦਾ ਸੀ। ਮੈਂ ਸਵੇਰੇ ਗੁਰਦਵਾਰਾ ਪੰਜਾ ਸਾਹਿਬ ਹਸਨ ਅਬਦਾਲ, ਵਲੀ ਕੰਧਾਰੀ ਅਤੇ ਟੈਕਸਲਾ ਵੇਖਣ ਜਾਣਾ ਸੀ। ਮੈਂ ਸਰਵਤ ਨੂੰ ਦਸਿਆ ਕਿ ਮੈਂ ਬਾਰਾਂ ਵਜੇ ਤਕ ਖਾਣੇ ਤੇ ਪਹੁੰਚ ਨਹੀਂ ਸਕਾਂਗਾ। ਇਸ ਲਈ ਮੈਂ ਮੁਆਫੀ ਚਾਹਾਂਗਾ ਪਰ 18 ਦੀ ਸਵੇਰ ਨੂੰ ਮੈਂ ਤੇ ਸਰਵਤ ਨੇ ਵਾਈਸ ਚਾਂਸਲਰ ਗੁਜਰਾਤ ਯੂਨੀਵਰਸਿਟੀ ਦੇ ਡਾ: ਨਿਜ਼ਾਮ ਉਦ-ਦੀਨ ਦੇ ਸੱਦੇ ਤੇ ਗੁਜਰਾਤ ਯੂਨੀਵਰਸਿਟੀ ਬਾਰਾਂ ਵਜੇ ਦੇ ਕਰੀਬ ਪਹੁੰਚਣਾ ਸੀ ਜਿਥੇ ਅਸਾਂ ਜਰਨਲਿਜ਼ਮ ਦੇ ਵਿਦਿਆਰਥੀਆਂ ਨੂੰ ਅਦਬ ਅਤੇ ਪੱਤਰਕਾਰੀ ਦੇ ਆਪਸੀ ਸਬੰਧਾਂ ਬਾਰੇ ਲੈਕਚਰ ਦੇਣੇ ਸਨ। ਦੋਪਹਿਰ ਦਾ ਲੰਚ ਵੀ ਸੀ ਸਾਹਿਬ ਨਾਲ ਸੀ ਅਤੇ ਦਰਿਆ ਚਨਾਬ ਦੇ ਕੰਢੇ ਹੈਡ ਮੁਰਾਲਾ ਜਾ ਕੇ ਸੰਤ ਬਾਬਾ ਪ੍ਰੇਮ ਸਿੰਘ ਮੁਰਾਲਾ ਵਾਲੇ ਦੇ ਡੇਰੇ ਦੀਆਂ ਫੋਟੋਜ਼ ਖਿਚਣੀਆਂ ਸਨ ਅਤੇ ਸ਼ਾਮ ਨੂੰ ਯੂ ਡੀ ਜੀ ਕਾਲਜ ਫਾਰ ਵੁਮੈੱਨ, ਅਰਗਜ਼ਾਰ ਕਾਲੋਨੀ, ਗੁਜਰਾਤ ਦੇ ਕੁੜੀਆਂ ਦੇ ਕਾਲਜ ਵਿਚ ਹੋ ਰਹੇ ਸਾਲਾਨਾ ਮੁਸ਼ਾਇਰੇ ਵਿਚ ਵੀ ਹਿਸਾ ਲੈਣਾ ਸੀ। ਇਸ ਕਾਲਜ ਦੀ ਪ੍ਰਿੰਸੀਪਲ ਜੋ ਪੀ ਐਚ ਡੀ ਸੀ, ਖੁਦ ਬੜੀ ਅਛੀ ਸ਼ਾਇਰਾ ਹੈ ਅਤੇ ਉਸ ਨੇ ਕਈ ਕਿਤਾਬਾਂ ਲਿਖੀਆਂ ਹੋਈਆਂ ਹਨ। 19 ਮਾਰਚ ਨੂੰ ਗੁਜਰਾਤ ਯੂਨੀਵਰਸਿਟੀ ਵਿਚ ਵਾਈਸ ਚਾਂਸਲਰ ਸਾਹਿਬ ਡਾ: ਨਿਜ਼ਾਮ ਉਦ-ਦੀਨ ਨੇ ਮੇਰੀ ਸਵੈਜੀਵਨੀ "ਕਿਹੋ ਜਿਹਾ ਸੀ ਜੀਵਨ?" ਯੂਨੀਵਰਸਿਟੀ ਵਿਚ ਰੀਲੀਜ਼ ਕਰਨੀ ਸੀ। ਇਸ ਕਾਰਜ ਦੀ ਸਾਰੀ ਤਿਆਰੀ ਯੂਨੀਵਰਸਿਟੀ ਦੇ ਰੀਸਰਚ ਅਫਸਰ ਅਤੇ ਲੇਖਕ, ਵਿਦਵਾਨ ਅਤੇ ਸ਼ਾਇਰ ਤਾਰਕ ਗੁਜਰ ਨੇ ਬੜੀ ਮਿਹਨਤ ਨਾਲ ਕੀਤੀ ਸੀ।

ਬੀਤੀ ਰਾਤ ਦੀ ਪਾਰਟੀ ਦੀ ਕੀਮਤੀ ਸ਼ਰਾਬ ਸ਼ਿਵਾਸ ਰੀਗਲ ਦੀ ਬੋਤਲ ਵਿਚ ਕੁਝ ਦਾਰੂ ਬਾਕੀ ਪਈ ਸੀ। ਇਤਫਾਕ ਬੱਟ ਜਿਸ ਸਵੇਰੇ ਮੈਨੂੰ ਗੁਰਦਵਾਰ ਪੰਜਾ ਸਾਹਿਬ ਲੈ ਕੇ ਜਣਾ ਸੀ, ਕਹਿਣ ਲੱਗਾ ਕਿ ਇਕ ਇਕ ਪੈਗ ਲਾ ਕੇ ਆਪਾਂ ਬਾਹਰ ਜਾ ਕੇ ਸਵੇਰੇ ਪੰਜਾ ਸਾਹਿਬ ਜਾਣ ਲਈ ਟੈਕਸੀ ਪੱਕੀ ਕਰ ਲਈਏ। ਮੈਂ ਕਿਹਾ ਕਿ ਮੈਂ ਤਾਂ ਅਜ ਪੀਣੀ ਨਹੀਂ ਅਤੇ ਮੈਂ ਉਹਨੂੰ ਸਿਵਾਸ਼ ਰੀਗਲ ਦਾ ਇਕ ਬਿੱਲੇ ਦੇ ਸਿਰ ਜਿਡਾ ਪੈਗ ਬਣਾ ਦਿਤਾ ਜੋ ਉਹ ਇਕੋ ਡੀਕੇ ਪੀ ਗਿਆ ਤੇ ਅਸੀਂ ਇਸਲਾਮਾਬਾਦ ਹੋਟਲ ਦੇ ਬਾਹਰ ਸਵੇਰ ਲਈ ਟੈਕਸੀ ਪੱਕੀ ਕਰਨ ਲਈ ਆ ਗਏ। ਕੋਈ ਵੀ ਟੈਕਸੀ ਡਰਾਈਵਰ ਢਾਈ ਹਜ਼ਾਰ ਰੁਪੈ ਤੋਂ ਘੱਟ ਪੰਜਾ ਸਾਹਿਬ (ਹਸਨ ਅਬਦਾਲ) ਅਤੇ ਰਾਹ ਵਿਚ ਪੈਂਦੇ ਟੈਕਸਲਾ ਆਣ ਜਾਣ ਲਈ ਤਆਰ ਨਹੀਂ ਸੀ। ਇਸਲਾਮਾਬਾਦ ਰਹਿੰਦੇ ਦੂਜੇ ਲੇਖਕ ਸਲੀਮ ਪਾਸ਼ਾ ਨੇ ਵੀ ਸਵੇਰੇ ਸਾਡੇ ਨਾਲ ਹੀ ਜਾਣਾ ਸੀ ਅਤੇ ਫਖਰ ਜ਼ਮਾਨ ਨੇ ਪਾਸ਼ਾ ਦੀ ਡਿਊਟੀ ਵੀ ਮੇਰੇ ਨਾਲ਼ ਜਾਣ ਦੀ ਲਾ ਦਿਤੀ ਸੀ। ਅਸੀਂ ਟੈਕਸੀ ਪੱਕੀ ਕਰ ਕੇ ਵਾਪਸ ਹੋਟਲ ਦੇ ਕਮਰੇ ਵਿਚ ਆ ਗਏ। ਕਾਲੇ ਕੋਟ ਨੂੰ ਸਲਾਮ ਕਿਤਾਬ ਦਾ ਲੇਖਕ ਇਤਫਾਕ ਬੱਟ ਕਹਿਣ ਲੱਗਾ ਕਿ ਸਿਵਾਸ਼ ਰੀਗਲ ਦੀ ਬੋਤਲ ਵਿਚ ਬਚੀ ਸ਼ਰਾਬ ਉਹ ਆਪਣੇ ਘਰ ਜਾ ਕੇ ਪੀਣਾ ਚਹੁੰਦਾ ਹੈ। ਮੈਂ ਉਸ ਨੂੰ ਕਿਹਾ ਕਿ ਇਹ ਤੇਰੇ ਹਿੱਸੇ ਦੀ ਹੈ, ਜਿਵੇਂ ਤੇਰਾ ਜੀ ਕਰਦਾ ਹੈ ਕਰ ਲੈ। ਬਾਕੀ ਮੇਰੇ ਕੋਲ ਜੋ ਐਨੀਆਂ ਜ਼ਿਆਦਾ ਕਿਤਾਬਾਂ ਇਕਠੀਆਂ ਹੋ ਗਈਆਂ ਹਨ, ਸਫਰ ਦਾ ਵਜ਼ਨ ਜ਼ਿਆਦਾ ਹੋਣ ਕਰ ਕੇ ਮੈਂ ਆਪਣੇ ਨਾਲ ਨਹੀਂ ਲਿਜਾ ਸਕਾਂਗਾ, ਇਹ ਸਭ ਕਿਤਾਬਾਂ ਤੂੰ ਲੈ ਜਾ। ਬੜੇ ਪਿਆਰ ਅਤੇ ਅਦਬ ਨਾਲ ਆਪਣੇ ਹਥਾਂ ਨਾਲ ਲਿਖ ਕੇ ਦਿਤੀਆਂ ਪਾਕਿਸਤਾਨ ਦੇ ਨਾਮਵਰ ਅਦੀਬਾਂ ਦੀਆਂ ਕਿਤਾਬਾਂ ਇੰਜ ਸੁੱਟ ਦੇਣ ਜਾਂ ਇਤਫਾਕ ਬੱਟ ਨੂੰ ਦੇਣ ਵੇਲੇ ਮੇਰੇ ਕਲੇਜੇ ਦਾ ਰੁਗ ਭਰਿਆ ਗਿਆ ਪਰ ਮੇਰੇ ਕੋਲ ਹੋਰ ਕੋਈ ਚਾਰਾ ਵੀ ਨਹੀਂ ਸੀ। ਟਰਾਂਟੋ ਤੋਂ ਸਿੱਧਾ ਇਸਲਾਮਾਬਾਦ ਆਉਣ ਕਰ ਕੇ ਮੈਂ ਤਾਂ ਪਹਿਲਾਂ ਹੀ ਆਪਣੇ ਨਾਲ ਤਿੰਨ ਭਰੇ ਹੋਏ ਸੂਟ ਕੇਸਾਂ ਦਾ ਬੋਝ ਚੁਕੀ ਫਿਰਦਾ ਸਾਂ।

ਪਾਕਿਸਤਾਨ ਵਿਚ ਅਗਲਾ ਦਿਨ

17 ਮਾਰਚ, 2010 ਦੀ ਸਵੇਰ ਨੂੰ ਇਸਲਾਮਾਬਾਦ ਰਹਿੰਦੇ ਪੰਜਾਬੀ ਲੇਖਕ ਸਲੀਮ ਪਾਸ਼ਾ ਅਤੇ ਇਤਫਾਕ ਬੱਟ ਸਵੇਰੇ ਨੌਂ ਵਜੇ ਦੇ ਕਰੀਬ ਟੈਕਸੀ ਲੈ ਕੇ ਹੋਟਲ ਅਗੇ ਆ ਗਏ। ਉਹ ਰਾਹ ਲਈ ਪਰੌਂਠੇ ਵੀ ਪਕਵਾ ਕੇ ਲਿਆਏ ਸਨ ਕਿ ਰਾਹ ਵਿਚ ਜਦੋਂ ਭੁਖ ਲੱਗੀ ਤਾਂ ਖਾ ਲਵਾਂਗੇ। ਉਹ ਕੋਈ ਨਵੀਂ ਟੈਕਸੀ ਲੈ ਕੇ ਆਏ ਸਨ ਅਤੇ ਇਸ ਟੈਕਸੀ ਵਾਲੇ ਨੇ ਵੀ ਓਨੇ ਈ ਭਾਵ ਢਾਈ ਹਜ਼ਾਰ ਰੁਪੈ ਹੀ ਆਣ ਜਾਣ ਦੇ ਲੈਣੇ ਸਨ। ਹੋਟਲ ਵਿਚੋਂ ਕਾਫੀ ਲੇਖਕ ਅਤੇ ਡੈਲੀਗੇਟ ਚੈੱਕ ਇਨ ਕਰ ਚੁਕੇ ਸਨ ਪਰ ਕੁਝ ਅਜੇ ਬਾਕੀ ਸਨ ਜਿਨ੍ਹਾਂ ਦੀਆਂ ਫਲਾਈਟਾਂ ਅਗੇ ਪਿਛੇ ਹੋਣ ਕਾਰਨ ਉਹਨਾਂ ਨੇ ਅੱਜ 17 ਮਾਰਚ ਨੂੰ ਇਸ ਹੋਟਲ ਵਿਚ ਠਹਿਰਣਾ ਸੀ ਜਾਂ ਉਹਨਾਂ ਨੂੰ ਰਾਤ ਨੂੰ ਕਿਸੇ ਹੋਰ ਹੋਟਲ ਵਿਚ ਸ਼ਿਫਟ ਕਰਨਾ ਸੀ। ਇਹ ਫੈਸਲਾ ਹੋ ਗਿਆ ਸੀ ਕਿ ਜਿਹੜੇ ਲੇਖਕ ਅਜੇ ਹੋਟਲ ਵਿਚ ਹਨ, ਉਹਨਾਂ ਨੂੰ ਬਰੇਕ ਫਾਸਟ ਦਾ ਕੂਪਨ ਇਸੂ ਕਰ ਦਿਤਾ ਜਾਵੇ। ਇਸ ਲਈ ਮੈਂ, ਅਸ਼ਫਾਕ ਅਤੇ ਕਈ ਹੋਰ ਬਰੇਕਫਾਸਟ ਹਾਲ ਵਿਚ ਇਕਠੇ ਹੋ ਕੇ ਬਰੇਕਫਾਸਟ ਕਰ ਰਹੇ ਸਾਂ ਅਤੇ ਅਲਵਿਦਾ ਹੋਣ ਦੀਆਂ

ਪਾਕਿਸਤਾਨ ਵਿਚ ਸ਼ਾਹਮੁਖੀ ਵਿਚ ਛਪੀ ਸਵੈਜੀਵਨੀ ਦੀ ਕਾਪੀ
ਪਾਕਿਸਤਾਨੀ ਲੇਖਕ ਸਲੀਮ ਪਾਸ਼ਾ ਨੂੰ ਭੇਂਟ ਕਰਦੇ ਹੋਏ ਬਲਬੀਰ ਮੋਮੀ

ਗੱਲਾਂ ਵੀ। ਅਸ਼ਫਾਕ ਕਹਿ ਰਿਹਾ ਸੀ ਕਿ ਉਹ ਸਰਵਤ ਦੇ ਘਰੋਂ ਬਾਰਾਂ ਵਜੇ ਲੰਚ ਕਰ ਕੇ ਸਿੱਧਾ ਏਅਰਪੋਰਟ ਨੂੰ ਨਿਕਲ ਜਾਵੇਗਾ ਅਤੇ ਦੋ ਦਿਨ ਕਰਾਚੀ ਰਹਿ ਕੇ ਟਰਾਂਟੋ ਨੂੰ ਮੁੜ ਜਾਵੇਗਾ। ਮੈਂ ਅਸ਼ਫਾਕ ਨੂੰ ਦੱਸ ਦਿਤਾ ਕਿ ਮੈਂ ਸਰਵਤ ਦੇ ਘਰ ਲੰਚ ਤੇ ਨਹੀਂ ਪਹੁੰਚ ਸਕਾਂਗਾ ਪਰ ਮੈਂ ਤੇ ਸਰਵਤ ਸਵੇਰੇ 18 ਮਾਰਚ ਨੂੰ ਦੋ ਦਿਨਾਂ ਲਈ ਗੁਜਰਾਤ ਯੂਨੀਵਰਸਿਟੀ ਜਾ ਰਹੇ ਹਾਂ। ਉਥੋਂ ਮੈਂ 20 ਦੀ ਸ਼ਾਮ ਨੂੰ ਲਾਹੌਰ ਪਹੁੰਚ ਜਾਵਾਂਗਾ ਜਿਥੇ ਮੇਰੀ ਕਿਤਾਬ ਰੀਲੀਜ਼ ਹੋਣ ਦੀਆਂ ਤਿਆਰੀਆਂ ਹੋ ਰਹੀਆਂ ਹਨ। ਅਸੀਂ ਕੈਨੇਡਾ ਮਿਲਣ ਦਾ ਵਾਅਦਾ ਕਰ ਕੇ ਬਗਲਗੀਰ ਹੋ ਕੇ ਵਿਛੜੇ ਅਤੇ ਮੈਂ ਅਤੇ ਦੋਵੇਂ ਪਾਕਿਸਤਾਨੀ ਲੇਖਕ ਪੰਜਾ ਸਾਹਿਬ ਨੂੰ ਚੱਲ ਪਏ। ਰਸਤੇ ਵਿਚ ਸਰਵਤ ਦਾ ਫੋਨ ਆਇਆ ਕਿ ਮੈਂ ਲੰਚ ਤੇ ਆਉਣ ਦੀ ਪੂਰੀ ਕੋਸ਼ਿਸ਼ ਕਰਾਂ। ਮੈਂ ਕਿਹਾ ਮੁਸ਼ਕਲ ਹੈ, ਆਇਆ ਨਹੀਂ ਜਾ ਸਕੇਗਾ। ਕੱਲ ਦੁਪਹਿਰ ਨੂੰ ਗੁਜਰਾਤ ਯੂਨੀਵਰਸਿਟੀ ਵਿਚ ਹੀ ਮਿਲਾਂਗੇ।

ਨੀਮ ਪਹਾੜੀ ਰਸਤੇ ਵਿਚੋਂ ਸਾਡੀ ਟੈਕਸੀ ਪੰਜਾ ਸਾਹਿਬ ਨੂੰ ਜਾ ਰਹੀ ਸੀ ਅਤੇ ਮੈਂ ਪਾਕਿਸਤਾਨ ਦੇ ਇਸ ਇਲਾਕੇ ਦਾ ਜਨ ਜੀਵਨ ਵੇਖ ਰਿਹਾ ਸਾਂ। ਭਾਰਤ ਵਾਂਗ ਏਥੇ ਵੀ ਸੜਕਾਂ, ਦੁਕਾਨਾਂ ਅਤੇ ਘਰਾਂ ਦੀ ਕਨਸਟਰਕਸ਼ਨ ਕਾਰਨ ਸੜਕਾਂ ਤੇ ਅਵਾਜਾਈ ਵਿਚ ਰੁਕਾਵਟ ਪੈਂਦੀ ਸੀ ਪਰ ਨਵੀਆਂ ਸੜਕਾਂ ਵਧੀਆ ਸਨ ਅਤੇ ਉਰਦੂ ਵਿਚ ਦੁਕਾਨਾਂ ਦੇ ਨਾਂ ਲਿਖੇ ਹੋਏ ਜਿਨ੍ਹਾਂ ਵਿਚ ਕਿਧਰੇ ਕਿਧਰੇ ਅਰਬੀ ਵਿਚ ਕੁਰਾਨ ਸ਼ਰੀਫ ਦੀਆਂ ਆਇਤਾਂ ਵੀ ਦਰਜ ਸਨ। ਅਸੀਂ ਹਸਨ ਅਬਦਾਲ ਪਹੁੰਚ ਕੇ ਮੇਨ ਸੜਕ ਤੋਂ ਪੰਜਾ ਸਾਹਿਬ ਗੁਦਵਾਰੇ ਜਾਣ ਦਾ ਰਾਹ ਪੁਛਿਆ ਤਾਂ ਦੱਸਣ ਵਾਲੇ ਨੇ ਦਸਿਆ ਕਿ ਜਿਥੇ ਤੁਸੀਂ ਖੜ੍ਹੇ ਹੋ, ਇਹੀ ਰਾਹ ਸਿੱਧਾ ਗੁਰਦਵਾਰੇ ਜਾਂਦਾ ਹੈ। ਅਪ੍ਰੈਲ 1976 ਦੇ ਵਿਸਾਖੀ ਮੇਲੇ ਤੇ ਮੈਂ ਤੇ ਸਾਰਾ ਪਰਵਾਰ ਇਸ ਪੰਜਾ ਸਾਹਿਬ ਗੁਰਦਵਾਰੇ ਦੀ ਯਾਤਰਾ ਲਈ ਆਏ ਸਾਂ। ਡਾ: ਕਰਨੈਲ ਸਿੰਘ ਥਿੰਦ, ਡਾ: ਗੁਰਚਰਨ ਸਿੰਘ ਅਤੇ ਹੋਰ ਕਈ ਲੇਖਕ ਵੀ ਓਸ ਵੇਲੇ ਸਾਡੇ ਨਾਲ ਆਏ ਸਨ। ਓਸ ਵੇਲੇ ਯਾਤਰਾ ਤੋਂ ਬਾਅਦ ਜਦ ਅਸੀਂ ਵਾਪਸ ਭਾਰਤ ਨੂੰ ਰਵਾਨਾ ਹੋ ਰਹੇ ਸਾਂ ਤਾਂ ਗੁਰਦਵਾਰੇ ਦੀ ਦਹਿਲੀਜ਼ ਤੇ ਮਥਾ ਟੇਕ ਅਤੇ ਧੂੜ ਮਥੇ ਤੇ ਲਾ ਮਨ ਵਿਚ ਇਹ ਚਿਤਵਿਆ ਸੀ ਕਿ ਹੇ ਬਾਬਾ ਨਾਨਕ, ਤੇਰੇ ਉਚ ਸਥਾਨ ਦੀ ਮੇਰੀ ਇਹ ਆਖਰੀ ਫੇਰੀ ਕਬੂਲ ਕਰਨੀ ਤੇ ਹੋ ਸਕਦਾ ਹੈ ਕਿ ਮੁੜ ਏਥੇ ਕਦੀ ਨਾ ਆਇਆ ਜਾ ਸਕੇ। ਪਰ ਅੱਜ ਦੀ ਫੇਰੀ ਤਾਂ ਇਕ ਸੁਪਨਾ ਸੱਚ ਹੋਣ ਵਾਲੀ ਫੇਰੀ ਸੀ। ਮੈਂ ਕਦੀ ਸੋਚ ਵੀ ਨਹੀਂ ਸਕਦਾ ਸਾਂ ਕਿ ਮੈਨੂੰ ਪਾਕਿਸਤਾਨ ਵਿਚ ਹੋ ਰਹੀ "ਸੂਫੀਇਜ਼ਮ ਐਂਡ ਪੀਸ" ਕਾਨਫਰੰਸ ਤੇ ਪਾਕਿਸਤਾਨ ਸਰਕਾਰ ਦੇ ਸਟੇਟ ਗੈਸਟ ਵਜੋਂ ਤਿੰਨ ਮਹੀਨੇ ਦਾ ਓਪਨ ਵੀਜ਼ਾ ਅਤੇ ਆਣ ਜਾਣ ਦੀ ਟਿਕਟ ਤੇ ਫਾਈਵ ਸਟਾਰ ਹੋਟਲ ਦੀ ਰਹਾਇਸ਼ ਦੇ ਕੇ ਬੁਲਾਇਆ ਜਾਵੇਗਾ। 35 ਸਾਲਾਂ ਬਾਅਦ ਓਦੋਂ ਦੇ ਅਤੇ ਹੁਣ ਦੇ ਗੁਰਦਵਾਰੇ ਨੂੰ ਜਾਂਦੇ ਬਾਜ਼ਾਰ ਵਿਚ ਬੜਾ

ਫਰਕ ਪੈ ਗਿਆ ਸੀ। ਬਾਜ਼ਾਰ ਬੜੇ ਭੀੜੇ ਹੋ ਗਏ ਸਨ ਅਤੇ ਲੰਘਣਾ ਮੁਸ਼ਕਲ ਹੋ ਰਿਹਾ ਸੀ। ਗੁਰਦਵਾਰੇ ਦੇ ਅਗੇ ਖੜ੍ਹੇ ਹੋ ਕੇ ਵੀ ਗੇਟ ਦਾ ਪਤਾ ਨਹੀਂ ਲਗ ਰਿਹਾ ਸੀ। ਕਈ ਪਰਕਾਰ ਦੀਆਂ ਤਬਦੀਲੀਆਂ ਆ ਚੁਕੀਆਂ ਸਨ। ਗੇਟ ਅਗੇ ਗਡੀ ਖੜ੍ਹੀ ਕਰਨ ਦੀ ਸਖਤ ਮਨਾਹੀ ਸੀ। ਪਾਰਕਿੰਗ ਦਾ ਪਤਾ ਕਰ ਕੇ ਡਰਾਈਵਰ ਗਡੀ ਖੜ੍ਹੀ ਕਰਨ ਲਈ ਚਲਾ ਗਿਆ ਅਤੇ ਅਸੀਂ ਪੰਜਾ ਸਾਹਿਬ ਗੁਰਦਵਾਰੇ ਦੇ ਗੇਟ ਅਗੇ ਆ ਕੇ ਤਸਵੀਰਾਂ ਖਿਚਣ ਲਗ ਪਏ। ਸਲੀਮ ਪਾਸ਼ਾ ਨੇ ਮੇਰੀਆਂ ਗੁਰਦਵਾਰੇ ਦੇ ਬਾਹਰ ਕਈ ਤਸਵੀਰਾਂ ਖਿਚੀਆਂ ਅਤੇ ਜਦ ਦੂਜੇ ਗੇਟ ਅਗੋਂ ਅੰਦਰ ਜਾਣ ਲਗੇ ਤਾਂ ਸਿਕਿਓਰਟੀ ਵਾਲਿਆਂ ਨੇ ਮੇਰਾ ਪਾਸਪੋਰਟ ਅਤੇ ਵੀਜ਼ਾ ਪੜਤਾਲ ਲਈ ਮੰਗ ਲਿਆ ਜੋ ਮੈਂ ਉਹਨਾਂ ਦੇ ਹਵਾਲੇ ਕਰ ਦਿਤਾ ਤੇ ਉਹਨਾਂ ਨੇ ਤੁਰਤ ਮੇਰੇ ਪਾਸਪੋਰਟ ਦਾ ਨੰਬਰ ਤੇ ਪਾਕਿਸਤਾਨ ਦੇ ਤਿੰਨ ਮਹੀਨੇ ਦੇ ਵੀਜ਼ੇ ਦਾ ਨੰਬਰ ਇਕ ਰਜਿਸਟਰ ਵਿਚ ਨੋਟ ਕਰ ਕੇ ਮੇਰੇ ਦਸਤਖਤ ਕਰਵਾਏ ਅਤੇ ਅੰਦਰ ਜਾਣ ਦੀ ਆਗਿਆ ਦੇ ਦਿਤੀ। ਮੇਰੇ ਕਹਿਣ ਤੇ ਉਹਨਾਂ ਨੇ ਦੋਵਾਂ ਪਾਕਿਸਤਾਨੀ ਪੰਜਾਬੀ ਲੇਖਕਾਂ ਨੂੰ ਵੀ ਅੰਦਰ ਜਾਣ ਦਿਤਾ ਅਤੇ ਮਹਿਕਮਾ ਔਕਾਫ ਦਾ ਇਕ ਮੁਸਲਮਾਨ ਕਰਮਚਾਰੀ ਜੋ ਬੜੀ ਨਿਘੀ ਤਬੀਅਤ ਵਾਲਾ ਸੀ, ਸਾਡੀ ਅਗਵਾਈ ਕਰਨ ਲਈ ਸਾਨੂੰ ਨਾਲ ਲੈ ਅੰਦਰ ਲੈ ਗਿਆ। ਵਿਸਾਖੀ ਦਾ ਮੇਲਾ ਨੇੜੇ ਹੋਣ ਕਾਰਨ ਮੇਨ ਗੁਰਦਵਾਰਾ ਸਾਹਿਬ ਦੀ ਮੁਰਮਤ ਹੋ ਰਹੀ ਸੀ ਅਤੇ ਸ੍ਰੀ ਗੁਰੂ ਗ੍ਰੰਥ ਸਾਹਿਬ ਸਾਹਮਣੇ ਲਾਗੇ ਪੈਂਦੀ ਇਕ ਵਖਰੇ ਕਮਰੇ ਵਿਚ ਪਰਕਾਸ਼ ਕੀਤਾ ਹੋਇਆ ਸੀ। ਇਕ ਅਲੂੰਆ ਨੌਜਵਾਨ ਖੂਬਸੂਰਤ ਪਾਕਿਸਤਾਨੀ ਸਿੱਖ ਮੁੰਡਾ ਪਾਠ ਕਰ ਰਿਹਾ ਸੀ। ਮੈਂ ਆਦਰ ਨਾਲ ਮਥਾ ਟੇਕਿਆ, ਲੋਹੇ ਦੀ ਜਿੰਦਰੇ ਲਗੀ ਗੋਲਕ ਵਿਚ ਹਜ਼ਾਰ ਰੁਪੈ ਦਾ ਨੋਟ ਪਾਇਆ ਅਤੇ ਗੁਰਵਾਰੇ ਦੇ ਪਰਧਾਨ ਨੇ ਸਾਨੂੰ ਕੰਬਦੇ ਹਥਾਂ ਨਾਲ ਪਰਸ਼ਾਦ ਦਿਤਾ। ਉਹਦੀਆਂ ਅਖਾਂ ਤੇ ਬੋਲ ਬੜੇ ਖੌਫਜ਼ਦਾ ਸਨ। ਜੋ ਉਹ ਬੋਲਦਾ ਸੀ, ਸਾਡੀ ਸਮਝ ਵਿਚ ਨਹੀਂ ਆ ਰਿਹਾ ਸੀ। ਮੈਂ ਉਸਦੀ ਫੋਟੋ ਖਿਚੀ ਅਤੇ ਮਹਿਕਮਾ ਔਕਾਫ ਦਾ ਕਰਮਚਾਰੀ ਸਾਨੂੰ ਹੈਡ ਗ੍ਰੰਥੀ ਨੂੰ ਮਿਲਾਉਣ ਲਈ ਲੈ ਗਿਆ ਜੋ ਆਪਣੇ ਕਮਰੇ ਵਿਚ ਕੁੰਡੀ ਲਾ ਤੇ ਕੰਬਲ ਲੈ ਕੇ ਸੁੱਤਾ ਪਿਆ ਸੀ। ਅਭੜਵਾਹੇ ਉਠ ਓਸ ਕੁੰਡਾ ਖੋਲ੍ਹਿਆ, ਫਤਹਿ ਬੁਲਾਈ ਤੇ ਫਿਰ ਆਪਣੇ ਬਿਸਤਰ ਤੇ ਬੈਠ ਗਿਆ। ਉਸ ਨੀਲੀ ਪਗ ਬੰਨ੍ਹੀ ਹੋਈ ਸੀ ਤੇ ਉਸ ਦੀਆਂ ਅਖਾਂ ਵੀ ਬੜੀਆਂ ਡਰੀਆਂ ਡਰੀਆਂ ਹੋਈਆਂ ਸਨ। ਮੈਂ ਉਸ ਨਾਲ ਸੰਵਾਦ ਰਚਾਉਣ ਚਹੁੰਦਾ ਸਾਂ ਪਰ ਉਹ ਬੱਸ ਸਭ ਠੀਕ ਠਾਕ ਹੈ ਤੋਂ ਅਗੇ ਤੁਰਦਾ ਨਹੀਂ ਸੀ। ਪਰਧਾਨ ਵੀ ਓਸੇ ਕਮਰੇ ਵਿਚ ਆ ਕੇ ਬੈਠ ਗਿਆ ਸੀ। ਹੈਡ ਗ੍ਰੰਥੀ ਸਾਹਿਬ ਨੇ ਪੁਛਿਆ ਕਿ ਲੰਗਰ ਏਥੇ ਛਕੋਗੇ ਜਾਂ ਲੰਗਰ ਹਾਲ ਵਿਚ ਥਲੇ ਬੈਠ ਕੇ। ਅਸੀਂ ਕਿਹਾ ਕਿ ਏਥੇ ਹੀ ਛਕ ਲਵਾਂਗੇ ਪਰ ਅਸੀਂ ਪਹਿਲਾਂ ਬਾਬਾ ਜੀ ਦੇ ਪੰਜੇ, ਗੁਰਦਵਾਰਾ ਸਾਹਿਬ ਅਤੇ ਸਰਾਂ ਦੀਆਂ ਫੋਟੋਜ਼ ਖਿਚ ਲਈਏ। ਤਾਲਾਬ ਦਾ ਪਾਣੀ 35 ਸਾਲ ਪਹਿਲਾਂ ਵੇਖੇ ਪਾਣੀ

ਵਾਂਗ ਹੀ ਬੜਾ ਸਾਫ ਤੇ ਨਿਰਮਲ ਸੀ ਅਤੇ ਮਛੀਆਂ ਵੀ ਓਸੇ ਤਰ੍ਹਾਂ ਤਰ ਰਹੀਆਂ ਸਨ ਪਰ ਪਾਣੀ ਬਹੁਤ ਥਲੇ ਵਗ ਰਿਹਾ ਸੀ। 1975 ਵਿਚ ਭਰ ਕੇ ਵਗਦੇ ਤਾਲਾਬ ਦਾ ਪਾਣੀ ਛਾਤੀ ਤਕ ਆਉਂਦਾ ਸੀ। ਹੁਣ ਤਾਂ ਬੱਸ ਗੋਡੇ ਗੋਡੇ ਹੀ ਪਾਣੀ ਸੀ ਜਿਸ ਦਾ ਵਹਾ ਵੀ ਬੜਾ ਘੱਟ ਸੀ। ਅਸੀਂ ਪਾਣੀ ਵਿਚ ਤਰਦੀਆਂ ਮਛੀਆਂ ਦੀਆਂ ਫੋਟੋਜ਼ ਖਿਚੀਆਂ ਅਤੇ ਬਾਬੇ ਨਾਨਕ ਦੇ ਪੰਜੇ ਤੇ ਪੰਜਾ ਰਖ ਕੇ ਅਤੇ ਬਗੈਰ ਪੰਜੇ ਦੇ ਵੀ ਫੋਟੋਜ਼ ਖਿਚੀਆਂ। ਸਲੀਮ ਪਾਸ਼ਾ ਨੇ ਵੀ ਬਾਬੇ ਦੇ ਪੰਜੇ ਤੇ ਪੰਜਾ ਰਖ ਕੇ ਫੋਟੋ ਖਿਚਵਾਈਆਂ। ਤਾਲਾਬ ਵਿਚ ਅਸ਼ਨਾਨ ਕਰਨ ਨੂੰ ਬੜਾ ਦਿਲ ਕਰਦਾ ਸੀ ਪਰ ਦਾੜ੍ਹੀ ਖੁਲ ਜਾਣ ਦੇ ਡਰੋਂ ਅਤੇ ਤੌਲੀਆ ਨਾ ਹੋਣ ਕਾਰਨ ਪੰਜ ਅਸ਼ਨਾਨਾ ਹੀ ਕੀਤਾ। ਪਾਕਿਸਤਾਨੀ ਪੰਜਾਬੀ ਲੇਖਕ ਸਲੀਮ ਪਾਸ਼ਾ ਨੇ ਤੁਰਤ ਕਪੜੇ ਉਤਾਰੇ ਅਤੇ ਕਈ ਟੁਭੀਆਂ ਮਾਰੀਆਂ ਤੇ ਅਸ਼ਨਾਨ ਕਰ ਕੇ ਬਾਹਰ ਆਇਆ ਤਾਂ ਕਹਿਣ ਲਗਾ ਕਿ ਇਸ ਪਾਣੀ ਵਿਚ ਜ਼ਰੂਰ ਕੋਈ ਕ੍ਰਿਸ਼ਮਾ ਹੈ। ਮੇਰਾ ਬੜਾ ਸਖਤ ਸਿਰ ਦਰਦ ਹੋ ਰਿਹਾ ਸੀ ਤੇ ਹੁਣ ਸਿਰ ਦਰਦ ਖਤਮ ਹੋ ਗਿਆ ਹੈ।

ਲੋਕਲ ਮੁਸਲਮਾਨ ਔਰਤਾਂ ਵੀ ਬੜੇ ਇਹਤਰਾਮ ਨਾਲ ਗੁਰਦਵਾਰੇ ਵੱਲ ਮੂੰਹ ਕਰ ਕੇ ਮਥੇ ਟੇਕ ਰਹੀਆਂ ਸਨ ਅਤੇ ਪਾਣੀ ਭਰ ਕੇ ਘਰਾਂ ਨੂੰ ਲਿਜਾ ਰਹੀਆਂ ਸਨ। ਗੁਰਦਵਾਰੇ ਵਿਚ ਰਹਿੰਦੇ ਸਿੱਖ ਪਰਵਾਰਾਂ ਦੇ ਬੱਚੇ ਵੀ ਸਰੋਵਰ ਵਿਚ ਨਹਾ ਰਹੇ ਸਨ ਪਰ ਕੋਈ ਸਾਡੇ ਨਾਲ ਬੋਲਦਾ ਜਾਂ ਸਤਿ ਸ੍ਰੀ ਅਕਾਲ ਨਹੀਂ ਬੁਲਾਂਦਾ ਸੀ। ਲਗਦਾ ਸੀ ਜਿਵੇਂ ਉਹਨਾਂ ਨੂੰ ਓਪਰਿਆਂ ਨਾਲ ਖਲ੍ਹਣ ਤੋਂ ਵਰਜਿਆ ਗਿਆ ਹੋਵੇ। ਗਰਮੀ ਕਾਫੀ ਹੋ ਗਈ ਸੀ ਅਤੇ ਮੇਰੇ ਪੇਟ ਵਿਚ ਬੜੀ ਗੜ ਬੜ ਸੀ। ਮਹਿਕਮਾ ਔਕਾਫ ਦਾ ਕਰਮਚਾਰੀ ਮੈਨੂੰ ਗੁਰਦਵਾਰੇ ਵਿਚ ਖੁਲ੍ਹੀ ਛੋਟੀ ਜਹੀ ਡਿਸਪੈਂਸੀ ਵਿਚ ਲੈ ਗਿਆ ਅਤੇ ਡਾਕਟਰ ਨੇ ਫੌਰਨ ਮੈਨੂੰ ਦਾਵਾਈ ਦਿਤੀ ਅਤੇ ਕਹਿਣ ਲੱਗਾ ਕਿ ਤੁਹਾਨੂੰ ਪੇਟ ਵਿਚ ਗਰਮੀ ਬਹੁਤ ਹੋ ਗਈ ਹੈ, ਇਸ ਲਈ ਗਰਮ ਚੀਜ਼ਾਂ ਖਾਣ ਤੋਂ ਪਰਹੇਜ਼ ਕਰੋ। ਡਾਕਟਰ ਲੋੜੋਂ ਵਧ ਨੇਕ ਸੀ ਅਤੇ ਡਿਸਪੈਂਸਰੀ ਵਿਚੋਂ ਬਾਹਰ ਆ ਕੇ ਉਸ ਸਾਡੇ ਨਾਲ ਫੋਟੋਜ਼ ਖਿਚਵਾਈਆਂ। ਦਿੱਲੀ ਯੂਨੀਵਰਸਿਟੀ ਦਾ ਉਰਦੂ ਦਾ ਇਕ ਮੁਸਲਮਾਨ ਪ੍ਰੋਫੈਸਰ ਜੋ ਸੂਫੀਇਜ਼ਮ ਐਂਡ ਪੀਸ ਵਿਚ ਸ਼ਿਰਕਤ ਕਰਨ ਲਈ ਆਇਆ ਹੋਇਆ ਸੀ। ਉਹਦੀ ਘਰ ਵਾਲੀ ਸਿੱਖ ਔਰਤ ਹੈ ਤੇ ਕੁਝ ਮਹੀਨੇ ਪਹਿਲਾਂ ਉਹਦੀ ਸੱਸ ਦਿੱਲੀ ਵਿਚ ਮਰ ਗਈ ਸੀ। ਮਰਦੀ ਮਰਦੀ ਮਰਦੀ ਸੱਸ ਆਖਰੀ ਖਾਹਿਸ਼ ਦੇ ਤੌਰ ਤੇ ਕਹਿ ਗਈ ਸੀ ਕਿ ਉਹਦੀ ਮਰਨ ਦੀ ਅਰਦਾਸ ਗੁਰਦਵਾਰਾ ਪੰਜਾ ਸਾਹਿਬ ਕਰਵਾਈ ਜਾਵੇ ਅਤੇ ਪੰਜਾ ਸਾਹਿਬ ਤੋਂ ਜਲ ਦੀ ਬੋਤਲ ਵੀ ਲਿਆਂਦੀ ਜਾਵੇ। ਉਸ ਬੜੀ ਸ਼ਰਧਾ ਨਾਲ ਆਪਣੀ ਸੱਸ ਦੀ ਅਰਦਾਸ ਕਰਵਾਈ, ਨਿਰਮਲ ਜਲ ਦੀ ਤਲਾ ਵਿਚੋਂ ਵਡੀ ਬੋਤਲ ਭਰੀ, ਬੜੀ ਪਿਆਰ ਨਾਲ ਸਾਡੇ ਨਾਲ ਫੋਟੋਜ਼ ਖਿਚਵਾਈਆਂ ਤੇ ਆਪਣੇ ਮੁਸਲਿਮ ਦੋਸਤਾਂ ਨਾਲ ਜਲਦੀ ਵਾਪਸ ਚਲਾ ਗਿਆ ਕਿਉਂਕਿ ਸ਼ਾਮੀਂ

ਉਸਦੀ ਦਿੱਲੀ ਲਈ ਫਲਾਈਟ ਸੀ। ਪਰ ਪੰਜਾ ਸਾਹਿਬ ਦੇ ਜਲ ਦੀ ਪਾਣੀ ਦੀ ਬੋਤਲ ਬਹੁਤ ਵਡੀ ਹੋਣ ਕਰ ਕੇ ਦੋ ਛੋਟੀਆਂ ਬੋਤਲਾਂ ਵਿਚ ਜਲ ਭਰ ਕੇ ਇਕ ਬੋਤਲ ਹੋਟਲ ਵਿਚ ਮੇਰੇ ਕਮਰੇ ਵਿਚ ਛਡ ਗਿਆ। ਅਸੀਂ ਹੈੱਡ ਗ੍ਰੰਥੀ ਸਾਹਿਬ ਦੇ ਕਮਰੇ ਵਿਚ ਆ ਕੇ ਲੰਗਰ ਛਕਿਆ। ਗਰਮ ਗਰਮ ਦਾਲਾ ਅਤੇ ਤਾਜ਼ਾ ਪਰਸ਼ਾਦੇ। ਭੁੱਖ ਵੀ ਚਮਕੀ ਹੋਈ ਸੀ ਅਤੇ ਲੰਗਰ ਦੀ ਜਿੰਨੀ ਵੀ ਸਿਫਤ ਕੀਤੀ ਜਾਵੇ, ਥੋੜ੍ਹੀ। ਦੋਵੇਂ ਮੁਸਲਮਾਨ ਲਿਖਾਰੀ ਕਹਿਣ ਲੱਗੇ ਕਿ ਅਸੀਂ ਜ਼ਿੰਦਗੀ ਵਿਚ ਕਦੇ ਐਨਾ ਸਵਾਦ ਲੰਗਰ ਨਹੀਂ ਖਾਧਾ। ਸਿੱਖ ਧਰਮ ਵਿਚ ਲੰਗਰ ਦੀ ਪ੍ਰਥਾ ਤੋਂ ਉਹਨਾਂ ਦੀ ਪ੍ਰਸੰਨਤਾ ਦਾ ਕੋਈ ਅੰਤ ਨਹੀਂ ਸੀ। ਜਦ ਮੈਂ ਹਾਲੇ ਦਸਾਂ ਸਾਲਾਂ ਦਾ ਸਾਂ ਅਤੇ ਆਪਣੇ ਮਾਪਿਆਂ ਨਾਲ 1945 ਵਿਚ ਏਥੇ ਵਿਸਾਖੀ ਦੇ ਮੇਲੇ ਤੇ ਆਇਆ ਸਾਂ ਤਾਂ ਓਦੋਂ ਦਾਲ ਵਿਚ ਦੇਸੀ ਘਿਓ ਪਾ ਕੇ ਲੰਗਰ ਮਿਲਦਾ ਸੀ ਅਤੇ ਉਸਦਾ ਸਵਾਦ ਵੀ ਮੈਨੂੰ ਹਾਲੇ ਤੀਕ ਯਾਦ ਸੀ। ਇਸੇ ਤਰ੍ਹਾਂ ਅਪਰੈਲ 1975 ਵਿਚ ਜਦ ਮੈਂ ਜਥੇ ਨਾਲ ਇਥੇ ਆਇਆ ਸਾਂ ਤਾਂ ਸਿੰਧੀਆਂ ਦਾ ਲੰਗਰ ਵੀ ਬੜਾ ਸਵਾਦ ਸੀ ਜਾਂ ਇਥੇ ਤਿਆਰ ਕੀਤੇ ਜਾਂਦੇ ਲੰਗਰ ਦੇ ਸਵਾਦਿਸ਼ਟ ਹੋਣ ਵਿਚ ਇਸ ਗੁਰਦਵਾਰੇ ਦੇ ਪਾਣੀ ਦੀ ਕੋਈ ਬਖਸ਼ ਸੀ।

ਪਹਾੜੀ ਦੀ ਚੋਟੀ ਜਿਥੋਂ ਵਲੀ ਕੰਧਾਰੀ ਨੇ ਗੁਰੂ ਨਾਨਕ ਦੇਵ ਜੀ ਉਪਰ ਪਥਰ ਸੁਟਿਆ ਸੀ

ਗੁਰਦਵਾਰੇ ਦੀ ਯਾਤਰਾ ਕਰ ਕੇ ਸਾਡਾ ਵਿਚਾਰ ਵਲੀ ਕੰਧਾਰੀ ਦੀ ਕਬਰ ਤੇ ਜਾਣ ਦਾ ਜਿਸ ਦੀ ਚੜ੍ਹਾਈ ਬੜੀ ਸਿੱਧੀ ਤੇ ਉਚੀ ਸੀ। ਪਹਾੜ ਦੀ ਸਿਖਰ ਤੇ ਬਣੀ ਇਹ ਉਹ ਥਾਂ ਸੀ ਜਿਥੋਂ ਗੁਸੇ ਵਿਚ ਆ ਕੇ ਵਲੀ ਕੰਧਾਰੀ ਨੇ ਬਾਬੇ ਨਾਨਕ ਤੇ ਪਥਰ ਸੁਟਿਆ ਸੀ ਜਿਸ ਨੂੰ ਬਾਬੇ ਨਾਨਕ ਨੇ ਆਪਣੇ ਪੰਜੇ ਨਾਲ ਰੋਕ ਲਿਆ ਸੀ ਅਤੇ ਪਥਰ ਤੇ ਪੰਜੇ ਦਾ ਨਿਸ਼ਾਨ ਪੈ ਗਿਆ ਸੀ। ਵਲੀ ਕੰਧਾਰੀ ਦੀ ਭੁੱਲ ਬਖਸ਼ੀ ਜਾਣ ਤੇ ਬਾਬੇ ਨੇ ਕਿਹਾ ਸੀ ਕਿ ਜੋ ਮੇਰੇ ਪੰਜੇ ਦੇ ਦਰਸ਼ਨਾਂ ਨੂੰ ਆਏਗਾ, ਉਹ ਪਹਾੜ ਦੀ ਟੀਸੀ ਤੇ ਬਣੀ ਤੇਰੀ ਦਰਗਾਹ ਤੇ ਵੀ ਪਹੁੰਚੇਗਾ। 1975 ਵਿਚ ਵਲੀ ਕੰਧਾਰੀ ਨੂੰ ਜਾਂਦਿਆਂ ਰਾਹ ਵਿਚ ਮਛੀਆਂ ਦਾ ਇਕ ਛੋਟਾ ਜਿਹਾ ਤਾਲਾਬ ਸੀ, ਜਿਸ ਬਾਰੇ ਮਸ਼ਹੂਰ ਸੀ ਕਿ ਕਿ ਜੇ ਇਥੋਂ ਦੀ ਮੱਛੀ ਨੂੰ ਕੱਟ ਕੇ ਦੋਬਾਰਾ ਇਸ ਪਾਣੀ ਵਿਚ ਸੁੱਟ ਦਿਓ ਤਾਂ ਉਹ ਜ਼ਿੰਦਾ ਹੋ ਜਾਏਗੀ। ਉਹ ਥਾਂ ਦੋਬਾਰਾ ਵੇਖਣ ਗਏ ਤਾਂ ਓਥੇ ਪਾਰਕ ਬਣ ਗਈ ਸੀ ਅਤੇ ਮਛੀਆਂ ਦਾ ਕੋਈ ਨਾ ਨਿਸ਼ਾਨ ਨਹੀਂ ਸੀ। ਲਾਗੇ ਏਨੇ ਮਕਾਨ ਬਣ ਗਏ ਸਨ ਕਿ ਵਲੀ ਕੰਧਾਰੀ ਨੂੰ ਜਾਣ ਵਾਲੀ ਡੰਡੀ ਲਭਨ ਲਈ ਇਹਨਾਂ ਮਕਾਨਾਂ ਵਿਚੋਂ ਲੰਘ ਕੇ ਜਾਣਾ ਪੈਂਦਾ ਸੀ ਅਤੇ ਭੀੜੇ ਬਣੇ ਮਕਾਨਾਂ ਕਾਰਨ ਓਥੋਂ ਲੰਘਣਾ ਬੜਾ ਔਖਾ ਸੀ। ਅਜੇ ਅਸੀਂ ਮਸੀਂ ਵੀਹ ਕੁ ਪੌੜੀਆਂ ਹੀ ਚੜ੍ਹੇ ਸਾਂ ਕਿ ਮੇਰਾ ਸਾਹ ਫੁਲ ਗਿਆ ਤੇ ਮੈਂ ਸਮਝ ਗਿਆ ਕਿ ਮੈਂ ਇਸ ਉਮਰੇ ਵਲੀ ਕੰਧਾਰੀ ਦੀ ਥਾਂ ਤਕ ਨਹੀਂ ਪਹੁੰਚ ਸਕਾਂਗਾ। ਸਖਤ ਗਰਮੀ ਕਾਰਨ ਸਿਰ ਤੋਂ ਪੈਰਾਂ ਤਕ ਪਸੀਨਾ ਚੋ ਰਿਹਾ ਸੀ। ਮੈਂ ਪਿਛੇ ਆ ਕੇ ਇਕ ਥੜ੍ਹੇ ਤੇ ਬੈਠ ਗਿਆ। ਸਲੀਮ ਤੇ ਇਤਫਾਕ ਵੀ ਮੁੜ ਆਏ ਅਤੇ ਟੈਕਸੀ ਵਾਲੇ ਨੂੰ ਲਭ ਕੇ ਟੈਕਸਲਾ ਆ ਗਏ। ਦਾਖਲਾ ਟਿਕਟਾਂ ਦੇ ਪੈਸੇ ਭਰ ਕੇ ਅੰਦਰ ਗਏ ਤਾਂ ਗੌਤਮ ਬੁੱਧ ਵੇਲੇ ਦੀਆਂ ਕਈ ਪਰਕਾਰ ਦੀਆਂ ਵਸਤੂਆਂ, ਬੁੱਤ, ਗਹਿਣੇ, ਬਰਤਨ, ਘੜੇ, ਭਾਂਡੇ ਆਦਿ ਵੇਖ ਕੇ ਟੈਕਸਲਾ (ਭਾਰਤ) ਦੀ ਪੁਰਾਣੀ ਸਭਿਅਤਾ ਤੇ ਜਿੰਨਾ ਵੀ ਮਾਣ ਕਰੀਏ ਘੱਟ ਹੈ। ਗਾਈਡ ਨੇ ਸਾਡੇ ਨਾਲ ਕਾਫੀ ਸਮਾਂ ਬਤਾਇਆ ਅਤੇ ਅਸੀਂ ਟੈਕਸਲਾ ਦੀ ਪੁਰਾਤਨਤਾ ਦੀ ਫੋਟੋਗਰਾਫੀ ਕੀਤੀ। ਗਾਈਡ ਨੂੰ ਬਣਦਾ ਫਬਦਾ ਟਿੱਪ ਦੇ ਕੇ ਬਾਹਰ ਆ ਗਏ। ਜੇਕਰ ਟੈਕਸਲਾ ਯੂਨੀਵਰਸਿਟੀ ਵੇਖਣ ਚਲੇ ਜਾਂਦੇ ਤਾਂ ਸ਼ਾਮ ਤਕ ਵਿਹਲੇ ਹੋਣਾ ਮੁਸ਼ਕਲ ਸੀ। ਮੈਂ ਕਿਓਂਕਿ ਸਵੇਰੇ ਗੁਜਰਾਤ ਯੂਨੀਵਰਸਿਟੀ ਨੂੰ ਜਾਣਾ ਸੀ ਅਤੇ ਆਪਣਾ ਸਾਮਾਨ ਵੀ ਪੈਕ ਕਰਨਾ ਸੀ, ਇਸ ਲਈ ਬਾਅਦ ਦੋਪਹਿਰ ਅਸੀਂ ਵਾਪਸ ਹੋਟਲ ਪਹੁੰਚ ਗਏ। ਇਤਫਾਕ ਕਹਿਣ ਲੱਗਾ ਕਿ ਤੁਸੀਂ ਰੈਸਟ ਕਰ ਲਵੋ, ਮੈਂ ਸ਼ਾਮੀਂ ਆ ਕੇ ਤੁਹਡਾ ਸਾਮਾਨ ਪੈਕ ਕਰਵਾ ਦਿਆਂਗਾ। ਸਲੀਮ ਪਾਸ਼ਾ ਜੋ ਘਰੋਂ ਪਰੌਂਠੇ ਪਕਵਾ ਕੇ ਲਿਆਇਆ ਸੀ, ਉਹਨਾਂ ਨੂੰ ਖਾਣ ਦਾ ਨਾ ਵਕਤ ਮਿਲਿਆ ਤੇ ਨਾ ਲੋੜ ਪਈ। ਪਰੌਂਠੇ ਉਹਦੇ ਨਾਲ ਈ ਵਾਪਸ ਉਹਦੇ ਘਰ ਨੂੰ ਚਲੇ ਗਏ।

ਹੋਟਲ ਵਿਚ ਮੈਂ ਅਤੇ ਬਹੁਤ ਥੋੜ੍ਹੇ ਲਿਖਾਰੀ ਹੀ ਰਹਿ ਗਏ ਸਨ ਜਿਨ੍ਹਾਂ ਨੇ

ਅਗਲੇ ਦਿਨ ਭਾਵ 18 ਮਾਰਚ ਨੂੰ ਚਲੇ ਜਾਣਾ ਸੀ। ਅਕੈਡਮੀ ਵਾਲੇ ਕਹਿ ਰਹੇ ਸਨ ਕਿ ਹੋਟਲ ਵਾਲਿਆਂ ਨਾਲ ਸਾਡਾ ਕਾਂਟਰੈਕਟ ਖਤਮ ਹੋ ਗਿਆ ਹੈ, ਤੁਹਾਨੂੰ ਅਸੀਂ ਅਕੈਡਮੀ ਆਫ ਲੈਟਰਜ਼ ਦੇ ਗੈਸਟ ਹਾਊਸ ਵਿਚ ਛਡ ਆਉਂਦੇ ਹਾਂ। ਤੁਸੀਂ ਓਥੋਂ ਸਵੇਰੇ ਜਿਧਰ ਜਾਣਾ ਹੈ, ਚਲੇ ਜਾਇਓ। ਮੈਂ ਅਕੈਡਮੀ ਦੇ ਇਕ ਅਧਿਕਾਰੀ ਨੂੰ ਕਿਹਾ ਕਿ ਰਾਤ ਤਾਂ ਪੈ ਗਈ ਹੈ ਅਤੇ ਦਸ ਬਾਰਾਂ ਘੰਟਿਆਂ ਲਈ ਤੁਸੀਂ ਸਾਡਾ ਅਡਾ ਕਿਉਂ ਪੱਟਦੇ ਹੋ। ਓਸ ਅਧਿਕਾਰੀ ਨੇ ਮੇਰੇ ਨਾਲ ਸਹਿਮਤੀ ਪ੍ਰਗਟਾਉਂਦਿਆਂ ਕਿਹਾ ਕਿ ਮੈਂ ਉਪਰ ਗੱਲ ਕਰਦਾ ਹਾਂ ਜੋ ਕੁਝ ਘੰਟੇ ਬਾਅਦ ਫੈਸਲਾ ਹੋ ਗਿਆ ਕਿ ਅਸੀਂ ਇਹ ਰਾਤ ਏਸੇ ਹੋਟਲ ਵਿਚ ਹੀ ਕਟਾਂਗੇ। ਸਾਨੂੰ ਰਾਤ ਦਾ ਡਿਨਰ ਅਤੇ ਸਵੇਰ ਦਾ ਬਰੇਕਫਾਸਟ ਵੀ ਮਿਲੇਗਾ। ਅਸੀਂ ਸਵੇਰੇ ਚੈੱਕ ਇਨ ਕਰ ਸਕਾਂਗੇ। ਮੈਂ ਤੇ ਇਤਫਾਕ ਬੱਟ ਨੇ ਸਾਰਾ ਸਾਮਾਨ ਰਾਤ ਹੀ ਪੈਕ ਕਰ ਦਿਤਾ। ਬਹੁਤ ਕਿਤਾਬਾਂ ਇਕਠੀਆਂ ਹੋ ਗਈਆਂ ਸਨ ਜੋ ਨਾਲ ਲਿਜਾਣੀਆਂ ਔਖੀਆਂ ਸਨ। ਮੇਰੇ ਕੋਲ ਤਾਂ ਪਹਿਲਾਂ ਹੀ ਬੜਾ ਸਾਮਾਨ ਸੀ ਜੋ ਮੈਂ ਹੌਲਾ ਕਰਨਾ ਚਹੁੰਦਾ ਸਾਂ। ਮੈਂ ਭਰੇ ਮਨ ਨਾਲ ਇਤਫਾਕ ਬੱਟ ਨੂੰ ਬੜੇ ਭਰੇ ਦਿਲ ਨਾਲ ਢੇਰ ਸਾਰੀਆਂ ਕਿਤਾਬਾਂ ਅਤੇ ਰਸਾਲੇ ਦੇ ਦਿਤੇ ਜੋ ਬੜੇ ਨਾਯਾਬ ਸਨ। ਕੈਨੇਡਾ ਵਿਚੋਂ ਯਾਰਾਂ ਦੋਸਤਾਂ ਲਈ ਲਿਆਂਦੇ ਗਿਫਟ ਜੋ ਵਧੇਰੇ ਤੌਰ ਤੇ ਕਪੜੇ ਹੀ ਸਨ, ਮੈਂ ਇਤਫਾਕ ਅਗੇ ਰਖ ਦਿਤੇ ਕਿ ਜੋ ਮਰਜ਼ੀ ਚੁਕ ਲੈ ਤਾਂ ਜੋ ਅਗਲੇ ਸਫਰ ਲਈ ਮੇਰਾ ਭਾਰ ਕੁਝ ਹੌਲਾ ਹੋ ਜਾਵੇ। ਇਤਫਾਕ ਦਾ ਮਨ ਭਰ ਆਇਆ ਸੀ ਤੇ ਕਹਿ ਰਿਹਾ ਸੀ ਪਤਾ ਨਹੀਂ ਫਿਰ ਕਦੋਂ ਮਿਲਾਂਗੇ। ਚੇਤੇ ਰਖਿਓ, ਭੁੱਲ ਨਾ ਜਾਣਾ। ਸਲੀਮ ਪਾਸ਼ਾ ਵੀ ਫੋਨ ਤੇ ਕਹਿ ਰਿਹਾ ਸੀ ਕਿ ਉਹ ਸਵੇਰੇ ਮੈਨੂੰ ਜ਼ਰੂਰ ਅਲਵਿਦਾ ਕਹਿਣ ਲਈ ਆਵੇਗਾ। ਗੁਜਰਾਤ ਯੂਨੀਵਰਸਿਟੀ ਤੋਂ ਤਾਰਿਕ ਗੁੱਜਰ ਦੇ ਦੋ ਫੋਨ ਆ ਗਏ ਸਨ ਕਿ ਸਵੇਰੇ ਠੀਕ ਨੌਂ ਵਜੇ ਯੂਨੀਵਰਸਿਟੀ ਦੀ ਗੱਡੀ ਤੁਹਾਨੂੰ ਲੈਣ ਲਈ ਪਹੁੰਚ ਜਾਵੇਗੀ ਅਤੇ ਤੁਸੀਂ ਬਾਰਾਂ ਵਜੇ ਤਕ ਯੂਨੀਵਰਸਿਟੀ ਪੁਜਣਾ ਹੈ। ਤਾਰਿਕ ਨੇ ਗਡੀ ਦੇ ਡਰਾਈਵਰ ਦਾ ਨਾਂ ਅਤੇ ਸੈੱਲ ਨੰਬਰ ਵੀ ਮੈਨੂੰ ਲਿਖਾ ਦਿਤਾ। ਸਰਵਤ ਨੇ ਆਪਣੀ ਗੱਡੀ ਵਿਚ ਵਖਰੇ ਗੁਜਰਾਤ ਯੂਨੀਵਰਸਿਟੀ ਪਹੁੰਚਣਾ ਸੀ।

ਪਾਕਿਸਤਾਨ ਵਿਚ ਅਗਲਾ ਦਿਨ-ਪਹੁੰਚਣਾ ਗੁਜਰਾਤ ਯੂਨੀਵਰਸਿਟੀ

ਸਵੇਰੇ ਠੀਕ ਨੌਂ ਵਜੇ ਯੂਨੀਵਰਸਿਟੀ ਦੀ ਗੱਡੀ ਆ ਗਈ ਤੇ ਡਰਾਈਵਰ ਨੇ ਮੈਨੂੰ ਫੋਨ ਕਰ ਦਿਤਾ ਕਿ ਹੋਟਲ ਦੇ ਕਮਰੇ ਵਿਚੋਂ ਥਲੇ ਆ ਜਾਓ। ਮੈਂ ਤਾਂ ਪਹਿਲਾਂ ਹੀ ਥਲੇ ਲਾਬੀ ਵਿਚ ਆ ਚੁਕਾ ਸਾਂ ਤੇ ਬਹਿਰਿਆਂ ਨੇ ਮੇਰਾ ਸਾਮਾਨ ਵੀ ਥਲੇ ਲੈ ਆਂਦਾ ਸੀ। ਉਹਨਾਂ ਨੇ ਹੀ ਮੇਰਾ ਸਾਮਾਨ ਗਡੀ ਵਿਚ ਰਖ ਦਿਤਾ। ਮੈਂ ਬਹਿਰਿਆਂ ਨੂੰ ਬਣਦੇ ਟਿੱਪ ਦਿਤੇ ਤੇ ਫਾਈਵ ਸਟਾਰ ਹੋਟਲ ਇਸਲਾਮਾਬਾਦ ਹੋਟਲ ਨੂੰ ਅਲਵਿਦਾ ਆਖ ਦਿਤੀ। ਸਿਕਿਓਰਟੀ ਗੇਟ ਚੋਂ ਲੰਘ ਕੇ ਕਾਰ ਇਸਲਾਬਾਦ ਦੀਆਂ ਸੜਕਾਂ ਤੋਂ ਹੁੰਦੀ ਹੋਈ ਗੁਜਰਾਤ ਜਾਣ ਵਾਲੀ ਸੜਕ ਤੇ ਪੈ ਗਈ। ਮੈਂ ਹਸਰਤ ਭਰੀਆਂ ਅਖਾਂ ਨਾਲ ਪਾਕਿਸਤਾਨ ਦੀ ਪਾਰਲੀਮੈਂਟ ਤੇ ਹੋਰ ਬਿਲਡਿੰਗਜ਼ ਨੂੰ ਵੇਖਿਆ ਜਿਥੇ ਰਹਿੰਦੀ ਜ਼ਿੰਦਗੀ ਵਿਚ ਸ਼ਾਇਦ ਹੀ ਕਦੀ ਦੋਬਾਰਾ ਆਉਣ ਦਾ ਮੌਕਾ ਮਿਲੇ। ਅਣਜਾਣ ਸੜਕਾਂ ਤੋਂ ਲੰਘ ਰਹੇ ਸਾਂ ਕਿ ਸਲੀਮ ਪਾਸ਼ਾ ਦਾ ਫੋਨ ਆ ਗਿਆ ਕਿ ਅਸੀਂ ਮਿਲਣ ਅਤੇ ਅਲਵਿਦਾ ਕਹਿਣ ਲਈ ਹੋਟਲ ਆ ਰਹੇ ਹਾਂ। ਮੈਂ ਕਿਹਾ ਕਿ ਮੈਂ ਤਾਂ ਹੋਟਲ ਛਡ ਕੇ ਗੁਜਰਾਤ ਦੇ ਰਾਹ ਵਿਚ ਹਾਂ। ਹੁਣ ਤਾਂ ਟੈਲੀਫੋਨ ਤੇ ਹੀ ਅਲਵਿਦਾ ਹੋਵੇਗੀ ਤੇ ਹੋ ਵੀ ਗਈ। ਸਲੀਮ ਪਾਸ਼ਾ ਤੇ ਇਤਫਾਕ ਬੱਟ ਨੇ ਕਾਨਫਰੰਸ ਦੌਰਾਨ ਬੜਾ ਦਿਲ ਲਾਈ ਰਖਿਆ ਸੀ। ਉਹਨਾਂ ਦੋਵਾਂ ਦੀਆਂ ਕਿਤਾਬਾਂ ਮੈਂ ਨਾਲ ਰਖ ਲਈਆਂ ਸਨ। ਗੁਜਰਾਤ ਪੁਜਣ ਲਈ ਕਾਰ ਤੇ ਤਿੰਨ ਘੰਟਿਆਂ ਦਾ ਸਫਰ ਸੀ। ਵਿਚ ਕਈ ਛੋਟੇ ਵਡੇ ਸ਼ਹਿਰ ਆ ਰਹੇ ਸਨ ਤੇ ਟਰੈਫਿਕ ਦਾ ਹਾਲ ਪੰਜਾਬ ਵਰਗਾ ਹੀ ਸੀ। ਕਿਧਰੇ ਧਰਤੀ ਵੀਰਾਨ ਤੇ ਕਿਧਰੇ ਖੇਤੀ ਬਾੜੀ ਅਧੀਨ ਸੀ। ਪਿੰਡ ਵੀ ਕੱਚੇ ਪੱਕੇ ਸਨ ਅਤੇ ਕੁਝ ਇਲਾਕਾ ਨੀਮ ਪਹਾੜੀ ਵੀ ਸੀ। ਕੁਝ ਘੰਟਿਆਂ ਬਾਅਦ ਅਸੀਂ ਦਰਿਆ ਜਿਹਲਮ ਤੇ ਆ ਗਏ ਤੇ ਦਰਿਆ ਕਰਾਸ ਕਰ ਕੇ ਮੈਂ ਡਰਾਈਵਰ ਨੂੰ ਆਖਿਆ ਕਿ ਇਕ ਪਾਸੇ ਗਡੀ ਖੜ੍ਹੀ ਕਰ ਲਵੋ। ਪੇਸ਼ਾਬ ਵਗੈਰਾ ਵੀ ਕਰ ਲੈਂਦੇ ਹਾਂ ਅਤੇ ਦਰਿਆ ਦੀਆਂ ਫੋਟੋਜ਼ ਵੀ ਖਿਚਾਂਗੇ। ਦੋ ਸਿਕਿਓਰਟੀ ਵਾਲੇ ਸਿਪਾਹੀ ਰਫਲਾਂ ਲਈ ਪੁਲ ਤੇ ਤਾਇਨਾਤ ਸਨ। ਮੈਂ ਉਹਨਾਂ ਨੂੰ ਪੁਛਿਆ ਕਿ ਫੋਟੋ ਖਿਚਣ ਦੀ ਕੋਈ ਮਨਾਹੀ ਤਾਂ ਨਹੀਂ ਹੈ ਜੋ ਉਹਨਾਂ ਬੜੀ ਖੁਸ਼ੀ ਨਾਲ ਕਿਹਾ ਕਿ ਸਰਦਾਰ ਜੀ ਜ਼ਰੂਰ ਖਿਚੋ, ਸਾਡੇ ਨਾਲ ਵੀ ਫੋਟੋ ਖਿਚਵਾਓ ਤੇ ਸਾਨੂੰ ਯਾਦ ਵੀ ਰਖਣਾ। ਮੈਂ ਜਿਹਲਮ ਦਰਿਆ ਅਤੇ ਪੁਲ ਦੀਆਂ ਕੁਝ ਫੋਟੋ ਖਿਚੀਆਂ ਤੇ ਮੇਰੀਆਂ ਫੋਟੋ ਸਿਪਾਹੀਆਂ ਨਾਲ ਡਰਾਈਵਰ ਬੱਟ ਨੇ ਖਿਚ ਦਿਤੀਆਂ। ਜਦ ਅਸੀਂ ਸ਼ਹਿਰ ਗੁਜਰਾਤ ਵਿਚੋਂ ਲੰਘ ਕੇ ਯੂਨੀਵਰਸਿਟੀ ਨੂੰ ਜਾ ਰਹੇ

ਸਾਂ ਤਾਂ ਸੋਹਣੀ ਅਤੇ ਮਹੀਂਵਾਲ ਤੋਂ ਇਲਾਵਾ ਇਸ ਸ਼ਹਿਰ ਦੇ ਪੰਜਾਬੀ ਦੇ ਮਸ਼ਹੂਰ ਲੇਖਕ ਫਖਰ ਜ਼ਮਾਨ ਦੀ ਯਾਦ ਆ ਰਹੀ ਸੀ। ਫਖਰ ਜ਼ਮਾਨ ਮੇਰਾ ਬਹੁਤ ਪੁਰਾਣਾ ਦੋਸਤ ਸੀ ਜਦ ਅਸੀਂ 1975 ਵਿਚ ਪਹਿਲੀ ਵਾਰ ਲਾਹੌਰ ਉਹਦੇ ਘਰ ਮਿਲੇ ਸਾਂ ਤੇ ਓਸ ਮੈਨੂੰ ਗੁਲਬਰਗ ਵਾਲੇ ਆਪਣੇ ਘਰ ਬੁਲਾਇਆ, ਦਾਰੂ ਪਾਣੀ ਪਿਆਇਆ, ਲੰਚ ਕਰਵਾਇਆ ਤੇ ਬਹੁਤ ਹੋਰ ਪਾਕਿਸਤਾਨੀ ਪੰਜਾਬੀ ਲੇਖਕਾਂ ਨੂੰ ਵੀ ਮਿਲਾਇਆ ਸੀ ਜਿਨ੍ਹਾਂ ਵਿਚ ਮੁਨੀਰ ਨਿਆਜ਼ੀ ਅਤੇ ਪ੍ਰੋ: ਜ਼ਮੁਰਦ ਮਲਕ ਵੀ ਸ਼ਾਮਲ ਸਨ। ਅਜ ਮੈਂ ਗੁਜਰਾਤ ਸ਼ਹਿਰ ਵਿਚੋਂ ਲੰਘ ਰਿਹਾ ਸਾਂ। ਲੋਕਾਂ ਦਾ ਲਿਬਾਸ ਉਹੀ ਸਲਵਾਰ ਕਮੀਜ਼ ਵਾਲਾ ਸੀ ਅਤੇ ਦੁਕਾਨਾਂ ਤੇ ਭੀੜ ਸੀ। ਦਸਿਆ ਗਿਆ ਸੀ ਕਿ ਫਖਰ ਜ਼ਮਾਨ ਦਾ ਇਕ ਘਰ ਗੁਜਰਾਤ ਵਿਚ ਵੀ ਸੀ ਜਿਥੇ ਉਹ ਚੋਖੀ ਜ਼ਮੀਨ ਜਾਇਦਾਦ ਦਾ ਮਾਲਕ ਸੀ। ਉਸਦਾ ਬਾਪ ਇਕ ਰੀਟਾਇਰਡ ਫੌਜੀ ਅਫਸਰ ਸੀ।

ਯੂਨੀਵਰਸਿਟੀ ਆਫ ਗੁਜਰਾਤ ਦੇ ਵਾਈਸ ਚਾਂਸਲਰ
ਡਾ: ਨਿਜ਼ਾਮਉਦ-ਦੀਨ, ਸਰਵਤ ਅਤੇ ਮੈਂ

ਅਗਲੇ ਕੁਝ ਮਿੰਟਾਂ ਵਿਚ ਸਾਡੀ ਕਾਰ ਯੂਨੀਵਰਸਿਟੀ ਦੇ ਆਹਾਤੇ ਵਿਚ ਦਾਖਲ ਹੋ ਰਹੀ ਸੀ। ਅਸੀਂ ਸਿੱਧੇ ਵਾਈਸ ਚਾਂਸਲਰ ਡਾ: ਨਿਜ਼ਾਮਉਦ-ਦੀਨ ਦੇ ਦਫਤਰ ਵਿਚ ਪਹੁੰਚੇ ਜਿਥੇ ਵੀ ਸੀ ਸਾਹਿਬ ਅਤੇ ਸਟਾਫ ਨੇ ਮੇਰਾ ਫੁੱਲਾਂ ਦੇ ਬੁਕੇ ਦੇ ਕੇ ਸਵਾਗਤ ਕੀਤਾ। ਪੀਣ ਲਈ ਠੰਢਾ ਸ਼ਰਬਤ ਅਤੇ ਸਾਰੇ ਬਗਲਗੀਰ ਹੋ ਕੇ ਮਿਲੇ। ਇਸ ਤੋਂ ਬਾਅਦ ਚਾਹ ਪਾਣੀ ਦਾ ਪਰੋਗਰਾਮ ਸੀ ਕੁਝ ਸਮੇਂ ਬਾਅਦ ਸਰਵਤ ਵੀ ਆਪਣੀ ਕਾਰ ਵਿਚ ਯੂਨੀਵਰਸਿਟੀ ਪਹੁੰਚ ਗਈ। ਵੀ ਸੀ ਅਤੇ ਸਟਾਫ ਵਲੋਂ ਉਸਦਾ

ਵੀ ਸਵਾਗਤ ਕੀਤਾ ਗਿਆ ਅਤੇ ਅਸੀਂ ਸਵਾਗਤ ਕਮਰੇ ਦੇ ਖ਼ੂਬਸੂਰਤ ਸੋਫਿਆਂ ਤੇ ਬੈਠ ਕੇ ਵੀ ਸੀ ਸਾਹਿਬ ਅਤੇ ਸਟਾਫ ਖਾਸਕਰ ਪ੍ਰੋ: ਡਾ: ਸ਼ਾਹ ਅਤੇ ਪ੍ਰੋ: ਮਾਸੂਦ-ਉਰ-ਰਹਿਮਾਨ ਛਿੱਬਰ ਜਿਸ ਦਾ ਸਬੰਧ ਭਾਈ ਮਤੀਦਾਸ ਖਾਨਦਾਨ ਨਾਲ ਸੀ, ਨਾਲ ਗੱਲਾਂ ਬਾਤਾਂ ਕਰਦੇ ਰਹੇ। ਕੁਝ ਸਦੀਆਂ ਪਹਿਲਾਂ ਭਾਈ ਮਤੀ ਦਾਸ ਦੇ ਖਾਨਦਾਨ ਵਿਚ ਬੱਚਾ ਹੋ ਕੇ ਬਚਦਾ ਨਹੀਂ ਸੀ। ਇਸ ਲਈ ਕਿਸੇ ਸਿਆਣੇ ਦੇ ਕਹਿਣ ਤੇ ਪਰਵਾਰ ਨੇ ਅਗਲਾ ਬੱਚਾ ਇਕ ਮੁਸਲਮਾਨ ਪੀਰ ਫਕੀਰ ਨੂੰ ਬਖਸ਼ ਦਿਤਾ ਸੀ। ਉਹ ਬੱਚਾ ਬਚ ਗਿਆ ਤੇ ਵਡਾ ਹੋ ਕੇ ਮੁਸਲਮਾਨ ਹੋ ਗਿਆ। ਪ੍ਰੋ: ਮਾਸੂਦ-ਉਰ-ਰਹਿਮਾਨ ਛਿੱਬਰ ਓਸੇ ਮੁਸਲਮਾਨ ਬਣੇ ਬੱਚੇ ਦੀ ਔਲਾਦ ਵਿਚੋਂ ਸੀ ਜੋ ਕਈ ਸਦੀਆਂ ਪਹਿਲਾਂ ਹਿੰਦੂ ਤੋਂ ਮੁਸਲਮਾਨ ਹੋ ਗਏ ਸਨ। ਉਸ ਨੂੰ ਅਜੇ ਤਕ ਮਾਣ ਸੀ ਕਿ ਉਹ ਇਕ ਤਕੜੇ ਤੇ ਇਤਿਹਾਸਕ ਹਿੰਦੂ ਘਰਾਣੇ ਵਿਚੋਂ ਸੀ। ਕੁਝ ਚਿਰ ਬਾਅਦ ਅਸੀਂ ਪੈਦਲ ਹੀ ਡੀਪਾਰਟਮੈਂਟ ਆਫ ਜਰਨਲਿਜ਼ਮ ਵੱਲ ਚੱਲ ਪਏ ਜਿਥੇ ਮੈਂ ਤੇ ਸਰਵਤ ਨੇ ਜਰਨਲਿਜ਼ਮ ਅਤੇ ਸਾਹਿਤ ਦੇ ਆਪਸੀ ਰਿਸ਼ਤੇ ਬਾਰੇ ਬੋਲਣਾ ਸੀ। ਮੇਰਾ ਇਹ ਲੈਕਚਰ ਬਹੁਤ ਕਾਮਯਾਬ ਰਿਹਾ ਅਤੇ ਸਟਾਫ ਤੇ ਵਿਦਿਆਰਥੀਆਂ ਨੇ ਮੇਰੇ ਨਾਲ ਫੋਟੋਜ਼ ਖਿਚਵਾਈਆਂ ਅਤੇ ਸਵਾਲ ਜਵਾਬ ਦੇ ਸੈਸ਼ਨ ਵਿਚ ਵੀ ਮੈਂ ਉਹਨਾਂ ਦੇ ਸਵਾਲਾਂ ਦੇ ਜਵਾਬ ਬੜੇ ਚੰਗੇ ਢੰਗ ਨਾਲ ਦੇ ਕੇ ਉਹਨਾਂ ਨੂੰ ਸੰਤੁਸ਼ਟ ਕੀਤਾ। ਸਰਵਤ ਨੇ ਵੀ ਆਪਣੇ ਲੈਕਚਰ ਅਤੇ ਗਲ ਬਾਤ ਵਿਚ ਵਿਦਿਆਰਥੀਆਂ ਨੂੰ ਪ੍ਰਭਾਵਿਤ ਕੀਤਾ। ਬਾਅਦ ਵਿਚ ਡਾ: ਮਹਿਮੂਦ ਚੌਧਰੀ, ਤਾਰਕ ਗੁਜਰ ਅਤੇ ਸਰਵਤ ਨੇ ਆਪਣੀਆਂ ਕਵਿਤਾਵਾਂ ਸੁਣਾਈਆਂ ਤੇ ਮੈਂ ਸ਼ਿਵ ਕੁਮਾਰ ਬਟਾਲਵੀ ਦੀਆਂ ਕੁਝ ਕਵਿਤਾਵਾਂ ਸੁਣਾ ਕੇ ਮੇਲਾ ਲੁਟ ਲਿਆ। ਵਿਦਿਆਰਥੀ ਅੰਤ ਤਕ ਸ਼ਿਵ ਨੂੰ ਹੋਰ ਸੁਣਨ ਦੀ ਜ਼ਿਦ ਕਰਦੇ ਰਹੇ। ਇਥੇ ਹੀ ਅਸੀਂ ਯੂਨੀਵਰਸਿਟੀ ਦੇ ਐਫ. ਐਮ. ਰੇਡੀਓ ਤੇ ਇੰਟਰਵਿਊ ਦਿਤੀ ਅਤੇ ਲੰਚ ਤੋ ਬਾਅਦ ਅਸਾਂ ਹੈੱਡ ਮੁਰਾਲੇ ਨੂੰ ਚਲੇ ਜਾਣਾ ਸੀ ਜਿਥੇ ਸੰਤ ਪ੍ਰੇਮ ਸਿੰਘ ਮੁਰਾਲਾ ਵਾਲੇ ਦੇ ਡੇਰੇ ਦੀਆਂ ਫੋਟੋ ਖਿਚਣੀਆਂ ਸਨ। ਇਸ ਬਾਰੇ ਬਾਰ ਬਾਰ ਰੇਡੀਓ ਤੋਂ ਸਾਡੇ ਓਥੇ ਪਹੁੰਚਣ ਦੀਆਂ ਖਬਰਾਂ ਵੀ ਬਰਾਡਕਾਸਟ ਹੋ ਰਹੀਆਂ ਸਨ।

ਏਥੋਂ ਵਿਹਲੇ ਹੋ ਕੇ ਅਸੀਂ ਵਾਈਸ ਚਾਂਸਲਰ ਸਾਹਿਬ ਨਾਲ ਬਹੁਤ ਲਜ਼ੀਜ਼ ਲੰਚ ਕੀਤਾ ਤੇ ਦੋ ਕਾਰਾਂ ਵਿਚ ਸਾਡਾ ਕਾਫਲਾ ਹੈਡ ਮੁਰਾਲਾ ਲਈ ਰਵਾਨਾ ਹੋ ਗਿਆ। ਪ੍ਰੋ: ਤਾਰਕ ਗੁੱਜਰ, ਪ੍ਰੋ: ਸਈਅਦ, ਡਾਕਟਰ ਮਹਿਮੂਦ ਚੌਧਰੀ, ਫੋਟੋਗਰਾਫਰ ਅਤੇ ਸਿਕਿਓਰਟੀ ਸਾਡੇ ਨਾਲ ਸੀ। ਡਾ: ਅਜ਼ਹਰ ਮਹਿਮੂਦ ਚੌਧਰੀ ਨੇ ਓਥੋਂ ਪ੍ਰੈਕਟਿਸ ਕਰਦੇ ਆਪਣੇ ਕਲਾਸਫੈਲੋ ਡਾਕਟਰ ਨੂੰ ਸਾਡੇ ਪਹੁੰਚਣ ਦੀ ਇਤਲਾਹ ਦੇ ਦਿਤੀ ਸੀ।

ਯੂਨੀਵਰਸਿਟੀ ਆਫ ਗੁਜਰਾਤ ਤੋਂ ਹੈੱਡ ਮੁਰਾਲਾ ਸੰਤ ਬਾਬਾ ਪ੍ਰੇਮ ਸਿੰਘ ਦੇ ਡੇਰੇ ਤੇ

ਲੁਬਾਣਾ ਕੌਮ ਵਿਚ ਸਿੱਖ ਕਮਿਉਨਿਟੀ ਸੰਤ ਬਾਬਾ ਪ੍ਰੇਮ ਸਿੰਘ ਮੁਰਾਲਾ ਵਾਲਿਆਂ ਨੂੰ ਗੁਰੂ ਵਾਂਗ ਪੂਜਦੀ ਹੈ। ਆਪ ਪਾਕਿਸਤਾਨ ਬਨਣ ਤੋਂ ਪਹਿਲਾਂ ਜ਼ਿਲਾ ਗੁਜਰਾਤ ਵਿਚ ਅਤੇ ਵੰਡ ਪਿਛੋਂ ਪੰਜਾਬ ਦੇ ਐਮ. ਐਲ. ਏ. ਰਹਿ ਚੁਕੇ ਸਨ ਅਤੇ ਬੜੀ ਦੂਰ ਦ੍ਰਿਸ਼ਟੀ ਦੇ ਮਾਲਕ ਸਨ। ਲੁਬਾਣਾ ਕੌਮ ਨੂੰ ਸਿੱਖੀ ਨਾਲ ਜੋੜਨ, ਵਿਦਿਆ ਹਾਸਲ ਕਰਨ ਅਤੇ ਸਰਕਾਰੀ ਨੌਕਰੀਆਂ ਵਿਚ ਆਉਣ ਲਈ ਉਤਸ਼ਾਹਿਤ ਕਰਨਾ ਉਹਨਾਂ ਦੇ ਕਈ ਮਹਾਨ ਕੰਮਾਂ ਵਿਚੋਂ ਇਕ ਸੀ। ਬਾਬਾ ਜੀ ਨੂੰ ਸੰਤ ਬਿਸ਼ਨ ਸਿੰਘ ਨੇ 1907 ਵਿਚ ਡੇਰਾ ਹੈਡ ਮੁਰਾਲਾ ਦੀ ਗੱਦੀ ਬਖਸ਼ੀ ਸੀ। 1947 ਵਿਚ ਪਾਕਿਸਤਨ ਵਿਚ ਰਹਿ ਗਏ ਇਸ ਡੇਰੇ ਦੇ ਇਵਜ਼ ਵਿਚ ਬੇਗੋਵਾਲ ਵਿਖੇ ਸੰਤ ਬਾਬਾ ਪ੍ਰੇਮ ਸਿੰਘ ਨੇ ਆਣੀ ਲੰਮੀ ਸੋਚ ਨਾਲ ਪਾਕਿਸਤਾਨ ਵਿਚੋਂ ਉਜੜ ਕੇ ਆਈ ਲੁਬਾਣਾ ਕਮਿਉਨਿਟੀ ਨੂੰ ਬੇਗੋਵਾਲ ਦੇ ਆਲੇ ਦਵਾਲੇ ਵਸਾ ਦਿਤਾ ਸੀ ਅਤੇ ਡੇਰਾ ਹੈੱਡ ਮੁਰਾਲਾ ਨੂੰ ਡੇਰਾ ਬੇਗੋਵਾਲ ਵਜੋਂ ਆਬਾਦ ਕਰ ਦਿਤਾ ਸੀ ਜੋ ਇਸ ਵੇਲੇ ਬੀਬੀ ਜਾਗੀਰ ਕੌਰ ਦੀ ਦੇਖ ਰੇਖ ਹੇਠ ਹੈ। ਕੈਨੇਡਾ, ਅਮਰੀਕਾ ਅਤੇ ਹੋਰ ਦੇਸ਼ਾਂ ਵਿਚ ਜਾ ਵੱਸੀ ਲੁਬਾਣਾ ਕਮਿਉਨਿਟੀ ਸੰਤਾਂ ਦੇ ਹੈਡ ਮੁਰਾਲਾ ਵਾਲੇ ਡੇਰੇ ਨੂੰ ਬਹੁਤ ਯਾਦ ਕਰਦੀ ਹੈ। ਯਾਦ ਤਾਂ ਬਹੁਤ ਕਰਦੀ ਹੈ ਪਰ ਬਦਕਿਸਮਤੀ ਨਾਲ ਕਮਿਉਨਿਟੀ ਵਿਚੋਂ ਕਈ ਅਮੀਰ ਲੁਬਾਣੇ ਵੀ ਇਸ ਡੇਰੇ ਤਕ 1947 ਤੋਂ ਬਾਅਦ ਪੁਜਣ, ਇਸ ਦੀ ਵਰਤਮਾਨ ਹਾਲਤ ਦਾ ਅੰਦਾਜ਼ਾ ਲਾਉਣ ਜਾਂ ਇਸ ਦੀ ਫੋਟੋਗਰਾਫੀ ਕਰਨ ਵਿਚ ਕੋਈ ਸਫਲਤਾ ਪ੍ਰਾਪਤ ਨਾ ਕਰ ਸਕੇ। ਮੈਂ ਤੇ ਟਰਾਂਟੋ ਦੇ ਕਮਲ ਸਿੰਘ ਅਤੇ ਬਾਵਾ ਅਜੀਤ ਸਿੰਘ ਅਕਸਰ ਇਸ ਡੇਰੇ ਬਾਰੇ ਜਾਣਕਾਰੀ ਪ੍ਰਾਪਤ ਕਰਨ ਦੀ ਕੋਸ਼ਿਸ਼ ਕਰਦੇ ਰਹੇ। ਪਾਕਿਸਤਾਨ ਦੇ ਕਈ ਮੁਸਲਮਾਨ ਦੋਸਤਾਂ ਨੂੰ ਇਥੇ ਪੁਜ ਕੇ ਇਸ ਬਾਰੇ ਜਾਣਕਾਰੀ ਹਾਸਲ ਕਰ ਕੇ ਭੇਜਣ ਲਈ ਕਹਿੰਦੇ ਰਹੇ। ਵਾਅਦਾ ਕਈਆਂ ਨੇ ਕੀਤਾ ਪਰ ਪੂਰਾ ਕਿਸੇ ਨਾ ਕੀਤਾ।

ਅਕਾਡਮੀ ਆਫ ਲੈਟਰਜ਼ ਪਾਕਿਸਤਾਨ ਗੌਰਮਿੰਟ ਵੱਲੋਂ ਇਸਲਾਮਾਬਾਦ ਵਿਖੇ "ਸੂਫੀਇਜ਼ਮ ਐਂਡ ਪੀਸ" ਕਾਨਫਰੰਸ ਵਿਚ ਬਤੌਰ ਡੈਲੀਗੇਟ ਹਿੱਸਾ ਲੈਣ ਲਈ ਜਦ ਮੈਂ ਇਸਲਾਮਾਬਾਦ ਪੁਜਾ ਤਾਂ ਓਥੇ ਗੁਜਰਾਤ ਵਿਖੇ ਪਿਛਲੇ ਤਿੰਨ ਸਾਲਾਂ ਤੋਂ ਨਵੀਂ ਬਣ ਰਹੀ ਗੁਜਰਾਤ ਯੂਨੀਵਰਸਿਟੀ ਦੇ ਬੜੇ ਦੂਰ ਅੰਦੇਸ਼ ਵਾਈਸ ਚਾਂਸਲਰ ਡਾ: ਨਿਜ਼ਾਮ-ਉਦ-ਦੀਨ ਸਾਹਿਬ ਅਤੇ ਪੰਜਾਬੀ ਲੇਖਕ ਤਾਰਿਕ ਗੁੱਜਰ ਨਾਲ ਮੁਲਾਕਾਤ ਹੋਈ। ਮੈਂ ਤਾਰਿਕ ਗੁੱਜਰ ਜਿਸਦਾ ਦਾ ਅਹੁਦਾ ਯੂਨੀਵਰਸਿਟੀ ਵਿਚ

ਰੀਸਰਚ ਅਫਸਰ ਦਾ ਹੈ, ਡੇਰਾ ਮੁਰਾਲਾ ਸਾਹਿਬ ਬਾਰੇ ਜਾਣਕਾਰੀ ਹਾਸਲ ਕਰਨ ਦੀ ਗੱਲ ਕੀਤੀ। ਤਾਰਿਕ ਨੇ ਜਦ ਇਹ ਗੱਲ ਵਾਈਸ ਚਾਂਸਲਰ ਸਾਹਿਬ ਨੂੰ ਦੱਸੀ ਤਾਂ ਉਹਨਾਂ ਨੇ ਤੁਰਤ ਮੇਰੇ ਨਾਲ ਟੀਮ ਭੇਜਣ ਦੀ ਮਨਜ਼ੂਰੀ ਦੇ ਦਿਤੀ ਅਤੇ ਮੈਨੂੰ ਬਤੌਰ ਸਰਕਾਰੀ ਗੈਸਟ ਸਿਕਿਓਰਟੀ ਸਮੇਤ ਯੂਨੀਵਰਸਿਟੀ ਆਉਣ ਦਾ ਸੱਦਾ ਦੇ ਦਿਤਾ। ਨਾਲ ਹੀ ਯੂਨੀਵਰਸਿਟੀ ਦੇ ਪੱਤਰਕਾਰੀ ਵਿਭਾਗ ਦੇ ਵਿਦਿਆਰਥੀਆਂ ਨੂੰ ਪੱਤਰਕਾਰੀ ਅਤੇ ਅਦਬ ਦੇ ਵਿਸ਼ੇ ਤੇ ਐਡਰੈੱਸ ਕਰਨ ਅਤੇ ਪਾਕਿਸ਼ਤਾਨ ਵਿਚ ਛਪੀ ਮੇਰੀ ਸਵੈ ਜੀਵਨੀ "ਕਿਹੋ ਜਿਹਾ ਸੀ ਜੀਵਨ?" ਨੂੰ ਰੀਲੀਜ਼ ਕਰਨ ਦਾ ਪ੍ਰਸਤਾਵ ਵੀ ਪਾਸ ਕਰ ਦਿਤਾ। ਵੀ. ਸੀ. ਸਾਹਿਬ ਨੇ ਮੇਰੇ ਨਾਲ ਪਾਕਿਸਤਾਨ ਦੀ ਮਸ਼ਹੂਰ ਅਤੇ ਅਮੀਰ ਲੇਖਿਕਾ ਮੈਡਮ ਸਰਵਤ ਮੁਹਉਦੀਨ ਨੂੰ ਆਉਣ ਦਾ ਸੱਦਾ ਵੀ ਦੇ ਦਿਤਾ। ਪਰੋਗਰਾਮ ਇੰਜ ਬਣਿਆ ਕਿ ਸਰਵਤ ਮੈਨੂੰ 18 ਮਾਰਚ ਦੀ ਸਵੇਰ ਨੂੰ ਇਸਲਾਬਾਦ ਹੋਟਲ ਤੋਂ ਆਪਣੀ ਕਾਰ ਵਿਚ ਗੁਜਰਾਤ ਯੂਨੀਵਰਸਿਟੀ ਲਿਆਏਗੀ ਪਰ ਮੇਰੇ ਕੋਲ ਤਿੰਨ ਭਾਰੇ ਸੂਟ ਕੇਸ ਅਤੇ ਹੋਰ ਸਾਮਾਨ ਜੋ ਮੈਂ ਟਰਾਂਟੋ ਤੋਂ ਆਪਣੇ ਨਾਲ ਲੈ ਕੇ ਆਇਆ ਸਾਂ, ਹੋਣ ਕਾਰਨ ਮੈਂ ਉਹਦੀ ਕਾਰ ਵਿਚ ਨਹੀਂ ਆ ਸਕਦਾ ਸਾਂ ਕਿਉਂਕਿ ਕਾਰ ਵਿਚ ਐਨਾ ਸਾਮਾਨ ਰਖਣ ਲਈ ਥਾਂ ਨਹੀਂ ਸੀ। ਇਸ ਲਈ ਵਾਈਸ ਚਾਂਸਲਰ ਸਾਹਿਬ ਡਾ: ਨਿਜ਼ਾਮ-ਉਦ-ਦੀਨ ਨੇ 18 ਮਾਰਚ ਦੀ ਸਵੇਰ ਨੂੰ ਗੁਜਰਾਤ ਯੂਨੀਵਰਸਿਟੀ ਤੋਂ ਇਸਲਾਮਾਬਾਦ ਹੋਟਲ ਵਿਚ ਡਰਾਈਵਰ ਤੇ ਕਾਰ ਭੇਜ ਦਿਤੀ ਅਤੇ ਮੈਂ ਠੀਕ ਨੌਂ ਵਜੇ ਸਵੇਰੇ ਗੁਜਰਾਤ ਯੂਨੀਵਰਸਿਟੀ ਲਈ ਚੱਲ ਪਿਆ। ਇਸਲਾਮਾਬਾਦ ਤੋਂ ਗੁਜਰਾਤ ਤਿੰਨ ਘੰਟੇ ਦਾ ਸਫਰ ਸੀ। ਪਹਾੜੀ, ਨੀਮ ਪਹਾੜੀ ਤੇ ਕਿਧਰੇ ਪਧਰੀ ਬਣੀ

ਯੂਨੀਵਰਸਿਟੀ ਆਫ ਗੁਜਰਾਤ ਵਿਚ ਲੈਕਚਰ ਤੋਂ ਬਾਅਦ
ਜਰਨਲਿਜ਼ਮ ਵਿਭਾਗ ਦੇ ਸਟਾਫ ਨਾਲ

ਖੂਬਸੂਰਤ ਸੜਕ ਤੇ ਮੈਂ ਪਾਕਿਸਤਾਨ ਦੀ ਧਰਤੀ, ਪਿੰਡਾਂ ਅਤੇ ਸ਼ਹਿਰਾਂ ਦੇ ਜੀਵਨ ਨੂੰ ਵੇਖਦਾ ਜਦ ਜਿਹਲਮ ਦਰਿਆ ਪਾਰ ਕੀਤਾ ਤਾਂ ਜਿਹਲਮ ਦਰਿਆ ਦੇ ਕੰਢੇ ਪੁਲ ਤੋਂ ਉਤਰ ਕੇ ਪੁਲ ਦੀ ਰਾਖੀ ਕਰ ਰਹੇ ਪੋਲੀਸ ਨੌਜਵਾਨਾਂ ਨਾਲ ਖਲੋ ਕੇ ਕਈ ਯਾਦਗਾਰੀ ਤਸਵੀਰਾਂ ਲੁਹਾਈਆਂ। ਗੁਜਰਾਤ ਤਕ ਜਿੰਨੇ ਵੀ ਸ਼ਹਿਰਾਂ ਵਿਚੋਂ ਲੰਘਣਾ ਪਿਆ, ਸ਼ਹਿਰਾਂ ਵਿਚ ਭੀੜ ਭੜੱਕਾ ਅਤੇ ਟਰੈਫਿਕ ਦੀਆਂ ਔਕੜਾਂ ਭਾਰਤ ਦੇ ਸ਼ਹਿਰਾਂ ਵਾਂਗ ਹੀ ਸਨ। ਬਹੁਤੇ ਲੋਕ ਪਾਕਿਸਤਾਨ ਦੇ ਕੌਮੀ ਪਹਿਰਾਵੇ ਭਾਵ ਖੁਲ੍ਹੇ ਕੁੜਤੇ ਅਤੇ ਸਲਵਾਰਾਂ ਵਿਚ ਸਨ। ਅਕਸਰ ਲੋਕ ਸਲਵਾਰਾਂ ਥੋੜ੍ਹੀਆਂ ਉਚੀਆਂ ਪਹਿਨਦੇ ਹਨ। ਰਸਤੇ ਵਿਚ ਪੈਂਦੇ ਬਹੁਤੇ ਪਿੰਡ ਪੱਕੇ ਸਨ ਪਰ ਵਿਚ ਵਿਚ ਕਿਤੇ ਕੱਚੇ ਘਰ ਵੀ ਦਿਸ ਜਾਂਦੇ ਸਨ। ਖੂਬਸੂਰਤ ਸ਼ਾਇਰਾ ਸਰਵਤ ਮੁਹਈਉਦੀਨ ਜੋ ਪਾਕਿਸਤਾਨ ਪੰਜਾਬੀ ਲਿਟਰੇਰੀ ਬੋਰਡ ਦੀ ਮੈਂਬਰ ਅਤੇ ਪ੍ਰੈਜ਼ੀਡੈਂਟ ਲੋਕ ਰੀਤ ਇਸਲਾਮਾਬਾਦ ਹੈ, ਅਤੇ ਮੈਂ ਲਗ ਭਗ ਅਗੇ ਪਿਛੇ ਹੀ ਯੂਨੀਵਰਸਿਟੀ ਵਿਚ ਪਹੁੰਚੇ ਜਿਥੇ ਵਾਈਸ ਚਾਂਸਲਰ ਅਤੇ ਉਹਨਾਂ ਦੇ ਸਟਾਫ ਨੇ ਸਾਡਾ ਫੁੱਲਾਂ ਦੇ ਗੁਲਦਸਤਿਆਂ ਨਾਲ ਸਵਾਗਤ ਕੀਤਾ। ਸਟਾਫ ਨਾਲ ਜਾਣ ਪਹਿਚਾਣ ਕਰਵਾਈ। ਬੜੀ ਦਿਲਚਸਪੀ ਨਾਲ ਵੀ. ਸੀ. ਸਾਹਿਬ ਨੇ ਸਾਡੇ ਨਾਲ ਗੱਲ ਬਾਤ ਕੀਤੀ। ਚਾਹ ਪਾਣੀ ਪੀ ਕੇ ਅਸੀਂ ਪੈਦਲ ਪੱਤਰਕਾਰੀ ਵਿਭਾਗ ਵਿਭਾਗ ਦੇ ਮੁਖੀ ਪ੍ਰੋਫੈਸਰ ਸ਼ਦੀਰ ਹੁਸੈਨ ਸ਼ਾਹ, ਤਾਰਕ ਗੁੱਜਰ, ਗੁਜਰਾਤ ਦੇ ਮਸ਼ਹੂਰ ਸਕਿਨ ਸਪੈਸ਼ਿਲਿਸਟ ਡਾ: ਅਜ਼ਹਰ ਮਹਿਮੂਦ ਚੌਧਰੀ ਜੋ ਖੁਦ ਮਸ਼ਹੂਰ ਸ਼ਾਇਰ ਅਤੇ ਗਵਈਏ ਹਨ, ਡਾ: ਵਜ਼ੀਮ ਜ਼ਰਵੇਜ਼ੀ, ਭਾਈ ਸਤੀਦਾਸ ਦੇ ਖਾਨਦਨ ਨਾਲ ਸਬੰਧਤ ਪ੍ਰੋ: ਮਸਊਦ-ਉਰ-ਰਹਿਮਾਨ ਛਿੱਬਰ, ਗੁਜਰਾਤ ਯੂਨੀਵਰਸਿਟੀ ਮੈਡੀਕਲ ਕਾਲਜ ਦੇ ਪ੍ਰਿੰਸੀਪਲ ਡਾ: ਕੰਬੋਜ ਅਤੇ ਹੋਰ ਸਟਾਫ ਮੈਂਬਰਜ਼ ਨਾਲ ਪੱਤਰਕਾਰੀ ਵਿਭਾਗ ਦੇ ਓਸ ਕਮਰੇ ਵਿਚ ਪਹੁੰਚੇ ਜਿਥੇ ਵਿਦਿਆਰਥੀ ਸਾਡਾ ਇੰਤਜ਼ਾਰ ਕਰ ਰਹੇ ਸਨ। ਸਾਰੇ ਵਿਦਿਆਰਥੀਆਂ ਅਤੇ ਸਟਾਫ ਨੇ ਖੜ੍ਹੇ ਹੋ ਕੇ ਸਾਡਾ ਸਵਾਗਤ ਕੀਤਾ। ਡਾ: ਸ਼ਾਹ ਨੇ ਸਾਨੂੰ ਦਰਜਾ ਬਦਰਜਾ ਹੈੱਡ ਟੇਬਲ ਤੇ ਬੈਠਣ ਲਈ ਗੁਜ਼ਾਰਸ਼ ਕੀਤੀ ਅਤੇ ਵਿਦਿਆਰਥੀਆਂ ਨਾਲ ਮੇਰੀ, ਸਰਵਤ ਅਤੇ ਡਾ: ਅਜ਼ਹਰ ਮਹਿਮੂਦ ਚੌਧਰੀ ਦੀ ਜਾਣ ਪਹਿਚਾਣ ਕਰਵਾਈ। ਪਹਿਲਾਂ ਸਰਵਤ ਨੇ ਪੱਤਰਕਾਰੀ ਅਤੇ ਅਦਬ ਬਾਰੇ ਜਰਨਲਿਜ਼ਮ ਦੇ ਵਿਦਿਆਰਥੀਆਂ ਨੂੰ ਸੰਬੋਧਨ ਕੀਤਾ ਅਤੇ ਫਿਰ ਮੈਂ ਬਤੌਰ ਇਕ ਲੇਖਕ, ਪੱਤਰਕਾਰ ਅਤੇ ਐਡੀਟਰ ਵਿਦਿਆਰਥੀਆਂ ਅਗੇ ਆਪਣੇ ਵਿਚਾਰ ਪੇਸ਼ ਕੀਤੇ। ਪੱਤਰਕਾਰੀ ਅਤੇ ਅਦਬ ਜੋ ਕਿਸੇ ਹੱਦ ਤੱਕ ਨਾਲ ਨਾਲ ਚਲਦੇ ਹਨ, ਦੀ ਆਪੋਂ ਆਪਣੀ ਥਾਂ ਤੇ ਯੋਗ ਮਹੱਤਤਾ ਬਾਰੇ ਬੜੇ ਵਿਸਥਾਰ ਵਿਚ ਦਸਿਆ। ਮੈਂ ਕਿਉਂਕਿ ਉਮਰ ਦੇ ਵਡੇ ਭਾਗ ਵਿਚ ਪੱਤਰਕਾਰੀ ਅਤੇ ਅਦਬ ਨਾਲ ਜੁੜਿਆ ਹੋਇਆ ਹਾਂ, ਇਸ ਲਈ ਇਸ ਵਿਸ਼ੇ ਬਾਰੇ ਬੋਲਣਾ ਮੇਰੇ ਲਈ ਕੋਈ ਮੁਸ਼ਕਲ ਨਹੀਂ ਸੀ। ਯੂਨੀਵਰਸਿਟੀ ਦੇ ਵਿਦਿਆਰਥੀ ਜਿਨ੍ਹਾਂ ਵਿਚ ਕੁੜੀਆਂ ਵੀ ਕਾਫੀ ਸਨ, ਸਭ ਬੜੇ ਪ੍ਰਭਾਵਤ ਹੋਏ ਅਤੇ ਸਵਾਲਾਂ

ਜਵਾਬਾਂ ਦੇ ਸੈਸ਼ਨ ਵਿਚ ਕਈ ਵਿਦਿਆਰਥੀਆਂ ਨੇ ਮੇਰੇ ਤੇ ਬੜੇ ਸਵਾਲ ਕੀਤੇ ਜਿਨ੍ਹਾਂ ਦੇ ਮੈਂ ਜੀਵਨ ਭਰ ਦੇ ਪੱਤਰਕਾਰੀ ਅਤੇ ਅਦਬ ਦੇ ਲੰਮੇ ਚੌੜੇ ਤਜਰਬੇ ਦੀ ਬਿਨਾ ਤੇ ਜਵਾਬ ਦੇ ਕੇ ਉਹਨਾਂ ਨੂੰ ਐਨਾ ਪ੍ਰਭਾਵਿਤ ਕੀਤਾ ਕਿ ਅੰਤ ਵਿਚ ਵਿਦਿਆਰਥੀਆਂ ਨੇ ਮੇਰੇ ਨਾਲ ਬਹੁਤ ਫੋਟੋਜ਼ ਉਤਰਵਾਈਆਂ। ਫੋਟੋ ਲੁਹਾਉਣ ਵਿਚ ਕੁੜੀਆਂ ਵੀ ਪਿਛੇ ਨਾ ਰਹੀਆਂ। ਨਾ ਉਹਨਾਂ ਦਾ ਜੀਅ ਕਰਦਾ ਸੀ ਅਤੇ ਨਾ ਅਖਾਂ ਹੀ ਮੰਨਦੀਆਂ ਸਨ ਕਿ ਇਹ ਸੈਸ਼ਨ ਖਤਮ ਹੋਵੇ ਪਰ ਅਸੀਂ ਅਗੇ ਹੈਡ ਮੁਰਾਲਾ ਜਾਣਾ ਸੀ। ਯੂਨੀਵਰਸਿਟੀ ਦੇ ਏਸੇ ਪੱਤਰਕਾਰੀ ਵਿਭਾਗ ਦੇ ਐਫ. ਐਮ. ਰੇਡੀਓ ਤੋਂ ਸਾਡੇ ਹੈਡ ਮੁਰਾਲਾ ਪਹੁੰਚਣ ਅਤੇ ਸੰਤ ਪ੍ਰੇਮ ਸਿੰਘ ਮੁਰਾਲਾ ਦੇ ਡੇਰੇ ਬਾਰੇ ਜਾਣਕਾਰੀ ਰੱਖਣ ਵਾਲੇ 1947 ਤੋਂ ਪਹਿਲਾਂ ਦੇ ਬਜ਼ੁਰਗਾਂ ਨੂੰ ਇਕੱਠੇ ਹੋਣ ਦਾ ਬਾਰ ਬਾਰ ਐਲਾਨ ਕੀਤਾ ਜਾ ਰਿਹਾ ਸੀ। ਵੀ. ਸੀ. ਸਹਿਬ ਵੱਲੋਂ ਯੂਨੀਵਰਸਿਟੀ ਵਿਚ ਦੁਪਹਿਰ ਦੇ ਖਾਣੇ ਬਹੁਤ ਵਧੀਆ ਇੰਤਜ਼ਾਮ ਸੀ। ਖਾਣਾ ਖਤਮ ਕਰਦਿਆਂ ਹੀ ਅਸੀਂ ਹੈਡ ਮੁਰਾਲਾ ਲਈ ਦੋ ਗੱਡੀਆਂ ਵਿਚ ਚੱਲ ਪਏ। ਵੀ. ਸੀ. ਸਾਹਿਬ ਵੱਲੋਂ ਗੱਡੀ, ਗੰਨਮੈਨ, ਯੂਨੀਵਰਸਿਟੀ ਦਾ ਫੋਟੋਗਰਾਫਰ ਅਲੀ ਮੁਹਮਦ ਅਰਸ਼ਦ, ਤੇ ਹੋਰ ਸਟਾਫ ਜਿਵੇਂ ਤਾਰਿਕ ਗੁੱਜਰ, ਡਾ: ਅਜ਼ਹਰ ਮਹਿਮੂਦ ਚੌਧਰੀ ਅਤੇ ਕੁਝ ਹੋਰ ਸਕਾਲਰ ਸਾਡੇ ਨਾਲ ਸਨ। ਮੇਰੇ ਸੁਪਨਿਆਂ ਦਾ ਦਰਿਆ ਚਨਾਬ ਜਿਸ ਨੂੰ ਝਨਾ ਵੀ ਕਹਿੰਦੇ ਹਨ ਸਾਡੇ ਸੱਜੇ ਹਥ ਨਾਲ ਨਾਲ ਚੱਲ ਰਿਹਾ ਸੀ। ਸੋਹਣੀ ਮਹੀਂਵਾਲ ਦੇ ਇਸ਼ਕ ਅਤੇ ਮੌਤ ਦੇ ਨਾਂ ਨਾਲ ਜੁੜੀ ਪਿਆਰ ਕਹਾਣੀ ਅਤੇ ਪ੍ਰੋ: ਮੋਹਨ ਸਿੰਘ ਦੇ ਗੀਤ ਮੇਰੇ ਫੁੱਲ ਝਨਾ ਵਿਚ ਪਾਣੇ ਵਾਲੇ ਦਰਿਆ ਝਨਾ ਦਾ ਵਗਦਾ ਪਾਣੀ ਮੇਰੇ ਦਿਲ ਅੰਦਰ ਝੁਨਝੁਣੀਆਂ ਪੈਦਾ ਕਰ ਰਿਹਾ ਸੀ। ਸ਼ਿਵ ਕੁਮਾਰ ਸ਼ਰਮਾ ਦੀ ਕਵਿਤਾ ਵੀ ਯਾਦ ਆ ਰਹੀ ਸੀ "ਇਸ਼ਕ ਡੁਬਾ ਨਾ ਸੋਹਣੀ ਡੁਬੀ, ਡੁਬ ਗਈ ਮੌਤ ਮਿਾਣੀ" ਡਾ: ਮਹਿਮੂਦ ਚੌਧਰੀ ਨੇ ਓਥੇ ਪ੍ਰੈਕਟਿਸ ਕਰਦੇ ਉਸ ਕਸਬੇ ਦੇ ਆਪਣੇ ਦੋਸਤ ਡਾਕਟਰ ਬਾਬਰ ਵਾਜ਼ਿਮ ਨੂੰ ਸਾਡੇ ਆਉਣ ਬਾਰੇ ਪਹਿਲਾਂ ਹੀ ਸੂਚਿਤ ਕਰ ਦਿਤਾ ਸੀ ਅਤੇ ਨਾਲ ਹੀ ਦਰਿਆ ਚਨਾਬ ਦੀ ਦੂਰ ਦੂਰ ਤਕ ਮਸ਼ਹੂਰ ਸਵਾਦੀ ਮਛੀ ਤਿਆਰ ਰੱਖਣ ਦਾ ਪਿਆਰਾ ਹੁਕਮ ਵੀ ਦੇ ਦਿਤਾ ਸੀ।

ਜਦ ਅਸੀਂ ਝਨਾ ਦਰਿਆ ਪਾਰ ਕਰ ਰਹੇ ਸਾਂ ਸੋਚ ਦੀ ਸੂਈ ਬਾਰ ਬਾਰ ਸੋਹਨੀ ਦੇ ਕੱਚੇ ਘੜੇ ਤੇ ਝਨਾ ਤਰਨ ਦੀ ਜੱਗ ਚਰਚਿਤ ਕਹਾਣੀ ਅਤੇ ਪ੍ਰੋ: ਮੋਹਨ ਸਿੰਘ ਦੀ ਕਵਿਤਾ "ਮੈਂ ਆਸ਼ਕ ਮੇਰੇ ਫੁੱਲ ਸੁਹਾਵੇ, ਗੰਗਾ ਬਾਹਮਣੀ ਕੀ ਜਾਣੇ, ਮੇਰੇ ਫੁੱਲ ਝਨਾ ਵਿਚ ਪਾਣੇ" ਨਾਲ ਅਖਾਂ ਅਗੇ ਆ ਜਾਂਦੀ ਸੀ। ਇਹ ਸੋਚ ਕੇ ਕਿ ਵਾਪਸ ਆ ਕੇ ਝਨਾ ਦਰਿਆ ਦੀਆਂ ਫੋਟੋਜ਼ ਖਿਚਾਂਗੇ, ਅਸੀਂ ਦਰਿਆ ਪਾਰ ਕਰ ਕੇ ਇਸ ਵਿਚੋਂ ਨਿਕਲਦੀਆਂ ਨਹਿਰਾਂ ਵਿਚੋਂ ਇਕ ਨਹਿਰ ਦੇ ਕੰਢੇ ਡਾ: ਬਾਬਰ ਵਾਜ਼ਿਮ ਦੀ ਦੁਕਾਨ ਤੇ ਪਹੁੰਚ ਗਏ ਜਿਥੇ ਮਰੀਜ਼ਾਂ ਦੀ ਭੀੜ ਲੱਗੀ ਹੋਈ ਸੀ। ਡਾਕਟਰ ਨੇ ਸਭ ਮਰੀਜ਼ਾਂ ਨੂੰ ਛੁੱਟੀ ਦੇ ਦਿਤੀ ਅਤੇ ਸਾਰੀ ਟੀਮ ਨੂੰ ਆਪਣੇ ਘਰ ਲੈ ਗਿਆ ਜਿਥੇ

ਝਨਾ ਦੀ ਗਰਮ ਗਰਮ ਮਛੀ ਅਤੇ ਆਓ ਭਗਤ ਦਾ ਸਾਰਾ ਸਾਮਾਨ ਮੌਜੂਦ ਸੀ। ਉਸਦੀ ਸੱਸ ਅਤੇ ਸਾਲੀ ਜੋ ਬਰੈਂਪਟਨ ਰਹਿੰਦੀਆਂ ਹਨ, ਵੀ ਆਪਣੇ ਰਿਸ਼ਤੇਦਾਰਾਂ ਨੂੰ ਮਿਲਣ ਲਈ ਹੈਡ ਮੁਰਾਲਾ ਆਈਆਂ ਹੋਈਆਂ ਸਨ। ਇਥੇ ਹੀ ਸੰਤਾਂ ਹਥੋਂ ਪਰਸਾਦ ਲੈਣ ਅਤੇ ਵੇਲੇ ਕੁਵੇਲੇ ਲੰਗਰ ਛਕਣ ਵਾਲੇ 86 ਸਾਲਾ ਬਜ਼ੁਰਗ ਹਫੀਜ਼ ਬੱਟ ਵੀ ਆ ਗਏ ਜਿਨ੍ਹਾਂ ਦਾ ਲੜਕਾ ਗੁਜਰਾਤ ਸਿਟੀ ਦਾ ਕੌਂਸਲਰ ਹੈ, ਬਜ਼ੁਰਗ ਨੇ ਦਸਿਆ ਕਿ ਸੰਤਾਂ ਦਾ ਡੇਰਾ ਦਰਿਆ ਝਨਾ ਦੇ ਐਨ ਕੰਢੇ ਹੈਡ ਮੁਰਾਲਾ ਵਿਖੇ ਓਸੇ ਤਰ੍ਹਾਂ ਅਜੇ ਵੀ ਕਾਇਮ ਹੈ ਅਤੇ ਕੈਨਾਲ ਮਹਿਕਮੇ ਨੇ ਇਸ ਪੁਰਾਤਣ ਇਮਾਰਤ ਦਾਵਲੇ ਕੰਡਿਆਲੀ ਤਾਰ ਲਾਈ ਹੋਈ ਹੈ। ਕੁਝ ਥਾਂ ਫੌਜ ਦੇ ਨੀਮ ਦਲਾਂ ਕੋਲ ਹੈ ਜਿਥੇ ਉਹਨਾਂ ਦੇ ਵਾਇਰਲੈਸ ਸਟੇਸ਼ਨ ਹਨ। ਰਾਤ ਨੂੰ ਜੰਮੂ ਦੀਆਂ ਲਾਈਟਾਂ ਓਥੋਂ ਦਿਸਦੀਆਂ ਹਨ। ਬਜ਼ੁਰਗ ਹਫੀਜ਼ ਬੱਟ ਜੋ ਖੁਦ ਹੈੱਡ ਮੁਰਾਲਾ ਤੋਂ ਜਮਾਦਾਰ ਬੋਟਮੈਨ ਰੀਟਾਇਰ ਹੋਇਆ ਹੈ, ਨੂੰ ਅਸਾਂ ਕਾਰ ਵਿਚ ਬਠਾਇਆ ਤੇ ਉਹ ਸਾਨੂੰ ਝਨਾ ਦੇ ਪੁਲ ਤੋਂ ਜਮੂੰ ਵਾਲੇ ਪਾਸੇ ਜਿਥੋਂ ਹੋਰ ਨਹਿਰਾਂ ਨਿਕਲਦੀਆਂ ਹਨ, ਦਰਿਆ ਦੇ ਕੰਢੇ ਬਣੀ ਪਟੜੀ ਤੇ ਡੇਰਾ ਹੈਡ ਮੁਰਾਲਾ ਦੀ 1902 ਵਿਚ ਬਣੀ ਬਹੁਤ ਵਡੀ ਪੁਰਾਣੀ ਤੇ ਖਾਮੋਸ਼ ਖੜ੍ਹੀ ਬਿਲਡਿੰਗ ਅਗੇ ਲੈ ਆਇਆ। ਇਸ ਦਵਾਲੇ ਕੰਡਿਆਲੀਆਂ ਤਾਰਾਂ ਵਲੀਆਂ ਹੋਈਆਂ ਸਨ। ਮੈਂ ਨਾਲ ਨਾਲ ਫੋਨ ਤੇ ਕੈਨੇਡਾ ਵਿਚ ਇਸ ਮੁਹਿੰਮ ਦੇ ਬਾਨੀ ਕਮਲ ਸਿੰਘ ਅਤੇ ਲੁਬਾਣਾ ਆਗੂ ਅਜੀਤ ਸਿੰਘ ਬਾਵਾ ਨਾਲ ਸੰਪਰਕ ਰੱਖ ਰਿਹਾ ਸਾਂ। ਉਹਨਾਂ ਨੂੰ ਡੇਰੇ ਦਾ ਅਖੀਂ ਡਿਠਾ ਹਾਲ ਦੱਸ ਰਿਹਾ ਸਾਂ ਅਤੇ ਤਾਰਿਕ ਗੁੱਜਰ ਤੇ ਯੂਨੀਵਰਸਿਟੀ ਦਾ ਫੋਟੋਗਰਾਫਰ ਅਲੀ ਮੁਹਮਦ ਅਰਸ਼ਦ ਸਭ ਪਾਸਿਆਂ ਤੋਂ ਡੇਰੇ ਦੀਆਂ ਫੋਟੋਜ਼ ਖਿਚ ਰਹੇ ਸਨ। ਹਨੇਰਾ ਪੈਣ ਕਾਰਨ ਫੋਟੋਜ਼ ਸਾਫ ਨਹੀਂ ਆ ਰਹੀਆਂ ਸਨ ਪਰ 1947 ਤੋਂ ਬਾਅਦ ਇਥੇ ਪਹੁੰਚਣ ਵਾਲੀ ਇਹ ਟੀਮ, ਸੰਤ ਬਿਸ਼ਨ ਸਿੰਘ ਦੇ ਵਰੋਸਾਏ ਸੰਤ ਬਾਬਾ ਪ੍ਰੇਮ ਸਿੰਘ ਦੇ ਡੇਰੇ ਬਾਰੇ ਜੋ ਵੀ ਬਾਹਰੋਂ ਦਿਸ ਰਿਹਾ ਸੀ, ਉਸਦੀ ਫੋਟੋਗਰਾਫੀ ਕਰ ਰਹੀਆਂ ਸਨ। ਡੇਰੇ ਦੇ ਪਿਛਲੇ ਪਾਸੇ ਬੱਚਿਆਂ ਦੇ ਖੇਡਣ ਲਈ ਪਾਰਕ ਬਣੀ ਹੋਈ ਸੀ ਅਤੇ ਬੱਚਿਆਂ ਦੇ ਖਾਣ ਪੀਣ ਲਈ ਕਨਟੀਨ ਬਣੀ ਹੋਈ ਸੀ। ਉਸਦੇ ਪਿਛੇ ਸੰਤਾਂ ਵੇਲੇ ਦਾ ਬਹੁਤ ਪੁਰਾਣਾ ਬੋੜ੍ਹ ਸੀ ਜਿਸ ਦੀਆਂ ਅਸੀਂ ਫੋਟੋਜ਼ ਖਿਚੀਆਂ ਅਤੇ ਪਿਛਲੇ ਪਾਸੇ ਫਿਰ ਜਿਥੇ ਉਰਦੂ ਵਿਚ ਦਾਖਲਾ ਮਮਨਹੂ ਹੈ, ਲਿਖਿਆ ਹੋਇਆ ਸੀ, ਦੀਆਂ ਫੋਟਜ਼ੋ ਵੀ ਖਿਚੀਆਂ। ਇਹਦੇ ਪਿਛਲੇ ਪਾਸੇ ਬਣੇ ਇਕ ਕਮਰੇ ਦੀਆਂ ਫੋਟੋਜ਼ ਵੀ ਖਿਚੀਆਂ। ਇਸ ਦੇ ਹੋਰ ਪਿਛੇ ਹਟਵੇਂ ਰਾਤ ਦੇ ਹਨੇਰੇ ਵਿਚ ਕੁਝ ਕਵਾਟਰਜ਼ ਬਣੇ ਦਿਸਦੇ ਸਨ। ਇਥੇ ਕੋਈ ਲਾਈਟ ਨਹੀਂ ਸੀ, ਏਨਾ ਪਤਾ ਲੱਗ ਰਿਹਾ ਸੀ ਕਿ ਇਹ ਥਾਂ ਡੇਰੇ ਦੀ ਸੀ ਅਤੇ ਹੁਣ ਇਸ ਉਤੇ ਨੀਮ ਦਲ ਫੌਜੀ ਭਾਵ ਵਾਇਰਲੈਸ ਵਾਲਿਆਂ ਦਾ ਅਧਿਕਾਰ ਸੀ। ਡੇਰੇ ਦੇ ਬਾਹਰ ਇਹ ਇਲਾਕਾ ਮਮਨੂਹ ਹੈ, ਬਾ-ਹੁਕਮ ਐਸ ਡੀ. ਓ. ਕੈਨਾਲਜ਼ ਹੈਂਡ ਵਰਕਸ ਮੁਰਾਲਾ ਲਿਖਿਆ ਹੋਇਆ ਸੀ। ਇਹ ਤਾਂ ਸੀ 1947 ਤੋਂ ਬਾਅਦ ਲੁਬਾਣਾ

ਕਮਿਊਨਿਟੀ ਦੇ ਇਤਿਹਾਸਕ ਅਤੇ ਪਵਿਤਰ ਥਾਂ ਦੀ ਮੁਢਲੀ ਅਖੀਂ ਡਿਠੀ ਤਸਵੀਰ ਅਤੇ ਹਾਲਤ ਜੋ ਲੁਬਾਣਾ ਕੌਮ ਅਗੇ ਇਸ ਇਮਾਰਤ ਵਾਲੀ ਥਾਂ ਅਤੇ ਡੇਰੇ ਦੀ ਜਾਇਦਾਦ ਦੀ ਖੋਜ ਨੂੰ ਅਗੇ ਤੋਰਨ ਦੇ ਦਰਜਨਾਂ ਸਵਾਲ ਪੈਦਾ ਕਰਦੀ ਤੇ ਉਹਨਾਂ ਦਾ ਜਵਾਬ ਮੰਗਦੀ ਹੈ। ਜਿਵੇਂ ਯੂਨੀਵਰਸਿਟੀ ਪੱਧਰ ਤੇ ਇਸ ਦੀ ਖੋਜ ਕਰਵਾਣੀ ਕਿ 1947 ਤੋਂ ਬਾਅਦ ਇਸ ਇਤਹਾਸਕ ਥਾਂ ਨਾਲ ਕੀ ਕੀ ਬੀਤੀ? ਇਹਨੂੰ ਕਿਹੜੀਆਂ ਕਿਹੜੀਆਂ ਹਾਲਤਾਂ ਵਿਚੋਂ ਲੰਘਣਾ ਪਿਆ। ਪਾਕਿਸਤਾਨ ਸਰਕਾਰ ਦੇ ਮਹਿਕਮੇ ਹੈੱਡ ਵਰਕਸ ਕੈਨਾਲਜ਼ ਨੇ ਕਿਨ੍ਹਾਂ ਹਾਲਤਾਂ ਵਿਚ ਇਸਦੀ ਸੰਭਾਲ ਕਰਦਿਆਂ ਇਸ ਨੂੰ ਮਮਨੂਹ ਇਲਾਕਾ ਕਰਾਰ ਦੇ ਕੇ ਇਸ ਇਮਾਰਤ ਨੂੰ ਜ਼ਿੰਦਾ ਰਖਿਆ ਜਦ ਕਿ ਹੋਣਾ ਇਹ ਚਾਹੀਦਾ ਸੀ ਕਿ ਇਸ ਡੇਰੇ ਦੀ ਸਾਂਭ ਸੰਭਾਲ ਪਾਕਿਸਤਾਨ ਦੇ ਮਹਿਕਮਾ ਔਕਾਫ ਜਾਂ ਪਾਕਿਸਤਾਨ ਸਿੱਖ ਗੁਰਦਵਾਰਾ ਪ੍ਰਬੰਧਕ ਕਮੇਟੀ ਦੇ ਸਪੁਰਦ ਕਰ ਕੇ ਇਥੇ ਕਮੇਟੀ ਦੇ ਬੰਦੇ ਇਸਦੀ ਦੇਖ ਭਾਲ ਲਈ ਨਿਯੁਕਤ ਕਰਦੀ। ਕਿਉਂ ਨਾ ਲੁਬਾਣਾ ਕਮਿਊਨਿਟੀ ਇਸ ਥਾਂ ਤੇ ਹਰ ਸਾਲ ਸੰਤਾਂ ਦਾ ਦਿਨ ਮਨਾਉਣ ਲਈ ਜਥੇ ਦੇ ਰੂਪ ਵਿਚ ਜਾਇਆ ਕਰੇ। ਇਸ ਥਾਂ ਤੇ ਜਥੇ ਦੇ ਰੂਪ ਵਿਚ ਜਾਣ ਲਈ ਪਾਕਿਸਤਾਨ ਸਰਕਾਰ ਨਾਲ ਮਨਜ਼ੂਰੀ ਲੈਣ ਲਈ ਲਿਖਾ ਪੜ੍ਹੀ ਕਰੇ। ਜਦ ਵੀ ਪਾਕਿਸਤਾਨ ਦਾ ਕੋਈ ਮੰਤਰੀ ਕੈਨੇਡਾ ਆਵੇ ਤਾਂ ਉਸ ਨਾਲ, ਹੈਡ ਮੁਰਾਲਾ ਇਲਾਕੇ ਦੇ ਐਮ. ਐਲ. ਏ. ਅਤੇ ਮੈਂਬਰ ਨੈਸ਼ਨਲ ਅਸੈਂਬਲੀ ਆਫ ਪਾਕਿਸਤਾਨ ਨਾਲ ਸੰਵਾਦ ਰਚਾਇਆ ਜਾਵੇ। ਡੇਰਾ ਹੈਡ ਮੁਰਾਲਾ ਦੀ ਜਾਇਦਾਦ ਬਾਰੇ ਰਕਬਾ ਮਾਲ ਵਿਚੋਂ ਵੰਡ ਤੋਂ ਬਾਅਦ ਦੀ ਹਿਸਟਰੀ ਅਤੇ ਰੀਕਾਰਡ ਦੀ ਤਲਾਸ਼ ਕੀਤੀ ਜਾਵੇ। ਓਸ ਸਾਰੀ ਜਾਇਦਾਦ ਦਾ ਵੀ ਪਤਾ ਲਾਇਆ ਜਾਵੇ ਜੋ ਸੰਤ ਬਾਬਾ ਮੁਰਾਲਾ ਵਾਲਿਆਂ ਦੇ ਇਸ ਡੇਰੇ ਦੇ ਨਾਂ ਤੇ ਸੀ। ਯੂਨੀਵਰਸਿਟੀ ਵਿਚ ਕੰਮ ਕਰਦੇ ਇਕ ਲੜਕੇ ਅਬਰਾਰ ਅਹਿਮਦ ਨੇ 19 ਮਾਰਚ ਦੀ ਰਾਤ ਨੂੰ ਯੂਨੀਵਰਸਿਟੀ ਗੈਸਟ ਹਾਊਸ ਵਿਚ ਖਾਣਾ ਖਾਂਦੇ ਦਸਿਆ ਕਿ ਉਸਦਾ ਭਰਾ ਮਿਰਜ਼ੇ ਅਬਦੁਲਵੇਕਲ ਹੁਮਾਈਊਂ ਹੈਡ ਮੁਰਾਲਾ ਦਾ ਨਾਇਬ ਤਹਿਸੀਲਦਾਰ ਹੈ ਅਤੇ ਜੇਕਰ ਮੈਂ ਵੀ ਸੀ ਸਾਹਿਬ ਕੋਲੋਂ ਉਹਨੂੰ ਅਖਵਾ ਦਿਆਂ ਤਾਂ ਉਹ ਆਪਣੇ ਭਰਾ ਦੀ ਮਦਦ ਨਾਲ ਡੇਰੇ ਬਾਰੇ ਹੋਰ ਜਾਣਕਾਰੀ ਪ੍ਰਾਪਤ ਕਰਵਾ ਸਕਦਾ ਹੈ।

ਪਾਕਿਸਤਾਨ ਦੇ ਪ੍ਰਸਿਧ ਪੰਜਾਬੀ ਲੇਖਕ ਅਤੇ ਖੋਜੀ ਜਨਾਬ ਇਕਬਾਲ ਕੈਸਰ ਜਿਸ ਨੇ ਪਾਕਿਸਤਾਨ ਵਿਚ ਰਹਿ ਗਏ ਸਾਰੇ ਗੁਰਦਵਾਰਿਆਂ ਦੀ ਫੋਟੋਗਰਾਫੀ ਅਤੇ ਇਤਿਹਾਸ ਲਿਖ ਕੇ ਬਹੁਤ ਵਡੀ ਕਿਤਾਬ ਛਾਪੀ ਹੈ ਅਤੇ ਪੰਜਾਬੀ ਬੋਲੀ, ਭਾਸ਼ਾ ਅਤੇ ਸਾਹਿਤ ਲਈ ਲਾਹੌਰ ਕਸੂਰ ਦੇ ਰਾਹ ਵਿਚ ਪੰਜਾਬੀ ਖੋਜਗੜ੍ਹ ਸਥਾਪਤ ਕੀਤਾ ਹੈ, ਨੇ ਦਸਿਆ ਕਿ ਉਸਨੂੰ ਡੇਰਾ ਸੰਤ ਬਾਬਾ ਪ੍ਰੇਮ ਸਿੰਘ ਮੁਰਾਲਾਵਾਲਾ ਬਾਰੇ ਕਾਫੀ ਗਿਆਨ ਹੈ। ਜੇਕਰ ਲੁਬਾਣਾ ਕਮਿਊਨਿਟੀ ਇਸ ਬਾਰੇ ਖੋਜ ਕਰਵਾਣੀ ਚਾਹੇ ਤਾਂ ਉਸਦੀਆਂ ਸੇਵਾਵਾਂ ਪ੍ਰਾਪਤ ਕੀਤੀਆਂ ਜਾ ਸਕਦੀਆਂ ਹਨ।

ਹੈੱਡ ਮੁਰਾਲਾ ਤੋਂ ਗੌਰਮਿੰਟ ਕਾਲਜ ਫਾਰ ਵੂਮੈੱਨ ਗੁਜਰਾਤ ਵਿਚ ਮੁਸ਼ਾਇਰੇ ਵਿਖੇ

ਹੈੱਡ ਮੁਰਾਲਾ ਹੀ ਸਾਨੂੰ ਹਨੇਰਾ ਪੈ ਗਿਆ ਸੀ ਅਤੇ ਰਾਤ ਨੂੰ ਗੌਰਮਿੰਟ ਕਾਲਜ ਫਾਰ ਵੂਮੈੱਨ ਗੁਜਰਾਤ ਵਿਚ ਕੁੜੀਆਂ ਦੇ ਕਾਲਜ ਦਾ ਸਾਲਾਨਾ ਮੁਸ਼ਾਇਰਾ ਸੀ। ਤਾਰਕ ਗੁਜਰ ਨੇ ਇਸ ਵਿਚ ਸ਼ਾਮਲ ਹੋਣ ਲਈ ਵਿਸ਼ੇਸ਼ ਤੌਰ ਤੇ ਮੈਨੂੰ ਇਸਲਾਮਾਬਾਦ ਵਿਚ ਹੀ ਕਹਿ ਦਿਤਾ ਸੀ। ਇਹ ਵੀ ਕਿਹਾ ਸੀ ਯੂਨਵਿਰਸਿਟੀ ਅਤੇ ਕਾਲਜ ਦੀਆਂ ਕੁੜੀਆਂ ਮੇਰੇ ਕੋਲੋਂ ਸ਼ਿਵ ਕੁਮਾਰ ਬਟਾਲਵੀ ਨੂੰ ਸੁਣਨਾ ਪਸੰਦ ਕਰਨਗੇ। ਮੈਂ ਜਵਾਬ ਦਿਤਾ ਸੀ ਕਿ ਸ਼ਿਵ ਮੈਨੂੰ ਬਹੁਤ ਜ਼ਬਾਨੀ ਯਾਦ ਹੈ। ਜਦ ਅਸੀਂ ਮੁਸ਼ਾਇਰੇ ਦੇ ਪੰਡਾਲ ਵਿਚ ਪਹੁੰਚੇ ਤਾਂ ਸਾਰਾ ਪੰਡਾਲ ਕੁੜੀਆਂ ਨਾਲ ਭਰਿਆ ਪਿਆ ਸੀ ਅਤੇ ਸ਼ਾਇਰ ਲੋਕ ਆਪਣਾ ਕਲਾਮ ਪੜ੍ਹ ਰਹੇ ਸਨ। ਸਟੇਜ ਤੇ ਵਧੇਰੇ ਔਰਤਾਂ ਅਤੇ ਕੁਝ ਮਰਦ ਸ਼ਾਇਰ ਕੁਰਸੀਆਂ ਤੇ ਬੈਠੇ ਸਨ। ਯੂਨੀਵਰਸਿਟੀ ਦੇ ਵਾਈਸ ਚਾਂਸਲਰ ਡਾ: ਨਿਜ਼ਾਮਉਦ-ਦੀਨ ਪਹਿਲਾਂ ਹੀ ਪਹੁੰਚੇ ਹੋਏ ਸਨ ਅਤੇ ਮੁਸ਼ਾਇਰੇ ਦੀ ਸਦਾਰਤ ਕਰ ਰਹੇ ਸਨ। ਜਦ ਮੇਰੇ ਆਣ ਦੀ ਸਟੇਜ ਤੋਂ ਜਾਣਕਾਰੀ ਦਿਤੀ ਗਈ ਤਾਂ ਸਾਰੇ ਪੰਡਾਲ ਵਿਚ ਮੇਰਾ ਨਾਂ ਲੈ ਲੈ ਕੇ ਬੈਠੀਆਂ ਸਾਰੀਆਂ ਵਿਦਿਆਰਥਣਾਂ ਨੇ ਉਚੀ ਉਚੀ ਬਲਬੀਰ ਮੋਮੀ-ਬਲਬੀਰ ਮੋਮੀ- ਜੀ ਆਇਆਂ ਕਹਿ ਸਵਾਗਤ ਕੀਤਾ। ਕਾਲਜ ਦੀ ਪ੍ਰਿੰਸੀਪਲ ਡਾ: ਸ਼ਾਹੀਨ ਮੁਫਤੀ ਨੇ ਫੁੱਲਾਂ ਦਾ ਗੁਲਦਸਤਾ ਦੇ ਕੇ ਮੇਰਾ ਸਵਾਗਤ ਕੀਤਾ ਅਤੇ ਸਟੇਜ ਤੇ ਪਈਆਂ ਕੁਰਸੀਆਂ ਉਤੇ ਇਕ ਕੁਸਰੀ ਤੇ ਮੈਨੂੰ ਬੜੇ ਅਦਬ ਨਾਲ ਬਠਾਇਆ ਗਿਆ। ਸਰਵਤ ਪਹਿਲਾਂ ਹੀ ਮੇਰੇ ਨਾਲ ਦੀ ਕੁਰਸੀ ਤੇ ਬੈਠੀ ਹੋਈ ਸੀ। ਮੈਂ ਸੋਚ ਰਿਹਾ ਸਾਂ ਕਿ ਔਰਤਾਂ ਦੇ ਕਾਲਜ ਵਿਚ ਕੁੜੀਆਂ ਨੇ ਪਹਿਲੀ ਵਾਰ ਇਕ ਪੱਗ ਵਾਲੇ ਸਰਦਾਰ ਨੂੰ ਵੇਖਿਆ ਸੀ। ਮੇਰਾ ਦਿਲ ਅੰਦਰੋਂ ਬੜਾ ਖੁਸ਼ ਸੀ ਅਤੇ ਮੇਰੇ ਲਈ ਇਹ ਇਕ ਇਤਹਾਸਕ ਘੜੀ ਸੀ ਜਦ ਮੈਂ ਚਨਾਬ ਦੇ ਕੰਡੇ ਵੱਸੇ ਗੁਜਰਾਤ ਸ਼ਹਿਰ ਵਿਚ ਜਿਸ ਦਾ ਸਬੰਧ ਲੇਖਕ ਫਖਰ ਜ਼ਮਾਨ ਅਤੇ ਸਲੀਮ ਪਾਸ਼ਾ ਨਾਲ ਸੀ, ਬੈਠਾ ਸਾਂ। ਮੇਰੀ ਇੰਟਰੋ ਪ੍ਰੋ: ਤਾਰਕ ਗੁਜਰ ਨੇ ਬੜੇ ਵਿਸਥਾਰ ਨਾਲ ਦਿਤੀ ਅਤੇ ਯੂਨੀਵਰਸਿਟੀ ਦੇ ਵਾਈਸ ਚਾਂਸਲਰ, ਕਾਲਜ ਦੀ ਪ੍ਰਿੰਸੀਪਲ ਜੋ ਖੁਦ ਇਕ ਸ਼ਾਇਰਾ ਸੀ ਅਤੇ ਹੋਰ ਸਟਾਫ ਨੇ ਮੇਰੇ ਨਾਲ ਫੋਟੋਜ਼ ਖਿਚਵਾਈਆਂ। ਕਈਆਂ ਨੇ ਆਪਣੀਆਂ ਕਿਤਾਬਾਂ ਮੈਨੂੰ ਭੇਟਾ ਕੀਤੀਆਂ ਜਿਨ੍ਹਾਂ ਵਿਚ ਕਾਲਜ ਦੀ ਪ੍ਰਿੰਸੀਪਲ ਡਾ: ਸ਼ਾਹੀਨ ਮੁਫਤੀ ਦੀ ਉਰਦੂ ਸ਼ਾਇਰੀ ਦੀ ਕਿਤਾਬ

"ਕਿਨਾਰਾ ਕਿਸ ਨੇ ਦੇਖਾ ਹੈ" ਵੀ ਸ਼ਾਮਲ ਸੀ। ਮੈਂ ਵੀ ਆਪਣੀ ਸਵੈ ਜੀਵਨੀ "ਕਿਹੋ ਜਿਹਾ ਸੀ ਜੀਵਨ" ਜੋ ਲਾਹੌਰ ਸ਼ਾਹਮੁਖੀ ਵਿਚ ਛਪੀ ਸੀ, ਦੀਆਂ ਕੁਝ ਕਾਪੀਆਂ ਵਾਈਸ ਚਾਂਸਲਰ ਡਾ: ਨਿਜ਼ਾਮਉਦ-ਦੀਨ, ਪ੍ਰਿੰਸੀਪਲ ਡਾ: ਸ਼ਾਹੀਨ ਮੁਫਤੀ ਅਤੇ ਹੋਰ ਸ਼ਾਇਰਾਂ ਅਤੇ ਕਵਿਤਰੀਆਂ ਨੂੰ ਪੇਸ਼ ਕੀਤੀਆਂ ਅਤੇ ਸ਼ਿਵ, ਮੋਹਨ ਸਿੰਘ, ਸਫੀਰ, ਸ਼ਿਵ ਸ਼ਰਮਾ ਆਦਿ ਦੀਆਂ ਕੁਝ ਕਵਿਤਾਵਾਂ ਜੋ ਮੈਨੂੰ ਜ਼ਬਾਨੀ ਯਾਦ ਸਨ, ਸੁਣਾਈਆਂ ਪਰ ਮੈਂ ਮਹਿਸੂਸ ਕਰ ਰਿਹਾ ਸਾਂ ਕਿ ਭਾਰਤੀ ਗੂੜ੍ਹੀ ਪੰਜਾਬੀ ਕਵਿਤਾਵਾਂ ਨੂੰ ਪਾਕਿਸਤਾਨ ਦੀਆਂ ਕੁੜੀਆਂ ਪੂਰੀ ਤਰ੍ਹਾਂ ਸਮਝ ਨਹੀਂ ਰਹੀਆਂ ਸਨ ਅਤੇ ਮੇਰੀ ਸੋਚ ਦੀ ਪੁਸ਼ਟੀ ਓਸ ਵੇਲੇ ਹੋ ਗਈ ਜਦ ਪ੍ਰਿੰਸੀਪਲ ਡਾ: ਸ਼ਾਹੀਨ ਮੁਫਤੀ ਨੇ ਮੇਰਾ ਸ਼ੁਕਰੀਆ ਅਦਾ ਕਰਦਿਆਂ ਕਹਿ ਹੀ ਦਿਤਾ ਕਿ ਕਵਿਤਾਵਾਂ ਬਹੁਤ ਡੂੰਘੀਆਂ ਹਨ ਅਤੇ ਪੂਰੀ ਤਰ੍ਹਾਂ ਸਾਡੀ ਸਮਝ ਵਿਚ ਨਹੀਂ ਆਈਆਂ।

ਰਾਤ ਦੇ 11 ਵਜ ਗਏ ਸਨ ਅਤੇ ਮੁਸ਼ਾਇਰੇ ਦੇ ਅੰਤ ਵਿਚ ਕਾਲਜ ਵੱਲੋਂ ਨਾਲ ਲਗੇ ਸ਼ਾਮਿਅਨਿਆਂ ਹੇਠਾਂ ਸਭ ਲਈ ਬੜਾ ਸਵਾਦਲਾ ਡਿਨਰ ਸੀ ਜਿਸ ਵਿਚ ਸਬਜ਼ੀਆਂ ਅਤੇ ਦਾਲ ਤੋਂ ਇਲਾਵਾ ਕਈ ਪਰਕਾਰ ਦਾ ਲਜ਼ੀਜ਼ ਗੋਸ਼ਤ ਪਰੋਸਿਆ ਹੋਇਆ ਸੀ। ਡਿਨਰ ਤੋਂ ਵਿਹਲੇ ਹੋਏ ਤਾਂ ਡਾ: ਅਜ਼ਹਰ ਮਹਿਮੂਦ ਚੌਧਰੀ ਸਾਨੂੰ ਆਪਣੇ ਕਲਿਨਕ ਤੇ ਲੈ ਗਿਆ ਜਿਥੇ ਉਸ ਨੇ ਰਾਗਾਂ ਵਿਚ ਸਾਨੂੰ ਆਪਣਾ ਕਲਾਮ ਪੇਸ਼ ਕਰਨਾ ਸੀ ਅਤੇ ਉਸ ਨੇ ਹੋਰ ਕਲਾਸੀਕਲ ਗਾਣ ਵਾਲੇ ਬੁਲਾਏ ਹੋਏ ਸਨ।

ਗੌਰਮੈਂਟ ਕਾਲਜ ਫਾਰ ਵੁਮੈੱਨ ਗੁਜਰਾਤ ਪਾਕਿਸਤਾਨ ਵਿਚ ਮੁਸ਼ਾਇਰੇ ਵਿਖੇ

ਇਥੇ ਰਾਤ ਦੇ ਦੋ ਵਜ ਗਏ। ਥਕੇਵੇਂ ਨਾਲ ਸਰੀਰ ਡਿਗੂੰ ਡਿਗੂੰ ਕਰ ਰਿਹਾ ਸੀ ਅਤੇ ਅਖਾਂ ਮਿਟਦੀਆਂ ਜਾ ਰਹੀਆਂ ਸਨ। ਸਰਵਤ ਵੀ ਮੇਰੇ ਵਾਂਗ ਸਵੇਰੇ 9 ਵਜੇ ਇਸਲਾਮਾਬਾਦ ਤੋਂ ਚਲੀ ਬਹੁਤ ਥਕ ਚੁਕੀ ਸੀ ਪਰ ਪਾਕਿਸਤਾਨ ਦੀ ਹੁਸੀਨ ਤੇ ਗਰੇਟ ਲੇਡੀ ਦੀ ਬੜੀ ਹਿੰਮਤ ਸੀ ਕਿ ਉਹ ਸਾਰਾ ਦਿਨ ਪੂਰੀ ਤਨਦਹੀ ਨਾਲ ਸਾਡੇ ਨਾਲ ਨਾਲ ਵਿਚਰਦੀ ਰਹੀ ਸੀ।

ਸਰਵਤ ਤੇ ਮੈਂ ਰਾਤ ਨੂੰ ਦੋ ਵਜੇ ਦੇ ਕਰੀਬ ਯੂਨੀਵਰਸਿਟੀ ਦੇ ਗੈਸਟ ਹਾਊਸ ਵਿਚ ਪੁਜੇ ਤਾਂ ਉਨੀਂਦਰਾ ਤੇ ਥਕਾਵਟ ਦਾ ਜ਼ੋਰ ਏਨਾ ਵਧ ਚੁਕਾ ਸੀ ਕਿ ਗੈਸਟ ਹਾਊਸ ਦੀ ਦੂਜੀ ਮੰਜ਼ਲ ਤੇ ਮਿਲੇ ਆਪੋ ਆਪਣੇ ਕਮਰਿਆਂ ਵਿਚ ਜਾ ਕੇ ਸੌਂ ਗਏ।

ਸਵੇਰੇ ਜਦ ਜਾਗ ਖੁਲ੍ਹੀ ਤਾਂ ਛੋਟੀਆਂ ਗੁਟਾਰਾਂ ਵਰਗੇ ਪੰਛੀਆਂ ਦੀਆਂ ਆਵਾਜ਼ਾਂ ਦਾ ਸ਼ੋਰ ਐਨਾ ਜ਼ਿਆਦਾ ਸੀ ਕਿ ਹੁਣ ਸੌਣ ਦਾ ਕੋਈ ਮਤਲਬ ਨਹੀਂ ਸੀ। ਤਿਆਰ ਹੋ ਕੇ ਜਦ ਮੈਂ ਥਲੇ ਕਿਚਨ ਵਿਚ ਆਇਆ ਤਾਂ ਸਰਵਤ ਆਪਣਾ ਬਰੇਕਫਾਸਟ ਖਤਮ ਕਰਨ ਦੇ ਨੇੜੇ ਸੀ। ਬਹਿਰੇ ਨੂੰ ਆਵਾਜ਼ ਦੇ ਕੇ ਉਸ ਮੇਰੇ ਲਈ ਅੰਡਿਆਂ ਦੇ ਆਮਲੇਟ ਅਤੇ ਬਟਰ ਲੱਗੀ ਬਰੈੱਡ ਤੋਂ ਇਲਾਵਾ ਗਰਮ ਗਰਮ ਦੁੱਧ ਦੇ ਗਲਾਸ ਦਾ ਆਰਡਰ ਕਰ ਦਿਤਾ।

ਪਾਕਿਸਤਾਨ ਵਿਚ ਅਗਲਾ ਦਿਨ

ਯੂਨੀਵਰਸਿਟੀ ਵਿਚ ਪਹਿਲਾਂ ਤੋਂ ਮਿਥੇ ਇਕ ਫੰਕਸ਼ਨ ਵਿਚ ਵਾਈਸ ਚਾਂਸਲਰ ਸਾਹਿਬ ਨੇ ਮੇਰੀ ਸਵੈ ਜੀਵਨੀ ਜੋ ਸ਼ਾਹਮੁਖੀ ਵਿਚ ਛਪੀ ਸੀ, ਰੀਲੀਜ਼ ਕਰਨੀ ਸੀ। ਬੁਨਿਆਦੀ ਤੌਰ ਤੇ ਇਹ ਫੰਕਸ਼ਨ ਅਮਰੀਕਾ ਚੋਂ ਆਏ ਇਕ ਵਫਦ ਵੱਲੋਂ ਵਿਦਿਆਰਥੀਆਂ ਨੂੰ ਸੰਬੋਧਨ ਕਰਨ ਤੋਂ ਬਾਅਦ ਮੇਰੀ ਕਿਤਾਬ ਦਾ ਉਦਘਾਟਨ ਸੀ। ਇਸ ਸਮਾਰੋਹ ਵਿਚ ਸਟੂਡੰਟ ਅਤੇ ਸਟਾਫ ਸ਼ਾਮਲ ਸੀ। ਵੀ. ਸੀ. ਸਾਹਿਬ ਨੂੰ ਪੰਜਾਬੀ ਬਹੁਤ ਘੱਟ ਆਉਂਦੀ ਸੀ ਪਰ ਫਿਰ ਵੀ ਕਿਤਾਬ ਬਾਰੇ ਵਧੀਆ ਸ਼ਬਦ ਬੋਲ ਕੇ ਤਾੜੀਆਂ ਦੀ ਗੂੰਜ ਵਿਚ ਕਿਤਾਬ ਕਰ ਦਿਤੀ। ਪ੍ਰੋ: ਤਾਰਕ ਗੁਜਰ ਅਤੇ ਸਰਵਤ ਨੇ ਮੇਰੇ ਅਤੇ ਕਿਤਾਬ ਬਾਰੇ ਵਧ ਤੋਂ ਵਧ ਸ਼ਬਦ ਕਹੇ। ਇਸ ਫੰਕਸ਼ਨ ਵਿਚ ਵੀ ਮੇਰੇ ਕੋਲੋਂ ਸ਼ਿਵ ਕੁਮਾਰ ਬਟਾਲਵੀ ਅਤੇ ਉਸਦੀਆਂ ਕਵਿਤਾਵਾਂ ਸੁਨਾਣ ਬਾਰੇ ਕਿਹਾ ਗਿਆ। ਮੈਂ ਸ਼ਿਵ ਦੀਆਂ ਕਈ ਕਵਿਤਾਵਾਂ ਸੁਣਾ ਕੇ ਹਾਜ਼ਰੀਨ ਨੂੰ ਮੰਤਰ ਮੁਗਧ ਕਰ ਦਿਤਾ। ਹੈਰਾਨੀ ਵਾਲੀ ਗੱਲ ਸੀ ਕਿ ਸ਼ਿਵ ਕੁਮਾਰ ਪਾਕਿਸਤਾਨ ਵਿਚ ਨੌਜਵਾਨ ਕੁੜੀਆਂ ਮੰਡਿਆਂ ਦੇ ਦਿਲਾਂ ਤੇ ਛਾਇਆ ਹੋਇਆ ਸੀ। ਉਸ ਦੀਆਂ ਕਵਿਤਾਵਾਂ ਅਤੇ ਗੀਤਾਂ ਨਾਲ ਮੇਲ ਖਾਂਦੀਆਂ ਰਚਨਾਵਾਂ ਓਥੋਂ ਦੇ ਨੌਜਵਾਨ ਸ਼ਾਇਰ ਮੁੰਡੇ ਤੇ ਕੁੜੀਆਂ

ਯੂਨੀਵਰਸਿਟੀ ਆਫ ਗੁਜਰਾਤ ਵਿਚ ਵਾਈਸ ਚਾਂਸਲਰ ਡਾ: ਨਿਜ਼ਾਮਉਦ-ਦੀਨ ਵੱਲੋਂ ਪਾਕਿਸਤਾਨ ਵਿਚ ਸ਼ਾਹਮੁਖੀ ਵਿਚ ਛਪੀ ਸਵੈ-ਜੀਵਨੀ "ਕਿਹੋ ਜਿਹਾ ਸੀ ਜੀਵਨ" ਰੀਲੀਜ਼ ਕਰਦੇ ਹੋਏ

ਲਿਖਣ ਲਗ ਪਏ ਸਨ। "ਪੀੜਾਂ ਵਿਕਣੇ ਆਈਆਂ" ਓਥੋਂ ਦੇ ਇਕ ਸ਼ਾਇਰ ਨੇ ਬੜੀ ਮਸ਼ਹੂਰ ਕਵਿਤਾ ਲਿਖੀ ਸੀ ਅਤੇ ਗੁਜਰਾਤ ਤੋਂ ਮੇਰੇ ਆਣ ਪਿਛੋਂ ਗੁਜਰਾਤ ਵਿਚ ਬਣੀ "ਸੱਚ ਸੰਗ ਗੁਜਰਾਤ" ਨਾਂ ਦੀ ਇਕ ਸੋਸਾਇਟੀ ਨੇ ਸ਼ਿਵ ਦੀ ਬਰਸੀ ਮਨਾਈ ਸੀ। ਇਸ ਫੰਕਸ਼ਨ ਦੀ ਖਬਰ ਪਾਕਿਸਤਾਨ ਤੋਂ ਇਲਾਵਾ ਕੈਨੇਡਾ ਅਤੇ ਹੋਰਨਾਂ ਦੇਸ਼ਾਂ ਵਿਚ ਵੀ ਲੱਗੀ।

ਦੋਪਹਿਰ ਦਾ ਲੰਚ ਵੀ ਸੀ ਸਾਹਿਬ ਦੀ ਕੋਠੀ ਵਿਚ ਸੀ ਜਿਥੇ ਉਹਨਾਂ ਕੁਝ ਹੋਰ ਸੱਜਨ ਵੀ ਬੁਲਾਏ ਹੋਏ ਸਨ। ਲਜ਼ੀਜ਼ ਪਕਵਾਨ ਜਿਨ੍ਹਾਂ ਵਿਚ ਕਈ ਕਿਸਮ ਦਾ ਗੋਸ਼ਤ ਸ਼ਾਮਲ ਸੀ, ਸਿਰਫ ਜ਼ਾਇਕੇਦਾਰ ਹੀ ਨਹੀਂ, ਸਗੋਂ ਉਸਦਾ ਸਵਾਦ ਕਦੇ ਨਾ ਭੁੱਲਣ ਵਾਲਾ ਵੀ ਸੀ। ਇਥੋਂ ਵਿਹਲੇ ਹੋ ਕੇ ਥਕੇ ਹੋਣ ਕਾਰਨ ਬਾਅਦ ਦੋਪਹਿਰ ਮੈਂ ਤੇ ਤਾਰਕ ਗੁੱਜਰ ਯੂਨੀਵਰਸਿਟੀ ਗੈਸਟ ਹਾਊਸ ਵਿਚ ਆ ਕੇ ਮੇਰੇ ਕਮਰੇ ਵਿਚ ਸੌਂ ਗਏ। ਦੋ ਦਿਨਾਂ ਦੀ ਭੱਜ ਨੱਠ ਦੀ ਥਕਾਵਟ ਕਾਰਨ ਐਸੀ ਨੀਂਦ ਆਈ ਕਿ ਮੈਡੀਕਲ ਕਾਲਜ ਦੇ ਪ੍ਰਿੰਸੀਪਲ ਡਾ: ਮਹਿਮੂਦ ਹੁਸੈਨ ਕੰਬੋਜ ਸਾਹਿਬ ਵੱਲੋਂ ਜੋ ਫੰਕਸ਼ਨ ਹੋ ਰਿਹਾ ਸੀ, ਅਸੀਂ ਉਸ ਵਿਚ ਪਹੁੰਚ ਹੀ ਨਾ ਸਕੇ ਜਿਸ ਦਾ ਪਿਛੋਂ ਮੈਨੂੰ ਬਹੁਤ ਅਫਸੋਸ ਹੋਇਆ। ਮੈਡੀਕਲ ਕਾਲਜ ਦਾ ਪ੍ਰਿੰਸੀਪਲ ਮੇਰੀ ਕੰਬੋਜ ਬਰਾਦਰੀ ਨਾਲ ਸਬੰਧਤ ਹੋਣ ਕਰ ਕੇ ਉਸ ਮੇਰੇ ਨਾਲ ਬੜਾ ਤੇਹ ਜਤਾਇਆ ਸੀ। ਆਪਣੇ ਭਰਾ ਨੂੰ ਜੋ ਲਾਹੌਰ ਰਹਿੰਦਾ ਸੀ ਅਤੇ ਪਾਕਿਸਤਾਨੀ ਪੰਜਾਬ ਦੇ ਚੀਫ ਮਨਿਸਟਰ ਦਾ ਸੈਕਰਟਰੀ ਸੀ, ਨੂੰ ਲਾਹੌਰ ਪਹੁੰਚਣ ਤੇ ਮੇਰੇ ਖੈਰ ਮੁਕਦਮ ਲਈ ਫੋਨ ਕਰ ਦਿਤਾ ਸੀ। ਤਾਰਕ ਗੁਜਰ ਵੀ ਥਕਿਆ ਹੋਣ ਕਰ ਕੇ ਇਸ ਫੰਕਸ਼ਨ ਵਿਚ ਜਾ ਨਾ ਸਕਿਆ ਅਤੇ ਸ਼ਾਮ ਪੈਣ ਤੇ ਜਦ ਜਾਗਿਆ ਤਾਂ ਸਵੇਰੇ ਮਿਲਣ ਦਾ ਇਕਰਾਰ ਕਰ ਕੇ ਚਲਾ ਗਿਆ। ਸਵੇਰੇ ਬਰੇਕਫਾਸਟ ਤੋਂ ਬਾਅਦ ਕਿਸੇ ਵੇਲੇ ਵੀ ਮੈਂ ਲਾਹੌਰ ਲਈ ਚਲ ਪੈਣਾ ਸੀ ਜਿਥੇ ਆਸਫ ਰਜ਼ਾ ਜਿਸ ਮੇਰੀ ਸਵੈ ਜੀਵਨੀ ਗੁਰਮੁਖੀ ਵਿਚੋਂ ਸ਼ਾਹਮੁਖੀ ਵਿਚ ਤਬਦੀਲ ਕੀਤੀ ਸੀ, ਮੇਰਾ ਇੰਤਜ਼ਾਰ ਕਰ ਰਿਹਾ ਸੀ। ਉਸ ਨੂੰ ਮਿਲ ਕੇ ਮੈਂ ਆਪਣੇ ਦੋਸਤ ਚੌਧਰੀ ਮੁਹੰਮਦ ਨਵਾਜ਼ ਕੋਲ ਗੁਲਬਰਗ ਪਹੁੰਚ ਜਾਣਾ ਸੀ।

ਇਥੇ ਵੀ ਮੇਰੇ ਕੋਲ ਕਾਫੀ ਕਿਤਾਬਾਂ ਇਕਠੀਆਂ ਹੋ ਗਈਆਂ ਸਨ। ਭਾਰ ਵਧਣ ਕਾਰਨ ਮੈਂ ਲਾਹੌਰ ਰਵਾਨਾ ਹੋਣ ਤੋਂ ਪਹਿਲਾਂ ਕਿਤਾਬਾਂ ਤਾਰਕ ਗੁਜਰ ਨੂੰ ਦੇ ਦਿਤੀਆਂ। ਲਾਹੌਰ ਜਾਣ ਲਈ ਗੱਡੀ ਤੇ ਡਰਾਈਵਰ ਦਾ ਪ੍ਰਬੰਧ ਵੀ ਸੀ ਸਾਹਿਬ ਨੇ ਕਰ ਦਿਤਾ ਸੀ। ਪ੍ਰੋ: ਤਾਰਕ ਗੁਜਰ ਨੇ ਮੇਰੇ ਨਾਲ ਜਾਣਾ ਅਤੇ ਲਾਹੌਰ ਤਕ ਛਡ ਕੇ ਆਣਾ ਸੀ। ਤਾਰਕ ਨੇ ਯੂਨੀਵਰਸਿਟੀ ਦੇ ਗੈਸਟ ਹਾਊਸ ਵਿਚੋਂ ਮੇਰਾ ਸਾਮਾਨ ਪੈਕ ਕਰਵਾ ਕੇ ਥਲੇ ਮੰਗਵਾ ਕੇ ਗਡੀ ਵਿਚ ਰਖ ਦਿਤਾ। ਤੁਰਨ ਵੇਲੇ ਮੈਂ ਯੂਨੀਵਰਸਿਟੀ ਗੈਸਟ ਹਾਊਸ ਦੇ ਨੌਕਰਾਂ ਨੂੰ ਜਿਨ੍ਹਾਂ ਦੋ ਦਿਨ ਸੇਵਾ ਕੀਤੀ ਸੀ, ਹਜ਼ਾਰ ਰੁਪੈ ਟਿਪ ਦੇ ਕੇ ਉਹਨਾਂ ਨਾਲ ਹਥ ਮਿਲਾਇਆ ਤੇ ਯੂਨੀਵਰਸਿਟੀ ਛਡਣ ਤੋਂ ਪਹਿਲਾਂ ਰਸਮੀ

ਤੌਰ ਤੇ ਵੀ ਸੀ ਸਾਹਿਬ ਨੂੰ ਮਿਲਣ ਅਤੇ ਉਹਨਾਂ ਦਾ ਸ਼ੁਕਰੀਆ ਅਦਾ ਕਰਨਾ ਜ਼ਰੂਰੀ ਸਮਝਿਆ। ਉਹ ਇਕ ਮੀਟਿੰਗ ਨੂੰ ਐਡਰੈੱਸ ਕਰ ਰਹੇ ਸਨ ਤੇ ਮੀਟਿੰਗ ਵਿਚ ਹੀ ਅਸੀਂ ਬਗਲਗੀਰ ਹੋ ਕੇ ਮਿਲੇ ਤੇ ਮੈਂ ਉਹਨਾਂ ਦੀ ਪ੍ਰਾਹੁਣਚਾਰੀ ਲਈ ਦਿਲੋਂ ਸ਼ੁਕਰੀਆ ਅਦਾ ਕਰਦਿਆਂ ਕਿਹਾ ਕਿ ਉਹ ਜਦ ਵੀ ਕੈਨੇਡਾ ਆਣ ਤਾਂ ਮੈਨੂੰ ਖਿਦਮਤ ਦਾ ਮੌਕਾ ਜ਼ਰੂਰ ਦੇਣ। ਪ੍ਰੋ: ਛਿੱਬਰ ਨੇ ਆਪਣੀ ਕਾਰ ਸਾਡੀ ਕਾਰ ਦੇ ਅਗੇ ਲਾ ਲਈ ਅਤੇ ਯੂਨੀਵਰਸਿਟੀ ਦੇ ਬਾਹਰ ਬਣੀ ਆਬਾਦੀ ਵਿਚ ਆਪਣੇ ਘਰ ਲੈ ਗਿਆ ਜਿਥੇ ਲਾਹੌਰ ਜਾਣ ਤੋਂ ਪਹਿਲਾਂ ਉਹਦੀ ਜ਼ਿਦ ਸੀ ਕਿ ਮੈਂ ਉਹਦੇ ਪਰਵਾਰ ਨੂੰ ਮਿਲ ਕੇ ਜ਼ਰੂਰ ਜਾਵਾਂ। ਉਹ ਮੈਨੂੰ ਆਪਣੇ ਘਰ ਲਿਜਾ ਕੇ ਤਿੰਨ ਸੌ ਸਾਲ ਪਿਛਾਂਹ ਦੇ ਇਤਹਾਸ ਨੂੰ ਅਖਾਂ ਅਗੇ ਲਿਆਣਾ ਚਹੁੰਦਾ ਸੀ। ਜਦ ਉਸ ਦੇ ਵਡੇਰਿਆਂ ਨੇ ਔਲਾਦ ਨਾ ਬਚਣ ਕਾਰਨ ਆਪਣਾ ਬੱਚਾ ਇਕ ਮੁਸਲਿਮ ਪੀਰ ਨੂੰ ਚੜ੍ਹਾ ਦਿਤਾ ਸੀ ਤੇ ਉਸ ਦੇ ਮੁਸਲਿਮ ਹੋ ਜਾਣ ਨਾਲ ਉਸ ਤੋਂ ਅਗੇ ਪ੍ਰੋ: ਛਿੱਬਰ ਅਜੇ ਵੀ ਆਪਣੇ ਫੈਮਿਲੀ ਟਰੀ ਨੂੰ ਭਾਈ ਸਤੀ ਦਾਸ, ਮਤੀ ਦਾਸ ਨਾਲ ਜੋੜ ਕੇ ਬਹੁਤ ਮਾਣ ਮਹਿਸੂਸ ਕਰਦਾ ਸੀ। ਉਸ ਨੇ ਆਪਣਾ ਫੈਮਿਲੀ ਸ਼ਿਜਰਾ ਵਿਖਾਂਦਿਆਂ ਕਿਹਾ ਪਿਛੋਕੜ ਵਿਚ ਹਿੰਦੂ ਹੋਣ ਕਾਰਨ ਅਜੇ ਤਕ ਵੀ ਉਹਨੂੰ ਜਾਂ ਉਹਦੇ ਵਡੇਰਿਆਂ ਨੂੰ ਮੁਸਲਿਮ ਸਮਾਜ ਇਕ ਚੰਗੇ ਮੁਸਲਮਾਨ ਵਜੋਂ ਮਾਣਤਾ ਨਹੀਂ ਦੇ ਰਿਹਾ ਸੀ। ਇਥੋਂ ਤਕ ਉਹਦੀ ਮੁਸਲਿਮ ਘਰ ਵਾਲੀ ਵੀ ਉਹਨੂੰ ਇਕ ਬੜਾ ਕਾਬਲ ਪ੍ਰੋਫੈਸਰ ਹੋਣ ਦੇ ਬਾਵਜੂਦ ਚੰਗਾ ਮੁਸਲਮਾਨ ਨਾ ਸਮਝਦਿਆਂ ਦੋਗਲਾ ਹੀ ਸਮਝਦੀ ਸੀ। ਪ੍ਰੋ: ਛਿੱਬਰ ਚਹੁੰਦਾ ਸੀ ਕਿ ਮੈਂ ਇਕ ਗੁਜਰਾਤ ਵਿਚ ਮਹੀਨਾ ਉਹਦੇ ਘਰ ਰਹਾਂ ਅਤੇ ਇੰਜ ਉਹਦਾ ਇਕ ਸੁਪਨਾ ਪੂਰਾ ਹੋ ਜਾਵੇਗਾ। ਉਸਦਾ ਪਰਵਾਰ ਅਤੇ ਲੜਕੀਆਂ ਬੜੇ ਪਿਆਰ ਤੇ ਮੋਹ ਨਾਲ ਮਿਲੀਆਂ ਅਤੇ ਚਾਹ ਪੀਣ ਤੋਂ ਬਾਅਦ ਮੈਂ ਆਪਣੇ ਦੋਵੇਂ ਸੂਟਕੇਸ ਉਹਨਾਂ ਅਗੇ ਖੋਲ੍ਹ ਦਿਤੇ ਕਿ ਉਹਨਾਂ ਨੂੰ ਜੋ ਚਾਹੀਦਾ ਹੈ ਜਾਂ ਪਸੰਦ ਹੈ, ਲੈ ਲੈਣ। ਕੁਝ ਸਮਾਂ ਉਹਦੇ ਘਰ ਰਹਿ ਕੇ ਅਤੇ ਪਰਵਾਰ ਨਾਲ ਫੋਟੋ ਖਿਚਵਾ ਕੇ ਸਾਡੀ ਕਾਰ ਗੁਜਰਾਤ ਤੋਂ ਲਾਹੌਰ ਦੇ ਰਾਹ ਪੈ ਗਈ। ਪ੍ਰੋ: ਤਾਰਕ ਗੁਜਰ ਨੇ ਮੈਨੂੰ ਲਾਹੌਰ ਛਡ ਕੇ ਕਾਰ ਸਮੇਤ ਵਾਪਸ ਯੂਨੀਵਰਸਿਟੀ ਨੂੰ ਮੁੜਨਾ ਸੀ।

ਪਾਕਿਸਤਾਨ ਵਿਚ ਅਗਲਾ ਦਿਨ-ਲਾਹੌਰ ਪਹੁੰਚਣਾ

20 ਮਾਰਚ, 2012, ਨੂੰ ਗੁਜਰਾਤ ਤੋਂ ਲਾਹੌਰ ਆਉਂਦਿਆਂ ਰਾਹ ਵਿਚ ਜਦ ਗੁਜਰਾਂਵਾਲਾ ਆਇਆ ਤਾਂ ਮਹਾਰਾਜਾ ਰਣਜੀਤ ਸਿੰਘ ਦੀ ਹਵੇਲੀ ਵੇਖਣ ਦਾ ਬੜਾ ਵਿਚਾਰ ਸੀ ਪਰ ਤਾਰਕ ਗੁੱਜਰ ਹੁਰਾਂ ਮੈਨੂੰ ਲਾਹੌਰ ਛਡ ਕੇ ਵਾਪਸ ਗੁਜਰਾਤ ਮੁੜਨਾ ਸੀ। ਉਹ ਚਹੁੰਦੇ ਸਨ ਕਿ ਵਾਪਸੀ ਤੇ ਉਹਨਾਂ ਨੂੰ ਜ਼ਿਆਦਾ ਰਾਤ ਨਾ ਪੈ ਜਾਵੇ। ਇਸ ਲਈ ਅਸੀਂ ਮਹਾਰਾਜਾ ਰਣਜੀਤ ਸਿੰਘ ਦੀ ਹਵੇਲੀ ਵੇਖਣ ਲਈ ਸਮਾਂ ਨਾ ਕਢ ਸਕੇ ਜੋ ਮੈਂ ਬਹੁਤ ਜ਼ਰੂਰੀ ਸਮਝਦਾ ਸਾਂ। ਸ਼ੇਖੂਪੁਰਾ ਜ਼ਿਲਾ ਬਨਣ ਤੋਂ ਪਹਿਲਾਂ ਇਹ ਸ਼ੇਖੂਪੁਰਾ ਜ਼ਿਲਾ ਗੁੱਜਰਾਂਵਾਲਾ ਦੀ ਤਹਿਸੀਲ ਹੁੰਦਾ ਸੀ। ਇੰਜ ਬਾਪੂ ਦਸਿਆ ਕਰਦਾ ਕਿ ਸ਼ੇਖੂਪੁਰਾ ਜ਼ਿਲਾ 1922 ਵਿਚ ਬਣਿਆ ਸੀ। ਇਸ ਵਿਚ ਦੋ ਤਹਿਸੀਲਾਂ ਨਨਕਾਣਾ ਸਾਹਿਬ ਅਤੇ ਸ਼ਾਹਦਰਾ ਜੋੜ ਦਿਤੀਆਂ ਗਈਆਂ ਸਨ। ਗਰਮੀ ਕਾਰਨ ਪਿਆਸ ਲੱਗੀ ਹੋਈ ਸੀ। ਗੁਜਰਾਂਵਾਲੇ ਸੜਕ ਦੇ ਇਕ ਪਾਸੇ ਕਾਰ ਖੜ੍ਹੀ ਕਰ ਕੇ ਇਕ ਰੇੜ੍ਹੀ ਵਾਲੇ ਤੋਂ ਚੰਗੇ ਚੰਗੇ ਕਿਨੂੰ ਚੁਣ ਕੇ ਜੂਸ ਦੇ ਗਲਾਸ ਤਿਆਰ ਕਰਵਾ ਕੇ ਪੀਣ ਨਾਲ ਜਿਸਮ ਵਿਚ ਕੁਝ ਤਰੋ ਤਾਜ਼ਗੀ ਆ ਗਈ ਤੇ ਅਸੀਂ ਗੁਜਰਾਤ ਤੋਂ ਅਗੇ ਲਾਹੌਰ ਵੱਲ ਚੱਲ ਪਏ। ਰਸਤੇ ਵਿਚ ਆਏ ਸ਼ਹਿਰ ਅਤੇ ਪਿੰਡ ਜਿਨ੍ਹਾਂ ਵਿਚੋਂ ਕਈਆਂ ਦੇ ਨਾਂ ਮੇਰੇ ਚੇਤੇ ਵਿਚ ਸਨ, ਯਾਦ ਆ ਕੇ ਵਿਆਕਲ ਕਰ ਰਹੇ ਸਨ ਕਿ ਧਰਤੀ ਦੇ ਇਸ ਖਿੱਤੇ ਵਿਚ ਮੇਰਾ ਬਚਪਨ ਬੀਤਿਆਂ ਸੀ ਅਤੇ ਬਚਪਨ ਦੀਆਂ ਯਾਦਾਂ ਮਨ ਵਿਚੋਂ ਜਾਂਦੀਆਂ ਨਹੀਂ ਸਨ। ਵੰਡ ਤੋਂ ਪਹਿਲਾ ਹਿੰਦੂ, ਮੁਸਲਿਮ ਅਤੇ ਸਿੱਖ ਇਸ ਧਰਤੀ ਤੇ ਇਕਠੇ ਰਹਿੰਦੇ ਸਨ। ਹੁਣ ਉਹਨਾਂ ਵਿਚੋਂ ਇਹ ਇਲਾਕਾ ਸਿਰਫ ਇਕ ਧਰਮ ਨੂੰ ਮੰਨਣ ਵਾਲਿਆਂ ਦਾ ਰਹਿ ਗਿਆ ਸੀ। ਹਾਲਾਤ ਅਤੇ ਇਤਿਹਾਸ ਨੇ ਕਿੰਨਾ ਅਨੋਖਾ ਖੇਲ ਖੇਲਿਆ ਸੀ ਜਿਸ ਨਾਲ ਕੁਝ ਦਾ ਕੁਝ ਹੋ ਗਿਆ ਸੀ।

ਜੂਸ ਦੇ ਗਲਾਸ ਖਤਮ ਕਰ ਜਿਵੇਂ ਜਿਵੇਂ ਅਸੀਂ ਲਾਹੌਰ ਦੇ ਲਾਗੇ ਆ ਰਹੇ ਸਾਂ ਤਾਂ ਵੇਖਣ ਵਿਚ ਆ ਰਿਹਾ ਸੀ ਇਹ ਲਾਹੌਰ ਹੁਣ ਕਾਫੀ ਵਧ ਗਿਆ ਸੀ। 35 ਸਾਲ ਪਹਿਲਾਂ ਜਦ ਮੈਂ ਪਾਕਿਸਤਾਨ ਆਇਆ ਸਾਂ ਤਾਂ ਨਕਸ਼ਾ ਹੋਰ ਸੀ ਅਤੇ ਹੁਣ ਉਹ ਪਹਿਲੀਆਂ ਗੱਲਾਂ ਨਹੀਂ ਰਹੀਆਂ ਸਨ। ਸੈੱਲ ਫੋਨ ਤੇ ਆਸਫ ਰਜ਼ਾ ਸਾਨੂੰ ਉਹਦੇ ਕੋਲ ਪਹੁੰਚਣ ਲਈ ਕਾਰ ਦੇ ਡਰਾਈਵਰ ਨੂੰ ਰਸਤਾ ਦੱਸ ਰਿਹਾ ਸੀ। ਕਾਫੀ ਚਿਰ ਲਾਹੌਰ ਦੀਆਂ ਸੜਕਾਂ ਪਾਰ ਕਰਦੇ ਆਖਰ ਅਸੀਂ ਆਸਫ ਰਜ਼ਾ ਦੇ ਦਫਤਰ ਪਹੁੰਚ ਗਏ ਜਿਥੇ ਉਹ ਦੂਜੀ ਮੰਜ਼ਲ ਤੇ ਰਹਿੰਦਾ ਸੀ। ਤਾਰਕ ਹੁਰੀਂ ਉਹਦੇ ਦਫਤਰ ਵਿਚ ਮੇਰਾ ਸਾਮਾਨ ਪੁਚਾ ਕੇ ਵਾਪਸ ਗੁਜਰਾਤ ਨੂੰ ਮੁੜ ਗਏ। ਪਾਕਿਸਤਾਨ ਦੇ ਨਫੀਸ ਤੇ

ਵਿਦਵਾਨ ਪੰਜਾਬੀ ਲੇਖਕ ਤਾਰਕ ਗੁੱਜਰ ਨਾਲ ਇਹ ਮਿਲਣੀ ਮੈਨੂੰ ਕਦੇ ਵੀ ਨਹੀਂ ਭੁੱਲੀ। ਡਰਾਈਵਰ ਬੱਟ ਨੇ ਦੋ ਤਿੰਨ ਦਿਨ ਮੇਰੀ ਬੜੀ ਖਿਦਮਤ ਕੀਤੀ ਸੀ। ਉਸਦਾ ਬਣਦਾ ਫਬਦਾ ਇਨਾਮ ਦੇ ਕੇ ਉਹਨੂੰ ਗੁਜਰਾਤ ਵਾਪਸ ਕਰ ਦਿਤਾ। ਉਮਰ ਅਨੁਸਾਰ ਸਫਰ ਨਾਲ ਥਕਾਵਟ ਹੋ ਗਈ ਸੀ। ਆਸਫ ਰਜ਼ਾ ਕੋਲ ਕੁਝ ਦੇਰ ਆਰਾਮ ਕੀਤਾ ਤੇ ਏਨੇ ਵਿਚ ਮੇਰਾ ਪੁਰਾਣਾ ਦੋਸਤ ਚੌਧਰੀ ਮੁਹੰਮਦ ਨਵਾਜ਼ ਮੈਨੂੰ ਆਪਣੀ ਮਹਿੰਗੀ ਗਡੀ ਵਿਚ ਲੈਣ ਆ ਗਿਆ। ਅਸੀਂ 50 ਸਾਲ ਬਾਅਦ ਮਿਲੇ ਸਾਂ। ਗਲਵਕੜੀ ਪਾਈ ਤੇ ਅੱਖਾਂ ਗਿੱਲੀਆਂ ਸਨ। ਦੋਵੇਂ ਉਮਰ ਰਸੀਦਾ ਹੋ ਗਏ ਸਾਂ ਤੇ ਜਿਸਮ ਭਾਰੇ ਹੋ ਗਏ ਸਨ। ਜੇ ਕਿਤੇ ਕਿਸੇ ਬਾਜ਼ਾਰ ਵਿਚ ਮਿਲ ਜਾਂਦੇ ਤਾ ਬਿਲਕੁਲ ਇਕ ਦੂਜੇ ਨੂੰ ਪਛਾਣ ਨਹੀਂ ਸਕਦੇ ਸਾਂ। ਸੰਨ 1961-62 ਦੇ ਮਿਲੇ ਅਜ 50 ਸਾਲ ਬਾਅਦ ਫਿਰ ਮਿਲੇ ਸਾਂ। ਨਵਾਜ਼ ਦੀ ਆਵਾਜ਼ ਪਹਿਲਾਂ ਵਾਂਗ ਭਾਰੀ ਸੀ ਪਰ ਪਤਲਾ ਲੰਮਾ ਛੀਟਕਾ ਸਰੀਰ ਮੋਟਾ ਹੋ ਗਿਆ ਸੀ। ਆਸਫ ਰਜ਼ਾ ਨੂੰ ਵੀ ਅਸਾਂ ਨਾਲ ਲੈ ਲਿਆ ਤੇ ਚੌਧਰੀ ਮੁਹੰਮਦ ਨਵਾਜ਼ ਸਾਹਿਬ ਦੀ ਗਡੀ ਵਿਚ ਸਾਮਾਨ ਰਖਵਾ ਕੇ ਅਸੀਂ ਉਹਨਾਂ ਦੇ ਨਾਲ ਉਹਦੇ ਐਂਟੀ ਟੀ ਬੀ ਐਸੋਸੀਏਸ਼ਨ ਆਫ ਪਾਕਿਸਤਾਨ ਦੇ ਦਫਤਰ ਪਹੁੰਚ ਗਏ। ਨੌਕਰਾਂ ਨੇ ਮੇਰਾ ਸਾਮਾਨ ਉਤਾਰ ਕੇ ਉਪਰ ਏਅਰਕੰਡੀਸ਼ਨ ਕਮਰੇ ਵਿਚ ਰਖਵਾ ਦਿਤਾ ਜਿਥੇ ਮੇਰੇ ਲਈ ਡਬਲ ਬੈੱਡ ਲੱਗਾ ਹੋਇਆ ਸੀ।

ਕੁਝ ਚਿਰ ਚੌਧਰੀ ਸਾਹਿਬ ਦੇ ਦਫਤਰ ਵਿਚ ਬੈਠੇ ਜਿਸ ਦੇ ਉਹ ਪ੍ਰੈਜ਼ੀਡੈਂਟ ਸਨ। ਮੈਂ ਲਾਹੌਰ ਵਿਚ ਹੀ ਸ਼ਾਹਮੁਖੀ ਵਿਚ ਛਪੀ ਆਪਣੀ ਸਵੈ-ਜੀਵਨੀ, "ਕਿਹੋ ਜਿਹਾ ਸੀ ਜੀਵਨ" ਦੀ ਕਾਪੀ ਉਹਨਾਂ ਨੂੰ ਭੇਟ ਕੀਤੀ। ਇਸ ਵਿਚ ਉਹਨਾਂ ਦਾ ਕਈ ਥਾਈਂ ਬੜਾ ਪਿਆਰ ਭਰਿਆ ਅਤੇ ਮੋਹ ਭਿੱਜਾ ਜ਼ਿਕਰ ਆਇਆ ਸੀ ਜਦ ਅਸੀਂ ਹੁਸੈਨੀਵਾਲਾ ਬਾਰਡਰ ਤੇ ਨਵੰਬਰ 1961 ਵਿਚ ਮੇਰੀ ਪਹਿਲੀ ਪਾਕਿਸਤਾਨ ਫੇਰੀ ਤੇ ਮਿਲੇ ਅਤੇ ਦੋਸਤ ਬਣ ਗਏ ਸਾਂ। ਉਹ ਮੈਨੂੰ ਆਪਣੇ ਟਰੈਕਟਰ ਤੇ ਬਿਠਾ ਕੇ ਲਾਗੇ ਪੈਂਦੇ ਆਪਣੇ ਪਿੰਡ ਬੁਰਜ ਕਲਾਂ ਲੈ ਗਏ ਸਨ। ਉਹਨਾਂ ਨੇ ਕਿਤਾਬ ਵਿਚ ਆਪਣੇ ਬਾਰੇ ਆਏ ਜ਼ਿਕਰ ਨੂੰ ਬੜੇ ਗਹੁ ਨਾਲ ਦੇਖਿਆ ਅਤੇ ਫਿਰ ਸੇਵਾ ਪਾਣੀ ਦਾ ਸਿਲਸਿਲਾ ਸ਼ੁਰੂ ਹੋ ਗਿਆ। ਪੰਜਾਬੀ ਜੱਟਾਂ ਵਾਲਾ ਸੇਵਾ ਪਾਣੀ ਦਾ ਸਿਲਸਿਲਾ ਜਿਸ ਵਿਚ ਬਲੈਕ ਲੇਬਲ ਅਤੇ ਸਿਵਾਸ਼ ਰੀਗਲ ਦੀਆਂ ਬੋਤਲਾਂ ਤੇ ਸੋਢੇ ਖੁਲ੍ਹ ਗਏ। ਖਾਣ ਲਈ ਸਲਾਦ ਅਤੇ ਕਈ ਪਰਕਾਰ ਦਾ ਭੁਜਿਆ ਹੋਇਆ ਗੋਸ਼ਤ। 50 ਸਾਲ ਪਹਿਲਾਂ ਜਦ ਅਸੀਂ ਮਿਲੇ ਸਾਂ ਨਵਾਜ਼ ਸ਼ਰਾਬ ਨਹੀਂ ਪੀਂਦਾ ਸੀ ਤੇ ਹੁਣ ਜ਼ਮਾਨਾ ਬਦਲ ਗਿਆ ਸੀ। ਜਿੰਨਾ ਚਿਰ ਮੈਂ ਲਾਹੌਰ ਰਿਹਾ, ਕੋਈ ਸ਼ਾਮ ਵੀ ਐਸੀ ਨਾ ਲੰਘੀ ਜਿਸ ਰਾਤ ਮਹਿੰਗੀ ਤੋਂ ਮਹਿੰਗੀ ਸ਼ਰਾਬ ਦੀਆਂ ਦੋ ਤਿੰਨ ਬੋਤਲਾਂ ਪੀਤੀਆਂ ਨਾ ਜਾਂਦੀਆਂ ਤੇ ਬੜੀਆਂ ਮੋਹ ਭਿਜੀਆਂ ਮਹਿਫਲਾਂ ਜੁੜਦੀਆਂ ਜਿਸ ਵਿਚ ਉਹਨਾਂ ਦੇ ਦੋਸਤ ਅਤੇ ਲਾਹੌਰ ਦੇ ਪੰਜਾਬੀ ਲਿਖਾਰੀ ਸ਼ਾਮਲ ਹੁੰਦੇ। ਸਕਾਚ ਪੀਂਦਿਆਂ ਅਸੀਂ ਪਿਛਲੇ 50 ਸਾਲ ਬਾਅਦ ਇਕ ਦੂਜੇ ਨੂੰ ਮਿਲਣ ਦਾ ਇਤਿਹਾਸ ਗਾਹ ਮਾਰਿਆ। ਪੰਜਾਹ ਸਾਲ

ਦਾ ਕਿੰਨਾ ਲੰਮਾ ਸਮਾਂ ਜਿਸ ਵਿਚ ਕੁਝ ਕੁ ਚਿਠੀ ਪੱਤਰਾਂ ਦਾ ਮੇਲ ਹੀ ਸ਼ਾਮਲ ਸੀ। ਆਸਫ ਰਜ਼ਾ ਜਿਸ ਨੇ ਮੇਰੀ ਸਵੈ ਜੀਵਨੀ ਗੁਰਮੁਖੀ ਵਿਚੋਂ ਸ਼ਾਹਮੁਖੀ ਵਿਚ ਉਲਟਾਈ ਸੀ, ਚੌਧਰੀ ਮੁਹੰਮਦ ਨਵਾਜ਼ ਦਾ ਸੈੱਲ ਫੋਨ ਲਭ ਕੇ ਦਿਤਾ ਸੀ ਅਤੇ ਮੈਂ ਕੈਨੇਡਾ ਤੋਂ ਉਹਨਾਂ ਨਾਲ 50 ਸਾਲ ਬਾਅਦ ਕੈਨੇਡਾ ਤੋਂ ਪਾਕਿਸਤਾਨ ਟੈਲੀਫੋਨ ਤੇ ਗੱਲ ਕੀਤੀ ਤਾਂ ਉਹੀ ਪਿਆਰ ਤੇ ਖਲੂਸ ਭਰੀ ਭਾਰੀ ਆਵਾਜ਼ ਸੀ। ਮੈਂ ਕਿਹਾ ਮੈਂ ਪਾਕਿਸਤਾਨ ਗੌਰਮਿੰਟ ਦਾ ਮਹਿਮਾਨ ਬਣ ਕੇ ਆ ਰਿਹਾ ਹਾਂ ਤੇ ਆਪਾਂ ਇਕ ਵਾਰ ਫਿਰ ਮਿਲਾਂਗੇ। ਚੌਧਰੀ ਸਾਹਿਬ ਨੇ ਜੀ ਆਇਆਂ ਕਿਹਾ। ਕੈਨੇਡਾ ਤੋਂ ਫੋਨ ਕਰਨ ਵੇਲੇ ਪਾਕਿਸਤਾਨ ਵਿਚ ਰਾਤ ਦੇ 11 ਵਜੇ ਸਨ ਤੇ ਚੌਧਰੀ ਸਾਹਿਬ ਨੇ ਸੁੱਤੇ ਪਿਆਂ ਉਠ ਕੇ ਫੋਨ ਚੁਕਿਆ ਸੀ। ਉਹਨਾਂ ਦੀ ਬੇਗਮ ਸਾਹਿਬਾ ਕਹਿਣ ਲੱਗੀ ਐਨੀ ਰਾਤ ਗਏ ਕਿਸ ਦਾ ਫੋਨ ਹੈ ਤਾਂ ਨਵਾਜ਼ ਹੱਸ ਕੇ ਕਹਿਣ ਲੱਗਾ ਤੇਰੇ ਪੇਕਿਆਂ ਕਾਸੂਬੇਗੂ (ਫਿਰੋਜ਼ਪੁਰ) ਤੋਂ ਤੇਰਾ ਭਰਾ ਬਲਬੀਰ ਬੋਲ ਰਿਹਾ ਹੈ ਜੋ ਹੁਣ ਕੈਨੇਡਾ ਵਿਚ ਰਹਿੰਦਾ ਹੈ। ਪੇਕਿਆਂ ਦਾ ਨਾਂ ਕਿਸ ਨੂੰ ਪਿਆਰਾ ਨਹੀਂ ਲਗਦਾ ਪਰ ਬੇਗਮ ਨਵਾਜ਼ ਦਾ ਗੁੱਸਾ ਤਾਂ ਠੰਡਾ ਹੋ ਗਿਆ ਸੀ। ਉਸ ਮੇਰਾ ਨਾਂ ਤਾਂ ਸੁਣਿਆ ਹੋਇਆ ਸੀ ਪਰ ਮੁਲਾਕਾਤ ਭਾਵੇਂ ਕਦੇ ਨਹੀਂ ਸੀ ਹੋਈ। ਨਵਾਜ਼ ਨੇ ਬਹੁਤ ਵਰ੍ਹੇ ਪਹਿਲਾਂ ਇਕ ਚਿਠੀ ਵਿਚ ਵਿਚ ਉਚੇਰੀ ਸਿਖਿਆ ਲਈ ਇੰਗਲੈਂਡ ਜਾ ਕੇ ਪੜ੍ਹਨ, ਫਿਰ ਵਕੀਲ ਬਨਣ, ਵਿਆਹ ਹੋਣ ਤੇ ਬੱਚਿਆਂ ਦਾ ਜ਼ਿਕਰ ਕੀਤਾ ਸੀ ਤੇ ਫਿਰ ਉਸ ਤੋਂ ਬਾਅਦ ਸਾਡੀ ਮੇਲ ਮਿਲਾਪ ਦੀ ਲੜੀ ਟੁਟ ਗਈ ਸੀ।

ਪੰਜਾਹ ਸਾਲਾਂ ਬਾਅਦ ਮਿਲਣ ਦੀਆਂ ਤੇ ਕੀਤੇ ਜੀਵਨ ਦੇ ਸਫਰ ਦੀਆਂ ਗੱਲਾਂ ਹੋ ਰਹੀਆਂ ਸਨ। ਇਹਨਾਂ ਦਾ ਅੰਤ ਨਹੀਂ ਹੋ ਰਿਹਾ ਸੀ ਜਿਨ੍ਹਾਂ ਵਿਚ ਯਾਦਾਂ ਦੇ ਕੀਮਤੀ ਮੋਤੀ ਪਰੋਏ ਹੋਏ ਸਨ। ਰਾਤ ਬੀਤਦੀ ਜਾ ਰਹੀ ਸੀ। ਸਕਾਚ ਪੀ ਪੀ ਕੇ ਜਦ ਹੋਸ਼ ਗਵਾਚਨ ਲੱਗੀ ਤਾਂ ਨਵਾਜ਼ ਸਾਹਿਬ ਕਹਿਣ ਲੱਗੇ ਕਿ ਮੈਂ ਆਪਣੇ ਪਿੰਡ ਬੁਰਜ ਕਲਾਂ ਜਾ ਰਿਹਾ ਹਾਂ। ਸਵੇਰ ਤੋਂ ਤੁਹਾਡੀ ਖਿਦਮਤ ਤੇ ਸੈਰ ਸਪਾਟੇ ਲਈ ਡਰਾਈਵਰ ਮੁਨੀਰ ਤੇ ਗੱਡੀ ਤੁਹਾਡੇ ਹਵਾਲੇ ਹੋਵੇਗੀ। ਕੋਈ ਫਿਕਰ ਕਰਨ ਦੀ ਲੋੜ ਨਹੀਂ। ਮੈਂ ਰਾਤ ਕਦੀ ਬਾਹਰ ਨਹੀਂ ਰਿਹਾ, ਹਮੇਸ਼ਾ ਰਾਤੀਂ ਆਪਣੇ ਪਿੰਡ ਚਲਾ ਜਾਂਦਾ ਹਾਂ। ਆਪਾਂ ਪਰਸੋਂ ਮਿਲਾਂਗੇ। ਰਾਤ ਕਾਫੀ ਹੋ ਚੁਕੀ ਸੀ। ਮੈਂ ਆਸਫ ਰਜ਼ਾ ਨੂੰ ਕਿਹਾ ਕਿ ਉਹ ਵੀ ਏਥੇ ਹੀ ਸੌਂ ਰਹੇ ਤੇ ਹੁਣ ਅਧੀ ਰਾਤੀਂ ਕਿਥੇ ਜਾਵੇਂਗਾ। ਡਰਾਈਵਰ ਮੁਨੀਰ ਸਾਨੂੰ ਦੋਵਾਂ ਨੂੰ ਉਪਰ ਕਮਰੇ ਵਿਚ ਲੈ ਆਇਆ ਜਿਥੇ ਡੱਬਲ ਬੈੱਡ ਲੱਗਾ ਹੋਇਆ ਸੀ।

ਅਜੇ ਪੂਰੀ ਤਰ੍ਹਾਂ ਨੀਂਦ ਨਹੀਂ ਸੀ ਆਈ ਕਿ ਮੈਂ ਮਹਿਸੂਸ ਕੀਤਾ ਕਿ ਮੇਰੀ ਜੇਬ ਵਿਚੋਂ ਕੋਈ ਹੱਥ ਮੇਰਾ ਪਾਸਪੋਰਟ ਕਢ ਰਿਹਾ ਸੀ। ਮੈਂ ਹਰ ਵੇਲੇ ਪਾਸਪੋਰਟ ਆਪਣੀ ਕਮੀਜ਼ ਦੀ ਉਪਰਲੀ ਜੇਬ ਵਿਚ ਰੱਖਦਾ ਸਾਂ ਕਿਉਂਕਿ ਇਹ ਸਭ ਤੋਂ ਜ਼ਿਆਦਾ ਮਹਤਵ ਪੂਰਨ ਡਾਕੂਮੈਂਟ ਸੀ। ਇਸ ਦੇ ਪਰਾਏ ਦੇਸ਼ ਵਿਚ ਗਵਾਚਣ ਜਾਂ ਚੋਰੀ ਹੋਣ ਨਾਲ ਮੁਸੀਬਤਾਂ ਹੀ ਮੁਸੀਬਤਾਂ ਖੜ੍ਹੀਆਂ ਹੋ ਸਕਦੀਆਂ ਹਨ। ਇਹ ਹੱਥ

ਆਸਫ ਰਜ਼ਾ ਦਾ ਸੀ ਜੋ ਮੈਨੂੰ ਬਹੁਤ ਨਾਗਵਾਰ ਲੱਗਾ। ਮੈਂ ਉਹਦੇ ਹਥੋਂ ਜੇਬ ਵਿਚੋਂ ਕਢਿਆ ਜਾ ਰਿਹਾ ਪਾਸਪੋਰਟ ਖੋਹ ਕੇ ਫਿਰ ਜੇਬ ਵਿਚ ਪਾ ਕੇ ਉਸਨੂੰ ਸਖਤ ਸ਼ਬਦਾਂ ਵਿਚ ਕਿਹਾ ਕਿ ਮੇਰੀ ਅਧਸੁਤੇ ਦੀ ਜੇਬ ਵਿਚੋਂ ਮੇਰਾ ਪਾਸਪੋਰਟ ਕਿਉਂ ਕਢ ਰਿਹਾ ਸੈਂ। ਅਗੋਂ ਆਸਫ ਰਜ਼ਾ ਆਖਣ ਲੱਗਾ ਕਿ ਮੈਂ ਕਿਹਾ ਤੁਸੀਂ ਬਜ਼ੁਰਗ ਬੰਦੇ ਹੋ ਤੇ ਤੁਹਾਨੂੰ ਰਾਤੀਂ ਸੁਤਿਆਂ ਨੂੰ ਇਹ ਚੁਭੇਗਾ। ਇਸ ਲਈ ਮੈਂ ਕਢ ਰਿਹਾ ਸਾਂ। ਮੈਂ ਕਿਹਾ ਮੈਂ ਤਾਂ ਰੋਜ਼ ਹੀ ਰਾਤ ਨੂੰ ਆਪਣੀ ਜੇਬ ਵਿਚ ਪਾ ਕੇ ਸੌਂਦਾ ਹਾਂ। ਇਸ ਪਾਸਪੋਰਟ ਵਿਚ ਪਾਕਿਸਤਾਨ ਅਤੇ ਹਿੰਦੋਸਤਾਨ ਦੇ ਵੀਜ਼ੇ ਲੱਗੇ ਹੋਏ ਹਨ ਅਤੇ ਇਸ ਦੀ ਹਿਫਾਜ਼ਤ ਸਭ ਤੋਂ ਵਧ ਜ਼ਰੂਰੀ ਹੈ। ਜੇ ਇਹ ਪਾਸਪੋਰਟ ਗੁੰਮ ਹੋ ਜਾਵੇ ਤਾਂ ਪਾਕਿਸਤਾਨ ਵਿਚ ਮੇਰੇ ਉਤੇ ਮੁਸੀਬਤਾਂ ਦੇ ਪਹਾੜ ਟੁੱਟ ਪੈਣਗੇ ਅਤੇ ਏਜੰਸੀਆਂ ਮੇਰੇ ਮਗਰ ਲੱਗ ਜਾਣਗੀਆਂ। ਪੋਲੀਸ ਅਤੇ ਕੈਨੇਡੀਅਨ ਐਮਬੈਸੀ ਨੂੰ ਤੁਰਤ ਰੀਪੋਰਟ ਕਰਨੀ ਤੇ ਨਵਾਂ ਪਾਸਪੋਰਟ ਅਤੇ ਵੀਜ਼ੇ ਲੈਣੇ ਕੋਈ ਖਾਲਾ ਜੀ ਦਾ ਵਾੜਾ ਨਹੀਂ। ਤੂੰ ਜੋ ਮੇਰੀ ਜੇਬ ਵਿਚੋਂ ਪਾਸਪੋਰਟ ਕਢਣ ਦੀ ਹਰਕਤ ਕੀਤੀ ਹੈ, ਇਹ ਬਰਦਾਸ਼ਤ ਕਰਨ ਤੋਂ ਬਾਹਰ ਹੈ। ਤੂੰ ਫੌਰਨ ਮੇਰੇ ਕਮਰੇ ਵਿਚੋਂ ਬਾਹਰ ਹੋ ਜਾ। ਸਵੇਰੇ ਜਦ ਚੌਧਰੀ ਮੁਹੰਮਦ ਨਵਾਜ਼ ਸਾਹਿਬ ਆਉਣਗੇ ਤਾਂ ਮੈਂ ਸਾਰੀ ਗੱਲ ਉਹਨਾਂ ਨੂੰ ਦੱਸਾਂਗਾ। ਡਰਾਈਵਰ ਮੁਨੀਰ ਜਿਸ ਨੂੰ ਚੌਧਰੀ ਸਾਹਿਬ ਨੇ ਮੇਰੀ ਖਿਦਮਤ ਕਰਨ ਦੀ ਡਿਊਟੀ ਲਾਈ ਸੀ, ਉਸ ਨੇ ਵੀ ਆਸਫ ਰਜ਼ਾ ਦੀ ਇਹ ਹਰਕਤ ਵੇਖ ਲਈ ਸੀ। ਬੇਸ਼ਕ ਉਸ ਨੇ ਮੇਰੀ ਸਵੈ-ਜੀਵਨੀ ਗੁਰਮੁਖੀ ਵਿਚੋਂ ਸ਼ਾਹਮੁਖੀ ਵਿਚ ਕਨਵਰਟ ਕੀਤੀ ਸੀ ਤੇ ਸਾਂਝ ਪਬਲੀਕੇਸ਼ਨਜ਼ ਦੇ ਜਨਾਬ ਸਲੀਮ ਮਿਨਹਾਸ ਸਾਹਿਬ ਨੇ ਬੜੇ ਪਿਆਰ ਨਾਲ ਛਾਪੀ ਸੀ ਪਰ ਮੈਂ ਆਪਣੀ ਵਿੱਤ ਅਨੁਸਾਰ ਇਸ ਕੰਮ ਦਾ ਮੁਆਵਜ਼ਾ ਦਿਤਾ ਸੀ। ਸਲੀਮ ਸਾਹਿਬ ਜਦ ਇਸਲਾਮਾਬਾਦ ਛਪੀਆਂ ਕਿਤਾਬਾਂ ਦੇਣ ਆਏ ਸਨ ਤਾਂ ਉਸ ਵੇਲੇ ਉਹਨਾਂ ਦੇ ਨਾਲ ਨਜਮੀ ਬਾਬਾ ਜੀ ਅਤੇ ਆਸਫ ਰਜ਼ਾ ਵੀ ਕਾਰ ਵਿਚ ਨਾਲ ਆਇਆ ਸੀ। ਪਹਿਲੀ ਵਾਰ ਅਸੀਂ ਇਸਲਾਮਾਬਾਦ ਵਿਚ ਸੂਫੀਇਜ਼ਮ ਐਂਡ ਪੀਸ ਤੇ ਹੋ ਰਹੀ ਕਾਨਫਰੰਸ ਹਾਲ ਦੇ ਬਾਹਰ ਮਿਲੇ ਸਾਂ। ਹਾਂ ਆਸਫ ਰਜ਼ਾ ਨਾਲ ਕੈਨੇਡਾ ਤੋਂ ਈਮੇਲਜ਼ ਅਤੇ ਟੈਲੀਫੋਨ ਤੇ ਬਹੁਤ ਵਾਰ ਗੱਲ ਹੋਈ ਸੀ ਅਤੇ ਉਸਨੇ ਪਾਕਿਸਤਾਨ ਦੇ ਪ੍ਰਸਿਧ ਪੰਜਾਬੀ ਲੇਖਕ ਅਤੇ ਖੋਜ ਕਰਨ ਵਾਲੇ ਇਕਬਾਲ ਕੈਸਰ ਬਾਰੇ ਕੁਝ ਨਾਗਵਾਰ ਸ਼ਬਦ ਵੀ ਕਹੇ ਸਨ ਜੋ ਮੈਨੂੰ ਚੰਗੇ ਨਹੀਂ ਸਨ ਲੱਗੇ।

ਮੇਰੇ ਬਹੁਤ ਸਖਤੀ ਨਾਲ ਕਮਰੇ ਵਿਚੋਂ ਚਲੇ ਜਾਣ ਦੇ ਕਹੇ ਸ਼ਬਦਾਂ ਨਾਲ ਉਹ ਰਾਤ ਨੂੰ ਚਲਾ ਗਿਆ ਤੇ ਮੈਂ ਅੰਦਰੋਂ ਕੁੰਡੀ ਲਾ ਕੇ ਬਿਸਤਰੇ ਤੇ ਜਦ ਲੇਟਿਆ ਤਾਂ ਮੈਨੂੰ ਨੀਂਦ ਨਹੀਂ ਆ ਰਹੀ ਸੀ। ਇਹ ਮੇਰੇ ਨਾਲ ਕੀ ਹੋ ਗਿਆ ਸੀ। ਭਾਵੇਂ ਮੈਂ ਬਚ ਗਿਆ ਸਾਂ ਪਰ ਸਦਮੇ ਵਿਚੋਂ ਨਹੀਂ ਨਿਕਲ ਰਿਹਾ ਸਾਂ। ਜੇ ਮੇਰਾ ਪਾਸਪੋਰਟ ਚੋਰੀ ਹੋ ਜਾਂਦਾ ਤਾਂ ਪਾਕਿਸਤਾਨ ਵਿਚ ਮੇਰੇ ਨਾਲ ਪਤਾ ਨਹੀਂ ਕੀ ਕੀ ਹੋਣੀ ਸੀ। ਸਵੇਰੇ ਉਠ ਕੇ ਹੀ ਚੌਧਰੀ ਮੁਹੰਮਦ ਨਵਾਜ਼, ਫਖਰ ਜ਼ਮਾਨ ਅਤੇ ਹੋਰ ਲੇਖਕਾਂ ਨੂੰ ਇਸ ਬਾਰੇ

ਪਿੰਡ ਬੁਰਜ ਕਲਾਂ ਜ਼ਿਲਾ ਕਸੂਰ ਦੇ ਪ੍ਰਸਿਧ ਵਕੀਲ ਚੌਧਰੀ ਮੁਹੰਮਦ ਨਵਾਜ਼
ਜਿਨ੍ਹਾਂ ਨੂੰ ਮੈਂ 50 ਸਾਲ ਬਾਅਦ ਮਿਲਿਆ

ਦਸਿਆ ਜਾ ਸਕਦਾ ਸੀ। ਚੌਧਰੀ ਸਾਹਿਬ ਨੇ ਦੋ ਦਿਨਾਂ ਬਾਅਦ ਪਿੰਡੋਂ ਲਾਹੌਰ ਆਉਣਾ ਸੀ।

ਸਵੇਰੇ ਉਠਿਆ ਤਾਂ ਫੋਨ ਤੇ ਫੋਨ ਆ ਰਹੇ ਸਨ। ਪਤਾ ਨਹੀਂ ਕਿਵੇਂ ਸਾਰੇ ਪਾਕਿਸਤਾਨ ਵਿਚ ਹੀ ਬਹੁਤ ਲੋਕਾਂ ਖਾਸਕਰ ਪੰਜਾਬੀ ਲੇਖਕਾਂ ਨੂੰ ਮੇਰੇ ਸੈੱਲ ਫੋਨ ਨੰਬਰ ਦਾ ਨੰਬਰ ਕਿਵੇਂ ਮਿਲ ਗਿਆ ਸੀ। ਉਂਜ ਤਾਂ ਸੈਂਕੜੇ ਲੇਖਕਾਂ ਨੇ ਇਸਲਾਮਾਬਾਦ ਹੀ ਮੇਰਾ ਨੰਬਰ ਨੋਟ ਕਰ ਲਿਆ ਸੀ। ਸਵੀਡਨ ਤੋਂ ਪਾਕਿਸਤਾਨ ਆਏ ਹੋਏ ਆਸਫ ਸ਼ਾਹਕਾਰ ਜੋ ਪਾਕਿਸਤਾਨ ਆਇਆ ਹੋਇਆ ਸੀ, ਦਾ ਫੋਨ ਵੀ ਆਇਆ ਅਤੇ ਲਾਹੌਰ ਤੋਂ ਇਕਬਾਲ ਕੈਸਰ ਦਾ ਵੀ। ਇਕਬਾਲ ਕੈਸਰ ਨਾਲ ਸਵੇਰੇ ਮੈਂ ਵਾਰਸ ਸ਼ਾਹ ਦੇ ਮਜ਼ਾਰ ਤੇ ਜੰਡਿਆਲਾ ਸ਼ੇਰ ਖਾਂ, ਫਿਰ ਗੁਰਦਵਾਰਾ ਸੱਚਾ ਸੌਦਾ, ਉਸ ਤੋਂ ਬਾਅਦ 1947 ਜ਼ਿਲਾ ਸ਼ੇਖੂਪੁਰਾ ਵਿਚ ਛਡੇ ਆਪਣੇ ਪਿੰਡ, ਆਪਣੇ ਘਰ, ਮੁਢਲੇ ਸਕੂਲ ਹੋ ਕੇ ਗੁਰਦਵਾਰਾ ਨਨਕਣਾ ਸਾਹਿਬ ਮਥਾ ਟੇਕ ਰਾਤ ਨੂੰ ਲਾਹੌਰ ਮੁੜ ਆਉਣ ਦਾ ਪਰੋਗਰਾਮ ਬਣਾ ਰਿਹਾ ਸਾਂ। ਇਕਬਾਲ ਕੈਸਰ 1975 ਤੋਂ ਮੇਰਾ ਦੋਸਤ ਸੀ ਅਤੇ ਕੁਝ ਵਰ੍ਹੇ ਪਹਿਲਾਂ ਜਦੋਂ ਕੈਨੇਡਾ ਆਇਆ ਸੀ ਤਾਂ ਕੁਝ ਸਮਾਂ ਅਸੀਂ ਇਕਠੇ ਗੁਜ਼ਾਰਿਆ ਸੀ। ਪਾਕਿਸਤਾਨ ਵਿਚ ਸਿੱਖਾਂ ਦੇ ਗੁਰਦਵਾਰਿਆਂ ਤੇ ਉਸ ਬੜਾ ਨਿੱਠ ਕੇ ਕੰਮ ਕੀਤਾ ਸੀ ਅਤੇ ਵਡੇ ਆਕਾਰ ਦੀ ਬਹੁ ਮੁੱਲੀ ਰੰਗਦਾਰ ਕਿਤਾਬ ਛਪਵਾਈ ਸੀ ਜੋ ਇਕ ਸਾਂਭਣ ਯੋਗ ਡਾਕੂਮੈਂਟ ਹੈ।

ਪਾਕਿਸਤਾਨ ਵਿਚ ਅਗਲਾ ਦਿਨ-ਵਾਰਸ ਸ਼ਾਹ ਦੇ ਮਜ਼ਾਰ ਤੇ ਜੰਡਿਆਲਾ ਸ਼ੇਰ ਖਾਂ ਜਾਣਾ

22 ਮਾਰਚ ਦੀ ਸਵੇਰ ਨੂੰ ਲਾਹੌਰ ਤੋਂ ਮੈਂ ਜਿੰਨਾ ਜਲਦੀ ਵਾਰਸ ਸ਼ਾਹ ਦੇ ਮਜ਼ਾਰ ਤੇ ਪਹੁੰਚਣਾ ਚਹੁੰਦਾ ਸਾਂ, ਓਨਾ ਈ ਜ਼ਿਆਦਾ ਲੇਟ ਹੋ ਰਿਹਾ ਸਾਂ। ਕਾਰਨ ਇਸ ਸੀ ਕਿ ਮੁਨੀਰ ਨੂੰ ਗੱਡੀ ਠੀਕ ਕਰਾਉਣ ਵਿਚ ਦੇਰ ਲਗ ਗਈ ਸੀ। ਮਾਰਚ ਦਾ ਅੰਤ ਹੋਣ ਕਰ ਕੇ ਬਾਹਰ ਗਰਮੀ ਵੀ ਕਾਫੀ ਹੋ ਗਈ ਸੀ। ਜਿਸ ਥਾਂ ਤੇ ਇਕਬਾਲ ਕੈਸਰ ਨੇ ਸਾਨੂੰ ਮਿਲਣਾ ਸੀ, ਉਹਦੇ ਫੋਨ ਆ ਰਹੇ ਸਨ ਕਿ ਓਥੇ ਪਹੁੰਚ ਕੇ ਉਹ ਸਾਡੀ ਉਡੀਕ ਕਰ ਰਿਹਾ ਸੀ। ਸਾਡਾ ਪਰੋਗਰਾਮ ਅੱਜ ਵਾਰਸ ਸ਼ਾਹ ਦੇ ਮਜ਼ਾਰ ਦੀ ਜ਼ਿਆਰਤ ਕਰਨ ਤੋਂ ਬਾਅਦ ਗੁਰਦਵਾਰਾ ਸੱਚਾ ਸੌਦਾ ਪਹੁੰਚਣਾ ਸੀ। ਓਸ ਤੋਂ ਬਾਅਦ ਲਾਗੇ ਪੈਂਦੇ ਪੰਜਾਬੀ ਦੇ ਸਿਰਮੌਰ ਕਹਾਣੀਕਾਰ ਕੁਲਵੰਤ ਸਿੰਘ ਵਿਰਕ ਦੇ ਪਿੰਡ ਫੁੱਲਰਵਨ ਹੋ ਕੇ, ਉਸ ਤੋਂ ਕੁਝ ਮੀਲ ਅਗੇ ਆਪਣੇ ਪਿੰਡ 'ਨਵਾਂ ਪਿੰਡ' ਚੱਕ ਨੰਬਰ 78, ਪਿੰਡ ਦੇ ਹਾਈ ਸਕੂਲ ਜੋ ਮੈਂ ਅਗਸਤ 1947 ਵਿਚ ਅਠਵੀਂ ਜਮਾਤ ਵਿਚ ਪੜ੍ਹਦਿਆਂ ਪਾਕਿਸਤਾਨ ਬਣਨ ਤੇ ਛਡ ਆਇਆ ਸਾਂ, ਵਿਖੇ ਪਹੁੰਚਣਾ ਸੀ। ਇਸ ਤੋਂ ਬਾਅਦ ਗੁਰਦਵਾਰਾ ਨਨਕਾਣਾ ਸਾਹਿਬ ਦੇ ਦਰਸ਼ਨ ਕਰਨੇ ਸਨ। ਇਹ ਸਾਰੀਆਂ ਥਾਵਾਂ ਜ਼ਿਲਾ ਸ਼ੇਖੂਪੁਰਾ ਵਿਚ ਸਨ ਜੋ ਪਾਕਿਸਤਾਨ ਬਨਣ ਤੋਂ ਪਹਿਲਾਂ ਸਾਂਡਾ ਜ਼ਿਲਾ ਹੁੰਦਾ ਸੀ। ਇਥੇ ਮੇਰਾ ਬਚਪਨ ਬੀਤਨ ਕਾਰਨ ਇਸ ਇਲਾਕੇ ਵਿਚ ਮੇਰੀਆਂ ਜੜ੍ਹਾਂ ਸਨ। ਬੰਦਾ ਕਿਤੇ ਵੀ ਚਲਾ ਜਾਵੇ ਅਤੇ ਭਾਵੇਂ ਕਿੰਨਾ ਵੱਡਾ ਵੀ ਕਿਉਂ ਨਾ ਬਣ ਜਾਵੇ, ਆਪਣੀਆਂ ਜੜ੍ਹਾਂ ਅਤੇ ਬਚਪਨ ਨਾਲੋਂ ਨਹੀਂ ਟੁੱਟ ਸਕਦਾ। ਅਕਸਰ ਲੋਕ ਆਪਣੇ ਬਚਪਨ ਅਤੇ ਆਪਣੇ ਪਹਿਲੇ ਪਿਆਰ ਨੂੰ ਕਦੇ ਨਹੀਂ ਭੁੱਲਦੇ। ਖੈਰ ਮੁਨੀਰ ਗੱਡੀ ਲੈ ਕੇ ਆਇਆ ਅਤੇ ਅਸੀਂ ਜਲਦੀ ਤੋਂ ਜਲਦੀ ਹਸਪਤਾਲ ਵਿਚ ਮਿਸਜ਼ ਨਜ਼ੀਰ ਨੂੰ ਫੁੱਲਾਂ ਦਾ ਗੁਲਦਸਤਾ ਭੇਟਾ ਕਰ ਕੇ, ਉਹਦੇ ਤੇ ਉਹਦੇ ਖਾਵੰਦ ਅਤੇ ਬੱਚਿਆਂ ਨਾਲ ਫੋਟੋਜ਼ ਲੁਹਾ ਕੇ ਜਲਦੀ ਵਿਹਲੇ ਹੋਣਾ ਚਹੁੰਦੇ ਸਾਂ ਪਰ ਨਜ਼ੀਰ ਸਾਹਿਬ ਦੀ ਜ਼ਿੱਦ ਸੀ ਕਿ ਮੈਂ ਹਸਪਤਾਲ ਦੀ ਕਨਟੀਨ ਵਿਚ ਜਾ ਕੇ ਉਹਦੇ ਨਾਲ ਚਾਹ ਦਾ ਕੱਪ ਜ਼ਰੂਰ ਪੀਵਾਂ। ਹਸਪਤਾਲ ਵਿਚੋਂ ਬਾਹਰ ਨਿਕਲ ਰਹੇ ਸਾਂ ਕਿ ਇਕ ਉਮਰ ਰਸੀਦਾ ਖਾਤੂਨ ਨੇ ਬੜੇ ਆਦਰ ਨਲ ਮੇਰੇ ਹਥ ਫੜ ਕੇ ਚੁੰਮੇ ਅਤੇ ਕਹਿਣ ਲੱਗੀ ਕਿ ਮੈਂ ਇਕ ਕਾਲਜ ਦੀ ਰੀਟਾਇਰਡ ਪ੍ਰਿੰਸੀਪਲ ਹਾਂ, ਉਰਦੂ ਦੀ ਸ਼ਾਇਰਾ ਹਾਂ, ਤੁਸੀਂ ਮੇਰੇ ਘਰ ਜ਼ਰੂਰ ਤਸ਼ਰੀਫ ਲਿਆਓ। ਇਕ ਸਰਦਾਰ ਨੂੰ ਆਪਣੇ ਘਰ ਸੱਦ ਕੇ ਮੈਨੂੰ ਜੋ ਖੁਸ਼ੀ ਹੋਵੇਗੀ, ਉਸਦਾ ਅੰਦਾਜ਼ਾ ਨਹੀਂ ਲਾਇਆ ਜਾ ਸਕਦਾ। ਮੈਂ

ਮਹਿਸੂਸ ਕੀਤਾ ਕਿ ਜਜ਼ਬਾਤੀ ਹੋਣ ਲਈ ਉਮਰ ਦੀ ਕੋਈ ਬੰਦਸ਼ ਨਹੀਂ ਹੁੰਦੀ। ਲਾਹੌਰ ਵਿਚ ਰਹਿਣ ਵਾਲੀ ਇਹ ਪੜ੍ਹੀ ਲਿਖੀ ਔਰਤ ਉਹਨਾਂ ਸਮਿਆਂ ਦੇ ਹਾਣ ਦੀ ਹੈ ਜਦੋਂ ਲਾਹੌਰ ਵਿਚ ਸਾਰੇ ਹਿੰਦੂ, ਸਿੱਖ ਅਤੇ ਮੁਸਲਮਾਨ ਵਸਦੇ ਸਨ।

ਅੱਜ ਆਖਾਂ ਵਾਰਸ ਸ਼ਾਹ ਨੂੰ ਕਿਤੇ ਕਬਰਾਂ ਵਿਚੋਂ ਬੋਲ
ਤੇ ਅੱਜ ਕਿਤਾਬੇ ਇਸ਼ਕ ਦਾ ਕੋਈ ਅਗਲਾ ਵਰਕਾ ਫੋਲ

ਲੇਖਕ ਬਲਬੀਰ ਸਿੰਘ ਮੋਮੀ ਪਾਕਿਸਤਾਨੀ ਲੇਖਕ ਇਕਬਾਲ ਕੈਸਰ ਨਾਲ
ਵਾਰਸ ਸ਼ਾਹ ਦੀ ਕਬਰ 'ਤੇ

ਆਖਰ ਇਕਬਲ ਕੈਸਰ ਨੂੰ ਇੰਤਜ਼ਾਰ ਕਰਨ ਵਾਲੀ ਥਾਂ ਤੋਂ ਚੁੱਕ ਗੱਡੀ ਵਿਚ ਬਿਠਾਇਆ ਅਤੇ ਗੱਡੀ ਸ਼ੇਖੂਪੁਰੇ ਨੂੰ ਜਾਂਦੀ ਸੜਕੇ ਪਾ ਲਈ। ਲਾਹੌਰ ਸ਼ਹਿਰ ਏਨਾ ਜ਼ਿਆਦਾ ਵਧ ਚੁਕਾ ਸੀ ਕਿ ਸ਼ਹਿਰ ਵਿਚੋਂ ਲੰਘਦਿਆਂ ਲੰਘਦਿਆਂ ਕਾਫੀ ਦੇਰ ਲੱਗ ਗਈ। ਪਾਕਿਸਤਾਨ ਵਿਚ ਬਾਹਰ ਹਾਈ ਵੇ ਤੇ ਐਨੀਆਂ ਨਵੀਆਂ ਨਵੀਆਂ ਸੜਕਾਂ ਬਣ ਗਈਆਂ ਹਨ ਕਿ ਕਿਸੇ ਗਲਤ ਪਾਸੇ ਮੁੜਨ ਦਾ ਮਤਲਬ ਦਰਜਨਾਂ ਮੀਲ ਏਧਰ ਓਧਰ ਹੋ ਜਾਣਾ ਸੀ। ਸ਼ੇਖੂਪੁਰਾ ਅਤੇ ਲਾਇਲਪੁਰ ਨੂੰ ਜਾਂਦੀਆਂ ਸੜਕਾਂ ਦੇ ਸਾਈਨ ਨਾਲ ਨਾਲ ਨਜ਼ਰ ਆ ਰਹੇ ਸਨ। ਕਿਸੇ ਨੂੰ ਪੁਛਿਆ ਤਾਂ ਓਸ ਦਸਿਆ ਕਿ ਲਾਇਲਪੁਰ ਵਾਲੀ ਸੜਕ ਨੇ ਬਾਹਰੋਂ ਬਾਹਰ ਲੰਘ ਜਾਣਾ ਹੈ ਤੇ ਅਸੀਂ ਸ਼ੁਖੂਪੁਰੇ ਨੂੰ ਜਾਂਦੀ ਸੜਕ ਹੀ ਲਈਏ। ਓਸ ਦੇ ਦੱਸਣ ਤੇ ਅਸੀਂ ਗਡੀ ਸ਼ੇਖੂਪੁਰੇ ਨੂੰ ਜਾਂਦੀ ਸੜਕੇ ਪਾ ਲਈ। ਮੇਰੇ ਦਿਲ ਵਿਚ ਆਸਫ ਰਜ਼ਾ ਵੱਲੋਂ 20 ਮਾਰਚ ਦੀ ਰਾਤ ਨੂੰ ਸੌਣ ਵੇਲੇ ਮੇਰੀ ਜੇਬ

ਵਿਚੋਂ ਮੇਰਾ ਕੈਨੇਡੀਅਨ ਪਾਸਪੋਰਟ ਕਢਣ ਦੀ ਹਰਕਤ ਮੈਨੂੰ ਬੁਰੀ ਤਰ੍ਹਾਂ ਚੁਭ ਰਹੀ ਸੀ। ਸੁਕਰ ਰੱਬ ਦਾ ਕਿ ਜਦ ਓਸ ਮੇਰਾ ਪਾਸਪੋਰਟ ਕਢਿਆ ਤੇ ਮੈਨੂੰ ਜਾਗ ਆ ਗਈ ਤੇ ਮੈਂ ਉਹਦੇ ਹਥੋਂ ਪਾਸਪਰਟ ਖੋਹ ਕੇ ਫਿਰ ਆਪਣੀ ਕਮੀਜ਼ ਦੀ ਸਾਹਮਣੀ ਜੇਬ ਵਿਚ ਪਾ ਲਿਆ ਤੇ ਓਸ ਨੂੰ ਆਪਣੇ ਬੈੱਡ ਰੂਮ ਵਿਚੋਂ ਬਾਹਰ ਕਢ ਦਿਤਾ ਸੀ। ਮੈਂ ਆਪਣਾ ਪਾਸਪੋਰਟ ਹਰ ਵੇਲੇ ਆਪਣੀ ਕਮੀਜ਼ ਦੀ ਸਾਹਮਣੀ ਜੇਬ ਵਿਚ ਪਾ ਕੇ ਰਖਦਾ ਸਾਂ ਅਤੇ ਸੌਣ ਵੇਲੇ ਵੀ। ਇਕਬਾਲ ਕੈਸਰ ਨੇ ਜਦ ਇਹ ਗੱਲ ਸੁਣੀ ਤਾਂ ਉਹਦੀਆਂ ਅਖਾਂ ਵਿਚ ਖੂੰਨ ਉਤਰ ਆਇਆ ਤੇ ਓਸ ਤੁਰਤ ਕਈ ਪਾਸੇ ਆਸਫ ਰਜ਼ਾ ਦੀ ਕੋਝੀ ਹਰਕਤ ਕਰਨ ਤੇ ਫੋਨ ਖੜਕਾ ਦਿਤੇ ਅਤੇ ਸ਼ਾਮ ਤਕ ਸਾਰੇ ਪਾਕਿਸਤਾਨ ਦੇ ਪੰਜਾਬੀ ਲੇਖਕਾਂ, ਇਥੋਂ ਤਕ ਕਿ ਫਖਰ ਜ਼ਮਾਨ ਤਕ ਵੀ ਇਸ ਹਰਕਤ ਦੀ ਖਬਰ ਪਹੁੰਚ ਗਈ। ਇਕਬਾਲ ਨੇ ਦਸਿਆ ਕਿ ਕੱਲ ਰਾਤੀਂ ਸਾਂਝ ਪਬਲੀਕੇਸ਼ਨਜ਼ ਦੇ ਮਾਲਕ ਅਮਜਦ ਸਲੀਮ ਮਿਨਹਾਸ ਜਿਸ ਪਾਕਿਸਤਾਨ ਵਿਚ ਮੇਰੀ ਸਵੈ ਜੀਵਨੀ ਛਾਪੀ ਸੀ, ਦੇ ਘਰ ਲੇਖਕਾਂ ਦੀ ਮੀਟਿੰਗ ਵਿਚ ਇਸ ਮਸਲੇ ਤੇ ਖੁਲ੍ਹ ਕੇ ਵਿਚਾਰ ਕੀਤੀ ਜਾਵੇਗੀ। ਇਕਬਾਲ ਕੈਸਰ ਨਾਲ ਗੱਲ ਕਰਨ ਨਾਲ ਮੇਰਾ ਮਨ ਕਾਫੀ ਹਲਕਾ ਹੋ ਗਿਆ ਸੀ ਅਤੇ ਧਿਆਨ ਮੁੜ ਅਜ ਦੀ ਯਾਤਰਾ ਵੱਲ ਮੁੜ ਆਇਆ ਸੀ। ਹੁਣ ਸ਼ੇਖੂਪੁਰਾ ਰੇਲਵੇ ਸਟੇਸ਼ਨ ਦੇ ਅਗੋਂ ਜਾਂਦੀ ਸੜਕ ਤੇ ਓਸ ਪਾਸੇ ਜਾ ਰਹੇ ਸਾਂ ਜਿਥੋਂ ਜੰਡਿਆਲਾ ਸ਼ੇਰ ਖਾਂ ਨੂੰ ਸੜਕ ਜਾਂਦੀ ਸੀ। ਸ਼ਹਿਰ ਹੁਣ ਬਹੁਤ ਵਧ ਗਿਆ ਸੀ ਅਤੇ ਭਾਰੀ ਟਰੈਫਿਕ ਕਾਰਨ ਥਾਂ ਥਾਂ ਤੇ ਨਾ ਚਹੁੰਦੇ ਹੋਏ ਵੀ ਬੜੀ ਦੇਰ ਲੱਗ ਰਹੀ ਸੀ। ਜਦ ਵਾਰਸ ਸ਼ਾਹ ਦੇ ਪਿੰਡ ਜੰਡਿਆਲਾ ਸ਼ੇਰ ਖਾਂ ਨੂੰ ਜਾਂਦੀ ਸੜਕੇ ਪੈਣ ਲਗੇ ਤਾਂ ਰੇਲ ਦਾ ਫਾਟਕ ਬੰਦ ਸੀ। ਫਾਟਕ ਦੇ ਦੋਹੀਂ ਪਾਸੀਂ ਬੜੀ ਭੀੜ ਜੁੜ ਗਈ ਸੀ। ਸ਼ੇਖੂਪੁਰਾ ਸਟੇਸ਼ਨ ਤੋਂ ਸਾਂਗਲਾ ਹਿਲਜ਼ ਨੂੰ ਜਾ ਰਹੀ ਟਰੇਨ ਕਾਰਨ ਫਾਟਕ ਬੰਦ ਕੀਤਾ ਹੋਇਆ ਸੀ। ਰੇਲਵੇ ਫਾਟਕ ਦੇ ਦੋਹੀਂ ਪਾਸੀਂ ਵਡੀਆਂ ਛੋਟੀਆਂ ਗਡੀਆਂ, ਤਾਂਗੇ ਅਤੇ ਮੋਟਰਸਾਈਕਲਜ਼ ਵਾਲੇ ਫਸੇ ਹੋਏ ਸਨ। ਆਖਰ ਇਕ ਚਹੁੰ ਕੁ ਡੱਬਿਆਂ ਦੀ ਗੱਡੀ ਲੰਘੀ ਤੇ ਫਾਟਕ ਖੁਲ੍ਹ ਗਿਆ। ਮੈਂ ਯਾਦ ਕੀਤੇ ਬਿਨਾ ਨਾ ਰਹਿ ਸਕਿਆ ਕਿ ਜ਼ਿੰਦਗੀ ਦੇ ਪਹਿਲੇ 12 ਸਾਲ ਮੈਂ ਇਸ ਲਾਈਨ ਤੇ ਆਪਣੇ ਮਾਂ ਪਿਓ ਨਾਲ ਆਪਣੇ ਪਿੰਡੋਂ ਰੇਲਵੇ ਸਟੇਸ਼ਨ ਮੰਡੀ ਢਾਬਾਂ ਸਿੰਘ ਤੋਂ ਅਕਸਰ ਗੱਡੀ ਚੜ੍ਹ ਕੇ ਲਾਹੌਰ ਜਾਂਦਿਆਂ ਤੇ ਮੁੜਦਿਆਂ ਬਹੁਤ ਵਾਰ ਸਫਰ ਕੀਤਾ ਸੀ। ਸਾਡੇ ਪਿੰਡ ਨੂੰ ਲਗਦਾ ਰੇਲਵੇ ਸਟੇਸ਼ਨ ਮੰਡੀ ਢਾਬਾਂ ਸਿੰਘ ਇਸ ਸ਼ੇਖੂਪੁਰਾ ਸਟੇਸ਼ਨ ਤੋਂ ਚੌਥਾ ਜਾਂ ਪੰਜਵਾਂ ਸਟੇਸ਼ਨ ਸੀ। ਅਗੇ ਪਿੰਡ ਤਿੰਨ ਕੁ ਮੀਲ ਸੀ ਤੇ ਰਸਤਾ ਪੈਰੀਂ ਚੜ੍ਹਿਆ ਹੋਇਆ ਸੀ। ਰਾਹ ਵਿਚ ਵਡੀ ਨਹਿਰ ਵਿਚੋਂ ਛੋਟੀ ਨਹਿਰ ਨਿਕਲਦੀ ਸੀ, ਜਿਥੇ ਸਾਡੇ ਮੁਰੱਬੇ ਪੈਂਦੇ ਸਨ। ਨਿੱਕੀ ਨਹਿਰ ਵਿਚੋਂ ਨਿਕਲੇ ਪਹਿਲੇ ਮੋਘੇ ਦਾ ਪਾਣੀ ਸਾਡੀ ਉਪਜਾਊ ਜ਼ਮੀਨ ਵਾਲੇ ਮੁਰੱਬਿਆਂ ਨੂੰ ਲੱਗਦਾ ਸੀ। ਰੇਲਵੇ ਲਾਈਨ ਦਾ ਫਾਟਕ

ਟੱਪ ਕੇ ਸਾਡੀ ਗੱਡੀ ਵਾਰਸ ਸ਼ਾਹ ਦੇ ਪਿੰਡ ਜੰਡਿਆਲਾ ਸ਼ੇਰ ਖਾਂ ਨੂੰ ਜਾ ਰਹੀ ਪਕੀ ਸੜਕ ਤੇ ਪੈ ਗਈ। ਸ਼ੇਖੂਪੁਰੇ ਤੋਂ ਜੰਡਿਆਲਾ ਸ਼ੇਰ ਖਾਂ 9 ਮੀਲ ਦੂਰ ਹੈ ਅਤੇ ਪਾਕਿਸਤਾਨ ਬਨਣ ਤੋਂ ਪਹਿਲਾਂ ਵੀ ਇਥੇ ਪਕੀ ਸੜਕ ਹੁੰਦੀ ਸੀ ਤੇ ਲੋਕ ਟਾਂਗਿਆਂ ਤੇ ਵਾਰਸ ਸ਼ਾਹ ਦੇ ਮਜ਼ਾਰ ਤੇ ਜ਼ਿਆਰਤ ਲਈ ਆਇਆ ਕਰਦੇ ਸਨ।

ਸੜਕ ਦੇ ਆਸੇ ਪਾਸੇ ਸਿੱਟੇ ਕਢੀਆਂ ਕਣਕ ਦੀਆਂ ਫਸਲਾਂ ਪੂਰੇ ਜੋਬਨ ਤੇ ਸਨ। ਜਿਥੇ ਕਿਤੇ ਵੀ ਮੱਝਾਂ ਨਜ਼ਰ ਆਉਂਦੀਆਂ ਸਨ ਤਾਂ ਚੰਗੀਆਂ ਪਲੀਆਂ ਤੇ ਰੱਜੀਆਂ ਮੱਝਾਂ ਦੀਆਂ ਕੁੱਖਾਂ ਤੋਂ ਮੱਖੀ ਤਿਲਕਦੀ ਸੀ। ਮੈਂ ਕੋਈ ਮੱਝ ਲਿੱਸੀ, ਭੁੱਖੀ ਜਾਂ ਅੰਦਰ ਨੂੰ ਵੜੀ ਕੁੱਖ ਵਾਲੀ ਨਾ ਵੇਖੀ ਸੀ। ਮੱਝਾਂ ਦੇ ਮੁਕਾਬਲੇ ਗਾਵਾਂ ਘੱਟ ਸਨ। ਦੂਰ ਦੂਰ ਤਕ ਜ਼ਰਖੇਜ਼ ਪਧਰੀ ਜ਼ਮੀਨ ਤੇ ਸਿੱਟੇ ਕਢੀਆਂ ਕਣਕਾਂ ਅਲ੍ਹੜ ਮੁਟਿਆਰਾਂ ਵਾਂਗ ਖਿਲਖਿਲੀਆਂ ਹੱਸ ਰਹੀਆਂ ਸਨ। ਸੜਕ ਦੇ ਖਬੇ ਪਾਸੇ ਸੂਏ ਵਰਗਾ ਖਾਲ ਵਗ ਰਿਹਾ ਸੀ ਜਿਸ ਵਿਚ ਫਸਲਾਂ ਨੂੰ ਪਾਣੀ ਦੇਣ ਲਈ ਪਾਣੀ ਦੀ ਮਿਕਦਾਰ ਕਾਫੀ ਸੀ। ਵਾਰਸ ਸ਼ਾਹ ਦੇ ਪਿੰਡ ਜੰਡਿਆਲਾ ਸ਼ੇਰ ਖਾਂ ਨੂੰ ਜਾਂਦੀ ਸੜਕ ਦੇ ਖੱਬੇ ਪਾਸੇ ਮੁਗਲ ਹੁਕਮਰਾਨ ਜਹਾਂਗੀਰ ਦੇ ਵੇਲੇ ਦਾ ਬਣਿਆ ਹੋਇਆ ਕਿਲਾ ਨੁਮਾ ਹਰਨ ਮੁਨਾਰਾ ਵੀ ਨਾਲ ਨਾਲ ਦਿਸ ਰਿਹਾ ਸੀ। ਇਸ ਦੇ ਬਾਹਰਵਾਰ ਖਾਈ ਪੁਟੀ ਹੋਈ ਸੀ ਅਤੇ ਕਾਫੀ ਸੰਘਣੇ ਰੁੱਖ ਵੀ ਸਨ। ਮੇਰਾ ਬਹੁਤ ਜੀਅ ਕਰ ਰਿਹਾ ਸੀ ਕਿ ਮੈਂ ਇਹ ਹਰਨ ਮੁਨਾਰਾ ਅੰਦਰ ਜਾ ਕੇ ਵੇਖਾਂ ਜੋ 1947 ਤੋਂ ਪਹਿਲਾਂ ਮੈਂ ਆਪਣੇ ਬਾਪੂ ਨਾਲ ਵੇਖਿਆ ਸੀ ਪਰ ਪਤਾ ਨਹੀਂ ਕਿਉਂ ਇਕਬਾਲ ਕੈਸਰ ਜੋ ਪਾਕਿਸਤਾਨ ਦਾ ਮਸ਼ਹੂਰ ਪੰਜਾਬੀ ਲੇਖਕ ਅਤੇ ਪਾਕਿਸਤਾਨ ਦੇ ਸਾਰੇ ਸਿੱਖ ਗੁਰਦਵਾਰਿਆਂ ਦਾ ਪ੍ਰਸਿਧ ਖੋਜੀ ਹੋਣ ਤੋਂ ਇਲਾਵਾ ਪੰਜਾਬੀ ਖੋਜ ਗੜ੍ਹ ਦਾ ਸੰਚਾਲਕ ਹੈ, ਬਹੁਤਾ ਹਾਂ ਪਖੀ ਹੁੰਗਾਰਾ ਨਹੀਂ ਭਰ ਰਿਹਾ ਸੀ। ਅਗਲੇ ਅਧੇ ਵੀਹ ਕੁ ਮਿੰਟਾਂ ਵਿਚ ਸਾਡੀ ਕਾਰ ਵਾਰਸ ਸ਼ਾਹ ਦੇ ਮਜ਼ਾਰ ਦੇ ਬਾਹਰ ਪਹੁੰਚ ਗਈ। ਮੈਂ ਜਜ਼ਬਾਤੀ ਹੁੰਦਾ ਜਾ ਰਿਹਾ ਸਾਂ। ਵਾਰਸ ਸ਼ਾਹ ਨਾਲ ਮੇਰੀ ਬੜੀ ਉਨਸ ਦੀ। ਮਜ਼ਾਰ ਦੇ ਬਾਹਰਵਾਰ ਗੇਟ ਅੰਦਰ ਦਾਖਲ ਹੋਣ ਤੋਂ ਪਹਿਲਾਂ ਕਈ ਦੁਕਾਨਾਂ ਸਨ ਜਿਥੇ ਟੇਪਾਂ ਤੇ ਸੀ ਡੀਜ਼ ਆਦਿ ਵਿਕ ਰਹੀਆਂ ਸਨ। ਇਕ ਪਾਸੇ ਕਾਰਾਂ ਖੜ੍ਹੀਆਂ ਕਰਨ ਲਈ ਪਾਰਕਿੰਗ ਲਾਟ ਬਣਿਆ ਹੋਇਆ ਸੀ। ਮਕਬਰੇ ਦੇ ਬਾਹਰਵਾਰ ਵੀ ਕਈ ਕਬਰਾਂ ਸਨ ਅਤੇ ਮਕਬਰੇ ਦੇ ਵਿਹੜੇ ਵਿਚ ਵੀ ਕਬਰਾਂ ਬਣੀਆਂ ਹੋਈਆਂ ਸਨ। ਕਰੀਬ ਛੇ ਕਨਾਲ ਰਕਬੇ ਵਿਚ ਬਣੇ ਇਸ ਮਜ਼ਾਰ ਦੇ ਬਾਹਰ ਦੀਆਂ ਫੁੱਲਾਂ ਦੀਆਂ ਕਿਆਰੀਆਂ ਅਤੇ ਘਾਹ ਨੂੰ ਮੋਟੀਆਂ ਨਾਲੀਆਂ ਨਾਲ ਪਾਣੀ ਦਿਤਾ ਜਾ ਰਿਹਾ ਸੀ। ਗੇਟ ਵੜਦਿਆਂ ਸੱਜੀ ਨੁਕਰੇ ਇਸ ਮਜ਼ਾਰ ਦੇ ਕੇਅਰਟੇਕਰ ਦਾ ਦਫਤਰ ਬਣਿਆ ਸੀ ਜੋ ਆਏ ਗਏ ਨੂੰ ਲੋੜੀਂਦੀ ਅਗਵਾਈ ਦੇਂਦਾ ਸੀ। ਵਾਰਸ ਸ਼ਾਹ ਦਾ ਬਹੁਤ ਸ਼ਾਨਦਾਰ ਰੰਗਦਾਰ ਮਕਬਰਾ ਇਸਲਾਮਿਕ ਇਮਾਰਤਸਾਜ਼ੀ ਦੇ ਹੁਨਰ ਦੀ ਦਾਦ ਦੇ ਰਿਹਾ ਸੀ। ਅਸੀਂ ਆਪਣੇ ਜੋੜੇ ਲਾਹ ਕੇ ਬੜੇ ਸਤਿਕਾਰ ਨਾਲ ਮਕਬਰੇ ਦੇ ਅੰਦਰ ਗਏ। ਅੰਦਰ ਵੜਨ ਵੇਲੇ ਲੋਹੇ ਦੀ ਜਿੰਦਰੇ

ਲੱਗੀ ਗੋਲਕ ਪਈ ਸੀ ਜਿਥੇ ਸ਼ਰਧਾਲੂ ਆਪਣੀ ਸ਼ਰਧਾ ਅਨੁਸਾਰ ਪੈਸੇ ਪਾ ਕੇ ਦੋਵੇਂ ਹਥ ਖੋਲ੍ਹ ਕੇ ਦੁਆਵਾਂ ਮੰਗ ਰਹੇ ਸਨ। ਮੈਂ ਇਕਬਾਲ ਕੈਸਰ ਨੂੰ ਪੁਛਿਆ ਕਿ ਕਿੰਨਾ ਮਥਾ ਟੇਕਿਆ ਜਾਵੇ ਤਾਂ ਉਸਦਾ ਜਵਾਬ ਸੀ ਕਿ ਦਸ ਵੀਹ ਰੁਪੈ ਕਾਫੀ ਹੋਣਗੇ। ਪੰਜਾਬੀ ਦੇ ਇਕ ਐਡੇ ਵਡੇ ਮਹਾਨ ਸ਼ਾਇਰ ਦੀ ਕਬਰ ਤੇ ਮੈਂ ਘਟੋ ਘਟ ਪੰਜ ਸੌ ਰੁਪੈ ਮਥਾ ਟੇਕਣਾ ਚਹੁੰਦਾ ਸਾਂ ਅਤੇ ਮੇਰੇ ਕੋਲ ਹਜ਼ਾਰ ਹਜ਼ਾਰ ਰੁਪੈ ਦੇ ਪਾਕਿਸਤਾਨੀ ਨੋਟ ਸਨ। ਕੇਅਰਟੇਕਰ ਹਜ਼ਾਰ ਰੁਪੈ ਦਾ ਨੋਟ ਲੈ ਕੇ ਪੰਜ ਪੰਜ ਸੌ ਦੇ ਦੋ ਨੋਟ ਲੈ ਆਇਆ ਅਤੇ ਮੈਂ ਲੋਹੇ ਦੀ ਗੋਲਕ ਵਿਚ ਪੰਜ ਸੌ ਰੁਪੈ ਪਾ ਕੇ ਪੰਜਾਬੀ ਦੇ ਮਹਾਨ ਸ਼ਾਇਰ ਵਾਰਸ ਸ਼ਾਹ ਦੀ ਕਬਰ ਤੇ ਮਥਾ ਟੇਕਿਆ। ਤਿੰਨ ਕਬਰਾਂ ਨਾਲ ਨਾਲ ਬਣੀਆਂ ਹੋਈਆਂ ਸਨ। ਵਿਚੁਕਾਰ ਵਾਰਸ ਸ਼ਾਹ ਦੀ ਕਬਰ ਸੀ ਅਤੇ ਸੱਜੇ ਉਸ ਦੇ ਬਾਪ ਸਈਦ ਗੁਲ ਸ਼ੇਰ ਸ਼ਾਹ ਅਤੇ ਖਬੇ ਭਰਾ ਸਈਅਦ ਕਾਸਮ ਸ਼ਾਹ ਦੀ ਕਬਰ ਸੀ। ਤਿੰਨਾਂ ਕਬਰਾਂ ਤੇ ਹਰੀਆਂ ਚਾਦਰਾਂ ਵਿਛੀਆਂ ਹੋਈਆਂ ਸਨ ਅਤੇ ਉਤੇ ਸੂਹੇ ਫੁੱਲ ਬਿਖਰੇ ਹੋਏ ਸਨ। ਭਰਾ ਅਤੇ ਪਿਓ ਦੀ ਕਬਰ ਨਾਲ ਨਾਲ ਵੇਖ ਮੈਨੂੰ ਦੁਨੀਆ ਦੇ ਮਸ਼ਹੂਰ ਡੱਚ ਪੇਂਟਰ ਵਿਨਸੈਂਟ ਵਾਨ ਗਾਗ ਦਾ ਖਿਆਲ ਆਇਆ ਕਿ ਉਸਦੀ ਅਤੇ ਉਸਦੇ ਭਰਾ ਲਿਊ ਗਾਗ ਦੀਆਂ ਕਬਰਾਂ ਵੀ ਨਾਲ ਨਾਲ ਬਣੀਆਂ ਹੋਈਆਂ ਹਨ। ਅਸੀਂ ਇਥੇ ਖਲੋ ਅੰਦਰੋਂ ਅਤੇ ਬਾਹਰੋਂ ਇਸ ਮਕਬਰੇ ਦੀਆਂ 25 ਤਸਵੀਰਾਂ ਖਿਚੀਆਂ ਜੋ ਮੇਰੇ ਲਈ ਇਕ ਅਮੁੱਲ ਖਜ਼ਾਨਾ ਬਣ ਗਈਆਂ। ਭਾਰਤ ਪੁਜਣ ਤੇ ਇਹਨਾਂ ਫੋਟੋਜ਼ ਦੀ ਅਹਿਮੀਅਤ ਨੂੰ ਭਾਪਦਿਆਂ ਵਾਪਸ ਪਰਤਣ ਤੇ ਵਾਘਾ ਬਾਰਡਰ ਦੇ ਕਸਟਮ ਸੁਪਰਡੰਟ ਸਾਹਿਬ, ਪ੍ਰਸਿਧ ਫੋਟੋਗ੍ਰਾਫਰ ਜਨਮੇਜਾ ਜੌਹਲ, ਮੇਰੀਆਂ ਕਹਾਣੀਆਂ ਤੇ ਪੀ. ਐਚ. ਡੀ. ਕਰ ਰਹੇ ਬਲਵਿੰਦਰ ਸਿੰਘ ਥਿੰਦ ਅਤੇ ਕੈਨੇਡਾ ਤੋਂ ਆਏ ਝਾਂਜਰ ਟੀ ਵੀ ਦੇ ਹੋਸਟ ਰਵਿੰਦਰ ਜੱਸਲ ਅਤੇ ਕਈ ਹੋਰਾਂ ਨੇ ਮੇਰੀ ਸਖਤ ਮਿਹਨਤ ਨਾਲ ਪਾਕਿਸਤਾਨ ਵਿਚ ਸੈਂਕੜਿਆਂ ਦੇ ਕਰੀਬ ਖਿੱਚੀਆਂ ਫੋਟੋਜ਼ ਆਪਣਿਆਂ ਕੰਪਿਊਟਰਜ਼ ਵਿਚ ਡਾਊਨਲੋਡ ਕਰ ਲਈਆਂ ਸਨ।

ਮਜ਼ਾਰ ਵਿਚੋਂ ਬਾਹਰ ਆ ਕੇ ਇਕ ਬਰਾਂਡੇ ਵਿਚ ਬੈਠੇ ਪੀਰਾਂ ਫਕੀਰਾਂ ਵਿਚ ਬੈਠ ਕੇ ਮੈਂ ਤਸਵੀਰਾਂ ਖਿਚਵਾਈਆਂ ਅਤੇ ਉਹਨਾਂ ਤੋਂ ਤਰਨੱਮ ਵਿਚ ਹੀਰ ਵੀ ਸੁਣੀ। ਫਿਰ ਕੇਅਰ ਟੇਕਰ ਦੇ ਦਫਤਰ ਵਿਚ ਆ ਕੇ ਚਾਹ ਪੀਤੀ ਅਤੇ ਵਿਜ਼ਟਰ ਬੁਕ ਤੇ ਆਪਣੇ ਰੀਮਾਰਸ ਲਖੇ। ਮੇਥੋਂ ਪਹਿਲਾਂ ਆਪਣੇ ਰੀਮਾਰਕਸ ਲਿਖਣ ਵਾਲਿਆਂ ਵਿਚ ਸ. ਸੁਖਬੀਰ ਸਿੰਘ ਬਾਦਲ, ਉਪ ਮੁਖ ਮੰਤਰੀ ਪੰਜਾਬ, ਸਾਬਕਾ ਮੁਖ ਮੰਤਰੀ ਹਰਿਆਣਾ ਓਮ ਪਰਕਾਸ਼ ਚੌਟਾਲਾ, ਬਲਦੇਵ ਸਿੰਘ ਮੋਗਾ, ਵਰਿਆਮ ਸੰਧੂ, ਪ੍ਰੋ: ਸਾਧਾ ਸਿੰਘ ਵੜੈਚ ਆਦਿ ਦੇ ਨਾਂ ਦਰਜ ਸਨ। ਇਹ ਵਿਅਕਤੀ ਵਾਰਸ ਸ਼ਾਹ ਦੇ ਮਕਬਰੇ ਦੀ ਜ਼ਿਆਰਤ ਲਈ ਆਏ ਅਤੇ ਇਹਨਾਂ ਨੇ ਆਪਣੇ ਰੀਮਾਰਕਸ ਲਿਖੇ ਸਨ। ਕੇਅਰਟੇਕਰ ਨੇ ਵਾਰਸ ਸ਼ਾਹ ਨਾਲ ਸਬੰਧਤ ਸਾਨੂੰ ਇਕ ਕਿਤਾਬਚਾ ਦਿਤਾ ਜੋ ਕਾਫੀ ਜਾਣਕਾਰੀ ਭਰਪੂਰ ਸੀ। ਇਹ ਕਿਤਾਬਚਾ ਭਾਰਤ ਆ ਕੇ ਮੇਰੇ ਕਾਗਜ਼ਾਂ

ਵਿਚੋਂ ਗੁੰਮ ਹੋ ਗਿਆ ਅਤੇ ਕਾਫੀ ਲੱਭਣ ਤੇ ਵੀ ਨਹੀਂ ਲੱਭਾ। ਇਸ ਵਿਚ ਓਸ ਇਤਿਹਾਸਕ ਬਾਉਲੀ ਦਾ ਕਾਫੀ ਵਰਨਣ ਹੈ ਜੋ ਵਾਰਸ ਸ਼ਾਹ ਦੇ ਮਜ਼ਾਰ ਦੇ ਪਿਛਲੇ ਪਾਸੇ ਬਾਅਦ ਵਿਚ ਮੈਂ ਵੇਖੀ ਅਤੇ ਇਹ ਬਾਉਲੀ ਪੁਰਾਣੇ ਜ਼ਮਾਨਿਆਂ ਵਿਚ ਪੀਣ ਵਾਲੇ ਪਾਣੀ ਦਾ ਬੜਾ ਵਡਾ ਸਾਧਨ ਸੀ। ਕੇਅਰਟੇਕਰ ਤੋਂ ਅਸਾਂ ਗੁਰਦਵਾਰਾ ਸੱਚਾ ਸੌਦਾ ਦਾ ਸਿੱਧਾ ਰਾਹ ਪੁਛਿਆ ਤੇ ਓਸ ਦਸਿਆ ਕਿ ਜੇ ਤੁਸੀਂ ਵਾਇਆ ਸ਼ੇਖੂਪੁਰਾ ਜਾਓਗੇ ਤਾਂ ਸਫਰ ਲੰਮਾ ਪਵੇਗਾ ਅਤੇ ਜੇਕਰ ਪਿੰਡਾਂ ਦੇ ਵਿਚੋਂ ਦੀ ਜਾਓਗੇ ਤਾਂ ਜਲਦੀ ਮੰਡੀ ਫਾਰੂਖਾਬਾਦ (ਪੁਰਾਣਾ ਨਾਂ ਚੂਹੜਕਾਣਾ ਮੰਡੀ) ਪਹੁੰਚ ਜਾਉਗੇ ਅਤੇ ਨਹਿਰ ਟਪਦਿਆਂ ਹੀ ਖਬੇ ਹਥ ਗੁਰਦਵਾਰਾ ਸੱਚਾ ਸੌਦਾ ਆ ਜਾਏਗਾ। ਵਾਰਸ ਸ਼ਾਹ ਦੇ ਮਜ਼ਾਰ ਤੋਂ ਜਾਣ ਲਈ ਦਿਲ ਨਹੀਂ ਕਰਦਾ ਸੀ ਅਤੇ ਕੁਝ ਰਾਤਾਂ ਏਥੇ ਰਹਿ ਕੇ ਉਹਨਾਂ ਸਮਿਆਂ ਵਿਚ ਗਵਾਚ ਜਾਣਾ ਚਹੁੰਦਾ ਸਾਂ ਜਿਨ੍ਹਾਂ ਸਮਿਆਂ ਦਾ ਵਾਰਸ ਸ਼ਾਹ ਹਾਣੀ ਸੀ ਅਤੇ ਜਿਨ੍ਹਾਂ ਹਾਲਾਤਾਂ ਵਿਚ ਗ੍ਰੱਸ ਕੇ ਉਹਨੇ ਹੀਰ ਦਾ ਮਹਾਨ ਕਿੱਸਾ ਲਿਖਿਆ ਸੀ। ਐਵੇਨਿਊ ਆਪਟੀਕਲ ਦੇ ਸੁਹਿਰਦ ਮਾਲਕ ਵਿਜੇ ਸ਼ਰਮਾ ਦੇ ਘਰ ਜਾ ਕੇ ਵੀ ਉਹਨਾਂ ਦੇ ਘਰ ਦੀਆਂ ਫੋਟੋਜ਼ ਖਿਚਣਾ ਚਹੁੰਦਾ ਸਾਂ ਜਿਥੇ ਉਹਨਾਂ ਦੇ ਪਿਤਾ ਡਾ: ਗੋਪਾਲ ਕ੍ਰਿਸ਼ਨ ਸ਼ਰਮਾ ਸਾਹਿਬ ਵੰਡ ਤੋਂ ਪਹਿਲਾਂ ਰਿਹਾ ਕਰਦੇ ਸਨ। ਇਸੇ ਪਿੰਡ ਵਿਚ ਹੀ ਉਹਨਾਂ ਦਾ ਜਨਮ 2 ਸਤੰਬਰ, 1933 ਨੂੰ ਬੂਆ ਮਲ ਸ਼ਰਮਾ ਦੇ ਘਰ ਹੋਇਆ ਸੀ। ਉਹਨਾਂ ਦੇ ਪਿਤਾ ਬੂਆ ਮੱਲ ਸ਼ਰਮਾ ਵੀਹਵੀਂ ਸਦੀ ਦੇ ਸ਼ੁਰੂ ਵਿਚ ਪਿੰਡ ਨਾਰੋਵਾਲ ਜ਼ਿਲਾ ਸਿਆਲਕੋਟ ਤੋਂ ਉਠ ਕੇ ਵਾਰਸ ਸ਼ਾਹ ਦੇ ਪਿੰਡ ਜੰਡਿਆਲਾ ਸ਼ੇਰ ਖਾਂ ਆਣ ਵਸੇ ਸਨ। ਇਥੇ ਹੀ ਉਹ ਸਾਰੀ ਉਮਰ ਟੀਚਰ ਦੀ ਨੌਕਰੀ ਕਰਦੇ ਰਹੇ ਅਤੇ ਇਸ ਪਿੰਡ ਨੂੰ ਹੀ ਆਪਣਾ ਪੱਕਾ ਘਰ ਬਣਾ ਲਿਆ ਅਤੇ ਮੁਲਕ ਦੀ ਵੰਡ ਵੇਲੇ ਉਹਨਾਂ ਨੇ ਸ਼ੇਖੂਪੁਰਾ ਦੇ ਹਾਈ ਸਕੂਲ ਵਿਚੋਂ ਦਸਵੀਂ ਦਾ ਇਮਤਿਹਾਨ ਦਿਤਾ ਸੀ। ਜੰਡਿਆਲਾ ਸ਼ੇਰ ਖਾਂ ਪਿੰਡ ਵਿਚੋਂ ਉਜੜ ਜਾਣ ਦੇ ਪਿਛੋਂ ਉਹਨਾਂ ਨੂੰ ਦਸਵੀਂ ਦਾ ਸਰਟੀਫਿਕੇਟ ਜੋ 1947 ਦੇ ਰੌਲੇ ਗੌਲਿਆਂ ਵਿਚ ਰੀਕਾਰਡ ਤਬਾਹ ਹੋ ਜਾਣ ਕਾਰਨ ਕਦੀ ਵੀ ਨਾ ਮਿਲ ਨਾ ਸਕਿਆ। ਡਾ: ਗੋਪਾਲ ਕ੍ਰਿਸ਼ਨ ਸ਼ਰਮਾ ਦਾ ਮੁਢਲਾ ਸਕੂਲ ਵਾਰਸ ਸ਼ਾਹ ਦੇ ਮਕਬਰੇ ਤੋਂ 200 ਗਜ਼ ਦੂਰ ਸੀ ਅਤੇ ਹਰ ਵੀਰਵਾਰ ਅਤੇ ਸ਼ੁਕਰਵਾਰ ਨੂੰ ਉਥੇ ਮੇਲਾ ਲਗਦਾ ਸੀ। ਮੁਸਲਮਾਨਾਂ ਤੋਂ ਇਲਾਵਾ ਸਾਰੇ ਹਿੰਦੂ, ਸਿੱਖ ਅਤੇ ਈਸਾਈ ਵਾਰਸ ਸ਼ਾਹ ਦੀ ਕਬਰ ਤੇ ਮਥੇ ਟੇਕਦੇ, ਕਵਾਲੀਆਂ ਅਤੇ ਬੈਂਤਾਂ ਵਿਚ ਗਾਈ ਹੀਰ ਸੁਣਿਆ ਕਰਦੇ ਸਨ। ਡਾ: ਸਾਹਿਬ ਦੇ ਦੱਸਣ ਅਨੁਸਾਰ ਵੰਡ ਤੋਂ ਪਹਿਲਾਂ ਜੰਡਿਆਲਾ ਸ਼ੇਰ ਖਾਂ ਵਿਖੇ ਹਿੰਦੂਆਂ ਦੇ 81 ਘਰ ਅਤੇ ਸਿੱਖਾਂ ਦੇ 42 ਘਰ ਸਨ। ਹਿੰਦੂ, ਮੁਸਲਮਾਨ ਅਤੇ ਸਿੱਖ ਸਾਰੇ ਬੜੇ ਪਿਆਰ ਨਾਲ ਰਹਿੰਦੇ ਸਨ। ਉਜੜਨ ਵੇਲੇ ਪਿੰਡ ਦੇ ਮੁਸਲਮਾਨਾਂ ਨੇ ਹਿੰਦੂ ਸਿੱਖਾਂ ਨੂੰ ਬੜੀ ਹਿਫਾਜ਼ਤ ਨਾਲ ਕੈਂਪਾਂ ਤਕ ਪੁਚਾਇਆ ਸੀ।

ਜਾਣਾ ਗੁਰਦਵਾਰਾ ਸੱਚਾ ਸੌਦਾ

ਮੁਦਤਾਂ ਤੋਂ ਵਾਰਸ ਸ਼ਾਹ ਦੇ ਮਕਬਰੇ ਦੀ ਮਨ ਵਿਚ ਸੁੱਖੀ ਜ਼ਿਆਰਤ ਕਰ ਕੇ ਅਤੇ ਸੁਹਿਰਦ ਕੇਅਰਟੇਕਰ ਦੇ ਦੱਸੇ ਅਨੁਸਾਰ ਜੰਡਿਆਲਾ ਸ਼ੇਰ ਖਾਂ ਤੋਂ ਪਿੰਡਾਂ ਥਾਣੀਂ ਹੁੰਦੇ ਹੋਏ, ਰਸਤੇ ਵਿਚ ਜ਼ਿਆਦਾ ਪੱਕੇ ਤੇ ਘੱਟ ਕੱਚੇ ਘਰ ਵੇਖਦੇ, ਜ਼ਰਖੇਜ਼ ਜ਼ਮੀਨਾਂ ਤੇ ਉਗੀਆਂ ਤੇ ਪੱਕਣ ਆਈਆਂ ਕਣਕਾਂ ਦੀ ਲਹਿਰਾਂ ਬਹਿਰਾਂ ਤਕਦੇ ਅਸੀਂ ਜਲਦੀ ਮੰਡੀ ਫਾਰੂਕਾਬਾਦ ਜਿਸਦਾ ਨਾਂ ਪਹਿਲਾਂ ਚੂਹੜਕਾਣਾ ਮੰਡੀ ਹੁੰਦਾ ਸੀ, ਠੀਕ ਓਸ ਬਹੁਤ ਵਡੀ ਨਹਿਰ ਕੰਢੇ ਪਹੁੰਚ ਗਏ ਜੋ ਗੁਰਦਵਾਰਾ ਸੱਚਾ ਸੌਦਾ ਤੇ ਮੰਡੀ ਚੂਹੜਕਾਣਾ (ਮੰਡੀ ਫਾਰੂਕਾਬਾਦ) ਨੂੰ ਵੰਡਦੀ ਸੀ। ਚੂਹੜਕਾਣਾ ਹੁਣ ਨਹਿਰ ਤਕ ਆਬਾਦ ਹੋ ਗਿਆ ਸੀ। ਇਹ ਉਹੀ ਨਹਿਰ ਸੀ ਜਿਸ ਦੇ ਕੰਢੇ ਅਗਸਤ 1947 ਵੇਲੇ ਲਾਗੇ ਪੈਂਦੇ ਪਿੰਡਾਂ ਵਿਚ ਰਹਿਣ ਵਾਲੇ ਘਰਾਂ ਤੋਂ ਉਜੜੇ ਦਸ ਲੱਖ ਤੋਂ ਵਧ ਹਿੰਦੂ ਸਿੱਖਾਂ ਦਾ ਕੈਂਪ ਲੱਗਾ ਸੀ। ਇਨ੍ਹਾਂ ਲੋਕਾਂ ਵਿਚ 12 ਸਾਲ ਦੀ ਉਮਰ ਵਾਲਾ ਬੱਚਾ ਮੈਂ ਵੀ ਸਾਂ ਜਿਸ ਦੀ ਆਪਣੇ ਪਿੰਡੋਂ ਟੁਰੇ ਕਾਫਲੇ ਵਿਚ ਆਪਣੀਆਂ ਜਾਨਾਂ ਬਚਾਉਂਦਿਆਂ ਸਿਰ ਦੀ ਪੱਗ ਤੇ ਪੈਰ ਦੀ ਜੁੱਤੀ ਵੀ ਗਵਾਚ ਗਈ ਸੀ। ਅਸੀਂ 63 ਸਾਲਾਂ ਪਹਿਲਾਂ ਆਪਣੇ ਘਰਾਂ ਵਿਚੋਂ ਉਜੜ ਕੇ ਕੈਂਪ ਦੀ ਰਾਖੀ ਕਰ ਰਹੇ ਥੋੜ੍ਹੇ ਜਹੇ ਭਾਰਤੀ ਫੌਜੀਆਂ ਦੀ ਹਿਫਾਜ਼ਤ ਵਿਚ ਭਾਰਤ ਪਹੁੰਚਣ ਲਈ ਇਥੇ ਰੁਕੇ ਹੋਏ ਸਾਂ। ਨਹਿਰ ਦੇ ਪੁਲ ਤੋਂ ਕੁਝ ਦੂਰੀ ਤੇ ਰੇਲ ਦਾ ਪੁਲ ਦਿਸ ਰਿਹਾ ਸੀ। ਇਕਬਾਲ ਕੈਸਰ ਨੇ ਜਦ ਇਸ ਨਹਿਰ ਦੀ ਫੋਟੋ ਖਿਚੀ ਤਾਂ ਰੇਲ

ਸੱਚਾ ਸੌਦਾ ਅਤੇ ਮੰਡੀ ਚੂਹੜਕਾਣਾ ਦੇ ਵਿਚਕਾਰ ਵਗਦੀ
ਵਡੀ ਨਹਿਰ ਦਾ ਰੇਲ ਗਡੀ ਵਾਲਾ ਪੁਲ

ਸੱਚਾ ਸੌਦਾ ਅਤੇ ਮੰਡੀ ਚੂਹੜਕਾਣਾ ਦੇ ਵਿਚਕਾਰ ਵਗਦੀ ਵਡੀ ਨਹਿਰ ਦਾ ਸੜਕੀ ਪੁਲ

ਦਾ ਪੁਲ ਮੇਰੇ ਪਿਛੇ ਨਜ਼ਰ ਆਉਂਦਾ ਸੀ। ਨਹਿਰ ਦੇ ਕੰਢੇ ਖਿਚੀ ਦੂਜੀ ਫੋਟੋ ਵਿਚ ਨਹਿਰ ਤੋਂ ਲੰਘਦੀ ਸੜਕ ਵਾਲਾ ਦੂਜਾ ਪਾਸਾ ਨਜ਼ਰ ਅਉਂਦਾ ਸੀ ਜਿਸ ਦੇ ਕੰਢੇ ਖਲੋ ਕੇ ਮੈਂ 1947 ਵਿਚ 12 ਸਾਲ ਦੀ ਉਮਰੇ ਭਾਰਤ ਨੂੰ ਜਾ ਰਹੇ ਟਰੱਕਾਂ ਨੂੰ ਹੱਥ ਦਿੰਦਾ ਸਾਂ ਕਿ ਮੈਨੂੰ ਅਤੇ ਮਾਂ ਪਿਓ ਅਤੇ ਨਿੱਕੀਆਂ ਨਿੱਕੀਆਂ ਭੈਣਾਂ ਨੂੰ ਹਿੰਦੋਸਤਾਨ ਲੈ ਚਲੋ ਪਰ ਸਾਨੂੰ ਕਿਸੇ ਟਰੱਕ ਨੇ ਚੜ੍ਹਾਇਆ ਨਹੀਂ ਸੀ। ਇਸੇ ਨਹਿਰ ਵਿਚ ਰੁੜ੍ਹੇ ਜਾਂਦੇ ਮੁਰਦੇ ਤੇ ਕੁਲਵੰਤ ਸਿੰਘ ਵਿਰਕ ਨੇ ਆਪਣੀ ਮਸ਼ਹੂਰ ਕਹਾਣੀ "ਮੁਰਦੇ ਦੀ ਤਾਕਤ" ਲਿਖੀ ਸੀ।

ਬਚਪਨ ਵਿਚ ਕਈ ਵਾਰ ਮੈਂ ਤੇ ਬਾਪੂ ਸੱਚਾ ਸੌਦਾ ਰੇਲਵੇ ਸਟੇਸ਼ਨ ਤੇ ਗੱਡੀ ਚੜ੍ਹਨ ਵਾਲਿਆਂ ਦੀ ਜ਼ਿਆਦਾ ਭੀੜ ਹੋਣ ਕਰਨ ਸੱਚਾ ਸੌਦਾ ਰੇਲਵੇ ਸਟੇਸ਼ਨ ਤੋਂ ਪੈਦਲ ਇਹ ਰੇਲ ਵਾਲਾ ਪੁਲ ਟੱਪ ਕੇ ਮੰਡੀ ਚੂਹੜਕਾਣਾ ਤੋਂ ਮੰਡੀ ਢਾਬਾਂ ਸਿੰਘ ਰੇਲਵੇ ਸਟੇਸ਼ਨ ਤੇ ਜਾਣ ਲਈ ਗੱਡੀ ਫੜਿਆ ਕਰਦੇ ਸਾਂ। ਸੱਚਾ ਸੌਦਾ ਛੋਟਾ ਸਟੇਸ਼ਨ ਸੀ ਅਤੇ ਮੇਲੇ ਦੀ ਜ਼ਿਆਦਾ ਭੀੜ ਕਾਰਨ ਕਈ ਮੁਸਾਫਰ ਗੱਡੀ ਚੜ੍ਹਨੋ ਰਹਿ ਜਾਂਦੇ ਸਨ। ਜਦੋਂ ਰੇਲ ਦੇ ਪੁਲ ਤੋਂ ਲੰਘਦੇ ਤਾਂ ਬੜਾ ਡਰ ਲਗਦਾ ਕਿਉਂਕਿ ਲੱਕੜ ਦੇ ਸ਼ਤੀਰਾਂ ਵਿਚਕਾਰ ਥਾਂ ਖਾਲੀ ਹੋਣ ਕਾਰਨ ਨਹਿਰ ਵਿਚ ਡਿਗਣ ਦਾ ਬੜਾ ਡਰ ਲਗਦਾ ਸੀ। ਨਹਿਰ ਬੜੀ ਡੂੰਘੀ ਅਤੇ ਚੌੜੀ ਹੋਣ ਕਾਰਨ ਮੌਤ ਹੋ ਸਕਦੀ ਸੀ। ਜਦ ਜਵਾਨੀ ਚੜ੍ਹਦੇ ਨਾਨਕ ਨੂੰ ਉਹਦੇ ਪਿਤਾ ਮਹਿਤਾ ਕਾਲੂ ਨੇ 20 ਰੁਪੈ ਦੇ ਕੇ ਸੱਚਾ ਸੌਦਾ ਕਰਨ ਲਈ ਕਿਹਾ ਸੀ ਤਾਂ ਨਾਨਕ ਨੇ ਇਸ ਮੰਡੀ ਚੂਹੜਕਾਣਾ ਤੋਂ ਰਸਦ ਲੈ ਕੇ ਹੁਣ ਵਾਲੀ ਥਾਂ ਸੱਚਾ ਸੌਦਾ ਵਿਖੇ ਬੈਠੇ ਭੁਖੇ ਸਾਧੂਆਂ ਨੂੰ ਭੋਜਨ ਛਕਾ ਦਿਤਾ ਸੀ ਕਿਉਂਕਿ ਉਹਦੀ ਸੋਚ ਅਨੁਸਾਰ ਭੁਖੇ ਨੂੰ ਭੋਜਨ ਛਕਾਉਣ ਤੇ ਇਸ ਤੋਂ ਚੰਗਾ

ਸੱਚਾ ਸੌਦਾ ਹੋਰ ਕੀ ਹੋ ਸਕਦਾ ਸੀ। ਇਸ ਨਹਿਰ ਕੰਢੇ 63 ਸਾਲਾਂ ਬਾਅਦ ਆਇਆ ਸਾਂ। ਸੱਚਾ ਸੌਦਾ ਰੀਫਿਊਜੀ ਕੈਂਪ ਵਿਚ ਸਤੰਬਰ 1947 ਵਿਚ ਇਸ ਥਾਂ ਬੜੀ ਕਰੁਣਾਮਈ ਅਤੇ ਤਰਸਯੋਗ ਹਾਲਤ ਵਿਚ ਭੁਖੇ, ਪਿਆਸੇ ਤੇ ਭੁੰਜੇ ਸੌਣ ਦੇ ਦਿਨ ਸਦਾ ਮੇਰੇ ਸੀਨੇ ਵਿਚ ਰੜਕਦੇ ਰਹੇ ਸਨ। ਇਤਿਹਾਸ ਦਾ ਸੁਮੇਲ ਅਜ 2 ਮਾਰਚ, 2010 ਨੂੰ ਮੈਨੂੰ ਫਿਰ ਏਥੇ ਲੈ ਆਇਆ ਸੀ।

ਭੁੱਖ ਚਮਕ ਪਈ ਸੀ ਤੇ ਅਸਾਂ ਮੰਡੀ ਫਾਰੂਕਾਬਾਦ ਵਿਚ ਨਹਿਰ ਕੰਢੇ ਇਕ ਢਾਬੇ ਤੋਂ ਦਾਲ ਨੂੰ ਤੜਕਾ ਲਵਾ ਕੇ ਤੰਦੂਰੀ ਰੋਟੀਆਂ ਖਾਧੀਆਂ। ਇਕਬਾਲ ਦਾ ਪੇਟ ਖਰਾਬ ਸੀ ਤੇ ਉਹਨੇ ਦਹੀਂ ਨਾਲ ਸਾਦਾ ਫੁਲਕਾ ਲਿਆ। ਮੇਰੀ ਐਨਿਕ ਦਾ ਸ਼ੀਸ਼ਾ ਪੇਚ ਨਿਕਲ ਜਾਣ ਕਰ ਡਿਗ ਪਿਆ ਸੀ। ਮੁਨੀਰ ਤੁਰਤ ਇਕ ਐਨਕਾਂ ਵਾਲੇ ਤੋਂ ਨਵਾਂ ਪੇਚ ਕਸਵਾ ਲਿਆਇਆ ਤੇ ਗਰੰਟੀ ਇਹ ਕਿ ਇਹ ਪੇਚ ਹੁਣ ਕਦੀ ਵੀ ਨਹੀਂ ਨਿਕਲੇਗਾ। ਅਗਲੇ ਕੁਝ ਮਿੰਟਾਂ ਵਿਚ ਅਸੀਂ ਨਹਿਰ ਟੱਪ ਕੇ ਗੁਰਦਵਾਰਾ ਸੱਚਾ ਸੌਦਾ ਪਹੁੰਚ ਗਏ। ਇਸ ਵਡੀ ਨਹਿਰ ਦੇ ਨਾਲ ਇਕ ਹੋਰ ਨਹਿਰ ਬਣ ਗਈ ਸੀ ਜੋ ਵੰਡ ਤੋਂ ਪਹਿਲਾਂ ਨਹੀਂ ਹੁੰਦੀ ਸੀ। ਮੈਂ 1947 ਤੋਂ ਬਾਅਦ ਪਹਿਲੀ ਵਾਰ ਏਸ ਗੁਰਦਵਾਰੇ ਜਾ ਰਿਹਾ ਸਾਂ। ਸੰਨ 1961 ਵਿਚ ਮੈਂ ਜਦ ਪਾਕਿਸਤਾਨ ਆਇਆ ਸਾਂ ਤੇ ਆਪਣੇ ਪਿੰਡ ਵੀ ਗਿਆ ਸਾਂ ਤਾਂ ਓਸ ਵੇਲੇ ਇਹ ਗੁਰਦਵਾਰਾ ਦਰਸ਼ਨਾਂ ਲਈ ਖੁਲ੍ਹਾ ਨਹੀਂ ਸੀ। ਜ਼ਿੰਦਗੀ ਦੇ ਪਹਿਲੇ 12 ਸਾਲ ਤਾਂ ਮੈਂ ਏਥੇ ਸੈਂਕੜੇ ਵਾਰ ਆਇਆ ਸਾਂ। ਕਈ ਵਾਰ ਤਾਂ ਵਡੀ ਨਹਿਰ ਦੇ ਕੰਢੇ ਮਾਲ ਡੰਗਰ ਚਾਰਦਾ ਚਾਰਦਾ ਮੁਰੱਬੇ ਡੰਗਰ ਬੰਨ੍ਹ ਕੇ ਸੂਟ ਵੱਟ ਕੇ ਗੁਰਦਵਾਰੇ ਸੱਚੇ ਸੌਦੇ ਮੱਥਾ ਟੇਕ ਆਇਆ ਕਰਦਾ ਸਾਂ। ਗੁਰਦਵਾਰਾ ਸੱਚਾ ਸੌਦਾ ਸਾਡੇ ਪਿੰਡੋਂ ਮਸਾਂ 10 ਕੁ ਮੀਲ ਹੋਵੇਗਾ ਅਤੇ ਮੁਰੱਬੇ ਤੋਂ 7 ਕੁ ਮੀਲ। ਹਰ ਮਹੀਨੇ ਜਦ ਏਥੇ ਮਸਿਆ ਲਗਦੀ, ਦੀਵਾਨ ਸਜਦੇ, ਢਾਡੀ ਜਥੇ ਆਉਂਦੇ ਤੇ ਓਸ ਵੇਲੇ ਦੇ ਲੀਡਰ ਮਾਸਟਰ ਤਾਰਾ ਸਿੰਘ, ਗਿਆਨੀ ਕਰਤਾਰ ਸਿੰਘ, ਜਥੇਦਾਰ ਮਾਨ ਸਿੰਘ ਹੰਭੋ, ਮਾਸਟਰ ਸੁੰਦਰ ਸਿੰਘ ਲਾਇਲਪੁਰੀ, ਗਿਆਨੀ ਗਿਆਨ ਸਿੰਘ ਤੇ ਹੋਰ ਲੀਡਰ ਤਕਰੀਰਾਂ ਕਰਦੇ। ਓਸ ਵੇਲੇ ਇਸ ਗੁਰਦਵਾਰੇ ਵਿਚ ਵਿਰਕਾਂ ਦਾ ਲੰਗਰ ਬੜਾ ਮਸ਼ਹੂਰ ਸੀ। ਸ਼ਾਮਾਂ ਨੂੰ ਤਲੀ ਹੋਈ ਮਛੀ ਵਿਕਦੀ ਤੇ ਮਸਿਆ ਨਹਾਉਣ ਆਏ ਲੋਕ ਐਨੀ ਤਾਜ਼ਾ, ਸਵਾਦ ਤੇ ਕਰਾਰੀ ਮਛੀ ਖਾਣ ਲਈ ਟੁਟ ਕੇ ਪੈ ਜਾਂਦੇ। ਮੇਰੀ ਜੀਭ ਤੋਂ 63 ਸਾਲ ਬੀਤਣ ਤੇ ਵੀ ਬਚਪਨ ਵਿਚ ਖਾਧੀ ਇਸ ਥਾਂ ਦੀ ਖਾਧੀ ਮਛੀ ਦਾ ਸਵਾਦ ਅਜੇ ਤਕ ਗਿਆ ਨਹੀਂ ਸੀ।

ਦੇਸ਼ ਵੰਡ ਵੇਲੇ ਸਪਤੰਬਰ 1947 ਇਥੇ ਬਣੇ ਕੈਂਪ ਵਿਚ ਮਹੀਨਾ ਭਰ ਰਹਿਣ ਤੋਂ ਬਾਅਦ ਮੈਂ 22 ਮਾਰਚ, 2010 ਨੂੰ ਗੁਰਦਵਾਰਾ ਸੱਚਾ ਸੌਦਾ ਵਿਖੇ ਜਿਸ ਦੇ ਆਲੇ ਦਵਾਲੇ ਅਤੇ ਇਥੇ ਮੇਰਾ ਬਚਪਨ ਬੀਤਿਆ ਸੀ।

ਸੱਚੇ ਸੌਦੇ ਦੀ ਮਸਿਆ ਤੇ ਵਿਰਕ ਟੱਪਾ ਸਿਰਾਂ ਤੇ ਦੁੱਧ ਦੀਆਂ ਬਲ੍ਹਣੀਆਂ ਲੈ ਕੇ ਲੰਗਰ ਵਿਚ ਪੁਚਾਉਂਦਾ। ਸੱਚਾ ਸੌਦਾ ਗੁਰਦਵਾਰੇ ਦਾ ਸਰੋਵਰ ਬਦਲ ਕੇ ਇਕ ਪਾਸੇ ਕਰ ਦਿਤਾ ਗਿਆ ਸੀ ਜੋ ਬਿਲਕੁੱਲ ਸੁੱਕਾ ਪਿਆ ਸੀ। ਬਚਪਨ ਵਿਚ ਮੈਂ ਇਸ ਤਲਾਬ ਵਿਚ ਬਹੁਤ ਨਹਾਇਆ ਕਰਦਾ ਸਾਂ। ਹਰਿਆਵਲ ਪਹਿਲਾਂ ਨਾਲੋਂ ਜ਼ਿਆਦਾ

ਗੁਰਦਵਾਰਾ ਸੱਚਾ ਸੌਦਾ ਅੰਦਰ ਜਿਥੇ ਨਿਸ਼ਾਨ ਸਾਹਿਬ ਅਤੇ
ਗੁਰੂ ਗ੍ਰੰਥ ਸਾਹਿਬ ਦੀ ਬੀੜ ਹੈ।

ਸੀ ਤੇ ਗੁਰਦਵਾਰੇ ਨੂੰ ਚਾਰਦੀਵਾਰੀ ਕਰ ਦਿਤੀ ਗਈ ਸੀ। ਇਕਬਾਲ ਕੈਸਰ ਅਤੇ ਪਾਕਿਸਤਾਨ ਦੇ ਕੁਝ ਹੋਰ ਉਘੇ ਲੇਖਕਾਂ ਨੇ ਇਸ ਗੁਰਦਵਾਰੇ ਨੂੰ ਮਾਫੀਏ ਤੋਂ ਆਜ਼ਾਦ ਕਰਵਾਉਣ ਲਈ ਬੜੀਆਂ ਕੁਰਬਾਨੀਆਂ ਕੀਤੀਆਂ ਤੇ ਔਕੜਾਂ ਝੱਲੀਆਂ ਸਨ। ਗੁਰਦਵਾਰੇ ਦੀ ਬਿਲਡਿੰਗ ਪਹਿਲਾਂ ਵਾਂਗ ਹੀ ਲਿਸ਼ਕ ਪੁਸ਼ਕ ਰਹੀ ਸੀ। ਬੂਟ ਉਤਾਰ ਕੇ ਪੈਰ ਧੋਤੇ ਅਤੇ ਮੂੰਹ ਹਥ ਧੋ ਮੈਂ ਤੇ ਇਕਬਾਲ ਪੌੜੀਆਂ ਚੜ੍ਹ ਕੇ ਉਪਰ ਗੁਰਦਵਾਰੇ ਵਿਚ ਚਲੇ ਗਏ। ਨੌਜਵਾਨ ਪਾਕਿਸਤਾਨੀ ਗ੍ਰੰਥੀ ਸਿੰਘ ਮਹਾਰਾਜ ਦੀ ਤਾਬਿਆ ਬੈਠਾ ਸੀ। ਮੈਂ ਆਪਣੇ ਪਰਵਾਰ ਅਤੇ ਫਿਰੋਜ਼ਪੁਰੋਂ ਕੈਨੇਡਾ ਜਾ ਵੱਸੇ ਪਰਵਾਸੀ ਜਰਨੈਲ ਸਿੰਘ ਜੋਸਨ ਵੱਲੋਂ ਪੰਜ ਸੌ ਰੁਪੇ ਗੋਲਕ ਵਿਚ ਪਾ ਕੇ ਮਥਾ ਟੇਕਿਆ ਤੇ ਪਰਸ਼ਾਦ ਲਿਆ। ਮਹਾਰਾਜ ਦੀ ਤਾਬਿਆ ਬੈਠ ਕੇ ਪਾਠ ਕੀਤਾ, ਪਰਕਰਮਾ ਕੀਤੀ ਅਤੇ ਬਾਹਰ ਆ ਗਏ। ਗੁਰਦਾਵਾਰੇ ਦੀ ਅਸਲ ਤੇ ਮੁਢਲੀ ਬਹੁਤ ਛੋਟੀ ਜਗ੍ਹਾ 1947 ਵਾਂਗ ਹੀ ਕਾਇਮ ਸੀ। ਬਾਹਰ ਬੇਰੀ ਦਾ ਪੁਰਾਣਾ ਰੁੱਖ ਅਤੇ ਨਿਸ਼ਾਨ ਸਾਹਿਬ ਵੀ ਪਹਿਲਾਂ ਵਾਂਗ ਕਾਇਮ ਸਨ। ਗੁਰਦਵਾਰੇ ਦੇ ਬਾਹਰ ਵਿਹੜੇ ਵਿਚ ਮੈਂ ਛੋਟਾ ਹੁੰਦਾ ਆਪਣੀ ਮਾਂ ਦੀ ਬੁਕਲ ਵਿਚ ਬੈਠ ਕੇ ਬੜੀ ਸ਼ਰਧਾ ਨਾਲ ਪਾਠ ਸੁਣਿਆ ਕਰਦਾ ਸਾਂ। ਸਭ ਯਾਦ ਆ ਗਿਆ ਤੇ ਮਨ ਬਾਰ ਬਾਰ ਭਰ ਰਿਹਾ ਪਰ ਮਨ ਨੂੰ ਤਕੜਾ ਕਰਨ ਦੀ ਬੜੀ ਲੋੜ ਸੀ। ਬਾਹਰ ਬੇਰੀ ਦੇ ਰੁੱਖ ਲਾਗੇ ਗੁਰਦਵਾਰੇ ਦੇ ਗ੍ਰੰਥੀ ਦੀ ਨੌਜਵਾਨ ਬੀਵੀ ਫਿਰ ਰਹੀ ਸੀ। ਉਹਨਾਂ ਦਾ ਨਵਾਂ ਨਵਾਂ ਵਿਆਹ ਹੋਇਆ ਸੀ। ਮੈਂ ਦੋ ਸੌ ਰੁਪੇ ਸਗਨ ਪਾ ਕੇ ਕੁੜੀ ਦੇ ਸਿਰ ਤੇ ਪਿਆਰ ਦਿਤਾ ਤੇ ਇਕਬਾਲ ਕੈਸਰ ਨੇ ਪੁਰਾਣੇ ਬੇਰ ਹੇਠਾਂ ਉਹਨਾਂ ਨਾਲ ਮੇਰੀ ਫੋਟੋ ਖਿਚੀ।

ਆਪਣੇ ਪਿੰਡ ਜਾਣਾ

63 ਸਾਲ ਬਾਅਦ ਗੁਰਦਵਾਰਾ ਸੱਚਾ ਸੌਦਾ ਪਹੁੰਚ ਜੀਅ ਇਸ ਥਾਂ ਨੂੰ ਛਡਣ ਲਈ ਰਾਜ਼ੀ ਨਹੀਂ ਸੀ। ਜਜ਼ਬਾਤੀ ਮਨ ਕਹਿ ਰਿਹਾ ਸੀ ਸਤੰਬਰ 1947 ਵਿਚ ਜਦ ਰੇਲਵੇ ਸਟੇਸ਼ਨ ਸੱਚਾ ਸੌਦਾ ਦੀ ਰੇਲਵੇ ਲਾਈਨ ਦੇ ਦੋਵੇਂ ਪਾਸੀਂ ਇੰਡੀਆ ਜਾਣ ਲਈ ਗਡੀ ਦੇ ਇੰਤਜ਼ਾਰ ਕਰ ਰਹੇ ਲਖਾਂ ਲੋਕਾਂ ਤੇ ਬਲੋਚ ਮਿਲਟਰੀ ਨੇ ਚਲਦੀ ਗਡੀ ਵਿਚੋਂ ਗੋਲੀਆਂ ਤੇ ਬੰਬ ਚਲਾ ਕੇ ਹਜ਼ਾਰਾਂ ਨੂੰ ਭੁੰਨ ਦਿਤਾ ਸੀ। ਮੈਂ ਅਤੇ ਮੇਰੇ ਮਾਂ ਬਾਪ ਅਤੇ ਛੋਟੀਆਂ ਛੋਟੀਆਂ ਭੈਣਾਂ ਰੇਲਵੇ ਲਾਈਨ ਤੋਂ ਮਸਾਂ 50 ਗਜ਼ ਦੂਰ ਸਾਂ ਪਰ ਬਚ ਗਏ ਸਾਂ। ਆਸ ਪਾਸ ਲਾਸ਼ਾਂ ਪਈਆਂ ਸਨ ਅਤੇ ਜ਼ਖਮੀ ਲੋਕ ਤੜਪ ਰਹੇ ਸਨ। ਓਦੋਂ ਤਾਂ ਬਚ ਕੇ ਇੰਡੀਆ ਚਲੇ ਗਏ ਸਾਂ ਪਰ ਅਜ ਪਤਾ ਨਹੀਂ ਮਨ ਵਿਚ ਇਹ ਸੋਚ ਕਿਉਂ ਉਚੀ ਹੋ ਰਹੀ ਸੀ ਕਿ ਬਥੇਰਾ ਜੀ ਲਿਆ ਸੀ। ਚੰਗਾ ਹੋਵੇ ਧਰਤੀ ਦੇ ਇਸ ਹਿੱਸੇ ਸੱਚਾ ਸੌਦਾ, ਅਗੇ ਆਪਣਾ ਪਿੰਡ ਨਵਾਂ ਪਿੰਡ ਜੋ ਹੁਣ ਆਪਣਾ ਨਹੀਂ ਸੀ ਤੇ ਅਗੇ ਨਨਕਾਣਾ ਸਾਹਿਬ ਦਾ ਇਲਾਕੇ ਵਿਚ ਕਿਧਰੇ ਮੇਰੀ ਮੌਤ ਹੋ ਜਾਵੇ। ਕਾਰਨ ਸ਼ਾਇਦ ਇਹੀ ਸੀ ਕਿ 63 ਸਾਲ ਬੀਤਣ ਤੇ ਵੀ ਮੇਰੀ ਰੂਹ ਏਥੇ ਹੀ ਫਿਰ ਰਹੀ ਸੀ। ਅਗੇ ਆਪਣੇ ਪਿੰਡ ਪਹੁੰਚਣਾ ਸੀ। ਥੱਲੇ ਆ ਕੇ ਬੂਟ ਪਾਏ ਤੇ ਬਾਹਰ ਆ ਕੇ ਨਵਾਂ ਪਿੰਡ ਨੂੰ ਜਾਣ ਦਾ ਰਾਹ ਪੁਛਿਆ। ਦੱਸਣ ਵਾਲੇ ਨੇ ਕਿਹਾ ਕਿ ਪਿੰਡ ਫੂਲਰਵੰਨ ਲੰਘ ਕੇ ਅਗੇ ਰੇਲ ਦਾ ਫਾਟਕ ਆਇਗਾ, ਓਥੋਂ ਨਵੇਂ ਪਿੰਡ ਨੂੰ ਜਾਣ ਵਾਲ ਨਵੀਂ ਬਣੀ ਪਕੀ ਸੜਕ ਮਿਲ ਜਾਵੇਗੀ। ਓਸ ਸੜਕ ਤੇ ਅਗੇ ਜਾਓਗੇ ਤਾਂ ਨਹਿਰ ਦੇ ਪੁਲ ਤੋਂ ਇਕ ਸੜਕ ਨਵੇਂ ਪਿੰਡ ਨੂੰ ਜਾਏਗੀ ਅਤੇ ਇਕ ਸ਼ਾਹਕੋਟ ਨੂੰ। ਕੁਲਵੰਤ ਸਿੰਘ ਵਿਰਕ ਦਾ ਪਿੰਡ ਫੂਲਰਵੰਨ ਪਹੁੰਚ ਗਏ। ਇਕਬਾਲ ਕਹਿਣ ਲੱਗਾ ਕਿ ਇਹ ਪਿੰਡ ਹੁਣ ਬਹੁਤ ਫੈਲ ਗਿਆ ਹੈ। ਵਿਰਕ ਦਾ ਘਰ ਲਭਦਿਆਂ ਬਹੁਤ ਦੇਰ ਲਗ ਜਾਏਗੀ ਤੇ ਅਸੀਂ ਬਹੁਤ ਲੇਟ ਹੋ ਜਾਵਾਂਗੇ। ਵਿਰਕ ਦਾ ਜੋ ਘਰ ਮੁਸਲਿਮ ਪਰਵਾਰ ਨੂੰ ਅਲਾਟ ਹੋਇਆ ਸੀ, ਉਹਨਾਂ ਢਾਹ ਕੇ ਨਵਾਂ ਬਣਾ ਲਿਆ ਹੈ ਅਤੇ ਉਸਦੇ ਬੂਹੇ ਸਾਡੇ ਖੋਜਗੜ੍ਹ ਨੂੰ ਦਾਨ ਕਰ ਦਿਤੇ ਹਨ। ਜਦੋਂ ਆਪਾਂ ਖੋਜਗੜ੍ਹ ਜਾਵਾਂਗੇ ਤਾਂ ਖੋਜਗੜ੍ਹ ਨੂੰ ਲਗੇ ਵਿਰਕ ਦੇ ਘਰ ਦੇ ਬੂਹਿਆਂ ਦੀ ਫੋਟੋ ਖਿਚ ਲਵਾਂਗੇ। ਮੈਂ ਹਾਂ ਕਰ ਦਿਤੀ। ਰੇਲ ਦਾ ਫਾਟਕ ਲੰਘ ਕੇ ਜਲਦੀ ਅਸੀਂ ਪਿੰਡ ਧੁੱਪਸੜੀ ਕੋਲ ਪਹੁੰਚ ਗਏ। ਇਹ ਪਿੰਡ ਸਾਡੇ ਨਵੇਂ ਪਿੰਡ ਵਿਚੋਂ ਹੀ ਨਿਕਲ ਕੇ ਵੰਡ ਤੋਂ ਕੁਝ ਵਰ੍ਹੇ ਪਹਿਲਾਂ ਬਣਿਆ ਸੀ। ਏਥੇ ਵੀ ਮੇਰੇ ਬਾਪੂ ਨੇ ਮਕਾਨ ਪਾਏ ਹੋਏ ਸਨ ਜੋ ਮੈਂ ਆਪਣੀ 1961 ਦੀ ਫੇਰੀ ਵਿਚ ਵੇਖੇ ਸਨ। ਸਾਡੇ ਸ਼ਰੀਕੇ ਦੇ ਸਾਰੇ ਘਰ ਏਥੇ ਆ ਵੱਸੇ ਸਨ। ਬਾਪੂ ਕਹਿੰਦਾ ਸੀ ਕਿ ਜਦ ਤਕ ਮੈਂ ਦਸਵੀਂ ਨਹੀਂ ਕਰ ਲੈਂਦਾ, ਓਨਾ ਚਿਰ ਧੁੱਪਸੜੀ ਪਿੰਡ

ਵਿਚ ਰਿਹਾਇਸ਼ ਨਹੀਂ ਲਿਆਵਾਂਗੇ ਕਿਓਂਕਿ ਏਥੇ ਆਣ ਨਾਲ ਮੇਰੀ ਪੜ੍ਹਾਈ ਖਰਾਬ ਹੋਵੇਗੀ। ਕਾਰ ਧੁੱਪ ਸੜੀ ਅਗੋਂ ਲੰਘ ਰਹੀ ਸੀ। ਸੜਕ ਦੇ ਸੱਜੇ ਪਾਸੇ ਗਿਆਨੀ ਸੋਹਨ ਸਿੰਘ ਦੀ ਕੱਚੀ ਹਵੇਲੀ ਦੀ ਬਾਹਰਲੀ ਕੰਧ ਬੈਠ ਚੁਕੀ ਸੀ। ਖਬੇ ਪਾਸੇ ਤਾਇਆ ਪ੍ਰੇਮ ਸਿੰਘ ਅਤੇ ਚਾਚੀ ਰਤਨ ਕੌਰ ਤੇ ਚਾਚੇ ਉਜਾਗਰ ਸਿੰਘ ਦੇ ਘਰ ਦਿਸ ਰਹੇ ਸਨ ਜਿਨ੍ਹਾਂ ਵਿਚ ਹੁਣ ਮੁਸਲਿਮ ਲੋਕ ਰਹਿੰਦੇ ਸਨ ਅਤੇ ਮਕਾਨ ਨਵੇਂ ਸਿਰਿਓਂ ਬਣ ਚੁਕੇ ਸਨ। ਧੁੱਪਸੜੀ ਪਿੰਡ ਦੇ ਐਨ ਇਸ ਥਾਂ ਤੋਂ ਇਕ ਪਹਿਆ ਅਤੇ ਇਕ ਡੰਡੀ ਨਵੇਂ ਪਿੰਡ ਨੂੰ ਜਾਂਦੀ ਸੀ ਪਰ ਅਜ ਉਹ ਰਾਹ ਨਹੀਂ ਦਿਸ ਰਹੇ ਸਨ। ਮੈਂ ਹੈਰਾਨ ਹੋ ਰਿਹਾ ਸਾਂ ਕਿ ਧੁੱਪਸੜੀ ਤੋਂ ਸਾਡੇ ਪਿੰਡ ਨਵੇਂ ਪਿੰਡ ਨੂੰ ਜਾਣ ਵਾਲਾ ਰਾਹ ਕਿਧਰ ਗੁੰਮ ਹੋ ਗਿਆ ਸੀ ਕਿ ਏਨੇ ਵਿਚ ਕਾਰ ਨਹਿਰ ਤੇ ਪਹੁੰਚ ਗਈ ਅਤੇ ਅਸੀਂ ਨਹਿਰ ਟੱਪ ਕਾਰ ਨਿੱਕੀ ਨਹਿਰ ਦੇ ਕੰਢੇ ਬਣੀ ਸ਼ਾਹਕੋਟ ਨੂੰ ਜਾਂਦੀ ਪਕੀ ਸੜਕ ਤੇ ਪੈ ਗਏ। ਇਸ ਨਿੱਕੀ ਨਹਿਰ ਦਾ ਆਕਾਰ ਛੋਟਾ ਲੱਗ ਰਿਹਾ ਸੀ ਅਤੇ ਹੁਣ ਇਹਨੂੰ ਪਕੀ ਕਰ ਦਿਤਾ ਗਿਆ ਸੀ। ਕੁਝ ਮਿੰਟਾਂ ਵਿਚ ਹੀ ਅਗਲੇ ਪੁਲ ਤੇ ਸਾਂ ਅਤੇ ਲਗਦਾ ਸੀ ਕਿ ਗਲਤ ਜਾ ਰਹੇ ਸਾਂ। ਕਾਰ ਖੜ੍ਹੀ ਕਰ ਕੇ ਇਕ ਵਾਗੀ ਤੋਂ ਨਵਾਂ ਪਿੰਡ ਬਾਰੇ ਪੁਛਿਆ ਤਾਂ ਉਸ ਦਸਿਆ ਕਿ ਅਹੁ ਸਾਹਮਣੇ ਖਬੇ ਨਵਾਂ ਪਿੰਡ ਦਿਸਦਾ ਅਤੇ ਸੱਜੇ ਪਿੰਡ ਚੋਰਕੋਟ। ਤੁਸੀਂ ਚੋਰਕੋਟ ਵਾਲੇ ਪੁਲ ਤੇ ਖੜ੍ਹੇ ਹੋ। ਸਿਧੇ ਚੋਰਕੋਟ ਤੋਂ ਬਾਹਰ ਬਾਹਰ ਲੰਘ ਕੇ ਅਗੇ ਜਾ ਕੇ ਖਬੇ ਨਵੇਂ ਪਿੰਡ ਨੂੰ ਮੁੜ ਜਾਇਓ। ਇਹ ਤਾਂ ਸਾਰਾ ਨਕਸ਼ਾ ਹੀ ਬਦਲ ਚੁਕਾ ਸੀ। ਜਿਸ ਪੁਲ ਤੇ ਅਸੀਂ ਖੜ੍ਹੇ ਸਾਂ, ਇਥੇ

ਲੇਖਕ 1947 ਵਿਚ ਛਡੇ ਆਪਣੇ ਘਰ ਦੇ ਬੂਹੇ ਅੱਗੇ

ਤਾਂ ਸੰਘਣਾ ਜੰਗਲ ਹੁੰਦਾ ਸੀ ਜਿਥੇ ਹਰ ਸਾਲ ਪੱਕੇ ਡਲੇ ਦਾ ਭਾਰੀ ਮੇਲਾ ਲਗਦਾ ਹੁੰਦਾ ਸੀ। ਲੱਡੂ, ਜਲੇਬੀਆਂ ਤੇ ਪਕੌੜੇ ਨਿਕਲਦੇ ਹੁੰਦੇ ਸਨ। ਹਦਵਾਣੇ, ਖਰਬੂਜ਼ੇ ਅਤੇ ਆੜੂ ਵਿਕਣ ਆਉਂਦੇ ਸਨ। ਬਰਫ ਦੀਆਂ ਕੁਲਫੀਆਂ ਖਾ ਕੇ ਠੰਢ ਪੈ ਜਾਂਦੀ ਸੀ। ਵਣਾਂ ਅਤੇ ਕਰੀਰਾਂ ਨੂੰ ਵਾਧੂ ਪੀਲਾਂ ਤੇ ਡੇਲੇ ਲਗਦੇ ਹੁੰਦੇ ਸਨ। ਨਹਿਰ ਦੇ ਕੰਢੇ ਚੋਰਕੋਟ ਦੇ ਰਾਹ ਤੇ ਜਿਥੇ ਖੜ੍ਹੇ ਸਾਂ, ਹਰੇ ਚੋਗਿਆਂ ਵਾਲੇ ਪੀਰਾਂ ਫਕੀਰਾਂ ਦਾ ਡੇਰਾ ਹੁੰਦਾ ਸੀ ਜਿਨ੍ਹਾਂ ਦੇ ਗਲਾਂ ਵਿਚ ਮੋਟੇ ਮੋਟੇ ਮਣਕਿਆਂ ਦੀਆਂ ਮਾਲਾਂ ਪਾਈਆਂ ਹੁੰਦੀਆਂ ਸਨ। ਇਹਨਾਂ ਦੇ ਡੇਰੇ ਕੋਲੋਂ ਲੰਘਦਿਆਂ ਡਰ ਲਗਦਾ ਹੁੰਦਾ ਸੀ। ਹੁਣ ਓਥੇ ਥੋੜ੍ਹੇ ਜਹੇ ਪੀਰ ਫਕੀਰ ਦਿਸ ਰਹੇ ਸਨ। ਜੰਗਲ ਜਿਥੋਂ ਦਿਨ ਵੇਲੇ ਲੰਘਦਿਆਂ ਵੀ ਡਰ ਲਗਦਾ ਸੀ, ਛਾਂਗਿਆ ਗਿਆ ਸੀ। ਇਹ ਨਿੱਕੀ ਨਹਿਰ ਜੋ ਹੁਣ ਪੱਕੀ ਕਰ ਦਿਤੀ ਗਈ ਸੀ, ਦੇ ਕੰਢੇ ਏਡੀਆਂ ਮੋਟੀਆਂ ਟਾਹਲੀਆਂ ਹੁੰਦੀਆਂ ਸਨ ਜੋ ਦੋ ਬੰਦਿਆਂ ਦੇ ਜੱਫੇ ਵਿਚ ਵੀ ਨਹੀਂ ਆਉਂਦੀਆਂ ਸਨ। ਹੁਣ ਉਹਨਾਂ ਟਾਹਲੀਆਂ ਦਾ ਨਾਂ ਨਿਸ਼ਾਨ ਵੀ ਬਾਕੀ ਨਹੀਂ ਸੀ ਭਾਵ ਵੱਢ ਲਈਆਂ ਗਈਆਂ ਸਨ। ਜਿਸ ਥਾਂ ਤੇ ਖੜ੍ਹੇ ਸਾਂ, ਏਥੇ ਬਹੁਤ ਵਡਾ ਥੇਹ ਹੁੰਦਾ ਸੀ ਜਿਸ ਨੂੰ ਜਦ ਅਸੀਂ ਬਚਪਨ ਵਿਚ ਪੁਟਦੇ ਤਾਂ ਕਈ ਵਾਰ ਵਿਚੋਂ ਧੇਲੇ ਤੇ ਢਊਏ ਨਿਕਲ ਆਉਂਦੇ ਸਨ। ਕਈ ਵਾਰ ਕੱਚ ਦੀਆਂ ਟੁੱਟੀਆਂ ਚੂੜੀਆਂ ਅਤੇ ਪੁਰਾਣੇ ਵੇਲਿਆਂ ਦੇ ਮਿੱਟੀ ਦੇ ਬਣੇ ਟੁੱਟੇ ਭਾਂਡੇ ਨਿਕਲ ਆਉਂਦੇ ਸਨ। ਵਡੇਰੇ ਦਸਦੇ ਕਿ ਕਦੀ ਏਥੇ ਆਬਾਦੀ ਹੁੰਦੀ ਸੀ ਤੇ ਫਿਰ ਭੂਚਾਲ ਆਇਆ ਤੇ ਇਹ ਆਬਾਦੀ ਥੇਹ ਬਣ ਗਈ। ਓਸ ਵੇਲੇ ਇਸ ਜੰਗਲ ਵਿਚੋਂ ਡੰਡੀਓਂ ਡੰਡੀ ਸਿੱਧਾ ਰਾਹ ਨਵਾਂ ਪਿੰਡ ਨੂੰ ਜਾਂਦਾ ਸੀ। ਅਸਲ ਵਿਚ ਅਸੀਂ ਪਿਛਲੇ ਪੁਲ ਤੋਂ ਨਵੇਂ ਪਿੰਡ ਨੂੰ ਜਾਂਦੀ ਸੜਕੇ ਮੁੜਨਾ ਸੀ ਪਰ ਗਲਤੀ ਨਾਲ ਅਗੇ ਨਿਕਲ ਆਏ ਸਾਂ। ਖੈਰ ਕਾਰ ਚੋਰਕੋਟ ਦੇ ਸੱਜੇ ਪਾਸੇ ਜਾਂਦੀ ਸੜਕ ਵੱਲ ਮੋੜ ਲਈ ਅਤੇ ਕੁਝ ਮਿੰਟਾਂ ਵਿਚ ਓਸ ਰਾਹ ਤੇ ਪਹੁੰਚ ਗਏ ਜੋ ਨਵੇਂ ਪਿੰਡ ਨੂੰ ਜਾਂਦਾ ਸੀ। ਪਿੰਡ ਦਾ ਹਾਈ ਸਕੂਲ ਤੇ ਉਸ ਦੀਆਂ ਗਰਾਊਂਡਾਂ ਵੀ ਦਿਸਣ ਲਗ ਪਈਆਂ ਸਨ। ਪਿੰਡ ਬਹੁਤ ਛੋਟਾ ਛੋਟਾ ਲਗ ਰਿਹਾ ਸੀ। ਚੌਕ ਵਿਚ ਆ ਕੇ ਆਪਣਾ ਘਰ ਲਭਣ ਦੀ ਕੋਸ਼ਿਸ਼ ਕੀਤੀ ਪਰ ਘਰ ਨਹੀਂ ਲਭ ਰਿਹਾ ਸੀ ਕਿਉਂਕਿ ਚੌਕ ਵਿਚ ਨਾ ਖੂਹ ਸੀ, ਨਾ ਵਡਾ ਬੋਹੜ ਤੇ ਨਾ ਪਿੱਪਲ ਅਤੇ ਨਾ ਹੀ ਘਰਾਂ ਅਗੇ ਬਣੇ ਉਹ ਥੜ੍ਹੇ ਜੋ ਛਡ ਕੇ ਗਏ ਸਾਂ। ਜਦ ਮੈਂ 1961 ਵਿਚ ਆਇਆ ਸਾਂ ਤਾਂ ਘਰ ਦਾ ਨਕਸ਼ਾ 1947 ਵਿਚ ਛਡੇ ਘਰ ਵਾਲਾ ਹੀ ਸੀ ਅਤੇ ਕੋਈ ਤਬਦੀਲੀ ਨਹੀਂ ਆਈ ਸੀ, ਹਾਂ ਪਿੰਡ ਦੇ ਬਾਹਰ ਵਾਰ ਦੋ ਬਾਗ ਜਿਨ੍ਹਾਂ ਨੂੰ ਵਡਾ ਤੇ ਛੋਟਾ ਬਾਗ ਕਹਿੰਦੇ ਸਨ, ਉਹਨਾਂ ਦੀ ਟਹਿਣੀ ਵੀ ਨਹੀਂ ਬਚੀ ਸੀ ਅਤੇ ਮੜ੍ਹੀਆਂ ਜਿਥੇ ਜੰਗਲ ਵਾਂਗ ਰੁੱਖ ਹੀ ਰੁੱਖ ਸਨ, ਓਥੇ ਵੀ ਕੋਈ ਰੁੱਖ ਨਹੀਂ ਬਚਿਆ ਸੀ। ਪਿੰਡ ਦੇ ਗੁਰਦਵਾਰੇ ਦਾ ਨਾਂ ਨਿਸ਼ਾਨ ਤਕ ਨਹੀਂ ਸੀ।

ਇਕ ਦੁਕਾਨ ਅਗੇ ਕਾਰ ਖੜ੍ਹੀ ਕੀਤੀ ਤਾਂ ਕਾਫੀ ਸਾਰੇ ਮੁੰਡੇ ਮੇਰੇ ਦਵਾਲੇ ਇਕਠੇ ਹੋ ਗਏ ਜਿਵੇਂ ਮੈਂ ਕੋਈ ਬੜੀ ਅਦਭੁਤ ਚੀਜ਼ ਸਾਂ ਜੋ ਉਹਨਾਂ ਦੇ ਪਿੰਡ ਆ

ਗਿਆ ਸਾਂ। ਪਿੰਡ ਦਾ ਨਕਸ਼ਾ ਹੀ ਬਦਲਿਆ ਹੋਇਆ ਸੀ। ਥੜ੍ਹੇ ਢਾਹ ਕੇ ਘਰਾਂ ਦੀ ਅਗੇ ਤਕ ਨਵੀਂ ਉਸਾਰੀ ਕਰ ਲਈ ਗਈ ਸੀ। ਜਦ ਦੁਕਾਨਦਾਰ ਤੋਂ ਮੈਂ ਆਪਣਾ ਘਰ ਪੁਛਿਆ ਤਾਂ ਓਸ ਕਿਹਾ ਕਿ ਓਸ ਘਰ ਵਿਚ ਕੌਣ ਰਹਿੰਦਾ ਹੈ। ਜਦ ਮੈਂ ਕਿਹਾ ਕਿ ਚੌਧਰੀ ਨਜ਼ੀਰ ਅਹਿਮਦ ਤਾਂ ਓਸ ਦਾ ਜਵਾਬ ਸੀ ਕਿ ਤੁਸੀਂ ਆਪਣੇ ਘਰ ਦੇ ਨਾਲ ਦੇ ਘਰ ਅਗੇ ਤਾਂ ਖੜ੍ਹੇ ਹੋ। ਦਰਅਸਲ ਬਾਜ਼ਾਰ ਵਾਲਾ ਪਾਸਾ ਜਿਥੇ ਆਏ ਗਏ ਲਈ ਬੈਠਕ ਅਤੇ ਨਾਲ ਮਾਲ ਡੰਗਰ ਵਾਲਾ ਕੋਠਾ ਹੁੰਦਾ ਸੀ, ਢਾਹੇ ਕੇ ਨਵੇਂ ਮਕਾਣ ਤੇ ਬੈਠਕ ਬਣਾ ਦਿਤੀ ਗਈ ਸੀ। ਜਿਧਰ ਪਹਿਲਾਂ ਘਰ ਦਾ ਤੇ ਬੈਠਕ ਦਾ ਬੂਹਾ ਹੁੰਦਾ ਸੀ, ਬੰਦ ਕਰ ਕੇ ਘਰ ਦਾ ਰਾਹ ਦੂਜੇ ਪਾਸੇ ਵਾਲੇ ਬਾਜ਼ਾਰ ਵਿਚ ਕਰ ਦਿਤਾ ਗਿਆ ਸੀ ਜਿਸ ਪਾਸੇ ਦੀਪੇ ਢਾਡੀ (ਸ. ਦਲੀਪ ਸਿੰਘ ਪ੍ਰਿੰਸੀਪਲ) ਦਾ ਘਰ ਸੀ। ਦੀਪੇ ਢਾਡੀ (ਬਚਪਨ ਦਾ ਨਾਂ) ਦਾ ਘਰ ਵੀ ਢਾਹ ਕੇ ਨਵਾਂ ਬਣ ਗਿਆ ਸੀ ਅਤੇ ਬਾਹਰ ਦੁਕਾਨਾਂ ਬਣੀਆਂ ਹੋਈਆਂ ਸਨ ਜਿਨ੍ਹਾਂ ਵਿਚ ਆਟਾ ਪੀਹਣ ਵਾਲੀ ਚੱਕੀ ਵੀ ਸੀ। ਬੈਠਕ ਦਾ ਦਰਵਾਜ਼ਾ ਖੜਕਾਇਆ ਤਾਂ ਚੌਧਰੀ ਨਜ਼ੀਰ ਅਹਿਮਦ ਜੋ ਹੁਣ ਕਾਫੀ ਬਿਰਧ ਤੇ ਕਮਜ਼ੋਰ ਹੋ ਗਿਆ ਸੀ, ਨੇ ਹੌਲੀ ਹੌਲੀ ਦਰਵਾਜ਼ਾ ਖੋਲ੍ਹਿਆ ਤੇ ਮੈਨੂੰ ਜਫੀ ਪਾ ਲਈ। ਨਵੰਬਰ 1961 ਤੋਂ ਬਾਅਦ ਅਸੀਂ 50 ਸਾਲ ਬਾਅਦ ਮਿਲ ਰਹੇ ਸਾਂ। ਜਦ ਮੈਂ 1961 ਵਿਚ ਆਇਆ ਸਾਂ ਤਾਂ ਉਸ ਵੇਲੇ ਉਹ ਬੜਾ ਜਵਾਨ ਸੀ। ਮੈਂ ਕਈ ਦਿਨ ਉਹਦੇ ਕੋਲ ਆਪਣੇ ਘਰ ਵਿਚ ਜੋ ਅਸਲ ਵਿਚ ਹੁਣ ਉਹਦਾ ਘਰ ਸੀ, ਰਿਹਾ ਸਾਂ। ਉਸ ਨੇ ਮੈਨੂੰ ਬਾਹਰ ਕਿਸੇ ਕੋਲ ਰੋਟੀ ਨਹੀਂ ਖਾਣ ਦਿਤੀ ਸੀ। ਮੇਰੇ ਲਈ ਰੋਜ਼ ਮੁਰਗਾ ਬਣਦਾ ਰਿਹਾ ਸੀ। ਉਸ ਨੇ ਕਿਹਾ ਸੀ ਕਿ ਮੇਰਾ ਛੋਟਾ ਭਰਾ ਬਲਬੀਰ ਆਇਆ ਹੈ ਅਤੇ ਉਹਦੀ ਮਾਂ ਨੇ ਜੋ ਹੁਣ ਅੱਲਾ ਨੂੰ ਪਿਆਰੀ ਹੋ ਗਈ ਸੀ, ਕਿਹਾ ਸੀ ਮੇਰਾ ਦੂਜਾ ਪੁਤ ਆਇਆ ਹੈ। ਉਹਨਾਂ ਨੇ ਤਾਂ ਏਥੋਂ ਤਕ ਕਿਹਾ ਸੀ ਕਿ ਤੂੰ ਵਾਪਸ ਨਾ ਜਾ ਅਤੇ ਘਰ ਤੇ ਜ਼ਮੀਨ ਵਿਚੋਂ ਅਧ ਲੈ ਕੇ ਏਥੇ ਹੀ ਰਹਿ ਜਾ ਪਰ ਮੈਂ ਨਹੀਂ ਮੰਨਿਆ ਸਾਂ। ਮੈਂ ਤਾਂ ਆਪਣੀਆਂ ਜੜ੍ਹਾਂ ਨੂੰ ਵੇਖਣ ਲਈ ਆਇਆ ਸਾਂ। ਆਪਣਾ ਬਚਪਨ ਵੇਖਣ ਆਇਆ ਸਾਂ ਜਿਸ ਬਾਰੇ ਮੈਂ ਪਿਛੋਂ ਨਾਵਲ "ਪੀਲਾ ਗੁਲਾਬ" ਲਿਖਿਆ ਸੀ।

ਚੌਧਰੀ ਨਜ਼ੀਰ ਅਹਿਮਦ ਕਹਿਣ ਲੱਗਾ ਕਿ ਮੈਂ ਬੀਮਾਰ ਰਹਿੰਦਾ ਹਾਂ ਅਤੇ ਮੇਰਾ ਸੱਜਾ ਹਥ ਚੰਗੀ ਤਰ੍ਹਾਂ ਨਹੀਂ ਚਲਦਾ, ਖੁਦਾ ਅਗੇ ਦੁਆ ਕਰਨਾ ਮੈਨੂੰ ਤੰਦਰੁਸਤੀ ਬਖਸ਼ੇ। ਮੈਂ ਕਿਹਾ ਕਿ ਮੈਂ ਜ਼ਰੂਰ ਕਰਾਂਗਾ। ਮੈਂ ਜੇਬ ਵਿਚੋਂ ਬਟੂਆ ਕਢਿਆ ਅਤੇ ਇਲਾਜ ਲਈ ਪੈਸੇ ਦੇਣ ਲੱਗਾ ਤਾਂ ਓਸ ਕਿਹਾ, ਬਲਬੀਰ ਬਟੂਆ ਜੇਬ ਵਿਚ ਪਾ ਲਏ, ਮੇਰੇ ਕੋਲ ਅੱਲਾ ਦਾ ਦਿਤਾ ਬੜਾ ਕੁਝ ਹੈ। ਬੱਸ ਮੇਰੇ ਲਈ ਦੁਆ ਕਰੋ। ਅਸੀਂ ਦੋਵੇਂ ਬੈਠਕ ਵਿਚ ਸੋਫੇ ਤੇ ਬੈਠੇ ਸਾਂ। ਮੈਂ ਘੁਟ ਕੇ ਉਹਦਾ ਹਥ ਫੜਿਆ ਹੋਇਆ ਸੀ। ਬਾਹਰ ਮੁੰਡਿਆਂ ਦੀਆਂ ਟੋਲੀਆਂ ਸਾਨੂੰ ਵੇਖਣ ਲਈ ਇਕਠੀਆਂ ਹੋ ਗਈਆਂ

ਸਨ ਅਤੇ ਉਹਦੇ ਕੁਝ ਰਿਸ਼ਤੇਦਾਰ ਵੀ ਜੋ ਉਹਨੂੰ ਮਿਲਣ ਆਏ ਹੋਏ ਸਨ, ਸਾਡੇ ਕੋਲ ਆ ਕੇ ਬੈਠ ਗਏ ਸਨ। ਅੰਦਰ ਚਾਹ ਪਾਣੀ ਬਨਉਣ ਲਈ ਚੌਧਰੀ ਸਾਹਿਬ ਨੇ ਕਹਿ ਦਿਤਾ ਸੀ। ਚੌਧਰੀ ਸਾਹਿਬ ਨੇ ਦਸਿਆ ਕਿ ਤੁਹਾਡੇ ਵੇਲਿਆਂ ਦਾ ਚੌਕ ਵਾਲਾ ਖੂਹ ਕਦੇ ਦਾ ਪੂਰ ਦਿਤਾ ਸੀ। ਪੁਰਾਣੇ ਪਿੱਪਲ ਤੇ ਬੋਹੜ ਦੇ ਰੁੱਖ ਵੱਢ ਕੇ ਰਿਹਾਇਸ਼ ਵਾਲੀਆਂ ਥਾਵਾਂ ਅਗੇ ਤਕ ਆ ਗਈਆਂ ਹਨ। ਬਾਜ਼ਾਰ ਪਹਿਲਾਂ ਨਾਲੋਂ ਭੀੜੇ ਹੋ ਗਏ ਹਨ। ਪਿੰਡ ਦੇ ਈਸਾਈ ਕਦੇ ਦੇ ਪਿੰਡ ਛਡ ਕੇ ਕਰਾਚੀ ਵੱਲ ਚਲੇ ਗਏ ਹਨ। ਪਿੰਡ ਪਹਿਲਾਂ ਨਾਲੋਂ ਬੜਾ ਛੋਟਾ ਛੋਟਾ ਲਗਦਾ ਹੈ। ਇਕਬਾਲ ਕੈਸਰ ਨੇ ਮੇਰੀਆਂ ਤੇ ਘਰ ਦੀਆਂ ਕਾਫੀ ਫੋਟੋ ਖਿਚੀਆਂ। ਘਰ ਦਾ ਪਿਛਲਾ ਪਾਸਾ, ਵਿਹੜਾ, ਇਕ ਕੱਚਾ ਤੇ ਇਕ ਪੱਕਾ ਕੋਠਾ ਅਤੇ ਰਸੋਈ ਜੋ ਮੇਰੇ ਬਾਪੂ ਦੇ ਹਥਾਂ ਦੀ ਬਣੀ ਹੋਈ ਸੀ, ਪਹਿਲਾਂ ਵਾਂਗ ਕਾਇਮ ਸਨ। ਉਹੀ ਪੁਰਾਣੇ ਕਾਲੀ ਟਾਹਲੀ ਦੀ ਲੱਕੜ ਦੇ ਬੂਹੇ ਅਜੇ ਤਕ ਲਗੇ ਹੋਏ ਸਨ। ਮੈਂ ਬੜੀ ਮੁਸ਼ਕਲ ਨਾਲ ਆਪਣੇ ਰੋਣ ਨੂੰ ਠਲ ਰਿਹਾ ਸਾਂ। ਜੀਅ ਕਰਦਾ ਸੀ ਕਿ ਚੀਕਾਂ ਮਾਰ ਕੇ ਰੋਣ ਲਗ ਪਵਾਂ ਤੇ 1947 ਵਿਚ ਛਡੇ ਇਸ ਘਰ ਦੀਆਂ ਕੰਧਾਂ ਤੇ ਬੂਹਿਆਂ ਨੂੰ ਚੁੰਮਾਂ। ਹਾਰੇ ਵਿਚ ਚੁਲ੍ਹੇ ਅਗੇ ਬੈਠੀ ਮਾਂ ਰੋਟੀਆਂ ਲਾਹ ਰਹੀ ਹੋਵੇ ਤੇ ਕੋਇਲਿਆਂ ਤੇ ਸੇਕ ਸੇਕ ਮੇਰੀ ਥਾਲੀ ਵਿਚ ਰੱਖੀ ਜਾਵੇ ਤੇ ਮੈਂ ਚੁਲ੍ਹੇ ਅਗੇ ਪੀੜ੍ਹੀ ਤੇ ਬੈਠਾ ਖਾ ਰਿਹਾ ਹੋਵਾਂ। ਰੜ੍ਹੇ ਫੁਲਕੇ ਤੇ ਭੜੋਲੀ ਵਿਚ ਬਣੀ ਛੋਲਿਆਂ ਦੀ ਗਰਮ ਗਰਮ ਦਾਲ ਦੇਸੀ ਘਿਓ ਦੀਆਂ ਕੜਛੀਆਂ ਪੌਣੋਂ ਨਾ ਹਟੇ। 63 ਸਾਲ

ਖਾਲਸਾ ਹਾਈ ਸਕੂਲ, ਨਵਾਂ ਪਿੰਡ ਜਿਥੇ ਲੇਖਕ 1947 ਤੋਂ ਪਹਿਲਾਂ ਪੜ੍ਹਦਾ ਰਿਹਾ।

ਬਾਅਦ ਕੋਈ ਛਡੇ ਘਰ ਨੂੰ ਦੋਬਾਰਾ ਵੇਖਣ ਤੇ ਕਿਸ ਤਰ੍ਹਾਂ ਆਪਣੀ ਸੁਧ ਬੁਧ ਵਿਚ ਰਹਿ ਸਕਦਾ ਹੈ। ਇਕਬਾਲ ਨੇ ਸਭ ਦੀਆਂ ਫੋਟੋਜ਼ ਖਿਚ ਲਈਆਂ। ਚੌਧਰੀ ਨਜ਼ੀਰ ਅਹਿਮਦ ਨੇ ਦਸਿਆ ਕਿ ਮੇਰੇ ਬਾਪੂ ਦੇ ਹਥਾਂ ਦਾ ਲਾਇਆ ਨਲਕਾ ਅਜੇ ਕਾਇਮ ਸੀ ਪਰ ਪਹਿਲੀ ਥਾਂ ਤੋਂ ਪੁਟ ਕੇ ਥੋੜ੍ਹਾ ਪਰ੍ਹਾਂ ਕਰ ਕੇ ਲਾ ਦਿਤਾ ਗਿਆ ਸੀ। ਬੜਾ ਜਜ਼ਬਾਤੀ ਮਾਹੌਲ ਬਣ ਗਿਆ ਸੀ। ਚੌਧਰੀ ਨਜ਼ੀਰ ਅਹਿਮਦ ਨੇ ਕਿਹਾ ਬਲਬੀਰ ਸਕੂਲ ਵੇਖ ਆ ਤੇ ਸਟਾਫ ਨੂੰ ਮਿਲ ਆ, ਆਣ ਤੇ ਚਾਹ ਪੀਂਦੇ ਹਾਂ। ਅਸੀਂ ਤੁਰ ਕੇ ਸਕੂਲ ਪਹੁੰਚ ਗਏ ਜੋ ਬਹੁਤੀ ਦੂਰ ਨਹੀਂ ਸੀ। ਏਸੇ ਸਕੂਲ ਵਿਚ ਮੇਰੀ ਪੜ੍ਹਾਈ ਕਾਰਨ ਹੀ ਤਾਂ ਬਾਪੂ ਦੂਜੇ ਪਿੰਡ ਧੁੱਪਸੜੀ ਨਹੀਂ ਗਿਆ ਸੀ ਜਿਥੋਂ ਸਾਡਾ ਮੁਰੱਬਾ ਨੇੜੇ ਪੈਂਦਾ ਸੀ। ਬਾਪੂ ਕਹਿੰਦਾ ਸੀ ਕਿ ਮੈਂ ਇਸ ਸਕੂਲ ਵਿਚੋਂ ਦਸਵੀਂ ਪਾਸ ਕਰ ਲਵਾਂ ਤੇ ਫਿਰ ਉਹ ਮੈਨੂੰ ਲਾਇਲਪੁਰ ਜਾਂ ਲਾਹੌਰ ਪੜ੍ਹਨ ਲਈ ਭੇਜੇਗਾ। ਉਹ ਤਾਂ ਮੈਨੂੰ ਵਲਾਇਤ ਪੜ੍ਹਨ ਲਈ ਵੀ ਭੇਜਣਾ ਚਹੁੰਦਾ ਸੀ ਕਿ ਪਾਕਿਸਤਾਨ ਬਣ ਗਿਆ ਸੀ।

ਮੈਂ ਸਕੂਲ ਗਿਆ ਤੇ ਹੈਡਮਾਸਟਰ ਸਾਹਿਬ ਤੇ ਬਾਕੀ ਦਾ ਸਟਾਫ ਅਤੇ ਵਿਦਿਆਰਥੀ ਸਾਰੇ ਬੜੇ ਪਿਆਰ ਨਾਲ ਮਿਲੇ, ਕੁਝ ਪੁਰਾਣੀਆਂ ਗੱਲਾਂ ਕੀਤੀਆਂ। ਹੁਣ ਇਹ ਸਕੂਲ ਜੋ ਪਹਿਲਾਂ ਸਾਡੇ ਵੇਲੇ ਖਾਲਸਾ ਹਾਈ ਸਕੂਲ ਹੁੰਦਾ ਸੀ ਤੇ ਮੇਰੇ ਬਾਪੂ ਜੀ ਜਥੇਦਾਰ ਭਗਤ ਸਿੰਘ ਇਸ ਸਕੂਲ ਦੇ ਮੋਢੀ ਮੈਂਬਰ ਸਨ। ਵੰਡ ਤੋਂ ਬਾਅਦ ਇਹ ਸਕੂਲ ਉਸਮਾਨੀਆ ਇਸਲਾਮੀਆ ਹਾਈ ਸਕੂਲ ਬਣ ਗਿਆ ਸੀ ਤੇ ਹੁਣ ਇਹ ਗੌਰਮਿੰਟ ਹਾਈ ਸਕੂਲ ਸੀ। ਹੈਡਮਾਸਟਰ ਸਹਿਬ ਨੇ ਦਸਿਆ ਕਿ ਭੁੱਟੋ ਦੇ ਰਾਜ ਵੇਲੇ ਪਾਕਿਸਤਾਨ ਦੇ ਸਾਰੇ ਪ੍ਰਾਈਵੇਟ ਸਕੂਲ ਸਰਕਾਰੀ ਹੋ ਗਏ ਸਨ। ਇਕਬਾਲ ਨੇ ਸਕੂਲ, ਸਟਾਫ ਦੀਆਂ ਅਤੇ ਮੇਰੀਆਂ ਕਾਫੀ ਫੋਟੋ ਖਿਚੀਆਂ। ਪਿੰਡ ਦੇ ਕਈ ਪੁਰਾਣੇ ਲੋਕ ਜੋ ਮੇਰੇ ਹਾਣੀ ਸਨ, ਸਕੂਲ ਵਿਚ ਇਕਠੇ ਹੋ ਗਏ ਸਨ ਅਤੇ ਫਿਰ ਮੇਰੇ ਨਾਲ ਚੌਧਰੀ ਨਜ਼ੀਰ ਅਹਿਮਦ ਦੀ ਬੈਠਕ ਵਿਚ ਆ ਗਏ। ਇਹਨਾਂ ਵਿਚ ਪਿੰਡ ਦਾ ਇਕ ਜੁਲਾਹਾ ਵੀ ਸੀ ਜੋ ਮੇਰੀ ਮਾਂ, ਮੇਰੇ ਬਾਪ ਅਤੇ ਸਾਡੇ ਅੰਬਾਂ ਵਾਲੇ ਬਾਗ ਦੀਆਂ ਬਾਰ ਬਾਰ ਗੱਲਾਂ ਕਰਦਾ ਸੀ। ਜੋ ਵਡੇਰਿਆਂ ਦੀਆਂ ਗੱਲਾਂ ਕਰੇ, ਉਹ ਚੰਗਾ ਤਾਂ ਲਗਦਾ ਹੀ ਹੈ। ਅੰਦਰੋਂ ਤਾਂ ਜੀ ਕਰਦਾ ਸੀ ਕਿ ਇਹ ਘਰ, ਇਹ ਪਿੰਡ, ਇਹ ਸਕੂਲ, ਇਹ ਥਾਂ, ਇਹ ਧਰਤੀ ਦੇ ਆਲੇ ਦਵਾਲੇ ਰਹਿ ਕੇ ਕਈ ਦਿਨ ਏਥੇ ਬਿਤਾਏ ਜਾਣ ਅਤੇ ਪੁਰਾਣੇ ਦਿਨਾਂ ਨੂੰ ਬਹੁਤ ਖੁਭ ਕੇ ਯਾਦ ਕੀਤਾ ਜਾਵੇ ਪਰ ਪਰੋਗਰਾਮ ਨਨਕਾਣਾ ਸਾਹਿਬ ਦੀ ਯਾਤਰਾ ਕਰਨ ਤੋਂ ਬਾਅਦ ਰਾਤ ਨੂੰ ਲਾਹੌਰ ਮੁੜਨ ਦਾ ਸੀ।

ਨਨਕਾਣਾ ਸਾਹਿਬ ਜਾਣਾ

ਚੌਧਰੀ ਨਜ਼ੀਰ ਅਹਿਮਦ ਨੇ ਰੁਕਣ ਲਈ ਬਹੁਤ ਕਿਹਾ ਪਰ ਅਸੀਂ ਨਨਕਣਾ ਸਾਹਿਬ ਜਾਣ ਲਈ ਇਜਾਜ਼ਤ ਲਈ ਤੇ ਪਿੰਡ ਦੇ ਬਾਹਰਵਾਰ ਲੰਘਦੀ ਨਵੀਂ ਬਣੀ ਪਕੀ ਸੜਕ ਤੇ ਗੱਡੀ ਪਾ ਲਈ। ਸਾਨੂੰ ਦਸਿਆ ਗਿਆ ਸੀ ਕਿ ਮਾਨਾਵਾਲੇ ਤੋਂ ਅਗੇ ਲੰਘ ਕੇ ਖਬੇ ਪਾਸੇ ਇਕ ਹੋਰ ਸੜਕ ਮਿਲੇਗੀ ਜੋ ਲਾਹੌਰ ਤੋਂ ਸਿੱਧੀ ਨਨਕਾਣਾ ਸਾਹਿਬ ਨੂੰ ਜਾਂਦੀ ਹੈ। ਉਸ ਤੇ ਮੁੜ ਜਾਣਾ। ਜਦ ਅਸੀਂ ਉਸ ਸੜਕ ਤੇ ਮੁੜੇ ਤਾਂ ਇਕ ਨੌਜਵਾਨ ਪਾਕਿਸਤਾਨੀ ਸਿੱਖ ਨੇ ਹਥ ਦੇ ਕੇ ਸਾਥੋਂ ਰਾਈਡ ਮੰਗੀ ਜੋ ਅਸੀਂ ਉਹਨੂੰ ਦੇ ਦਿਤੀ ਤੇ ਜਦ ਨਨਕਾਣਾ ਸਾਹਿਬ ਆਇਆ ਤਾਂ ਗੁਰਦਵਾਰੇ ਪੁਜਣ ਤੋਂ ਪਹਿਲਾਂ ਹੀ ਉਹ ਕਾਰ ਵਿਚੋਂ ਉੱਤਰ ਗਿਆ। ਹੈਰਾਨੀ ਵਾਲੀ ਗੱਲ ਇਹ ਸੀ ਕਿ ਉਸ ਕਾਰ ਵਿਚ ਚੜ੍ਹਨ ਵੇਲੇ ਅਤੇ ਨਾ ਉਤਰਨ ਵੇਲੇ ਮੈਨੂੰ ਸਤਿ ਸ੍ਰੀ ਅਕਾਲ ਆਖੀ ਜਾਂ ਧੰਨਵਾਦ ਕੀਤਾ। ਨਨਕਾਣਾ ਸਾਹਿਬ ਗੁਰਦਵਾਰੇ ਦੀ ਪਾਰਕਿੰਗ ਵਿਚ ਗਡੀ ਖੜ੍ਹੀ ਕਰ ਕੇ ਜਿਥੇ ਕਈ ਲੋਕ ਇਕਬਾਲ ਕੈਸਰ ਨੂੰ ਜਾਣਦੇ ਸਨ, ਅਸੀਂ ਗੁਰਦਵਾਰੇ ਦੇ ਬਾਹਰ ਫੋਟੋਜ਼ ਖਿਚ ਅੰਦਰ ਚਲੇ ਗਏ। ਬਾਬਾ ਨਾਨਕ ਦੇ ਜਨਮ ਵੇਲੇ ਏਥੇ ਵੰਡ ਤੋਂ ਪਹਿਲਾਂ ਬਹੁਤ ਭਾਰੀ ਮੇਲਾ ਲਗਦਾ ਸੀ ਅਤੇ ਇਕ ਬੱਚੇ ਵਜੋਂ ਮੈਂ ਬਹੁਤ ਵਾਰ

ਗੁਰਦਵਾਰਾ ਨਨਕਾਣਾ ਸਾਹਿਬ ਵਿਖੇ ਮੁਸਲਿਮ ਪਰਵਾਰ ਨਾਲ

ਆਪਣੇ ਮਾਂ ਪਿਓ ਨਾਲ ਏਥੇ ਆਇਆ ਸਾਂ। ਗੁਰਦਵਾਰੇ ਦੀ ਸਰਾਂ ਵਿਚ ਸਾਡਾ ਡੇਰਾ ਹੁੰਦਾ ਸੀ। ਹੁਣ ਇਹ ਸਰਾਂ ਬਹੁਤ ਵਡੀ ਬਣ ਗਈ ਸੀ। ਨਨਕਾਣਾ ਸਾਹਿਬ ਦਾ ਮੇਲਾ ਵੇਖਣ ਗਿਆਂ ਇਕ ਵਾਰ ਮੈਂ ਗਵਾਚ ਵੀ ਗਿਆ ਸਾਂ ਤੇ ਜਦ ਤਕ ਸੇਵਾਦਾਰਾਂ ਨੇ ਮੇਰੇ ਮਾਂ ਪਿਓ ਲਭ ਕੇ ਨਹੀਂ ਦਿਤੇ ਸਨ, ਮੇਰਾ ਰੋਣ ਨਹੀਂ ਠੱਲਿਆ ਸੀ। ਮੈਂ ਵੰਡ ਤੋਂ ਪਹਿਲਾਂ ਏਥੋਂ ਦੇ ਸਾਰੇ ਗੁਰਦਵਾਰੇ ਵੇਖੇ ਹੋਏ ਸਨ। ਹੁਣ ਤਾਂ ਏਨਾ ਵਕਤ ਨਹੀਂ ਸੀ ਕਿ ਸਾਰੇ ਗੁਰਦਵਾਰਿਆਂ ਦੇ ਦਰਸ਼ਨ ਕਰ ਸਕਦੇ ਪਰ ਜਨਮ ਅਸਥਾਨ ਤੇ ਘੰਟੇ ਤੋਂ ਵਧ ਸਮਾਂ ਲਾਇਆ। ਬੜੀ ਸ਼ਰਧਾ ਨਾਲ ਮਥਾ ਟੇਕਿਆ। ਬਹੁਤ ਸਾਰੇ ਮੁਸਲਿਮ ਲੋਕ ਵੀ ਏਥੇ ਰੋਜ਼ ਸ਼ਾਮ ਨੂੰ ਮਥਾ ਟੇਕਣ ਆਉਂਦੇ ਹਨ। ਉਹ ਸ਼ਾਮ ਨੂੰ 6 ਵਜੇ ਤੋਂ ਬਾਅਦ ਨਹੀਂ ਆ ਸਕਦੇ ਅਤੇ ਗੁਰਦਵਾਰਾ ਸਾਹਿਬ ਅੰਦਰ ਦਾਖਲ ਹੋਣ ਵੇਲੇ ਉਹਨਾਂ ਦੇ ਸ਼ਨਾਖਤੀ ਕਾਰਡ ਸਿਕਿਓਰਟੀ ਵਾਲੇ ਰੱਖ ਲੈਂਦੇ ਹਨ। ਉਹ ਸਭ ਥਾਵਾਂ ਵੇਖੀਆਂ ਜਿਥੇ 1921-22 ਵਿਚ ਇਸ ਗੁਰਦਵਾਰੇ ਨੂੰ ਮਹੰਤ ਨਰੈਨ ਦਾਸ ਤੋਂ ਆਜ਼ਾਦ ਕਰਵਾਉਣ ਲਈ ਸਿੰਘਾਂ ਨੇ ਆਪਣੀਆਂ ਜਾਨਾਂ ਦੀਆਂ ਕੁਰਬਾਨੀਆਂ ਦਿਤੀਆਂ ਸਨ। ਇਹਨਾਂ ਵਿਚ ਪਿੰਡ ਨਿਜ਼ਾਮਪੁਰ ਦੇ ਸਾਡੇ ਵਡੇਰੇ ਬਹੁਤ ਸਾਰੇ ਕੰਬੋਜ ਸਿੱਖ ਵੀ ਸ਼ਾਮਲ ਸਨ। ਡਿਉੜੀ ਦੇ ਅੰਦਰਵਾਰ ਉਹਨਾਂ ਦੇ ਨਾਂ ਕੰਧਾਂ ਉਤੇ ਖੁਦੇ ਹੋਏ ਸਨ। ਉਹ ਜੰਡ ਵੀ ਵੇਖਿਆ ਜਿਸ ਨਾਲ ਬੰਨ੍ਹ ਕੇ ਉਹਨਾਂ ਨੂੰ ਸ਼ਹੀਦ ਕੀਤਾ ਗਿਆ ਸੀ।

ਲਾਗੇ ਉਹ ਸੋਨੇ ਦੀ ਪਾਲਕੀ ਵੀ ਵੇਖੀ ਜਿਸ ਨੂੰ ਦਿੱਲੀ ਵਾਲੇ ਸਰਨਾ ਸਿੱਖ ਭਰਾਵਾਂ ਨੇ ਏਥੇ ਲਿਆ ਕੇ ਸੁਸ਼ੋਭਤ ਕੀਤਾ ਸੀ। ਅਸੀਂ ਇਸ ਕੋਲ ਖਲੋ ਕੇ ਵੀ ਕਈ ਫੋਟੋਜ਼ ਖਿਚਵਾਈਆਂ। ਵਾਪਸ ਔਂਦਿਆਂ ਪਤਾ ਨਹੀਂ ਇਕ ਪਾਕਿਸਤਾਨੀ ਸ਼ਰਨਾਰਥੀ ਸਿੱਖ ਨੂੰ ਕਿਵੇਂ ਪਤਾ ਲਗ ਗਿਆ ਕਿ ਮੈਂ ਕੈਨੇਡਾ ਤੋਂ ਆਇਆ ਹਾਂ, ਓਸ ਆਪਣੇ ਕਾਲਜ ਪੜ੍ਹਦੇ ਮੁੰਡੇ ਲਈ ਓਸੇ ਵੇਲੇ ਲੈਪਟਾਪ ਲੈ ਕੇ ਦੇਣ ਲਈ ਮੇਰੇ ਤੇ ਏਨਾ ਜ਼ੋਰ ਪਾਇਆ ਕਿ ਮੈਨੂੰ ਓਸ ਤੋਂ ਆਪਣਾ ਖਹਿੜਾ ਛੁਡਵਾਣਾ ਔਖਾ ਹੋ ਗਿਆ। ਦਿਨ ਡੁਬਣ ਵਾਲਾ ਸੀ ਅਤੇ ਅਸੀਂ ਆਪਣੀ ਬਾਬੇ ਨਾਨਕ ਦੇ ਨਨਕਾਣੇ ਦੀ ਯਾਤਰਾ ਪੂਰੀ ਕਰ ਅਤੇ ਮਨ ਵਿਚ ਅਨੇਕਾਂ ਜਜ਼ਬਿਆਂ ਦੀਆਂ ਜਮ੍ਹਾਂ ਤਫਰੀਕਾਂ ਕਰਦਿਆਂ ਗੱਡੀ ਲਾਹੌਰ ਦੇ ਰਸਤੇ ਪਾ ਲਈ।

ਸਿੱਖ ਧਰਮ ਅਤੇ ਸਿੱਖ ਲੋਕ ਜਿਨ੍ਹਾਂ ਲਈ ਨਨਕਾਣਾ ਸਾਹਿਬ ਉਹਨਾਂ ਦਾ ਮੱਕਾ ਹੈ, ਇਸ ਦੇ ਖੁਲ੍ਹੇ ਦਰਸ਼ਨ ਦੀਦਾਰ ਲਈ ਰੋਜ਼ ਹਰ ਗੁਰਦਵਾਰੇ ਵਿਚ ਅਰਦਾਸਾਂ ਕਰਦੇ ਹਨ ਅਤੇ ਮੈਂ ਉਹਨਾਂ ਅਰਦਾਸਾਂ ਦੇ ਅਸਰ ਹੇਠਾਂ ਅਜ 1947 ਭਾਵ 63 ਸਾਲਾਂ ਬਾਅਦ ਇਥੇ ਆ ਕੇ ਆਪਣਾ ਹੱਜ ਪੂਰਾ ਕਰ ਚਲਿਆ ਸਾਂ। ਭਾਵੇਂ ਸ਼ਾਮ ਪੈ ਗਈ ਸੀ ਪਰ ਬਾਹਰ ਅਜੇ ਵੀ ਗਰਮੀ ਕਾਫੀ ਸੀ। ਜੂਸ ਪੀਣ ਨੂੰ ਜੀ ਕਰਦਾ ਸੀ। ਕਿੰਨੂਆਂ ਨਾਲ ਰੇੜ੍ਹੀਆਂ ਭਰੀਆਂ ਮਿਲ ਰਹੀਆਂ ਸਨ ਪਰ ਰਸ ਕਢਣ ਵਾਲੀਆਂ ਮਸ਼ੀਨਾਂ ਤੇ ਮੱਖੀਆਂ ਦੀ ਭਰਮਾਰ ਵੇਖ ਜੂਸ ਕਢਵਾ ਕੇ ਪੀਣ ਦਾ ਹੌਸਲਾ ਨਹੀਂ ਪੈ ਰਿਹਾ ਸੀ। ਆਖਰ ਫੈਸਲਾ ਹੋਇਆ ਕਿ ਚੁਣ ਕੇ ਚੰਗੇ ਕਿਨੂੰ ਲੈ ਲਏ ਜਾਣ

ਅਤੇ ਰਸਤੇ ਵਿਚ ਜਾਂਦਿਆਂ ਖੁਦ ਛਿੱਲ ਛਿੱਲ ਕੇ ਖਾਧੇ ਜਾਣ। ਹੋਇਆ ਵੀ ਇੰਜ ਈ। ਇਸ ਨਾਲ ਸਾਰੇ ਦਿਨ ਦੀ ਥਕਾਵਟ ਅਤੇ ਗਰਮੀ ਫੜਦੇ ਸਰੀਰ ਨੂੰ ਕੁਝ ਰਾਹਤ ਮਹਿਸੂਸ ਹੋਈ। ਰਸਤੇ ਵਿਚ ਜਾਂਦਿਆਂ ਇਕਬਾਲ ਨੇ ਆਪਣੇ ਕਿਸੇ ਅਮੀਰ ਦੋਸਤ ਦੇ ਘਰ ਜਿਸ ਦਾ ਪਾਕਿਸਤਾਨ ਵਿਚ ਪੇਂਟ ਦਾ ਕਾਫੀ ਅੱਛਾ ਬਿਜ਼ਨਸ ਹੈ, ਫੋਨ ਤੇ ਜਦ ਮੇਰੇ ਬਾਰੇ ਦਸਿਆ ਤਾਂ ਉਹਨਾਂ ਨੇ ਬੜੇ ਜ਼ੋਰ ਨਾਲ ਕਿਹਾ ਕਿ ਸਰਦਾਰ ਸਾਹਿਬ ਨੂੰ ਅੱਜ ਰਾਤ ਨੂੰ ਸਾਡੇ ਘਰ ਲਿਆਓ, ਅਸੀਂ ਉਹਨਾਂ ਨਾਲ ਰਾਤ ਦਾ ਖਾਣਾ ਖਾ ਕੇ ਅਤੇ ਗੱਲਾਂ ਬਾਤਾਂ ਕਰ ਕੇ ਬੜੀ ਖੁਸ਼ੀ ਮਹਿਸੂਸ ਕਰਾਂਗੇ। ਸਾਰੇ ਦਿਨ ਦੇ ਬਹੁਤ ਲੰਮੇ ਸਫਰ ਨਾਲ ਲਾਹੌਰ ਤਕ ਪਹੁੰਚਦਿਆਂ ਜਿਥੇ ਥਕਾਵਟ ਬਹੁਤ ਹੋ ਗਈ ਸੀ, ਓਥੇ ਆਰਾਮ ਕਰਨ ਨੂੰ ਬੜਾ ਦਿਲ ਕਰਦਾ ਸੀ ਪਰ ਇਕਬਾਲ ਨੇ ਸਾਰੇ ਦਿਨ ਦੀ ਥਕਾਵਟ ਦੂਰ ਕਰਨ ਲਈ ਰਾਤ ਰੰਗੀਨ ਕਰਨ ਦੇ ਇੰਤਜ਼ਾਮ ਕਰਨ ਲਈ ਫੋਨ ਖੜਕਾ ਦਿਤਾ ਹੋਇਆ ਸੀ। ਰਾਤ ਪੈ ਚੁਕੀ ਸੀ ਜਦ ਇਕਬਾਲ ਸਾਨੂੰ ਅਮੀਰਾਂ ਦੇ ਇਕ ਐਸੇ ਪੌਸ਼ ਇਲਾਕੇ ਵਿਚ ਲੈ ਆਇਆ ਜਿਥੇ ਇਕ ਤੋਂ ਇਕ ਘਰ ਦੂਜੇ ਨਾਲੋਂ ਵਡਾ ਅਤੇ ਬਹੁਤ ਖੂਬਸੂਰਤ ਸੀ। ਜਿਥੇ ਵਡੇ ਵਡੇ ਗੇਟ ਅਤੇ ਬਾਹਰ ਪਹਿਰਦਾਰ ਬੈਠੇ ਸਨ। ਕਈ ਕੋਠੀਆਂ ਅਗੇ ਚੰਗੀ ਨਸਲ ਦੇ ਕੁਤੇ ਬੰਨ੍ਹੇ ਹੋਏ ਸਨ ਅਤੇ ਹਰੇ ਕਚੂਰ ਘਾਹ ਵਾਲੇ ਲਾਨ ਸਨ। ਜੋ ਸਾਡੀ ਮੰਜ਼ਲ ਸੀ, ਓਥੇ ਪਹੁੰਚਣ ਅਤੇ ਲਭਣ ਵਿਚ ਕਾਫੀ ਸਮਾਂ ਲੱਗ ਗਿਆ। ਕੁਝ ਚਿਰ ਅਸੀਂ ਬਾਹਰ ਲਾਨ ਵਿਚ ਬੈਠੇ ਰਹੇ ਅਤੇ ਫਿਰ ਸਾਨੂੰ ਅੰਦਰ ਬਹੁਤ ਕੀਮਤੀ ਫਰਨੀਚਰ ਤੇ ਸੋਫਿਆਂ ਵਾਲੇ ਮਹਿਮਾਨਖਾਨੇ ਵਿਚ ਲਿਜਾਇਆ ਗਿਆ ਜਿਥੇ ਘਰ ਦੀ ਖੂਬਸੂਰਤ ਮਾਲਕਣ ਜੋ ਬੜੀ ਅਲਟਰਾ ਮਾਡਰਨ ਸੀ, ਨੇ ਬੜੇ ਪਿਆਰ ਅਤੇ ਸਲੀਕੇ ਨਾਲ ਸਾਡਾ ਇਸਤਕਬਾਲ ਕੀਤਾ। ਪਾਕਿਸਤਾਨ ਵਿਚ ਕਈ ਦਿਨ ਰਹਿ ਕੇ ਇਹ ਗੱਲ ਸਪਸ਼ਟ ਹੋ ਗਈ ਸੀ ਕਿ ਉਚੇ ਤਬਕੇ ਦੀਆਂ ਔਰਤਾਂ ਬੁਰਕਾ ਨਹੀਂ ਪਹਿਣਦੀਆਂ ਸਨ। ਬਲਕਿ ਸਿਰ ਵੀ ਨਹੀਂ ਢਕਦੀਆਂ ਸਨ। ਗੁਜਰਾਤ ਯੂਨੀਵਰਸਿਟੀ ਅਤੇ ਗੁਜਰਾਤ ਦੇ ਕੁੜੀਆਂ ਦੇ ਕਾਲਜ ਵਿਚ ਹੋਏ ਮੁਸ਼ਾਇਰੇ ਵਿਚ ਵੀ ਵੇਖਿਆ ਸੀ ਕਿ ਪਾਕਿਸਤਾਨ ਵਿਚ ਬੁਰਕਾ ਹੁਣ ਪੁਰਾਣੀ ਚੀਜ਼ ਬਣ ਕੇ ਰਹਿ ਗਿਆ ਸੀ। ਰਸਤੇ ਵਿਚ ਕਈ ਵਾਰ ਇਕਬਾਲ ਨੇ ਸਾਂਝ ਪਬਲੀਕੇਸ਼ਨ ਦੇ ਮਾਲਕ ਕਾਮਰੇਡ ਅਮਜਦ ਸਲੀਮ ਮਿਨਹਾਸ ਨਾਲ ਫੋਨ ਤੇ ਗੱਲ ਕੀਤੀ ਸੀ ਕਿ ਕੱਲ 23 ਮਾਰਚ ਨੂੰ ਲਾਹੌਰ ਵਿਚ ਸ਼ਹੀਦ ਭਗਤ ਸਿੰਘ ਦਾ ਸ਼ਹੀਦੀ ਦਿਨ ਮਨਾਇਆ ਜਾਏਗਾ। ਲਾਹੌਰ ਜੇਲ੍ਹ ਵਿਚ ਜਿਸ ਥਾਂ ਤੇ ਭਗਤ ਸਿੰਘ ਨੂੰ ਫਾਂਸੀ ਦਿਤੀ ਗਈ ਸੀ, ਓਸ ਥਾਂ ਤੇ ਇਸ ਵੇਲੇ ਬਹੁਤ ਵਡਾ ਖੂਬਸੂਰਤ ਗੋਲ ਚੌਕ ਬਣਾ ਕੇ ਫੁੱਲ ਬੂਟੇ ਲਾਏ ਹੋਏ ਹਨ। ਇਸ ਚੌਕ ਦੇ ਇਕ ਪਾਸੇ ਲੋਹੇ ਦੇ ਮਜ਼ਬੂਤ ਆਇਰਨ ਐਂਗਲਜ਼ ਵਿਚ ਮੋਟੇ ਲੋਹੇ ਦੀ ਚਾਦਰ ਉਤੇ ਅਗੇ ਵਧੂ ਖਿਆਲਾਂ ਦੇ ਪਾਕਿਸਤਾਨੀ ਨੌਜਵਾਨਾਂ ਨੇ ਭਗਤ ਸਿੰਘ ਸ਼ਹੀਦ ਚੌਕ ਦਾ ਨਿਸ਼ਾਨ 23 ਮਾਰਚ ਨੂੰ ਲਾਉਣਾ ਸੀ।

ਇਸ ਮਹਾਨ ਕਾਰਜ ਲਈ 30 ਹਜ਼ਾਰ ਰੁਪੈ ਦੇ ਫੰਡਜ਼ ਦੀ ਲੋੜ ਸੀ। ਫੰਡ ਇਕੱਠਾ ਹੋਣ ਵਿਚ ਮੁਸ਼ਕਲ ਪੇਸ਼ ਆ ਰਹੀ ਸੀ ਅਤੇ ਵਕਤ ਬੜਾ ਘੱਟ ਸੀ। ਮੈਂ ਇਕਬਾਲ ਕੈਸਰ ਨੂੰ ਕਿਹਾ ਕਿ ਦੋ ਹਜ਼ਾਰ ਮੇਰੇ ਵੱਲੋਂ ਪਾ ਦਿਓ ਅਤੇ ਮੈਂ ਦੋ ਹਜ਼ਾਰ ਰੁਪੈ ਉਹਦੇ ਹਵਾਲੇ ਕਰ ਦਿਤੇ। ਓਸ ਦਾ ਕਹਿਣਾ ਸੀ ਕਿ ਮੈਂ 23 ਮਾਰਚ ਨੂੰ ਓਥੇ ਹਾਜ਼ਰ ਹੋਵਾਂ ਅਤੇ ਇਕਠ ਨੂੰ ਸੰਬੋਧਨ ਵੀ ਕਰਾਂ। ਮੈਂ ਕਿਹਾ ਇਕਬਾਲ ਮੇਰਾ ਓਥੇ ਜਾਣਾ ਠੀਕ ਨਹੀਂ ਰਹੇਗਾ। ਮੈਂ ਸ਼ਹੀਦ ਭਗਤ ਸਿੰਘ ਦਾ ਬੜਾ ਉਪਾਸ਼ਕ ਹਾਂ ਪਰ ਪਾਕਿਸਤਾਨ ਦੀ ਸੀ ਆਈ ਡੀ ਮੇਰੇ ਖਿਲਾਫ ਹੋ ਜਾਵੇਗੀ ਅਤੇ ਕਹੇਗੀ ਕਿ ਤੂੰ ਸਾਡੇ ਮੁਲਕ ਦੀ ਸਿਆਸਤ ਵਿਚ ਦਖਲ ਕਿਉਂ ਦਿੰਦਾ ਹੈਂ ਅਤੇ ਅਗੇ ਤੋਂ ਮੈਨੂੰ ਪਾਕਿਸਤਾਨ ਦਾ ਵੀਜ਼ਾ ਮਿਲਣ ਵਿਚ ਰੁਕਾਵਟ ਆ ਸਕਦੀ ਹੈ। ਆਪਾਂ ਥੋੜ੍ਹਾ ਪਿਛੋਂ ਜਾ ਕੇ ਸ਼ਹੀਦ ਭਗਤ ਸਿੰਘ ਚੌਕ ਦੀਆਂ ਫੋਟੋਜ਼ ਖਿਚ ਲਵਾਂਗੇ। ਉਸ ਨੇ ਕਿਹਾ ਕਿ ਤੁਸੀਂ ਠੀਕ ਕਹਿ ਰਹੇ ਹੋ ਅਤੇ ਓਥੇ ਲੇਟ ਜਾਣਾ ਹੀ ਠੀਕ ਨਹੀਂ ਰਹੇਗਾ। ਮੀਡੀਏ ਵੱਲੋਂ ਵੀ ਇਕੋ ਇਕ ਸਰਦਾਰ ਨੂੰ ਵੇਖ ਕੇ ਖਬਰ ਵੀ ਲੋੜੋਂ ਵੱਧ ਉਛਲੇਗੀ।

ਪੇਂਟ ਬਨਾਣ ਵਾਲੇ ਪਰਵਾਰ ਵੱਲੋਂ ਰਾਤ ਨੂੰ ਪਾਰਟੀ ਵਿਚ ਇਕ ਨੌਜਵਾਨ ਨੇ ਮੇਰੇ ਤੇ ਸਵਾਲ ਕਰ ਦਿਤਾ ਕਿ ਤੁਸੀਂ 50 ਸਾਲਾਂ ਬਾਅਦ ਆਪਣੇ ਪਿੰਡ ਆਪਣੇ ਘਰ ਜਾ ਕੇ ਆਏ ਹੋ, ਇਸਦਾ ਕੋਈ ਮਤਲਬ ਨਿਕਲਦਾ ਹੈ। ਮੈਂ ਕਿਹਾ ਨਿਕਲਦਾ ਵੀ ਹੈ ਅਤੇ ਨਹੀਂ ਵੀ। ਜੇ ਤੁਹਾਡੀ ਗੱਲ ਨੂੰ ਸਹੀ ਮੰਨ ਲਈਏ ਤਾਂ ਕਿਹੜਾ ਸਾਡਾ

ਗੁਰਦਵਾਰਾ ਨਨਕਾਣਾ ਸਾਹਿਬ ਵਿਖੇ

ਘਰ, ਕਿਹੜਾ ਸਾਡਾ ਪਿੰਡ, ਛਡ ਕੇ ਚਲੇ ਗਏ ਤੇ ਬੱਸ ਚਲੇ ਗਏ। ਅਗੇ ਜਾ ਕੇ ਜ਼ਮੀਨਾਂ ਦੇ ਬਦਲੇ ਜ਼ਮੀਨਾਂ ਮਿਲ ਗਈਆਂ ਅਤੇ ਘਰਾਂ ਦੇ ਬਦਲੇ ਘਰ ਮਿਲ ਗਏ। ਪਰ ਮਨੁਖ ਆਪਣੇ ਬੀਤੇ ਦੀਆਂ ਯਾਦਾਂ ਦੇ ਸਹਾਰੇ ਜੀਂਦਾ ਹੈ ਅਤੇ ਜਿਸ ਕੋਲ ਯਾਦਾਂ ਦਾ ਖਜ਼ਾਨਾ ਨਹੀਂ ਹੈ, ਉਸ ਨੂੰ ਗਰੀਬ ਨਾ ਕਿਹਾ ਜਾਵੇ ਤਾਂ ਹੋਰ ਕੀ ਕਿਹਾ ਜਾਵੇ। ਮੈਂ 1947 ਤੋਂ ਬਾਅਦ ਦੋ ਵਾਰ ਪਹਿਲਾਂ 1961 ਵਿਚ ਅਤੇ ਦੋਬਾਰਾ ਅਜ 22 ਮਾਰਚ ਨੂੰ ਆਪਣੇ ਛਡੇ ਘਰ ਨੂੰ ਫਿਰ ਵੇਖ ਕੇ ਸੰਤੁਸ਼ਟ ਮਹਿਸੂਸ ਕਰਦਾ ਹਾਂ। ਇਕਬਾਲ ਨੇ ਗੱਲ ਦਾ ਵਿਸ਼ਾ ਬਦਲ ਕੇ ਅਗਲੇ ਦਿਨ ਦਾ ਪਰੋਗਰਾਮ ਬਨਾਉਣਾ ਸ਼ੁਰੂ ਕਰ ਦਿਤਾ ਤੇ ਕਹਿਣ ਲੱਗਾ ਕਿ ਕੱਲ ਆਪਾਂ ਪਹਿਲਾਂ ਪੰਜਾਬੀ ਖੋਜ ਗੜ੍ਹ ਚਲਾਂਗੇ ਜੋ ਕਸੂਰ ਦੇ ਰਾਹ ਵਿਚ ਪੈਂਦਾ ਹੈ ਅਤੇ ਮੈਂ ਤੁਹਾਨੂੰ ਸੱਤ ਏਕੜ ਵਿਚ ਬਣੇ ਪੰਜਾਬੀ ਖੋਜਗੜ੍ਹ ਦੀ ਬਣਤਰ ਅਤੇ ਭਵਿਖ ਬਾਰੇ ਬਹੁਤ ਕੁਝ ਦੱਸਾਂਗਾ। ਫਿਰ ਆਪਾਂ ਕਸੂਰ ਬੁਲ੍ਹੇ ਸ਼ਾਹ ਦੇ ਮਜ਼ਾਰ ਤੇ ਚਲਾਂਗੇ। ਉਸ ਤੋਂ ਬਾਅਦ ਵਾਪਸੀ ਤੇ ਸ਼ਾਹ ਹੁਸੈਨ ਦੇ ਮਜ਼ਾਰ ਦੀ ਜ਼ਿਆਰਤ ਕਰ ਕੇ ਗੁਰਦਵਾਰਾ ਡੇਰਾ ਸਾਹਿਬ, ਮਹਾਰਾਜਾ ਰਣਜੀਤ ਸਿੰਘ ਦੀ ਸਮਾਧ, ਸ਼ਾਹੀ ਕਿਲਾ ਅਤੇ ਸ਼ਾਹੀ ਮਸਜਦ ਵੇਖਾਂਗੇ। ਖਾਣਾ ਖਾਣ ਤੀਕ ਰਾਤ ਦੇ ਬਾਰਾਂ ਵਜ ਗਏ ਸਨ ਅਤੇ ਜਦ ਇਕਬਾਲ ਨੂੰ ਲਾਹ ਕੇ ਅਸੀਂ ਗੁਲਬਰਗ ਆਬਾਦੀ ਨੂੰ ਜਾ ਰਹੇ ਸਾਂ ਤਾਂ ਇਕ ਟੈਕਸੀ ਸਟੈਂਡ ਤੇ ਪੋਲੀਸ ਨੇ ਸਾਨੂੰ ਰੋਕ ਲਿਆ। ਮੈਂ ਅਜੇ ਜੇਬ ਵਿਚੋਂ ਪਾਸਪੋਰਟ ਕਢਣ ਹੀ ਲੱਗਾ ਸਾਂ ਕਿ ਪੋਲੀਸ ਵਾਲਾ ਹੱਸ ਕੇ ਕਹਿਣ ਲੱਗਾ ਸਰਦਾਰ ਜੀ ਲਾਹੌਰ ਆਏ ਹੋ ਕੁਝ ਐਸ਼ ਵੈਸ਼ ਵੀ ਕਰੋ। ਓਥੇ ਕੁਝ ਰੌਲਾ ਜਿਹਾ ਪਿਆ ਹੋਇਆ ਲਗਦਾ ਸੀ। ਪੋਲੀਸ ਵਾਲਿਆਂ ਦੇ ਕੋਲ ਕਈ ਕੁਝ ਅਧਖੜ ਔਰਤਾਂ ਅਤੇ ਕੁਝ ਛੋਟੀਆਂ 15/16 ਸਾਲਾਂ ਦੀਆਂ ਛੋਟੀ ਉਮਰ ਦੀਆਂ ਕੁੜੀਆਂ ਖੜ੍ਹੀਆਂ ਹੋਈਆਂ ਸਨ। ਉਹ ਬੜੇ ਭੱਦੇ ਇਸ਼ਾਰੇ ਕਰ ਰਹੀਆਂ ਸਨ ਅਤੇ ਬੇਸ਼ਰਮੀ ਦਾ ਇਜ਼ਹਾਰ ਵੀ। ਪੁਲਸ ਵਾਲਾ ਜਿਸ ਪੀਤੀ ਹੋਈ ਲਗਦੀ ਸੀ, ਫਿਰ ਕਹਿਣ ਲੱਗਾ ਸਰਦਾਰ ਜੀ ਅਜ ਕੱਲ ਰਾਤ ਨੂੰ ਹੀਰਾ ਮੰਡੀ ਏਥੇ ਲਗਦੀ ਹੈ। ਇਹ ਸਭ ਵੇਖ ਮੈਂ ਚੌਕੰਨਾ ਜਿਹਾ ਹੋ ਗਿਆ ਪਰ ਉਹ ਪਾਕਿਸਤਾਨੀ ਹੂਕਰਾਂ ਕਾਰ ਅਗੇ ਆ ਕੇ ਖਲੋ ਗਈਆਂ ਤੇ ਕਹਿਣ ਲਗੀਆਂ ਸਾਨੂੰ ਦਾਰੂ ਪੀਣ ਲਈ ਕੁਝ ਪੈਸੇ ਦੇ ਜਾਓ। ਮੈਂ ਮੁਨੀਰ ਨੂੰ ਕਿਹਾ ਕਿ ਇਹਨਾਂ ਨੂੰ ਝਿੜਕ ਕੇ ਪਾਸੇ ਕਰ ਅਤੇ ਚਲੀਏ। ਗਡੀ ਚੱਲਣ ਤਕ ਉਹਨਾਂ ਦੀ ਪੈਸੇ ਮੰਗਣ ਦੀ ਪੁਕਾਰ ਚਲਦੀ ਰਹੀ। ਮੈਨੂੰ ਇਹ ਸਭ ਕੁਝ ਬੜਾ ਅਨੋਖਾ ਤੇ ਮਾੜਾ ਲੱਗਾ। ਆਪਣੇ ਪਾਕਿਸਤਾਨ ਦੇ ਸਫਰ ਵਿਚ ਮੇਰਾ ਇਸ ਮਾੜੀ ਘਟਨਾ ਨੂੰ ਲਿਖਣ ਨੂੰ ਵੀ ਦਿਲ ਨਹੀਂ ਕਰ ਰਿਹਾ ਸੀ ਅਤੇ ਮੈਂ ਸਮਝਦਾ ਹਾਂ ਕਿ ਇਸ ਤਰ੍ਹਾਂ ਘਟਨਾ ਲਿਖਣੀ ਵੀ ਸ਼ੋਭਾ ਨਹੀਂ ਦਿੰਦੀ ਪਰ ਜੋ ਵੇਖਿਆ, ਸੱਚ ਲਿਖਣਾ ਕਿਸੇ ਮੁਲਕ ਦੀ ਵੇਖੀ ਸਹੀ ਤਸਵੀਰ ਨੂੰ ਪੇਸ਼ ਕਰਨਾ ਲੇਖਕ ਦਾ ਫਰਜ਼ ਵੀ ਹੁੰਦਾ ਹੈ। ਉਂਜ ਵੀ ਹਰ ਦੇਸ਼ ਦੀਆਂ ਅਖਬਾਰਾਂ ਵਿਚ ਅਕਸਰ ਇਸ ਤਰ੍ਹਾਂ

ਦੀਆਂ ਖਬਰਾਂ ਛਪਦੀਆਂ ਹੀ ਰਹਿੰਦੀਆਂ ਹਨ। ਕਿਸੇ ਵੀ ਸਮਾਜ ਵਿਚ ਕੁਝ ਵੀ ਮਾੜਾ ਹੋ ਸਕਦਾ ਹੈ। ਦਰਅਸਲ ਇਸ ਮਾੜੀ ਘਟਨਾ ਪਿਛੇ ਢਿੱਡ ਦੀ ਭੁਖ ਹੀ ਤਾਂ ਛੁਪੀ ਹੋਈ ਸੀ ਜੋ ਭੁਖ ਦੇ ਸ਼ਿਕਾਰ ਹੋਏ ਲੋਕਾਂ ਨੂੰ ਇਸ ਮਾੜੇ ਪਾਸ ਵੱਲ ਤੋਰਦੀ ਹੈ। ਦਿਨ ਭਰ ਦੀ ਥਕਾਵਟ ਨੂੰ ਦੂਰ ਕਰਨ ਦਾ ਇਕੋ ਇਕ ਤਰੀਕਾ ਬੈੱਡ ਤੇ ਲੇਟ ਕੇ ਅੱਖਾਂ ਬੰਦ ਕਰ ਨੀਂਦ ਵਿਚ ਗਵਾਚਣਾ ਸੀ ਪਰ ਸਾਰੇ ਦਿਨ ਦੀ ਭਾਰੀ ਥਕਾਵਟ ਕਾਰਨ ਨੀਂਦ ਨਹੀਂ ਆ ਰਹੀ ਸੀ। ਮੇਰਾ ਜਿਸਮ ਜ਼ਿਆਦਾ ਥਕਿਆ ਹੋਵੇ ਤਾਂ ਮੈਨੂੰ ਨੀਂਦ ਆਉਣ ਵਿਚ ਬੜੀ ਦਿੱਕਤ ਪੇਸ਼ ਆਉਂਦੀ ਹੈ। ਆਖਰ ਜਿਸ ਵੇਲੇ ਨੀਂਦ ਨੇ ਆਉਣਾ ਸੀ, ਉਸ ਵੇਲੇ ਹੀ ਔਣਾ ਸੀ ਅਤੇ ਜਦ ਸਵੇਰੇ ਮੇਰੀ ਜਾਗ ਖੁਲ੍ਹੀ ਤਾਂ ਦਿਨ ਕਾਫੀ ਚੜ੍ਹ ਚੁਕਾ ਸੀ। ਮੈਂ ਮੁਨੀਰ ਨੂੰ ਚਾਹ ਦਾ ਕੱਪ ਲਿਆਉਣ ਲਈ ਫੋਨ ਕਰ ਦਿਤਾ ਅਤੇ ਉਹ ਪੰਦਰਾਂ ਮਿੰਟਾਂ ਤਕ ਚਾਹ ਦੀ ਕੇਤਲੀ ਲੈ ਕੇ ਆ ਗਿਆ।

ਚਾਹ ਪੀਂਦਿਆਂ ਮੈਂ ਮੁਨੀਰ ਨੂੰ ਕਿਹਾ ਕਿ ਅੱਜ ਖੋਜ ਗੜ੍ਹ ਜਾਣ ਤੋਂ ਪਹਿਲਾਂ ਆਪਾਂ ਜਿਹੜੇ ਕਪੜੇ ਡਰਾਈ ਕਲੀਨ ਕਰਨ ਲਈ ਦਿਤੇ ਹਨ, ਉਹ ਜ਼ਰੂਰ ਲਿਆਣੇ ਹਨ। ਮੁਨੀਰ ਕਹਿਣ ਲੱਗਾ ਕਿ ਜਾਣ ਤੋਂ ਪਹਿਲਾਂ ਜਦ ਡਰਾਈ ਕਲੀਨ ਦੀ ਦੁਕਾਨ ਖੁਲ੍ਹੇਗੀ ਤਾਂ ਉਹ ਕਪੜੇ ਲੈ ਆਵੇਗਾ। ਮੈਂ ਮੁਨੀਰ ਨੂੰ ਫਿਰ ਕਿਹਾ ਕਿ ਆਪਾਂ ਜਿੰਨਾ ਜਲਦੀ ਚੱਲ ਸਕੀਏ ਓਨਾ ਹੀ ਚੰਗਾ ਹੈ ਕਿਉਂਕਿ ਕੱਲ ਵਾਂਗ ਅਜ ਵੀ ਆਪਾਂ ਕਈ ਥਾਵਾਂ ਤੇ ਜਾਣਾ ਹੈ। ਮੁਨੀਰ ਕਹਿਣ ਲੱਗਾ ਕਿ ਤੁਸੀਂ ਨਹਾ ਧੋ ਕੇ ਤਿਆਰ ਹੋ ਜਾਵੋ ਅਤੇ ਇਕਬਾਲ ਕੈਸਰ ਨੂੰ ਆਉਣ ਲਈ ਫੋਨ ਕਰ ਦਿਓ। ਮੈਂ ਕਿਹਾ ਠੀਕ ਹੈ ਮੈਂ ਪਹਿਲਾਂ ਤਿਆਰ ਹੋ ਜਾਵਾਂ ਅਤੇ ਓਸ ਤੋਂ ਬਾਅਦ ਹੀ ਫੋਨ ਕਰਾਂਗੇ। ਚਾਹ ਪੀ ਕੇ ਮੈਂ ਇਕ ਵਾਰ ਫਿਰ ਕੁਝ ਮਿੰਟਾਂ ਲਈ ਲੇਟ ਗਿਆ ਕਿਉਂਕਿ ਵਾਸ਼ਰੂਮ ਜਾਣ ਲਈ ਸਰੀਰ ਅਜੇ ਮੰਨ ਨਹੀਂ ਰਿਹਾ ਸੀ। ਖੈਰ ਤਿਆਰ ਹੋਣ ਤਕ 10 ਵਜ ਚੁਕੇ ਸਨ ਅਤੇ ਮੁਨੀਰ ਬਰੇਕਫਾਸਟ ਤਿਆਰ ਕਰਵਾ ਰਿਹਾ ਸੀ।

ਮੌਜਾਂ ਲਾਹੌਰ ਦੀਆਂ

ਵੈਸੇ ਤਾਂ ਪਾਕਿਸਤਾਨ ਦੇ ਤਿੰਨ ਮਹੀਨੇ ਦੇ ਓਪਨ ਵੀਜ਼ੇ ਵਿਚ ਮੇਰੇ ਪਰੋਗਰਾਮ ਵਿਚ ਗੁਰਦਵਾਰਾ ਕਰਤਾਰਪੁਰ ਸਾਹਿਬ ਜਿਥੇ ਗੁਰੂ ਨਾਨਕ ਦੇਵ ਜੀ ਪੂਰੇ ਹੋਏ ਸਨ, ਜਾਣਾ ਵੀ ਸ਼ਾਮਲ ਸੀ। ਇਹ ਗੁਰਦਵਾਰਾ ਜ਼ਿਲਾ ਨਾਰੋਵਾਲ ਵਿਚ ਹੈ। ਨਾਰੋਵਾਲ ਪਹਿਲਾਂ ਸਿਆਲਕੋਟ ਜ਼ਿਲੇ ਦੀ ਤਹਿਸੀਲ ਹੁੰਦੀ ਸੀ। ਇਹ ਰਾਵੀ ਦਰਿਆ ਦੇ ਕੰਢੇ ਉਤੇ ਵਾਕਿਆ ਹੈ। ਦਰਿਆ ਦੇ ਦੂਜੇ ਪਾਸੇ ਭਾਰਤੀ ਪੰਜਾਬ ਦਾ ਜ਼ਿਲਾ ਗੁਰਦਾਸਪੁਰ ਹੈ ਅਤੇ ਭਾਰਤ ਵਾਲੇ ਪਾਸੇ ਡੇਰਾ ਬਾਬਾ ਨਾਨਕ ਤੋਂ ਰਾਵੀ ਦੇ ਪਾਰ ਇਹ ਗੁਰਦਵਾਰਾ ਥੋੜ੍ਹਾ ਥੋੜ੍ਹਾ ਦਿਸਦਾ ਵੀ ਹੈ। ਗੁਰੂ ਨਾਨਕ ਦੇਵ ਜੀ ਆਪਣੇ ਜੀਵਨ ਦੇ ਅੰਤਲੇ ਦਿਨਾਂ ਵਿਚ ਇਥੇ ਰਹੇ ਸਨ ਅਤੇ ਇਥੇ ਹੀ ਖੁਦ ਆਪਣੇ ਹਥਾਂ ਨਾਲ ਵਾਹੀ ਖੇਤੀ ਦਾ ਕੰਮ ਵੀ ਕਰਦੇ ਸਨ। ਪਤਾ ਕੀਤਾ ਤਾਂ ਲਾਹੌਰ ਤੋਂ ਕਰਤਾਰਪੁਰ ਦਾ ਸਫਰ 4 ਘੰਟੇ ਤੋਂ ਜ਼ਿਆਦਾ ਦਾ ਸੀ। ਇਸ ਤੋਂ ਇਲਾਵਾ ਮੈਂ ਹਜ਼ਰਤ ਮੀਆਂਮਰ ਜਿਨ੍ਹਾਂ ਨੇ ਚੌਥੇ ਗੁਰੂ ਰਾਮਦਾਸ ਜੀ ਦੇ ਕਹਿਣ ਤੇ ਸ੍ਰੀ ਹਰਿਮੰਦਰ ਸਾਹਿਬ, ਅੰਮ੍ਰਿਤਸਰ ਦੀ ਨੀਂਹ ਰੱਖੀ ਸੀ, ਦੀ ਦਰਗਾਹ ਤੇ ਵੀ ਜਾਣਾ ਚਹੁੰਦਾ ਸਾਂ ਅਤੇ ਬਾਬਾ ਫਰੀਦ ਦੇ ਪਾਕਪਟਨ ਵਾਲੀ ਥਾਂ ਤੇ ਵੀ। ਕਰਤਾਰਪੁਰ ਦਾ ਸਫਰ ਜ਼ਿਆਦਾ ਲੰਮਾ ਹੋਣ ਕਾਰਨ ਮੈਂ ਓਥੇ ਜਾਣ ਦਾ ਪਰੋਗਰਾਮ ਅਸਥਗਤ ਕਰ ਦਿਤਾ ਅਤੇ ਹਜ਼ਰਤ ਮੀਆਂਮੀਰ ਸਾਹਿਬ ਦੀ ਦਰਗਾਹ ਉਤੇ ਜਾਣਾ ਵੀ ਮੁਲਤਵੀ ਕਰਨਾ ਪਿਆ ਕਿਉਂਕਿ ਇਹ ਥਾਂ ਲਾਹੌਰ ਦੇ ਛਾਉਣੀ ਏਰੀਏ ਵਿਚ ਪੈਂਦੀ ਸੀ ਅਤੇ ਮੇਰੇ ਵੀਜ਼ੇ ਵਿਚ ਪਾਕਿਸਤਾਨ ਦੀ ਕਿਸੇ ਵੀ ਛਾਉਣੀ ਦੇ ਇਲਾਕੇ ਵਿਚ ਜਾਣ ਦੀ ਮਨਾਹੀ ਸੀ। ਮੁਨੀਰ ਕਹਿ ਰਿਹਾ ਸੀ ਕਿ ਛਾਉਣੀ ਵਿਚ ਦਾਖਲ ਹੋਏ ਬਗੈਰ ਵੀ ਮੀਆਂਮੀਰ ਦੇ ਮਜ਼ਾਰ ਤੇ ਜਾਇਆ ਜਾ ਸਕਦਾ ਸੀ ਪਰ ਰਿਸਕ ਲੈਣ ਦਾ ਕੋਈ ਫਾਇਦਾ ਨਹੀਂ ਸੀ। ਪਾਕਪਟਨ ਵੀ ਬਹੁਤ ਦੂਰ ਸੀ। ਕਈ ਦਿਨਾਂ ਦੇ ਸਫਰ ਅਤੇ ਉਮਰ ਦੇ ਤਕਾਜ਼ੇ ਕਾਰਨ ਸਰੀਰ ਹੁਣ ਥਕਾਵਟ ਵੀ ਕਾਫੀ ਮਹਿਸੂਸ ਕਰਨ ਲੱਗ ਪਿਆ ਸੀ। ਸਾਰਾ ਦਿਨ ਪਾਕਿਸਤਾਨ ਦੇ ਪੰਜਾਬੀ ਲੇਖਕਾਂ ਦੇ ਬਹੁਤ ਫੋਨ ਆਉਂਦੇ ਸਨ ਅਤੇ ਉਹਨਾਂ ਨਾਲ ਗੱਲਾਂ ਬਾਤਾਂ ਵਿਚ ਕਾਫੀ ਸਮਾਂ ਲੱਗ ਜਾਂਦਾ ਸੀ। ਅਕਸਰ ਜੋ ਫੋਨ ਕਰਦੇ ਸਨ, ਉਹਨਾਂ ਨੂੰ ਮੈਂ ਜਾਣਦਾ ਵੀ ਨਹੀਂ ਸਾਂ ਪਰ ਫਿਰ ਵੀ ਹਾਂ ਹੂੰ ਕਰਨੀ ਪੈਂਦੀ ਸੀ। ਇਕ ਲੇਖਕ ਜਿਸ ਨੇ ਇੰਗਲੈਂਡ ਤੋਂ ਆ ਕੇ ਹੀਰ ਵਾਰਸ ਵਿਚੋਂ ਵੀਹ ਸਾਲ ਲਾ ਕੇ ਨਕਲੀ ਸ਼ਿਅਰ ਅੱਡ ਕੀਤੇ ਸਨ, ਨੇ ਭਾਰੇ ਵਜ਼ਨ ਦੀਆਂ ਦੋ ਕਿਤਾਬਾਂ ਭੇਜ ਦਿਤੀਆਂ ਇਕ ਮੇਰੇ ਲਈ ਅਤੇ ਇਕ ਕਿਰਪਾਲ ਸਿੰਘ ਪਨੂੰ ਲਈ। ਕਿਤਾਬਾਂ ਪਹਿਲਾਂ ਹੀ ਬਹੁਤ ਜਮ੍ਹਾਂ ਹੋ ਚੁਕੀਆਂ ਸਨ ਤੇ ਉਹਨਾਂ ਕਿਤਾਬਾਂ ਦਾ ਭਾਰ ਬਹੁਤ ਵਧ ਜਾਣ ਕਾਰਨ ਮੈਂ ਬਹੁਤ ਸਾਰੀਆਂ ਕਿਤਾਬਾਂ ਲਿਆ ਨਾ ਸਕਿਆ ਜਿਨ੍ਹਾਂ ਵਿਚ ਸੋਧੀ ਹੀਰ ਵੀ ਸ਼ਾਮਲ ਸੀ।

ਲਾਹੌਰ ਵਿਚ ਮੇਰੀਆਂ ਸ਼ਾਮਾਂ ਦੇ ਮਾਲਕਾਂ ਵਿਚ ਮੇਰਾ 50 ਸਾਲਾ ਪੁਰਾਣਾ ਦੋਸਤ ਕਸੂਰ ਦਾ ਪ੍ਰਸਿਧ ਵਕੀਲ ਚੌਧਰੀ ਮੁਹੰਮਦ ਨਵਾਜ਼, ਹਾਈਕੋਰਟ ਅਤੇ ਸੁਪਰੀਮ ਕੋਰਟ ਦੇ ਉਹਦੇ ਵਕੀਲ ਦੋਸਤ ਅਤੇ ਉਹਨਾਂ ਤੋਂ ਇਲਾਵਾ ਮੈਨੂੰ ਮਿਲਣ ਵਾਲੇ ਪਾਕਿਸਤਾਨ ਦੇ ਪੰਜਾਬੀ ਲੇਖਕ ਸਨ ਜਿਨ੍ਹਾਂ ਵਿਚ ਮੇਰੀ ਜੀਵਨੀ ਛਾਪਣ ਵਾਲਾ ਮੇਰਾ ਪਬਲਿਸ਼ਰ ਕਾਮਰੇਡ ਅਮਜਦ ਸਲੀਮ ਮਿਨਹਾਸ ਅਤੇ ਅਫਜ਼ਲ ਸਾਹਿਰ ਵੀ ਸ਼ਾਮਲ ਸੀ। ਦਿਨ ਵੇਲੇ ਮੈਂ ਤੇ ਮੁਨੀਰ ਸਲੀਮ ਸਾਹਬ ਦੀ ਦੁਕਾਨ ਤੇ ਵੀ ਹੋ ਕੇ ਆਏ ਸਾਂ। ਓਥੇ ਬੈਠਿਆਂ ਹੀ ਫੈਸਲਾ ਹੋ ਗਿਆ ਸੀ ਕਿ ਮੇਰੀ ਕਿਤਾਬ ਅਲਹੁਮਾਰਾ ਸੈਂਟਰ ਲਾਹੌਰ ਵਿਚ 27 ਮਾਰਚ ਦੀ ਸ਼ਾਮ ਨੂੰ ਰੀਲੀਜ਼ ਹੋ ਰਹੀ ਹੈ ਅਤੇ ਰੀਲੀਜ਼ ਦੀ ਰਸਮ ਪਾਕਿਸਤਾਨ ਦੇ ਐਜੂਕੇਸ਼ਨ ਮਨਿਸਟਰ ਜਨਾਬ ਸਰਦਾਰ ਆਸਫ ਅਹਿਮਦ ਅਲੀ ਖਾਂ ਕਰਨਗੇ ਜੋ ਮੇਰੇ ਹੋਸਟ ਚੌਧਰੀ ਮੁਹੰਮਦ ਨਵਾਜ਼ ਦੇ ਬੜੇ ਗੂੜ੍ਹੇ ਦੋਸਤ ਹਨ ਅਤੇ ਪਾਕਿਸਤਾਨ ਦੇ ਪ੍ਰੈਜ਼ੀਡੈਂਟ ਆਸਫ ਜ਼ਰਦਾਰੀ ਸਾਹਿਬ ਵੱਲੋਂ ਸੂਫੀਇਜ਼ਮ ਐਂਡ ਪੀਸ ਕਾਨਫਰੰਸ ਦੇ ਡੈਲੀਗੇਟਸ ਨੂੰ ਦਿਤੇ ਲੰਚ ਸਮੇਂ ਮਿਲੇ ਸਨ। ਸਲੀਮ ਸਾਹਿਬ ਦੀ ਦੁਕਾਨ ਤੇ ਮੈਨੂੰ ਸਾਡੀ ਕੰਬੋਜ ਬਰਾਦਰੀ ਦਾ ਚੌਧਰੀ ਮਾਹਮੂਦ ਹੁਸੈਨ ਕੰਬੋਹ ਵੀ ਮਿਲਣ ਆ ਗਿਆ ਸੀ। ਉਹ ਗੁਜਰਾਤ ਯੂਨੀਵਰਸਿਟੀ ਦੇ ਮੈਡੀਕਲ ਕਾਲਜ ਦੇ ਪ੍ਰਿੰਸੀਪਲ ਦਾ ਭਰਾ ਸੀ ਅਤੇ ਮੇਰੇ ਆਉਣ ਦੀ ਇਤਲਾਹ ਉਹਨੂੰ ਗੁਜਰਾਤ ਤੋਂ ਪ੍ਰਿੰਸੀਪਲ ਸਾਹਿਬ ਨੇ ਦੇ ਦਿਤੀ ਸੀ। ਇਸ ਵੇਲੇ ਉਹ ਪਾਕਿਸਤਾਨੀ ਪੰਜਾਬ ਦੇ ਚੀਫ ਮਨਿਸਟਰ ਦਾ ਅਡਵਾਈਜ਼ਰ ਹੈ। ਉਸ ਬਹੁਤ ਜ਼ੋਰ ਲਾਇਆ ਕਿ ਮੈਂ ਉਹਦੇ ਨਾਲ ਜਾ ਕੇ ਲਾਹੌਰ ਵਿਚ ਕੰਬੋਜ ਬਰਾਦਰੀ ਦੇ ਸਿਰ ਕਢ ਬੰਦਿਆਂ ਨੂੰ ਮਿਲਾਂ ਪਰ ਵਕਤ ਵਫਾ ਨਹੀਂ ਕਰ ਰਿਹਾ ਸੀ। ਮੈਂ ਉਸ ਨੂੰ ਆਪਣੀ ਸ਼ਾਹਮੁਖੀ ਵਿਚ ਛਪੀ ਸਵੈ ਜੀਵਨੀ "ਕਿਹੋ ਜਿਹਾ ਸੀ ਜੀਵਨ" ਦਿਤੀ ਅਤੇ ਬੜੀ ਨਿਮ੍ਰਤਾ ਨਾਲ ਉਹਨਾਂ ਦੇ ਨਾਲ ਨਾ ਜਾ ਸਕਣ ਦੀ ਮੁਆਫੀ ਮੰਗੀ।

ਸ਼ਾਮ ਦੀ ਮਹਿਫਲ ਲਈ ਚੌਧਰੀ ਮੁਹੰਮਦ ਨਵਾਜ਼ ਮਹਿੰਗੀ ਤੋਂ ਮਹਿੰਗੀ ਭਾਵ ਬਲੈਕ ਲੇਬਲ ਜਾਂ ਸਿਵਾਸ਼ ਰੀਗਲ ਸਕਾਚ ਦੀਆਂ ਵਡੀਆਂ ਬੋਤਲਾਂ ਮੰਗਵਾਂਦਾ। ਮੈਂ ਜਿੰਨੀ ਵਾਰ ਵੀ ਲਾਹੌਰ ਗਿਆ ਸਾਂ, ਜਿਨ੍ਹਾਂ ਮੁਸਲਿਮ ਲੋਕਾਂ ਜਾਂ ਲੇਖਕਾਂ ਨਾਲ ਮੇਰਾ ਵਾਹ ਪਿਆ ਸੀ, ਉਹ ਸਾਰੇ ਰੱਜ ਕੇ ਸ਼ਰਾਬ ਪੀਂਦੇ ਅਤੇ ਖੂਬ ਪੀਂਦੇ ਸਨ। ਜਿਵੇਂ ਭਾਰਤ ਵਿਚ ਵੀ ਪੰਜਾਬੀ ਲੇਖਕਾਂ ਵਿਚ ਸ਼ਰਾਬ ਪੀਣ ਦਾ ਕਾਫੀ ਰੁਝਾਣ ਹੈ, ਇਸੇ ਤਰ੍ਹਾਂ ਪਾਕਿਸਤਾਨ ਵਿਚ ਲੇਖਕ ਬਨਣ ਲਈ ਇਹਦਾ ਇਸਤੇਮਾਲ ਬਹੁਤ ਜ਼ਰੂਰੀ ਤੇ ਮਹਤਵਪੂਰਨ ਅੰਗ ਬਣ ਗਿਆ ਹੈ। ਓਪਨ ਠੇਕੇ ਤਾਂ ਨਹੀਂ ਹਨ ਪਰ ਸ਼ਾਮ ਤਕ ਜਿਮਖਾਨਿਆਂ ਜਾਂ ਬਦੇਸ਼ੀ ਐਮਬੈਸੀਜ਼ ਵਿਚੋਂ ਅਸਰ ਰਸੂਖ ਵਾਲੇ ਇਹ ਸੱਪ ਦੀ ਜੀਭ ਲੜਾਉਣ ਦਾ ਪਰਬੰਧ ਕਰ ਹੀ ਲੈਂਦੇ ਹਨ। ਕਈ ਲੇਖਕ, ਪ੍ਰੋਫੈਸਰਜ਼, ਐਡੀਟਰਜ਼ ਤੇ ਵਕੀਲ ਆਦਿ ਇਸ ਦਾ ਖੂਬ ਸੇਵਨ ਕਰਦੇ ਹਨ। ਪਾਕਿਸਤਾਨ ਦੀ ਬਣੀ ਵੋਦਕਾ ਵੀ ਮੈਂ ਕਈ ਮਹਿਫਲਾਂ ਵਿਚ ਵੇਖੀ ਪਰ ਉਸਦਾ ਜ਼ਾਇਕ ਬਹੁਤਾ

ਪਸੰਦ ਨਾ ਆਇਆ। ਸਿਵਾਸ਼ ਰੀਗਲ ਅਤੇ ਬਲੈਕ ਲੇਬਲ ਭਾਵੇਂ ਬਹੁਤ ਮਹਿੰਗੀ ਸੀ ਪਰ ਫਿਰ ਵੀ ਕਈ ਮਹਿਫਲਾਂ ਵਿਚ ਚਲਦੀ ਵੇਖੀ ਸੀ। ਚਾਰ ਤੋਂ ਲੈ ਕੇ ਪੰਜ ਹਜ਼ਾਰ ਪਾਕਿਸਤਾਨੀ ਰੁਪਿਆਂ ਵਿਚ ਇਕ ਬੋਤਲ ਮਿਲਦੀ ਸੀ ਪਰ ਇਹ ਪਤਾ ਨਹੀਂ ਕਿ ਇਸ ਵਿਚ ਕੋਈ ਮਿਲਾਵਟ ਕੀਤੀ ਜਾਂਦੀ ਸੀ ਜਾਂ ਨਹੀਂ। ਮੈਂ ਹੋਰ ਵੇਖਿਆ ਕਿ ਰੜ੍ਹੀਆਂ ਤੰਦੂਰੀ ਰੋਟੀਆਂ, ਵਡੇ ਜਾਂ ਛੋਟੇ ਨਾਨ ਅਤੇ ਕਿਸਮ ਕਿਸਮ ਦੇ ਮੀਟ ਮੁਰਗਿਆਂ ਦੀਆਂ ਦੁਕਾਨਾਂ ਬਹੁਤ ਸਨ ਜਿਥੇ ਜਦੋਂ ਚਾਹੋ ਆਰਡਰ ਦੇ ਕੇ ਖਾਣ ਨੂੰ ਮੰਗਵਾਇਆ ਜਾ ਸਕਦਾ ਸੀ। ਮੈਂ ਤੇ ਮੁਨੀਰ ਨੇ ਇਕ ਦਿਨ ਤਾਜ਼ਾ ਮੂੰਗਰੇ ਲੈ ਆਂਦੇ ਕਿਉਂਕਿ ਮੀਟ ਖਾ ਖਾ ਕੇ ਮਨ ਅੱਕ ਚੁੱਕਾ ਸੀ ਅਤੇ ਮੂੰਗਰੇ ਖਾਧਿਆਂ ਵੈਸੇ ਵੀ ਬੜੀ ਦੇਰ ਹੋ ਗਈ ਸੀ। ਮੁਨੀਰ ਨੇ ਮੂੰਗਰੇ ਬੜੇ ਸਵਾਦ ਬਣਵਾਏ ਅਤੇ ਸਾਡੇ ਕੋਲੋਂ ਜਦ ਨਾ ਮੁਕੇ ਤਾਂ ਮੈਂ ਮੁਨੀਰ ਨੂੰ ਕਿਹਾ ਕਿ ਚੌਧਰੀ ਸਾਹਿਬ ਦਾ ਸਟਾਫ ਜੋ ਪਿਛੇ ਕਵਾਟਰਾਂ ਵਿਚ ਰਹਿੰਦਾ ਹੈ, ਇਹ ਉਹਨਾਂ ਨੂੰ ਦੇ ਦਿਓ, ਆਪਾਂ ਤਾਂ ਬੱਸ ਪਾਕਿਸਤਾਨੀ ਮੂੰਗਰਿਆਂ ਦਾ ਸਵਾਦ ਈ ਚੱਖਣਾ ਸੀ। ਚੌਧਰੀ ਸਾਹਿਬ ਕਈ ਵਾਰ ਕਸੂਰੋਂ ਬੱਕਰੇ ਦੇ ਖਾਸ ਖਰੌੜੇ ਲੈ ਕੇ ਆਉਂਦੇ ਅਤੇ ਆਪਣੀ ਦੇਖ ਰੇਖ ਹੇਠ ਖੁਦ ਬਣਵਾਉਂਦੇ। ਲਾਹੌਰ ਦੇ ਜੋ ਪੰਜਾਬੀ ਲੇਖਕ ਸ਼ਾਮਾਂ ਨੂੰ ਜਦੋਂ ਮੈਨੂੰ ਮਿਲਣ ਲਈ ਚੌਧਰੀ ਮੁਹੰਮਦ ਨਵਾਜ਼ ਦੀ ਗੁਲਬਰਗ ਵਾਲੀ ਕੋਠੀ ਆਉਂਦੇ ਤਾਂ ਖਰੌੜਿਆਂ ਦੀ ਬੜੀ ਤਾਰੀਫ ਕਰਦੇ ਅਤੇ ਕਹਿੰਦੇ ਕਿ ਅਸੀਂ ਲਾਹੌਰ ਵਿਚ ਐਨੇ ਸਵਾਦ ਖਰੌੜੇ ਪਹਿਲਾਂ ਕਦੇ ਨਹੀਂ ਖਾਧੇ ਅਤੇ ਚੌਧਰੀ ਸਾਹਿਬ ਕਹਿੰਦੇ ਕਿ ਕਸੂਰ ਵਿਚ ਇਕ ਹੀ ਖਾਸ ਮੀਟ ਦੀ ਦੁਕਾਨ ਹੈ ਤੇ ਉਹ ਮੀਟ ਸ਼ਾਪ ਵਾਲਾ ਬੜੀ ਦੇਰ ਤੋਂ ਮੇਰੇ ਲਈ ਉਚੇਚੇ ਤੌਰ ਤੇ ਲਵੇ ਬਕਰਿਆਂ ਦੇ ਖਰੌੜੇ ਲੈ ਕੇ ਆਉਂਦਾ ਹੈ। ਹੁਣ ਚੌਧਰੀ ਸਾਹਿਬ ਦੀ ਇਹ ਥਾਂ ਵਧੀਆ ਪ੍ਰਾਹੁਣਚਾਰੀ ਤੋਂ ਇਲਾਵਾ ਸਵਾਦੀ ਖਰੌੜਿਆਂ ਲਈ ਵੀ ਮਸ਼ਹੂਰ ਹੋ ਗਈ ਸੀ। ਕਿਚਨ ਵਿਚੋਂ ਖਰੌੜਿਆਂ ਦੀ ਆਈ ਪਲੇਟ ਮਿੰਟਾਂ ਵਿਚ ਹੀ ਮੁਕ ਜਾਂਦੀ।

ਪੰਜਾਬੀ ਖੋਜਗੜ੍ਹ ਵਿਖੇ

ਇਕਬਾਲ ਕੈਸਰ ਆਇਆ ਤਾਂ ਅਸਾਂ ਪੈਟਰੋਲ ਪਵਾ ਕੇ ਗੱਡੀ ਫਿਰੋਜ਼ਪੁਰ ਰੋਡ ਤੇ ਸਿੱਧੀ ਕਰ ਲਈ। ਲਾਹੌਰ ਸ਼ਹਿਰ ਇਸ ਸੜਕ ਤੇ ਵੀ ਦੂਰ ਤੱਕ ਵਧ ਚੁਕਾ ਸੀ ਅਤੇ ਸੜਕਾਂ ਦੀ ਮੁਰਮਤ ਹੋ ਰਹੀ ਸੀ। ਜਦ ਪਿੰਡ ਆਉਣੇ ਸ਼ੁਰੂ ਹੋਏ ਤਾਂ ਲਹਿਰਾਉਂਦੀਆਂ ਕਣਕਾਂ ਵੇਖਣ ਨੂੰ ਮਿਲੀਆਂ। ਲਲਿਆਣੀ ਪਿੰਡ ਤੋਂ ਪਹਿਲਾਂ ਜਦ ਇਕ ਨਹਿਰ ਆਈ ਤਾਂ ਇਕਬਾਲ ਨੇ ਗੱਡੀ ਨਹਿਰ ਦੀ ਉੱਗੜ ਦੁਗੜੀ ਖੱਬੀ ਪਟੜੀ ਤੇ ਮੁੜਵਾ ਲਈ ਜੋ ਕੁਝ ਹੀ ਮਿੰਟਾਂ ਵਿਚ ਪੰਜਾਬੀ ਖੋਜ ਗੜ੍ਹ ਪਹੁੰਚ ਗਈ ਜਿਸ ਦਾ ਬੜਾ ਨਾਂ ਸੁਣਿਆ ਸੀ। ਇਕਬਾਲ ਨੇ ਦਸਿਆ ਕਿ ਹਿ ਉਹ ਨਹਿਰ ਹੈ ਜੋ ਅਮ੍ਰਿਸਰ ਤੋਂ ਇਥੋਂ ਤਕ ਪਾਣੀ ਦੇਂਦੀ ਸੀ। ਮੈਂ ਕਿਹਾ ਕਿ ਓਸ ਨਹਿਰ ਵਿਚ ਤਾਂ ਇਸ ਵੇਲੇ ਪਾਣੀ ਨਹੀਂ ਹੈ ਪਰ ਇਸ ਵਿਚ ਪਾਣੀ ਕਿਥੋਂ ਆ ਰਿਹਾ ਹੈ? ਉਹਨੇ ਦਸਿਆ ਕਿ ਇਹ ਪਾਣੀ ਚਨਾਬ ਦਰਿਆ ਵਿਚੋਂ ਲਿਆ ਕੇ ਇਥੇ ਪਾਇਆ ਗਿਆ ਹੈ। ਇਥੇ ਹੀ ਇਕਬਾਲ ਤੋਂ ਪਤਾ ਲੱਗਾ ਕਿ ਲਲਿਆਣੀ ਪਿੰਡ ਦੀ ਸਿੱਖ ਇਤਿਹਾਸ ਵਿਚ ਬੜੀ ਮਹਾਨਤਾ ਹੈ ਕਿਉਂਕਿ ਪੰਜਾਬ ਦੀ ਗੁਲਾਮੀ ਦਾ ਦੌਰ ਇਸ ਪਿੰਡ ਵਿਚੋਂ ਹੀ ਸ਼ੁਰੂ ਹੋਇਆ ਸੀ ਜਦ ਇਸ ਅਸਥਾਨ ਉਤੇ 10 ਮਾਰਚ, 1849 ਈ. ਨੂੰ ਮਹਾਰਾਜਾ ਰਣਜੀਤ ਸਿੰਘ ਦੇ ਸਭ ਤੋਂ ਛੋਟੇ ਪੁਤਰ ਬਾਲ ਮਹਾਰਾਜੇ ਦਲੀਪ ਸਿੰਘ ਨੇ ਜੋ ਮਸਾਂ 7/8 ਸਲਾਂ ਦਾ ਸੀ, ਅੰਗਰੇਜ਼ ਗਵਰਨਰ ਜਨਰਲ ਸਰ ਹੈਨਰੀ ਦੇ ਸਾਹਮਣੇ ਮਾਫੀਨਾਮਾ ਲਿਖ ਕੇ ਦੇਣਾ ਪਿਆ ਅਤੇ ਗਦਾਰ ਡੋਗਰਿਆਂ ਦੀ ਅਗਵਾਈ ਵਿਚ ਪੰਜਾਬ ਦੇ ਖਾਲਸਾ ਰਾਜ ਦੇ ਹਥਿਆਰ ਸਰਕਾਰੀ ਤੌਰ ਤੇ ਅੰਗਰੇਜ਼ ਲਾਰਡ ਹਾਰਡਿੰਗ ਸਾਹਮਣੇ ਸੁਟ ਕੇ ਪੰਜਾਬ ਅੰਗਰੇਜ਼ਾਂ ਦੇ ਹਵਾਲੇ ਕਰ ਦਿਤਾ ਸੀ। ਇਸ ਸਬੰਧੀ ਖੋਜ ਗੜ੍ਹ ਵਿਚ ਲੱਗੀ ਪੇਂਟਿੰਗ ਦੀ ਮੈਂ ਫੋਟੋ ਖਿਚ ਲਈ। ਖੋਜ ਗੜ੍ਹ ਦੇ ਬਾਹਰ ਕੁਲਵੰਤ ਸਿੰਘ ਵਿਰਕ ਦੇ ਘਰ ਦੇ ਦਰਵਾਜ਼ੇ ਲੱਗੇ ਹੋਏ ਹਨ ਜੋ ਓਸ ਘਰ ਵਿਚ ਰਹਿਣ ਵਾਲਿਆਂ ਨੇ ਖੋਜ ਗੜ੍ਹ ਨੂੰ ਦਾਨ ਕਰ ਦਿਤੇ ਹਨ ਜੋ ਪਾਕਿਸਤਾਨ ਅਤੇ ਖੋਜਗੜ੍ਹ ਦੇ ਇਤਿਹਾਸ ਵਿਚ ਬਹੁਤ ਵਡੀ ਗੱਲ ਹੈ। ਪੰਜਾਬੀ ਖੋਜਗੜ੍ਹ ਨੂੰ ਬੁਧੀਜੀਵੀਆਂ ਦਾ ਟਰਸਟ ਚਲਾਉਂਦਾ ਹੈ। ਜਿਨ੍ਹਾਂ ਦਾਂ ਹਨ: ਪ੍ਰੋਫੈਸਰ ਜਮੀਲ ਅਹਿਮਦ ਪਾਲ, ਮਲਿਕ ਅਬਦੁਲ ਸਤਾਰ, ਮਲਿਕ ਮੁਹੰਮਦ ਰਿਆਜ਼, ਅਲੀਮ ਸ਼ਲ, ਅਬਦੁਲ ਜਬਾਰ, ਇਕਬਾਲ ਕੈਸਰ, ਡਾ: ਸਈਦ ਭੁੱਟਾ, ਪ੍ਰੋ: ਖਾਲਦ ਹਮਾਯੂ ਅਤੇ ਸ਼ਫਕਤ ਤਨਵੀਰ ਮਿਰਜ਼ਾ। ਇਹ ਪੰਜਾਬੀ ਖੋਜਗੜ੍ਹ ਪਿੰਡ ਲਲਿਆਣੀ ਦੇ ਰਕਬੇ ਵਿਚ ਹੀ ਪੈਂਦਾ ਹੈ ਅਤੇ ਇਸ ਵੇਲੇ ਇਸ ਨੂੰ ਤਹਿਸੀਲ ਅਤੇ ਜ਼ਿਲਾ ਕਸੂਰ ਵਿਚ ਲਗਦਾ ਹੈ। ਇਸ ਸੰਸਥਾ ਦਾ ਆਪਣਾ ਈਮੇਲ ਅਤੇ ਦੋ ਫੋਨ ਨੰਬਰਜ਼ ਹਨ। ਪੰਜਾਬੀ ਖੋਜਗੜ੍ਹ ਦਾ ਉਦੇਸ਼ ਇਸ ਥਾਂ

ਪੰਜਾਬ ਦੀ ਸਭਿਅਤਾ, ਇਤਿਹਾਸ ਅਤੇ ਸਾਹਿਤ ਨੂੰ ਸਾਂਭਣ ਦਾ ਯਤਨ ਕਰਨਾ ਹੈ। ਇਕ ਅੰਦਾਜ਼ੇ ਅਨੁਸਾਰ ਪੰਜਾਬ ਦੀ ਸਭਿਅਤਾ 2500 ਬੀ ਸੀ ਤੋਂ ਲੈ ਕੇ 5000 ਪੁਰਾਣੀ ਸਭਿਅਤਾ ਹੈ। ਪੰਜਾਬੀ ਬੋਲਣ ਵਾਲਿਆਂ ਦੀ ਵਡੀ ਗਿਣਤੀ ਪਾਕਿਸਤਾਨ ਵਿਚ ਹੈ ਅਤੇ ਸਾਊਥ ਏਸ਼ੀਆ ਦੇ ਮੁਸਲਿਮ, ਹਿੰਦੂ, ਸਿੱਖ ਅਤੇ ਈਸਾਈ ਪੰਜਾਬੀ ਬੋਲਦੇ ਹਨ। ਇਹ ਥਾਂ ਸੱਤ ਏਕੜ ਰਕਬੇ ਵਿਚ ਫੈਲੀ ਹੋਈ ਹੈ। ਇਥੇ ਸੰਸਾਰ ਦੇ ਹਰ ਬੂਟੇ ਦੀ ਪਨੀਰੀ ਤਿਆਰ ਕੀਤੀ ਜਾਂਦੀ ਹੈ ਅਤੇ ਸਿੰਬਲ ਦੇ ਉਚੇ ਲੰਮੇ ਕਈ ਰੁੱਖ ਹਨ ਜਿਸ ਦਾ ਜ਼ਿਕਰ ਬਾਬਾ ਫਰੀਦ ਨੇ ਆਪਣੀ ਬਾਣੀ ਵਿਚ ਕੀਤਾ ਹੈ। ਪੰਜਾਬੀ ਖੋਜਗੜ੍ਹ ਦੇ ਆਡੀਟੋਰੀਅਮ ਵਿਚ ਇਕੋ ਵੇਲੇ ਇਕ ਹਜ਼ਾਰ ਤਕ ਬੰਦੇ ਬੈਠ ਸਕਦੇ ਹਨ। ਇਥੇ ਸਟੇਜ ਤੇ ਡਰਾਮਾ, ਫਿਲਮ ਸ਼ੋਅ, ਕਿਤਾਬਾਂ ਦੀ ਮੁਖ ਵਿਖਾਲੀ ਅਤੇ ਸਭਿਆਚਾਰਕ ਪਰੋਗਰਾਮ ਕੀਤੇ ਜਾਂਦੇ ਹਨ। ਇਥੇ ਰੈਫਰੈਂਸ ਲਾਇਬਰੇਰੀ, ਆਰਟ ਗੈਲਰੀ, ਪੰਜਾਬ ਮਿਊਜ਼ੀਅਮ, ਲੰਗਰ ਹਾਲ ਅਤੇ ਆਡੀਟੋਰੀਅਮ ਦਿਨ ਬਦਿਨ ਵਧ ਰਿਹਾ ਹੈ। ਲੰਗਰ ਹਾਲ ਵਿਚ ਜਿਵੇਂ ਕਿ ਨਾਮ ਤੋਂ ਹੀ ਸਪਸ਼ਟ ਹੈ, ਵਿਚ ਦੇਸ਼ਾਂ ਬਦੇਸ਼ਾਂ ਤੋਂ ਆਉਣ ਵਾਲੇ ਪੰਜਾਬੀਆਂ ਵਾਸਤੇ ਲੰਗਰ ਵਰਤਾਇਆ ਜਾਵੇਗਾ। ਰੈਫਰੈਂਸ ਲਾਇਬਰੇਰੀ ਵਿਚ ਪੰਜਾਬੀਆਂ ਦਾ ਇਤਿਹਾਸ ਅਤੇ ਮਿਥਿਹਾਸ ਜੋ ਦੁਨੀਆ ਭਰ ਵਿਚ ਖਿੱਲਰਿਆ ਹੋਇਆ ਪਿਆ ਹੈ, ਇਕਠਾ ਕੀਤਾ ਜਾਵੇਗਾ। ਇਸ ਨਾਲ

ਪੰਜਾਬੀ ਖੋਜ ਗੜ੍ਹ ਵਿਖੇ ਲੇਖਕ ਆਪਣੀ ਲਿਖੀ ਕਿਤਾਬ ਵੇਖਦੇ ਹੋਏ,
ਨਾਲ ਖੜ੍ਹੇ ਹਨ ਇਕਬਾਲ ਕੈਸਰ

ਪੰਜਾਬ ਅਤੇ ਪੰਜਾਬੀ ਬਾਰੇ ਖੋਜ ਕਰਨ ਵਾਲਿਆਂ ਨੂੰ ਕੋਈ ਕਮੀ ਮਹਿਸੂਸ ਨਹੀਂ ਆਵੇਗੀ। ਇਥੇ ਆਡੀਓ, ਵੀਡੀਓ,ਮਾਈਕਰੋ ਫਿਲਮ ਅਤੇ ਹੋਰ ਸਾਧਨਾਂ ਦੀਆਂ ਸਹੂਲਤਾਂ ਵੀ ਪਰਦਾਨ ਕੀਤੀਆਂ ਜਾਣਗੀਆਂ। ਮੈਨੂੰ ਖੁਸ਼ੀ ਹੋਈ ਜਦ ਖੋਜਗੜ੍ਹ ਦੀ ਲਾਇਬਰੇਰੀ ਵਿਚੋਂ ਇਕਬਾਲ ਕੈਸਰ ਨੇ ਮੇਰੀ ਵਡ ਆਕਾਰੀ ਕਿਤਾਬ "ਬਲਬੀਰ ਸਿੰਘ ਮੋਮੀ ਤੇ ਉਸਦਾ ਰਚਨਾ ਸੰਸਾਰ" ਲਭ ਕੇ ਮੇਰੇ ਅਗੇ ਕਰ ਦਿਤੀ ਅਤੇ ਫੋਟੋ ਵੀ ਖਿਚ ਦਿਤੀ। ਪੰਜਾਬੀ ਖੋਜ ਗੜ੍ਹ ਜਿਥੇ ਆਪਣੇ ਉਦੇਸ਼ ਸਾਹਮਣੇ ਰੱਖ ਕੇ ਹੋਂਦ ਵਿਚ ਆਇਆ ਹੈ, ਸਾਰੇ ਪੰਜਾਬੀਆਂ ਨੂੰ ਭਾਵੇਂ ਉਹ ਕਿਤੇ ਵੀ ਵਸਦੇ ਹਨ, ਇਸ ਪੰਜਾਬੀ ਖੋਜ ਗੜ੍ਹ ਤੇ ਮਾਣ ਕਰਨਾ ਚਾਹੀਦਾ ਹੈ ਅਤੇ ਇਸ ਦੀ ਹੋਂਦ ਨੂੰ ਸੰਸਾਰ ਪਧਰ ਤੇ ਪੁਚਾਣ ਤੇ ਵਧਾਣ ਲਈ ਇਸ ਦੀ ਮਾਇਕ ਸਹਾਇਤਾ ਕਰਨੀ ਚਾਹੀਦੀ ਹੈ। ਇਕਬਾਲ ਨੇ ਹੋਰ ਦਸਿਆ ਕਿ ਇਹ ਸੰਸਥਾ ਇਕ ਦਿਨ ਰੀਸਰਚ ਯੂਨੀਵਰਸਿਟੀ ਦਾ ਰੂਪ ਧਾਰ ਜਾਵੇਗੀ।

ਬੁਲ੍ਹੇ ਸ਼ਾਹ ਦੇ ਮਜ਼ਾਰ 'ਤੇ

ਪੰਜਾਬੀ ਖੋਜ ਗੜ੍ਹ ਦੀ ਯਾਤਰਾ ਕਰ ਕੇ ਅਸੀਂ ਬੁਲ੍ਹੇ ਸ਼ਾਹ ਦੇ ਮਜ਼ਾਰ ਦੀ ਜ਼ਿਆਰਤ ਲਈ ਚੱਲ ਪਏ। ਕੁਝ ਮਿੰਟਾਂ ਬਾਅਦ ਅਸੀਂ ਇਤਿਹਾਸਕ ਪਿੰਡ ਲਲਿਆਣੀ ਵਿਚੋਂ ਲੰਘ ਰਹੇ ਸਾਂ ਜਿਥੇ ਪੰਜਾਬ ਦੇ ਰਾਜ ਭਾਗ ਦੀ ਡੋਰ ਬਾਲ ਮਹਾਰਾਜਾ ਦਲੀਪ ਸਿੰਘ ਨੇ ਅੰਗਰੇਜ਼ਾਂ ਨੂੰ ਸੰਭਾਲ ਦਿਤੀ ਸੀ। ਕਸੂਰ ਪਹੁੰਚ ਕੇ ਜਦ ਅਸੀਂ ਇਕ ਚੌਕ ਤੋਂ ਬੁਲ੍ਹੇ ਸ਼ਾਹ ਦੇ ਮਜ਼ਾਰ ਤੇ ਜਾਣ ਲਈ ਨੂੰ ਸੱਜੇ ਪਾਸੇ ਮੁੜਨ ਲਗੇ ਤਾਂ ਖਬੇ ਪਾਸੇ ਜਾਂਦੀ ਸੜਕ ਤੇ ਖੇਮਕਰਨ 4 ਮੀਲ ਦਾ ਬੋਰਡ ਲੱਗਾ ਹੋਇਆ ਸੀ। ਖੇਮ ਕਰਨ ਕਸੂਰ ਤੋਂ ਕਿੰਨਾ ਨੇੜੇ ਸੀ, ਇਸਦਾ ਪਤਾ ਤਾਂ ਮੈਨੂੰ ਓਸ ਚੌਕ ਤੋਂ ਹੀ ਲੱਗਾ ਅਤੇ ਖੇਮ ਕਰਨ ਨਾਲ ਮੇਰਾ ਲਗਾਓ ਇਸ ਕਰ ਕੇ ਵੀ ਹੈ ਮੇਰੇ ਸਹੁਰੇ ਪਿਛੋਂ ਖੇਮ ਕਰਨ ਦੇ ਸਨ। ਕਸੂਰ ਦੇ ਬਾਜ਼ਾਰਾਂ ਵਿਚ ਵੀ ਬੜੀ ਭੀੜ ਸੀ। ਬਾਜ਼ਾਰ ਛੋਟੇ ਛੋਟੇ ਲਗ ਰਹੇ ਸਨ। ਜਦ ਅਸੀਂ ਬੁਲ੍ਹੇ ਸ਼ਾਹ ਦੇ ਮਜ਼ਾਰ ਦੀ ਪਾਰਕਿੰਗ ਵਿਚ ਗੱਡੀ ਖੜ੍ਹੀ ਕੀਤੀ ਤਾਂ ਸਭ ਤੋਂ ਪਹਿਲਾਂ ਇਕ ਸ਼ਾਨਦਾਰ ਮਸਜਿਦ ਬਣੀ ਵੇਖੀ। 1962 ਵਿਚ ਜਦੋਂ ਮੈਂ ਇਕ ਰਾਤ ਲਈ ਕਸੂਰ ਵਿਚ ਮਜ਼ਾਰ ਦੇ ਦੂਜੇ ਪਾਸੇ ਇਕ ਵਕੀਲ ਦੇ ਘਰ ਠਹਿਰਿਆ ਸਾਂ ਤਾਂ ਉਸ ਵੇਲੇ ਜਿਥੋਂ ਤਕ ਮੈਨੂੰ ਯਾਦ ਹੈ, ਇਹ ਮਸਜਦ ਨਹੀਂ ਬਣੀ ਹੋਈ ਸੀ। ਉਸ

ਬੁਲ੍ਹੇ ਸ਼ਾਹ ਦੇ ਮਜ਼ਾਰ ਤੇ ਸਜਦਾ ਕਰਦਿਆਂ

ਵੇਲੇ ਸੜਕ ਵੀ ਬੜੀ ਚੌੜੀ ਸੀ। ਅੱਜ ਉਹ ਵਕੀਲ ਦਾ ਘਰ ਵੀ ਨਹੀਂ ਦਿਸ ਰਿਹਾ ਸੀ। ਹੋ ਸਕਦਾ ਹੈ ਕਿ ਉਸ ਨੇ ਕਿਤੇ ਬਾਹਰ ਕੋਠੀ ਪਾ ਲਈ ਹੋਵੇ। ਓਦੋਂ ਇਹ ਸਭ ਬੜਾ ਖੁਲ੍ਹਾ ਖੁਲ੍ਹਾ ਸੀ। ਅਸੀਂ ਬੁਲ੍ਹੇ ਸ਼ਾਹ ਦੇ ਮਜ਼ਾਰ ਵੱਲ ਵਧੇ ਤਾਂ ਮੰਗਤਿਆਂ ਨੇ ਸਾਡਾ ਪਿਛਾ ਕਰਨਾ ਸੁਰੂ ਕਰ ਦਿਤਾ। ਖੈਰ ਕੁਝ ਮਿੰਟਾਂ ਵਿਚ ਹੀ ਮੈਂ ਬੁਲ੍ਹੇ ਸ਼ਾਹ ਦੇ ਮਜ਼ਾਰ ਤੇ ਜਾ ਸਿਜਦਾ ਕੀਤਾ। ਕਾਫੀ ਭੀੜ ਸੀ ਅਤੇ ਲੋਕ ਦੋਵੇਂ ਹਥ ਖੋਲ੍ਹ ਦੁਆਵਾਂ ਮੰਗ ਰਹੇ ਸਨ। ਇਸ ਮੌਕੇ ਤੇ ਮੈਂ ਤੇ ਇਕਬਾਲ ਨੇ ਕਾਫੀ ਯਾਦਗਾਰੀ ਫੋਟੋਜ਼ ਖਿਚੀਆਂ ਅਤੇ ਫੁੱਲਾਂ ਨਾਲ ਲੱਦੀ ਕਬਰ ਵਿਚ ਪਏ ਪੰਜਾਬੀ ਦੇ ਮਹਾਨ ਸੂਫੀ ਸ਼ਾਇਰ ਦੇ ਕਲਾਮ ਨੂੰ ਯਾਦ ਕਰਦਿਆਂ ਮਨ ਵਿਚ ਉਸਦੀ ਮਹਾਨਤਾ ਨੂੰ ਯਾਦ ਕੀਤਾ। ਮਜ਼ਾਰ ਤੋਂ ਬਾਹਰ ਆ ਕੇ ਮੈਂ ਵੇਖਿਆ ਕਿ ਪਲਾਸਟਿਕ ਲਫਾਫਿਆਂ ਵਿਚ ਬੰਦ ਕਸੂਰੀ ਮੇਥੀ ਦੇ ਢੇਰ ਲਗੇ ਹੋਏ ਸਨ ਅਤੇ ਉਸਦੀ ਖੁਸ਼ਬੂ ਨੱਕ ਨੂੰ ਚੜ੍ਹ ਰਹੀ ਸੀ। ਬੁਲ੍ਹੇ ਸ਼ਾਹ ਦੀ ਕਬਰ ਤੇ ਜ਼ਿਆਰਤ ਕਰਨ ਲਈ ਆਏ ਲੋਕ ਧੜਾ ਧੜ ਮੇਥੀ ਦੇ ਪੈਕਟ ਖਰੀਦ ਰਹੇ ਸਨ। ਮੈਂ ਵੀ ਦੋ ਪੈਕਟ ਖਰੀਦੇ ਅਤੇ ਬਾਬਾ ਬੁਲ੍ਹੇ ਸ਼ਾਹ ਦੇ ਮਜ਼ਾਰ ਤੇ ਆਪਣੇ ਅਕੀਦਤ ਦੇ ਫੁੱਲ ਭੇਟ ਕਰ ਕੇ ਵਾਪਸ ਲਾਹੌਰ ਲਈ ਚੱਲ ਪਏ। ਰਸਤੇ ਵਿਚ ਥਾਂ ਥਾਂ ਉਸਾਰੀ ਕਾਰਨ ਟਰੈਫਿਕ ਵਿਚ ਬੜੀ ਰੁਕਾਵਟ ਆ ਰਹੀ ਸੀ।

ਸ਼ਾਹ ਹੁਸੈਨ ਦੇ ਮਜ਼ਾਰ ਤੇ

ਅਗਲਾ ਨਿਸ਼ਾਨਾ ਲਾਹੌਰ ਪਹੁੰਚ ਕੇ ਮਹਾਨ ਸੂਫੀ ਸ਼ਾਇਰ ਸ਼ਾਹ ਹੁਸੈਨ ਅਤੇ ਮਾਧੋ ਲਾਲ ਹੁਸੈਨ ਦੇ ਮਜ਼ਾਰ ਤੇ ਜਾਣ ਦਾ ਸੀ। ਰਸਤੇ ਵਿਚ ਲਾਹੌਰ ਨੂੰ ਮੁੜਦਿਆਂ ਟਰੈਫਿਕ ਦੀ ਭੀੜ ਨੇ ਐਨਾ ਪਰੇਸ਼ਾਨ ਕੀਤਾ ਕਿ ਸ਼ਾਹ ਹੁਸੈਨ ਦੇ ਮਜ਼ਾਰ ਤੇ ਪਹੁੰਚਣ ਲਈ ਭੀੜੀਆਂ ਗਲੀਆਂ ਵਿਚੋਂ ਕਾਰ ਦਾ ਲੰਘਣਾ ਬਹੁਤ ਮੁਸ਼ਕਲ ਹੋ ਰਿਹਾ ਸੀ। ਆਖਰ ਮੁਨੀਰ ਨੇ ਕਿਤੇ ਕਾਰ ਖੜ੍ਹੀ ਕਰਨ ਲਈ ਥਾਂ ਲਭ ਲਈ ਅਤੇ ਅਸੀਂ ਭੀੜ ਵਿਚ ਪੈਦਲ ਹੀ ਸ਼ਾਹ ਹੁਸੈਨ ਦੇ ਮਜ਼ਾਰ ਵੱਲ ਚੱਲ ਪਏ।

ਬਾਗਬਾਨਪੁਰਾ ਲਾਹੌਰ ਵਿਚ ਮਜ਼ਾਰ ਸ਼ਾਹ ਹੁਸੈਨ ਦੇ ਮਜ਼ਾਰ ਤੇ ਬਹੁਤ ਤੰਗ ਗਲੀਆਂ ਵਿਚੋਂ ਹੋ ਕੇ ਲੰਘਣਾ ਪੈਂਦਾ ਸੀ ਅਤੇ ਕਾਰ ਨਾਲੋਂ ਪੈਦਲ ਜਾਣਾ ਸੌਖਾ ਸੀ। ਅਗਲੇ ਦਿਨ ਸ਼ਾਹ ਹੁਸੈਨ ਦਾ ਉਰਸ ਹੋਣ ਕਰ ਕੇ ਬਹੁਤ ਰੌਣਕਾਂ ਤੇ ਭੀੜ ਸੀ। ਰੱਸੀਆਂ ਨਾਲ ਝੰਡੀਆਂ ਲਾ ਲਾ ਕੇ ਸਜਾਵਟ ਕੀਤੀ ਜਾ ਰਹੀ ਸੀ। ਲਗਦਾ ਸੀ ਕਿ ਲੋਕਾਂ ਵਿਚ ਇਸ ਉਰਸ ਮਨਾਉਣ ਦਾ ਬੜਾ ਚਾਅ ਸੀ। ਭੀੜ ਵਿਚੋਂ ਲੰਘ ਅਸੀਂ ਅੰਦਰ ਜਾ ਕੇ ਸ਼ਾਹ ਹੁਸੈਨ ਅਤੇ ਮਾਧੋ ਲਾਲ, ਦੋਹਾਂ ਦੀਆਂ ਨਾਲ ਨਾਲ ਬਣੀਆਂ

ਮਜ਼ਾਰ ਸ਼ਾਹ ਹੁਸੈਨ ਬਾਗਬਾਨਪੁਰਾ ਲਾਹੌਰ ਵਿਖੇ

ਕਬਰਾਂ ਨੂੰ ਸਜਦੇ ਕੀਤੇ, ਦੋਹਾਂ ਕਬਰਾਂ ਤੇ ਚਾਦਰਾਂ ਚੜ੍ਹੀਆਂ ਹੋਈਆਂ ਸਨ ਅਤੇ ਉਪਰ ਫੁੱਲਾਂ ਦੇ ਢੇਰ ਲੱਗੇ ਹੋਏ ਸਨ। ਸਜਦੇ ਤੇ ਦੁਆਵਾਂ ਮੰਗਣ ਵਾਲਿਆਂ ਦੀ ਕਾਫੀ ਭੀੜ ਸੀ। ਇਕਬਾਲ ਕੈਸਰ ਨੇ ਇਥੇ ਵੀ ਕਾਫੀ ਫੋਟੋਜ਼ ਖਿਚੀਆਂ ਅਤੇ ਬਾਹਰ ਆ ਕੇ ਸੱਚ ਤੇ ਪਹਿਰਾ ਦੇਣ ਵਾਲਾ ਉਸਤਾਦ ਕਿਸੇ ਤਰ੍ਹਾਂ ਦੀਆਂ ਗਲਤ ਕੀਮਤਾਂ ਅਗੇ ਨਾ ਝੁਕਣ ਵਾਲਾ ਲੋਕ ਕਵੀ ਸੀ ਤੇ ਪਾਕਿਸਤਾਨ ਵਿਚ ਉਹਦਾ ਬੜਾ ਨਾਂ ਸੀ, ਦੀ ਦਾਮਨ ਕਬਰ ਤੇ ਵੀ ਮੈਂ ਸਿਜਦਾ ਕੀਤਾ ਅਤੇ ਫੋਟੋਜ਼ ਖਿਚੀਆਂ। ਉਸਤਾਦ ਸ਼ਾਇਰ ਦਾਮਨ ਜੋ ਸਰਕਾਰ ਦੇ ਖਿਲਾਫ ਲਿਖਣ ਲਈ ਅਕਸਰ ਜੇਲ੍ਹ ਵਿਚ ਰਹਿੰਦਾ ਸੀ, ਦਾ ਭਾਰਤੀ ਪੰਜਾਬ ਵਿਚ ਬੜਾ ਨਾਂ ਸੀ ਅਤੇ ਉਸਦੇ ਚੇਲਿਆਂ ਦੀ ਗਿਣਤੀ ਵੀ ਕਾਫੀ ਸੀ। ਸਾਰੀ ਉਮਰ ਉਸ ਇਕ ਮਲੰਗ ਸ਼ਾਇਰ ਵਾਂਗ ਇਕ ਕੋਠੜੀ ਵਿਚ ਕੱਟੀ ਸੀ ਅਤੇ ਕਦੀ ਕਿਸੇ ਅਗੇ ਝੁਕਿਆ ਨਹੀਂ ਸੀ। ਸ਼ਾਹ ਹੁਸੈਨ ਦੇ ਮੇਲਾ ਹੋਣ ਕਰ ਕੇ ਬਾਹਰ ਦਾਲਾਨ ਵਿਚ ਇਕ ਪਾਸੇ ਮਸਤ ਮਲੰਗ ਲੋਕ ਨਚ ਰਹੇ ਸਨ ਅਤੇ ਕਈਆਂ ਨੇ ਆਪਣੇ ਪੈਰਾਂ ਵਿਚ ਘੁੰਗਰੂ ਬਧੇ ਹੋਏ ਸਨ ਅਤੇ ਲਾਲ ਤੇ ਹਰੇ ਚੋਲੇ ਪਾਏ ਹੋਏ ਸਨ। ਮੈਂ ਇਹਨਾਂ ਵਿਚ ਜਾ ਕੇ ਫੋਟੋਜ਼ ਖਿਚਵਾਈਆਂ ਤੇ ਇੰਜ ਪਾਕਿਸਤਾਨ ਵਿਚ ਪੀਰਾਂ ਫਕੀਰਾਂ ਦੀ ਦਰਗਾਹਵਾਂ ਤੇ ਜਾ ਕੇ ਸਿਜਦੇ ਤੇ ਦਰਸ਼ਨ ਕਰਨ ਦਾ ਮੇਰਾ ਉਦੇਸ਼ ਪੂਰਾ ਹੋ ਗਿਆ।

ਸ਼ਹੀਦ ਭਗਤ ਸਿੰਘ ਚੌਕ ਲਾਹੌਰ

ਇਸ ਤੋਂ ਬਾਅਦ ਇਕਬਾਲ ਕੈਸਰ ਮੈਨੂੰ ਓਸ ਚੌਕ ਤੇ ਲੈ ਗਿਆ ਜਿਸ ਥਾਂ ਸ਼ਹੀਦ ਭਗਤ ਸਿੰਘ ਨੂੰ ਫਾਂਸੀ ਦਿਤੀ ਗਈ ਸੀ। ਜੇਲ੍ਹ ਢਾਹ ਕੇ ਇਹ ਥਾਂ ਆਬਾਦੀ ਵਿਚ ਆ ਗਿਆ ਸੀ ਅਤੇ 23 ਮਾਰਚ, 2010 ਨੂੰ ਭਾਰੀ ਇਕਠ ਕਰ ਕੇ ਇਸ ਚੌਕ ਦਾ ਨਾਂ ਚੌਕ ਦਾ ਸ਼ਹੀਦ ਭਗਤ ਸਿੰਘ ਚੌਕ ਰਖ ਦਿਤਾ ਗਿਆ ਸੀ। ਇਕ ਪਾਸੇ ਐਂਗਲ ਆਇਰਨ ਗੱਡ ਕੇ ਲੋਹੇ ਦੇ ਸਾਈਨ ਬੋਰਡ ਉਤੇ ਸ਼ਹੀਦ ਭਗਤ ਸਿੰਘ ਚੌਕ ਲਿਖ ਦਿਤਾ ਗਿਆ ਸੀ। ਭਾਵੇਂ ਪਾਕਿਸਤਾਨ ਵਿਚ ਭਗਤ ਸਿੰਘ ਦੀ ਸੋਚ ਵਾਲਿਆਂ ਨੇ ਇਕ ਨਵਾਂ ਇਤਿਹਾਸ ਸਿਰਜ ਦਿਤਾ ਸੀ। ਪਰ ਓਥੇ ਜਾ ਕੇ ਇਹ ਵੇਖ ਕੇ ਬੜੀ ਨਿਰਾਸਤਾ ਹੋਈ ਕਿ ਭਗਤ ਸਿੰਘ ਦੇ ਵਿਰੋਧੀ ਗਰੁਪ ਭਾਵ ਪਰ ਮਜ਼ਬੀ ਜਨੂਨੀਆਂ ਨੇ ਸਾਈਨ ਬੋਰਡ ਉਤੇ ਲਾਲ ਰੰਗ ਫੇਰ ਕੇ ਚੌਕ ਚੌਧਰੀ ਰਹਿਮਤ ਅਲੀ ਸ਼ਹੀਦ ਦਾ ਨਾਂ ਲਿਖ ਦਿਤਾ ਸੀ ਜਿਸ ਨੇ 1938 ਵਿਚ ਪਾਕਿਸਤਾਨ ਦਾ ਨਾਅਰਾ ਲਾਇਆ ਸੀ। ਮੈਂ ਇਸ ਦੀ ਵੀ ਫੋਟੋ ਖਿਚ ਲਈ।

ਸ਼ਹੀਦ ਭਗਤ ਸਿੰਘ ਚੌਕ ਲਾਹੌਰ

ਗੁਰਦਵਾਰਾ ਡੇਰਾ ਸਾਹਿਬ ਅਤੇ ਸਮਾਧ
ਮਹਾਰਾਜਾ ਰਣਜੀਤ ਸਿੰਘ

ਅਸੀਂ ਇਸ ਸਾਈਨ ਬੋਰਡ ਦੀਆਂ ਅਤੇ ਚੌਕ ਦੀਆਂ ਫੋਟੋਜ਼ ਖਿਚੀਆਂ ਅਤੇ ਗੁਰਦਵਾਰਾ ਡੇਰਾ ਸਾਹਿਬ ਆ ਗਏ। ਪਹਿਲਾਂ ਮਹਾਰਾਜਾ ਰਣਜੀਤ ਸਿੰਘ ਦੀ ਸਮਾਧ ਦੀਆਂ ਫੋਟੋਜ਼ ਖਿਚੀਆਂ ਜੋ ਹੁਣ ਪਹਿਲਾਂ ਵੇਖੀ ਸਮਾਧ ਨਾਲੋਂ ਮੁਖਤਲਿਫ ਸੀ। ਹੁਣ ਉਹ ਗੋਲ ਨਿਸ਼ਾਨ ਚੁਕ ਦਿਤੇ ਗਏ ਸਨ ਜੋ ਨਾਲ ਸਤੀ ਹੋਣ ਵਾਲੀਆਂ ਰਾਣੀਆਂ ਦੇ ਸਨ। ਕਾਫੀ ਮੁਰੰਮਤ ਵਗੈਰਾ ਕੀਤੀ ਹੋਈ ਸੀ। ਫਿਰ ਗੁਰਦਵਾਰਾ ਡੇਰਾ ਸਾਹਿਬ ਮੱਥਾ ਟੇਕਿਆ ਅਤੇ ਉਸ ਥਾਂ ਦੀਆਂ ਵੀ ਫੋਟੋਜ਼ ਵੀ ਖਿਚੀਆਂ ਜਿਸ ਥਾਂ ਗੁਰੂ ਅਰਜਨ ਦੇਵ ਜੀ ਨੂੰ ਤਸੀਹੇ ਦੇ ਦੇ ਕੇ ਸ਼ਹੀਦ ਕੀਤਾ ਗਿਆ ਸੀ। ਪਾਕਿਸਤਾਨੀ ਸਿੱਖ ਜੋ ਗੁਰਦਵਾਰੇ ਦੀ ਸਾਂਭ ਸੰਭਾਲ ਕਰਦੇ ਹਨ, ਉਹਨਾਂ ਦਾ ਵਤੀਰਾ ਵੀ ਬਿਲਕੁਲ ਮਿਲਵਰਤਣ ਵਾਲਾ ਨਹੀਂ ਸੀ। ਮੈਂ ਇਕ ਭਾਰਤੀ ਜਾਂ ਕੈਨੇਡੀਅਨ ਸਿੱਖ ਇਥੇ ਆਇਆ ਸਾਂ, ਉਹਨਾਂ ਲਈ ਜਿਵੇਂ ਮੇਰਾ ਵਜੂਦ ਕੋਈ ਅਰਥ ਨਹੀਂ ਰਖਦਾ ਸੀ। ਗੁਰਦਵਾਰਾ ਡੇਰਾ ਸਾਹਿਬ, ਮਹਾਰਾਜਾ ਰਣਜੀਤ ਸਿੰਘ ਦੀ ਸਮਾਧ ਅਤੇ ਬਾਕੀ ਕੰਪਲੈਕਸ ਦੀ ਫੋਟੋਗਰਾਫੀ ਕਰ ਕੇ ਵਿਹਲੇ ਹੋਏ ਤਾਂ ਇਕਬਾਲ ਇਕ ਨੌਜਵਾਨ ਪਾਕਿਸਤਾਨੀ ਸਿੱਖ ਨਾਲ ਗੱਲਾਂ ਕਰਨ ਲਗ ਪਿਆ ਜੋ ਪਾਕਿਸਤਾਨ ਦੇ ਕਿਸੇ ਟੀ

ਗੁਰਦਵਾਰਾ ਡੇਰਾ ਸਾਹਿਬ ਲਾਹੌਰ ਵਿਖੇ ਪਾਕਿਸਤਾਨੀ ਸਿਖ ਲੜਕੀ ਪਾਠ ਕਰਦੀ ਹੋਈ

ਵੀ ਚੈਨਲ ਲਈ ਕੰਮ ਕਰਦਾ ਸੀ। ਇਕਬਾਲ ਨੇ ਉਹਦੇ ਨਾਲ ਮੇਰੀ ਮੁਲਾਕਾਤ ਕਰਾਈ ਪਰ ਨਾ ਓਸ ਨੇ ਨਾ ਹੱਥ ਮਿਲਾਇਆ, ਨਾ ਸਤਿ ਸ੍ਰੀ ਅਕਾਲ ਆਖੀ ਤੇ ਨਾ ਹੀ ਇਕੋ ਧਰਮ ਨਾਲ ਸਬੰਧ ਰੱਖਣ ਕਾਰਨ ਕੋਈ ਅਪਣਤ ਵਿਖਾਈ। ਜਦ ਮੈਂ ਉਸ ਨੂੰ ਵਾਸ਼ਰੂਮ ਦੇ ਰਾਹ ਬਾਰੇ ਪੁਛਿਆ ਤਾਂ ਓਸ ਬੜੇ ਰੁੱਖੇ ਢੰਗ ਨਾਲ ਆਖਿਆ "ਅਹੁ ਪਰ੍ਹਾਂ ਥੱਲੇ ਵਾਲੇ ਪਾਸੇ ਚਲਾ ਜਾ"। ਉਸ ਦਾ ਇਸ ਤਰ੍ਹਾਂ ਦਾ ਰਵਈਆ ਵੇਖ ਕੇ ਮੇਰਾ ਜੀ ਕੀਤਾ ਕਿ ਇਹਦੇ ਮੂੰਹ ਤੇ ਚਪੇੜ ਮਾਰਾਂ। ਪਿਛੋਂ ਕਿਸੇ ਨੇ ਦਸਿਆ ਪਾਕਿਸਤਾਨ ਦੇ ਗੁਰਦਵਾਰਿਆਂ ਵਿਚ ਕੰਮ ਕਰਨ ਵਾਲੇ ਇਹ ਕੋਈ ਸਿੱਖ ਨਹੀਂ ਹਨ, ਸਗੋਂ ਸਿੱਖੀ ਰੂਪ ਵਿਚ ਮੁਸਲਮਾਨ ਹਨ ਅਤੇ ਸੀ ਆਈ ਡੀ ਦੇ ਬੰਦੇ ਹਨ। ਜੇ ਇਹ ਗੱਲ ਮੰਨ ਵੀ ਲਈ ਜਾਵੇ ਤਾਂ ਇਸ ਤਰ੍ਹਾਂ ਦਾ ਰਵਈਆ ਤਾਂ ਫਿਰ ਵੀ ਨਿੰਦਣ ਯੋਗ ਹੈ। ਮੈਂ ਇਸ ਗੁਰਦਵਾਰੇ ਵਿਚ 1975 ਵਿਚ ਆਇਆ ਸਾਂ ਅਤੇ ਹੁਣ ਓਸ ਵੇਲੇ ਨਾਲੋਂ ਕਾਫੀ ਕੁਝ ਬਦਲ ਗਿਆ ਸੀ। ਮਹਾਰਾਜਾ ਰਣਜੀਤ ਸਿੰਘ ਦੀ ਸਮਾਧ ਦੀ ਵਖੀ ਵਿਚ ਅਗਲੇ ਪਾਸੇ ਕੁਝ ਰਿਹਾਇਸ਼ੀ ਥਾਵਾਂ ਬਣ ਗਈਆਂ ਸਨ। ਉਹ ਬਦਤਮੀਜ਼ ਪਾਕਿਸਤਾਨੀ ਸਿੱਖ ਨੌਜਵਾਨ ਮੁੰਡਾ ਓਸ ਪਾਸੇ ਚਲਾ ਗਿਆ ਸੀ ਜਿਥੇ ਪਤਾ ਲੱਗਾ ਉਹ ਫਰੀ ਵਿਚ ਰਹਿੰਦਾ ਸੀ। ਗੁਰਦਵਾਰਾ ਸਾਹਿਬ ਤੋਂ ਵਿਹਲੇ ਹੋ ਕੇ ਬਾਹਰ ਮਹਾਰਾਜਾ ਰਣਜੀਤ ਸਿੰਘ ਦੇ ਕਿਲੇ ਦੇ ਗੇਟਾਂ ਦੀਆਂ ਫੋਟੋਜ਼ ਖਿਚੀਆਂ ਅਤੇ ਨਾਲ ਲਗਦੀ ਸ਼ਾਹੀ ਮਸਜਿਦ ਵਿਚ ਜਾ ਕੇ ਬਾਰਾਂ ਦਰੀ ਦੀਆਂ ਫੋਟੋਜ਼ ਵੀ ਖਿਚੀਆਂ। ਜਦ ਵਾਪਸ ਕਾਰ ਕੋਲ ਆਏ ਤਾਂ ਮੈਂ ਇਕਬਾਲ ਨੂੰ ਦਸਿਆ ਕਿ ਕਿਲੇ ਦੇ ਬੂਹੇ ਅਗੇ ਜਿਥੇ ਆਪਾਂ ਖੜ੍ਹੇ ਹਾਂ,ਮੇਰੀ ਮਸ਼ਹੂਰ ਕਹਾਣੀ "ਕੌੜੀ ਗਿਰੀ" ਇਸ ਥਾਂ ਤੋਂ ਸ਼ੁਰੂ ਹੋਈ ਸੀ। ਇਕਬਾਲ ਕਹਿਣ ਲੱਗਾ ਕਿ ਮੈਨੂੰ ਪਤਾ ਹੈ, ਮੈਂ ਉਹ ਕਹਾਣੀ ਕਈ ਵਾਰ ਪੜ੍ਹੀ ਹੈ ਅਤੇ ਇਹ ਕਹਾਣੀ ਪਾਕਿਸਤਾਨ ਵਿਚ ਕਈ ਵਾਰ ਛਪ ਚੁਕੀ ਹੈ। ਸ਼ਾਮ ਹੋ ਰਹੀ ਸੀ ਅਤੇ ਇਕਬਾਲ ਨੂੰ ਲਾਹ ਕੇ ਅਸੀਂ ਵਾਪਸ ਗੁਲਬਰਗ ਆ ਗਏ ਜਿਥੇ ਰਾਤ ਨੂੰ ਸਾਂਝ ਪਬਲੀਕੇਸ਼ਨਜ਼ ਦੇ ਮਾਲਕ ਕਾਮਰੇਡ ਅਮਜਦ ਸਲੀਮ ਮਿਨਹਾਸ ਦੇ ਘਰ ਸ਼ਾਮ ਦੇ ਖਾਣੇ ਤੇ ਜਾਣਾ ਸੀ। ਉਹਨੇ ਸਥਾਣਕ ਪੰਜਾਬੀ ਲੇਖਕ ਸੱਦੇ ਹੋਏ ਸਨ। ਇਥੇ ਹੀ ਰਾਤ ਨੂੰ ਪਾਕਿਸਤਾਨ ਦਾ ਸ਼ਿਵ ਕੁਮਾਰ ਬਟਾਲਵੀ ਅਫਜ਼ਲ ਸਹਿਰਾ ਵੀ ਆਸਫ ਰਜ਼ਾ ਨੂੰ ਲੈ ਕੇ ਆ ਗਿਆ। ਮੇਜ਼ਬਾਨ ਅਮਜਦ ਨੇ ਬਗੈਰ ਇਜਾਜ਼ਤ ਦੇ ਆਸਫ ਰਜ਼ਾ ਨੂੰ ਲੈ ਕੇ ਆਉਣ ਤੇ ਉਹਦੀ ਚੰਗੀ ਲਾਹ ਭਾ ਕੀਤੀ ਅਤੇ ਆਖਰ ਆਸਫ ਰਜ਼ਾ ਨੇ ਸਭ ਦੇ ਸਾਹਮਣੇ ਆਪਣੀ ਕੀਤੀ ਗਲਤੀ ਦੀ ਮੁਆਫੀ ਮੰਗੀ ਅਤੇ ਮਾਹੌਲ ਕੂਲ ਹੋ ਗਿਆ। ਅਫਜ਼ਲ ਬਹੁਤ ਜ਼ੋਰ ਦਿੰਦਾ ਰਿਹਾ ਕਿ ਮੈਂ ਉਹਦੇ ਰੇਡੀਓ ਸ਼ੋਅ ਵਿਚ ਆਵਾਂ ਜੋ ਰਾਤ ਨੂੰ ਬਾਰਾਂ ਵਜੇ ਤੋਂ ਸਵੇਰ ਦੇ ਚਾਰ ਵਜੇ ਤਕ ਚਲਦਾ ਸੀ ਤੇ ਜਿਸ ਨੂੰ ਕਰੋੜਾਂ ਲੋਕ ਦੁਨੀਆ ਵਿਚ ਸੁਣਦੇ ਹਨ। ਇਸ ਰਾਤ ਕਾਫੀ ਅਦਬੀ ਗੱਲਾਂ ਵੀ ਹੋਈਆਂ ਅਤੇ ਸਲੀਮ ਨੇ ਦਸਿਆ ਕਿ ਕੱਲ ਤੱਕ ਕਿਤਾਬ ਰੀਲੀਜ਼ ਕਰਨ ਦੀ ਡੇਟ ਪਕੀ ਹੋ ਜਾਵੇਗੀ।

ਜਾਣਾ ਨੌਲੱਖਾ ਬਾਜ਼ਾਰ (ਲੰਡਾ ਬਾਜ਼ਾਰ) ਲਾਹੌਰ

ਮੈਂ ਮੁਨੀਰ ਨੂੰ ਕਿਹਾ ਕਿ ਆਪਾਂ ਲਾਹੌਰ ਰੇਲਵੇ ਸਟੇਸ਼ਨ ਦੇ ਕੋਲ ਪੈਂਦੇ ਨੌਲੱਖਾ ਬਾਜ਼ਾਰ ਜਿਸ ਨੂੰ ਲੰਡਾ ਬਾਜ਼ਾਰ ਵੀ ਕਹਿੰਦੇ ਹਨ। ਪਾਕਿਸਤਾਨ ਬਨਣ ਤੋਂ ਪਹਿਲਾਂ ਇਹ ਬੜਾ ਭੀੜਾ ਬਾਜ਼ਾਰ ਸੀ ਅਤੇ ਹੁਣ ਹੋਰ ਵੀ ਭੀੜਾ ਹੋ ਗਿਆ ਹੈ, ਓਥੇ ਚੱਲੀਏ ਅਤੇ ਸ਼ਹੀਦ ਸਿੰਘਣੀਆਂ ਅਤੇ ਭਾਈ ਤਾਰੂ ਸਿੰਘ ਦੀ ਸਮਾਧ ਦੇ ਦਰਸ਼ਨ ਕਰ ਆਈਏ। ਬਚਪਨ ਵਿਚ ਮੈਂ ਬਹੁਤ ਵਾਰ ਆਪਣੇ ਬਾਪੂ ਜਾਂ ਮਾਂ ਨਾਲ ਏਥੇ ਆਇਆ ਕਰਦਾ ਸਾਂ। ਇਥੇ ਸਵਾ ਸਵਾ ਮਨ ਦੇ ਗੋਲੇ ਅਤੇ ਤਸੀਹੇ ਦੇਣ ਵਾਲੇ ਹੋਰ ਹਥਿਆਰ ਪਏ ਹੁੰਦੇ ਸਨ ਜਿਨ੍ਹਾਂ ਨਾਲ ਬਹਾਦਰ ਸਿੰਘਣੀਆਂ ਅਤੇ ਉਹਨਾਂ ਦੇ ਬੱਚਿਆਂ ਨੂੰ ਮਾਰ ਮਾਰ ਕੇ ਇਕ ਖੂਹ ਵਿਚ ਸੁਟ ਦਿਤਾ ਜਾਂਦਾ ਸੀ। ਗੁਰਦਵਾਰੇ ਦੀ ਥਾਂ ਬੜੀ ਖੁਲ੍ਹੀ ਹੁੰਦੀ ਸੀ ਜਿਥੇ ਇਕ ਪਾਸੇ ਉਪਰ ਚਾਨਣੀ ਤਾਣੀ ਹੁੰਦੀ ਅਤੇ ਥਲੇ ਅਸੀਂ ਦਰੀਆਂ ਤੇ ਹੀ ਸੌਂ ਜਾਂਦੇ ਹੁੰਦੇ ਸਾਂ। ਪਿਛਲੇ ਪਾਸੇ ਲੰਗਰ ਲਈ ਬੜੀ ਖੁਲ੍ਹੀ ਥਾਂ ਸੀ ਇਸ ਥਾਂ ਦਾ ਮੁਸਲਮਾਨਾਂ ਨਾਲ ਝਗੜਾ ਵੀ ਚਲਦਾ ਸੀ। ਕਈ ਵਾਰ ਫਸਾਦ ਵੀ ਹੋਏ ਸਨ। ਅੱਲਾ ਹੂ ਅਕਬਰ ਦੇ ਨਾਅਰੇ ਤਾਂ ਮੈਂ ਕਈ ਵਾਰ ਸੁਣੇ ਸਨ। ਪਾਕਿਸਤਾਨ ਬਨਣ ਤੋਂ ਬਾਅਦ ਮੈਂ ਇਕ ਵਾਰ 1961 ਤੇ 1962 ਵਿਚ ਏਥੇ ਆਇਆ ਤਾਂ ਇਥੇ 1947 ਤੋਂ ਪਹਿਲਾਂ ਵਾਲਾ ਕੁਝ ਵੀ ਨਹੀਂ ਸੀ। ਦੋ ਸਿਪਾਹੀ ਖੜ੍ਹੇ ਸਿਗਰਟਾਂ ਪੀ ਰਹੇ ਸਨ। ਮੈਨੂੰ ਵੇਖ ਕੇ ਉਹਨਾਂ ਨੇ ਸਿਗਰਟਾਂ ਬੁਝਾ ਦਿਤੀਆਂ ਸਨ। ਜਦ ਮੈਂ ਉਹਨਾਂ ਨੂੰ ਪੁਛਿਆ ਕਿ ਇਥੇ ਸਿੱਖ ਬੀਬੀਆਂ ਨੂੰ ਤਸੀਹੇ ਦੇਣ ਵਾਲਾ ਬਹੁਤ ਕੁਝ ਪਿਆ ਹੁੰਦਾ ਸੀ ਅਤੇ ਲਾਸ਼ਾਂ ਸੁਟਣ ਲਈ ਇਕ ਖੂਹ ਸੀ, ਸਭ ਕਿਧਰ ਗਿਆ ਤਾਂ ਉਹਨਾਂ ਦਾ ਜਵਾਬ ਸੀ ਕਿ ਸਾਨੂੰ ਤਾਂ ਸਰਦਾਰ ਸਾਹਿਬ ਕੁਝ ਪਤਾ ਨਹੀਂ। ਅਸੀਂ ਤਾਂ ਇਸ ਥਾਂ ਨੂੰ ਇੰਜ ਹੀ ਵੇਖਿਆ ਹੈ। ਦਸਦੇ ਹਨ ਕਿ ਸੈਂਕੜੇ ਸਾਲ ਪਹਿਲਾਂ ਇਥੇ ਬਹੁਤ ਸਿੰਘਾਂ, ਸਿੰਘਣੀਆਂ ਅਤੇ ਉਹਨਾਂ ਦੇ ਬੱਚਿਆਂ ਨੂੰ ਕੋਹ ਕੋਹ ਕੇ ਮਾਰ ਉਹਨਾਂ ਦੀਆਂ ਲਾਸ਼ਾਂ ਨੂੰ ਖੂਹ ਵਿਚ ਸੁੱਟ ਦਿਤਾ ਜਾਂਦਾ ਸੀ। ਹੁਣ ਉਹ ਖੂਹ ਪੂਰ ਦਿਤਾ ਗਿਆ ਸੀ। ਪਰ ਅਜ ਜਦ ਮੈਂ ਪੰਜਾਹ ਸਾਲ ਬਾਅਦ 24 ਮਾਰਚ, 2010 ਨੂੰ ਲਾਹੌਰ ਵਿਚ ਇਸ ਥਾਂ ਤੇ ਖੜ੍ਹਾ ਸਾਂ ਤਾਂ ਬਹੁਤ ਕੁਝ ਬਦਲ ਚੁਕਾ ਸੀ। ਇੰਗਲੈਂਡ ਦੀਆਂ ਸੰਗਤਾਂ ਨੇ ਇਥੇ ਇਕ ਸ਼ਾਨਦਾਰ ਗੁਰਦਵਾਰੇ ਦੀ ਇਮਾਰਤ ਖੜ੍ਹੀ ਕਰ ਦਿਤੀ ਸੀ। ਇਕ ਬਹੁਤ ਡੂੰਘਾ ਪੱਕਾ ਖੂਹ ਵੀ ਬਣਾ ਦਿਤਾ ਸੀ। ਇਕ ਪਾਸੇ ਸੇਵਾਦਾਰਾਂ ਲਈ ਕਮਰੇ ਵੀ ਬਣਾ ਦਿਤੇ ਸਨ ਅਤੇ ਕੁਝ ਥਾਂ ਲੰਗਰ ਲਈ ਵੀ ਬਣੀ ਹੋਈ ਸੀ। ਖੈਰ ਮੈਂ ਏਥੇ ਗੁਰਦਾਵਰੇ ਦੇ ਅੰਦਰ ਜਾ ਕੇ ਮੱਥਾ ਟੇਕਿਆ। ਮਹਾਰਾਜ ਦੀ ਦੇਹ ਦੇ ਖਬੇ ਪਾਸੇ ਹਾਰਮੋਨੀਅਮ ਅਤੇ ਤਬਲਾ ਵੀ ਪਿਆ ਸੀ ਜਿਸ ਦਾ ਮਤਲਬ ਸੀ ਕਿ ਏਥੇ ਕੀਰਤਨ

ਵੀ ਹੁੰਦਾ ਸੀ। ਨਵੇਂ ਬਣੇ ਗੁਰਦਵਾਰੇ ਦਾ ਮਾਡਲ ਵੀ ਬਣਾ ਕੇ ਰਖਿਆ ਹੋਇਆ ਸੀ। ਮੈਂ ਦੋਵੇਂ ਸੇਵਾਦਾਰਾਂ ਪਾਕਿਸਤਾਨੀ ਸਿੱਖ ਮੁੰਡੇ ਅਤੇ ਆਜ਼ਾਦ ਕਸ਼ਮੀਰ ਦੇ ਮੁਸਲਮਾਨ ਮੁੰਡੇ ਨੂੰ ਪੁਛਿਆ ਕਿ ਏਥੇ ਨਾਲ ਹੀ ਇਕ ਭੀੜੀ ਗਲੀ ਵਿਚ ਭਾਈ ਤਾਰੂ ਸਿੰਘ ਦੀ ਸਮਾਧ ਵੀ ਹੁੰਦੀ ਸੀ। ਮੈਂ ਇਥੋਂ ਦੀਆਂ ਫੋਟੋਜ਼ ਖਿਚ ਲਵਾਂ, ਫਿਰ ਮੈਂ ਉਹ ਸਮਾਧ ਵੀ ਵੇਖਣਾ ਚਾਹਾਂਗਾ।

ਗੁਰਦਵਾਰਾ ਸ਼ਹੀਦ ਗੰਜ ਵਿਚ ਰਹਿੰਦੇ ਮੁੰਡਿਆਂ ਨੇ ਲੰਗਰ ਛਕਣ ਲਈ ਬੜਾ ਜ਼ੋਰ ਲਾਇਆ ਪਰ ਭੁੱਖ ਨਾ ਹੋਣ ਕਾਰਨ ਮੈਂ ਨਾਂਹ ਕਰ ਦਿਤੀ। ਬਹੁਤ ਭੀੜ ਵਿਚੋਂ ਲੰਘ ਕੇ ਉਹ ਮੈਨੂੰ ਭਾਈ ਤਾਰੂ ਸਿੰਘ ਦੀ ਸਮਾਧ ਵਾਲੀ ਗਲੀ ਵਿਚ ਲੈ ਗਏ। ਗੁਰਦਵਾਰਾ ਸ਼ਹੀਦ ਸਿੰਘਣੀਆਂ ਤੋਂ ਇਹ ਥਾਂ ਕੋਈ ਬਹੁਤੀ ਦੂਰ ਨਹੀਂ ਸੀ ਪਰ ਲੋਕਾਂ ਦੀ ਭੀੜ ਅਤੇ ਨਿਕੀਆਂ ਨਿਕੀਆਂ ਬਹੁਤ ਸਾਰੀਆਂ ਦੁਕਾਨਾਂ ਹੋਣ ਕਾਰਨ ਗਲੀ ਤਕ ਪਹੁੰਚਣਾ ਮੁਸ਼ਕਲ ਹੋ ਰਿਹਾ ਸੀ। ਜੇ ਇਹ ਕਹਿ ਦਿਤਾ ਜਾਵੇ ਕਿ ਭਾਈ ਤਾਰੂ ਸਿੰਘ ਦੀ ਸਮਾਧ ਨੂੰ ਜਾਂਦੀ ਗਲੀ ਰੋਕ ਹੀ ਦਿਤੀ ਗਈ ਸੀ ਤਾਂ ਇਹ ਅਤਿਕਥਣੀ ਨਹੀਂ ਹੋਵੇਗੀ। ਖੈਰ ਔਖੇ ਸੌਖੇ ਹੋ ਕੇ ਮੈਂ, ਮੁਨੀਰ ਅਤੇ ਦੋਵੇਂ ਸੇਵਾਦਾਰ ਓਥੇ ਪਹੁੰਚ ਗਏ। ਇਹ ਵੇਖ ਕੇ ਬੜੀ ਨਿਰਾਸਤਾ ਹੋਈ ਕਿ ਭਾਈ ਤਾਰੂ ਸਿੰਘ ਦੀ ਸਮਾਧ ਅਤੇ ਨਾਲ ਲਗਦੇ ਬੰਦ ਕਮਰਿਆਂ ਦੀ ਹਾਲਤ ਬੜੀ ਮਾੜੀ ਸੀ। ਸਾਫ ਲਗਦਾ ਸੀ ਕਿ ਨਾਲ ਬਣੀਆਂ ਕੁਝ ਮਸਜਿਦਾਂ ਹੋ ਸਕਦਾ ਹੈ ਭਾਈ ਤਾਰੂ ਸਿੰਘ ਦੇ ਗੁਰਦਵਾਰੇ ਦੀ ਜਾਇਦਾਦ ਵਿਚੋਂ ਹੋਣ ਪਰ ਇਸ ਵੇਲੇ ਤਾਂ ਉਹ ਮਸੀਤਾਂ ਦੀ ਸ਼ਕਲ ਅਖਤਿਆਰ ਕਰ ਗਈਆਂ ਸਨ। ਮੈਂ ਇਥੇ ਕਾਫੀ ਫੋਟੋ ਖਿਚੀਆਂ। ਠੀਕ ਹੈ ਪੁਰਾਣੀ ਇਤਿਹਾਸਿਕ ਯਾਦਗਾਰ ਬਣੀ ਹੋਈ ਸੀ ਪਰ ਹਾਲਤ ਮਾੜੀ ਸੀ। ਨਿਰਾਸ ਜਹੇ ਮਨ ਨਾਲ ਅਸੀਂ ਬਾਹਰ ਆ ਗਏ ਅਤੇ ਵਾਪਸ ਸ਼ਹੀਦ ਸਿੰਘਣੀਆਂ ਦੇ ਗੁਰਦਵਾਰੇ ਜਾਣ ਦੀ ਬਜਾਏ ਭੀੜੇ ਲੰਡਾ ਬਾਜ਼ਾਰ ਜਾਂ ਨੌਲੱਖਾ ਬਾਜ਼ਾਰ ਵਿਚ ਕਾਫੀ ਫੋਟੋ ਖਿੱਚੀਆਂ ਜੋ ਲਾਹੌਰ ਦੀ ਅਜ ਦੀ ਇਸਲਾਮੀ ਕਲਚਰ ਦੀ ਤਰਜਮਾਨੀ ਕਰਦੀਆਂ ਸਨ। ਮੈਨੂੰ ਬਾਰ ਬਾਰ ਯਾਦ ਆ ਰਿਹਾ ਸੀ ਕਿ ਪਾਕਿਸਤਾਨ ਬਨਣ ਤੋਂ ਪਹਿਲਾਂ ਵੀ ਇਸ ਬਾਜ਼ਾਰ ਵਿਚ ਬਹੁਤ ਭੀੜ ਹੁੰਦੀ ਸੀ ਅਤੇ ਹੁਣ ਆਬਾਦੀ ਵਧਣ ਨਾਲ ਭੀੜ ਹੋਰ ਵਧ ਗਈ ਸੀ। ਬਚਪਨ ਵਿਚ ਵੀ ਜਦ ਮੈਂ ਆਪਣੇ ਮਾਪਿਆਂ ਨਾਲ ਲਾਹੌਰ ਦੇ ਵਡੇ ਸਟੇਸ਼ਨ ਤੋਂ ਏਸ ਬਾਜ਼ਾਰ ਵਿਚ ਤੁਰ ਕੇ ਗੁਰਦਵਾਰੇ ਆਇਆ ਕਰਦਾ ਸਾਂ। ਇਹ ਥਾਂ ਮੇਰੀਆਂ ਯਾਦਾਂ ਵਿਚ ਖੁਭੀ ਹੋਈ ਸੀ ਜੋ ਅਜ ਤਕ ਵੀ ਨਹੀਂ ਨਿਕਲੀ ਸੀ। ਸਟੇਸ਼ਨ ਤੋਂ ਬਾਹਰ ਆ ਕੇ ਇਸ ਬਾਜ਼ਾਰ ਵਿਚ ਦਾਖਲ ਹੋਣ ਤੋਂ ਪਹਿਲਾਂ ਨੁੱਕਰ ਤੇ ਇਕ ਬਹੁਤ ਵਡੀ ਫਲਾਂ ਦੀ ਦੁਕਾਨ ਹੁੰਦੀ ਸੀ ਜੋ 1961-62 ਵਿਚ ਤਾਂ ਕਾਇਮ ਸੀ ਪਰ ਹੁਣ ਨਹੀਂ ਸੀ। ਸ਼ਾਇਦ ਨੁਕਰ ਤੇ ਬਣਿਆ ਨੌਲੱਖਾ ਸਿਨਮਾ ਜਿਥੇ 1961 ਵਿਚ ਮੈਂ ਨਵਾਜ਼ ਨਾਲ ਇਕ ਪੰਜਾਬੀ ਪਿਕਚਰ ਵੇਖੀ ਸੀ, ਉਹ ਵੀ ਹੁਣ ਦਿਸ ਨਹੀਂ ਰਿਹਾ

ਸੀ। ਵਾਪਸ ਲਾਹੌਰ ਰੇਲਵੇ ਸਟੇਸ਼ਨ ਤੋਂ ਲੰਘਦਿਆਂ ਮੈਂ ਬਾਹਰ ਨੁਮਾਇਸ਼ ਲਈ ਰੱਖੇ ਬਹੁਤ ਪੁਰਾਣੇ ਰੇਲਵੇ ਇੰਜਣ ਦੀਆਂ ਫੋਟੋ ਖਿਚੀਆਂ ਅਤੇ ਕੁਝ ਫੋਟੋ ਲਾਹੌਰ ਰੇਲਵੇ ਸਟੇਸ਼ਨ ਦੀਆਂ ਵੀ ਖਿਚੀਆਂ ਅਤੇ ਵਾਪਸ ਆਪਣੀ ਗੱਡੀ ਕੋਲ ਆ ਗਏ। ਮਨ ਵਿਚ ਇਕ ਹਸਰਤ ਨੇ ਜਨਮ ਲਿਆ ਕਿ ਇਸ ਸਟੇਸ਼ਨ ਨਾਲ ਮੇਰਾ ਬਚਪਣ ਕਿੰਨਾ ਜ਼ਿਆਦਾ ਜੁੜਿਆ ਹੋਇਆ ਸੀ ਅਤੇ ਅਜ ਮੈਂ 1975 ਤੋਂ ਬਾਅਦ ਪੂਰੇ 35 ਸਲਾਂ ਬਾਅਦ ਲਾਹੌਰ ਆਇਆ ਸਾਂ। ਸ਼ਾਇਦ ਲਾਹੌਰ ਦੀ ਇਹ ਮੇਰੀ ਆਖਰੀ ਫੇਰੀ ਸੀ। ਹੋ ਸਕਦਾ ਹੈ ਕਿ ਮੈਂ ਦੋਬਾਰਾ ਪਾਕਿਸਤਾਨ ਨਾ ਆ ਸਕਾਂ। ਮਨ ਹਸਰਤਾਂ ਨਾਲ ਭਰਦਾ ਜਾ ਰਿਹਾ ਸੀ ਅਤੇ ਸ਼ਾਮ ਵੀ ਪੈਣੀ ਸ਼ੁਰੂ ਹੋ ਗਈ ਸੀ।

ਮੈਂ ਮੁਨੀਰ ਨੂੰ ਕਿਹਾ ਕਿ ਮੈਂ ਕੁਝ ਡਰਾਈ ਫਰੂਟ ਜਿਵੇਂ ਨਿਓਜ਼ੇ, ਬਾਦਾਮ, ਸੌਗੀ, ਛੁਹਾਰੇ ਆਦਿ ਪਾਕਿਸਤਾਨ ਦੀ ਸੌਗਾਤ ਵਜੋਂ ਨਾਲ ਲੈ ਕੇ ਜਾਣਾ ਚਹੁੰਦਾ ਹਾਂ। ਇਸਲਾਮਾਬਾਦ ਤਾਂ ਨੇਜ਼ੇ ਬਹੁਤ ਮਹਿੰਗੇ ਸਨ ਮਤਲਬ ਦੋ ਹਜ਼ਾਰ ਰੁਪੈ ਕਿੱਲੋ ਸਨ। ਮਹਿੰਗੇ ਹੋਣ ਦਾ ਕਾਰਨ ਜਿਥੋਂ ਇਹ ਡਰਾਈ ਫਰੂਟ ਆਉਂਦਾ ਸੀ, ਉਹ ਇਲਾਕਾ ਗੜਬੜ ਵਾਲਾ ਹੋਣ ਕਾਰਨ ਓਧਰੋਂ ਡਰਾਈ ਫਰੂਟ ਆਉਣੋਂ ਬਹੁਤ ਘਟ ਗਿਆ ਸੀ। ਇਸ ਲਈ ਨਿਓਜ਼ਿਆਂ ਦਾ ਭਾਅ ਦੋ ਹਜ਼ਾਰ ਰੁਪੈ ਕਿੱਲੋ ਸੀ ਜੋ ਕਿ ਬਹੁਤ ਜ਼ਿਆਦਾ ਸੀ। ਮੁਨੀਰ ਕਹਿਣ ਲੱਗਾ ਕਿ ਜਿਸ ਪਾਸੇ ਆਪਾਂ ਗਏ ਸਾਂ, ਨਿਓਜ਼ਿਆਂ ਅਤੇ ਡਰਾਈ ਫਰੂਟ ਦੀ ਦੁਕਾਨ ਤਾਂ ਓਸ ਪਾਸੇ ਸੀ ਅਤੇ ਜੇ ਤੁਸੀਂ ਓਦੋਂ ਯਾਦ ਕਰਾ ਦੇਂਦੇ ਤਾਂ ਵਡਾ ਚੱਕਰ ਬਚ ਜਾਣਾ ਸੀ। ਓਥੇ ਜਾਣ ਤੇ ਕਾਫੀ ਵਕਤ ਲਗ ਜਾਵੇਗਾ। ਮੈਂ ਕਿਹਾ ਮੁਨੀਰ ਮੈਨੂੰ ਤਾਂ ਇਸ ਗੱਲ ਦਾ ਪਤਾ ਨਹੀਂ ਸੀ ਪਰ ਜਿਵੇਂ ਵੀ ਹੈ, ਆਪਾਂ ਨੂੰ ਜਾਣਾ ਪੈਣਾ ਹੈ ਕਿਉਂਕਿ ਵਕਤ ਘਟਦਾ ਜਾ ਰਿਹਾ ਹੈ। 27 ਮਾਰਚ ਨੂੰ ਕਿਤਾਬ ਰੀਲੀਜ਼ ਹੋ ਜਾਣੀ ਹੈ ਅਤੇ ਮੈਂ 28 ਮਾਰਚ ਨੂੰ ਚਲੇ ਜਾਣਾ ਹੈ। ਮੁਨੀਰ ਜਿਸ ਦੀ ਡਰਾਈਵਰੀ, ਇਮਾਨਦਾਰੀ, ਮੁਹਬੱਤ ਅਤੇ ਸੇਵਾ ਨੂੰ ਮੈਂ ਕਦੇ ਭੁੱਲ ਨਹੀਂ ਸਕਦਾ, ਨੇ ਅਗਲੀ ਗੱਲ ਕਹਿਣ ਤੋਂ ਪਹਿਲਾਂ ਗੱਡੀ ਲਾਹੌਰ ਦੇ ਭੀੜ ਭੜੱਕੇ ਵਿਚ ਫਿਰ ਓਸ ਪਾਸੇ ਮੋੜ ਲਈ ਜਿਥੇ ਲਾਹੌਰ ਵਿਚ ਡਰਾਈ ਫਰੂਟ ਦੀਆਂ ਦੁਕਾਨਾਂ ਸਨ। ਵਕਤ ਤਾਂ ਬਹੁਤ ਲੱਗਾ ਅਤੇ ਹਨੇਰਾ ਵੀ ਹੋ ਗਿਆ ਪਰ ਮੁਨੀਰ ਨੇ ਡਰਾਈ ਫਰੂਟ ਦੀ ਮੰਡੀ ਦੀਆਂ ਦੁਕਾਨਾਂ ਜਾ ਹੀ ਲਭੀਆਂ। ਨਾਲ ਨਾਲ ਕਈ ਦੁਕਾਨਾਂ ਸਨ। ਮੈਂ ਮੁਨੀਰ ਨੂੰ ਕਿਹਾ ਕਿ ਮੈਂ ਤਾਂ ਗੱਡੀ ਵਿਚ ਹੀ ਬੈਠਾਂਗਾ ਤੇ ਤੂੰ ਜਾ ਕੇ ਕੁਝ ਦੁਕਾਨਾਂ ਤੋਂ ਭਾਅ ਦਾ ਪਤਾ ਕਰ ਕੇ ਆ। ਉਹਨੇ ਦਸ ਮਿੰਟਾਂ ਵਿਚ ਸਾਰੀ ਰਿਪੋਰਟ ਲੈ ਆਂਦੀ ਕਿ ਨੇਜ਼ੇ ਦੋ ਹਜ਼ਾਰ ਰੁਪੈ ਕਿੱਲੋ ਤੋਂ ਘੱਟ ਨਹੀਂ ਹਨ। ਬਾਕੀ ਫਰੂਟ ਦੇ ਭਾਅ ਵੀ ਲੈ ਆਇਆ। ਮੈਂ ਓਸ ਨੂੰ ਕਿਹਾ ਕਿ ਕਿੱਲੋ ਕਿੱਲੋ ਨੇਜ਼ੇ, ਸੌਗੀ, ਛੁਹਾਰੇ, ਗਿਰੀਆਂ ਵਗੈਰਾ ਲੈ ਲਾ ਤੇ ਵੇਖ ਲਵੀਂ ਕਿ ਨੇਜ਼ੇ ਵਿਚੋਂ ਖਾਲੀ ਜਾਂ ਸੜੇ ਨਾ ਹੋਣ। ਉਹ ਮੁਠ ਭਰ ਕੇ ਕਈ ਨਮੂਨੇ ਲੈ ਆਇਆ ਤੇ ਦੁਕਾਨਦਾਰਾਂ ਨੇ ਵੀ ਮੈਨੂੰ ਗੱਡੀ ਵਿਚ ਬੈਠੇ ਨੂੰ

ਵੇਖ ਲਿਆ ਅਤੇ ਉਹਨਾਂ ਦੇ ਕਾਰਿੰਦੇ ਹੋਰ ਨਮੂਨੇ ਲੈ ਕੇ ਆ ਗਏ। ਨਮੂਨੇ ਸਭ ਬਿਹਤਰ ਸਨ ਅਤੇ ਅਸੀਂ ਪੰਜ ਛੇ ਹਜ਼ਾਰ ਰੁਪੈ ਦਾ ਡਰਾਈ ਫਰੂਟ ਖਰੀਦ ਲਿਆ ਪਰ ਸਾਰੇ ਡਰਾਈ ਫਰੂਟ ਦੇ ਦੋ ਦੋ ਪੈਕਟ ਬਣਵਾ ਲਏ ਕਿਉਂਕਿ ਹਰ ਡਰਾਈ ਫਰੂਟ ਦਾ ਇਕ ਇਕ ਪੈਕਟ ਮੈਂ ਅੰਮ੍ਰਿਤਸਰ ਆਪਣੇ ਰਿਸ਼ਤੇਦਾਰਾਂ ਨੂੰ ਗਿਫਟ ਕਰਨਾ ਸੀ। ਜਦ ਵਾਪਸ ਗੁਲਬਰਗ ਪਹੁੰਚੇ ਤਾਂ ਰਾਤ ਵੀ ਕਾਫੀ ਹੋ ਗਈ ਸੀ ਅਤੇ ਥਕ ਵੀ ਕਾਫੀ ਗਏ ਸਾਂ। ਚੌਧਰੀ ਮੁਹੰਮਦ ਨਵਾਜ਼ ਦਾ ਇਕ ਵਕੀਲ ਦੋਸਤ ਕੰਵਰ ਮੁਹੰਮਦ ਇਦਰੀਸ ਖਾਂ ਮੁਲਤਾਨ ਤੋਂ ਆਇਆ ਹੋਇਆ ਸੀ। ਉਹ ਐਂਟੀ ਟੀ ਬੀ ਐਸੋਸੀਏਸ਼ਨ ਪਾਕਿਸਤਾਨ ਦਾ ਸੈਕਰਟਰੀ ਸੀ ਤੇ ਵੰਡ ਵੇਲੇ ਜ਼ਿਲਾ ਗੁੜਗਾਉਂ ਤੋਂ ਉਜੜ ਕੇ ਪਾਕਿਸਤਾਨ ਚਲਾ ਗਿਆ ਸੀ। ਏਧਰ ਹਿੰਦੋਸਤਾਨ ਵਿਚ ਉਹਦੀ ਕਾਫੀ ਜ਼ਮੀਨ ਸੀ ਅਤੇ ਉਸ ਦੇ ਬਦਲੇ ਉਹਨੂੰ ਪਾਕਿਸਤਾਨ ਵਿਚ ਪੂਰੀ ਜ਼ਮੀਨ ਅਲਾਟ ਨਹੀਂ ਸੀ ਹੋਈ। ਪਿਛੇ ਛਡੀ ਜ਼ਮੀਨ ਦੇ ਕਲੇਮਾਂ ਦੇ ਉਸ ਦੇ ਕਈ ਮੁਕਦਮੇ ਪਾਕਿਸਤਾਨ ਦੀਆਂ ਕੋਰਟਾਂ ਵਿਚ ਚਲਦੇ ਸਨ। ਖੁਦ ਨਾਮਵਰ ਵਕੀਲ ਹੋਣ ਕਰ ਕੇ ਉਹ ਕਈ ਮੁਕਦਮੇ ਜਿੱਤੀ ਜਾਂਦਾ ਸੀ ਅਤੇ ਹੋਰ ਜ਼ਮੀਨਾਂ ਵੀ ਖਰੀਦੀ ਜਾਂਦਾ ਸੀ। ਉਹ ਮੈਨੂੰ ਮਿਲ ਕੇ ਬਹੁਤ ਖੁਸ਼ ਹੋਇਆ ਅਤੇ ਦੱਸਣ ਲੱਗਾ ਉਹ ਕਈ ਵਾਰ ਹਿੰਦੋਸਤਾਨ ਗਿਆ ਸੀ ਅਤੇ ਆਪਣੇ ਘਰ ਅਤੇ ਜਮ਼ੀਨਾਂ ਵੇਖ ਕੇ ਆਇਆ ਸੀ। ਜਦ ਮੈਂ ਉਸ ਨੂੰ ਆਪਣੀ ਸ਼ਾਹਮੁਖੀ ਵਿਚ ਛਪੀ ਸਵੈ ਜੀਵਨੀ ਕਿਹੋ ਜਿਹਾ ਸੀ ਜੀਵਨ ਦਿਤੀ ਤਾਂ ਉਹ ਵੰਡ ਵੇਲੇ ਦਾ ਚੈਪਟਰ ਪੜ੍ਹ ਕੇ ਰੋ ਪਿਆ ਅਤੇ ਮੈਨੂੰ ਘੁੱਟ ਕੇ ਜਫੀ ਪਾ ਲਈ। ਉਮਰ ਵਿਚ ਉਹ ਮੇਰੇ ਨਾਲੋਂ ਥੋੜ੍ਹਾ ਵਡਾ ਸੀ। ਮੁਨੀਰ ਸਾਡੇ ਦੋਹਾਂ ਲਈ ਰਾਤ ਦੇ ਖਾਣੇ ਦਾ ਇੰਤਜ਼ਾਮ ਕਰਨ ਲੱਗ ਪਿਆ। ਚੌਧਰੀ ਸਾਹਿਬ ਰੋਜ਼ ਵਾਂਗ ਮਹਿਫਲ ਸਜਾਉਣ ਅਤੇ ਸਾਨੂੰ ਖਾਣਾ ਖਵਾਉਣ ਤੋਂ ਬਾਅਦ ਰਾਤ ਪੈਣ ਤੇ ਕਸੂਰ ਤੋਂ ਅਗੇ ਪੈਂਦੇ ਆਪਣੇ ਪਿੰਡ ਬੁਰਜ ਕਲਾਂ ਨੂੰ ਚਲੇ ਗਏ ਸਨ।

ਲਾਹੌਰ ਵਿਚ ਕਿਤਾਬ ਰੀਲੀਜ਼ ਫੰਕਸ਼ਨ

27 ਮਾਰਚ –ਐਜੂਕੇਸ਼ਨ ਮਨਿਸਟਰ ਸਰਦਾਰ ਆਸਫ ਅਹਿਮਦ ਅਲੀ ਦਵਾਰਾ ਕਿਤਾਬ ਰੀਲੀਜ਼ ਹੋਣ ਤੇ ਪਾਕਿਸਤਾਨ ਦੇ ਪ੍ਰੈਜ਼ੀਡੰਟ ਆਸਫ ਅਲੀ ਜ਼ਰਦਾਰੀ ਵੱਲੋਂ "ਸੂਫੀਇਜ਼ਮ ਐਂਡ ਪੀਸ" ਕਾਨਫਰੰਸ ਤੇ ਦੁਨੀਆਂ ਭਰ ਵਿਚੋਂ ਆਏ ਡੈਲੀਗੇਟਸ ਨੂੰ ਦਿਤੇ ਲੰਚ ਸਮੇਂ ਜਿਥੇ ਮੇਰੀ ਉਹਨਾਂ ਨਾਲ ਮੁਲਾਕਾਤ ਹੋਈ ਸੀ, ਤੋਂ ਬਾਅਦ ਜਦ ਉਹ ਇਕ ਵਿਆਹ ਤੇ ਚੌਧਰੀ ਮੁਹੰਮਦ ਨਵਾਜ਼ ਨੂੰ ਮਿਲੇ ਤਾਂ ਉਹਨਾਂ ਦੱਸਿਆ ਕਿ ਇਸਲਾਮਾਬਾਦ ਪ੍ਰੈਜ਼ੀਡੰਟ ਹਾਊਸ ਵਿਚ ਤੁਹਾਡੇ ਕੈਨੇਡਾ ਰਹਿੰਦੇ ਦੋਸਤ ਸਰਦਾਰ ਬਲਬੀਰ ਸਿੰਘ ਮੋਮੀ ਮਿਲੇ ਸਨ ਅਤੇ ਕਹਿੰਦੇ ਸਨ ਕਿ ਲਾਹੌਰ ਵਿਚ ਤੁਸੀਂ ਮੇਰੀ ਕਿਤਾਬ ਰੀਲੀਜ਼ ਕਰਨੀ ਹੈ। ਨਵਾਜ਼ ਕਹਿਣ ਲੱਗਾ ਕਿ ਮੈਨੂੰ ਮੋਮੀ ਸਾਹਿਬ ਦਾ ਇਸਲਾਮਾਬਾਦ ਤੋਂ ਫੋਨ ਆ ਗਿਆ ਸੀ ਅਤੇ ਮੈਂ ਕਹਿ ਦਿਤਾ ਸੀ ਕਿ ਸਰਦਾਰ ਆਸਫ ਅਹਿਮਦ ਅਲੀ ਖਾਂ ਮੇਰੇ ਬਹੁਤ ਪੁਰਾਣੇ ਦੋਸਤ ਹਨ ਅਤੇ ਮੇਰੇ ਹਲਕੇ ਤੋਂ ਨੈਸ਼ਨਲ ਅਸੈਂਬਲੀ ਦੀ ਚੋਣ ਜਿੱਤਦੇ ਹਨ। ਜਿਥੇ ਕਹਾਂਗੇ, ਓਥੇ ਆ ਕੇ ਉਹ ਤੁਹਾਡੀ ਕਿਤਾਬ ਰੀਲੀਜ਼ ਕਰਨਗੇ। ਦਰਅਸਲ ਕੈਨੇਡਾ ਵਾਲੇ ਮੇਰੇ ਦੋਸਤ ਅਸ਼ਫਾਕ ਹੁਸੈਨ ਨੇ ਇਸਲਾਮਾਬਾਦ ਹੀ ਪੰਜਾਬ ਸਰਕਾਰ ਦੇ ਪੰਜਾਬੀ ਅਦਬ ਦੀ ਤਰੱਕੀ ਲਈ

ਲਾਹੌਰ ਵਿਚ ਕਿਤਾਬ ਰੀਲੀਜ਼ ਹੋਣ ਸਮੇਂ, ਨਾਲ ਬੈਠੇ ਹਨ ਪਾਕਿਸਤਾਨ ਦੇ ਐਜੂਕੇਸ਼ਨ ਮਨਿਸਟਰ ਸਰਦਾਰ ਅਸਾਫ ਅਹਿਮਦ ਅਲੀ ਖਾਂ, ਚੌਧਰੀ ਮੁਹੰਮਦ ਨਵਾਜ਼ ਅਤੇ ਸਰਵਤ

ਕਿਸੇ ਸਰਕਾਰੀ ਅਦਾਰੇ ਦੇ ਡਾਇਰੈਕਟਰ ਨੂੰ ਕਹਿ ਦਿਤਾ ਸੀ ਕਿ ਲਾਹੌਰ ਵਿਚ ਮੇਰੀ ਤਿਕਾਬ ਉਹ ਰੀਲੀਜ਼ ਕਰਨਗੇ ਪਰ ਅਦਾਰਾ ਸਾਂਝ ਦੇ ਮਾਲਕ ਅਤੇ ਮੇਰੀ ਕਿਤਾਬ ਦੇ ਪਬਲਿਸ਼ਰ ਕਾਮਰੇਡ ਅਮਜਦ ਸਲੀਮ ਮਿਨਹਾਸ ਸਾਹਿਬ ਦਾ ਕਹਿਣਾ ਸੀ ਕਿ ਅਸੀਂ ਕਿਤਾਬ ਖ਼ੁਦ ਰੀਲੀਜ਼ ਕਰਾਂਗੇ ਅਤੇ ਕੋਈ ਸਰਕਾਰੀ ਮਦਦ ਨਹੀਂ ਲਵਾਂਗੇ। ਸਲੀਮ ਸਾਹਿਬ ਨੇ ਜੋ ਕਿਹਾ, ਉਹ ਕਰ ਵਿਖਾਇਆ ਅਤੇ 27 ਮਾਰਚ ਦੀ ਸ਼ਾਮ ਨੂੰ ਲਾਹੌਰ ਦੀ ਇਕ ਆਲੀਸ਼ਾਨ ਇਮਾਰਤ ਅਲ ਹੁਮਾਰਾ ਦਾ ਇਕ ਮਹਿੰਗਾ ਹਾਲ ਬੁਕ ਕਰਵਾ ਕੇ ਕਿਤਾਬ ਰੀਲੀਜ਼ ਕਰਨ ਦਾ ਐਲਾਨ ਕਰ ਦਿਤਾ। ਸਾਂਝ ਪਬਲੀਕੇਸ਼ਨ ਦੇ ਮਾਲਕ ਅਮਜਦ ਸਲੀਮ ਮਿਨਹਾਸ ਨੇ ਰੀਲੀਜ਼ ਸਮਾਗਮ ਦੇ ਪ੍ਰੈੱਸ ਨੋਟ ਦੀਆਂ ਕਾਪੀਆਂ ਸਾਰੇ ਮੀਡੀਏ ਅਤੇ ਲੇਖਕਾਂ ਨੂੰ ਭੇਜ ਦਿਤੀਆਂ ਅਤੇ ਰੀਲੀਜ਼ ਸਾਗਮ ਦੀ ਮੂਵੀ ਬਨਾਉਣ ਲਈ ਵਿਸ਼ੇਸ਼ ਬੰਦੇ ਦੀ ਡਿਊਟੀ ਲਗਾ ਦਿਤੀ। ਸਲੀਮ ਦਾ ਨੈੱਟਵਰਕ ਬਹੁਤ ਸਲਾਹੁਤਾ ਯੋਗ ਸੀ। ਪਾਕਿਸਤਾਨ ਦੀਆਂ ਪੰਜਾਬੀ ਨਾਲ ਸਬੰਧਤ ਪ੍ਰਸਿਧ ਹਸਤੀਆਂ ਜਿਵੇਂ ਪ੍ਰੋ: ਆਸ਼ਕ ਰਹੀਲ, ਤਾਜ ਜੋਇਓ, ਸੈਕਰਟਰੀ ਸਿੰਧੀ ਲੈਂਗੂਏਜ ਅਥਾਰਟੀ ਹੈਦਰਾਬਾਦ ਸਿੰਧ, ਇਕਬਾਲ ਕੈਸਰ ਪੰਜਾਬੀ ਖੋਜ ਗੜ੍ਹ, ਅਫਜ਼ਲ ਸਹਿਰਾ, ਡਾ. ਸ਼ਾਹਿਦਾ ਦਿਲਾਵਰ ਸ਼ਾਹ, ਸਰਵਤ ਮੁਹਈਉਦੀਨ, ਰਾਤੋਂ ਰਾਤ ਕਿਤਾਬ ਪੜ੍ਹ ਕੇ ਕਿਤਾਬ ਤੇ ਪੇਪਰ ਲਿਖ ਕੇ ਪੜ੍ਹਨ ਵਾਲੇ ਪ੍ਰੋ: ਗੁਲਾਮ ਹੁਸੈਨ ਸਾਜਿਦ ਸਾਹਿਬ ਤੇ ਬਹੁਤ ਸਾਰੇ ਪੰਜਾਬੀ ਅਦਬ ਨਾਲ ਸਬੰਧਤ ਲੋਕ ਸੱਦੇ ਗਏ ਸਨ। ਨਜ਼ੀਰ ਕਹੂਟ ਅਤੇ ਤਾਰਕ ਗੁੱਜਰ ਰੁਝੇਵਿਆਂ ਅਤੇ ਦੂਰ ਹੋਣ ਕਾਰਨ ਪਹੁੰਚ ਨਾ ਸਕੇ। ਅਦਾਰਾ ਸਾਂਝ ਵੱਲੋਂ ਸਟੇਜ ਸੰਭਾਲਣ ਦਾ ਕੰਮ ਇਕ ਨੌਜਵਾਨ ਨੂੰ ਦਿਤਾ ਗਿਆ ਸੀ।

ਹੋਇਆ ਕੀ ਕਿ ਕਿਸੇ ਵਜ੍ਹਾ ਕਾਰਨ ਐਜੂਕੇਸ਼ਨ ਮਨਿਸਟਰ ਸਾਹਿਬ ਜੋ ਵਕਤ ਦੇ ਬੜੇ ਪਾਬੰਦ ਹਨ, ਇਕ ਘੰਟਾ ਪਹਿਲਾਂ ਪੰਜ ਵਜੇ ਹੀ ਅਲ ਹੁਮਾਰਾ ਹਾਲ ਵਿਚ ਪਹੁੰਚ ਗਏ ਜਦ ਕਿ ਵਕਤ ਛੇ ਵਜੇ ਦਾ ਸੀ। ਮੈਂ ਤੇ ਚੌਧਰੀ ਮੁਹੰਮਦ ਨਵਾਜ਼ ਛੇ ਵਜੇ ਹਾਲ ਵਿਚ ਪਹੁੰਚਣ ਦੀ ਤਿਆਰੀ ਬੜੇ ਆਰਾਮ ਨਾਲ ਕਰ ਰਹੇ ਸਨ। ਸਾਰੇ ਪਾਕਿਸਤਨ ਵਿਚ ਮਸ਼ਹੂਰ ਹੈ ਕਿ ਸਰਦਾਰ ਆਸਫ ਅਲੀ ਖਾਂ ਜੋ ਪਹਿਲਾਂ ਪਾਕਿਸਤਾਨ ਦੇ ਬਦੇਸ਼ ਮੰਤਰੀ ਵੀ ਰਹਿ ਚੁਕੇ ਹਨ, ਵਕਤ ਦੇ ਬੜੇ ਪਾਬੰਦ ਹਨ। ਅਸੀਂ ਜਲਦੀ ਜਲਦੀ ਤਿਆਰ ਹੋ ਕੇ ਅਲ ਹੁਮਾਰਾ ਸੈਂਟਰ ਪਹੁੰਚ ਗਏ ਅਤੇ ਸਾਡੇ ਜਾਣ ਤੋਂ ਪਹਿਲਾਂ ਐਜੂਕੇਸ਼ਨ ਮਨਿਸਟਰ ਸਾਹਿਬ ਆ ਚੁਕੇ ਸਨ। ਹਾਲ ਵਿਚ ਅਜੇ ਬਹੁਤੀ ਰੌਣਕ ਵੀ ਨਹੀਂ ਹੋਈ ਸੀ। ਖੈਰ ਅਸੀਂ ਗੱਲਾਂ ਕਰਨ ਲਗੇ, ਹੋਰ ਗੈਸਟਸ ਆ ਰਹੇ ਸਨ ਅਤੇ ਦਿਤੇ ਸਮੇਂ ਅਨੁਸਾਰ ਗੈਸਟਸ ਪਹੁੰਚ ਰਹੇ ਸਨ। ਸਟੇਜ ਸੰਭਾਲਦਿਆਂ ਨੌਜਵਾਨ ਸਟੇਜ ਸੈਕਰਟਰੀ ਨੇ ਸਭ ਤੋਂ ਪਹਿਲਾਂ ਆਨਰੇਬਲ ਐਜੂਕੇਸ਼ਨ ਮਨਿਸਟਰ ਆਫ ਪਾਕਿਸਤਾਨ ਨੂੰ ਸਟੇਜ ਤੇ ਆਉਣ ਲਈ ਕਿਹਾ ਅਤੇ ਉਹਨਾਂ ਤੋਂ ਬਾਅਦ ਚੌਧਰੀ ਮੁਹੰਮਦ ਨਵਾਜ਼, ਮੈਨੂੰ ਅਤੇ ਸਰਵਤ ਮੁਹਈਉਦੀਨ ਕਰਮਵਾਰ ਸਟੇਜ ਤੇ

ਲੱਗੀਆਂ ਕੁਰਸੀਆਂ ਤੇ ਬਿਠਾਇਆ। ਪਰੋਗਰਾਮ ਦਾ ਅਰੰਭ ਕਰਦਿਆਂ ਸਟੇਜ ਸੈਕਰਟਰੀ ਨੇ ਸਰੋਤਿਆਂ ਅਤੇ ਦਰਸ਼ਕਾਂ ਨਾਲ ਸਾਡੀ ਸਭ ਦੀ ਜਾਣ ਪਛਾਣ ਕਰਵਾਈ ਅਤੇ ਪੁਸਤਕ ਰੀਲੀਜ਼ ਸਮਾਗਮ ਦਾ ਬਾਕਾਇਦਾ ਅਰੰਭ ਕਰਦਿਆਂ ਸਭ ਤੋਂ ਪਹਿਲਾਂ ਪੰਜਾਬੀ ਖੋਜ ਗੜ੍ਹ ਦੇ ਟਰਸਟੀ ਇਕਬਾਲ ਕੈਸਰ ਨੂੰ ਸਟੇਜ ਤੇ ਆ ਕੇ ਮੇਰੀ ਇੰਟਰੋ ਦੇਣ ਲਈ ਕਿਹਾ। ਇਕਬਾਲ ਕੈਸਰ ਮੈਨੂੰ 1975 ਤੋਂ ਜਾਣਦਾ ਸੀ ਅਤੇ ਪਾਕਿਸਤਾਨ ਵਿਚਲੇ ਸਾਰੇ ਸਿੱਖ ਗੁਰਦਵਾਰਿਆਂ ਦੀ ਉਸ ਨੇ ਬੜੀ ਮਿਹਨਤ ਨਾਲ ਅਤੇ ਬੜੇ ਔਖੇ ਹੋ ਕੇ ਫੋਟੋਗਰਾਫੀ ਕੀਤੀ ਸੀ ਅਤੇ ਹਰ ਗੁਰਦਵਾਰੇ ਬਾਰੇ ਅੰਗਰੇਜ਼ੀ ਅਤੇ ਪੰਜਾਬੀ ਵਿਚ ਮੁਢਲੀ ਜਾਣਕਾਰੀ ਦਿਤੀ ਸੀ। ਇਸ ਬਹੁਤ ਵਡੇ ਖਰਚੇ ਵਾਲੇ ਪ੍ਰਾਜੈਕਟ ਨੂੰ ਪੂਰਾ ਕਰਦਿਆਂ ਉਸ ਨੇ ਵਡੇ ਆਕਾਰ ਦੀ ਰੰਗਦਾਰ ਕਿਤਾਬ ਛਾਪੀ ਸੀ ਜੋ ਸਿੱਖ ਇਤਿਹਾਸ ਵਿਚ ਕਿਸੇ ਇਨਸਾਈਕਲੋਪੀਡੀਆ ਨਾਲੋਂ ਘੱਟ ਨਹੀਂ ਹੈ। ਇਕਬਾਲ ਕੈਸਰ ਨੇ ਮੇਰਾ ਨਾਵਲ ਪੀਲਾ ਗੁਲਾਬ ਜੋ ਵੰਡ ਕਾਰਨ ਹੋਈ ਸੂਹੀ ਕਲਚਰ ਨੂੰ ਪੀਲੀ ਕਰਦਾ ਹੈ, ਨੂੰ 1975 ਵਿਚ ਗੁਰਮਖੀ ਤੋਂ ਸ਼ਾਹਮੁਖੀ ਵਿਚ ਉਲਥਾ ਕੇ ਛਾਪਣ ਦਾ ਉਪਰਾਲਾ ਕੀਤਾ ਸੀ। ਜਦ ਉਹ ਕੈਨੇਡਾ ਆਇਆ ਸੀ ਤਾਂ ਇਕ ਰਾਤ ਮੇਰੇ ਕੋਲ ਠਹਿਰਿਆ ਵੀ ਸੀ। ਉਸ ਨੇ ਮੇਰੇ ਬਾਰੇ, ਮੇਰੀਆਂ ਸਾਹਿਤਕ ਗਤੀਵਿਧੀਆਂ ਬਾਰੇ, ਮੇਰੀ ਸਵੈ ਜੀਵਨੀ ਬਾਰੇ ਬੜੇ ਵਿਸਥਾਰ ਅਤੇ ਆਦਰ ਨਾਲ ਆਏ ਸਾਰੇ ਸਰੋਤਿਆਂ ਨੂੰ ਮੇਰੀ ਇੰਟਰੋ ਦਿਤੀ ਅਤੇ ਪੁਸਤਕ ਰੀਲੀਜ਼ ਦੇ ਸਾਰੇ ਮਾਹੌਲ ਨੂੰ ਲੋੜੋਂ ਵੱਧ ਸੁਖਾਵਾਂ ਬਣਾ ਦਿਤਾ। ਕਿਤਾਬ ਦੇ ਪਬਲਿਸ਼ਰ ਅਮਜਦ ਸਲੀਮ ਮਿਨਹਾਸ ਨੇ ਮੇਰੀ ਬਾਰੇ ਅਤੇ ਮੇਰੀ ਸਵੈ ਜੀਵਨੀ ਬਾਰੇ ਹੋਰ ਵਿਸਥਾਰ ਨਾਲ ਦਸਿਆ ਅਤੇ ਇਹ ਵੀ ਕਿਹਾ ਕਿ ਪਾਕਿਸਤਨ ਦੇ ਨਸਰ ਸਾਹਿਤ ਵਿਚ ਇਸ ਤਰ੍ਹਾਂ ਦੀ ਵਾਰਤਕ ਦੀ ਬਹੁਤ ਸਖਤ ਜ਼ਰੂਰਤ ਹੈ ਅਤੇ ਉਹਨਾਂ ਕਿਹਾ ਕਿ ਉਹ ਮੇਰੀਆਂ ਹੋਰ ਕਿਤਾਬਾਂ ਵੀ ਛਾਪਣਗੇ। ਤਾਜ ਜੋਇਓ, ਸੈਕਰਟਰੀ ਸਿੰਧੀ ਲੈਂਗੂਏਜ ਅਥਾਰਟੀ, ਹੈਦਰਾਬਾਦ ਸਿੰਧ, ਨੇ ਸਿੰਧੀ ਸ਼ਾਲ ਮੇਰੇ ਗਲ ਵਿਚ ਪਾ ਕੇ ਸਾਬਤ ਕਰ ਦਿਤਾ ਕਿ ਸਿੰਧੀ ਲੋਕ ਪੰਜਾਬੀ ਨੂੰ ਅਤੇ ਇਕ ਸਰਦਾਰ ਪੰਜਾਬੀ ਲੇਖਕ ਨੂੰ ਬਹੁਤ ਪਿਆਰ ਕਰਦੇ ਹਨ ਅਤੇ ਇਸਦਾ ਸਬੂਤ ਹਾਜ਼ਰ ਹੈ।

ਰਾਤੋ ਰਾਤ ਕਿਤਾਬ ਪੜ੍ਹ ਕੇ ਕਿਤਾਬ ਤੇ ਬੜੀ ਮਿਹਨਤ ਨਾਲ ਲਿਖੇ ਪੇਪਰ ਪੜ੍ਹਨ ਵਾਲੇ ਪ੍ਰੋ: ਗੁਲਾਮ ਹੁਸੈਨ ਸਾਜਿਦ ਸਾਹਿਬ ਨੇ ਬੜਾ ਖੋਜ ਭਰਪੂਰ ਪੇਪਰ ਪੇਸ਼ ਕਰ ਕੇ ਆਪਣੀ ਵਿਦਵਤਾ ਦਾ ਭਾਰੀ ਸਬੂਤ ਦਿਤਾ। ਹੈਰਾਨੀ ਵਾਲੀ ਗੱਲ ਸੀ ਕਿ ਉਹਨਾਂ ਨੇ ਮੇਰੀ 300 ਤੋਂ ਵਧ ਸਫੇ ਦੀ ਸਵੈ-ਜੀਵਨੀ ਕਿਵੇਂ ਇਕੋ ਰਾਤ ਵਿਚ ਪੜ੍ਹੀ ਅਤੇ ਇਸ ਤੇ ਪੇਪਰ ਵੀ ਲਿਖਿਆ। ਪੇਪਰ ਪੇਸ਼ ਕਰ ਕੇ ਉਹਨਾਂ ਸਰੋਤਿਆਂ ਅਤੇ ਮੇਰੀ ਜਾਣਕਾਰੀ ਵਿਚ ਕਈ ਹੈਰਾਨੀਜਨਕ ਸੱਚਾਈਆਂ ਦਾ ਵਾਧਾ ਕਰ ਦਿਤਾ। ਜਦ ਪੇਪਰ ਦੇ ਅੰਤ ਨੇ ਉਹਨਾਂ ਨੇ ਇਹ ਕਹਿ ਦਿਤਾ ਕਿ ਮੇਰੀ ਘਰ ਵਾਲੀ ਕੰਬੋਹ ਬਰਾਦਰੀ ਦੀ ਹੈ ਅਤੇ ਹੋ ਸਕਦਾ ਹੈ ਕਿ ਉਸਦੇ ਵਡੇਰੇ ਮੋਮੀ ਖਾਨਦਾਨ ਵਿਚੋਂ ਹੋਣ।

ਸੁਣ ਕੇ ਲੱਗਾ ਕਿ ਹਿੰਦੋਸਤਾਨ ਵਿਚ ਹਜ਼ਾਰ ਸਾਲ ਤਕ ਰਹੇ ਮੁਸਲਿਮ ਰੂਲ ਵੇਲੇ ਲੱਖਾਂ ਹਿੰਦੂ ਮੁਸਲਮਾਨ ਹੋ ਗਏ ਸਨ ਜਿਨ੍ਹਾਂ ਵਿਚ ਹਿੰਦੂ ਕੰਬੋਹ ਵੀ ਸ਼ਾਮਲ ਸਨ। ਸ਼ਹਿਨਸ਼ਾਹ ਅਕਬਰ ਦਾ ਇਕ ਜਰਨੈਲ ਸ਼ਾਹਬਾਜ਼ ਖਾਂ ਕੰਬੋਹ ਸੀ ਅਤੇ ਦਿੱਲੀ ਰਾਸ਼ਟਰਪਤੀ ਭਵਨ ਵਿਚ ਉਹਦਾ ਚਿਤਰ ਲੱਗਾ ਹੋਇਆ ਹੈ। ਦਸਦੇ ਹਨ ਕਿ ਉਹਨੇ ਮੁਗਲ ਫੌਜ ਵਿਚ ਬਹੁਤ ਸਾਰੇ ਕੰਬੋਹ ਭਰਤੀ ਕੀਤੇ ਹੋਏ ਸਨ ਅਤੇ ਉਸ ਦੇ ਆਧਾਰ ਤੇ ਹੀ ਵਾਰਸ ਸ਼ਾਹ ਨੇ ਲਿਖਿਆ ਹੈ:- ਕੁੱਕੜ ਕਾਂ ਕੰਬੋਹ ਕਬੀਲਾ ਪਾਲਦਾ, ਜੱਟ ਮਹਿਆਂ ਸੰਸਾਰ ਕਬੀਲਾ ਗਾਲਦਾ। ਵਾਰਸ ਸ਼ਾਹ ਮੇਰਾ ਬਹੁਤ ਜ਼ਿਆਦਾ ਪਸੰਦੀਦਾ ਸ਼ਾਇਰ ਹੈ ਪਰ ਮੈਂ ਉਸਦੀਆਂ ਦੀਆਂ ਇਹਨਾਂ ਸਤਰਾਂ ਨਾਲ ਕਦੇ ਵੀ ਸਹਿਮਤ ਨਹੀਂ ਹੋਇਆ। ਮੇਰਾ ਤਜਰਬਾ ਹੈ ਕਿ ਜਿੰਨੀ ਮਦਦ ਇਕ ਜੱਟ ਦੂਜੇ ਜੱਟ ਦੀ ਕਰਦਾ ਹੈ, ਇਕ ਕੰਬੋਹ ਨਹੀਂ ਕਰਦਾ।

ਪ੍ਰੋ: ਆਸ਼ਕ ਰਹੀਲ ਨੇ ਟਰਾਂਟੋ ਨਾਲ ਸਬੰਧਤ ਸਾਡੀਆਂ ਯਾਦਾਂ ਨੂੰ ਹਵਾਲੇ ਵਿਚ ਰਖਦਿਆਂ ਮੇਰੇ ਸਾਹਿਤਕ ਜੀਵਨ ਦੀ ਬੜੀ ਸ਼ਾਨਦਾਰ ਜਾਣਕਾਰੀ ਦਿਤੀ ਅਤੇ ਸਰਵਤ ਮੁਹਈਉਦੀਨ ਨੇ ਵੀ ਮੇਰੇ ਅਤੇ ਮੇਰੀ ਪੁਸਤਕ ਦੇ ਹਵਾਲੇ ਨਾਲ ਕਾਫੀ ਜਾਣਕਾਰੀ ਭਰਪੂਰ ਲੈਕਚਰ ਦਿਤਾ। ਸਰਵਤ ਅਤੇ ਮੈਂ ਇਕ ਦੂਜੇ ਨੂੰ 1990 ਤੋਂ ਜਾਣਦੇ ਹਾਂ ਅਤੇ ਬੜੇ ਨਿੱਘੇ ਤੇ ਪੁਰਖਲੂਸ ਦੋਸਤ ਹਾਂ। ਉਹ ਹਰ ਸਾਲ ਕੈਨੇਡਾ ਆਉਂਦੀ ਹੈ ਅਤੇ ਉਹਦੀ ਆਮਦ ਕੈਨੇਡਾ ਦੇ ਸਾਹਿਤਕ ਹਲਕਿਆਂ ਵਿਚ ਰੰਗ ਭਰ ਦੇਂਦੀ ਹੈ। ਉਹਦੀ ਸੁਹਿਰਦਤਾ ਅਤੇ ਖੂਬਸੂਰਤੀ ਕਾਰਨ ਉਸ ਨੂੰ ਪਾਕਿਸਤਾਨ ਦੀ ਅਮ੍ਰਿਤਾ ਪ੍ਰੀਤਮ ਕਹਿੰਦੇ ਹਨ। ਪਾਕਿਸਤਾਨ ਵਿਚ ਹੋਏ ਕਈ ਸਮਾਗਮਾਂ ਵਿਚ ਉਹ ਅਕਸਰ ਮੇਰੇ ਨਾਲ ਨਾਲ ਰਹੀ ਅਤੇ ਅਨੇਕਾਂ ਸਾਹਿਤਕ ਗੱਲਾਂ ਜਿਥੇ ਸਾਂਝੀਆਂ ਹੁੰਦੀਆਂ ਰਹੀਆਂ, ਓਥੇ ਅਦਬੀ ਪਰਖ ਪੜਚੋਲ ਵੀ ਹੁੰਦੀ ਰਹੀ। ਉਸ ਦੀਆਂ ਕੁਝ ਕਿਤਾਬਾਂ ਗੁਰਮਖੀ ਲਿੱਪੀ ਵਿਚ ਛਪ ਚੁਕੀਆਂ ਹਨ।

ਜਦੋਂ ਚੌਧਰੀ ਮੁਹੰਮਦ ਨਵਾਜ਼ ਸਟੇਜ ਤੇ ਆਏ ਤਾਂ ਉਹਨਾਂ ਨੇ ਫਿਲਮ ਦੇ ਸੀਨ ਵਾਂਗ 1961 ਵਿਚ ਸ਼ੁਰੂ ਹੋਈ ਸਾਡੀ ਦੋਸਤੀ ਜਦ ਪਰਤ ਦਰ ਪਰਤ ਖੋਲ੍ਹ ਕੇ ਪੇਸ਼ ਕੀਤੀ ਤਾਂ ਸਰੋਤਿਆਂ ਦੀਆਂ ਅੱਖਾਂ ਨਮ ਹੋ ਗਈਆਂ। ਅਸੀਂ 50 ਸਾਲ ਬਾਅਦ ਮਿਲੇ ਸਾਂ ਅਤੇ ਉਹਨਾਂ ਨੂੰ ਪਿਛਲਾ ਕੁਝ ਨਹੀਂ ਸੀ ਭੁਲਿਆ। ਨਵੰਬਰ 1961 ਵਿਚ ਹੁਸੈਨੀ ਵਾਲਾ ਬਾਰਡਰ ਤੇ ਹੋਈ ਸਾਡੀ ਪਹਿਲੀ ਮਿਲਣੀ ਜਦ ਉਹ ਗੌਰਮਿੰਟ ਕਾਲਜ ਲਾਹੌਰ ਵਿਚ ਪੜ੍ਹਦਾ ਸੀ ਅਤੇ ਆਪਣੇ ਦੋਸਤਾਂ ਨਾਲ ਬਾਰਡਰ ਵੇਖਣ ਆਇਆ ਸੀ, ਮੈਨੂੰ ਆਪਣੇ ਟਰੈਕਟਰ ਤੇ ਬਿਠਾ ਕੇ ਲਾਗੇ ਪੈਂਦੇ ਆਪਣੇ ਪਿੰਡ ਬੁਰਜ ਕਲਾਂ ਲੈ ਗਿਆ ਸੀ ਜਿਥੇ ਉਸ ਪਿੰਡ ਵਿਚ ਵੰਡ ਪਿਛੋਂ ਪਹਿਲੀ ਵਾਰ ਆਏ ਇਕ ਸਰਦਾਰ ਦੀ ਆਮਦ ਨਾਲ ਚੌਧਰੀ ਮੁਹੰਮਦ ਨਵਾਜ਼ ਦਾ ਵਿਹੜਾ ਚਮਕ ਉਠਿਆ ਸੀ। ਉਸ ਨੇ ਜਜ਼ਬਾਤੀ ਹੋ ਕੇ ਐਨਾ ਵਧੀਆ ਮਾਹੌਲ ਸਿਰਜਿਆ ਕਿ ਸਾਰਾ ਮੇਲਾ ਲੁੱਟ ਲਿਆ। ਸਾਡੀ ਦੋਸਤੀ ਦਾ ਅਨੋਖਾਪਨ ਇਹ ਸੀ ਕਿ ਇਹ

ਪਾਕਿਸਤਾਨ ਬਨਣ ਤੋਂ 14 ਸਾਲ ਬਾਅਦ ਸ਼ੁਰੂ ਹੋਈ ਸੀ। ਮੁਲਕਾਂ ਦੇ ਵਿਗੜੇ ਹਾਲਾਤਾਂ ਦਾ ਇਸ ਤੇ ਕੋਈ ਅਸਰ ਨਹੀਂ ਪਿਆ ਸੀ।

ਉਸ ਤੋਂ ਬਾਅਦ ਪਾਕਿਸਤਾਨ ਦੇ ਐਜੂਕੇਸ਼ਨ ਮਨਿਸਟਰ ਸਰਦਾਰ ਆਸਫ ਅਲੀ ਖਾਂ ਨੇ ਕਿਤਾਬ ਰੀਲੀਜ਼ ਕਰਨ ਦੀ ਰਸਮ ਅਦਾ ਕੀਤੀ ਅਤੇ ਪੰਜਾਬੀ ਵਿਚ ਲੈਕਚਰ ਦੇ ਕੇ ਅਤੇ ਪੰਜਾਬੀ ਅਦਬ ਤੇ ਬੋਲੀ ਦੀਆਂ ਗੱਲਾਂ ਕਰ ਕੇ ਹਾਜ਼ਰ ਲੋਕਾਂ ਤੇ ਇਕ ਜ਼ਬਰਦਸਤ ਪ੍ਰਭਾਵ ਛਡਿਆ ਕਿ ਉਹਨਾਂ ਨੂੰ ਵੀ ਪੰਜਾਬੀ ਹੋਣ ਦਾ ਮਾਣ ਹੈ ਅਤੇ ਉਹ ਪੰਜਾਬੀ ਬੋਲੀ ਅਤੇ ਅਦਬ ਨੂੰ ਪਿਆਰ ਕਰਦਾ ਹਨ। ਸਾਰਾ ਹਾਲ ਤਾੜੀਆਂ ਨਾਲ ਗੂੰਜ ਉਠਿਆ ਅਤੇ ਅਮਜਦ ਸਲੀਮ ਹੁਰਾਂ ਬੜੀ ਖੁਸ਼ੀ ਜ਼ਾਹਰ ਕੀਤੀ ਕਿ ਅਜ ਸਾਡੇ ਵਿਚ ਦੋ ਨਵੇਂ ਦੋਸਤ ਚੌਦਰੀ ਮੁੰਹਮਦ ਨਵਾਜ਼ ਅਤੇ ਸਰਦਾਰ ਆਸਫ ਅਹਿਮਦ ਅਲੀ ਖਾਂ ਸ਼ਾਮਲ ਹੋ ਗਏ ਹਨ। ਸਰਦਾਰ ਆਸਫ ਅਲੀ ਖਾਂ ਨੇ ਅਗੇ ਕਿਸੇ ਹੋਰ ਫੰਕਸ਼ਨ ਵਿਚ ਜਾਣਾ ਸੀ ਅਤੇ ਉਹ ਸਭ ਨੂੰ ਬੜੇ ਖਲੂਸ ਨਾਲ ਮਿਲ ਕੇ ਅਤੇ ਮੇਰੀ ਕਿਤਾਬ ਰੀਲੀਜ਼ ਕਰ ਕੇ ਵਿਦਾ ਹੋ ਗਏ। ਜਦ ਮੇਰੀ ਵਾਰੀ ਆਈ ਤਾਂ ਮੈਂ ਆਪਣੇ ਸੁਪਣੇ ਸੱਚੇ ਹੋਣ ਦੇ ਕਥਨ ਤੋਂ ਸ਼ੁਰੂ ਹੋ ਕੇ ਵੰਡ ਤੋਂ ਪਹਿਲਾਂ ਅਤੇ ਪਿਛੋਂ ਦੀਆਂ ਗੱਲਾਂ ਸਰੋਤਿਆਂ ਨਾਲ ਸਾਂਝੀਆਂ ਕੀਤੀਆਂ ਅਤੇ ਦੱਸਿਆ ਕਿ ਮੇਰੀ ਸਵੈ-ਜੀਵਨੀ ਜਿਸ ਦਾ ਪਹਿਲਾ ਭਾਗ ਅਜ ਲਾਹੌਰ ਵਿਚ ਸ਼ਾਹਮੁਖੀ ਵਿਚ ਰੀਲੀਜ਼ ਹੋਇਆ ਹੈ, ਨੂੰ ਮੈਂ ਤਿੰਨ ਹਿੱਸਿਆਂ ਵਿਚ ਵੰਡਿਆ ਹੈ। ਵੰਡ ਤੋਂ ਪਹਿਲਾਂ ਦਾ ਪੰਜਾਬ, ਵੰਡ ਤੋਂ ਪਿਛੋਂ ਦਾ ਪੰਜਾਬ ਅਤੇ ਕੈਨੇਡਾ ਵਿਚ ਪੰਜਾਬ। ਪਹਿਲੇ ਭਾਗ ਵਿਚ ਬਾਰ ਆਬਾਦ ਹੋਣ ਦਾ ਬੜਾ ਜਾਣਕਾਰੀ ਭਰਪੂਰ ਵਰਨਣ ਕੀਤਾ ਹੈ ਜਿਸ ਵਿਚ ਹਿੰਦੂ, ਸਿੱਖ ਅਤੇ ਮੁਸਲਮਾਨ ਸਾਰੇ ਇਕਠੇ ਰਹਿੰਦੇ ਸਨ। ਫਿਰ ਵੰਡ ਦੇ ਉਜਾੜੇ ਅਤੇ ਮੁੜ ਵਸੇਬੇ ਦਾ ਹਿਰਦੇ-ਵੇਦਕ ਜ਼ਿਕਰ ਕੀਤਾ ਹੈ ਅਤੇ ਪੰਜਾਬ ਦੇ ਲੋਕਾਂ ਦੀ ਰਹਿਤਲ, ਮੁਆਸ਼ਰਤੀ ਹਾਲਾਤ, ਬੋਲੀ ਅਤੇ ਸਕਾਫਤ (ਸਭਿਆਚਾਰ) ਨੂੰ ਰੂਪਮਾਨ ਕੀਤਾ ਹੈ। ਲੋਕਾਂ ਨੇ ਮੇਰੀ ਕਿਸ਼ਤਵਾਰ ਛਪ ਰਹੀ ਸਵੈ-ਜੀਵਨੀ ਨੂੰ ਬੜੀ ਦਿਲਚਸਪੀ ਅਤੇ ਰੀਝ ਨਾਲ ਪੜ੍ਹ ਕੇ ਮੇਰਾ ਬਹੁਤ ਹੌਸਲਾ ਵਧਾਇਆ ਹੈ। ਜਦ ਲੋਕ ਕਹਿੰਦੇ ਹਨ ਕਿ ਜੀਵਨੀ ਤਾਂ ਤੁਹਾਡੀ ਹੈ ਪਰ ਲਗਦੀ ਸਾਡੀ ਹੈ ਤਾਂ ਮੈਂ ਲੋਕਾਂ ਦਾ ਹੋ ਕੇ ਰਹਿ ਜਾਂਦਾ ਹਾਂ। ਮੇਰੀਆਂ ਜੜ੍ਹਾਂ ਲੋਕਾਂ ਵਿਚ ਹਨ, ਜਿਨ੍ਹਾਂ ਵਿਚ ਦੋਹਾਂ ਪੰਜਾਬਾਂ ਤੋਂ ਇਲਾਵਾ ਕੈਨੇਡਾ ਵਿਚਲਾ ਪੰਜਾਬੀ ਵੀ ਸ਼ਾਮਲ ਹੈ। ਮੇਰੇ ਇਸ ਜੀਵਨ ਵਿਚ ਮੈਨੂੰ ਇਸ ਤੋਂ ਵਧ ਹੋਰ ਖੁਸ਼ੀ ਕੀ ਹੋ ਸਕਦੀ ਹੈ ਕਿ ਤਿੰਨਾਂ ਪੰਜਾਬਾਂ ਵਿਚ ਮੇਰੇ ਪਾਠਕ ਮੌਜੂਦ ਹਨ। ਹਾਜ਼ਰੀਨ ਨੇ ਤਾੜੀਆਂ ਨਾਲ ਮੇਰੇ ਬੋਲੇ ਬੋਲਾਂ ਦਾ ਸਵਾਗਤ ਕੀਤਾ ਅਤੇ ਹੋਰ ਖੁਸ਼ੀ ਹੋਈ ਜਦ ਮੈਂ ਵੇਖਿਆ ਕਿ ਪਾਕਿਸਤਾਨ ਦੀ ਨੌਜਵਾਨ ਲੇਖਿਕਾ ਡਾ: ਸ਼ਾਹਿਦਾ ਦਿਲਾਵਰ ਸ਼ਾਹ ਜਿਸ ਨੇ ਪੰਜਾਬ ਯੂਨੀਵਰਸਿਟੀ ਲਾਹੌਰ ਤੋਂ ਚਾਰ ਐਮ. ਏ. ਪਾਸ ਕੀਤੀਆਂ ਹਨ ਜਿਨ੍ਹਾਂ ਵਿਚ ਪੰਜਾਬੀ ਦੀ ਐਮ. ਏ. ਵੀ ਹੈ, ਗੁਰਮਖੀ ਵਿਚ ਸਿੱਧਾ ਲਿਖਦੀ ਹੈ, ਵੀ ਮੇਰੀ ਕਿਤਾਬ ਦੀ ਰੀਲੀਜ਼ ਰਸਮ ਤੇ ਆਈ

ਹੋਈ ਸੀ। ਅਸੀਂ ਕੈਨੇਡਾ ਵਿਚੋਂ ਉਸ ਨੂੰ ਉਹਦੀ ਕਹਾਣੀਆਂ ਦੀ ਕਿਤਾਬ "ਤਿੜਕੇ ਘੜੇ ਦਾ ਪਾਣੀ" ਗੁਰਮਖੀ ਅਤੇ ਸ਼ਾਹਮੁਖੀ ਵਿਚ ਛਪਵਾਣ ਲਈ ਲੋੜੀਂਦੀ ਮਦਦ ਭੇਜੀ ਸੀ। ਉਸ ਨੇ ਸਾਨੂੰ ਛਪੀ ਕਿਤਾਬ ਦੀ ਕੋਈ ਕਾਪੀ ਨਹੀਂ ਭੇਜੀ ਸੀ, ਇਸ ਲਈ ਮੈਂ ਉਹਦੇ ਵੱਲ ਮੂੰਹ ਮੋਟਾ ਕੀਤਾ ਹੋਇਆ ਸੀ। ਪਰ ਪਤਾ ਨਹੀਂ ਉਸਦੀਆਂ ਕੀ ਮਜਬੂਰੀਆਂ ਸਨ ਕਿ ਕਿਤਾਬ ਛਪਣ ਤੋਂ ਬਾਅਦ ਉਸ ਨੇ ਸਾਡੇ ਨਾਲ ਰਾਬਤਾ ਤੋੜ ਦਿਤਾ ਸੀ। ਖੈਰ ਲਾਹੌਰ ਵਿਚ ਪੂਰੀ ਕਾਮਯਾਬੀ ਨਾਲ ਪੁਸਤਕ ਰੀਲੀਜ਼ ਸਮਾਗਮ ਖਤਮ ਹੋਣ ਤੋਂ ਪਹਿਲਾਂ ਮੈਂ ਚੌਧਰੀ ਮੁਹੰਮਦ ਨਵਾਜ਼ ਦੀ ਪ੍ਰਾਹੁਣਚਾਰੀ ਤੇ ਪਿਆਰ ਦਾ ਬੜੇ ਜਜ਼ਬਾਤੀ ਸ਼ਬਦਾਂ ਵਿਚ ਧੰਵਾਦ ਕੀਤਾ ਅਤੇ ਲਾਹੌਰ ਵਾਸੀਆਂ ਨੂੰ ਇਹ ਸ਼ਬਦ ਕਹਿ ਕਿ "ਨਗਰੀ ਵਸਦੀ ਭਲੀ ਅਤੇ ਜੋਗੀ ਚਲਦੇ ਭਲੇ" ਮਾਈਕ ਛਡ ਦਿਤਾ ਤਾਂ ਕੁਰਸੀਆਂ ਤੋਂ ਉਠ ਕੇ ਸਰੋਤੇ ਆ ਕੇ ਮੇਰੇ ਨਾਲ ਜਫੀਆਂ ਪਾਉਣ ਲਗੇ ਅਤੇ ਫੋਟੋਜ਼ ਲੁਹਾਣ ਲਗੇ।

ਇਨ੍ਹਾਂ ਵਿਚ ਅਫਜ਼ਲ ਸਹਿਰਾ ਵੀ ਸ਼ਾਮਲ ਸੀ। ਸ਼ਾਹਿਦਾ ਦਿਲਾਵਰ ਸ਼ਾਹ ਵੀ ਸਟੇਜ ਤੇ ਆ ਗਈ ਤੇ ਓਸ "ਤਿੜਕੇ ਘੜੇ ਦਾ ਪਾਣੀ" ਦੀ ਕਿਤਾਬ ਮੈਨੂੰ ਭੇਟ ਕੀਤੀ ਅਤੇ ਸਾਡੇ ਨਾਲ ਫੋਟੋਜ਼ ਖਿਚਵਾਈਆਂ। ਉਹ ਸਰਵਤ ਨੂੰ ਮਿਲ ਕੇ ਬਹੁਤ ਖੁਸ਼ ਹੋਈ ਅਤੇ ਸਰਵਤ ਦੀ ਕਾਰ ਵਿਚ ਬੈਠ ਕੇ ਗੁਲਬਰਗ ਆ ਗਈ ਜਿਥੇ ਮੈਂ ਚੌਧਰੀ ਮੁਹੰਮਦ ਨਵਾਜ਼ ਕੋਲ ਠਹਿਰਿਆ ਹੋਇਆ ਸਾਂ। ਚੌਧਰੀ ਸਾਹਿਬ ਨੇ ਸਰਵਤ ਅਤੇ

ਲਾਹੌਰ ਵਿਚ ਸਵੈ ਜੀਵਨੀ ਰੀਲੀਜ਼ ਹੋਣ ਤੋਂ ਬਾਅਦ ਫੋਟੋ

ਸ਼ਾਹਿਦਾ ਦਿਲਾਵਰ ਸ਼ਾਹ ਲਈ ਵਧੀਆ ਚਾਹ ਦਾ ਪ੍ਰਬੰਧ ਕਰਨ ਦਾ ਹੁਕਮ ਦਿਤਾ ਅਤੇ ਅਸੀਂ ਚਾਰੇ ਕਾਫੀ ਚਿਰ ਗੱਲਾਂ ਕਰਦੇ ਰਹੇ। ਮੁੜ ਮਿਲਦੇ ਰਹਿਣ ਦਾ ਕਹਿ ਕੇ ਸਰਵਤ ਜੋ ਲਾਗੇ ਹੀ ਰਹਿੰਦੀ ਸੀ, ਚਲੀ ਗਈ ਅਤੇ ਸ਼ਾਹਿਦਾ ਨੂੰ ਅਸੀਂ ਡਿਨਰ ਕਰ ਕੇ ਜਾਣ ਦਾ ਕਹਿ ਉਸ ਤੋਂ ਮੁਆਜ਼ਰਤ ਮੰਗਦਿਆਂ ਸਕਾਚ ਦੇ ਦੋ ਦੋ ਪੈਗ ਪੀ ਸ਼ਾਹਿਦਾ ਨਾਲ ਕੁਝ ਗਿਲੇ ਸ਼ਿਕਵੇ ਕੀਤੇ ਜਿਵੇਂ ਕਿਤਾਬ ਛਪਣ ਪਿਛੋਂ ਉਹ ਸਾਡੇ ਰਾਡਾਰ ਵਿਚੋਂ ਕਿਉਂ ਨਿਕਲ ਗਈ ਸੀ ਅਤੇ ਕਿਸੇ ਈਮੇਲ ਦਾ ਜਵਾਬ ਵੀ ਨਹੀਂ ਦਿੰਦੀ ਸੀ। ਫੋਨ ਵੀ ਨਹੀਂ ਕਰਦੀ ਸੀ ਪਰ ਜਦ ਉਸ ਬਾਰ ਬਾਰ ਆਪਣੀ ਮਾਲੀ ਹਾਲਤ ਦਾ ਵਾਸਤਾ ਪਾਇਆ ਤਾਂ ਚੌਧਰੀ ਸਾਹਿਬ ਨੇ ਉਸਨੂੰ ਐਂਟੀ ਟੀ ਬੀ ਐਸੋਸੀਏਸ਼ਨ ਦੇ ਸ਼ੁਰੂ ਹੋ ਰਹੇ ਮੈਗਜ਼ੀਨ ਨੂੰ ਪੰਦਰਾਂ ਹਜ਼ਾਰ ਰੁਪੈ ਮਹੀਨੇ ਤੇ ਬਤੌਰ ਐਡੀਟਰ ਕੰਮ ਕਰਨ ਦੀ ਜੌਬ ਆਫਰ ਕਰ ਦਿਤੀ ਤੇ ਅਗੇ ਜਾ ਕੇ ਤਨਖਾਹ ਵਧਾਉਣ ਦਾ ਵਾਇਦਾ ਵੀ ਕੀਤਾ। ਮੈਨੂੰ ਇੰਜ ਲੱਗਾ ਜਿਵੇਂ ਸ਼ਾਹਿਦਾ ਦੀਆਂ ਖ਼ੂਬਸੂਰਤ ਅੱਖਾਂ ਵਿਚੋਂ ਡਿਗਣ ਵਾਲੇ ਅਥਰੂ ਰੁਕ ਗਏ ਸਨ।

ਡਿਨਰ ਆ ਗਿਆ ਸੀ ਅਤੇ ਸ਼ਾਹਿਦਾ ਨੇ ਆਪਣੇ ਵਰਕਿੰਗ ਵੂਮੈਨ ਹੋਸਟਲ ਪਹੁੰਚਣ ਵਿਚ ਲੇਟ ਹੋਣ ਕਾਰਨ ਕਨਟਕੀ ਚਿਕਨ ਦੇ ਡਿਨਰ ਵਾਲਾ ਡੱਬਾ ਆਪਣੇ ਨਾਲ ਹੀ ਰੱਖ ਲਿਆ ਅਤੇ ਮੁਨੀਰ ਉਹਨੂੰ ਚੌਧਰੀ ਸਾਹਿਬ ਦੀ ਮਹਿੰਗੀ ਗਡੀ ਵਿਚ ਦੂਰ ਰਾਵੀ ਵੱਲ ਪੈਂਦੇ ਵਰਕਿੰਗ ਵੂਮੈਨ ਹੋਸਟਲ ਵਿਚ ਛਡਣ ਚਲਾ ਗਿਆ। ਰਾਤ ਪੈ ਰਹੀ ਸੀ। ਮੈਂ ਤੇ ਨਵਾਜ਼ ਨੇ ਕਈ ਅਲਵਿਦਾਈ ਪੈਗ ਪੀਤੇ, ਕਨਟਕੀ ਚਿਕਨ ਫਰਾਈ ਦਾ ਡਿਨਰ ਕੀਤਾ। ਭਾਵੇਂ ਪਾਕਿਸਤਾਨ ਦਾ ਮੇਰਾ ਤਿੰਨ ਮਹੀਨੇ ਦਾ ਓਪਨ ਵੀਜ਼ਾ ਸੀ ਪਰ ਅਗਲੀ ਸਵੇਰ ਮੈਂ ਪਾਕਿਸਤਾਨ ਨੂੰ ਅਲਵਿਦਾ ਕਹਿ ਕੇ ਭਾਰਤ ਜਾਣ ਲਈ ਅਟਾਰੀ ਬਾਰਡਰ ਨੂੰ ਚਲੇ ਜਾਣਾ ਸੀ। ਚੌਧਰੀ ਸਾਹਿਬ ਕਹਿਣ ਲਗੇ ਕਿ ਮੈਂ ਸਵੇਰੇ ਤੁਹਾਨੂੰ ਬਾਰਡਰ ਤੇ ਛਡ ਕੇ ਆਵਾਂਗਾ।

ਅਲਵਿਦਾ ਪਾਕਿਸਤਾਨ

ਲਾਹੌਰ ਵਿਚ ਮੇਰੀ ਇਸ ਆਖਰੀ ਰਾਤ ਦੀ ਸਵੇਰ ਚੜ੍ਹ ਗਈ ਸੀ। ਮੁਨੀਰ ਨੇ ਮੇਰਾ ਸਾਰਾ ਸਾਮਾਨ ਬੜੇ ਵਧੀਆ ਤਰੀਕੇ ਨਾਲ ਪੈਕ ਕਰ ਦਿਤਾ ਸੀ ਪਰ ਬਹੁਤ ਸਾਰੀਆਂ ਭਾਰੀਆਂ ਕਿਤਾਬਾਂ ਜੋ ਬੜੀਆਂ ਨਾਯਾਬ ਸਨ, ਵਜ਼ਨ ਜ਼ਿਆਦਾ ਹੋਣ ਕਾਰਨ ਮੈਂ ਨਾਲ ਨਹੀਂ ਲਿਜਾ ਸਕਦਾ ਸਾਂ। ਮੈਂ ਉਹ ਸਾਰੀਆਂ ਕਿਤਾਬਾਂ ਮੁਨੀਰ ਨੂੰ ਦੇ ਦਿਤੀਆਂ ਅਤੇ ਕਿਹਾ ਕਿ ਇਹ ਕਿਤਾਬਾਂ ਸਲੀਮ ਹੁਰਾਂ ਕੋਲ ਪੁਚਾ ਦੇਣੀਆਂ। ਕੁਝ ਕਪੜੇ ਅਤੇ ਇਕ ਡਿਜੀਟਲ ਕੈਮਰਾ ਵੀ ਮੁਨੀਰ ਦੇ ਹਵਾਲੇ ਕਰ ਦਿਤਾ। ਮੁਨੀਰ ਨੇ ਮੇਰੀ ਬੜੀ ਖਿਦਮਤ ਕੀਤੀ ਸੀ ਜੋ ਮੈਂ ਕਦੇ ਭੁੱਲ ਨਹੀਂ ਸਾਂ ਸਕਦਾ। ਸਵੇਰੇ ਮੁਨੀਰ ਚਾਹ ਦੇ ਦੋ ਪਿਆਲੇ ਲੈ ਆਇਆ। ਉਹ ਮੇਰੀ ਆਦਤ ਨੂੰ ਸਮਝ ਗਿਆ ਸੀ ਕਿ ਜਿੰਨਾ ਚਿਰ ਮੈਂ ਦੋ ਕੱਪ ਚਾਹ ਦੇ ਨਾ ਪੀਵਾਂ, ਸੌਮਲ ਨਹੀਂ ਹੋ ਸਕਦਾ। ਵਾਸ਼ਰੂਮ ਵਿਚ ਜਾ ਕੇ ਨਹਾਉਣ ਧੋਣ ਤੋਂ ਬਾਅਦ ਮੈਂ ਸਾਰਾ ਸਾਮਾਨ ਚੈੱਕ ਕੀਤਾ ਅਤੇ ਮੁਨੀਰ ਨੂੰ ਕਿਹਾ ਕਿ ਇਕ ਤਾਂ ਕਵਾਟਰਾਂ ਵਿਚ ਰਹਿੰਦੇ ਸਟਾਫ ਅਤੇ ਉਹਨਾਂ ਦੇ ਬਚਿਆਂ ਨੂੰ ਬੁਲਾਓ, ਖਾਸ ਤੌਰ ਤੇ ਚੌਕੀਦਾਰ ਦੇ ਭੋਲੇ ਭਾਲੇ ਤੇ ਗੋਲ ਮਟੋਲ

ਪੰਜਾਬੀ ਲੇਖਿਕਾ ਪ੍ਰੋ: ਡਾ: ਸ਼ਾਹਿਦਾ ਦਿਲਾਵਰ ਸ਼ਾਹ ਲੇਖਕ ਨਾਲ ਲਾਹੌਰ ਵਿਚ ਚੌਧਰੀ ਮੁਹੰਮਦ ਨਵਾਜ਼ ਦੇ ਦਫਤਰ ਵਿਚ

ਮੁੰਡੇ ਹੈਦਰ ਅਲੀ ਨੂੰ ਤੇ ਫਿਰ ਸਾਮਾਨ ਥਲੇ ਚੌਧਰੀ ਸਾਹਿਬ ਦੇ ਦਫਤਰ ਵਿਚ ਲੈ ਚਲੋ। ਬਰੇਕਫਾਸਟ ਵੀ ਥਲੇ ਹੀ ਕਰਾਂਗੇ। ਮੇਰਾ ਖਿਆਲ ਸੀ ਕਿ ਅਸੀਂ 10 ਵਜੇ ਦੇ ਕਰੀਬ ਵਾਘਾ ਬਾਰਡਰ ਨੂੰ ਚੱਲ ਪਵਾਂਗੇ ਪਰ ਜਿੰਨਾ ਚਿਰ ਤਕ ਚੌਧਰੀ ਮੁਹੰਮਦ ਨਵਾਜ਼ ਸਾਹਿਬ ਪਿੰਡੋਂ ਨਹੀਂ ਆਉਂਦੇ ਸਨ, ਮੈਂ ਜਾ ਨਹੀਂ ਸਕਦਾ ਸਾਂ ਕਿਉਂਕਿ ਮੁਨੀਰ ਵਾਲੀ ਛੋਟੀ ਗੱਡੀ ਵਿਚ ਮੇਰਾ ਸਾਮਾਨ ਨਹੀਂ ਜਾ ਸਕਦਾ ਸੀ। ਮੁਨੀਰ ਥਲੇ ਜਾ ਕੇ ਹੈਦਰ ਅਲੀ ਦੇ ਮਾਂ ਬਾਪ ਅਤੇ ਬਾਕੀ ਬਚਿਆਂ ਨੂੰ ਉਪਰ ਮੇਰੇ ਕਮਰੇ ਵਿਚ ਲੈ ਆਇਆ ਤੇ ਮੈਂ ਦਰਜਾ ਬਦਰਜਾ ਮੇਰੀ ਖਿਦਮਤ ਕਰਨ ਵਾਲੇ ਇਸ ਸਾਰੇ ਪਰਵਾਰ ਨੂੰ ਕੁਝ ਕਪੜੇ ਅਤੇ ਸਭ ਨੂੰ ਦੋ ਦੋ ਸੌ ਰੁਪੈ ਦੇ ਦਿਤੇ ਜੋ ਉਹ ਲੈ ਨਹੀਂ ਰਹੇ ਸਨ। ਭਰੀਆਂ ਅੱਖਾਂ ਨਾਲ ਕਹਿਣ ਲੱਗੇ, "ਸਰਦਾਰ ਸਾਹਿਬ ਫਿਰ ਵੀ ਪਾਕਿਸਤਾਨ ਆਣਾ। ਅਸੀਂ ਤੁਹਾਨੂੰ ਯਾਦ ਕਰਦੇ ਰਹਾਂਗੇ"। ਕਾਕਾ ਹੈਦਰ ਅਲੀ ਤਾਂ ਮੇਰੇ ਨਾਲ ਲਿਪਟ ਗਿਆ। ਉਹ ਰੋਜ਼ ਮੇਰੇ ਕਮਰੇ ਵਿਚ ਆ ਕੇ ਮੈਨੂੰ ਪੁਛਦਾ ਰਿਹਾ ਸੀ ਸਰਦਾਰ ਜੀ ਕੋਈ ਖਿਦਮਤ ਹੋਵੇ ਤਾਂ ਦੱਸੋ। ਮੈਂ ਦਸ ਵੀਹ ਰੁਪੈ ਦੇਣ ਦੀ ਕੋਸ਼ਿਸ਼ ਕਰਦਾ ਪਰ ਉਹ ਗਰੀਬ ਹੋਣ ਦੇ ਬਾਵਜੂਦ ਵੀ ਨਾ ਲੈਂਦਾ। ਮੁਨੀਰ ਨੂੰ ਕਪੜੇ ਅਤੇ ਇਕ ਕੈਮਰਾ ਮੈਂ ਪਹਿਲਾਂ ਹੀ ਦੇ ਦਿਤਾ ਸੀ। ਪੈਸੇ ਨਵਾਜ਼ ਦੇ ਆਣ ਤੇ ਦੇਣਾ ਚਹੁੰਦਾ ਸਾਂ। ਮੁਨੀਰ ਕਹਿਣ ਲਗਾ ਕਿ ਚੌਧਰੀ ਸਾਹਿਬ ਨੇ ਲੇਟ ਹੋ ਜਾਣਾ ਹੈ। ਤੁਸੀਂ ਬਰੇਕਫਾਸਟ ਉਪਰ ਹੀ ਕਰ ਲਵੋ। ਦਸ ਵਜੇ ਤੋਂ ਬਾਅਦ ਸਾਮਾਨ ਥਲੇ ਲੈ ਚਲਾਂਗੇ। ਉਹੀ ਗੱਲ ਹੋਈ ਕਿ ਚੌਧਰੀ ਸਾਹਿਬ ਕਾਫੀ ਲੇਟ ਹੋ ਗਏ ਅਤੇ ਉਹਨਾਂ ਨੂੰ ਕਿਸੇ ਨੇ ਜ਼ਰੂਰੀ ਮਿਲਣ ਆਣਾ ਸੀ ਜਿਸ ਕਾਰਨ ਉਹ ਮੈਨੂੰ ਬਾਰਡਰ ਤੇ ਛਡਣ ਨਹੀਂ ਜਾ ਸਕਦੇ ਸਨ। ਉਹਨਾਂ ਆਪਣੀ ਵਡੀ ਗੱਡੀ ਮੁਨੀਰ ਨੂੰ ਦੇ ਦਿਤੀ ਅਤੇ ਮੁਨੀਰ ਅਤੇ ਬਾਕੀਆਂ ਨੇ ਮੇਰਾ ਸਮਾਨ ਵਡੀ ਗਡੀ ਵਿਚ ਰਖ ਦਿਤਾ। ਤੁਰਨ ਲਗਿਆਂ ਮੈਂ ਮੁਨੀਰ ਨੂੰ ਦੋ ਹਜ਼ਾਰ ਪਾਕਿਸਤਾਨੀ ਰੁਪੈ ਅਤੇ 20 ਡਾਲਰ ਕੈਨੇਡੀਅਨ ਦੇ ਦਿਤੇ। ਉਹ ਲੈ ਨਹੀਂ ਰਿਹਾ ਸੀ ਪਰ ਚੌਧਰੀ ਸਾਹਿਬ ਤੇ ਕਹਿਣ ਤੇ ਲੈ ਲਏ। ਕਹਿਣ ਲੱਗਾ ਤੁਹਾਡੀ ਇਹ ਪਿਆਰ ਨਸ਼ਾਨੀ ਮੈਂ ਸਦਾ ਆਪਣੇ ਕੋਲ ਰੱਖਾਂਗਾ। 50 ਸਾਲਾਂ ਬਾਅਦ ਮਿਲੇ ਮੈਂ ਤੇ ਨਵਾਜ਼ ਨਮ ਅਖਾਂ ਤੇ ਭਾਰੇ ਬੋਲਾਂ ਨਾਲ ਬਗਲਗੀਰ ਹੋ ਕੇ ਇਕ ਦੂਜੇ ਤੋਂ ਜੁਦਾ ਹੋਏ ਅਤੇ ਚੌਧਰੀ ਸਾਹਿਬ ਦੀ ਮਹਿੰਗੀ ਗਡੀ ਬਾਰਡਰ ਵੱਲ ਦੌੜ ਰਹੀ ਸੀ। ਮੈਂ ਲਾਹੌਰ ਨੂੰ ਆਖਰੀ ਵਾਰ ਸਧਰਾਂ ਭਰੀਆਂ ਅਖਾਂ ਨਾਲ ਤਕ ਰਿਹਾ ਸਾਂ। ਵਾਘਾ ਬਾਰਡਰ ਤੇ ਮੇਰੇ ਰਿਸ਼ਤੇਦਾਰ ਅਤੇ ਦੋਸਤ ਅੰਮ੍ਰਿਤਸਰ ਤੋਂ ਮੈਨੂੰ ਅਗੋਂ ਲੈਣ ਲਈ ਆ ਰਹੇ ਸਨ।

ਬਾਰਡਰ ਤੇ ਪਹੁੰਚ ਕੇ ਮੈਂ ਮੁਨੀਰ ਨਾਲ ਆਖਰੀ ਫੋਟੋ ਖਿਚਵਾਈ ਤੇ ਕੁਲੀ ਮੇਰਾ ਸਾਮਾਨ ਚੁਕ ਕੇ ਇਮੀਗਰੇਸ਼ਨ ਅਫਸਰ ਤਕ ਲੈ ਆਏ। ਇਮੀਗਰੇਸ਼ਨ ਅਫਸਰ ਨੇ ਲੋੜੀਂਦੀ ਕਾਰਵਾਈ ਕੀਤੀ ਅਤੇ ਕੁਲੀਆਂ ਨੇ ਨੋ ਮੈਨ ਲੈਂਡ ਤੋਂ ਮੇਰਾ

ਪਾਕਿਸਤਾਨ ਛੱਡਣ ਵੇਲੇ ਵਾਘਾ ਬਾਰਡਰ 'ਤੇ ਬਹੁਤ ਨਿਘੇ ਤੇ
ਸੇਵਾਦਾਰ ਡਰਾਈਵਰ ਮੁਨੀਰ ਨਾਲ ਯਾਦਗਾਰ ਤਸਵੀਰ

ਸਾਮਾਨ ਭਾਰਤੀ ਕੁਲੀਆਂ ਦੇ ਹਵਾਲੇ ਕਰ ਦਿਤਾ। ਕਸਟਮ ਸੁਪਰਡੰਟ ਹਰਪਾਲ ਸਿੰਘ ਬੜੇ ਸਲੀਕੇ ਨਾਲ ਮਿਲਿਆ ਅਤੇ ਸੂਫੀਇਜ਼ਮ ਵਿਚ ਬੜੀ ਦਿਲਚਸਪੀ ਵਿਖਾਈ। ਭਾਰਤੀ ਇਮੀਗਰੇਸ਼ਨ ਅਤੇ ਕਸਟਮ ਤੋਂ ਵਿਹਲੇ ਹੋ ਕੇ ਮੈਂ ਡਿਊਟੀ ਫਰੀ ਤੋਂ ਕੁਝ ਸਕਾਚ ਦੀਆਂ ਬੋਤਲਾਂ ਖਰੀਦੀਆਂ ਅਤੇ ਅਗਲੇ ਅਧੇ ਘੰਟੇ ਵਿਚ ਮੇਰੇ ਦਾਮਾਦ ਦਰਸ਼ਨ ਦੇ ਛੋਟੇ ਭਰਾ ਅਮਰਦੀਪ ਦੀ ਕਾਰ ਵਿਚ ਬੈਠ ਅਸੀਂ ਅਮ੍ਰਿਤਸਰ 4 ਜੀ ਟੀ ਰੋਡ ਤੇ ਬੈਠੇ ਸਾਂ। ਭੁਪਿੰਦਰ ਸੰਧੂ ਵੀ ਜੋ ਮੈਨੂੰ ਬਾਰਡਰ ਤੇ ਲੈਣ ਆ ਰਿਹਾ ਸੀ, ਨੂੰ ਮੈਂ ਫੋਨ ਕਰ ਕੇ ਆਉਣ ਤੋਂ ਮਨ੍ਹਾ ਕਰ ਦਿਤਾ ਸੀ ਤੇ ਸ਼ਾਮ ਨੂੰ ਮਿਲਣ ਲਈ ਕਹਿ ਦਿਤਾ ਸੀ। ਅੰਮ੍ਰਿਤਸਰ ਯੂਨੀਵਰਸਿਟੀ ਅਗੋਂ ਲੰਘਦਿਆਂ ਜਿਥੇ ਕਦੀ ਮੈਂ ਕੰਮ ਕਰਦਾ ਰਿਹਾ ਸਾਂ, ਦਿਲ ਵਿਚ ਰੁਗ ਜਿਹਾ ਭਰਿਆ ਗਿਆ ਤੇ ਖਾਲਸਾ ਕਾਲਜ ਅੰਮ੍ਰਿਤਸਰ ਅਗੋਂ ਲੰਘਦਿਆਂ ਲੱਗਾ ਕਿ ਅੰਮ੍ਰਿਤਸਰ ਲਾਹੌਰ ਨਾਲੋਂ ਘੱਟ ਨਹੀਂ ਸੀ।

ਪਿਆਰੇ ਵਤਨ ਭਾਰਤ ਵਿਚ ਪਹਿਲਾ ਦਿਨ 28 ਮਾਰਚ, 2010

ਵਾਘਾ ਬਾਰਡਰ ਤੇ ਮਿਲਿਆ ਕਸਟਮ ਸੁਪਰਡੰਟ ਹਰਪਾਲ ਸਿੰਘ ਸੂਫੀਇਜ਼ਮ ਵਿਚ ਕਾਫੀ ਦਿਲਚਸਪੀ ਲੈਂਦਾ ਸੀ ਅਤੇ ਇਸ ਤੋਂ ਇਲਾਵਾ ਵਧੀਆ ਗੱਲ ਇਹ ਹੋਈ ਕਿ ਉਹ ਕੈਨੇਡਾ ਦੇ ਪ੍ਰਸਿਧ ਸਿੱਖ ਨੇਤਾ ਇੰਦਰਜੀਤ ਸਿੰਘ ਬਲ ਦਾ ਦੋਸਤ ਨਿਕਲ ਆਇਆ। ਇੰਦਰਜੀਤ ਸਿੰਘ ਬਲ ਬਾਰੇ ਪਤਾ ਲੱਗਾ ਕਿ ਉਹ ਪੰਜਾਬ ਦੀ ਮੇਨ ਸਟਰੀਮ ਵਿਚ ਪੂਰੇ ਜਲੌ ਨਾਲ ਕੁੱਦ ਚੁਕਾ ਸੀ। ਇੰਦਰਜੀਤ ਬਲ ਦਾ ਇੰਡੀਆ ਦਾ ਮੋਬਾਈਲ ਫੋਨ ਨੰਬਰ ਮੇਰੇ ਕੋਲ ਨਹੀਂ ਸੀ। ਕਸਟਮ ਸੁਪਰਡੰਟ ਨੇ ਉਸਦਾ ਫੋਨ ਨੰਬਰ ਵੀ ਦੇ ਦਿਤਾ ਅਤੇ ਉਸ ਨਾਲ ਗੱਲ ਵੀ ਕਰਵਾ ਦਿਤੀ। ਉਸ ਨੇ 8 ਅਪ੍ਰੈਲ ਨੂੰ ਕੈਨੇਡਾ ਮੁੜ ਜਾਣਾ ਸੀ ਅਤੇ ਫਿਲਵਾਂ ਬੱਸ ਸਟੈਂਡ ਤੋਂ ਦੋ ਮੀਲ ਦੀ ਦੂਰੀ ਤੇ ਪੈਂਦੇ ਇਕ ਪੈਟਰੋਲ ਪੰਪ ਦੇ ਸਾਹਮਣੇ ਆਪਣੇ ਨਵੇਂ ਬਣਾਏ ਖੂਬਸੂਰਤ ਖੁਲ੍ਹੇ ਡੁਲ੍ਹੇ ਘਰ ਪ੍ਰਵੇਸ਼ ਦੀ ਰਸਮ ਤੇ ਕਾਫੀ ਵਡੀ ਪਾਰਟੀ ਰੱਖੀ ਹੋਈ ਸੀ। ਬਲ ਦਾ ਪਿਆਰ ਭਰਿਆ ਹੁਕਮ ਸੀ ਕਿ ਮੈਂ ਪਾਰਟੀ ਤੇ ਜ਼ਰੂਰ ਆਉਣਾ ਹੈ ਅਤੇ ਉਹ ਪਾਕਿਸਤਾਨ ਵਿਚ ਮੇਰੀ ਸ਼ਾਹਮੁਖੀ ਵਿਚ ਛਪੀ ਸਵੈ-ਜੀਵਨੀ ਇਸ ਵਡੇ ਇਕਠ ਵਿਚ ਰੀਲੀਜ਼ ਕਰੇਗਾ। ਬਲ ਸਾਹਿਬ ਨੇ ਮੇਰੀ ਸਵੈ ਜੀਵਨੀ ਦਾ ਇਕ ਇਕ ਅੱਖਰ ਬੜੀ ਨੀਝ ਨਾਲ ਪੜ੍ਹਿਆ ਹੋਇਆ ਸੀ ਅਤੇ ਹਰ ਵਾਰ ਅਖਬਾਰ ਵਿਚ ਜੀਵਨੀ ਦੀ ਛਪੀ ਕਿਸ਼ਤ ਪੜ੍ਹ ਕੇ ਮੈਨੂੰ ਫੋਨ ਕਰਦਾ ਰਿਹਾ ਸੀ। ਉਸਦੀ ਪਾਰਟੀ ਤੇ ਕਈ ਲੇਖਕ, ਵਿਦਵਾਨ, ਪ੍ਰੋਫੈਸਰਜ਼, ਐਮ. ਐਲ. ਏ. ਅਤੇ ਵਜ਼ੀਰ ਵੀ ਆ ਰਹੇ ਸਨ। ਮੈਂ ਬਲ ਸਾਹਿਬ ਨੂੰ ਹਾਂ ਕਰ ਦਿਤੀ। ਕੈਨੇਡਾ ਤੋਂ ਪਾਕਿਸਤਾਨ ਅਤੇ ਭਾਰਤ ਲਈ ਤੁਰਨ ਤੋਂ ਪਹਿਲਾਂ ਮੈਂ ਬਲ ਸਾਹਿਬ ਨੂੰ ਕਈ ਫੋਨ ਕੀਤੇ ਸਨ ਪਰ ਬਲ ਸਾਹਿਬ ਦਾ ਫੋਨ ਥਰੂ ਨਹੀਂ ਹੋ ਰਿਹਾ ਸੀ। ਮੈਂ ਅੰਦਾਜ਼ਾ ਲਾ ਲਿਆ ਸੀ ਕਿ ਬਲ ਸਾਹਿਬ ਜ਼ਰੂਰ ਇੰਡੀਆ ਚਲੇ ਗਏ ਹੋਣਗੇ ਤੇ ਗੱਲ ਸੱਚੀ ਹੀ ਨਿਕਲੀ। ਹਰਪਾਲ ਕਹਿਣ ਲੱਗਾ ਕਿ ਸ਼ਾਮੀਂ ਮੇਰੇ ਘਰ ਆਓ ਅਤੇ ਪਾਕਿਸਤਾਨ ਵਿਚ ਹੋਈ ਸੂਫੀਇਜ਼ਮ ਕਾਨਫਰੰਸ ਬਾਰੇ ਕੁਝ ਦੱਸੋ। ਮੈਂ ਆਪਣੇ ਇਕ ਹੋਰ ਦੋਸਤ ਹਰਕੰਵਲ ਕੋਰਪਾਲ ਨੂੰ ਵੀ ਬੁਲਾ ਲਵਾਂਗਾ। ਸ਼ਾਮ ਦਾ ਖਾਣਾ ਮੇਰੇ ਘਰ ਖਾਓ। ਗੱਲਾਂ ਗੱਲਾਂ ਵਿਚ ਪਿਛੋਂ ਮੋਗੇ ਲਾਗੇ ਦਾ ਹੋਣ ਕਰ ਕੇ ਉਹਦੇ ਨਾਲ ਜਾਣ ਪਛਾਣ ਨਿਕਲ ਆਈ ਅਤੇ ਉਹ ਕੈਨੇਡਾ ਦੇ ਸਿੱਖ ਨੇਤਾ ਇੰਦਰਜੀਤ ਬਲ ਜਿਸ ਨੂੰ ਮੈਂ ਆਪਣਾ ਛੋਟਾ ਭਰਾ ਕਹਿੰਦਾ ਹਾਂ, ਦਾ ਬਹੁਤ ਕਰੀਬੀ ਦੋਸਤ ਵੀ ਨਿਕਲ ਆਇਆ। ਮੈਂ ਕਹਾ ਕਿ ਤੁਹਾਡੇ ਕਸਟਮ ਵਾਲਿਆਂ ਤੋਂ ਡਰਦਾ ਮੈਂ ਬੜੀਆਂ ਨਾਯਾਬ ਸੌ ਕਿਤਾਬਾਂ ਪਾਕਿਸਤਾਨ ਛਡ ਆਇਆ ਹਾਂ। ਮੈਂ ਹਰਪਾਲ ਨੂੰ ਕਿਹਾ ਕਿ ਜੇ ਮੈਨੂੰ ਪਤਾ ਹੁੰਦਾ ਕਿ

ਤੁਹਾਡੇ ਵਰਗੇ ਫਰਾਖਦਿਲ ਅਫਸਰ ਨੇ ਮਿਲ ਜਾਣਾ ਹੈ ਤਾਂ ਮੈਂ ਉਹ ਸਾਰੀਆਂ ਕਿਤਾਬਾਂ ਜਿਨ੍ਹਾਂ ਵਿਚ ਵੀਹ ਵੀਹ ਸਾਲ ਲਾ ਕੇ ਸੋਧੀ ਹੋਈ ਅਸਲੀ ਹੀਰ ਵੀ ਸੀ, ਸਭ ਨਾਲ ਲੈ ਆਂਦਾ। ਉਸ ਕਿਹਾ ਕਿ ਲੈ ਆਣੀਆਂ ਸਨ।

ਸ਼ਾਮੀਂ ਮੈਂ ਤੇ ਅਮ੍ਰਿਤਸਰ ਦੇ ਪੰਜਾਬੀ ਲੇਖਕ ਭੁਪਿੰਦਰ ਸਿੰਘ ਸੰਧੂ ਨੇ ਕੁਝ ਸਮਾਂ ਕਸਟਮ ਸੁਪਰਡੰਟ ਹਰਪਾਲ ਨਾਲ ਗੁਜ਼ਾਰਿਆ ਅਤੇ ਸੂਫੀਇਜ਼ਮ ਬਾਰੇ ਅਤੇ ਮੇਰੀ ਪਾਕਿਸਤਾਨ ਫੇਰੀ ਬਾਰੇ ਕਾਫੀ ਦਿਲਚਸਪ ਗੱਲਾਂ ਹੋਈਆਂ। ਇਕ ਨੁਕਤੇ ਤੇ ਅਸੀਂ ਸਾਰੇ ਸਾਂਝੀ ਰ਼ਾਏ ਤੇ ਖੜ੍ਹੇ ਸਾਂ ਕਿ ਪਾਕਿਸਤਾਨੀ ਭਾਵੇਂ ਕਿੰਨੇ ਵੀ ਮਹਿਮਾਨ ਨਵਾਜ਼ ਕਿਉਂ ਨਾ ਹੋਣ ਪਰ ਅੰਦਰੋਂ ਖਰੇ ਨਹੀਂ ਹਨ। ਕਸਟਮ ਅਫਸਰ ਹਰਪਾਲ ਸਿੰਘ ਨੂੰ ਬਲ ਸਾਹਿਬ ਦੇ ਨਵੇਂ ਘਰ ਵਿਚ ਹੋ ਰਹੀ ਪਾਰਟੀ ਵਿਚ ਫਿਰ ਮਿਲਣ ਦਾ ਇਕਰਾਰ ਕਰ ਕੇ ਮੈਂ ਤੇ ਭੁਪਿੰਦਰ ਸਿੰਘ ਸੰਧੂ ਅੰਮ੍ਰਿਤਸਰ ਵਿਚ ਮੇਰੇ ਮਾਣ ਵਿਚ ਰੱਖੀ ਇਕ ਡਿਨਰ ਪਾਰਟੀ ਵਿਚ ਚਲੇ ਗਏ। ਭੁਪੰਦਰ ਸਿੰਘ ਸੰਧੂ ਨੂੰ ਜੁਲਾਈ 2009 ਵਿਚ ਕੈਨੇਡਾ ਵਿਚ ਹੋਈ ਵਰਲਡ ਪੰਜਾਬੀ ਕਾਨਫਰੰਸ ਵਿਚ ਸ਼ਾਮਲ ਹੋਣ ਲਈ ਸੱਦਾ-ਪੱਤਰ ਭੇਜਿਆ ਸੀ ਪਰ ਉਸ ਨੂੰ ਕੈਨੇਡਾ ਦਾ ਵੀਜ਼ਾ ਨਹੀਂ ਮਿਲਿਆ ਸੀ।

ਕਈ ਸਾਲਾਂ ਬਾਅਦ ਅੰਮ੍ਰਿਤਸਰ ਸੀਹਰ ਵਿਚ ਇਹ ਮੇਰੀ ਪਹਿਲੀ ਰਾਤ ਸੀ। ਅੰਮ੍ਰਿਤਸਰ ਵੀ ਲਾਹੌਰ ਵਾਂਗ ਮੇਰੇ ਬਚਪਨ ਨਾਲ ਜੁੜੀਆਂ ਅਨੇਕਾਂ ਯਾਦਾਂ ਦਾ ਸ਼ਹਿਰ ਹੈ। ਇਸ ਸ਼ਹਿਰ ਤੋਂ ਅਠ ਨੌਂ ਮੀਲ ਦੂਰ ਪੈਂਦੇ ਪਿੰਡ ਨਵਾਂ ਪਿੰਡ ਵਿਚੋਂ ਹੀ ਸਾਡੇ ਵਡੇਰੇ ਸੰਨ 1880 ਈ. ਵਿਚ ਬਾਰ ਵਿਚ ਮੁੱਰਬੇ ਮਿਲਣ ਤੇ ਬਾਰ ਆਬਾਦ ਕਰਨ ਲਈ ਚਲੇ ਗਏ ਸਨ। ਪਿਓ ਦਾਦਿਆਂ ਦੀ ਇਸ ਪਿੰਡ ਵਾਲੀ ਬਚੀ ਜ਼ਮੀਨ ਅਸੀਂ ਮਾਰਚ 1965 ਵਿਚ ਵੇਚ ਕੇ ਇਸ ਪਿੰਡ ਨਾਲੋਂ ਸਦਾ ਲਈ ਨਾਤਾ ਤੋੜ ਲਿਆ ਸੀ। ਇਸ ਸ਼ਹਿਰ ਅਤੇ ਇਸ ਦੇ ਆਲੇ ਦਵਾਲੇ ਨਾਲ ਮੇਰੀਆਂ ਬਹੁਤ ਪਿਆਰੀਆਂ ਤੇ ਪੁਰਾਣੀਆਂ ਯਾਦਾਂ ਜੁੜੀਆਂ ਹੋਈਆਂ ਸਨ। ਲਾਗੇ ਲਾਗੇ ਪਿੰਡਾਂ ਵਿਚ ਅਨੇਕਾਂ ਰਿਸ਼ਤੇਦਾਰੀਆਂ ਵੀ ਸਨ। ਸਠਵਿਆਂ ਦਾ ਉਹ ਵੀ ਵਕਤ ਸੀ ਜਦੋਂ ਕਹਾਣੀਕਾਰ ਜਗਜੀਤ ਸਿੰਘ ਆਹੂਜਾ ਜੀਂਦਾ ਸੀ ਤੇ ਸ਼ਿਵ ਕੁਮਾਰ ਬਟਾਲਵੀ, ਮੋਹਨ ਕਾਹਲੋਂ, ਅਵਤਾਰ ਅਨਭੋਲ, ਕੁਲਵੰਤ ਸੂਰੀ ਅਤੇ ਕਈ ਹੋਰ ਲੇਖਕ ਆਹੂਜੇ ਦੇ ਇੱਬਨ ਪਿੰਡ ਵੱਲ ਪੈਂਦੇ ਇੱਟਾਂ ਦੇ ਭੱਠੇ ਲਾਗੇ ਵਗਦੇ ਸੂਏ ਦੇ ਕੰਢੇ ਸਾਹਿਤਕ ਮਹਿਫਲਾਂ ਲਗਿਆ ਕਰਦੀਆਂ ਸਨ। ਮੁਰਗਾਬੀਆਂ ਦਾ ਸ਼ਿਕਾਰ ਖੇਡਣਾ ਤੇ ਇਥੇ ਬਿਨ ਬਾਂਗੇ ਮੁਰਗੇ ਭੁਜਦੇ ਅਤੇ ਸੁਲਫੇ ਦੀ ਲਾਟ ਵਰਗੀ ਘਰ ਦੀ ਕਢੀ ਦਾਰੂ ਚਲਦੀ। ਜਗਜੀਤ ਸਿੰਘ ਆਹੂਜੇ ਨੂੰ ਲੇਖਕ ਬਨਣ ਦਾ ਐਸਾ ਸ਼ੌਕ ਚੜ੍ਹਿਆ ਕਿ ਇਸ ਸ਼ੌਕ ਵਿਚ ਉਸ ਨੇ ਆਪਣਾ ਸਭ ਕੁਝ ਗਵਾ ਲਿਆ ਤੇ ਉਹਦਾ ਭੱਠਾ ਬੈਠ ਗਿਆ। ਸਫਲ ਕਹਾਣੀਆਂ ਦੀਆਂ ਦੋ ਕਿਤਾਬਾਂ "ਹਨੇਰੇ ਦੇ ਨਕਸ਼" ਅਤੇ "ਪਹਿਲੀ ਰਾਤ ਦੀ ਤਲਾਸ਼" ਛਪਵਾ ਕੇ ਉਹ ਆਰਥਿਕ ਤੌਰ ਤੇ ਤਬਾਹ ਹੋ ਗਿਆ। ਸੱਠਵਿਆਂ ਦੇ ਅੰਤ ਅਤੇ ਸੱਤਰਵਿਆਂ

ਦੇ ਸ਼ੁਰੂ ਵਿਚ ਉਸਦੀ ਮਾਇਕ ਹਾਲਤ ਐਨੀ ਜ਼ਿਆਦਾ ਖਰਾਬ ਹੋ ਗਈ ਕਿ ਜਿਨ੍ਹਾਂ ਲੋਕਾਂ ਤੇ ਉਹ ਰੋਜ਼ ਸੈਂਕੜੇ ਰੁਪੈ ਖਰਚਦਾ ਹੁੰਦਾ ਸੀ। ਸੋਲਨ ਨੰਬਰ ਵਨ ਦੀ ਵਿਸਕੀ ਪਿਆਉਂਦਾ ਅਤੇ ਭੁੱਜੇ ਹੋਏ ਮੁਰਗੇ ਖਵਾਂਦਾ ਹੁੰਦਾ ਸੀ, ਉਹ ਸਭ ਉਹਨੂੰ ਛਡ ਗਏ ਅਤੇ ਕੋਈ ਉਹਨੂੰ ਦਸ ਰੁਪੈ ਉਧਾਰੇ ਨਹੀਂ ਦੇਂਦਾ ਸੀ। ਅਮੀਰੀ ਜੀਵਨ ਜੀਣ ਵਾਲਾ ਫਰਾਖਦਿਲ ਮਹਿਮਾਨ ਨਵਾਜ਼ ਜਗਜੀਤ ਆਹੂਜਾ ਮੁਫਲਸੀ ਦਾ ਸ਼ਿਕਾਰ ਹੋ ਗਿਆ। ਮਕਾਨ ਦਾ ਕਿਰਾਇਆ ਅਤੇ ਰਾਸ਼ਨ ਪਾਉਣ ਜੋਗੇ ਪੈਸੇ ਨਾ ਰਹੇ। ਇਹਨਾਂ ਹਾਲਾਤਾਂ ਵਿਚ ਉਹਦੀ ਪਤਨੀ ਤੇ ਉਹਦੀ ਅਗੇ ਪਿਛੇ ਮੌਤ ਹੋ ਗਈ। ਇੰਜ ਸਾਹਿਤਕਾਰਾਂ, ਪ੍ਰਕਾਸ਼ਕਾਂ, ਲਿਖਾਰੀਆਂ ਤੇ ਸ਼ਾਇਰਾਂ ਦੇ ਸ਼ਹਿਰ ਅੰਮ੍ਰਿਤਸਰ ਵਿਚ ਇਕ ਉਭਰ ਰਹੇ ਕਹਾਣੀਕਾਰ ਜਗਜੀਤ ਸਿੰਘ ਆਹੂਜਾ ਦਾ ਅੰਤ ਹੋ ਗਿਆ।

ਦੂਜਾ ਇਸੇ ਸ਼ਹਿਰ ਵਿਚ ਹੀ ਗੰਗਾ ਬਿਲਡੰਗ ਤੋਂ ਅਗੇ ਇਰੀਗੇਸ਼ਨ ਮਹਿਕਮੇ ਵਿਚ ਵਡੇ ਅਹੁਦੇ ਤੋਂ ਰੀਟਾਇਰ ਹੋਏ ਅਮੀਰ ਨਾਟਕਕਾਰ ਸਰਦਾਰ ਗੁਰਸ਼ਰਨ ਸਿੰਘ ਦੇ ਬਹੁਤ ਵਡੇ ਘਰ ਖਾਲਸਾ ਨਿਵਾਸ ਲਾਗੇ ਇਕ ਵਡੀ ਬਿਲਡਿੰਗ ਵਿਚ ਛੋਟੇ ਬੱਚਿਆਂ ਦਾ ਇਕ ਸਕੂਲ ਖੁਲ੍ਹਿਆ ਸੀ। ਗਰਮੀਆਂ ਦੀਆਂ ਛੁੱਟੀਆਂ ਹੋਈਆਂ ਤਾਂ ਇਕ ਛੋਟਾ ਬੱਚਾ ਸਕੂਲ ਵਿਚ ਹੀ ਕਿਧਰੇ ਰਹਿ ਗਿਆ ਤੇ ਸਕੂਲ ਵਾਲੇ ਸਕੂਲ ਨੂੰ ਜਿੰਦਰੇ ਲਾ ਕੇ ਦੋ ਮਹੀਨਿਆਂ ਲਈ ਸਕੂਲ ਬੰਦ ਕਰ ਕੇ ਚਲਦੇ ਬਣੇ। ਉਹ ਛੋਟਾ ਜਿਹਾ ਮਾਸੂਮ ਬੱਚਾ ਸਾਰੇ ਸ਼ਹਿਰ ਵਿਚ ਲਭਿਆ ਗਿਆ ਪਰ ਕਿਤੋਂ ਨਾ ਲੱਭਾ। ਛੁਟੀਆਂ ਖਤਮ ਹੋਣ ਤੇ ਜਦ ਦੋਬਾਰਾ ਸਕੂਲ ਖੁਲ੍ਹਿਆ ਤਾਂ ਉਸਦੀ ਲਾਸ਼ ਮਿਲੀ। ਸਕੂਲ ਦੀ ਚਾਰ ਦੀਵਾਰੀ ਵਿਚ ਭੁਖਾ ਤਿਹਾਇਆ ਬੱਚਾ ਵਿਲਕ ਵਿਲਕ, ਤੜਪ ਤੜਪ ਕੇ ਮਰ ਗਿਆ ਸੀ। ਜੀ. ਟੀ. ਰੋਡ ਅੰਮ੍ਰਿਤਸਰ ਤੇ ਗੰਗਾ ਬਿਲਡਿੰਗ ਅਤੇ ਪੰਜਾਬੀ ਦੇ ਬਹੁਤ ਅਮੀਰ ਨਾਟਕਕਾਰ ਸ੍ਰੀ ਗੁਰਸ਼ਰਨ ਸਿੰਘ ਦੇ ਬਹੁਤ ਵਡੇ ਘਰ ਖਾਲਸਾ ਨਿਵਾਸ ਕੋਲੋਂ ਲੰਘਦਿਆਂ ਮਾਸੂਮ ਬੱਚੇ ਦੀ ਮੌਤ ਦੀ ਇਹ ਤਰਾਸਦੀ ਸਦਾ ਮੈਨੂੰ ਵਿਆਕਲ ਕਰਦੀ ਰਹੀ ਹੈ।

ਜੀਅ ਕਰਦਾ ਸੀ ਕਿ ਅਗਲੇ ਦਿਨ ਯੂਨੀਵਰਸਿਟੀ ਜਾ ਕੇ ਪੁਰਾਣੇ ਦੋਸਤਾਂ ਨੂੰ ਮਿਲਿਆ ਜਾਵੇ ਤੇ ਆਪਣੇ ਪੁਰਾਣੇ ਪਿੰਡ ਅਤੇ ਨਾਲ ਲਗਦੇ ਪਿੰਡਾਂ ਵਿਚ ਵੀ ਜਾਇਆ ਜਾਵੇ ਪਰ ਮੈਨੂੰ ਚੰਡੀਗੜ੍ਹ ਪਹੁੰਚਣ ਦੀ ਬੜੀ ਕਾਹਲ ਸੀ ਜਿਥੇ ਮੈਂ ਕਈ ਸਾਲਾਂ ਬਾਅਦ ਆਪਣੇ ਘਰ ਦੀਆਂ ਕੰਧਾਂ ਤੇ ਛੱਤਾਂ ਵੇਖਣਾ ਚਹੁੰਦਾ ਸਾਂ। ਆਪਣੇ ਮਾਸਟਰ ਬੈੱਡ ਰੂਮ ਵਿਚ ਜਾ ਕੇ "ਤਾਂਘਾਂ ਵਾਲੇ ਨੈਣ ਕਦੋਂ ਸੁਖ ਨਾਲ ਸੌਣਗੇ" ਦਾ ਪਾਕਿਸਤਾਨੀ ਗੀਤ ਉਚੀ ਆਵਾਜ਼ ਵਿਚ ਲਾ ਕੇ ਆਰਾਮ ਨਾਲ ਸੌਂ ਜਾਣਾ ਚਹੁੰਦਾ ਸਾਂ। ਬੇਟੀ ਰਾਵੀ ਦੇ ਬੜੀ ਰੀਝ ਨਾਲ ਕੋਠੀ ਦੇ ਪਿਛੇ ਲਾਏ ਅੰਬ ਨੂੰ ਜੋ ਹੁਣ ਦਸ ਸਾਲਾਂ ਦਾ ਹੋ ਗਿਆ ਸੀ, ਨੂੰ ਲੱਗੀਆਂ ਅੰਬੀਆਂ ਦੀਆਂ ਤਸਵੀਰਾਂ ਖਿਚਣਾ ਚਹੁੰਦਾ ਸਾਂ ਅਤੇ ਉਹਨਾਂ ਨਿੰਬੂ, ਮੁਸਮੀ, ਫਾਲਸਾ, ਸੰਤਰੇ, ਮਹਿੰਦੀ, ਅਮਰੂਦ ਅਤੇ ਔਲਿਆਂ ਦੇ ਜਵਾਨ ਹੋ ਰਹੇ ਪੌਦਿਆਂ ਨੂੰ ਵੀ ਆਪਣੇ ਕੈਮਰੇ ਵਿਚ ਬੰਦ ਕਰਨਾ ਚਹੁੰਦਾ ਸਾਂ

ਜਿਨ੍ਹਾਂ ਨੂੰ ਮੇਰੀ ਪਤਨੀ ਨੇ ਬੜੀ ਮਿਹਨਤ ਨਾਲ ਅਤੇ ਮਾਲੀ ਬਦਲ ਬਦਲ ਕੇ ਵਡਿਆਂ ਕੀਤਾ ਸੀ। ਕੋਠੀ ਦੇ ਫਰੰਟ ਤੇ ਲੱਗੇ ਕਲੀਆਂ ਦੇ ਬੂਟੇ ਵੀ ਯਾਦ ਆ ਰਹੇ ਸਨ ਜਿਨ੍ਹਾਂ ਦੀ ਖੁਸ਼ਬੂ ਨਾਲ ਸਵੇਰ ਬਹੁਤ ਸੁਹਾਣੀ ਹੋ ਜਾਂਦੀ ਸੀ। ਅੰਮ੍ਰਿਤਸਰ ਵਿਚ ਪਹਿਲੇ ਦਿਨ ਦੀ ਸ਼ਾਮ ਤਾਂ ਪਾਰਟੀ ਵਿਚ ਬੀਤ ਗਈ ਤੇ ਸਵੇਰੇ ਮੈਂ ਹਰਿਮੰਦਰ ਸਾਹਿਬ ਮਥਾ ਟੇਕਣ ਤੋਂ ਬਾਅਦ ਆਪਣੀ ਪਾਕਿਸਤਾਨ ਵਿਚ ਸ਼ਾਹਮੁਖੀ ਵਿਚ ਛਪੀ ਸਵੈ ਜੀਵਨੀ ਸਿੰਘ ਬ੍ਰਦਰਜ਼ ਦੇ ਮਾਲਕ ਗੁਰਸਾਗਰ ਸਿੰਘ ਨੂੰ ਦਿਖਾਣ ਅਤੇ ਇਹੀ ਕਿਤਾਬ ਗੁਰਮਖੀ ਵਿਚ ਛਪੀ ਹੈ ਜਾਂ ਨਹੀਂ ਦਾ ਪਤਾ ਕਰਨ ਲਈ ਉਹਨਾਂ ਦੇ ਸਿਟੀ ਸੈਂਟਰ ਵਾਲੇ ਦਫਤਰ ਦੀ ਤੀਜੀ ਮੰਜ਼ਲ ਤੇ ਚਲਾ ਗਿਆ। ਸ. ਗੁਰਸਾਗਰ ਸਿੰਘ ਨੇ ਦਸਿਆ ਕਿ ਉਹਨਾਂ ਨੂੰ ਤਾਂ ਕੈਨੇਡਾ ਤੋਂ ਈਮੇਲ ਕੀਤੀ ਸਵੈ-ਜੀਵਨੀ ਮਿਲੀ ਹੀ ਨਹੀਂ ਅਤੇ ਜਦ ਮਿਲੀ ਹੀ ਨਹੀਂ ਹੈ ਤਾਂ ਛਪਣ ਦਾ ਸਵਾਲ ਹੀ ਪੈਦਾ ਨਹੀਂ ਹੁੰਦਾ ਸੀ। ਮੈਂ ਫਰਵਰੀ ਮਾਰਚ ਵਿਚ ਸਵੈ-ਜੀਵਨੀ ਦਾ ਟਾਈਪ ਸੈਟ ਕੀਤਾ ਸਾਰਾ ਖਰੜਾ ਟਰਾਂਟੋ ਤੋਂ ਇਕੋ ਸਮੇਂ ਪਾਕਿਸਤਾਨ ਵਿਚ ਸਾਂਝ ਪਬਲੀਕੇਸ਼ਨ ਅਤੇ ਹਿੰਦੋਸਤਾਨ ਵਿਚ ਸਿੰਘ ਬ੍ਰਦਰਜ਼ ਨੂੰ ਛਪਣ ਲਈ ਈਮੇਲ ਕੀਤਾ ਸੀ। ਇਹ ਸੁਣ ਕੇ ਬੜੀ ਨਿਰਾਸਤਾ ਹੋਈ ਸਿੰਘ ਬ੍ਰਦਰਜ਼ ਨੂੰ ਇਹ ਈਮੇਲ ਮਿਲੀ ਹੀ ਨਹੀਂ ਸੀ। ਪਿਛਲੇ ਬਹੁਤ ਸਾਲਾਂ ਤੋਂ ਮੇਰੀਆਂ ਕਿਤਾਬਾਂ ਸਿੰਘ ਬ੍ਰਦਰਜ਼ ਦੇ ਮਾਲਕ ਗੁਰਸਾਗਰ ਸਿੰਘ ਹੀ ਛਾਪਦੇ ਆ ਰਹੇ ਸਨ।

ਉਹਨੇ ਆਪਣਾ ਕਲਰਕ ਬੁਲਾ ਕੇ ਫਰਵਰੀ ਮਾਰਚ ਵਿਚ ਆਈਆਂ ਸਾਰੀਆਂ ਈਮੇਲਜ਼ ਮੈਨੂੰ ਚੈੱਕ ਕਰਵਾ ਦਿਤੀਆਂ। ਬੜੀ ਹੈਰਾਨੀ ਵਾਲੀ ਗੱਲ ਸੀ ਮੇਰੀ ਕਿਤਾਬ ਦਾ ਖਰੜਾ ਭੇਜਣ ਵਾਲੀ ਫਾਈਲ ਉਹਨਾਂ ਵਿਚ ਨਹੀਂ ਸੀ। ਗੁਰਸਾਗਰ ਸਿੰਘ ਇਕ ਬਹੁਤ ਸੁਹਿਰਦ, ਸਿਆਣਾ, ਪੜ੍ਹਿਆ ਲਿਖਿਆ ਅਤੇ ਪਰਕਾਸ਼ਨ ਦੇ ਖੇਤਰ ਦਾ ਬਹੁਤ ਤਜਰਬੇਕਾਰ ਵਿਅਕਤੀ ਹੈ। ਸ਼ਾਹਮੁਖੀ ਵਿਚ ਛਪੀ ਕਿਤਾਬ ਵੇਖ ਕੇ ਗੁਰਸਾਗਰ ਦੇ ਚਿਹਰੇ ਤੇ ਜਾਂ ਅੱਖਾਂ ਵਿਚ ਕੋਈ ਸਪਾਰਕ ਨਹੀਂ ਸੀ। ਫੈਜ਼ ਅਹਿਮਦ ਫੈਜ਼ ਨੂੰ ਸਮਰਪਤ ਸਫੇ ਤੇ ਫੇਜ਼ ਦੀ ਸਿਗਰਟ ਪੀਂਦੇ ਦੀ ਲੱਗੀ ਫੋਟੋ ਵੇਖ ਕੇ ਕਹਿਣ ਲੱਗਾ ਕਿ ਸਾਡਾ ਅਦਾਰਾ ਸਿਗਰਟ ਵਾਲੀ ਫੋਟੋ ਕਦੇ ਨਹੀਂ ਛਾਪਦਾ। ਖੈਰ ਮੈਂ ਗੁਰਸਗਰ ਨੂੰ ਅਲਵਿਦਾ ਕਹਿ ਬਾਹਰ ਆ ਗਿਆ ਕਿਉਂਕਿ 4 ਜੀ. ਟੀ. ਰੋਡ ਤੇ ਆ ਕੇ ਮੈਂ ਚੰਡੀਗੜ੍ਹ ਜਾਣ ਦੀ ਤਿਆਰੀ ਕਰਨੀ ਸੀ। ਡਾ: ਕਰਨੈਲ ਸਿੰਘ ਥਿੰਦ ਸਾਹਿਬ ਨੇ ਤਿੰਨ ਵਜੇ ਚੰਡੀੜ੍ਹ ਨੂੰ ਜਾਣ ਵਾਲੀ ਏਅਰਕੰਡੀਸ਼ਨ ਬੱਸ ਵਿਚ ਆਪਣੇ ਨਾਲ ਮੇਰੀ ਵੀ ਸੀਟ ਬੁੱਕ ਕਰਵਾਈ ਹੋਈ ਸੀ।

ਲੇਖਕ ਭੁਪਿੰਦਰ ਸਿੰਘ ਸੰਧੂ ਸਿੰਘ ਬ੍ਰਦਰਜ਼ ਤੋਂ ਮੈਨੂੰ ਪਿਕ ਅਪ ਕਰਨ ਲਈ ਆਪਣੀ ਕਾਰ ਲੈ ਕੇ ਆ ਗਿਆ ਸੀ। ਮੈਂ ਤੇ ਸੰਧੂ ਸਾਹਿਬ ਨੇ ਦੋ ਘੰਟੇ ਪਾਕਿਸਤਨ ਦੀ ਯਾਤਰਾ ਬਾਰੇ ਖੁਲ੍ਹ ਕੇ ਗੱਲਾਂ ਕੀਤੀਆਂ ਅਤੇ ਪਾਕਿਸਤਾਨੀ ਪੰਜਾਬੀ ਅਦਬ ਬਾਰੇ ਕਾਫੀ ਡੂੰਘਾ ਵਿਚਾਰ ਵਟਾਂਦਰਾ ਕੀਤਾ। ਭੁਪਿੰਦਰ ਸੰਧੂ ਸਾਹਿਤਕ ਅਤੇ

ਸਭਿਆਚਾਰਕ ਗਤੀਵਿਧੀਆਂ ਵਿਚ ਸ਼ਾਮਲ ਹੋਣ ਲਈ ਸਾਲ ਵਿਚ ਕਈ ਵਾਰ ਪਾਕਿਸਤਾਨ ਜਾਂਦਾ ਹੈ ਅਤੇ ਪਾਕਿਸਤਾਨ ਵਿਚੋਂ ਆਉਣ ਵਾਲੇ ਪੰਜਾਬੀ ਲੇਖਕਾਂ, ਸਿੰਗਰਜ਼, ਰੰਗ ਮੰਚ ਕਰਮੀਆਂ ਨੂੰ ਬਾਰਡਰ ਤੇ ਜਾ ਕੇ ਰੀਸੀਵ ਕਰਦਾ ਤੇ ਆਪਣੀਆਂ ਅੱਖਾਂ ਤੇ ਬਿਠਾਉਂਦਾ ਹੈ। ਚੌਦਾਂ ਅਗਸਤ ਨੂੰ ਬਾਰਡਰ ਤੇ ਹਜ਼ਾਰਾਂ ਲੋਕਾਂ ਦਾ ਇਕੱਠ ਕਰ ਕੇ ਅਮਨ ਦੀਆਂ ਮੋਮ ਬੱਤੀਆਂ ਜਗਾਉਂਦਾ ਹੈ। ਦੋਹਾਂ ਦੇਸ਼ਾਂ ਅੰਦਰ ਆਵਾਜਾਈ ਦੀ ਖੁਲ੍ਹ ਅਤੇ ਆਪਸੀ ਭਰਾਤਰੀ ਪਿਆਰ ਦੀ ਸੁਰ ਦਾ ਉਚਾ ਅਲਾਪ ਕਰਦਾ ਹੈ। ਭਾਵੇਂ ਇਹ ਇਕ ਕਲਪੀ ਸਚਾਈ ਹੈ ਪਰ ਕਿਸੇ ਨਾ ਕਿਸੇ ਦਿਨ ਇਹ ਯਥਾਰਥ ਦਾ ਰੂਪ ਧਾਰ ਜਾਵੇਗੀ। ਅਜਿਹੀ ਉਮੀਦ ਜ਼ਰੂਰ ਰੱਖਣੀ ਚਾਹੀਦੀ ਹੈ। ਦੋਪਹਿਰ ਦਾ ਖਾਣਾ ਚਾਰ ਜੀ. ਟੀ. ਰੋਡ ਤੇ ਖਾ ਰਹੇ ਸਾਂ ਕਿ ਥਿੰਦ ਸਾਹਿਬ ਦਾ ਫ਼ੋਨ ਆ ਗਿਆ ਕਿ ਬੱਸ ਭਰ ਚੁਕੀ ਹੈ ਅਤੇ ਚੱਲਣ ਵਾਲੀ ਹੈ, ਤੁਸੀਂ ਜਲਦੀ ਆ ਜਾਓ। ਥਿੰਦ ਸਾਹਿਬ ਦੀ ਗੱਲ ਠੀਕ ਸੀ ਕਿ ਜਿਉਂ ਹੀ ਮੈਂ ਪਹੁੰਚਿਆ, ਬੱਸ ਸਟਾਰਟ ਹੋ ਚੁਕੀ ਸੀ। ਮੇਰੇ ਕੋਲ ਸਾਮਾਨ ਵੀ ਕਾਫੀ ਸੀ ਪਰ ਸਭ ਠੀਕ ਠਾਕ ਹੋ ਗਿਆ ਅਤੇ ਨਾਨ ਸਟਾਪ ਏਅਰਕੰਡੀਸ਼ਨ ਬੱਸ ਨੇ ਸ਼ਹਿਰ ਦੀ ਭੀੜ ਵਿਚੋਂ ਨਿਕਲਦਿਆਂ ਕਾਫੀ ਟਾਈਮ ਲਗਾ ਦਿਤਾ ਅਤੇ ਜਲੰਧਰ ਨੂੰ ਜਾਣ ਵਾਲੀ ਓਸ ਜੀ. ਟੀ. ਰੋਡ ਤੇ ਪੈ ਗਈ ਜਿਸ ਸੜਕ ਦੇ ਆਲੇ ਦਵਾਲੇ ਨਾਲ ਮੇਰਾ ਬਹੁਤ ਵਡਾ ਪਿਛੋਕੜ ਜੁੜਿਆ ਹੋਇਆ ਸੀ। ਜੰਡਿਆਲਾ ਗੁਰੂ ਤਕ ਦਾ ਸੱਜੇ ਖਬੇ ਦਾ ਇਲਾਕਾ ਕੰਬੋਹ ਬਰਾਦਰੀ ਦਾ ਗੜ੍ਹ ਸੀ ਜਿਨ੍ਹਾਂ ਨੇ ਸਖਤ ਮਿਹਨਤ ਕਰ ਕੇ ਇਸ ਇਲਾਕੇ ਵਿਚ ਆਪਣਾ ਨਾਂ ਪੈਦਾ ਕੀਤਾ ਸੀ। ਅਗੇ ਜਾ ਕੇ ਬਿਆਸ ਦਰਿਆ ਟੱਪਣ ਤੋਂ ਪਹਿਲਾਂ ਜਸਟਿਸ ਮਹਿੰਦਰ ਸੰਘ ਜੋਸ਼ੀ ਦੀ ਯਾਦ ਆਈ ਜਿਸ ਨੇ ਦਿੱਲੀ ਹਾਈ ਕੋਰਟ ਤੋਂ ਬੌਤਰ ਜਸਟਿਸ ਰੀਟਾਇਰ ਹੋਣ ਤੋਂ ਬਾਅਦ ਦਿੱਲੀ ਦੰਗਿਆਂ ਤੋਂ ਪ੍ਰਭਾਵਤ ਹੋਣ ਪਿਛੋਂ ਜੀਵਨ ਦਾ ਰਹਿੰਦਾ ਭਾਗ ਡੇਰਾ ਬਿਆਸ ਵਿਚ ਗੁਜ਼ਾਰਿਆ ਸੀ ਅਤੇ ਪਿਛਲੇ ਸਾਲ ਹੀ ਪੂਰੇ ਹੋਏ ਸਨ। ਉਹਨਾਂ ਨਾਲ ਜੀਵਨ ਭਰ ਮੇਰਾ ਬਹੁਤ ਪਿਆਰ ਰਿਹਾ ਸੀ ਅਤੇ ਉਹਨਾਂ ਨੇ ਕਹਾਣੀਆਂ ਦੀ ਇਕ ਕਿਤਾਬ ਮੈਨੂੰ ਡੈਡੀਕੇਟ ਕੀਤੀ ਸੀ। ਆਪਣੀ ਸਵੈ ਜੀਵਨੀ "ਮੇਰੇ ਪੱਤੇ ਮੇਰੀ ਖੇਡ" ਵਿਚ ਮੇਰੇ ਬਾਰੇ ਇਕ ਚੈਪਟਰ ਲਿਖਿਆ ਸੀ। ਉਹਨਾਂ ਦਾ ਲੜਕਾ ਡਾ: ਪ੍ਰੀਤਇੰਦਰ ਸਿੰਘ ਜੋਸ਼ੀ ਬਾਬਾ ਸਾਵਨ ਸਿੰਘ ਹਸਪਤਾਲ ਬਿਆਸ ਦਾ ਡਾਇਰੈਕਟਰ ਹੈ ਅਤੇ ਅੰਮ੍ਰਿਤਸਰ ਦਾ ਮਸ਼ਹੂਰ ਡਾਕਟਰ ਤੁੰਗ ਵੀ ਰੀਟਾਇਰ ਹੋ ਕੇ ਏਸੇ ਹਸਪਤਾਲ ਵਿਚ ਕੰਮ ਕਰਨ ਲੱਗ ਪਿਆ ਸੀ। ਅਕਸਰ ਜਦ ਵੀ ਮੈਂ ਇੰਡੀਆ ਔਂਦਾ ਸਾਂ ਤਾਂ ਮੇਰੀ ਕੋਸ਼ਿਸ਼ ਹੁੰਦੀ ਸੀ ਕਿ ਮੈਂ ਮਹਿੰਦਰ ਸਿੰਘ ਜੋਸ਼ੀ ਨੂੰ ਜ਼ਰੂਰ ਮਿਲ ਕੇ ਜਾਵਾਂ। ਅੱਜ ਉਸ ਸੜਕ ਤੋਂ ਬੱਸ ਲੰਘ ਰਹੀ ਸੀ ਜਿਥੋਂ ਕੁਝ ਗਜ਼ਾਂ ਦੀ ਵਿਥ ਤੇ ਉਹਨਾਂ ਦੀ ਰਹਾਇਸ਼ ਤੇ ਮੈਂ ਉਹਨਾਂ ਨੂੰ ਕੁਝ ਸਾਲ ਪਹਿਲਾਂ ਆਖਰੀ ਵਾਰ ਮਿਲਿਆ ਸਾਂ। ਮੇਰਾ ਮਨ ਮੰਨ ਨਹੀਂ ਰਿਹਾ ਸੀ ਕਿ ਉਹ ਪੂਰੇ ਹੋ ਗਏ ਹਨ। ਐਨਾ ਸੁਹਿਰਦ

ਬੰਦਾ ਪਿਛੇ ਕੇਵਲ ਪਿਆਰੀਆਂ ਯਾਦਾਂ ਛਡ ਕੇ ਇਸ ਸੰਸਾਰ ਵਿਚੋਂ ਕਿਥੇ ਅਤੇ ਕਿਉਂ ਚਲਾ ਜਾਂਦਾ ਹੈ?

ਬੱਸ ਦਰਿਆ ਬਿਆਸ ਦਾ ਪੁਲ ਟੱਪ ਕੇ ਉਚੇ ਲੰਮੇ ਹਰੇ ਭਰੇ ਰੁੱਖਾਂ ਵਿਚੋਂ ਮੋਰ ਵਾਂਗ ਪੈਲਾਂ ਪਾਂਦੀ ਏਅਰਕੰਡੀਸ਼ਨ ਬੱਸ ਅੱਡਾ ਢਿਲਵਾਂ ਕੋਲੋਂ ਲੰਘ ਰਹੀ ਸੀ ਜਿਥੋਂ ਦੋ ਮੀਲ ਦੀ ਦੂਰੀ ਤੇ ਕੈਨੇਡਾ ਵਸਦੇ ਸਿੱਖ ਨੇਤਾ ਇੰਦਰਜੀਤ ਸਿੰਘ ਬਲ ਨੇ ਆਪਣੇ ਪਿਛਲੇ ਪਿੰਡ ਲਾਗੇ ਖੁੱਲ੍ਹਾ ਤੇ ਖ਼ੂਬਸੂਰਤ ਘਰ ਬਣਾ ਕੇ ਆਪਣੇ ਪਿਆਰੇ ਪੰਜਾਬ ਦੀ ਮਿੱਟੀ ਨਾਲ ਫਿਰ ਨਾਤਾ ਜੋੜ ਲਿਆ ਸੀ। 1984 ਵਿਚ ਹੋਏ ਗੋਲਡਨ ਟੈਂਪਲ ਤੇ ਫੌਜੀ ਹਮਲੇ ਦੇ ਰੋਸ ਵਜੋਂ ਉਸ ਅਤੇ ਉਸ ਜਿਹੇ ਹਜ਼ਾਰਾਂ ਹੀ ਨੌਜਵਾਨਾਂ ਨੇ ਗੋਲਡਨ ਟੈਂਪਲ ਤੇ ਹੋਏ ਫੌਜੀ ਹਮਲੇ ਦੇ ਵਿਰੁਧ ਵਕਤੀ ਵਿਦਰੋਹ ਜ਼ਾਹਿਰ ਕਰ ਕੇ ਆਪਣੀ ਹੀ ਸਰਕਾਰ ਨਾਲ ਰੋਸ ਪਰਗਟ ਕੀਤਾ ਸੀ। ਹੁਣ ਇਹ ਸਭ ਗੱਲਾਂ ਬੀਤੇ ਦੀਆਂ ਗੱਲਾਂ ਬਣ ਕੇ ਰਹਿ ਗਈਆਂ ਸਨ। ਠੀਕ ਹਫਤੇ ਬਾਅਦ ਬਲ ਸਾਹਿਬ ਦੀ ਅਲਵਿਦਾ ਪਾਰਟੀ ਵਿਚ ਮੈਂ ਇਥੇ ਫਿਰ ਆਉਣਾ ਸੀ ਪਰ ਇਸ ਵੇਲੇ ਤਾਂ ਦਿਲ ਇਹੀ ਚਾਹ ਰਿਹਾ ਸੀ ਕਿ ਛੇਤੀ ਤੋਂ ਛੇਤੀ ਚੰਡੀਗੜ੍ਹ ਪੁਜਿਆ ਜਾਵੇ। ਭਾਵੇਂ ਇਹ ਬੱਸ ਨਾਨ ਸਟਾਪ ਸੀ ਪਰ ਰਸਤੇ ਦੀਆਂ ਟਰੈਫਿਕ ਦੀਆਂ ਰੁਕਾਵਟਾਂ ਅਕਸਰ ਡਰਾਈਵਰ ਨੂੰ ਸਾਵਧਾਨੀ ਵਰਤਣ ਲਈ ਮਜਬੂਰ ਕਰ ਰਹੀਆਂ ਹਨ। ਜਲੰਧਰ ਟੱਪ ਕੇ ਫਗਵਾੜੇ ਤੋਂ ਪਹਿਲਾਂ ਹਵੇਲੀ ਅਗੇ ਜਦ ਇਹ ਬੱਸ ਕੁਝ ਮਿੰਟਾਂ ਲਈ ਰੁਕੀ ਤਾਂ ਹਵੇਲੀ ਪਹਿਲਾਂ ਵਾਂਗ ਹੀ ਚਮਕ ਰਹੀ ਸੀ ਤੇ ਉਸਦਾ ਹੁਸਨ ਠਾਠਾਂ ਮਾਰ ਰਿਹਾ ਸੀ। ਮੈਂ ਜਦ ਵੀ ਕਦੀ ਇਥੇ ਰੁਕਿਆ ਹਾਂ ਤੇ ਜਿਨ੍ਹਾਂ ਲੋਕਾਂ ਨੂੰ ਇਥੇ ਕੁਝ ਖਾਂਦਿਆਂ ਪੀਂਦਿਆਂ ਵੇਖਿਆ ਹੈ, ਉਹਨਾਂ ਦੇ ਤਨ ਤੇੜ ਤੇ ਪਾਏ ਮਹਿੰਗੇ ਕਪੜੇ ਅਤੇ ਰਖ ਰਖਾਓ ਤੋਂ ਸਦਾ ਮੈਨੂੰ ਇਹੀ ਅਹਿਸਾਸ ਹੋਇਆ ਹੈ ਕਿ ਹਵੇਲੀ ਅਮੀਰਾਂ ਦੀ ਠਹਿਰ ਦਾ ਅੱਡਾ ਹੈ। ਬਾਕੀ ਹੋਟਲਾਂ ਨਾਲੋਂ ਇਹ ਮਹਿੰਗਾ ਵੀ ਹੈ। ਬੱਸ ਦੇ ਮੁਸਾਫਰਾਂ ਨੂੰ ਏਨੀ ਜ਼ਿਆਦਾ ਕਾਹਲ ਵਿਚ ਏਥੇ ਖਾਣ ਪੀਣ ਲਈ ਕੁਝ ਖਰੀਦਣਾ ਤੇ ਅੰਦਰ ਸੁਟਣਾ ਹੁੰਦਾ ਹੈ ਕਿ ਕਿਤੇ ਬੱਸ ਟੁਰ ਨਾ ਪਵੇ। ਲਗਦਾ ਹੈ ਕਿ ਸਾਧਾਰਨ ਅਡਿਆਂ ਵਾਂਗ ਬੱਸ ਦੇ ਡਰਾਈਵਰਾਂ ਅਤੇ ਕੰਡਕਟਰਾਂ ਨੂੰ ਇਸ ਮਹਿੰਗੀ ਹਵੇਲੀ ਵਾਲੀ ਠਹਿਰ ਤੇ ਵੀ ਖਾਣ ਪੀਣ ਲਈ ਪੈਸੇ ਨਹੀਂ ਦੇਣੇ ਪੈਂਦੇ।

9 ਜੁਲਾਈ, 2010
ਅਬੂਧਾਬੀ ਰਾਹੀਂ ਕੈਨੇਡਾ ਦੀ ਵਾਪਸੀ

ਪਾਕਿਸਤਾਨ ਵਿਚੋਂ ਮੈਂ ਮਾਰਚ ਦੇ ਅਖੀਰ ਵਿਚ ਆਪਣੇ ਪਿਆਰੇ ਦੇਸ਼ ਭਾਰਤ ਆ ਗਿਆ ਸਾਂ। ਮਾਰਚ ਦੇ ਅਖੀਰ ਵਿਚ ਪਾਕਿਸਤਾਨ ਵਿਚ ਵੀ ਕਾਫੀ ਗਰਮੀ ਹੋ ਗਈ ਸੀ ਅਤੇ ਮੈਂ ਇੰਡੀਆ ਆ ਕੇ ਵੇਖਿਆ ਕਿ ਇਥੇ ਵੀ ਗਰਮੀ ਕਾਫੀ ਪੈ ਰਹੀ ਸੀ। ਵਿਸਾਖੀ ਵਿਚ ਵੀ ਥੋੜ੍ਹੇ ਦਿਨ ਬਾਕੀ ਰਹਿ ਗਏ ਸਨ ਅਤੇ ਕਈ ਥਾਈਂ ਤਾਂ ਅਗਾਊਂ ਵਾਢੀ ਵੀ ਸ਼ੁਰੂ ਹੋ ਗਈ ਸੀ। ਮੈਂ ਅਗਲੇ ਤਿੰਨ ਮਹੀਨੇ ਪੰਜਾਬ ਦੀ ਇਸ ਸਖਤ ਗਰਮੀ ਵਿਚ ਕੱਟਣੇ ਸਨ। ਮੋਹਾਲੀ ਕੋਠੀ ਵਿਚ ਪਹਿਲੇ ਪਏ ਪੁਰਾਣੇ ਕੂਲਰ ਖਰਾਬ ਹੋ ਚੁਕੇ ਸਨ। ਮਾੜੇ ਤੋਂ ਮਾੜਾ ਨਵਾਂ ਕੂਲਰ 6 ਹਜ਼ਾਰ ਤੋਂ ਘੱਟ ਨਹੀਂ ਆਉਂਦਾ ਸੀ। ਮੈਂ ਤੇ ਇਨਸਪੈਕਟਰ ਲਖਵਿੰਦਰ ਸਿੰਘ ਨੇ ਇੰਡਸਟਰੀਅਲ ਏਰੀਆ ਚੰਡੀਗੜ੍ਹ ਵਿਚ ਸਸਤਾ ਕੂਲਰ ਲਭਨ ਦੀ ਬੜੀ ਕੋਸ਼ਿਸ਼ ਕੀਤੀ ਪਰ ਦਿਨ ਬਦਿਨ ਚੜ੍ਹ ਰਹੀ ਗਰਮੀ ਕਾਰਨ ਕੂਲਰਾਂ ਦੀਆਂ ਕੀਮਤਾਂ ਵੀ ਦੁਕਾਨਦਾਰਾਂ ਨੇ ਉੱਚੀਆਂ ਚੁੱਕ ਦਿੱਤੀਆਂ ਸਨ। ਦਰਅਸਲ ਮੈਨੂੰ ਤਾਂ ਕੂਲਰ ਸਿਰਫ ਤਿੰਨ ਮਹੀਨੇ ਲਈ ਚਾਹੀਦਾ ਸੀ ਅਤੇ ਇਸ ਤੋਂ ਬਾਅਦ ਮੈਂ ਇਹਨੂੰ ਕੋਠੀ ਵਿਚ ਬੰਦ ਕਰ ਕੇ ਕੈਨੇਡਾ ਆ ਜਾਣਾ ਸੀ ਅਤੇ ਪਤਾ ਨਹੀਂ ਫਿਰ ਕਦ ਭਾਰਤ ਦਾ ਗੇੜਾ ਵਜਨਾ ਸੀ। ਓਨਾ ਚਿਰ ਤਕ ਇਹ ਚੀਜ਼ਾਂ ਖਰਾਬ ਹੋ ਜਾਂਦੀਆਂ ਹਨ ਅਤੇ ਫਿਰ ਕਬਾੜੀਆਂ ਨੂੰ ਸਸਤੇ ਭਾਅ ਵੇਚਣੀਆਂ ਪੈਂਦੀਆਂ ਹਨ। ਏਅਰਕੰਡੀਸ਼ਨ ਖਰੀਦਣ ਦੀ ਹਿੰਮਤ ਨਹੀਂ ਸੀ ਕਿਉਂਕਿ ਕਮਰੇ ਨੂੰ ਠੰਢਾ ਰਖਣ ਵਾਲਾ ਏਅਰਕੰਡੀਸ਼ਨ 25 ਹਜ਼ਾਰ ਤੋਂ ਘੱਟ ਨਹੀਂ ਆਉਂਦਾ ਸੀ ਅਤੇ ਇਹ ਵੀ ਪਿਛੋਂ ਵਰਤੋਂ ਵਿਚ ਨਾ ਆਉਣ ਤੇ ਖਰਾਬ ਹੋ ਜਾਣਾ ਸੀ। ਬਿਜਲੀ ਦੇ ਕੱਟ ਲਗਣ ਤੇ ਇਹ ਵੀ ਬੰਦ ਹੋ ਜਾਂਦੇ ਸਨ। ਵੈਸੇ ਵੀ ਏਅਰਕੰਡੀਸ਼ਨ ਮੈਨੂੰ ਅਕਸਰ ਬੀਮਾਰ ਕਰ ਦੇਂਦਾ ਹੈ। ਇਸਦੀ ਤੇਜ਼ ਠੰਢ ਮੈਨੂੰ ਬੀਮਾਰ ਕਰ ਕੇ ਫੇਫੜਿਆਂ ਵਿਚੋਂ ਸੀਟੀਆਂ ਵਾਂਗ ਸਾਹ ਆਉਣ ਲਈ ਮਜਬੂਰ ਕਰ ਦੇਂਦੀ ਹੈ। ਏਅਰਕੰਡੀਸ਼ਨ ਦੀ ਲੱਗੀ ਠੰਢ ਦਾ ਮਾਰਿਆ ਮੇਰਾ ਸਰੀਰ ਫਿਰ ਕਈ ਮਹੀਨੇ ਤਾਬ ਨਹੀਂ ਆਉਂਦਾ ਤੇ ਨਜ਼ਲੇ, ਜ਼ੁਕਾਮ ਅਤੇ ਬੁਖਾਰ ਵਿਚ ਬਦਲ ਜਾਂਦਾ ਹੈ। ਇਸ ਲਈ ਐਨਾ ਮਹਿੰਗਾ ਏਅਰਕੰਡੀਸ਼ਨ ਖਰੀਦਣਾ ਤੇ ਬੀਮਾਰ ਹੋਣਾ ਕਿਸੇ ਤਰ੍ਹਾਂ ਵੀ ਵਾਜਬ ਨਹੀਂ ਸੀ।

ਛੱਤ ਵਾਲੇ ਪਖੇ ਵਿਚੋਂ ਗਰਮ ਹਵਾ ਜਿਸਮ ਵੱਲ ਆਉਂਦੀ ਸੀ। ਪਖੇ ਹੇਠ ਬੈਠਿਆਂ ਵੀ ਪਸੀਨਾ ਆਈ ਜਾਂਦਾ। ਜਦੋਂ ਕੋਈ ਹਾਲ ਚਾਲ ਪੁਛਣ ਲਈ ਕੈਨੇਡਾ ਵਿਚੋਂ ਫੋਨ ਕਰਦਾ ਤੇ ਮੈਂ ਅਗੋਂ ਗਰਮੀ ਨਾਲ ਆ ਰਹੇ ਪਸੀਨੇ ਦੀ ਗੱਲ ਕਰਦਾ ਤਾਂ ਪੁੱਛਣ ਵਾਲਾ ਅਗੋਂ ਟਿੱਚਰ ਕਰਦਿਆਂ ਕਹਿੰਦਾ, ਬੜੇ ਭਾਗਾਂ ਵਾਲੇ ਹੋ ਜੋ ਪੰਜਾਬ

ਵਿਚ ਬੈਠੇ ਪਸੀਨਾ ਲੈ ਰਹੇ ਹੋ। ਮੈਨੂੰ ਪਸੀਨੇ ਵਿਚ ਲਥ ਪਥ ਹੋਏ ਨੂੰ ਉਹਦੀ ਗੱਲ ਬੜੀ ਚੁਭਦੀ। ਮੈਂ ਚਹੁੰਦਾ ਸਾਂ ਕਿ ਜਲਦੀ ਤੋਂ ਜਲਦੀ ਵਾਪਸ ਕੈਨੇਡਾ ਪਹੁੰਚ ਜਾਵਾਂ ਪਰ ਸਭ ਤੋਂ ਜ਼ਰੂਰੀ ਕੰਮ ਸਵੈ ਜੀਵਨੀ ਦਾ ਪੰਜਾਬੀ ਵਿਚ ਛਪਣਾ ਸੀ। ਲੋਕ ਗੀਤ ਪਰਕਾਸ਼ਨ ਦੇ ਮਾਲਕ ਹਰੀਸ਼ ਜੈਨ ਨੂੰ ਕਿਤਾਬ ਛਪਣ ਲਈ ਦੇ ਦਿਤੀ ਸੀ ਪਰ ਇੰਡੀਆ ਵਿਚ ਕੰਮ ਹੌਲੀ ਹੌਲੀ ਹੁੰਦੇ ਹਨ ਜਿਸ ਦਾ ਇਕ ਵਡਾ ਕਾਰਨ ਬਾਰ ਬਾਰ ਬਿਜਲੀ ਦਾ ਚਲੇ ਜਾਣਾ ਅਤੇ ਲੋਕਾਂ ਦਾ ਲਾਰੇ ਲੱਪੇ ਵਾਲਾ ਰਵਈਆ ਵੀ ਹੁੰਦਾ ਹੈ। ਓਥੇ ਕੋਈ ਕੰਮ ਵੀ ਜਲਦੀ ਨਹੀਂ ਹੁੰਦਾ। ਓਥੋਂ ਦੇ ਲੋਕ ਇਸ ਪਰਕਾਰ ਦੇ ਸਿਸਟਮ ਨਾਲ ਬਝੇ ਹੋਏ ਹਨ ਅਤੇ ਇਸਦੀ ਬਹੁਤੀ ਸ਼ਕਾਇਤ ਵੀ ਨਹੀਂ ਕਰਦੇ। ਚੋਖੇ ਪੈਸੇ ਲੈ ਕੇ ਜਿਹੜੀ ਕਿਤਾਬ ਜੈਨ ਸਾਹਿਬ ਨੇ ਹਫਤੇ ਵਿਚ ਛਾਪਣ ਦਾ ਵਾਅਦਾ ਕੀਤਾ ਸੀ, ਓਸ ਤੇ ਦੋ ਮਹੀਨੇ ਲਗ ਗਏ। ਖੈਰ ਕਿਤਾਬ ਬਹੁਤ ਖੂਬਸੂਰਤ ਛਪੀ ਅਤੇ ਪੰਜਾਬ ਵਿਚ ਕਈ ਸ਼ਹਿਰਾਂ ਜਿਵੇਂ ਜ਼ੀਰੇ ਵਿਖੇ ਕਾਮਰੇਡ ਜੋਗਿੰਦਰ ਸਿੰਘ ਦੇ ਸ਼ਹਿਜ਼ਾਦਾ ਨਿਵਾਸ ਵਿਖੇ ਵਡੀ ਹਾਜ਼ਰੀ ਵਿਚ 12 ਮਈ ਨੂੰ ਰੀਲੀਜ਼ ਹੋ ਗਈ। ਅਖਬਾਰਾਂ ਵਿਚ ਰੀਲੀਜ਼ ਸਮਾਰੋਹ ਦੀਆਂ ਖਬਰਾਂ ਵੀ ਛਪ ਗਈਆਂ। ਓਸ ਤੋਂ ਬਾਅਦ ਇਹੀ ਕਿਤਾਬ 21 ਮਈ ਨੂੰ ਪੰਜਾਬ ਦੀ ਸਿੱਖਿਆ ਮੰਤਰੀ ਡਾ: ਉਪਿੰਦਰਜੀਤ ਕੌਰ ਨੇ ਚੰਡੀਗੜ੍ਹ ਸੈਕਟਰੀਏਟ ਵਿਚ ਆਪਣੇ ਦਫਤਰ ਵਿਚ ਇਕੱਠ ਕਰ ਕੇ ਸਰਕਾਰੀ ਤੌਰ ਤੇ ਰੀਲੀਜ਼ ਕਰ ਦਿਤੀ। ਇਸ ਦੇ ਪ੍ਰੈੱਸ ਨੋਟ ਤੇ ਫੋਟੋਜ਼ ਅਖਬਾਰਾਂ ਨੂੰ ਭੇਜ ਦਿਤੇ ਜੋ ਕਈ ਅਖਬਾਰਾਂ ਵਿਚ ਛਪ ਗਏ। ਸੌ ਦੇ ਕਰੀਬ ਕਿਤਾਬਾਂ ਲੇਖਕਾਂ ਅਤੇ ਮਿੱਤਰਾਂ ਵਿਚ ਵੰਡ ਦਿਤੀਆਂ ਗਈਆਂ ਅਤੇ ਸਾਹਿਤਕ ਹਲਕਿਆਂ ਵਿਚ ਵੀ ਇਸਦਾ ਕਾਫੀ ਨੋਟਿਸ ਲਿਆ ਗਿਆ। ਪੰਜਾਬੀ ਟ੍ਰਿਬਿਊਨ ਵਿਚ ਡਾ: ਸ਼ਰਨਜੀਤ ਕੌਰ ਦਾ ਲਿਖਿਆ ਹੋਇਆ ਇਸ ਦਾ ਰੀਵੀਊ ਵੀ ਛਪ ਗਿਆ ਅਤੇ ਪੰਜਾਬੀ ਸਾਹਿਤ ਸਭਾ ਰੋਪੜ ਨੇ ਵੀ ਇਸ ਨੂੰ ਆਪਣੇ ਮਹੀਨਾਵਾਰ ਸਮਾਗਮ ਵਿਚ ਜੀ ਆਇਆਂ ਆਖਿਆ। ਟ੍ਰਿਬਿਊਨ ਦੇ ਸਾਬਕਾ ਐਡਟਰ ਸ਼ਿੰਗਾਰਾ ਸਿੰਘ ਭੁੱਲਰ ਨੇ ਚੰਡੀਗੜ੍ਹ ਦੇ 27 ਸੈਕਟਰ ਵਿਚ ਪ੍ਰੈੱਸ ਕਲੱਬ ਵਿਖੇ ਮੇਰਾ ਚਾਲੀ ਤੋਂ ਵਧ ਲੋਕਲ ਪੱਤਰਕਾਰਾਂ ਅਤੇ ਲੇਖਕਾਂ ਨਾਲ ਰੂ ਬਰੂ ਕਰਵਾਇਆ ਅਤੇ ਕੈਨੇਡਾ ਵਿਚ ਪੰਜਾਬੀ ਪੱਤਰਕਾਰੀ ਦੇ ਨਿਕਾਸ ਅਤੇ ਵਿਕਾਸ ਤੋਂ ਇਲਾਵਾ ਇਸ ਨਵੀਂ ਕਿਤਾਬ ਬਾਰੇ ਵੀ ਖੂਬ ਚਰਚਾ ਹੋਈ। ਮਨਮੋਹਨ ਸਿੰਘ ਦਾਊਂ ਨੇ ਵੀ ਮੋਹਾਲੀ ਸਾਹਿਤ ਸਭਾ ਵੱਲੋਂ ਮੈਨੂੰ ਸਨਮਾਨਤ ਕੀਤਾ।

ਹੁਣ ਮੈਂ ਕੈਨੇਡਾ ਆਉਣ ਦੀ ਤਿਆਰੀ ਕਰਨ ਲੱਗਾ। ਮੈਂ ਕਾਫੀ ਕੋਸ਼ਿਸ਼ ਕੀਤੀ ਕਿ ਮੈਨੂੰ ਇਤਹਾਦ ਏਅਰਲਾਈਨ ਦੀ 10 ਜੁਲਾਈ ਦੀ ਉਡਾਣ ਪਹਿਲਾਂ ਮਿਲ ਜਾਵੇ ਪਰ ਟਿਕਟ ਲਾਹੌਰ ਤੋਂ ਜਾਰੀ ਹੋਈ ਹੋਣ ਕਾਰਨ ਮੈਨੂੰ ਪਹਿਲਾਂ ਆਉਣ ਵਿਚ ਸਫਲਤਾ ਨਾ ਮਿਲੀ। ਕਿਤਾਬ ਦਾ ਭਾਰ ਸਾਢੇ ਪੰਜ ਸੌ ਗਰਾਮ ਸੀ ਭਾਵ ਅੱਧਾ ਕਿਲੋ ਤੋਂ 50 ਗਰਾਮ ਵਧ। ਮੈਂ 40 ਕਿਤਾਬਾਂ ਦਾ ਇਕ ਪੈਕਟ ਤਿਆਰ ਕੀਤਾ ਜਿਸ ਦਾ ਵਜ਼ਨ 22 ਕਿੱਲੋ ਦੇ ਬਰਾਬਰ ਸੀ। ਬਹੁਤੀਆਂ ਏਅਰਲਾਈਨਜ਼ ਵਾਲੇ ਅਜ ਕੱਲ

ਬਹੁਤ ਸਖਤ ਹਨ ਅਤੇ 23 ਕਿੱਲੋ ਤੋਂ ਵਧ ਭਾਰ ਨਹੀਂ ਲੈਂਦੇ ਅਤੇ ਹਵਾਈ ਅਡੇ ਤੇ ਮੈਂ ਕੁਝ ਕਿਤਾਬਾਂ ਆਪਣੇ ਸੂਟਕੇਸ ਵਿਚ ਪਾ ਲਈਆਂ ਅਤੇ ਕਪੜਿਆਂ ਸਮੇਤ ਉਸਦਾ ਭਾਰ ਵੀ 22 ਕਿੱਲੋ ਤੋਂ ਵਧਨ ਨਾ ਦਿਤਾ। ਕੁਝ ਕਿਤਾਬਾਂ ਹੈਂਡ ਬੈਗ ਵਿਚ ਪਾ ਲਈਆਂ ਅਤੇ ਹਰੀਸ਼ ਜੈਨ ਨੇ 100 ਕਿਤਾਬਾਂ ਕੋਰੀਅਰ ਸਰਵਿਸ ਰਾਹੀਂ ਭੇਜਣ ਦਾ 30 ਹਜ਼ਾਰ ਰੁਪਿਆ ਅਡਵਾਂਸ ਲੈ ਲਿਆ। ਮੇਰੇ ਪਾਸ ਭਾਰਤੀ ਕਰੰਸੀ ਖਤਮ ਹੋ ਗਈ ਸੀ ਅਤੇ ਮੈਂ ਉਸ ਨੂੰ 565 ਕੈਨੇਡੀਅਨ ਡਾਲਰਜ਼ ਦਾ ਚੈੱਕ ਲਿਖ ਕੇ ਦੇ ਦਿਤਾ। ਇਹ ਸਭ ਕੁਝ ਮੈਂ ਜੂਨ ਦੇ ਅੰਤ ਵਿਚ ਹੀ ਕਰ ਲਿਆ ਪਰ ਜੋ ਡਰ ਸੀ, ਉਹੀ ਹੋਇਆ। ਕਿਤਾਬਾਂ ਕੈਨੇਡਾ ਵਿਚ ਬਹੁਤ ਲੇਟ ਪਹੁੰਚੀਆਂ। ਜੇ ਇਕ ਕਿਤਾਬ ਇੰਡੀਆ ਤੋਂ ਹਵਾਈ ਡਾਕ ਰਾਹੀਂ ਭੇਜੋ ਤਾਂ ਕਿਤਾਬ ਦੇ ਵਜ਼ਨ ਅਨੁਸਾਰ 500 ਰੁਪੈ ਤੋਂ ਵਧ ਦੀਆਂ ਟਿਕਟਾਂ ਲਗਦੀਆਂ ਹਨ। ਜਦ ਕਿ ਪਾਕਿਸਤਾਨ ਨੂੰ ਬਾਈ ਸਰਫਿਸ ਕਿਤਾਬ ਭੇਜਣ ਤੇ ਸਿਰਫ ਦਸ ਰੁਪੈ ਲਗਦੇ ਹਨ। ਮੈਂ ਦੋ ਪਾਕਿਸਤਾਨੀ ਲੇਖਕਾਂ ਤਾਰਕ ਗੁਜਰ ਅਤੇ ਇਕਬਾਲ ਕੈਸਰ ਨੂੰ ਮਈ ਵਿਚ ਹੀ ਭੇਜ ਦਿਤੀਆਂ ਸਨ ਜੋ ਉਹਨਾਂ ਨੂੰ ਅਜ ਤਕ ਨਹੀਂ ਮਿਲੀਆਂ। ਹੋ ਸਕਦਾ ਹੈ ਕਿ ਕਦੀ ਵੀ ਨਾ ਮਿਲਣ ਕਿਉਂਕਿ ਸੀ ਆਈ ਡੀ ਵਾਲੇ ਪੰਜਾਬੀ ਕਿਤਾਬਾਂ ਰੋਕ ਲੈਂਦੇ ਹਨ ਤੇ ਉਹਨਾਂ ਦੀ ਸਮਝ ਵਿਚ ਨਹੀਂ ਆਉਂਦਾ ਕਿ ਇਨ੍ਹਾਂ ਵਿਚ ਕੀ ਲਿਖਿਆ ਹੋਇਆ ਹੈ।

ਜਿਵੇਂ ਮੈਂ ਪਿਛੇ ਲਿਖ ਚੁਕਾ ਹਾਂ ਕਿ ਗਰਮੀ ਨੇ ਅਤਿ ਚੁਕੀ ਹੋਈ ਸੀ। ਦੂਜੇ ਬਿਜਲੀ ਦੇ ਕੱਟ ਲਗਣ ਨਾਲ ਪੱਖੇ ਵੀ ਨਹੀਂ ਚਲਦੇ ਸਨ। ਜੰਤਾ ਗਰਮੀ ਕਾਰਨ ਕੁਰਲਾ ਰਹੀ ਸੀ। ਅਕਸਰ ਟੈਂਪਰੇਚਰ ਚਾਲੀ ਅਤੇ 47 ਦੇ ਦਰਮਿਆਨ ਤਕ ਵੀ ਚਲਾ ਜਾਂਦਾ ਸੀ। ਖੁਸ਼ੀ ਇਹ ਹੋਈ ਕਿ ਜੂਨ ਦੇ ਅੰਤ ਅਤੇ ਜੁਲਾਈ ਦੇ ਸ਼ੁਰੂ ਵਿਚ ਪੰਜਾਬ ਵਿਚ ਬਾਰਸ਼ਾਂ ਨੇ ਜਿਥੇ ਲੋਕਾਂ ਅਤੇ ਕਿਸਾਨਾਂ ਨੂੰ ਰਾਹਤ ਦਿਤੀ, ਓਥੇ ਕਈ ਥਾਵਾਂ ਤੇ ਹੜ ਆ ਗਏ। ਮੈਂ ਕਿਉਂਕਿ ਚੰਡੀਗੜ੍ਹ ਤੋਂ ਦਿੱਲੀ ਜਾ ਕੇ ਜਹਾਜ਼ ਪਕੜਨਾ ਸੀ ਪਰ ਚੰਡੀਗੜ੍ਹ ਅਤੇ ਅੰਬਾਲਾ ਅਤੇ ਪਿਪਲੀ ਕੁਰੂਕਸ਼ੇਤਰ ਲਾਗੇ ਸੜਕ ਨੂੰ ਪਾਣੀ ਨੇ ਘੇਰਿਆ ਹੋਇਆ ਸੀ। ਜ਼ਮੀਨੀ ਰਸਤਾ ਬੰਦ ਹੋ ਗਿਆ। ਮੇਰਾ ਖਿਆਲ 9 ਜੁਲਾਈ ਨੂੰ ਸ਼ਾਮੀਂ ਚੱਲ ਕੇ ਰਾਤ ਦੇ ਬਾਰਾਂ ਵਜੇ ਤਕ ਦਿੱਲੀ ਹਵਾਈ ਅਡੇ ਉਤੇ ਪਹੁੰਚ ਕੇ ਸਵੇਰੇ 5 ਵਜੇ ਫਲਾਈਟ ਪਕੜਨੀ ਸੀ। ਇੰਜ 9 ਅਤੇ 10 ਦੀ ਸਾਰੀ ਰਾਤ ਜਾਗ ਕੇ ਗੁਜ਼ਾਰਨ ਤੋਂ ਸਿਵਾ ਹੋਰ ਕੋਈ ਚਾਰਾ ਨਹੀਂ ਸੀ। ਪਰ ਜਦ ਜ਼ਮੀਨੀ ਰਸਤਾ ਬੰਦ ਹੋ ਗਿਆ ਤੇ ਅਖਬਾਰਾਂ ਅਤੇ ਟੀ ਵੀ ਹੜਾਂ ਦੀਆਂ ਵਡੀਆਂ ਵਡੀਆਂ ਖਬਰਾਂ ਦੇਣ ਲਗੇ ਤਾਂ ਮੇਰੇ ਅਗੇ ਦਿੱਲੀ ਤਕ ਬਾਈ ਏਅਰ ਜਾਂ ਸ਼ਤਾਬਦੀ ਲੈ ਕੇ ਜਾਣ ਤੋਂ ਇਲਾਵਾ ਹੋਰ ਕੋਈ ਚਾਰਾ ਨਾ ਰਿਹਾ। ਕੁਝ ਨੇੜੇ ਦੇ ਮਿਤਰਾਂ ਦੀ ਸਲਾਹ ਤੇ ਮੈਂ ਸ਼ਤਾਬਦੀ ਵਿਚ ਜਾਣ ਦਾ ਫੈਸਲਾ ਕਰ ਲਿਆ ਅਤੇ 9 ਦੀ ਸਵੇਰ ਨੂੰ ਸੱਤ ਵਜੇ ਚੱਲ ਕੇ ਚਾਰ ਪੰਜ ਘੰਟਿਆਂ ਵਿਚ ਦਿੱਲੀ ਪਹੁੰਚ ਜਾਣਾ ਸੀ। ਸ਼ਤਾਬਦੀ ਦੀਆਂ ਟਿਕਟਾਂ ਏਜੰਟ ਰਾਹੀ ਖਰੀਦ ਲਈਆਂ। 8 ਦੀ ਸ਼ਾਮ ਤਕ ਏਜੰਟ ਟਿਕਟਾਂ ਦੇਣ ਨਾ ਆਇਆ ਤੇ ਸ਼ਾਮੀਂ ਉਸਦਾ ਫੋਨ ਆ ਗਿਆ ਕਿ ਰੇਲਵੇ ਲਾਈਨ ਵੀ ਹੜਾਂ ਦੀ ਮਾਰ ਹੇਠਾਂ ਆ

ਜਾਣ ਕਾਰਨ ਸਭ ਗਡੀਆਂ ਰੁਕ ਗਈਆਂ ਹਨ। ਕਈ ਮੁਸਾਫਰ ਰਾਹ ਵਿਚ ਗਡੀਆਂ ਵਿਚ ਬੈਠੇ ਪਰੇਸ਼ਾਨ ਹੋ ਰਹੇ ਹਨ ਪਰ ਜ਼ਮੀਨੀ ਰਸਤਾ ਖੁਲ੍ਹ ਗਿਆ ਹੈ ਅਤੇ ਸਵੇਰੇ 9 ਵਜੇ ਆਪਾਂ ਟੈਕਸੀ ਲੈ ਕੇ ਦਿੱਲੀ ਲਈ ਰਵਾਨਾ ਹੋ ਜਾਵਾਂਗੇ। ਉਸ ਨੇ ਵੀ ਦਿੱਲੀ ਏਅਰਪੋਰਟ ਤੋਂ ਸ਼ਾਮੀਂ 6 ਵਜੇ ਡੋਮੈਸਟਿਕ ਫਲਾਈਟ ਲੈ ਕੇ ਬੰਗਲੌਰ ਪਹੁੰਚਣਾ ਸੀ। ਹੋਰ ਕੋਈ ਚਾਰਾ ਵੀ ਨਹੀਂ ਸੀ। ਉਹ ਅਗਲੇ ਦਿਨ 9 ਵਜੇ ਟੈਕਸੀ ਲੈ ਕੇ ਮੇਰੇ ਘਰ ਅਗੇ ਆ ਗਿਆ ਅਤੇ ਅਸੀਂ ਕਈ ਥਾਈਂ ਪਾਣੀ ਵਿਚੋਂ ਲੰਘਦੇ ਸ਼ਾਮੀਂ ਤਿੰਨ ਵਜੇ ਦਿੱਲੀ ਏਅਰਪੋਰਟ ਪਹੁੰਚ ਗਏ। ਰਸਤੇ ਵਿਚ ਹੜਾਂ ਦੀ ਤਬਾਹੀ ਨਾਲ ਹੋਏ ਨੁਕਸਾਨ ਦਾ ਹਾਲ ਵੇਖ ਮਨ ਦੁਖੀ ਹੋਇਆ। ਬਹੁਤ ਥਾਈਂ ਸੜਕਾਂ ਦੇ ਦੋਹੀਂ ਪਾਸੀਂ ਕਾਫੀ ਪਾਣੀ ਖੜ੍ਹਾ ਸੀ। ਏਨੇ ਜ਼ਿਆਦਾ ਪਾਣੀ ਵਿਚ ਕਿਸਾਨ ਆਪਣੇ ਸਿਰਾਂ ਤੇ ਪਠੇ ਚੁਕ ਕੇ ਲਿਆ ਰਹੇ ਵੇਖੇ। ਕਈ ਥਾਈਂ ਧਾਈਆਂ ਦੀ ਫਸਲ ਤਬਾਹ ਹੋ ਗਈ ਸੀ ਕਿਉਂਕਿ ਨਵੇਂ ਲੱਗੇ ਝੋਨੇ ਦੇ ਉਤੋਂ ਦੀ ਪਾਣੀ ਫਿਰ ਗਿਆ ਸੀ।

ਦਿੱਲੀ ਵਿਚ ਗਰਮੀ ਦਾ ਕੋਈ ਅੰਤ ਨਹੀਂ ਸੀ। ਮੇਰਾ ਜਹਾਜ਼ ਸਵੇਰੇ 5 ਵਜ ਕੇ 10 ਮਿੰਟ ਤੇ ਚਲਣਾ ਸੀ। ਮੈਂ ਐਨਾ ਲੰਮਾ ਸਮਾਂ ਭਾਵ 14 ਘੰਟੇ ਵਡੇਰੀ ਉਮਰ ਵਿਚ ਏਅਰਪੋਰਟ ਤੇ ਬੈਠ ਕੇ ਕਿਵੇਂ ਗੁਜ਼ਾਰ ਸਕਦਾ ਸਾਂ। ਖੈਰ ਏਜੰਟ ਨੂੰ ਏਅਪੋਰਟ ਤੇ ਉਤਾਰ ਕੇ ਟੈਕਸੀ ਵਾਲੇ ਮੁੰਡੇ ਨੇ ਲਾਗੇ ਪੈਂਦੇ ਇਕ ਹੋਟਲ ਵਿਚ ਮੈਨੂੰ ਦੋ ਹਜ਼ਾਰ ਰੁਪੈ ਵਿਚ ਏਰਕੰਡੀਸ਼ਨ ਕਮਰਾ ਲੈ ਦਿਤਾ। ਹੋਟਲ ਦੀ ਟੈਕਸੀ ਨੇ ਰਾਤ 2 ਵਜੇ ਮੈਨੂੰ ਏਅਰਪੋਰਟ ਤੇ ਉਤਾਰ ਦੇਣਾ ਸੀ। ਡੀਲ ਤਾਂ ਮਾੜੀ ਨਹੀਂ ਸੀ ਪਰ ਕਮਰੇ ਦੇ ਏਰਕੰਡੀਸ਼ਨ ਵਿਚੋਂ ਗਰਮ ਹਵਾ ਆ ਰਹੀ ਸੀ। ਪਤਾ ਨਹੀਂ ਗੀਜ਼ਰ ਕਿਉਂ ਆਨ ਸੀ। ਟੂਟੀ ਖੋਲ੍ਹੀ ਤਾਂ ਸੜਦੇ ਪਾਣੀ ਨਾਲ ਹਥ ਸੜ ਗਿਆ। ਸ਼ਾਇਦ ਗੀਜਰ ਆਨ ਕਾਰਨ ਹੀ ਕਮਰੇ ਵਿਚੋਂ ਗਰਮ ਹਵਾ ਆ ਰਹੀ ਸੀ। ਹੋਟਲ ਵਾਲਿਆਂ ਨੂੰ ਕਹਿ ਕੇ ਗੀਜਰ ਬੰਦ ਕਰਵਾਇਆ ਤਾਂ ਜਾ ਕੇ ਕੁਝ ਗਰਮੀ ਘਟਣ ਲੱਗੀ। ਭਾਵੇਂ ਮੈਂ ਬਾਰਾਂ ਘੰਟੇ ਏਥੇ ਲੇਟ ਕੇ ਆਪਣਾ ਲੱਕ ਸਿੱਧਾ ਕੀਤਾ ਪਰ ਅਗਲੇ ਸਫਰ ਲਈ ਤਿੰਨ ਘੰਟੇ ਦਿੱਲੀ ਹਵਾਈ ਅਡੇ ਤੇ ਬੈਠ, ਫਿਰ ਸਾਢੇ ਤਿੰਨ ਘੰਟੇ ਅਬੂਧਾਬੀ ਤਕ ਜਹਾਜ਼ ਵਿਚ ਬੈਠ, ਫਿਰ ਸਾਢੇ ਤਿੰਨ ਘੰਟੇ ਅਬੂ ਧਾਬੀ ਦੇ ਹਵਾਈ ਅਡੇ ਤੇ ਟਰਾਂਟੋ ਜਾਣ ਵਾਲੀ ਉਡਾਣ ਦਾ ਇੰਤਜ਼ਾਰ, ਫਿਰ ਅਬੂ ਧਾਬੀ ਤੋਂ ਟਰਾਂਟੋ ਤਕ ਦੀ 14 ਘੰਟਿਆਂ ਦੀ ਨਾਨ ਸਟਾਪ ਉਡਾਣ ਤੇ ਹਵਾਈ ਜਹਾਜ਼ ਦੀਆਂ ਫਸਵੀਆਂ ਸੀਟਾਂ ਵਿਚ ਕੈਦ ਹੋ ਜਦ ਲਗ ਭਗ 25 ਘੰਟੇ ਦਾ ਸਫਰ ਕਰ ਕੇ ਟਰਾਂਟੋ ਪੁਜਿਆ ਤਾਂ ਹਫਤਾ ਬੀਤਣ ਦੇ ਬਾਵਜੂਦ ਚੱਕਰਾਂ ਨੇ ਅਜਿਹਾ ਘੇਰਿਆ ਕਿ 17 ਤਾਰੀਖ ਨੂੰ ਮੇਰੇ ਫੈਮਿਲੀ ਡਾਕਟਰ ਨੇ ਫੋਨ ਕਰ ਕੇ ਆਪਣੇ ਦਫਤਰ ਬੁਲਾ ਕੇ ਕਿਹਾ ਕਿ ਤੁਹਾਡੀ ਈ ਸੀ ਜੀ ਦਸਦੀ ਹੈ ਕਿ ਤੁਹਾਡੀ ਇਕ ਨਾੜੀ ਬਲਾਕ ਹੈ। ਤੁਸੀਂ ਮਾਈਨਰ ਹਾਰਟ ਅਟੈਕ ਦੀ ਮਾਰ ਹੇਠ ਹੋ। ਉਸ ਨੋਟ ਲਿਖ ਕੇ ਤੁਰਤ ਮੈਨੂੰ ਬਰੈਂਪਟਨ ਹਸਪਤਾਲ ਭੇਜ ਦਿਤਾ। ਇੰਡੀਆ ਦੀ ਗਰਮੀ ਅਤੇ ਹਾਈ ਬਲੱਡ ਪ੍ਰੈਸ਼ਰ ਨੇ ਮੈਨੂੰ ਬੀਮਾਰ ਕਰ ਦਿਤਾ ਸੀ ਪਰ ਸਿਹਤ ਖਰਾਬ ਹੋਣ ਦੇ ਬਾਵਜੂਦ ਮੈਂ ਲਿਖਣਾ ਫਿਰ ਵੀ ਨਾ ਛਡਿਆ।

1. ਕਹਾਣੀ

ਕੌੜੀ ਗਿਰੀ (ਹਿੰਦ-ਪਾਕ ਸਬੰਧਾਂ ਨੂੰ ਸਮਰਪਤ)

ਪਾਕਿਸਤਾਨ ਬਣਿਆ ਤਾਂ ਸਾਡੇ ਪਿੰਡ 'ਤੇ ਮੁਸਲਮਾਨਾਂ ਵਿਚੋਂ ਗੁੰਡਾ ਅਨਸਰ ਨੇ ਰਾਤ ਨੂੰ ਹਮਲਾ ਕਰ ਦਿੱਤਾ। ਲੁੱਟ ਮਾਰ ਕਰ ਕੇ ਪਿੰਡ ਨੂੰ ਅੱਗ ਲਾ ਦਿੱਤੀ। ਕਾਫੀ ਲੋਕ ਮਾਰੇ ਗਏ ਤੇ ਕੁਝ ਲੁਕ ਲੁਕਾ ਕੇ ਭੱਜ ਗਏ। ਜਵਾਨ ਔਰਤਾਂ ਤੇ ਕੁੜੀਆਂ ਉਧਾਲ ਲਈਆਂ ਗਈਆਂ। ਉਧਾਲੀਆਂ ਜਾਣ ਵਾਲੀਆਂ ਔਰਤਾਂ ਵਿਚ ਮੈਥੋਂ ਵੱਡੀ ਮੇਰੀ ਭੈਣ ਰਣਬੀਰ ਕੌਰ ਵੀ ਸੀ। ਉਸ ਦੀ ਉਮਰ ਉਸ ਵੇਲੇ ਮਸਾਂ ਤੇਰਾਂ ਸਾਲਾਂ ਦੀ ਸੀ ਪਰ ਖਾਂਦੇ ਪੀਂਦੇ ਘਰ ਦੀ ਕੁੜੀ ਹੋਣ ਕਾਰਨ ਹੱਡਾਂ ਪੈਰਾਂ ਦੀ ਖੁੱਲ੍ਹੀ ਤੇ ਕੱਦ ਕਾਠ ਦੀ ਲੰਮੀ ਸੀ। ਉਹ ਵੇਲਾ ਕਿੰਨਾ ਭਿਆਨਕ ਸੀ ਜਦੋਂ ਸਾਡੇ ਘਰ ਨੂੰ ਅੱਗ ਲੱਗੀ ਹੋਈ ਸੀ ਤੇ ਮੇਰੇ ਬਾਪ ਦੀ ਲਾਸ਼ ਸਾਹਮਣੇ ਖ਼ੂਨ ਨਾਲ ਲੱਥ ਪੱਥ ਪਈ ਸੀ। ਗੁੰਡੇ ਮੇਰੀ ਭੈਣ ਦੀ ਬਾਂਹ ਖਿਚ ਕੇ ਧੂਹ ਰਹੇ ਸਨ। ਇਕ ਛੁਰੇਮਾਰ ਨੇ ਮੇਰੇ ਵੱਲ ਛੁਰਾ ਉਲਾਰਿਆ ਹੋਇਆ ਸੀ ਤੇ ਮੇਰੀ ਮਾਂ ਮੈਨੂੰ ਆਪਣੀ ਛਾਤੀ ਨਾਲ ਘੁੱਟੀ ਧਾੜਵੀਆਂ ਅੱਗੇ ਹੱਥ ਜੋੜ ਰਹੀ ਸੀ। ਆਖਰ ਗੁੰਡੇ ਰੋਂਦੀ ਕੁਰਲਾਂਦੀ ਮੇਰੀ ਭੈਣ ਨੂੰ ਖਿਚ ਕੇ ਲੈ ਗਏ ਅਤੇ ਸਾਨੂੰ ਪਿੰਡੋਂ ਬਾਹਰ ਧੱਕ ਦਿੱਤਾ ਗਿਆ। ਅਸੀਂ ਧੱਕੇ ਖਾਂਦੇ, ਲੁਕਦੇ ਛਿਪਦੇ ਤੇ ਭੁੱਖੇ ਤਿਆਹੇ ਕਈ ਦਿਨਾਂ ਪਿ-ਛੋਂ ਹਿੰਦੂ ਸਿੱਖਾਂ ਦੇ ਇਕ ਕੈਂਪ ਸੱਚਾ ਸੌਦਾ ਵਿਖੇ ਪੁੱਜੇ। ਏਥੇ ਸਾਡੇ ਵਰਗੇ ਲੱਖਾਂ ਹੋਰ ਬੇਘਰ ਸਿੱਖ ਤੇ ਹਿੰਦੂ ਮੁਠੀ ਭਰ ਭਾਰਤੀ ਫੌਜ ਦੀ ਹਿਫਾਜ਼ਤ ਵਿਚ ਡੱਕੇ ਹੋਏ ਸਨ। ਰੋਟੀ, ਪਾਣੀ ਤਾਂ ਕਿਧਰੇ ਰਿਹਾ, ਏਥੇ ਹੋ ਰਹੀਆਂ ਕੁਦਰਤੀ ਤੇ ਗ਼ੈਰ ਕੁਦਰਤੀ ਮੌਤਾਂ ਪਿਛੋਂ ਲਾਸ਼ਾਂ ਸਾੜਨ ਦਾ ਵੀ ਕੋਈ ਪ੍ਰਬੰਧ ਨਹੀਂ ਸੀ। ਚਲਦੀ ਗੱਡੀ ਵਿਚੋਂ ਪਾਕਿਸਤਾਨੀ ਮਿਲਟਰੀ ਕਈ ਵਾਰਾਂ ਸਟੇਸ਼ਨ ਲਾਗੇ ਰੇਲਵੇ ਲਾਈਨ ਦੇ ਦੋਹੀਂ ਪਾਸੀਂ ਬੈਠੇ ਨਿਹੱਥੇ ਹਿੰਦੂ ਸਿੱਖਾਂ ਤੇ ਅੰਨ੍ਹੇਵਾਹ ਫਾਇਰਿੰਗ ਕਰ ਕੇ ਹਜ਼ਾਰਾਂ ਦੀ ਗਿਣਤੀ ਵਿਚ ਨਿਰਦੋਸ਼ਾਂ ਨੂੰ ਭੁੰਨ ਚੁੱਕੀ ਸੀ। ਮੌਤ ਦਾ ਸਾਇਆ ਹਰ ਵੇਲੇ ਸਿਰ ਤੇ ਲਟਕ ਰਿਹਾ ਸੀ। ਜ਼ਿੰਦਗੀ ਵਿਚ ਸਭ ਤੋਂ ਔਖੇ ਤੰਗੀ ਤੁਰਸ਼ੀ ਦੇ ਕਈ ਦਿਨ ਉਥੇ ਕੱਟ ਕੇ ਭਾਰਤੀ ਫ਼ੌਜ ਦੀ ਇਕ ਟੋਲੀ ਦੀ ਹਿਫਾਜ਼ਤ ਵਿਚ ਅਸੀਂ ਹਿੰਦੁਸਤਾਨ ਆ ਗਏ। ਮੇਰੀ ਮਾਂ ਮੇਰੇ ਬਾਪ ਦੀ ਮੌਤ, ਧੀ ਦੇ ਵਿਛੋੜੇ ਤੇ ਘਰ ਬਾਰ ਲੁੱਟੇ ਜਾਣ ਦੇ ਗ਼ਮ ਦੀ ਝਾਲ ਨਾ ਝੱਲ ਸਕੀ ਤੇ ਪਾਗ਼ਲ ਹੋ ਗਈ। ਫਿਰੋਜ਼ਪੁਰ, ਫਰੀਦਕੋਟ, ਕਰਨਾਲ, ਸ਼ਾਹਬਾਦ, ਸਮਾਣਾ ਆਦਿ ਥਾਵਾਂ 'ਤੇ ਧੱਕੇ ਖਾਂਦੇ ਅਸੀਂ ਬਠਿੰਡੇ ਆ ਗਏ। ਮੈਂ ਦਿਨ ਵੇਲੇ ਬਾਜ਼ਾਰਾਂ ਵਿਚ ਭੁਕਾਨੇ, ਕੰਘੇ, ਕੜੇ, ਗੁਟਕੇ, ਦਾਤਣਾਂ ਆਦਿ ਵੇਚ ਕੇ ਥੋੜ੍ਹੇ ਜਿਹੇ ਪੈਸੇ ਕਮਾਂਦਾ ਤੇ ਰਾਤੀਂ ਕਿਲੇ ਲਾਗੇ ਇਕ ਛੋਟੀ ਜਿਹੀ ਕੋਠੜੀ ਵਿਚ ਕੌੜੇ ਤੇਲ ਦੇ ਦੀਵੇ ਦੀ ਲੋਅ ਵਿਚ ਪ੍ਰਾਈਵੇਟ

ਇਮਤਿਹਾਨ ਦੇਣ ਦੀ ਤਿਆਰੀ ਕਰਦਾ। ਮਾਂ ਲੋਕਾਂ ਦੇ ਭਾਂਡੇ ਮਾਂਜ ਛੱਡਦੀ, ਕੱਪੜੇ ਧੋ ਦੇਂਦੀ, ਪਾਥੀਆਂ ਪੱਥ ਦਿੰਦੀ, ਕਣਕ ਛੱਟ ਦਿੰਦੀ ਤੇ ਥੋੜ੍ਹਾ ਬਹੁਤ ਆਟਾ ਦਾਲ ਲੈ ਆਉਂਦੀ। ਦੋ ਸਾਲ ਦਾ ਸਮਾਂ ਬੜੀ ਔਖਿਆਈ ਨਾਲ ਲੰਘਿਆ। ਫਿਰ ਪਾਕਿਸਤਾਨ ਵਿਚ ਰਹਿ ਗਈ ਜ਼ਮੀਨ ਜਾਇਦਾਦ ਵਜੋਂ ਸਾਨੂੰ ਜ਼ਮੀਨ ਅਲਾਟ ਹੋ ਗਈ। ਘਰ ਘਾਟ ਵੀ ਮਿਲ ਗਿਆ ਪਰ ਨਾ ਤਾਂ ਮਾਂ ਹੀ ਪੂਰੀ ਤਰ੍ਹਾਂ ਠੀਕ ਹੋ ਸਕੀ ਅਤੇ ਨਾ ਹੀ ਬਾਪੂ ਤੇ ਭੈਣ ਦਾ ਵਿਛੋੜਾ ਹੀ ਭੁੱਲ ਸਕਿਆ। ਪਾਕਿਸਤਾਨ ਵਿਚ ਰਹਿ ਗਈਆਂ ਹਿੰਦੂ-ਸਿੱਖ ਔਰਤਾਂ ਨੂੰ ਲੱਭ ਕੇ ਹਿੰਦੁਸਤਾਨ ਪਹੁੰਚਾਉਣ ਤੇ ਹਿੰਦੁਸਤਾਨ ਵਿਚ ਰਹਿ ਗਈਆਂ ਮੁਸਲਮਾਨ ਔਰਤਾਂ ਨੂੰ ਪਾਕਿਸਤਾਨ ਪਹੁੰਚਾਉਣ ਦਾ ਕੰਮ ਸ਼ੁਰੂ ਹੋਇਆ ਤਾਂ ਅਸੀਂ ਬੜੀ ਕੋਸ਼ਿਸ਼ ਕੀਤੀ ਪਰ ਮੇਰੀ ਭੈਣ ਦਾ ਕੋਈ ਥਹੁ ਪਤਾ ਨਾ ਲੱਗਾ। ਜੋ ਔਰਤਾਂ ਪਾਕਿਸਤਾਨੋਂ ਆਈਆਂ ਸਨ, ਉਨ੍ਹਾਂ ਦੀ ਹਾਲਤ ਬੜੀ ਮਾੜੀ ਸੀ। ਕਈ ਕੁਆਰੀਆਂ ਦੇ ਕੁੱਛੜ ਬਾਲ ਸਨ। ਉਨ੍ਹਾਂ ਦੇ ਮਾਪੇ ਉਨ੍ਹਾਂ ਨੂੰ ਗਲ ਲਾਉਣੋਂ ਹਿਚਕਚਾ ਰਹੇ ਸਨ। ਕਈਆਂ ਦੇ ਮੱਥਿਆਂ, ਗੱਲ੍ਹਾਂ, ਛਾਤੀਆਂ, ਪੇਟ ਅਤੇ ਪੱਟਾਂ 'ਤੇ ਪਾਕਿਸਤਾਨ ਜ਼ਿੰਦਾਬਾਦ ਉਕਰਿਆ ਹੋਇਆ ਸੀ। ਕਈਆਂ ਦੇ ਡੌਲਿਆਂ 'ਤੇ ਹਰਾਮਣਾਂ ਤੇ ਕਾਫਰਾਂ ਕੀ ਔਲਾਦ ਦੇ ਠੱਪੇ ਲੱਗੇ ਹੋਏ ਸਨ। ਕਈਆਂ ਦੀਆਂ ਛਾਤੀਆਂ ਵੱਢੀਆਂ ਹੋਈਆਂ ਸਨ ਤੇ ਕਈਆਂ ਨੂੰ ਬੜੇ ਭਿਆਨਕ ਸਰੀਰਕ ਰੋਗ ਲੱਗੇ ਹੋਏ ਸਨ। ਮੇਰੇ ਮਨ ਵਿਚੋਂ ਆਪਣੀ ਭੈਣ ਦਾ ਖ਼ਿਆਲ ਬਿਲਕੁਲ ਹੀ ਜਾਂਦਾ ਨਹੀਂ ਸੀ। ਸਾਡੇ ਪਿੰਡ ਦੀਆਂ ਉਧਾਲੀਆਂ ਔਰਤਾਂ ਵਿਚੋਂ ਜੋ ਵਾਪਸ ਆਈਆਂ ਸਨ ਉਨ੍ਹਾਂ ਦੀ ਜ਼ਬਾਨੀ ਏਨਾ ਕੁ ਪਤਾ ਲੱਗਾ ਸੀ ਕਿ ਮੇਰੀ ਭੈਣ ਜ਼ਿੰਦਾ ਸੀ ਤੇ ਬਹਾਵਲਪੁਰ ਦਾ ਕੋਈ ਨਵਾਬ ਗੁੰਡਿਆਂ ਤੋਂ ਛੁਡਵਾ ਕੇ ਆਪਣੇ ਨਾਲ ਲੈ ਗਿਆ ਸੀ। ਉਸ ਨਵਾਬ ਦੀ ਪਾਕਿਸਤਾਨ ਵਿਚ ਬਹੁਤ ਚਲਦੀ ਸੀ ਤੇ ਉਹ ਉਸ ਨੂੰ ਭਾਰਤ ਨਹੀਂ ਆਉਣਾ ਦਿੰਦਾ ਸੀ।ਮੈਂ ਜਦੋਂ ਕੁਝ ਹੋਰ ਵੱਡਾ ਹੋਇਆ ਤੇ ਪੜ੍ਹ ਲਿਖ ਕੇ ਚੰਗੀ ਨੌਕਰੀ 'ਤੇ ਲੱਗ ਗਿਆ ਤਾਂ ਆਪਣੀ ਭੈਣ ਨੂੰ ਲੱਭਣ ਵਾਸਤੇ ਮੁੜ ਕੋਸ਼ਿਸ਼ ਕੀਤੀ। ਪਾਸਪੋਰਟ ਬਣਵਾ ਕੇ ਤੇ ਦਿੱਲੀਓਂ ਵੀਜ਼ਾ ਲੈ ਕੇ ਮੈਂ ਆਪਣੇ ਪਿੰਡ ਵਾਪਸ ਗਿਆ। ਜ਼ਿਲੇ ਦੇ ਵੱਡੇ ਅਫ਼ਸਰਾਂ ਨੂੰ ਵੀ ਮਿਲਿਆ ਪਰ ਕੋਈ ਕਾਮਯਾਬੀ ਨਾ ਹੋਈ। ਹਿੰਦੁਸਤਾਨ ਵਾਪਸ ਆਉਣ ਤੋਂ ਇਕ ਰਾਤ ਪਹਿਲਾਂ ਮੈਂ ਲਾਹੌਰ ਗੁਰਦੁਆਰਾ ਡੇਰਾ ਸਾਹਿਬ ਵਿਚ ਠਹਿਰਿਆ ਹੋਇਆ ਸਾਂ। ਇਹ ਗੁਰਦੁਆਰਾ ਪੰਜਵੇਂ ਗੁਰੂ ਸ੍ਰੀ ਅਰਜਨ ਦੇਵ ਜੀ ਦੀ ਸ਼ਹਾਦਤ ਵਾਲੀ ਥਾਂ 'ਤੇ ਬਣਿਆ ਹੋਇਆ ਸੀ। ਏਥੇ ਪਾਕਿਸਤਾਨੀ ਪੁਲੀਸ ਦਾ ਪਹਿਰਾ ਸੀ। ਇੰਚਾਰਜ ਹੌਲਦਾਰ ਨਾਲ ਗੱਲ ਕੀਤੀ। ਗੱਲ ਸੁਣ ਕੇ ਉਹ ਕੁਝ ਚਿਰ ਖ਼ਾਮੋਸ਼ ਰਿਹਾ ਤੇ ਫਿਰ ਕਹਿਣ ਲੱਗਾ, "ਮੈਨੂੰ ਪਛਾਣਦੈਂ?"

"ਨਹੀਂ।""ਮੈਂ ਤੇਰੇ ਪਿੰਡ ਦੇ ਤੇਲੀਆਂ ਦਾ ਮੁੰਡਾ ਨਵਾਬ ਵਾਂ। ਰਣਬੀਰ ਕੌਰ ਦਾ ਮੈਨੂੰ ਪਤਾ ਏ। ਮੈਂ ਤੈਨੂੰ ਉਹਦੇ ਬਾਰੇ ਸਭ ਕੁਝ ਦੱਸ ਸਕਨਾਂ।"

"ਭਰਾ ਇਹ ਤੇਰਾ ਮੇਰੇ 'ਤੇ ਬੜਾ ਵੱਡਾ ਅਹਿਸਾਨ ਹੋਵੇਗਾ। ਛੇਤੀ ਦੱਸ ਉਹ ਕਿੱਥੇ ਵੇ?"

"ਕਾਹਲਾ ਨਾ ਪਓ ਸਰਦਾਰ, ਉਹ ਬੜੇ ਚੰਗੇ ਘਰ ਵਿਆਹੀ ਹੋਈ ਏ। ਉਹਦੇ ਦੋ ਖ਼ੂਬਸੂਰਤ ਬੱਚੇ ਵੀ ਨੇ। ਉਹਦਾ ਘਰ ਵਾਲਾ ਬੜਾ ਅਮੀਰ ਤੇ ਸਾਊ ਏ। ਕਦੀ ਯੂਰਪ ਚਲਾ ਜਾਂਦੈ ਤੇ ਕਦੀ ਪਾਕਿਸਤਾਨ ਆ ਜਾਂਦੈ। ਉਹਦੇ ਘਰ ਕਾਰ, ਟੈਲੀਵਿਜ਼ਨ, ਫਰਿਜ਼ ਤੇ ਹੋਰ ਬੜਾ ਕੀਮਤੀ ਸਾਮਾਨ ਏ। ਬਹਾਵਲਪੁਰ ਦਾ ਜਿਹੜਾ ਨਵਾਬ ਉਸਨੂੰ ਗੁੰਡਿਆਂ ਤੋਂ ਛੁਡਵਾ ਕੇ ਲੈ ਗਿਆ ਸੀ, ਉਸ ਦਾ ਉਹ ਕਰੀਬੀ ਰਿਸ਼ਤੇਦਾਰ ਏ।""ਮੇਰੀ ਭੈਣ ਖ਼ੁਸ਼ ਏ ਚੱਲ ਮੈਨੂੰ ਹੁਣੇ ਮਿਲਾ ਕੇ ਲਿਆ।"

"ਹੁਣ ਨਹੀਂ, ਸਵੇਰੇ ਕੋਈ ਸਬੀਲ ਬਣਾਵਾਂਗੇ, ਉਹਨੂੰ ਮਿਲਣਾ ਕੋਈ ਆਸਾਨ ਨਹੀਂ ਹੈ।"

"ਕਿਉਂ ਮੇਰੀ ਉਹ ਸਕੀ ਭੈਣ ਏ, ਮੈਂ ਉਸ ਨੂੰ ਮਿਲ ਕਿਉਂ ਨਹੀਂ ਸਕਦਾ?" "ਤੁਸੀਂ ਸਮਝਦੇ ਨਹੀਂ ਸਰਦਾਰ ਸਾਹਿਬ, ਕਈ ਮਜਬੂਰੀਆਂ ਨੇ ਜੋ ਮੈਂ ਤੁਹਾਨੂੰ ਦੱਸ ਨਹੀਂ ਸਕਦਾ।""ਕੀ ਮਜਬੂਰੀਆਂ ਨੇ?""ਜੇ ਸਰਕਾਰਾਂ ਨੂੰ ਪਤਾ ਲਗ ਗਿਆ ਤਾਂ ਤੁਹਾਡੀ ਭੈਣ ਪਾਕਿਸਤਾਨ ਵਿਚ ਨਹੀਂ ਰਹਿ ਸਕੇਗੀ। ਉਹਨੂੰ ਮੁਲਕਾਂ ਦੇ ਮੁਆਇਦੇ ਮੁਤਾਬਕ ਹਿੰਦੁਸਤਾਨ ਭੇਜਣਾ ਪਵੇਗਾ। ਉਹ ਸ਼ਾਇਦ ਆਪਣੇ ਬੱਚੇ ਤੇ ਖਾਵੰਦ ਛੱਡ ਕੇ ਹਿੰਦੁਸਤਾਨ ਜਾਣਾ ਪਸੰਦ ਨਾ ਕਰੇ। ਔਰਤ ਨੂੰ ਆਪਣੇ ਬੱਚੇ, ਆਪਣਾ ਖਾਵੰਦ ਤੇ ਆਪਣਾ ਘਰ ਬਹੁਤ ਪਿਆਰਾ ਹੁੰਦੈ।""ਚੱਲ ਨਾ ਜਾਵੇ ਪਾਰ ਮੈਨੂੰ ਇਕ ਵਾਰ ਮਿਲ ਤਾਂ ਪਵੇ। ਮੇਰੀ ਭਟਕ ਰਹੀ ਰੂਹ ਨੂੰ ਕੁਝ ਸਕੂਨ ਤਾਂ ਨਸੀਬ ਹੋਵੇ।""ਉਸ ਨੂੰ ਖੁਫੀਆ ਤਰੀਕੇ ਨਾਲ ਇਤਲਾਹ ਭੇਜਣੀ ਪਵੇਗੀ। ਫਿਰ ਕੋਈ ਮੁਲਾਕਾਤ ਦਾ ਰਾਹ ਨਿਕਲ ਸਕਦੈ। ਮੈਨੂੰ ਆਪਣੀ ਨੌਕਰੀ ਦਾ ਖ਼ਤਰਾ ਵੀ ਹੈ। ਤੁਸੀਂ ਇੰਜ ਕਰੋ, ਹੁਣ ਵਾਪਸ ਹਿੰਦੁਸਤਾਨ ਚਲੇ ਜਾਓ ਤੇ ਦੁਬਾਰਾ ਵੀਜ਼ਾ ਲੈ ਕੇ ਆਉਣਾ। ਤੁਹਾਡੇ ਵੀਜ਼ੇ ਦੀ ਮਿਆਦ ਕੱਲ੍ਹ ਖਤਮ ਹੋ ਰਹੀ ਹੈ। ਜਦੋਂ ਦੁਬਾਰਾ ਆਉਗੇ ਤਾਂ ਮੈਂ ਤੁਹਾਨੂੰ ਤੁਹਾਡੀ ਹਮਸ਼ੀਰਾ ਨੂੰ ਮਿਲਾਉਣ ਲਈ ਜ਼ਰੂਰ ਬਰ ਜ਼ਰੂਰ ਕੋਈ ਰਾਹ ਕੱਢ ਲਵਾਂਗਾ।"

"ਕੀ ਮੈਂ ਆਪਣੇ ਵੀਜ਼ੇ ਦੀ ਮਿਆਦ ਨਹੀਂ ਵਧਵਾ ਸਕਦਾ?" ਮੈਂ ਰਣਬੀਰ ਨੂੰ ਮਿਲੇ ਬਿਨਾਂ ਨਹੀਂ ਜਾਵਾਂਗਾ।"ਸ਼ਾਇਦ ਤੁਹਾਨੂੰ ਇਲਮ ਨਹੀਂ ਕਿ ਪਾਕਿਸਤਾਨ ਸੀ. ਆਈ. ਡੀ. ਦੀ ਤੁਹਾਡੇ 'ਤੇ ਬਹੁਤ ਕੜੀ ਨਜ਼ਰ ਏ। ਕੱਲ੍ਹ ਤੁਹਾਨੂੰ ਵਾਪਸ ਹਿੰਦੁਸਤਾਨ ਜਾਣਾ ਪਵੇਗਾ। ਗਜ਼ਾਲਾ ਤੁਹਾਨੂੰ ਅਗਲੀ ਵਾਰ ਜ਼ਰੂਰ ਮਿਲਾ ਦਿਆਂਗਾ।"

"ਗਜ਼ਾਲਾ ਕੌਣ?""ਗਜ਼ਾਲਾ ਤੁਹਾਡੀ ਭੈਣ ਦਾ ਹੀ ਦੂਜਾ ਨਾਂ ਏ। ਹੁਣ ਉਸ ਨੂੰ ਰਣਬੀਰ ਕੌਰ ਦੇ ਨਾਂ ਨਾਲ ਕੋਈ ਨਹੀਂ ਜਾਣਦਾ। ਉਸ ਦਾ ਨਵਾਂ ਨਾਂ ਗਜ਼ਾਲਾ ਅਖਤਰ ਏ।""ਰਹਿੰਦੀ ਕਿਸ ਪਾਸੇ ਹੈ?""ਰਹਿੰਦੀ ਲਾਹੌਰ ਦੀ ਗੁਲਬਰਗ ਆਬਾਦੀ ਵਿਚ ਏ। ਉਸ ਦੇ ਘਰ ਜਾਣਾ ਆਸਾਨ ਨਹੀਂ। ਉਹ ਪਰਦਾ ਕਰਦੀ ਏ। ਮੇਰਾ ਮਤਲਬ ਬੁਰਕਾ ਪਾਉਂਦੀ ਏ। ਘਰ ਵਿਚ ਉਹਨੂੰ ਕਾਫੀ ਸਹੂਲਤਾਂ ਨੇ ਪਰ ਫਿਰ ਵੀ

ਉਸ ਨੂੰ ਆਜ਼ਾਦੀ ਨਾਲ ਟੁਰਨ ਫਿਰਨ ਦੀ ਮਨਾਹੀ ਏ।''ਮੈਂ ਹਵਾਲਦਾਰ ਨਵਾਬ ਦੀ ਗੱਲ ਸੁਣ ਕੇ ਚੁੱਪ ਕਰ ਗਿਆ। ਉਸ ਸਾਰੀ ਰਾਤ ਮੈਂ ਉਸਲਵੱਟੇ ਲੈਂਦਾ ਰਿਹਾ ਪਰ ਨੀਂਦ ਨਾ ਆਈ। ਕੁਦਰਤ ਦੀ ਇਹ ਕੈਸੀ ਸਿਤਮ ਜ਼ਰੀਫੀ ਸੀ ਕਿ ਜਿਸ ਭੈਣ ਨੂੰ ਲੱਭਣ ਵਾਸਤੇ ਮੈਂ ਏਨੀ ਕੋਸ਼ਿਸ਼ ਕੀਤੀ ਸੀ ਉਹ ਏਸੇ ਲਾਹੌਰ ਵਿਚ ਈ ਰਹਿੰਦੀ ਸੀ ਤੇ ਮੈਥੋਂ ਕੁਝ ਮੀਲ ਦੂਰ ਉਸ ਦਾ ਘਰ ਸੀ ਪਰ ਮੈਂ ਉਸ ਨੂੰ ਮਿਲ ਨਹੀਂ ਸਾਂ ਸਕਦਾ, ਵੇਖ ਨਹੀਂ ਸਾਂ ਸਕਦਾ, ਗੱਲ ਨਹੀਂ ਸਾਂ ਕਰ ਸਕਦਾ। ਅਗਲੇ ਦਿਨ ਮੈਂ ਨਵਾਬ ਨੂੰ ਗਜ਼ਾਲਾ ਦੇ ਨਾਂ ਇਕ ਚਿੱਠੀ ਦੇ ਕੇ ਅਤੇ ਨਵਾਬ ਦਾ ਪਤਾ ਲੈ ਕੇ ਮੈਂ ਹਿੰਦੁਸਤਾਨ ਵਾਪਸ ਆ ਗਿਆ ਕਿਉਂਕਿ ਮੇਰੇ ਵੀਜ਼ੇ ਦੀ ਮਿਆਦ ਖ਼ਤਮ ਹੋ ਚੁੱਕੀ ਸੀ ਤੇ ਮਿਆਦ ਵਧਣੋਂ ਇਨਕਾਰ ਹੋ ਗਿਆ ਸੀ। ਹੁਣ ਦਿਲ ਭੈਣ ਨੂੰ ਮਿਲਣ ਲਈ ਪਹਿਲਾਂ ਨਾਲੋਂ ਵੀ ਵਧੇਰੇ ਬੇਤਾਬ ਹੋ ਗਿਆ ਸੀ। ਏਨੀ ਤਸੱਲੀ ਜ਼ਰੂਰ ਸੀ ਕਿ ਗਜ਼ਾਲਾ ਜ਼ਿੰਦਾ ਸੀ। ਘਰ ਬਾਰ ਵਾਲੀ ਸੀ, ਬੱਚਿਆਂ ਦੀ ਮਾਂ ਸੀ ਤੇ ਪਤੀ ਵੀ ਚੰਗਾ ਮਿਲ ਗਿਆ ਸੀ। ਕੀ ਹੋਇਆ ਜੇ ਉਹ ਮੁਸਲਮਾਨ ਹੋ ਗਈ ਸੀ। ਉਂਜ ਵੀ ਤਾਂ ਔਰਤ ਦਾ ਕੋਈ ਧਰਮ ਨਹੀਂ ਹੁੰਦਾ। ਜੀਹਦੇ ਲੜ ਲੱਗ ਗਈ ਉਹੀ ਉਸਦਾ ਧਰਮ ਬਣ ਜਾਂਦਾ ਹੈ। ਪਿਛਲੇ ਸੈਂਕੜੇ ਸਾਲਾਂ ਵਿਚ ਕਿੰਨੀਆਂ ਹਜ਼ਾਰਾਂ ਲੱਖਾਂ ਔਰਤਾਂ ਮੁਸਲਮਾਨ ਹਮਲਾਵਰ ਹਿੰਦੁਸਤਾਨ ਵਿਚੋਂ ਜ਼ਬਰਦਸਤੀ ਉਧਾਲ ਕੇ ਆਪਣੇ ਮੁਸਲਮਾਨ ਦੇਸ਼ਾਂ ਵਿਚ ਲਿਜਾ ਉਨ੍ਹਾਂ ਦੇ ਧਰਮ ਬਦਲ ਚੁੱਕੇ ਸਨ। ਮਾਂ ਨੂੰ ਜਦੋਂ ਮੈਂ ਭੈਣ ਦੇ ਜ਼ਿੰਦਾ ਹੋਣ ਬਾਰੇ ਦੱਸਿਆ ਤਾਂ ਜਿਵੇਂ ਉਹਦੇ ਕਲੇਜੇ ਦਾ ਰੁੱਗ ਭਰਿਆ ਗਿਆ। ਉਹ ਹੋਰ ਵੀ ਉੱਚੀ ਉੱਚੀ ਰੋਣ ਲੱਗ ਗਈ। ਸਿਰ ਦੇ ਵਾਲ ਪੁੱਟ ਲਏ ਤੇ ਉਹਦਾ ਪਾਗਲਪਨ ਘਟਣ ਦੀ ਥਾਂ ਇਕ ਵਾਰ ਫੇਰ ਵਧ ਗਿਆ। ਏਸ ਘਟਨਾ ਪਿਛੋਂ ਮੈਨੂੰ ਪਾਕਿਸਤਾਨ ਦਾ ਵੀਜ਼ਾ ਮਿਲਣਾ ਬੰਦ ਹੋ ਗਿਆ। ਨਵਾਬ ਨੂੰ ਮੈਂ ਕਈ ਚਿੱਠੀਆਂ ਲਿਖੀਆਂ ਪਰ ਕੋਈ ਜਵਾਬ ਨਾ ਆਇਆ। ਰੁਲਦੀ ਖੁਲਦੀ ਇਕ ਚਿੱਠੀ ਗਜ਼ਾਲਾ ਵੱਲੋਂ ਆਈ। ਗੁਰਮੁਖੀ ਦੇ ਟੁੱਟੇ ਫੁੱਟੇ ਅੱਖਰਾਂ ਵਿਚ ਸੁਖ ਸਾਂਦ ਲਿਖੀ ਹੋਈ ਸੀ ਅਤੇ ਆ ਕੇ ਮਿਲ ਜਾਣ ਦੀ ਤਾਂਘ ਦੱਸੀ ਸੀ। ਇਸ ਤੋਂ ਕੁਝ ਸਾਲਾਂ ਬਾਅਦ ਪਾਕਿਸਤਾਨ ਨਾਲ ਲੜਾਈ ਛਿੜ ਪਈ ਤੇ ਪਾਕਿਸਤਾਨ ਨਾਲ ਆਵਾਜਾਈ ਬੰਦ ਹੋ ਗਈ। ਹੁਣ ਕੇਵਲ ਗੁਰਦੁਆਰਿਆਂ ਦੀ ਯਾਤਰਾ ਦੇ ਬਹਾਨੇ ਹੀ ਪਾਕਿਸਤਾਨ ਜਾਇਆ ਜਾ ਸਕਦਾ ਸੀ। ਕਈ ਵਾਰ ਜਥੇ ਵਿਚ ਨਾਂ ਪੁਆਉਣ ਦੀ ਕੋਸ਼ਿਸ਼ ਕੀਤੀ ਪਰ ਨਾਂ ਨਾ ਪੈ ਸਕਿਆ। ਇੰਜ ਕਈ ਵਰ੍ਹੇ ਹੋਰ ਬੀਤ ਗਏ। ਪਾਕਿਸਤਾਨ ਨਾਲ ਇਕ ਹੋਰ ਜੰਗ ਛਿੜ ਪਈ। ਜੰਗ ਦੀ ਸਮਾਪਤੀ ਪਿਛੋਂ ਆਵਾਜਾਈ ਵਿਚ ਰੁਕਾਵਟਾਂ ਪਹਿਲਾਂ ਨਾਲੋਂ ਵੀ ਵਧ ਗਈਆਂ। ਚਿੱਠੀ ਪੱਤਰ ਕਰਨ ਵਾਲੇ ਹੋਰਨਾਂ ਦੇਸ਼ਾਂ ਰਾਹੀਂ ਚਿੱਠੀ ਪੱਤਰ ਕਰਦੇ ਤੇ ਇੰਜ ਚਿੱਠੀ ਦਾ ਜਵਾਬ ਦੋ ਤਿੰਨ ਮਹੀਨਿਆਂ ਤੋਂ ਪਹਿਲਾਂ ਨਾ ਆਉਂਦਾ। ਕਾਫੀ ਦੌੜ ਭੱਜ ਕਰ ਕੇ ਮੈਨੂੰ ਗੁਰਦੁਆਰਾ ਡੇਰਾ ਸਾਹਿਬ ਲਾਹੌਰ ਦੇ ਜਥੇ ਵਿਚ ਨਾਂ ਪੁਆਣ ਵਿਚ ਕਾਮਯਾਬੀ ਮਿਲ ਗਈ। ਤੁਰਨ ਲੱਗਿਆਂ ਉਸ ਮੁਲਕ ਦੇ ਰਿਵਾਜ ਅਨੁਸਾਰ ਮੈਂ ਗਜ਼ਾਲਾ ਲਈ

ਵਧੀਆ ਕਰੇਬ ਦਾ ਬੁਰਕਿਆਂ ਲਈ ਕੱਪੜਾ, ਦੁਪੱਟੇ ਅਤੇ ਹੋਰ ਵੀ ਤੋਹਫ਼ੇ ਖਰੀਦੇ। ਉਹਦੇ ਬੱਚਿਆਂ ਲਈ ਖਿਡੌਣੇ ਅਤੇ ਉਹਦੇ ਖਾਵੰਦ ਲਈ ਵਧੀਆ ਕੰਬਲ ਮੁੱਲ ਲਿਆ। ਮਾਂ ਨੂੰ ਮੈਂ ਨਾਲ ਲਿਜਾਣਾ ਚਾਹੁੰਦਾ ਸਾਂ ਪਰ ਉਹਦੇ ਨੀਮ ਪਾਗਲ ਹੋਣ ਕਾਰਨ ਗੱਲ ਨਾ ਬਣ ਸਕੀ।ਵਾਘੇ ਤੋਂ ਪਾਰ ਬੱਸਾਂ ਵਿਚ ਬਿਠਾ ਕੇ ਪੁਲੀਸ ਦੇ ਪਹਿਰੇ ਵਿਚ ਸਾਨੂੰ ਲਾਹੌਰ ਲਿਜਾਇਆ ਗਿਆ ਤੇ ਸਾਰੇ ਯਾਤਰੀਆਂ ਨੂੰ ਗੁਰਦੁਆਰੇ ਦੀ ਚਾਰਦੀਵਾਰੀ ਅੰਦਰ ਬੰਦ ਕਰ ਦਿੱਤਾ ਗਿਆ। ਮੈਂ ਮਹਾਰਾਜਾ ਰਣਜੀਤ ਸਿੰਘ ਦੀ ਸਮਾਧ ਦੀ ਧੁਰ ਉਪਰਲੀ ਮੰਜ਼ਿਲ ’ਤੇ ਚੜ੍ਹ ਕੇ ਚੁਫੇਰੇ ਝਾਤ ਮਾਰੀ। ਇਕ ਪਾਸੇ ਮਹਾਰਾਜਾ ਰਣਜੀਤ ਸਿੰਘ ਦਾ ਕਿਲਾ ਤੇ ਨਾਲ ਲੱਗਦੀ ਸ਼ਾਹੀ ਮਸਜਿਦ ਸੀ ਜਿਸ ਦੇ ਉੱਚੇ ਉੱਚੇ ਮੀਨਾਰ ਸਨ। ਦੂਜੀ ਬਾਹੀ ਮੀਨਾਰੇ ਯਾਦਗਾਰ-ਪਾਕਿਸਤਾਨ ਸੀ ਜੋ ਅਸਮਾਨ ਨਾਲ ਗੱਲਾਂ ਕਰ ਰਿਹਾ ਸੀ ਤੇ ਉਸ ਤੋਂ ਦੂਰ ਪਰ੍ਹੇ ਰਾਵੀ ਵਗ ਰਹੀ ਸੀ ਜਿਸ ਦੇ ਪਰਲੇ ਕੰਢੇ ਰੇਲਵੇ ਲਾਈਨ ਦੇ ਖੱਬੇ ਨੂਰ ਜਹਾਂ ਤੇ ਸੱਜੇ ਜਹਾਂਗੀਰ ਬਾਦਸ਼ਾਹ ਦੇ ਮਕਬਰੇ ਸਨ। ਪੰਛੀ ਖੁੱਲ੍ਹੀ ਹਵਾ ਵਿਚ ਏਧਰ ਉਧਰ ਉੱਡ ਰਹੇ ਸਨ ਪਰ ਅਸੀਂ ਮਨੁੱਖ ਗੁਰਦੁਆਰੇ ਅੰਦਰ ਬੰਦ ਸਾਂ। ਬਾਹਰ ਨਿਕਲਣ ਦਾ ਕੋਈ ਰਾਹ ਨਹੀਂ ਸੀ। ਸਾਰੇ ਗੇਟਾਂ ’ਤੇ ਪੁਲੀਸ ਦਾ ਪਹਿਰਾ ਸੀ। ਸਾਡੇ ਸਭ ਦੇ ਪਾਸਪੋਰਟ ਪੁਲਿਸ ਅਧਿਕਾਰੀਆਂ ਨੇ ਆਪਣੇ ਕਬਜ਼ੇ ਵਿਚ ਲੈ ਲਏ ਸਨ। ਸਾਦਾ ਕੱਪੜਿਆਂ ਵਿਚ ਪਾਕਿਸਤਾਨ ਦੀ ਖੁਫ਼ੀਆ ਪੁਲੀਸ ਦੇ ਮੁਲਾਜ਼ਮ ਯਾਤਰੀਆਂ ਦੀ ਹਰ ਹਰਕਤ ’ਤੇ ਪੂਰੀ ਨਜ਼ਰ ਰੱਖ ਰਹੇ ਸਨ। ਨੇੜੇ ਨੇੜੇ ਢੁਕ ਕੇ ਗੱਲਾਂ ਸੁਣਦੇ ਸਨ ਤੇ ਗੁਰਦੁਆਰੇ ਅੰਦਰ ਜੋ ਲੈਕਚਰ ਹੁੰਦੇ ਸਨ, ਉਹ ਖੁੱਲ੍ਹੇ ਆਮ ਨੋਟ ਕਰੀ ਜਾਂਦੇ ਸਨ। ਜਥੇ ਗਏ ਲੇਖਕ ਕਿਸਮ ਦੇ ਲੋਕਾਂ ’ਤੇ ਉਹ ਵਿਸ਼ੇਸ਼ ਪਹਿਰਾ ਦਿੰਦੇ ਸਨ ਤੇ ਉਨ੍ਹਾਂ ਨੂੰ ਇਸ਼ਤਿਹਾਰੀ ਮੁਲਜ਼ਮਾਂ ਵਾਂਗ ਜ਼ਿਆਦਾ ਖ਼ਤਰਨਾਕ ਸਮਝਦੇ ਸਨ। ਸਿੱਖ ਯਾਤਰੀ ਡਿਊਟੀ ਮੈਜਿਸਟਰੇਟ ਤੋਂ ਸ਼ਹਿਰ ਵਿਚ ਜਾਣ ਦੀ ਇਜਾਜ਼ਤ ਵਾਸਤੇ ਤਰਲੇ ਕੱਢ ਰਹੇ ਸਨ ਪਰ ਉਹ ਇਜਾਜ਼ਤ ਨਹੀਂ ਦੇ ਰਿਹਾ ਸੀ। ਇਕ ਸਿੰਧੀ ਸਿੱਖ ਉਸ ਅੱਗੇ ਪਾਕਿ ਪੁਲੀਸ ਵੱਲੋਂ ਕੀਤੇ ਦੁਰਵਿਹਾਰ ਦੀ ਸ਼ਿਕਾਇਤ ਕਰ ਰਿਹਾ ਸੀ ਤੇ ਉਹ ਉਸ ਦੀ ਗੱਲ ਸੁਣਨ ਦੀ ਬਜਾਏ ਪੁਲੀਸ ਨੂੰ ਕਹਿ ਰਿਹਾ ਸੀ ਕਿ ਇਸ ਨੂੰ ਹੋਰ ਸਬਕ ਸਿਖਾਓ ਤੇ ਉਸਦਾ ਸ਼ਨਾਖਤੀ ਕਾਰਡ ਉਸ ਕੋਲੋਂ ਖੋਹ ਕੇ ਆਪਣੇ ਕੋਲ ਰੱਖ ਲਿਆ ਸੀ। ਡਿਊਟੀ ਮੈਜਿਸਟਰੇਟ ਨੂੰ ਯਾਤਰੀਆਂ ਨੂੰ ਬਾਹਰ ਸ਼ਹਿਰ ਵਿਚ ਘੁੰਮਣ ਲਈ ਡਿਪਟੀ ਕਮਿਸ਼ਨਰ ਵੱਲੋਂ ਮਨਾਹੀ ਸੀ ਤੇ ਡਿਪਟੀ ਕਮਿਸ਼ਨਰ ਨੂੰ ਹੋਮ ਸੈਕਟਰੀ ਵੱਲੋਂ। ਦੋ ਦਿਨ ਏਸੇ ਤਰ੍ਹਾਂ ਬੀਤ ਗਏ। ਆਖਰੀ ਦਿਨ ਸ਼ਾਮ ਦੇ ਪੰਜ ਵਜੇ ਬਾਹਰ ਜਾਣ ਦੀ ਇਜਾਜ਼ਤ ਮਿਲ ਗਈ। ਮੈਂ ਗਜ਼ਾਲਾ ਲਈ ਤੋਹਫ਼ੇ ਲੈ ਕੇ ਜਦ ਟੈਕਸੀ ਵਿਚ ਬੈਠਣ ਲੱਗਾ ਤਾਂ ਸੀ ਆਈ ਡੀ ਦਾ ਇਕ ਬਿਨਾਂ ਵਰਦੀ ਅਫ਼ਸਰ ਵੀ ਮੇਰੇ ਨਾਲ ਹੀ ਬੈਠ ਗਿਆ। ਤੋਹਫ਼ਿਆਂ ਵਾਲਾ ਲਿਫਾਫਾ ਉਸ ਮੇਰੇ ਹੱਥੋਂ ਲੈ ਲਿਆ ਤੇ ਕਿਹਾ ਉਹ ਮੇਰੇ ਨਾਲ ਹੀ ਜਾਵੇਗਾ। ਅਸੀਂ ਦੋਵੇਂ ਮਹਿਮਾਨਖਾਨੇ ਵਿਚ ਬੈਠੇ ਗਜ਼ਾਲਾ ਦਾ ਇੰਤਜ਼ਾਰ ਕਰ ਰਹੇ ਸਾਂ। ਕੁਝ ਚਿਰ ਪਿੱਛੋਂ ਗਜ਼ਾਲਾ ਦਾ ਖਾਵੰਦ ਆਇਆ ਤੇ ਉਸ

ਮੈਨੂੰ ਜੱਫੀ ਵਿਚ ਘੁੱਟ ਲਿਆ। ਫਿਰ ਉਸ ਆਪਣੇ ਬੱਚਿਆਂ ਨਾਲ ਮਿਲਾਇਆ। ਮੈਂ ਉਨ੍ਹਾਂ ਨੂੰ ਆਪਣੀ ਗੋਦੀ ਵਿਚ ਬਿਠਾ ਕੇ ਪਿਆਰ ਕੀਤਾ। ਬੱਚਿਆਂ ਨੇ ਲੰਮੇ ਲੰਮੇ ਕੁੜਤੇ ਤੇ ਸਲਵਾਰਾਂ ਪਾਈਆਂ ਹੋਈਆਂ ਸਨ। ਫਿਰ ਪਰਦੇ ਪਿਛੋਂ ਗਜ਼ਾਲਾ ਬੁਰਕਾ ਪਾਈ ਅੰਦਰ ਆਈ। ਮੇਰੇ ਗਲ ਲੱਗ ਕੇ ਉੱਚੀ ਉੱਚੀ ਰੋਣ ਲੱਗ ਗਈ। ਉਸ ਦਾ ਖਾਵੰਦ ਉਸ ਨੂੰ ਚੁੱਪ ਕਰਾਉਣ ਦੀ ਕੋਸ਼ਿਸ਼ ਕਰ ਰਿਹਾ ਸੀ ਪਰ ਉਹ ਚੁੱਪ ਨਹੀਂ ਹੋ ਰਹੀ ਸੀ। ਰੋਂਦੀ ਰੋਂਦੀ ਉਹ ਵੈਣ ਪਾਉਣ ਲੱਗ ਗਈ। ਉਹਦੀਆਂ ਅੱਖਾਂ ਦੁਆਲੇ ਸਿਆਹ ਘੇਰੇ ਸਨ ਤੇ ਅੱਖਾਂ ਅੰਦਰ ਨੂੰ ਵੜੀਆਂ ਹੋਈਆਂ ਸਨ। ਕੱਦ ਲੰਮਾ ਤੇ ਸਰੀਰ ਭਾਰਾ ਸੀ। ਮੈਂ ਵੀ ਰੋ ਰਿਹਾ ਸਾਂ। ਬੱਚੇ ਵੀ ਸਾਨੂੰ ਵੇਖ ਕੇ ਅੱਖਾਂ ਭਰ ਆਏ ਸਨ। ਸੀ ਆਈ ਡੀ ਦਾ ਅਫਸਰ ਵੀ ਕੁਝ ਪਲਾਂ ਲਈ ਪਸੀਜ ਗਿਆ ਸੀ। ਮੈਂ ਉਹਦੇ ਹੱਥੋਂ ਤੋਹਫ਼ਿਆਂ ਦਾ ਬੰਡਲ ਫੜ ਕੇ ਗਜ਼ਾਲਾ ਨੂੰ ਦੇ ਦਿੱਤਾ। ਉਸ ਹਿੱਕ ਨਾਲ ਲਾ ਕੇ ਆਪਣੇ ਖਾਵੰਦ ਨੂੰ ਫੜਾ ਦਿੱਤਾ। ਅਜੇ ਤੀਕ ਅਸਾਂ ਜ਼ਬਾਨ ਸਾਂਝੀ ਨਹੀਂ ਸੀ ਕੀਤੀ। ਗਜ਼ਾਲਾ ਦੀ ਸਿਰ ਦੇ ਨੀਮ ਲਾਲ ਵਾਲਾਂ ਵਾਲੀ ਸੱਸ ਮੇਰੇ ਸਿਰ 'ਤੇ ਪਿਆਰ ਦੇ ਕੇ ਗਜ਼ਾਲਾ ਨੂੰ ਕਿਚਨ ਵਿਚ ਲੈ ਗਈ। ਸੀ ਆਈ ਡੀ ਦਾ ਅਫਸਰ ਦੋ ਘੰਟਿਆਂ ਦੀ ਮੁਅਲਤ ਦੇ ਕੇ ਚਲਾ ਗਿਆ। ਗਜ਼ਾਲਾ, ਉਸ ਦਾ ਖਾਵੰਦ, ਬੱਚੇ, ਸੱਸ ਤੇ ਨਨਾਣਾਂ, ਅਸੀਂ ਸਾਰੇ ਰਲ ਕੇ ਚਾਹ ਪੀ ਰਹੇ ਸਾਂ। ਚਾਹ ਨਾਲ ਉਨ੍ਹਾਂ ਨੇ ਬੜੀਆਂ ਚੀਜ਼ਾਂ ਪਰੋਸੀਆਂ ਸਨ। ਅਨੇਕਾਂ ਵਰ੍ਹਿਆਂ ਬਾਅਦ ਇਹ ਮਿਲਾਪ ਦਾ ਦਿਨ ਆਇਆ ਸੀ। ਗੱਲਾਂ ਸੁਣਦਿਆਂ ਗਜ਼ਾਲਾ ਦੀਆਂ ਅੱਖਾਂ ਭਰ ਆਉਂਦੀਆਂ ਸਨ। ਸੰਖੇਪ ਵਿਚ ਪਾਕਿਸਤਾਨੋਂ ਉਜੜਨ ਪਿਛੋਂ ਭਾਰਤ ਵਿਚ ਜਾ ਕੇ ਟਿਕਣ ਦੀ ਕਹਾਣੀ ਸੁਣਾਈ। ਮਾਂ ਦੇ ਪਾਗਲ ਹੋਣ ਬਾਰੇ ਸੁਣ ਕੇ ਉਹਨੂੰ ਦੰਦਲ ਪੈ ਗਈ। ਹੋਸ਼ ਆਉਣ 'ਤੇ ਉਸ ਮੇਰਾ ਸਿਰ ਆਪਣੀ ਛਾਤੀ ਨਾਲ ਘੁੱਟ ਲਿਆ। ਮੇਰੀਆਂ ਅੱਖਾਂ ਅੱਗੇ ਉਹ ਦਿਨ ਆ ਰਹੇ ਸਨ ਜਦੋਂ ਅਸੀਂ ਛੋਟੇ ਛੋਟੇ ਹੁੰਦੇ ਸਾਂ ਤੇ ਬੜਾ ਲੜਿਆ ਕਰਦੇ ਸਾਂ। ਕੁਝ ਸਮੇਂ ਬਾਅਦ ਉਹ ਆਪਣੀ ਸੱਸ ਦੇ ਇਸ਼ਾਰੇ 'ਤੇ ਸ਼ਾਮ ਦਾ ਖਾਣਾ ਤਿਆਰ ਕਰਾਉਣ ਲਈ ਰਸੋਈ ਵਿਚ ਚਲੀ ਗਈ।ਮੈਂ ਸਾਰਿਆਂ ਨੂੰ ਪਰਿਵਾਰ ਸਮੇਤ ਹਿੰਦੁਸਤਾਨ ਆਉਣ ਦਾ ਸੱਦਾ ਦਿੱਤਾ ਪਰ ਉਨ੍ਹਾਂ ਮਜਬੂਰੀ ਜ਼ਾਹਿਰ ਕੀਤੀ।"ਜਿੰਨਾ ਚਿਰ ਤੀਕ ਦੋਵਾਂ ਦੇਸ਼ਾਂ ਦੇ ਹਾਲਾਤ ਠੀਕ ਨਾ ਹੋ ਜਾਣ, ਉਹ ਕਿਵੇਂ ਆ ਸਕਦੇ ਹਨ" ਪਰ ਗਜ਼ਾਲਾ ਦਾ ਖਾਵੰਦ ਕਹਿ ਰਿਹਾ ਸੀ, "ਇਨਸ਼ਾ ਅੱਲਾ ਕਦੀ ਤਾਂ ਜ਼ਰੂਰ ਮਿਲਾਂਗੇ।" ਉਹਦਾ ਵੀ ਹਿੰਦੁਸਤਾਨ ਵੇਖਣ ਨੂੰ ਬੜਾ ਜੀਅ ਕਰਦਾ ਸੀ।ਸ਼ਾਮ ਦਾ ਖਾਣਾ ਖਾਣ ਹੀ ਲੱਗੇ ਸਾਂ ਕਿ ਸੀ ਆਈ ਡੀ ਦਾ ਅਫਸਰ ਦਾ ਗਿਆ ਤੇ ਉਸ ਦੋ ਘੰਟੇ ਪੂਰੇ ਹੋਣ ਦੀ ਸੂਚਨਾ ਦੇ ਦਿੱਤੀ। ਗਜ਼ਾਲਾ ਦੇ ਖਾਵੰਦ ਨੇ ਬੜਾ ਇਸਰਾਰ ਕੀਤਾ ਤੇ ਆਪਣੇ ਅਸਰ ਰਸੂਖ ਦਾ ਵਾਸਤਾ ਵੀ ਪਾਇਆ ਪਰ ਉਹ ਨਾ ਮੰਨਿਆ। ਪੁਲੀਸ ਦੀ ਜੀਪ ਬਾਹਰ ਖੜ੍ਹੀ ਸੀ। ਉਸ ਵਿਚ ਬੈਠ ਕੇ ਵਾਪਸ ਗੁਰਦੁਆਰੇ ਚੱਲਣ ਲਈ ਕਿਹਾ ਗਿਆ। ਟੁਰਨ ਲੱਗਿਆਂ ਗਜ਼ਾਲਾ ਤੇ ਉਸ ਦੇ ਖਾਵੰਦ ਨੇ ਕਿਹਾ ਕਿ ਉਹ ਮੈਨੂੰ ਵਿਦਾ ਕਰਨ ਲਈ ਸਵੇਰੇ ਗੁਰਦੁਆਰੇ ਆਉਣਗੇ।ਉਹ ਰਾਤ ਮੈਂ ਬੜੀ ਖੁਸ਼ੀ ਨਾਲ ਟਪਾਈ। ਮੇਰੀ ਅਨੇਕਾਂ ਵਰ੍ਹਿਆਂ ਦੀ

ਮਿਹਨਤ ਤੇ ਕੋਸ਼ਿਸ਼ ਸਫਲ ਹੋਈ ਸੀ। ਗਜ਼ਾਲਾ ਦਾ ਤੇ ਮੇਰਾ ਖ਼ੂਨ ਦਾ ਰਿਸ਼ਤਾ ਸੀ। ਭਾਵੇਂ ਹੁਣ ਅਸੀਂ ਦੋ ਵੱਖ ਵੱਖ ਦੇਸ਼ਾਂ ਤੇ ਧਰਮਾਂ ਦੇ ਮੰਨਣ ਵਾਲੇ ਸਾਂ ਪਰ ਸਾਡਾ ਮਾਂ ਬਾਪ ਇਕ ਸੀ। ਮਜ਼੍ਹਬ ਤੇ ਹਕੂਮਤਾਂ ਸਾਡੇ ਰਿਸ਼ਤਿਆਂ ਵਿਚਕਾਰ ਹਿਮਾਲਾ ਜਿਹੀ ਉੱਚੀ ਦੀਵਾਰ ਵਾਂਗ ਖੜ੍ਹੇ ਸਨ ਪਰ ਦਿਲ ਦੇ ਜਜ਼ਬਿਆਂ ਨੂੰ ਕਿਹੜੀ ਤਾਕਤ ਰੋਕ ਸਕਦੀ ਸੀ। ਅਗਲੀ ਸਵੇਰੇ ਭੈਣ ਨੂੰ ਮਿਲ ਕੇ ਫਿਰ ਸਦਾ ਲਈ ਵਿਛੜ ਜਾਣ ਦਾ ਦੁੱਖ ਭਾਵੇਂ ਪਹਿਲਾਂ ਨਾਲੋਂ ਵੀ ਘੱਟ ਨਹੀਂ ਸੀ ਪਰ ਫਿਰ ਵੀ ਇਕ ਤਸੱਲੀ ਜਿਹੀ ਦਾ ਮਨ ਅੰਦਰ ਤਾਣਾ ਤਣਿਆ ਗਿਆ ਸੀ। ਅਗਲੀ ਸਵੇਰੇ ਯਾਤਰੀ ਆਪੋ ਆਪਣਾ ਸਾਮਾਨ ਬੰਨ੍ਹ ਕੇ ਗੁਰਦੁਆਰੇ ਦੇ ਬਾਹਰ ਖੜ੍ਹੀਆਂ ਬੱਸਾਂ ਵਿਚ ਸਵਾਰ ਹੋ ਰਹੇ ਸਨ। ਗਰਮੀ ਬੜੀ ਸੀ ਤੇ ਸਵੇਰੇ ਦਾ ਤਿੱਖਾ ਸੂਰਜ ਟਾਰਚ ਦੀ ਤੇਜ਼ ਰੌਸ਼ਨੀ ਵਾਂਗ ਆਪਣੀਆਂ ਗਰਮ ਕਿਰਨਾਂ ਨਾਲ ਬੱਸਾਂ ਵਿਚ ਬੈਠੇ ਯਾਤਰੀਆਂ ਨੂੰ ਗਰਮੀ ਤੇ ਪਸੀਨੇ ਨਾਲ ਪ੍ਰੇਸ਼ਾਨ ਕਰ ਰਿਹਾ ਸੀ। ਮੁਸਾਫਰ ਪਾਣੀ ਪੀਣ ਲਈ ਬੱਸਾਂ ਵਿਚੋਂ ਥੱਲੇ ਉਤਰਦੇ ਤੇ ਪੁਲੀਸ ਦੇ ਸਿਪਾਹੀ ਉਨ੍ਹਾਂ ਨੂੰ ਫਿਰ ਬੱਸਾਂ ਵਿਚ ਚਲੇ ਜਾਣ ਦਾ ਹੁਕਮ ਦਿੰਦੇ। ਬੱਸਾਂ ਵਿਚ ਬੈਠੇ ਮੁਸਾਫਰਾਂ ਦੀ ਪਾਸਪੋਰਟਾਂ ਅਨੁਸਾਰ ਗਿਣਤੀ ਕਰ ਕੇ, ਉਨ੍ਹਾਂ ਦੇ ਪਾਸਪੋਰਟ ਸ਼ਨਾਖਤ ਪਿੱਛੋਂ ਵਾਪਸ ਕਰਕੇ ਬੱਸਾਂ ਨੇ ਪੁਲੀਸ ਦੀ ਨਿਗਰਾਨੀ ਹੇਠ ਬਾਰਡਰ ਨੂੰ ਚੱਲਣਾ ਸੀ। ਪੁਲੀਸ ਕਰਮਚਾਰੀ ਮੈਨੂੰ ਵੀ ਛੇਤੀ ਛੇਤੀ ਸਾਮਾਨ ਬੰਨ੍ਹ ਕੇ ਬੱਸ ਵਿਚ ਸਵਾਰ ਹੋਣ ਲਈ ਕਹਿ ਰਹੇ ਸਨ ਪਰ ਮੈਂ ਗਜ਼ਾਲਾ ਦੀ ਉਡੀਕ ਵਿਚ ਜਾਣ ਬੁੱਝ ਕੇ ਲੇਟ ਹੋ ਰਿਹਾ ਸਾਂ ਪਰ ਗਜ਼ਾਲਾ ਨਾ ਆਈ। ਮੈਂ ਸਾਮਾਨ ਚੁੱਕ ਕੇ

ਸ਼ਾਹੀ ਕਿਲਾ ਲਾਹੌਰ ਦੇ ਬਾਹਰ ਖੜ੍ਹਾ ਲੇਖਕ ਬਲਬੀਰ ਸਿੰਘ ਮੋਮੀ

ਸਭ ਤੋਂ ਆਖਰੀ ਬੱਸ ਵਿਚ ਬਾਰੀ ਵੱਲ ਮੂੰਹ ਕਰ ਕੇ ਬੈਠ ਗਿਆ। ਏਨੇ ਨੂੰ ਇਕ ਕਾਰ ਬੱਸ ਲਾਗੇ ਆ ਕੇ ਖਲੋ ਗਈ। ਗਜ਼ਾਲਾ, ਉਹਦਾ ਖਾਵੰਦ ਤੇ ਉਹਦੇ ਬੱਚੇ ਕਾਰ ਵਿਚ ਬੈਠੇ ਸਨ। ਗਜ਼ਾਲਾ ਨੇ ਕਾਲਾ ਬੁਰਕਾ ਪਾਇਆ ਹੋਇਆ ਸੀ ਪਰ ਚਿਹਰੇ ਤੋਂ ਨਕਾਬ ਚੁੱਕਿਆ ਹੋਇਆ ਸੀ। ਕਿੰਨੇ ਸਾਰੇ ਸੀ ਆਈ ਡੀ ਮੁਲਾਜ਼ਮ ਕਾਰ ਦੇ ਦੁਆਲੇ ਆ ਕੇ ਖਲੋ ਗਏ। ਗਜ਼ਾਲਾ ਤੇ ਉਸ ਦੇ ਬੱਚਿਆਂ ਨੂੰ ਕਾਰ ਵਿਚੋਂ ਬਾਹਰ ਨਾ ਨਿਕਲਣ ਦਿੱਤਾ ਗਿਆ ਅਤੇ ਨਾ ਹੀ ਮੈਨੂੰ ਬੱਸ ਵਿਚੋਂ ਉਤਰਨ ਦਿੱਤਾ ਗਿਆ। ਮੈਂ ਬੱਸ ਵਿਚੋਂ ਹੀ ਗਜ਼ਾਲਾ ਨੂੰ ਸਤਿ ਸ੍ਰੀ ਅਕਾਲ ਬੁਲਾਈ। ਉਹਦੀਆਂ ਅੱਖਾਂ ਵਿਚ ਅੱਥਰੂ ਆ ਗਏ। ਉਸ ਕਾਰ ਵਿਚੋਂ ਬਾਹਰ ਆਉਣ ਲਈ ਬੜਾ ਕਿਹਾ ਪਰ ਕਿਸੇ ਨਾ ਮੰਨੀ। ਗਜ਼ਾਲਾ ਦੇ ਖਾਵੰਦ ਨੇ ਮੈਨੂੰ ਇਕ ਲਿਫਾਫਾ ਫੜਾਇਆ ਜੋ ਫੌਰਨ ਹੀ ਸੀ ਆਈ ਡੀ ਦੇ ਬੰਦੇ ਵੇਖਣ ਲੱਗ ਪਏ। ਲਿਫਾਫੇ ਵਿਚ ਗਜ਼ਾਲਾ ਦੀਆਂ ਆਪਣੇ ਬੱਚਿਆਂ ਤੇ ਖਾਵੰਦ ਨਾਲ ਤਸਵੀਰਾਂ ਸਨ। ਫਿਰ ਤਸਵੀਰਾਂ ਵਾਲਾ ਲਿਫਾਫਾ ਮੈਨੂੰ ਦੇ ਦਿੱਤਾ ਗਿਆ।

ਫਿਰ ਇਕ ਹੋਰ ਲਿਫਾਫਾ ਉਸ ਦੇ ਖਾਵੰਦ ਨੇ ਮੈਨੂੰ ਫੜਾਇਆ ਜਿਸ ਵਿਚ ਬਦਾਮ ਸਨ। ਉਹ ਲਿਫਾਫਾ ਵੀ ਅਧਿਕਾਰੀਆਂ ਨੇ ਮੇਰੇ ਹੱਥੋਂ ਫੜ ਕੇ ਖੋਹ ਲਿਆ। ਮੈਂ ਬੜੇ ਠਰੰਮੇ ਨਾਲ ਉਸ ਸੀ ਆਈ ਡੀ ਅਫਸਰ ਨੂੰ ਕਿਹਾ, "ਖਾਨ ਸਾਹਿਬ ਕੀ ਵੇਖਦੇ ਹੋ, ਇਹ ਬਦਾਮ ਹਨ। ਇਨ੍ਹਾਂ ਵਿਚ ਮਿੱਠੀਆਂ ਮਿੱਠੀਆਂ ਗਿਰੀਆਂ ਹੁੰਦੀਆਂ ਹਨ ਪਰ ਵਿਚ ਵਿਚ ਕੋਈ ਕੌੜੀ ਗਿਰੀ ਵੀ ਹੁੰਦੀ ਏ ਜੋ ਮਿੱਠੀਆਂ ਗਿਰੀਆਂ ਦਾ ਸਵਾਦ ਵੀ ਖ਼ਰਾਬ ਕਰ ਦਿੰਦੀ ਏ."

2. ਕਹਾਣੀ

ਅਲਵਿਦਾ ਪਿਆਰੇ ਵਤਨ

ਤੇਜਾ ਸਿੰਘ ਤੇ ਉਹਦੀ ਘਰ ਵਾਲੀ ਹਰਨਾਮ ਕੌਰ ਨੂੰ ਉਹਨਾਂ ਦੇ ਕੈਨੇਡਾ ਰਹਿੰਦੇ ਮੁੰਡੇ ਅਮਨ ਅਤੇ ਨੋਂਹ ਰਾਣੀ ਕੌਰ ਨੇ ਸਪਾਂਸਰ ਕਰ ਦਿਤਾ ਸੀ। ਉਹਨਾਂ ਦੇ ਨਾਲ ਉਹਨਾਂ ਦੇ 21 ਸਾਲ ਤੋਂ ਛੋਟੇ ਮੁੰਡੇ ਤੇਜਪਾਲ ਨੇ ਵੀ ਨਿਕਲ ਜਾਣਾ ਸੀ। ਤੇਜਪਾਲ ਨੇ ਪੰਜਾਬ ਵਿਚ ਬੀ. ਏ. ਪਾਸ ਤਾਂ ਕਰ ਲਈ ਸੀ ਪਰ ਉਹਨੂੰ ਕੋਈ ਨੌਕਰੀ ਨਹੀਂ ਸੀ ਮਿਲੀ। ਪਿਤਾ ਪੁਰਖੀ ਵਾਹੀ ਦਾ ਕੰਮ ਉਹ ਕਰਨਾ ਨਹੀਂ ਚਹੁੰਦਾ ਸੀ ਅਤੇ ਜ਼ਮੀਨ ਵੀ ਚਾਚੇ ਤਾਇਆਂ ਵਿਚ ਵੰਡ ਹੋਣ ਕਾਰਨ ਬਹੁਤ ਥੋੜ੍ਹੀ ਬੱਸ ਦੋ ਏਕੜ ਹੀ ਰਹਿ ਗਈ ਸੀ। ਕੁਝ ਜ਼ਮੀਨ ਤੇਜਾ ਸਿੰਘ ਠੇਕੇ ਤੇ ਲੈ ਲੰਦਾ ਸੀ ਪਰ ਕਈ ਵਾਰ ਓਸ ਜ਼ਮੀਨ ਵਿਚੋਂ ਠੇਕੇ ਦੀ ਰਕਮ ਵੀ ਪੂਰੀ ਨਹੀਂ ਹੁੰਦੀ ਸੀ। ਟਿਊਬ ਵੈੱਲ ਨੂੰ ਲੋੜੀਂਦੀ ਬਿਜਲੀ ਨਾ ਮਿਲਣ, ਮਹਿੰਗੇ ਬੀਜਾਂ, ਨਕਲੀ ਕੀੜੇ ਮਾਰ ਦਵਾਈਆਂ, ਕਦੇ ਸੋਕਾ ਤੇ ਕਦੇ ਮੀਂਹ ਵਧ ਪੈਣ ਕਰ ਕੇ ਫਸਲਾਂ ਮਾਰੀਆਂ ਜਾਂਦੀਆਂ ਸਨ। ਫਸਲਾਂ ਦੀ ਲਾਗਤ ਮੁਤਾਬਕ ਫਸਲ ਦੇ ਭਾਅ ਘੱਟ ਮਿਲਦੇ ਸਨ ਅਤੇ ਜੇਕਰ ਕਦੇ ਕਦੇ ਅਮਨ ਕੈਨੇਡਾ ਵਿਚੋਂ ਪੈਸੇ ਨਾ ਭੇਜੇ ਤਾਂ ਫਿਰ ਪਿੰਡ ਵਿਚ ਤੇਜਾ ਸਿੰਘ ਲਈ ਗੁਜ਼ਾਰਾ ਕਰਨਾ ਔਖਾ ਹੋ ਜਾਂਦਾ ਸੀ।

ਭਾਵੇਂ ਤੇਜਾ ਸਿੰਘ ਦਾ ਆਪਣਾ ਘਰ, ਆਪਣਾ ਪਿੰਡ ਅਤੇ ਆਪਣੇ ਖੇਤ ਛਡ ਕੇ ਕੈਨੇਡਾ ਜਾਣ ਨੂੰ ਦਿਲ ਨਹੀਂ ਕਰਦਾ ਸੀ ਪਰ ਛੋਟੇ ਮੁੰਡੇ ਤੇਜ ਨੂੰ ਕੈਨੇਡਾ ਵਿਚ ਸੈਟਲ ਕਰਨ ਅਤੇ ਆਪਣੇ ਪੋਤੇ ਪੋਤੀ ਦੀ ਬੇਬੀ ਸਿਟਿੰਗ ਕਰਨ ਲਈ ਉਹਨਾਂ ਨੂੰ ਆਪਣੇ ਬੇਟੇ ਅਮਨ ਪਾਸ ਕੈਨੇਡਾ ਜਾਣਾ ਜ਼ਰੂਰੀ ਹੋ ਗਿਆ ਸੀ। ਅਮਨ ਦੇ ਕਈ ਵਾਰ ਫੋਨ ਆ ਚੁਕੇ ਸਨ ਕਿ ਜਲਦੀ ਤੋਂ ਜਲਦੀ ਆਉਣ ਦੀ ਕੋਸ਼ਿਸ਼ ਕਰੋ ਕਿਉਂਕਿ ਕੈਨੇਡਾ ਵਿਚ ਜਲਦੀ ਸਰਦੀ ਦਾ ਮੌਸਮ ਸ਼ੁਰੂ ਹੋਣ ਵਾਲਾ ਸੀ ਤੇ ਜਦ ਬਰਫ ਪੈ ਜਾਂਦੀ ਹੈ ਤਾਂ ਫਿਰ ਕੋਈ ਥਾਂ ਵਿਖਾਉਣੀ ਤੇ ਘੁੰਮਣਾ ਮੁਸ਼ਕਲ ਹੋ ਜਾਂਦਾ ਹੈ। ਇਸ ਤੋਂ ਇਲਾਵਾ ਅਮਨ ਦੀ ਛੋਟੀ ਕੁੜੀ ਦੋ ਸਾਲ ਦੀ ਸੀ ਤੇ ਉਸ ਇੱਕਲੀ ਨੂੰ ਘਰ ਨਹੀਂ ਛਡਿਆ ਜਾ ਸਕਦਾ ਸੀ। ਇਸ ਲਈ ਰਾਣੀ ਕੌਰ ਕੰਮ ਤੇ ਨਹੀਂ ਜਾ ਸਕਦੀ ਸੀ। ਪੰਜ ਸਾਲ ਦੇ ਮੁੰਡੇ ਨੂੰ ਵੀ ਸਕੂਲ ਬੱਸ ਤੇ ਸਵੇਰੇ ਛਡਣਾ ਪੈਂਦਾ ਸੀ ਤੇ ਬਾਅਦ ਦੋਪਹਿਰ ਉਸ ਨੂੰ ਸਕੂਲ ਬੱਸ ਵਿਚੋਂ ਲੈਣਾ ਪੈਂਦਾ ਸੀ। ਜੇਕਰ ਅਮਨ ਦੇ ਪਿਤਾ ਤੇਜਾ ਸਿੰਘ ਤੇ ਮਾਂ ਹਰਨਾਮ ਕੌਰ ਦੇ ਆਉਣ ਨਾਲ ਇਹ ਮਸਲਾ ਨਿਰਾ ਹੱਲ ਹੀ ਨਹੀਂ ਹੋ ਜਾਂਦਾ ਸੀ ਸਗੋਂ ਹਰਨਾਮ ਕੌਰ ਨੇ ਰਸੋਈ ਦਾ ਕੰਮ ਸਾਂਭ ਲੈਣਾ ਸੀ। ਛੋਟੇ ਤੇਜਪਾਲ ਨੂੰ ਅਮਨ ਨੇ ਆਪਣੇ ਨਾਲ ਕੰਮ ਤੇ ਲਵਾ ਲੈਣਾ ਸੀ ਅਤੇ ਤੇਜਾ ਸਿੰਘ ਨੂੰ ਵੀ ਕਿਸੇ ਫਾਰਮ

ਵਿਚ ਕੰਮ ਮਿਲ ਜਾਣਾ ਸੀ ਜਾਂ ਰਾਤ ਦੀ ਸਿਕਿਓਰਟੀ ਦੀ ਜਾਬ ਮਿਲ ਸਕਦੀ ਸੀ। ਇੰਜ ਘਰ ਵਿਚ ਚਾਰ ਚੈੱਕ ਡਿਗਣ ਲਗ ਪੈਣੇ ਸਨ ਭਾਵ ਅਮਨ, ਰਾਣੀ, ਤੇਜ ਅਤੇ ਬਾਪੂ ਤੇਜਾ ਸਿੰਘ, ਚਹੁੰ ਨੇ ਕੰਮ ਤੇ ਕਰਨਾ ਸੀ। ਹਰਨਾਮ ਕੌਰ ਨੇ ਕਿਚਨ ਦੇ ਕੰਮ ਤੋਂ ਇਲਾਵਾ ਆਪਣੀ ਪੋਤੀ ਦੀ ਬੇਬੀ ਸਿਟਿੰਗ ਵੀ ਕਰਨੀ ਸ਼ੁਰੂ ਕਰ ਦੇਣੀ ਸੀ। ਹੁਣ ਅਮਨ ਦਾ ਗੁਜ਼ਾਰਾ ਬਹੁਤ ਔਖਾ ਹੁੰਦਾ ਸੀ। ਮਹੀਨੇ ਦੇ ਦੋ ਹਜ਼ਾਰ ਡਾਲਰ ਉਹਨੂੰ ਵੈਲਡਿੰਗ ਵਾਲੀ ਫੈਕਟਰੀ ਵਿਚੋਂ ਮਿਲਦੇ ਸਨ ਜਿਸ ਵਿਚੋਂ ਸਾਢੇ ਅਠ ਸੌ ਡਾਲਰ ਅਪਾਰਟਮੈਂਟ ਦਾ ਕਿਰਾਇਆ ਨਿਕਲ ਜਾਂਦਾ ਸੀ। ਬਾਕੀ ਗਰੋਸਰੀ, ਕੇਬਲ, ਫੋਨ, ਕਪੜੇ, ਬੱਚਿਆਂ ਦਾ ਫੂਡ, ਕਾਰ ਦੀ ਇਨਸ਼ੋਰੰਸ, ਕਾਰ ਦੀ ਗੈਸ, ਕਾਰ ਦੀ ਰੀਪੇਅਰ, ਮਹੀਨੇ ਦੀਆਂ ਤਿੰਨ ਚਾਰ ਬਕਾਰਡੀ ਦੀਆਂ ਬੋਤਲਾਂ, ਵੀਹ ਡਾਲਰ ਮਹੀਨੇ ਦੀ ਸੁਪਰ 7, 6/49 ਤੇ ਹੋਰ ਲਾਟਰੀ ਦੀਆਂ ਟਿਕਟਾਂ ਆਦਿ ਤੇ ਖਰਚ ਹੋਣ ਤੋਂ ਬਾਅਦ ਅਮਨ ਕੋਲ ਬਚਾਉਣ ਲਈ ਕੁਝ ਨਹੀਂ ਰਹਿੰਦਾ ਸੀ।

ਉਸਦਾ ਖਿਆਲ ਸੀ ਕਿ ਜੇਕਰ ਮਾਪੇ ਅਤੇ ਛੋਟਾ ਭਰਾ ਆ ਜਾਂਦਾ ਹੈ ਤਾਂ ਉਹ ਸੱਤੇ ਦਿਨ ਦੱਬ ਕੇ ਕੰਮ ਕਰਨਗੇ। ਹਾਲ ਦੀ ਘੜੀ ਦੋ ਬੈੱਡ ਰੂਮ ਵਿਚ ਹੀ ਸਾਰੇ ਗੁਜ਼ਾਰਾ ਕਰ ਲੈਣਗੇ ਅਤੇ ਫਿਰ ਸਾਲ ਦੇ ਅੰਦਰ ਅੰਦਰ ਹੀ ਪੈਸੇ ਜੋੜ ਕੇ ਛੋਟਾ ਘਰ ਲੈ ਲੈਣਗੇ। ਅਮਨ ਜਾਣਦਾ ਸੀ ਕਿ ਕੈਨੇਡਾ ਵਿਚ ਘਰ ਬਹੁਤ ਮਹਿੰਗੇ ਹੋ ਗਏ ਸਨ। ਦੋ ਹਜ਼ਾਰ ਸੁਕੇਅਰ ਫੁੱਟ ਦਾ ਤਿੰਨ ਬੈੱਡ ਰੂਮ, ਉਹ ਵੀ ਕਾਂਡੋ ਢਾਈ ਤਿੰਨ ਲਖ ਡਾਲਰਜ਼ ਤੋਂ ਘੱਟ ਨਹੀਂ ਮਿਲਦਾ ਸੀ। ਜੇਕਰ ਚਾਰੇ ਪੂਰੀ ਮਿਹਣਤ ਨਾਲ ਸੱਤੇ ਦਿਨ ਕੰਮ ਕਰਨ ਤਾਂ ਉਹਨਾਂ ਕੋਲ ਡਾਊਨ ਪੇਮੈਂਟ ਲਈ ਪੈਸੇ ਜੁੜ ਸਕਦੇ ਸਨ ਤੇ ਬਾਕੀ ਦੀ ਮਾਰਗੇਜ ਲਈ ਉਹ ਬੈਂਕ ਤੋਂ ਲੋਨ ਲੈ ਲੈਣਗੇ। ਕਈ ਵਾਰ ਅਮਨ ਦੇ ਪਿਓ ਤੇਜਾ ਸਿੰਘ ਨੇ ਅਮਨ ਨੂੰ ਕਿਹਾ ਸੀ ਕਿ ਲੋਕਾਂ ਦੇ ਮੁੰਡੇ ਤਾਂ ਪਿਛੇ ਬਹੁਤ ਪੈਸੇ ਭੇਜਦੇ ਹਨ ਤੇ ਮਾਪੇ ਨਾਲ ਲਗਦੀਆਂ ਜ਼ਮੀਨਾਂ ਦੇ ਮੂੰਹ ਮੰਗੇ ਪੈਸੇ ਦੇ ਕੇ ਜ਼ਮੀਨਾਂ ਖਰੀਦ ਲੈਂਦੇ ਹਨ ਪਰ ਅਮਨ ਨੇ ਬਾਪੂ ਨੂੰ ਕਦੇ ਦਸ ਪੰਦਰਾਂ ਹਜ਼ਾਰ ਰੁਪੈ ਤੋਂ ਵਧ ਪੈਸੇ ਨਹੀਂ ਸੀ ਭੇਜੇ ਜਦ ਕਿ ਤੇਜਾ ਸਿੰਘ ਨੇ ਲਖਾਂ ਰੁਪੈ ਕਰਜ਼ੇ ਤੇ ਲੈ ਕੇ ਅਮਨ ਨੂੰ ਕੈਨੇਡਾ ਭੇਜਿਆ ਸੀ। ਭਾਵੇਂ ਹੌਲੀ ਹੌਲੀ ਅਮਨ ਨੇ ਬਾਪੂ ਦੇ ਕਰਜ਼ੇ ਦੇ ਪੈਸੇ ਤਾਂ ਮੋੜ ਦਿਤੇ ਸਨ ਪਰ ਜ਼ਿਆਦਾ ਪੈਸੇ ਨਾ ਭੇਜ ਸਕਣ ਦਾ ਜਵਾਬ ਅਮਨ ਨੇ ਇਹ ਦਿਤਾ ਸੀ ਕਿ ਉਹ ਕੈਨੇਡਾ ਵਿਚ ਰੀਫਿਊਜੀ ਬਣ ਕੇ ਆਇਆ ਸੀ ਤੇ ਉਹਦੀ ਕੈਨੇਡਾ ਦੀ ਕਮਾਈ ਕੈਨੇਡਾ ਦੇ ਵਕੀਲ ਖਾ ਗਏ ਸਨ। ਸ਼ੁਰੂ ਵਿਚ ਉਹਦਾ ਰੀਫਿਊਜੀ ਕੇਸ ਫੇਲ ਹੋ ਗਿਆ ਸੀ ਤੇ ਫਿਰ ਇਕ ਇਕ ਕਰ ਕੇ ਕਈ ਅਪੀਲਾਂ ਹੋਈਆਂ, ਕਦੇ ਫੈਡਰਿਲ ਕੋਰਟ ਵਿਚ ਤੇ ਕਦੇ ਰਹਿਮ ਦੀਆਂ ਅਪੀਲਾਂ ਅਤੇ ਉਹਦੀ ਕੈਨੇਡਾ ਦੀ ਬਹੁਤੀ ਕਮਾਈ ਇਹਨਾਂ ਵਕੀਲਾਂ ਦੀਆਂ ਮੂੰਹ ਮੰਗੀਆਂ ਫੀਸਾਂ ਵਿਚ ਲਗ ਗਈ ਸੀ। ਸਭ ਤੋਂ ਮਹਿੰਗਾ ਵਕੀਲ ਗਰੀਨ ਵੀ ਉਸ ਨੂੰ ਪੱਕਾ ਨਾ ਕਰਵਾ ਸਕਿਆ ਕਿਉਂਕਿ ਉਹਦੀ

ਸਟੋਰੀ ਵਿਚ ਦਮ ਨਹੀਂ ਸੀ। ਫਿਰ ਵੀ ਆਖਰ ਜੇ ਉਹ ਪੱਕਾ ਹੋਇਆ ਸੀ ਤਾਂ ਰਾਣੀ ਕੌਰ ਨਾਲ ਵਿਆਹ ਕਰਵਾ ਕੇ ਪੱਕਾ ਹੋਇਆ ਸੀ। ਰਾਣੀ ਦਾ ਪਹਿਲੇ ਹਸਬੈਂਡ ਨਾਲ ਡਾਈਵੋਰਸ ਹੋ ਗਿਆ ਸੀ ਤੇ ਕਾਰਾਂ ਦੇ ਪੁਰਜ਼ੇ ਬਨਾਉਣ ਵਾਲੀ ਫੈਕਟਰੀ ਵਿਚ ਦੋਹਾਂ ਦੇ ਇਕਠੇ ਕੰਮ ਕਰਦੇ ਹੋਣ ਕਾਰਨ ਬਹੁਤ ਮਿਹਣਤੀ ਹੋਣ ਤੇ ਰਾਣੀ ਦੀ ਅਮਨ ਨਾਲ ਰੈਪੋ ਮਿਲ ਗਈ ਸੀ ਤੇ ਰਾਣੀ ਦੇ ਮਾਪਿਆਂ ਨੇ ਵੀ ਹਾਲਾਤ ਨੂੰ ਮੁਖ ਰੱਖ ਇਸ ਵਿਆਹ ਨੂੰ ਹਾਂ ਕਰਨ ਵਿਚ ਜ਼ਿਆਦਾ ਹੀਲ ਹੁਜਤ ਨਹੀਂ ਕੀਤੀ ਸੀ। ਜੇਕਰ ਉਹ ਰਾਣੀ ਲਈ ਇੰਡੀਆ ਮੁੰਡਾ ਲਭਣ ਔਂਦੇ ਸਨ ਤਾਂ ਸਾਰੇ ਟੱਬਰ ਦੀਆਂ ਹਵਾਈ ਜਹਾਜ਼ ਦੀਆਂ ਟਿਕਟਾਂ, ਕੰਮ ਛਡ ਕੇ ਜਾਣਾ ਤੇ ਕਈ ਵਾਰ ਦੋਬਾਰਾ ਕੰਮ ਦੇ ਨਾ ਮਿਲਣ ਦੀਆਂ ਔਂਕੜਾਂ ਤੇ ਖਰਚੇ ਨਾਲੋਂ ਉਹਨਾਂ ਨੂੰ ਕਮਾਊ ਮੁੰਡਾ ਅਮਨ ਮਿਲ ਗਿਆ ਸੀ ਤੇ ਇਸ ਵਿਆਹ ਦੇ ਬੇਸ ਤੇ ਅਮਨ ਨੂੰ ਕੈਨੇਡਾ ਦੀ ਇਮੀਗਰੇਸ਼ਨ ਮਿਲ ਗਈ ਸੀ।

ਤੇਜਾ ਸਿੰਘ ਵੱਲੋਂ ਕੈਨੇਡਾ ਜਾਣ ਦੀਆਂ ਤਿਆਰੀਆਂ ਹੋ ਰਹੀਆਂ ਸਨ। ਭਾਵੇਂ ਨੌਜਵਾਨ ਮੁੰਡਿਆਂ ਨੂੰ ਕੈਨੇਡਾ ਜਾਣ ਦਾ ਬਹੁਤ ਸ਼ੌਕ ਹੁੰਦਾ ਹੈ ਪਰ ਤੇਜਪਾਲ ਦੀ ਗਰਲ ਫ੍ਰੈਂਡ ਕੁਲਵਿੰਦਰ ਨੇ ਤੇਜਪਾਲ ਦੇ ਰਾਹ ਵਿਚ ਕੈਨੇਡਾ ਜਾਣ ਦੀ ਰੁਕਾਵਟ ਪਾਈ ਹੋਈ ਸੀ। ਉਹ ਨਹੀਂ ਸੀ ਚਹੁੰਦੀ ਕਿ ਤੇਜਪਾਲ ਕੈਨੇਡਾ ਜਾਵੇ ਕਿਓਂਕਿ ਜੇਕਰ ਉਹ ਕੈਨੇਡਾ ਚਲਾ ਗਿਆ ਤਾਂ ਓਸ ਨੇ ਪਤਾ ਨਹੀਂ ਕਦੋਂ ਮੁੜਨਾ ਸੀ ਜਾਂ ਕਦੀ ਵੀ ਮੁੜ ਕੇ ਨਾ ਆਵੇ। ਇਸ ਹਾਲਤ ਵਿਚ ਉਹਦੇ ਮਾਪਿਆਂ ਨੇ ਉਹਦਾ ਕਿਸੇ ਹੋਰ ਮੁੰਡੇ ਨਾਲ ਵਿਆਹ ਕਰ ਦੇਣਾ ਸੀ ਅਤੇ ਦੋਹਾਂ ਨੇ ਜਵਾਨੀ ਦੀਆਂ ਜੋ ਪਿਆਰ ਪੀਂਘਾਂ ਝੂਟੀਆਂ ਸਨ ਅਤੇ ਸਦਾ ਲਈ ਇਕ ਦੂਜੇ ਦੇ ਹੋ ਜਾਣ ਦੇ ਵਾਅਦੇ ਕੀਤੇ ਸਨ, ਉਹ ਸਭ ਚਕਨਾ ਚੂਰ ਹੋ ਜਾਣੇ ਸਨ। ਸਭ ਤੋਂ ਵਡੀ ਗੱਲ ਇਹ ਸੀ ਕਿ ਉਹਨਾਂ ਦੋਵਾਂ ਨੇ ਕਾਲਜ ਵਿਚੋਂ ਬੀ. ਏ. ਤਾਂ ਇਕਠਿਆਂ ਹੀ ਪਾਸ ਕਰ ਲਈ ਸੀ ਅਤੇ ਜਵਾਨੀ ਵਾਲੇ ਪਿਆਰ ਦੇ ਸੁਪਨੇ ਵੀ ਬੜੇ ਲਏ ਸਨ ਪਰ ਉਹਨਾਂ ਦੇ ਪਿਆਰ ਦੀ ਕਿਸੇ ਨੂੰ ਭਿਣਕ ਨਹੀਂ ਪਈ ਸੀ, ਖਾਸ ਕਰ ਦੋਹਾਂ ਤੇਜਪਾਲ ਅਤੇ ਕੁਲਵਿੰਦਰ ਦੇ ਮਾਪਿਆਂ ਨੂੰ ਇਸ ਬਾਰੇ ਕੋਈ ਪਤਾ ਨਹੀਂ ਸੀ ਕਿ ਦੋਹਾਂ ਨੇ ਇਕ ਦੂਜੇ ਨਾਲ ਸੱਚਾ ਪਿਆਰ ਕਰਨ ਅਤੇ ਆਖਰ ਵਿਆਹ ਕਰਨ ਦੀਆਂ ਕਸਮਾਂ ਖਾਧੀਆਂ ਹੋਈਆਂ ਸਨ ਪਰ ਕੁਲਵਿੰਦਰ ਨੂੰ ਇਹ ਵੀ ਸ਼ਕ ਸੀ ਕਿ ਤੇਜਪਾਲ ਓਥੇ ਜਾ ਕੇ ਕਿਸੇ ਗੋਰੀ ਦੇ ਚੱਕਰ ਵਿਚ ਵੀ ਪੈ ਸਕਦਾ ਸੀ।

ਅਤੇ ਓਥੇ ਜਾ ਕੇ ਕੁਝ ਮਹੀਨੇ ਤਾਂ ਫੋਨ ਤੇ ਗੱਲਾਂ ਹੁੰਦੀਆਂ ਰਹਿਣਗੀਆਂ ਪਰ ਹੌਲੀ ਹੌਲੀ ਇਸ ਵਿਚ ਖੜੋਤ ਆ ਜਾਵੇਗੀ। ਫਿਰ ਇਹ ਵੀ ਸੰਭਵ ਸੀ ਕਿ ਘਰ ਵਿਚੋਂ ਸਭ ਦੇ ਸਾਹਮਣੇ ਤੇਜਪਾਲ ਉਸ ਨਾਲ ਕਿਵੇਂ ਲੰਮੀਆਂ ਲੰਮੀਆਂ ਗੱਲਾਂ ਕਰ ਸਕੇਗਾ ਅਤੇ ਹੋ ਸਕਦਾ ਹੈ ਕਿ ਕਈ ਮਹੀਨੇ ਜਦ ਤਕ ਤੇਜਪਾਲ ਕੋਲ ਆਪਣਾ

ਸੈੱਲ ਫੋਨ ਨਾ ਹੋਵੇ, ਉਹ ਉਸ ਨੂੰ ਕਿਵੇਂ ਫੋਨ ਕਰ ਸਕੇਗਾ। ਇਹਨਾਂ ਹਾਲਾਤਾਂ ਵਿਚ ਕੁਲਵਿੰਦਰ ਦੇ ਮਜਬੂਰ ਕਰਨ ਤੇ ਤੇਜਪਾਲ ਕੈਨੇਡਾ ਜਾਣ ਦੇ ਪਰੋਗਰਾਮ ਵਿਚ ਕਿਸੇ ਨਾ ਕਿਸੇ ਬਹਾਨੇ ਦੇਰੀ ਕਰੀ ਜਾ ਰਿਹਾ ਸੀ। ਉਸ ਨੇ ਕੁਲਵਿੰਦਰ ਨੂੰ ਕਈ ਵਾਰ ਕਿਹਾ ਸੀ ਕਿ ਕੈਨੇਡਾ ਦੀ ਇਮੀਗਰੇਸ਼ਨ ਮਿਲਣ ਤੋਂ ਬਾਅਦ ਜਿਵੇਂ ਹੀ ਉਹ ਆਪਣੇ ਪੈਰਾਂ ਤੇ ਖੜ੍ਹੇ ਹੋਣ ਜੋਗਾ ਹੋ ਗਿਆ ਤਾਂ ਓਸ ਨੂੰ ਵਿਆਹ ਕਰਾਉਣ ਲਈ ਬਤੌਰ ਫਿਆਂਸੀ ਸਪਾਂਸਰ ਕਰ ਦੇਵੇਗਾ ਪਰ ਕੁਲਵਿੰਦਰ ਨਹੀਂ ਚਾਂਹਦੀ ਸੀ ਕਿ ਤੇਜਪਾਲ ਉਸ ਨੂੰ ਛਡ ਕੇ ਕੈਨੇਡਾ ਚਲਾ ਜਾਵੇ। ਆਖਰ ਕਸਮਾਂ ਵਾਅਦੇ ਹੋਏ ਕਿ ਉਹ ਸਿਰਫ ਇਕ ਦੂਜੇ ਲਈ ਹਨ ਤੇ ਇਕ ਦਿਨ ਐਸਾ ਆਇਆ ਕਿ ਤੇਜਪਾਲ ਤੇ ਉਹਦੇ ਮਾਪਿਆਂ ਦੀਆਂ ਕੈਨੇਡਾ ਜਾਣ ਲਈ ਹਵਾਈ ਜਹਾਜ਼ ਵਿਚ ਸੀਟਾਂ ਬੁਕ ਹੋ ਗਈਆਂ। ਜਦ ਤੇਜਪਾਲ ਨੇ ਇਹ ਖਬਰ ਕੁਲਵਿੰਦਰ ਨੂੰ ਦੱਸੀ ਤਾਂ ਉਹਦੀਆਂ ਅਖਾਂ ਭਰ ਆਈਆਂ।

ਤੇਜਾ ਸਿੰਘ ਜਿਸ ਨੇ ਆਪਣੀ ਜੱਦੀ ਜ਼ਮੀਨ ਜਿਸ ਦੇ ਇਕ ਇਕ ਚੱਪੇ ਤੇ ਉਹਨੇ ਤੇ ਉਸ ਤੋਂ ਪਹਿਲਾਂ ਉਹਦੇ ਵਡੇ ਵਡੇਰਿਆਂ ਨੇ ਪਤਾ ਨਹੀਂ ਕਿੰਨੇ ਸਾਲ ਹਲ ਵਾਹ ਵਾਹ ਕੇ ਆਪਣੇ ਕਦਮਾਂ ਦੇ ਨਿਸ਼ਾਨ ਛਡੇ ਸਨ, ਦਾ ਵੀ ਦਿਲ ਨਹੀਂ ਕਰਦਾ ਸੀ ਕਿ ਆਪਣਾ ਘਰ, ਆਪਣਾ ਪਿੰਡ, ਆਪਣਾ ਇਲਾਕਾ, ਆਪਣੇ ਦੂਰ ਨੇੜੇ ਦੇ ਰਿਸ਼ਤੇਦਾਰ, ਆਪਣਾ ਆਲਾ ਦਵਾਲਾ ਛਡ ਕੇ ਜਾਵੇ ਪਰ ਆਖਰ ਇਕ ਦਿਨ ਆ ਹੀ ਗਿਆ ਜਦ ਤਿੰਨੇ ਨਵੀਂ ਦਿੱਲੀ ਤੋਂ ਕੈਨੇਡਾ ਦੀ ਉਡਾਣ ਫੜ ਕੇ ਕੈਨੇਡਾ ਲਈ ਰਵਾਨਾ ਹੋ ਗਏ। ਟਰਾਂਟੋ ਦੇ ਹਵਾਈ ਅਡੇ ਤੇ ਅਮਨ, ਉਹਦੀ ਘਰ ਵਾਲੀ ਰਾਣੀ ਤੇ ਦੋਵੇਂ ਬੱਚੇ ਤੇ ਅਮਨ ਦੇ ਕੁਝ ਦੋਸਤ ਉਹਨਾਂ ਸਾਰਿਆਂ ਨੂੰ ਲੈਣ ਲਈ ਆਏ ਹੋਏ ਸਨ। ਦੋ ਬੈੱਡ ਰੂਮ ਅਪਾਰਟਮੈਂਟ ਵਿਚ ਆਪਣੇ ਮਾਪਿਆਂ ਦੇ ਆਉਣ ਦੀ ਖੁਸ਼ੀ ਵਿਚ ਅਮਨ ਨੇ ਪਾਰਟੀ ਰਖੀ ਹੋਈ ਸੀ। ਕਈ ਕਿਸਮ ਦੇ ਖਾਣੇ, ਚਿਕਨ, ਗੋਟ ਮੀਟ ਤੇ ਸ਼ਰਾਬ ਦੀਆਂ ਬੋਤਲਾਂ ਡਾਈਨਿੰਗ ਟੇਬਲ ਤੇ ਪਈਆਂ ਸਨ ਅਤੇ ਦੌਰ ਸ਼ੁਰੂ ਹੋਣ ਵਿਚ ਕੋਈ ਦੇਰ ਨਾ ਲੱਗੀ। ਅਕਤੂਬਰ ਮਹੀਨੇ ਦੇ ਆਖਰੀ ਦਿਨ ਸਨ ਅਤੇ ਦਿਨ ਜਲਦੀ ਡੁਬ ਗਿਆ ਸੀ ਤੇ ਹਲਕੀ ਜਹੀ ਠੰਢ ਵੀ ਸ਼ੁਰੂ ਹੋ ਗਈ ਸੀ। ਤੇਜਾ ਸਿੰਘ ਨੇ ਵੇਖਿਆ ਕਿ ਮੌਸਮ ਪੰਜਾਬ ਨਾਲੋਂ ਵਖਰਾ ਸੀ। ਸੜਕਾਂ ਕਿੰਨੀਆਂ ਸਾਫ ਤੇ ਸੁੰਦਰ ਸਨ। ਸਭ ਪਾਸੇ ਸਫਾਈ ਸੀ ਤੇ ਪੰਜਾਬ ਵਾਂਗ ਬਾਹਰ ਕੋਈ ਪਸੂ, ਰਿਕਸ਼ਾ, ਪੈਦਲ ਜਾਂ ਰਸ਼ ਨਹੀਂ ਸੀ। ਲੋਕ ਆਪਣੀਆਂ ਕਾਰਾਂ ਤੇ ਏਧਰ ਓਧਰ ਭਜੇ ਜਾ ਰਹੇ ਸਨ। ਕਿਸੇ ਘਰ ਦਾ ਦਰਵਾਜ਼ਾ ਖੁਲ੍ਹਾ ਨਹੀਂ ਸੀ। ਉਹਦੇ ਪੁਤਰ ਅਮਨ ਦਾ ਅਪਾਟਮੈਂਟ ਭਾਵੇਂ ਛੋਟਾ ਸੀ ਪਰ ਚੰਗੀ ਤਰ੍ਹਾਂ ਸਜਾਇਆ ਹੋਇਆ ਸੀ। ਘਰ ਵਿਚ ਲੋੜ ਦੀਆਂ ਸਾਰੀਆਂ ਚੀਜ਼ਾਂ ਜਿਵੇਂ ਟੀ. ਵੀ. ਟੈਲੀਫੋਨ, ਮਾਇਕਰੋਵੇਵ, ਕੰਪਿਊਟਰ ਆਦਿ ਮੌਜੂਦ ਸਨ। ਰਾਤ ਦੇ ਬਾਰਾਂ ਵਜੇ ਤਕ ਪਾਰਟੀ ਚਲਦੀ ਰਹੀ ਅਤੇ ਪਿੰਡ ਬਾਰੇ ਤੇਜਾ

ਸਿੰਘ ਨਾਲ ਅਮਨ ਅਤੇ ਉਹਦੇ ਦੋਸਤਾਂ ਨੇ ਰੱਜ ਕੇ ਗੱਲਾਂ ਕੀਤੀਆਂ। ਫਿਰ ਜਿਵੇਂ ਜਿਵੇਂ ਦਾਰੂ ਚੜ੍ਹਦੀ ਗਈ ਤੇ ਅਮਨ ਨੇ ਪੰਜਾਬੀ ਗਾਣਿਆਂ ਦੀ ਸੀ ਡੀ ਲਾ ਦਿਤੀ। ਅਮਨ, ਉਹਦੇ ਦੋਸਤ ਤੇ ਉਹਨਾਂ ਨਾਲ ਆਈਆਂ ਕਈਆਂ ਦੀਆਂ ਘਰ ਵਾਲੀਆਂ ਪੰਜਾਬੀ ਗਾਣਿਆਂ ਦੀਆਂ ਸੁਰਾਂ ਤੇ ਬੋਲਾਂ ਤੇ ਨੱਚਣ ਲਗ ਪਈਆਂ। ਅਮਨ ਦੇ ਛੋਟੇ ਜਿਹੇ ਅਪਾਰਟਮੈਂਟ ਵਿਚ ਵਿਆਹ ਵਰਗਾ ਮਾਹੌਲ ਬਣਿਆ ਹੋਇਆ ਸੀ। ਖਾ ਪੀ ਕੇ ਆਏ ਸਾਰੇ ਗੈਸਟ ਤਾਂ ਰਾਤ ਨੂੰ ਹੀ ਚਲੇ ਗਏ ਤੇ ਅਮਨ ਨੇ ਆਪਣੇ ਮਾਂ ਪਿਓ ਨੂੰ ਇਕ ਬੈੱਡ ਰੂਮ ਦੇ ਦਿਤਾ ਤੇ ਛੋਟਾ ਤੇਜਪਾਲ ਲਿਵਿੰਗ ਰੂਮ ਵਿਚ ਸੋਫੇ ਤੇ ਹੀ ਪੈ ਗਿਆ। ਸਵੇਰੇ ਐਤਵਾਰ ਹੋਣ ਕਾਰਨ ਸਾਰੇ ਲੇਟ ਉਠੇ ਪਰ ਤੇਜਾ ਸਿੰਘ ਜਿਸ ਨੂੰ ਜਲਦੀ ਉਠਣ ਦੀ ਆਦਤ ਸੀ, ਉਠ ਕੇ ਬੈਠ ਗਿਆ ਤੇ ਬਾਕੀ ਦਿਆਂ ਦੇ ਉਠਣ ਦੀ ਉਡੀਕ ਕਰਨ ਲੱਗਾ। ਮਨ ਹੀ ਮਨ ਵਿਚ ਉਸ ਨੇ ਜਪੁ ਜੀ ਸਾਹਿਬ ਦਾ ਪਾਠ ਇਕ ਵਾਰ ਨਹੀਂ ਸਗੋਂ ਕਈ ਵਾਰ ਕਰ ਲਿਆ ਸੀ।

ਅਗਲੇ ਕੁਝ ਦਿਨ ਅਮਨ ਨੇ ਮਾਪਿਆਂ ਨੂੰ ਘੁਮਾਇਆ ਫਿਰਾਇਆ। ਨਿਆਗਰਾ ਫਾਲਜ਼, ਸਕਾਈਡੋਮ, ਸੀ ਐਨ ਟਾਵਰ, ਟਰਾਂਟੋ ਦਾ ਡਾਊਨ ਟਾਊਨ ਆਦਿ ਥਾਵਾਂ ਵਿਖਾ ਦਿਤੀਆਂ ਅਤੇ ਹੋਰ ਦੋਸਤਾਂ ਅਤੇ ਦੂਰ ਨੇੜੇ ਦੇ ਰਿਸ਼ਤੇਦਾਰਾਂ ਨੂੰ ਵੀ ਮਿਲਾ ਦਿਤਾ। ਅਮਨ ਦੇ ਕੁਝ ਦੋਸਤਾਂ ਨੇ ਵੀ ਉਸਦੇ ਮਾਪਿਆਂ ਅਤੇ ਭਰਾ ਨੂੰ ਖਾਣੇ ਤੇ ਘਰ ਬੁਲਾਇਆ ਤੇ ਕੰਮ ਤੋਂ ਸਮਾਂ ਭੰਨ ਭੰਨ ਕੇ ਅਮਨ ਨੇ ਆਏ ਨਵੇਂ ਇਮੀਗਰੰਟਾਂ ਦਾ ਸੋਸ਼ਲ ਇਨਸ਼ੋਰੰਸ ਨੰਬਰ ਵੀ ਅਪਲਾਈ ਕਰ ਦਿਤਾ ਅਤੇ ਬੈਂਕ ਵਿਚ ਖਾਤਾ ਵੀ ਖੁਲ੍ਹਵਾ ਦਿਤਾ ਕਿਓਂਕਿ ਤਿੰਨ ਮਹੀਨੇ ਪੂਰੇ ਹੋਣ ਤੇ ਓਹਿਪ ਲਈ ਅਪਲਾਈ ਕਰਨ ਲਈ ਆਈ ਡੀਜ਼ ਅਤੇ ਨਾਂ ਤੇ ਆਈ ਕਿਸੇ ਚਿਠੀ ਜਾਂ ਬਿੱਲ ਦੀ ਬੜੀ ਲੋੜ ਪੈਂਦੀ ਸੀ। ਨਵੇਂ ਆਇਆਂ ਨੂੰ ਜੀ ਆਇਆਂ ਕਹਿਣ ਦਾ ਇਹ ਮੇਲ ਮਿਲਾਪ ਮੁੱਕਾ ਤਾਂ ਉਹਨਾਂ ਨੂੰ ਕੰਮ ਤੇ ਲਵਾਉਣ ਦਾ ਚੱਕਰ ਸ਼ੁਰੂ ਹੋ ਗਿਆ। ਸਰਦੀਆਂ ਸ਼ੁਰੂ ਹੋਣ ਕਾਰਨ ਫਾਰਮਾਂ ਦੇ ਕੰਮ ਬੰਦ ਹੋ ਚੁਕੇ ਸਨ ਤੇ ਸਿਕਿਓਰਟੀ ਦੀ ਜਾਬ ਲਈ ਅੰਗਰੇਜ਼ੀ ਆਉਣੀ ਤੇ ਡਰਾਈਵਿੰਗ ਲਾਈਸੰਸ ਹੋਣਾ ਜ਼ਰੂਰੀ ਸੀ। ਤੇਜਾ ਸਿੰਘ ਦਾ ਅੰਗਰੇਜ਼ੀ ਵੱਲੋਂ ਹਥ ਤਾਂ ਬਿਲਕੁਲ ਈ ਤੰਗ ਸੀ ਅਤੇ ਕਦੀ ਕਦੀ ਜਦੋਂ ਓਸ ਨੂੰ ਗੁਰਦਵਾਰੇ ਵਿਚ ਪੰਜਾਬੀ ਬੁੜ੍ਹੇ ਮਿਲਦੇ ਤਾਂ ਉਹ ਉਹਨਾਂ ਨੂੰ ਕਿਤੇ ਕੰਮ ਦੀ ਦੱਸ ਪਾਉਣ ਲਈ ਕਹਿੰਦਾ। ਉਹ ਉਸਦੀ ਕੋਈ ਮਦਦ ਨਾ ਕਰ ਸਕਦੇ ਕਿਉਂਕਿ ਉਹਨਾਂ ਵਿਚੋਂ ਬਹੁਤੇ ਰੀਟਾਇਰ ਹੋ ਚੁਕੇ ਸਨ ਅਤੇ ਉਹਨਾਂ ਨੂੰ ਬੁਢਾਪਾ ਪੈਨਸ਼ਨ ਤੋਂ ਇਲਾਵਾ ਕੰਮ ਦੀ ਪੈਨਸ਼ਨ ਵੀ ਮਿਲਦੀ ਸੀ। ਕੁਝ ਹੁਣ ਟਰਾਂਟੋ ਵਿਚ ਇਹ ਵੀ ਰਿਵਾਜ ਚੱਲ ਪਿਆ ਸੀ ਕਿ ਦਿਨੋ ਦਿਨ ਟਰਾਂਟੋ ਤੇ ਆਸ ਪਾਸ ਦਾ ਇਲਾਕਾ ਨਵੇਂ ਆਏ ਇਮੀਗਰੰਟਸ ਨਾਲ ਭਰਦਾ ਜਾ ਰਿਹਾ ਸੀ ਤੇ ਨਵੇਂ ਇਮੀਗਰੰਟ ਏਨੀ ਕੁ ਜ਼ਿਆਦਾ ਪੁਛ ਗਿਛ ਕਰਦੇ ਸਨ ਕਿ ਉਹਨਾਂ ਨੂੰ ਰਾਹੇ ਪਾਉਣ ਵਾਲਾ ਜਾਂ ਮਦਦ

ਕਰਨ ਵਾਲਾ ਅੱਕ ਜਾਂਦਾ ਸੀ। ਨਵੇਂ ਇਮੀਗਰੰਟਾਂ ਦੀ ਰਕਰੂਟੀ ਕਟਾਉਣੀ ਬੜਾ ਔਖਾ ਕੰਮ ਸੀ। ਜਦ ਇਹ ਲੋਕ ਸੈਟਲ ਹੋ ਜਾਂਦੇ ਸਨ ਤਾਂ ਕਦੇ ਭੁੱਲ ਕੇ ਹੈਲੋ ਵੀ ਨਹੀਂ ਕਰਦੇ ਸਨ। ਬੱਸ ਰਾਈਡ ਲੈਣ ਤੇ ਕੰਮ ਲਭ ਕੇ ਦੇਣ ਤਕ ਹੀ ਸੀਮਤ ਰਹਿੰਦੇ ਸਨ। ਅਮਨ ਦੇ ਦੋਸਤ ਵੀ ਤੇਜਾ ਸਿੰਘ ਨੂੰ ਕੰਮ ਲਭ ਕੇ ਦੇਣ ਵਿਚ ਕਾਮਯਾਬ ਨਾ ਹੋ ਸਕੇ। ਕਈ ਵਾਰ ਤੇਜਾ ਸਿੰਘ ਨੂੰ ਕਿਸੇ ਫੈਕਟਰੀ ਵਿਚ ਭੇਜਦੇ ਤਾਂ ਉਹਦੀ ਉਮਰ ਤੇ ਪਹਿਰਾਵਾ ਵੇਖ ਕੇ ਮਾਲਕ ਜਦੋਂ ਕੰਮ ਹੋਇਆ, ਬੁਲਾ ਲਵਾਂਗੇ ਕਹਿ ਕੇ ਮੋੜ ਦਿੰਦੇ। ਜੇ ਕਿਤੇ ਇਕ ਦੋ ਦਿਨ ਤੇਜਾ ਸਿੰਘ ਦੇ ਲੱਗ ਵੀ ਜਾਂਦੇ ਤਾਂ ਅੰਗਰੇਜ਼ੀ ਨਾ ਆਉਣ ਕਰ ਕੇ ਅਤੇ ਕੰਮ ਵਿਚ ਸਲੋ ਹੋਣ ਕਰ ਕੇ ਫੋਰਮੈਨ ਜਵਾਬ ਦੇ ਦੇਂਦਾ।

ਤੇਜਾ ਸਿੰਘ ਕਈ ਵਾਰ ਸੋਚਦਾ ਕਿ ਉਹ ਕੈਨੇਡਾ ਵਿਚੋਂ ਮੁੜ ਜਾਵੇ ਤਾਂ ਚੰਗਾ ਹੈ। ਉਥੇ ਦੋ ਏਕੜ ਜ਼ਮੀਨ ਉਹਦੇ ਗੁਜ਼ਾਰੇ ਲਈ ਕਾਫੀ ਸੀ। ਤੇਜਪਾਲ ਨੂੰ ਵੀ ਚੱਜ ਨਾਲ ਕੋਈ ਕੰਮ ਨਹੀਂ ਮਿਲਿਆ ਸੀ। ਦੂਜੇ ਬੀ. ਏ. ਪਾਸ ਹੋਣ ਕਰ ਕੇ ਉਹ ਫੈਕਟਰੀਆਂ ਵਿਚ ਭਾਰਾ ਕੰਮ ਨਹੀਂ ਕਰਨਾ ਚਹੁੰਦਾ ਸੀ। ਕੈਨੇਡਾ ਦੀ ਪੜ੍ਹਾਈ ਜਾਂ ਕੋਰਸ ਕੀਤੇ ਬਿਨਾਂ ਕੋਈ ਚੰਗੀ ਜੌਬ ਮਿਲਣੀ ਮੁਸ਼ਕਲ ਸੀ। ਕਾਲਜ ਵਿਚ ਕੀਤੀ ਪੜ੍ਹਾਈ ਅਤੇ ਐਸ਼ ਕਾਰਨ ਵੀ ਕੁਝ ਉਸਦਾ ਸੁਭਾਅ ਵੀ ਵਿਹਲੇ ਰਹਿਣ ਦਾ ਬਣਿਆ ਹੋਇਆ ਸੀ ਅਤੇ ਉਹ ਵਿਹਲੀਆਂ ਖਾਣ ਵਿਚ ਜ਼ਿਆਦਾ ਵਿਸ਼ਵਾਸ਼ ਰਖਦਾ ਸੀ। ਕੈਨੇਡਾ ਆ ਕੇ ਉਸ ਨੂੰ ਕੁਲਵਿੰਦਰ ਵੀ ਬਹੁਤ ਯਾਦ ਆਉਂਦੀ ਸੀ ਤੇ ਉਸ ਨਾਲ ਉਹਨੇ ਮਾਲ ਚੋਂ ਕਾਰਡ ਲੈ ਕੇ ਪੇ-ਫੋਨ ਤੋਂ ਕੁਝ ਵਾਰ ਗੱਲ ਵੀ ਕੀਤੀ ਸੀ। ਉਸ ਨੂੰ ਤੇਜਪਾਲ ਨੇ ਕੰਮ ਨਾ ਮਿਲਣ ਅਤੇ ਭਰਾ ਭਰਜਾਈ ਤੇ ਬਣੇ ਬੋਝ ਦਾ ਜ਼ਿਕਰ ਵੀ ਕੀਤਾ ਸੀ। ਇਕ ਦਿਨ ਉਹਨੇ ਇਹ ਵੀ ਦਸਿਆ ਕਿ ਭਰਜਾਈ ਰਾਣੀ ਨੇ ਕਿਓਂਕਿ ਉਸ ਨੂੰ ਸਪਾਂਸਰ ਕਰ ਕੇ ਬੁਲਾਇਆ ਸੀ, ਇਸ ਲਈ ਉਹ ਕਹਿਣ ਲਗ ਪਈ ਸੀ ਕਿ ਤੇਜ ਉਸਦੀ ਇਕ ਰਿਸ਼ਤੇਦਾਰ ਕੁੜੀ ਨੂੰ ਵਿਆਹ ਕਰਵਾ ਕੇ ਬੁਲਾ ਲਵੇ। ਗੱਲਾਂ ਤਾਂ ਹੋਣ ਲਗ ਪਈਆਂ ਸਨ ਪਰ ਜਦ ਤਕ ਤੇਜਪਾਲ ਕਮਾਈ ਕਰਨ ਨਹੀਂ ਲਗਦਾ ਸੀ, ਓਨਾ ਚਿਰ ਵਿਆਹ ਕਿਵੇਂ ਹੋ ਸਕਦਾ ਸੀ। ਭਰਾ ਭਰਜਾਈ ਦੇ ਘਰ ਰੋਟੀਆਂ ਭੰਨਣ ਦੀ ਹੱਦ ਵੀ ਤਾਂ ਇਕ ਦਿਨ ਖਤਮ ਹੋ ਜਾਣੀ ਸੀ। ਤੇਜਾ ਸਿੰਘ ਦੀ ਘਰ ਵਾਲੀ ਦਾ ਸਾਰਾ ਵਕਤ ਬੱਚਿਆਂ ਦੀ ਦੇਖ ਭਾਲ, ਉਹਨਾਂ ਨੂੰ ਫੀਡ ਕਰਨ, ਕਿਚਨ ਦਾ ਕੰਮ ਕਰਨ ਤੇ ਸਫਾਈ ਵਿਚ ਲੰਘ ਜਾਂਦਾ ਸੀ। ਭਾਰੀ ਸਰੀਰ ਹੋਣ ਕਰ ਕੇ ਉਸ ਤੋਂ ਬਹੁਤਾ ਕੰਮ ਨਹੀਂ ਸੀ ਹੁੰਦਾ ਅਤੇ ਉਹ ਥਕੀ ਥਕੀ ਤੇ ਕੈਦਣ ਮਹਿਸੂਸ ਕਰਨ ਲਗ ਪਈ ਸੀ। ਉਹ ਅਪਾਰਟਮੈਂਟ ਵਿਚੋਂ ਕਿਤੇ ਬਾਹਰ ਨਹੀਂ ਸੀ ਜਾ ਸਕਦੀ। ਕੋਈ ਇਹੋ ਜਿਹਾ ਨੇੜੇ ਦਾ ਵਾਕਫ ਵੀ ਨਹੀਂ ਸੀ ਜਿਸ ਕੋਲ ਢਿਡ ਫੋਲ ਸਕੇ। ਉਹਨੂੰ ਵੀ ਪਿਛੇ ਪਿੰਡ ਤੇ ਘਰ ਦੀ ਬਹੁਤ ਯਾਦ ਸਤਾਉਂਦੀ ਰਹਿੰਦੀ ਤੇ ਕਈ ਵਾਰ ਤੇਜਾ ਸਿੰਘ ਨੂੰ ਕਹਿੰਦੀ ਕਿ ਹੁਣ ਏਸ ਉਮਰੇ ਆਪਾਂ ਤੋਂ ਕੈਨੇਡਾ ਵਿਚ ਕੰਮ

ਨਹੀਂ ਹੋਣਾ ਤੇ ਆਪਾਂ ਏਥੇ ਹੱਡ ਰੋਲਣ ਦੀ ਬਜਾਏ ਵਾਪਸ ਪਿੰਡ ਚਲੇ ਚਲੀਏ। ਤੇਜਪਾਲ ਨੂੰ ਅਮਨ ਕੋਲ ਛਡ ਜਾਈਏ ਪਰ ਇਹ ਗੱਲਾਂ ਉਹ ਕਦੇ ਅਮਨ ਨਾਲ ਨਾ ਕਰਦੇ। ਹੁਣ ਰਾਣੀ ਵੀ ਕੰਮ ਤੇ ਜਾਣ ਲਗ ਪਈ ਸੀ ਅਤੇ ਜਦੋਂ ਦੋਵੇਂ ਥੱਕੇ ਟੁੱਟੇ ਘਰ ਔਂਦੇ ਤਾਂ ਅਮਨ ਨਹਾ ਕੇ ਬਕਾਰਡੀ ਦਾ ਵਡਾ ਸਾਰਾ ਸ਼ਾਟ ਪਾ ਕੇ ਟੀ ਵੀ ਅਗੇ ਬਹਿ ਜਾਂਦਾ। ਪਿਓ ਨੂੰ ਵੀ ਇਕ ਸ਼ਾਟ ਪਾ ਦੇਂਦਾ ਤੇ ਬਹੁਤੀ ਗੱਲ ਬਾਤ ਨਾ ਕਰਦਾ। ਥਕੀ ਹੋਣ ਤੇ ਰਾਣੀ ਵੀ ਘੰਟੇ ਕੁ ਲਈ ਬੈੱਡ ਤੇ ਜਾ ਕੇ ਲੇਟ ਜਾਂਦੀ ਅਤੇ ਜਦੋਂ ਉਠਦੀ ਤਾਂ ਸਹੇਲੀਆਂ ਨੂੰ ਫੋਨ ਕਰਨ ਲਗ ਪੈਂਦੀ। ਸੱਸ ਰੋਟੀਆਂ ਪਕਾ ਕੇ ਰਖ ਦੇਂਦੀ ਅਤੇ ਰਾਣੀ ਟੇਬਲ ਲਾ ਦੇਂਦੀ। ਤੇਜਪਾਲ ਕਈ ਵਾਰ ਘਰੋਂ ਬਾਹਰ ਨਿਕਲ ਜਾਂਦਾ ਅਤੇ ਦੇਰ ਨਾਲ ਘਰ ਆਉਂਦਾ। ਅਮਨ ਨੂੰ ਕਈ ਵਾਰ ਇੰਜ ਲਗਦਾ ਕਿ ਜਿਵੇਂ ਉਹਨੇ ਸੋਚਿਆ ਸੀ, ਓਸ ਤਰ੍ਹਾਂ ਕੁਝ ਵੀ ਨਹੀਂ ਸੀ ਹੋ ਰਿਹਾ। ਚਾਰ ਚੈੱਕ ਡਿਗਣ ਵਾਲੀ ਗੱਲ ਤੇ ਘਰ ਖਰੀਦਣ ਵਾਲੀ ਯੋਜਨਾ ਦਾ ਕੋਈ ਸਿਰਾ ਹਥ ਨਹੀਂ ਆ ਰਿਹਾ ਸੀ। ਸਗੋਂ ਘਰ ਦਾ ਖਰਚਾ ਵਧ ਰਿਹਾ ਸੀ। ਤਿੰਨ ਜਣਿਆਂ ਦੇ ਆਉਣ ਨਾਲ ਗਰੋਸਰੀ ਵੀ ਪਹਿਲਾਂ ਨਾਲੋਂ ਦੂਣੀ ਤੀਣੀ ਹੋ ਗਈ ਸੀ। ਸਾਰਿਆਂ ਨੂੰ ਸਰਦੀਆਂ ਵਾਲੀਆਂ ਜੈਕਟਾਂ, ਸਨੋ ਸ਼ੂ ਤੇ ਥਲੇ ਪਾਉਣ ਵਾਲੇ ਥਰਮਲ ਪਾਜਾਮੇ ਵੀ ਲੈ ਕੇ ਦਿਤੇ ਸਨ। ਮਾਂ ਵੀ ਬੁਝੀ ਬੁਝੀ ਰਹਿੰਦੀ ਸੀ ਤੇ ਪਿਓ ਤੇਜਾ ਸਿੰਘ ਦੇ ਮੂੰਹ ਤੇ ਵੀ ਪਹਿਲਾਂ ਵਾਲੀਆਂ ਰੌਣਕਾਂ ਨਹੀਂ ਸਨ। ਬਾਹਰ ਬਰਫ ਪਈ ਹੋਣ ਕਰ ਕੇ ਕਿਧਰੇ ਆਉਣਾ ਜਾਣਾ ਵੀ ਬੜਾ ਮੁਸ਼ਕਲ ਸੀ।

ਅਮਨ ਨੇ ਕਈ ਵਾਰ ਛੋਟੇ ਭਰਾ ਨੂੰ ਦਿਲ ਲਾ ਕੇ ਕੰਮ ਕਰਨ ਲਈ ਕਿਹਾ ਸੀ ਪਰ ਉਹ ਭਰਾ ਦੀ ਬਹੁਤੀ ਗੱਲ ਨਹੀਂ ਗੌਲਦਾ ਸੀ। ਚਲੋ ਮੁੰਡਾ ਖੁੰਡਾ ਏ ਆਪੇ ਸਮਝ ਜਾਵੇਗਾ ਦੇ ਵਿਚਾਰ ਅਧੀਨ ਅਮਨ ਭਰਾ ਨੂੰ ਬਹੁਤਾ ਜ਼ੋਰ ਦੇ ਕੁਝ ਕਹਿੰਦਾ ਵੀ ਨਹੀਂ ਸੀ। ਰਾਣੀ ਦੇ ਸੁਭਾਅ ਵਿਚ ਵੀ ਫਰਕ ਆ ਗਿਆ ਸੀ। ਸਾਰੇ ਘੁਟੇ ਘੁਟੇ ਜਿਹੇ ਰਹਿੰਦੇ ਸਨ ਪਰ ਤੇਜਾ ਸਿੰਘ ਨੂੰ ਹੁਣ ਇਹ ਸਮਝ ਆ ਗਈ ਸੀ ਕਿ ਕੈਨੇਡਾ ਦਾ ਜੀਵਨ ਬੜਾ ਔਖਾ ਸੀ। ਜਦੋਂ ਉਹ ਪਿੰਡ ਰਹਿੰਦਾ ਸੀ ਅਤੇ ਸੋਚਦਾ ਸੀ ਕਿ ਅਮਨ ਹੋਰ ਖੇਤ ਲੈਣ ਲਈ ਖੁਲ੍ਹੇ ਪੈਸੇ ਕਿਓਂ ਨਹੀਂ ਭੇਜਦਾ ਤੇ ਕੈਨੇਡਾ ਵਿਚ ਡਾਲਰ ਤਾਂ ਦਰਖਤਾਂ ਨਾਲ ਲਗੇ ਹੋਏ ਸਨ ਤੇ ਬੱਸ ਹਿਲੂਣਾ ਦੇ ਕੇ ਡਿਗਣ ਤੇ ਇਕਠੇ ਕਰਨ ਦੀ ਈ ਲੋੜ ਸੀ ਪਰ ਹੁਣ ਉਹਨੂੰ ਕੈਨੇਡਾ ਆ ਕੇ ਪਤਾ ਲਗ ਗਿਆ ਸੀ ਕਿ ਡਾਲਰ ਬਨਾਉਣੇ ਕੋਈ ਸੌਖਾ ਕੰਮ ਨਹੀਂ ਸੀ। ਕੈਨੇਡਾ ਵਿਚ ਰਹਿਣ ਦੇ ਖਰਚੇ ਵੀ ਤਾਂ ਬੜੇ ਸਨ ਅਤੇ ਇਹਨਾਂ ਖਰਚਿਆਂ ਵਿਚੋਂ ਪੈਸੇ ਬਚਾ ਕੇ ਪਿਛੇ ਭੇਜਣੇ ਬੜਾ ਸੂਰਮਗਤੀ ਵਾਲਾ ਕੰਮ ਸੀ। ਕਈ ਇਹੋ ਜਹੇ ਲੋਕ ਵੀ ਤੇਜਾ ਸਿੰਘ ਨੂੰ ਮਿਲੇ ਜਿਨ੍ਹਾਂ ਨੇ ਦਸਿਆ ਕਿ ਉਹਨਾਂ ਨੂੰ ਕੈਨੇਡਾ ਆਇਆ ਵੀਹ ਵੀਹ ਸਾਲ ਹੋ ਗਏ ਸਨ ਪਰ ਉਹ ਇਕ ਵਾਰ ਵੀ ਪਿਛੇ ਗੇੜਾ ਨਹੀਂ ਮਾਰ ਸਕੇ ਕਿਓਂਕਿ ਉਹਨਾਂ ਕੋਲ ਪਿਛੇ ਜਾਣ ਲਈ

ਟਿਕਟ ਜੋਗੇ ਡਾਲਰ ਈ ਨਹੀਂ ਜੁੜ ਸਕੇ ਸਨ। ਇਸ ਤਰ੍ਹਾਂ ਦੇ ਹਾਲਾਤ ਵਿਚ ਤੇਜਾ ਸਿੰਘ ਦਾ ਜੀਅ ਪਿਛੇ ਮੁੜ ਜਾਣ ਲਈ ਬੜਾ ਕਾਹਲਾ ਪੈਂਦਾ। ਕੈਨੇਡਾ ਤਾਂ ਇਕ ਮਿਠੀ ਜੇਲ੍ਹ ਸੀ ਜਿਸ ਵਿਚੋਂ ਨਿਕਲਣਾ ਵੀ ਬੜਾ ਔਖਾ ਸੀ ਤੇ ਇਥੇ ਰਹਿਣਾ ਵੀ ਬੜਾ ਔਖਾ ਸੀ। ਫਿਰ ਜਿਸ ਉਮਰ ਵਿਚ ਉਹ ਆਇਆ ਸੀ, ਇਸ ਉਮਰੇ ਕੰਮ ਮਿਲਣਾ ਬੜਾ ਔਖਾ ਹੋ ਗਿਆ ਸੀ। ਫੈਕਟਰੀਆਂ ਵਾਲੇ ਤਾਂ ਜਵਾਨ ਮੁੰਡੇ ਭਾਲਦੇ ਸਨ ਜਿਨ੍ਹਾਂ ਦੇ ਹਡ ਨਿਚੋੜ ਕੇ ਉਹਨਾਂ ਨੇ ਪੈਸੇ ਦੇਣੇ ਹੁੰਦੇ ਹਨ। ਭਾਰਤ ਦਾ ਮਜ਼ਦੂਰ ਤਾਂ ਆਪਣੀ ਮਨ ਮਰਜ਼ੀ ਨਾਲ ਕੰਮ ਕਰਦਾ ਸੀ ਪਰ ਇਥੇ ਕੈਨੇਡਾ ਵਾਲੇ ਤਾਂ ਜੇ ਇਕ ਦਿਨ ਘੱਟ ਪੀਸ ਬਨਣ ਤਾਂ ਕਚਿਆਂ ਨੂੰ ਅਗਲੇ ਦਿਨ ਨਾ ਆਉਣ ਲਈ ਕਹਿ ਦਿੰਦੇ ਸਨ। ਪਰਵਾਰ ਅਜਬ ਜਹੀ ਉਲਝਣ ਵਿਚ ਫਸ ਗਿਆ ਸੀ। ਤੇਜਾ ਸਿੰਘ ਸੋਚਦਾ ਕਿ ਸਭ ਅਛਾ ਨਹੀਂ ਹੈ। ਜਿਵੇਂ ਸਮਾਂ ਲੰਘ ਰਿਹਾ ਹੈ, ਇਸ ਤਰ੍ਹਾਂ ਦੀ ਸੋਚ ਲੈ ਕੇ ਤਾਂ ਉਹ ਕੈਨੇਡਾ ਨਹੀਂ ਆਏ ਸਨ। ਆਖਰ ਕਈ ਲੋਕ ਕਈ ਕਈ ਲਖ ਰੁਪੈ ਏਜੰਟਾਂ ਨੂੰ ਦੇ ਕੇ ਕੈਨੇਡਾ ਪਹੁੰਚਦੇ ਸਨ ਤੇ ਫਿਰ ਕਈ ਕਈ ਸਾਲ ਕੱਚੇ ਈ ਰਹਿੰਦੇ ਸਨ। ਕੈਨੇਡਾ ਦੀ ਇਮੀਗਰੇਸ਼ਨ ਨਾ ਮਿਲਣ ਕਰ ਕੇ ਕਈ ਵਾਪਸ ਵੀ ਪਰਤ ਜਾਦੇ ਸਨ ਜਾਂ ਡੀਪੋਰਟ ਕਰ ਦਿਤੇ ਜਾਂਦੇ ਸਨ। ਉਹ ਉਹਨਾਂ ਨਾਲੋਂ ਤਾਂ ਕਿਤੇ ਚੰਗੇ ਸਨ ਅਤੇ ਕਦੇ ਨਾ ਕਦੇ ਕੰਮ ਤਾਂ ਮਿਲ ਹੀ ਜਾਵੇਗਾ ਅਤੇ ਫਿਰ ਇਹ ਵੀ ਸੀ ਕਿ ਕੈਨੇਡਾ ਦੀ ਇਮੀਗਰੇਸ਼ਨ ਹੋਣ ਕਾਰਨ ਤੇਜਪਾਲ ਲਈ ਬੜੇ ਚੰਗੇ ਘਰ ਦਾ ਰਿਸ਼ਤਾ ਮਿਲ ਸਕਦਾ ਸੀ ਪਰ ਤੇਜਾ ਸਿੰਘ ਨੂੰ ਕੀ ਪਤਾ ਸੀ ਕਿ ਤੇਜਪਾਲ ਤਾਂ ਕੁਲਵਿੰਦਰ ਨੂੰ ਦਿਲ ਦੇ ਆਇਆ ਸੀ ਤੇ ਉਸ ਨਾਲ ਵਿਆਹ ਕਰਵਾਣ ਦੀ ਅਟੀ ਸਟੀ ਹੋ ਚੁਕੀ ਸੀ। ਨਾ ਹੀ ਇਸ ਭੇਦ ਦਾ ਤੇਜਪਾਲ ਦੀ ਭਰਜਾਈ ਰਾਣੀ ਕੌਰ ਨੂੰ ਪਤਾ ਸੀ ਜੋ ਆਪਣੀ ਰਿਸ਼ਤੇਦਾਰ ਕੁੜੀ ਤੇਜ ਨਾਲ ਵਿਆਹ ਕੇ ਕੈਨੇਡਾ ਲਿਆਣਾ ਚਹੁੰਦੀ ਸੀ।

ਆਖਰ ਤੇਜਾ ਸਿੰਘ ਨੂੰ ਬਰੈਂਪਟਨ ਤੋਂ ਥੋੜ੍ਹਾ ਦੂਰ ਪੈਂਦੇ ਇਕ ਇੰਡੀਅਨ ਦੇ ਗੈਸ ਸਟੇਸ਼ਨ ਤੇ ਰਾਤ ਨੂੰ ਗੈਸ ਪਾਉਣ ਦਾ ਕੰਮ ਮਿਲ ਗਿਆ ਅਤੇ ਤੇਜਪਾਲ ਨੇ ਇਕ ਫੈਕਟਰੀ ਵਿਚ ਦਸ ਡਾਲਰ ਘੰਟੇ ਦੀ ਜੌਬ ਲਭ ਲਈ। ਚੈੱਕ ਵੀ ਘਰ ਆਉਣ ਲਗ ਪਏ ਤੇ ਦੋਹਾਂ ਪਿਓ ਪੁੱਤਾਂ ਦੇ ਚੈੱਕ ਅਮਨ ਲੈ ਕੇ ਆਪਣੇ ਬੈਂਕ ਵਿਚ ਜਮ੍ਹਾਂ ਕਰਵਾ ਦੇਂਦਾ। ਕਦੇ ਕਦੇ ਮੰਗਣ ਤੇ ਥੋੜ੍ਹੇ ਬਹੁਤ ਪੈਸੇ ਉਹਨਾਂ ਨੂੰ ਦੇ ਦੇਂਦਾ। ਸਮਾਂ ਪਾ ਕੇ ਬਾਹਰ ਕੰਮ ਤੇ ਕਈ ਲੋਕ ਤੇਜਪਾਲ ਨੂੰ ਕਹਿੰਦੇ ਕਿ ਤੂੰ ਆਪਣਾ ਚੈੱਕ ਆਪਣੇ ਪਾਸ ਰਖਿਆ ਕਰ ਕਿਓਂਕਿ ਕੱਲ ਨੂੰ ਜਦ ਵਿਆਹ ਕਰਵਾ ਕੇ ਵਖਰਾ ਹੋਵੇਂਗਾ ਤਾਂ ਖਰਚਾ ਕਿਥੋਂ ਕਰੇਂਗਾ। ਇਸੇ ਤਰ੍ਹਾਂ ਬਾਪੂ ਤੇਜਾ ਸਿੰਘ ਵੀ ਸੋਚਦਾ ਕਿ ਜੇ ਪੈਸੇ ਬਣ ਜਾਣ ਤਾਂ ਉਹ ਨਾਲ ਲਗਦਾ ਕਿੱਲਾ ਖਰੀਦ ਕੇ ਆਪਣੀ ਜਾਇਦਾਦ ਵਧਾ ਸਕਦਾ ਸੀ। ਇਹ ਗੱਲ ਕਦੀ ਕਦੀ ਤੇਜਾ ਸਿੰਘ ਅਮਨ ਨਾਲ ਕਰਦਾ ਪਰ ਅਮਨ ਪਿੰਡ ਜ਼ਮੀਨ ਵਧਾਉਣ ਜਾਂ ਖਰੀਦਨ ਦੇ ਹਕ ਵਿਚ ਨਹੀਂ ਸੀ। ਸਮਾਂ ਚਾਹੇ

ਚੰਗਾ ਹੋਵੇ ਚਾਹੇ ਮਾੜਾ, ਆਖਰ ਬੀਤ ਹੀ ਜਾਂਦਾ ਹੈ। ਅਮਨ ਕਹਿੰਦਾ ਕਿ ਅਸਾਂ ਹੁਣ ਪਿਛੇ ਨਹੀਂ ਮੁੜਨਾ। ਹੁਣ ਕੈਨੇਡਾ ਹੀ ਸਾਡਾ ਮੁਲਕ ਹੈ ਅਤੇ ਅਸੀਂ ਏਥੇ ਹੀ ਜੀਣਾ ਤੇ ਏਥੇ ਹੀ ਮਰਨਾ ਹੈ। ਇਸ ਲਈ ਪਿਛੇ ਦਾ ਨਿਰਾ ਖਿਆਲ ਹੀ ਨਹੀਂ ਛਡ ਦੇਣਾ ਚਾਹੀਦਾ ਸਗੋਂ ਓਥੋਂ ਦੀ ਸਾਰੀ ਜਾਇਦਾਦ ਵੇਚ ਕੇ ਪੈਸਾ ਏਥੇ ਲੈ ਆਉਣਾ ਚਾਹੀਦਾ ਹੈ। ਜੇ ਕੱਲ ਨੂੰ ਕਿਸੇ ਨੇ ਕਬਜ਼ਾ ਕਰ ਲਿਆ ਤਾਂ ਜ਼ਮੀਨ ਵੀ ਜਾਊ ਤੇ ਪੈਸੇ ਵੀ ਨਹੀਂ ਮਿਲਣੇ। ਏਥੇ ਦੋਵੇਂ ਭਰਾ ਆਪਣਾ ਆਪਣਾ ਛੋਟਾ ਮੋਟਾ ਘਰ ਲੈ ਲਵਾਂਗੇ ਅਤੇ ਤੇਜਪਾਲ ਦਾ ਆਖਰ ਦੋ ਚਹੁੰ ਸਾਲਾਂ ਤਕ ਵਿਆਹ ਵੀ ਕਰਨਾ ਹੈ। ਅਮਨ ਦੀ ਗੱਲ ਸੁਣ ਕੇ ਤੇਜਾ ਸਿੰਘ ਕਈ ਦਿਨ ਬੂਸਰਿਆ ਬੂਸਰਿਆ ਜਿਹਾ ਰਿਹਾ। ਜੱਟ ਦਾ ਜ਼ਮੀਨ ਨਾਲ ਪਿਆਰ ਕਿਸੇ ਤੋਂ ਭੁਲਿਆ ਨਹੀਂ। ਇਹ ਅਮਨ ਕਿਹੋ ਜਹੀਆਂ ਗੱਲਾਂ ਕਰਨ ਲਗ ਪਿਆ ਸੀ। ਤੇਜਾ ਸਿੰਘ ਸੋਚਦਾ ਅਮਨ ਨੂੰ ਕੈਨੇਡਾ ਦਾ ਪਾਣੀ ਲਗ ਗਿਆ ਸੀ।

ਤੇਜਾ ਸਿੰਘ ਨੂੰ ਕੈਨੇਡਾ ਰਹਿੰਦਿਆਂ ਹੁਣ ਦਸਾਂ ਤੋਂ ਵਧ ਵਰ੍ਹੇ ਬੀਤ ਗਏ ਸਨ। 65 ਦੇ ਹੋਣ ਤੇ ਉਹਨੂੰ ਤੇ ਉਹਦੀ ਘਰ ਵਾਲੀ ਨੂੰ ਹਜ਼ਾਰ ਹਜ਼ਾਰ ਡਾਲਰ ਬੁੜ੍ਹਾਪਾ ਪੈਨਸ਼ਨ ਲਗ ਜਾਣੀ ਸੀ। ਤੇਜਪਾਲ ਦੀ ਭਰਜਾਈ ਨਾਲ ਵਿਗੜ ਗਈ ਸੀ। ਪੰਜ ਸਾਲ ਕੈਨੇਡਾ ਵਿਚ ਕੰਮ ਕਰ ਕੇ ਜਦ ਉਹ ਇਕ ਵਾਰ ਤੇਜਪਾਲ ਦਾ ਵਿਆਹ ਕਰਨ ਇੰਡੀਆ ਆਏ ਸਨ ਤਾਂ ਤੇਜਪਾਲ ਦੀ ਗਰਲ ਫ੍ਰੈਂਡ ਦਾ ਵਿਆਹ ਵੈਨਕੂਵਰ ਤੋਂ ਗਏ ਕਿਸੇ ਮੁੰਡੇ ਨਾਲ ਪਹਿਲਾਂ ਹੀ ਹੋ ਚੁਕਾ ਸੀ। ਰਾਣੀ ਦੀ ਰਿਸ਼ਤੇਦਾਰ ਕੁੜੀ ਤੇਜਪਾਲ ਨੂੰ ਪਸੰਦ ਨਹੀਂ ਸੀ ਆਈ। ਪੰਜਾਬ ਵਿਚ ਵਧੀ ਕੁਰਪਸ਼ਨ, ਰਿਸ਼ਤੇਦਾਰਾਂ ਤੇ ਲੋਕਾਂ ਦੇ ਬਦਲੇ ਹੋਏ ਵਤੀਰੇ, ਜ਼ਮੀਨਾਂ ਜਾਇਦਾਦਾਂ ਪਿਛੇ ਹੋ ਰਹੇ ਕਤਲ, ਵਿਸ਼ਵਾਸ਼ ਘਾਤ, ਠੱਗੀਆਂ, ਝੂਠ, ਫਰਾਡ, ਬਈਮਾਨੀਆਂ ਤੇ ਐਨ. ਆਰ. ਆਈਜ਼. ਦੀ ਲੁਟ ਖਸੁਟ ਹੁੰਦੀ ਵੇਖ ਕੇ ਤੇਜਾ ਸਿੰਘ ਨੇ ਆਪਣੇ ਪਿਆਰੇ ਵਤਨ ਨੂੰ ਅਲਵਿਦਾ ਕਹਿਣ ਤੇ ਸਦਾ ਸਦਾ ਲਈ ਕੈਨੇਡਾ ਰਹਿਣ ਦਾ ਬੜਾ ਔਖਾ ਫੈਸਲਾ ਕਰ ਲਿਆ ਸੀ। ਸਾਰੇ ਪਰਵਾਰ ਦਾ ਕੈਨੇਡਾ ਵਿਚ ਇਕੋ ਛੱਤ ਥਲੇ ਰਹਿਣ ਵਾਲਾ ਸੁਪਨਾ ਕਈ ਸਾਲ ਪਹਿਲਾਂ ਟੁੱਟ ਕੇ ਚਕਨਾ ਚੂਰ ਹੋ ਚੁਕਾ ਸੀ। ਤੇਜਾ ਸਿੰਘ ਨੇ ਭਾਵੇਂ ਅਜੇ ਤਕ ਜ਼ਮੀਨ ਨਹੀਂ ਸੀ ਵੇਚੀ ਪਰ ਪੰਜਾਬ ਵਿਚ ਜ਼ਮੀਨਾਂ ਦੇ ਅਸਮਾਨ ਨੂੰ ਚੜ੍ਹੇ ਭਾਅ ਵੇਖ ਕੇ ਹੁਣ ਉਹਨੇ ਆਪਣੀ ਜ਼ਮੀਨ ਜਾਇਦਾਦ ਸਭ ਕੁਝ ਵੇਚ ਵੱਟ ਕੇ ਭਰੇ ਮਨ ਨਾਲ ਸਦਾ ਸਦਾ ਲਈ ਕੈਨੇਡਾ ਰਹਿਣ ਦਾ ਫੈਸਲਾ ਕਰ ਹੀ ਲਿਆ ਸੀ ਤੇ ਆਪਣੇ ਦੇਸ਼ ਨੂੰ ਅਲਵਿਦਾ ਪਿਆਰੇ ਵਤਨ ਕਹਿ ਦਿਤਾ ਸੀ।

"ਗੁਸਤਾਖੀ ਮੁਆਫ" ਕਾਲਮਜ਼ ਵਿਚੋਂ ਚਿਤਰਕਾਰ ਵਿਨਸੈਂਟ ਵੈਨਗਾਫ ਦੀ ਗੱਲ ਕਰਦਿਆਂ

19ਵੀਂ ਸਦੀ ਵਿਚ ਹੋਏ ਦੁਨੀਆ ਦਾ ਸਭ ਤੋਂ ਮਸ਼ਹੂਰ ਡੱਚ ਪੇਂਟਰ ਵਿਨਸੈਂਟ ਵੈਨ ਗਾਗ ਦਾ ਜਨਮ ਨੀਦਰਲੈਂਡ ਦੇਸ਼ ਵਿਚ ਗਰੂਟ-ਜ਼ੰਡਰਟ ਵਿਖੇ 30 ਮਾਰਚ, 1853 ਨੂੰ ਇਕ ਪਾਦਰੀ ਦੇ ਘਰ ਹੋਇਆ ਸੀ। ਘਰ ਦਾ ਮਾਹੌਲ ਧਾਰਮਿਕ ਅਤੇ ਸਭਿਆਵਾਨ ਸੀ। ਬਹੁਤ ਜਜ਼ਬਾਤੀ ਸੁਭਾਅ ਦਾ ਧਾਰਨੀ ਹੋਣ ਕਾਰਨ ਦੋ ਵਾਰ ਗੈਰ-ਵਾਜਬ ਅਤੇ ਹਿਤਾਸ਼ ਪਿਆਰ ਵਿਚ ਧੋਖਾ ਖਾਣ ਅਤੇ ਕਿਤਾਬਾਂ ਦੀ ਦੁਕਾਨ ਤੇ ਸੇਲਜ਼ਮੈਨ ਦੇ ਕੰਮ ਤੋਂ ਨੌਕਰੀਓਂ ਕਢੇ ਜਾਣ ਤੋਂ ਬਾਅਦ ਉਸ ਨੇ ਆਰਟਿਸਟ ਬਨਣ ਦਾ ਫੈਸਲਾ ਕਰ ਲਿਆ। 1886 ਵਿਚ ਕਲਾ ਵਿਦਿਆ ਅਤੇ ਕਲਾਕਾਰਾਂ ਦਾ ਸਾਥ ਮਾਨਣ ਲਈ ਉਹ ਆਪਣੇ ਭਰਾ ਥਿਊ ਕੋਲ ਪੈਰਿਸ ਚਲਾ ਗਿਆ ਅਤੇ ਉਸ ਵੇਲੇ ਦੇ ਕਲਾਕਾਰਾਂ ਕਾਰਮਨ, ਪਿਸਾਰੋ, ਮੋਨਿਟ ਅਤੇ ਗੋਗਾਂ ਨੂੰ ਮਿਲਿਆ। ਆਪਣੇ ਘਬਰਾਏ ਰਹਿਣ, ਸਾਰੀ ਰਾਤ ਬਹਿਸ ਕਰਨ ਅਤੇ ਸਾਰਾ ਦਿਨ ਪੇਂਟਿੰਗ ਕਰਨ ਕਾਰਨ ਦੇ ਸੁਭਾਅ ਕਾਰਨ ਉਹਦੀ ਸਿਹਤ ਖਰਾਬ ਹੋ ਗਈ ਤੇ ਉਹ ਓਥੋਂ ਆਰਲਸ ਚਲਾ ਗਿਆ ਜਿਥੇ ਪਾਲ ਗੋਗਾਂ ਨਾਲ ਵੀ ਉਹਦੀ ਨਾ ਬਣੀ।

ਆਪਣੀ ਜ਼ਿੰਦਗੀ ਵਿਚ ਰੰਗਾਂ ਦੇ ਪ੍ਰਭਾਵਾਵਾਂ ਦੀ ਸੋਚ ਹੇਠ ਉਹਨੇ ਅਨੇਕਾਂ ਪੈਂਟਿੰਗਜ਼ ਬਣਾਈਆਂ ਜੋ ਲੋਕਾਂ ਅਤੇ ਦੂਜੇ ਪੇਂਟਰਜ਼ ਨੇ ਕਦੀ ਮਨਜ਼ੂਰ ਨਾ ਕੀਤੀਆਂ। ਦੋ ਡੰਗ ਦੀ ਰੋਟੀ ਲਈ ਉਹ ਕੋਲਿਆਂ ਦੀ ਕਾਨਾਂ ਵਿਚ ਬਾਕੀ ਮਜ਼ਦੂਰਾਂ ਵਾਂਗ ਪਥਰ ਪੁਟਣ ਦਾ ਕੰਮ ਕਰਦਾ ਰਿਹਾ। ਕਈ ਵਾਰ ਉਹ ਕਾਫੀ ਦੇ ਇਕ ਪਿਆਲੇ ਲਈ ਆਪਣੀ ਪੇਂਟਿੰਗ ਕਿਸੇ ਰੈਸਟੋਰੈਂਟ ਦੇ ਮਾਲਕ ਕੋਲ ਲੈ ਕੇ ਜਾਂਦਾ ਤੇ ਪੇਂਟਿੰਗ ਬਦਲੇ ਇਕ ਪਿਆਲਾ ਕਾਫੀ ਦਾ ਮੰਗਦਾ ਪਰ ਮਾਲਕ ਉਸਦੀ ਪੇਂਟਿੰਗ ਵੇਖ ਕੇ

ਨਕਾਰ ਦਿੰਦਾ ਤੇ ਬਾਹਰ ਸੜਕ ਤੇ ਸੁਟ ਦਿੰਦਾ। ਉਹ ਭੁਖਾ ਪਿਆਸਾ ਮੁੜ ਆਉਂਦਾ ਤੇ ਨਹਾਇਤ ਮਾਯੂਸੀ ਅਤੇ ਗਰੀਬੀ ਵਿਚ ਪਿਸ ਕੇ ਜੀਵਨ ਗੁਜ਼ਾਰਦਿਆਂ ਵੀ ਉਸ ਆਪਣੇ ਪੇਂਟਿੰਗ ਕਰਨ ਦੇ ਸ਼ੌਕ ਨੂੰ ਜਾਰੀ ਰਖਿਆ। ਕਿਸੇ ਨੇ ਉਹਦੀਆਂ ਪੇਂਟਿੰਗਜ਼ ਦਾ ਮੁੱਲ ਤਾਂ ਕੀ ਪਾਉਣਾ ਸੀ, ਸਗੋਂ ਉਸ ਨੂੰ ਮੂਰਖ ਕਿਹਾ ਗਿਆ। ਆਪਣੀਆਂ ਪੇਂਟਿੰਗਜ਼ ਵਿਚ ਦਰਸਾਏ ਜੀਵਨ ਦੇ ਮਕਸਦ ਅਤੇ ਸਚਾਈਆਂ ਨੂੰ ਰੰਗਾਂ ਦੀ ਪ੍ਰੀਭਾਸ਼ਾ ਵਿਚ ਸਮਝਾਂਦਿਆਂ ਉਸ ਨੂੰ ਕੋਈ ਮਾਣਤਾ ਨਾ ਮਿਲੀ। ਕਦੀ ਕਦੀ ਉਹਦਾ ਵਡਾ ਭਰਾ ਥਿਊ ਉਹਨੂੰ ਕੁਝ ਪੈਸੇ ਭੇਜ ਦਿੰਦਾ ਜਿਸ ਨਾਲ ਉਹ ਆਪਣਾ ਥੋੜ੍ਹਾ ਬਹੁਤ ਗੁਜ਼ਾਰਾ ਕਰ ਲੈਂਦਾ।

ਕਿਸੇ ਔਰਤ ਦਾ ਪਿਆਰ ਹੀ ਮਿਲ ਜਾਵੇ ਤੇ ਉਹਦੀ ਜ਼ਿੰਦਗੀ ਵਿਚ ਕੁਝ ਬਹਾਰ ਅਤੇ ਤਬਦੀਲੀ ਆ ਜਾਵੇ ਪਰ ਇਸ ਪਿਆਰ ਅਤੇ ਸਾਥ ਲਈ ਵੀ ਉਹ ਸਾਰੀ ਉਮਰ ਤਰਸਦਾ ਰਿਹਾ ਪਰ ਮਾਯੂਸੀ ਹੀ ਮਿਲੀ। ਇਕ ਬਾਜ਼ਾਰੀ ਔਰਤ ਨੇ ਉਹਨੂੰ ਕਿਹਾ ਕਿ ਜੇ ਉਹ ਆਪਣਾ ਇਕ ਕੰਨ ਵਢ ਕੇ ਲੈ ਆਵੇ ਤਾਂ ਉਹ ਉਸ ਨੂੰ ਪਿਆਰ ਕਰਨ ਲਗ ਪਵੇਗੀ ਤੇ ਜਦ ਉਸ ਅਜਿਹਾ ਕੀਤਾ ਤਾਂ ਉਹ ਉਸ ਔਰਤ ਨੇ ਉਸ ਨੂੰ ਪਾਗਲ ਕਹਿ ਕੇ ਆਪਣੇ ਦਰਾਂ ਤੋਂ ਭਜਾ ਦਿਤਾ। ਕਾਂ ਉਹਦੇ ਸਿਰ ਵਿਚ ਠੂੰਗੇ ਮਾਰਦੇ ਤੇ ਗਲੀਆਂ ਦੇ ਮੁੰਡੇ ਉਹਨੂੰ ਤੁਰੇ ਜਾਂਦੇ ਨੂੰ ਪਥਰ ਮਾਰਦੇ ਤੇ ਗਾਉਂਦੇ, ਫਾਊ ਰਾਊ ਵਾਜ਼ ਤੇ ਕਰੇਜ਼ੀ ਮੈਨ, ਹੀ ਕਟ ਆਫ ਹਿਜ਼ ਰਾਈਟ ਈਅਰ--ਹੀ ਆਫ ਹਿਜ਼ ਰਾਈਟ ਈਅਰ। ਵੈਨ ਗਾਗ ਲਾਚਾਰੀ, ਬੇਬਸੀ ਤੇ ਤੰਗਦਸਤੀ ਦੀ ਹਾਲਤ ਵਿਚ ਪਾਗਲ ਹੋ ਗਿਆ ਤੇ ਕੁਝ ਚਿਰ ਬੰਦ ਰਿਹਾ। ਬਾਹਰ ਆ ਕੇ ਉਸ ਨੇ 47 ਸਾਲ ਦੀ ਉਮਰ 'ਚ 1890 ਵਿਚ ਆਪਣੇ ਆਪ ਨੂੰ ਗੋਲੀ ਮਾਰ ਲਈ ਤੇ ਮਰ ਗਿਆ।

19ਵੀਂ ਸਦੀ ਦਾ ਮਹਾਨ ਪੇਂਟਰ ਜਿਸ ਦੀਆਂ ਪੇਂਟਿੰਗਜ਼ ਦੀ ਸਮਝ ਲੋਕਾਂ ਨੂੰ 20ਵੀਂ ਸਦੀ ਵਿਚ ਆਈ, ਅਜ ਦੁਨੀਆ ਦਾ ਸਭ ਤੋਂ ਮਹਾਨ ਪੇਂਟਰ ਮੰਨਿਆ ਜਾਂਦਾ ਹੈ ਅਤੇ ਉਸਦੀਆਂ ਪੇਂਟਿੰਗਜ਼ ਦਾ ਮੁੱਲ ਮਿਲੀਅਨਜ਼ ਤਕ ਪਹੁੰਚ ਗਿਆ ਹੈ। ਉਹ ਆਪਣੀਆਂ ਪੇਂਟਿੰਗਜ਼ ਵਿਚ ਕੀ ਦਰਸਾ ਰਿਹਾ ਸੀ, ਉਹਦੇ ਮਰਨ ਪਿਛੋਂ ਹੀ ਪੇਂਟਿੰਗਜ਼ ਦੀ ਪਰਖ ਕਰਨ ਵਾਲਿਆਂ ਦੀ ਸਮਝ ਵਿਚ ਆਇਆ ਹੈ। ਉਸਦੇ ਜੀਵਨ ਤੇ ਨਾਵਲ ਲਿਖੇ ਗਏ ਹਨ ਅਤੇ ਪਿਕਚਰਾਂ ਵੀ ਬਣੀਆਂ ਹਨ। ਇਰਵਿੰਗ ਸਟੋਨ ਨੇ ਉਸਦੀ ਜ਼ਿੰਦਗੀ ਤੇ ਮਸ਼ਹੂਰ ਨਾਵਲ "ਲਸਟ ਫਾਰ ਲਾਈਫ" ਲਿਖਿਆ ਹੈ ਜਿਸ ਨੂੰ ਪੜ੍ਹ ਕੇ ਪਤਾ ਲਗਦਾ ਹੈ ਕਿ ਉਹ ਕੀ ਸੀ ਤੇ ਉਹਦੇ ਅੰਦਰ ਕੀ ਸੀ। ਯੂਨੀਵਰਸਿਟੀ ਆਫ ਟੈਕਸਾਸ ਐਟ ਡੈਲਸ ਦੇ ਪ੍ਰੋਫੈਸਰ ਰਿਚਰਡਜ਼ ਬਰੈਟਲ ਨੇ 1974 ਤੋਂ 1886 ਅਤੇ 1890 ਦੀਆਂ ਐਗਜ਼ੀਬੀਸ਼ਨਜ਼ ਦੀਆਂ ਲੜੀਆਂ ਨੂੰ ਆਧਾਰ ਬਣਾ ਕੇ ਇਹ ਖੋਜ ਕੀਤੀ ਹੈ ਕਿ ਉਸ ਸਮੇਂ ਦੇ ਪੇਂਟਰਜ਼ ਦਵਾਰਾ ਬਣਾਈਆਂ ਰੰਗਾਂ ਦੇ ਮਾਧਿਅਮ ਦਵਾਰਾ

ਬਣਾਈਆਂ ਪੇਂਟਿੰਗਜ਼ ਵਿਚ ਦਰਸਾਏ ਜਾਣ ਵਾਲੇ ਜੀਵਨ ਦੇ ਸੱਚ ਅਤੇ ਜੀਣ ਫਿਲਾਸਫੀ ਵਿਚ ਕੀ ਅੰਤਰ ਸੀ।

ਹੋ ਸਕਦਾ ਹੈ ਕਿ ਅਜ ਵੀ ਕਈ ਕਲਾਕਾਰ, ਲੇਖਕ, ਕਵੀ ਤੇ ਬੁਧੀਜੀਵੀ ਵਿਨਸੈਂਟ ਵੈਨ ਗਾਫ ਵਰਗੇ ਹੋਣ ਪਰ ਇਲੈਕਟਰੌਨਿਕ ਯੁਗ ਦੇ ਜ਼ਮਾਨੇ ਵਿਚ ਉਹ ਰਾਤੋ ਰਾਤ ਆਪਣਾ ਨਾਂ ਮਸ਼ਹੂਰ ਹੋਣ ਦੀ ਲੋਚਾ ਕਰਦੇ ਹਨ। ਨਾ ਮਿਹਨਤ ਕਰਦੇ ਹਨ, ਨਾ ਪੜ੍ਹਦੇ ਹਨ ਅਤੇ ਜੋ ਮਨ ਵਿਚ ਆਵੇ ਲਿਖੀ ਜਾਂਦੇ ਹਨ ਤੇ ਗੰਨ ਪੁਆਇੰਟ ਤੇ ਦੂਜੇ ਨੂੰ ਆਪਣਾ ਨਾਂ ਦਾ ਸਿੱਕਾ ਮਨਾਉਣ ਦੀ ਕੋਸ਼ਿਸ਼ ਕਰਦੇ ਹਨ। ਇਹੋ ਜਹੇ ਕਵੀਆਂ, ਲੇਖਕਾਂ ਨਾਲ ਅਕਸਰ ਮੇਰਾ ਵਾਹ ਪੈਂਦਾ ਰਹਿੰਦਾ ਹੈ ਅਤੇ ਉਹਨਾਂ ਦੀਆਂ ਕੱਚੀਆਂ ਪਿੱਲੀਆਂ ਰਚਨਾਵਾਂ ਨਾ ਛਾਪਣ ਤੇ ਨਾਰਾਜ਼ਗੀ ਵੀ ਸਹਿਣੀ ਪੈਂਦੀ ਹੈ। ਮੇਰੀ ਉਹਨਾਂ ਦੀ ਖਿਦਮਤ ਵਿਚ ਇਹ ਅਰਜ਼ ਹੈ ਕਿ ਉਹ ਵਿਨਸੈਂਟ ਵੈਨ ਗਾਫ ਦੇ ਮਿਸਾਲ ਤੋਂ ਕੁਝ ਸਿਖਣ ਅਤੇ ਵਧ ਤੋਂ ਵਧ ਸਾਹਿਤ ਤੇ ਖਾਸਕਰ ਕਲਾਸੀਕਲ ਸਾਹਿਤ ਪੜ੍ਹਨ ਦੀ ਕੋਸ਼ਿਸ਼ ਕਰਨ ਕਿਉਂਕਿ ਉਹਨਾਂ ਨੂੰ ਦੂਜਿਆਂ ਦੀਆਂ ਲਿਖਤਾਂ ਪੜ੍ਹਨ ਨਾਲ ਪਤਾ ਲਗ ਜਾਵੇਗਾ ਕਿ ਉਹ ਕਿਥੇ ਖੜ੍ਹੇ ਹਨ?

ਕੈਨੇਡੀਅਨ ਕਾਨੂੰਨ ਮਰਦਾਂ ਦੇ ਖਿਲਾਫ ਕਿਉਂ

ਭਾਵੇਂ ਹੁਣ ਭਾਰਤ ਵਿਚ ਵੀ ਉਹ ਹਾਲਾਤ ਨਹੀਂ ਰਹੇ ਜਦ ਲੋਕਾਂ ਦੇ ਆਪਸੀ ਝਗੜੇ ਸਿਆਣੇ ਜਾਂ ਪੰਚਾਇਤਾਂ ਵਿਚ ਪੈ ਕੇ ਨਬੇੜ ਦਿੰਦੀਆਂ ਸਨ। ਕਈ ਵਾਰ ਤਾਂ ਮੀਆਂ ਬੀਵੀ ਜੋ ਅਡੋ ਅਡ ਹੋ ਜਾਂਦੇ ਸਨ ਜਾਂ ਇਕ ਦੂਜੇ ਨੂੰ ਛਡ ਦਿੰਦੇ ਸਨ, ਉਹਨਾਂ ਨੂੰ ਪੰਚਾਇਤਾਂ ਦੋਬਾਰਾ ਇਕਠੇ ਕਰ ਦੇਂਦੀਆਂ ਸਨ ਅਤੇ ਜਿਸ ਦਾ ਕਸੂਰ ਹੁੰਦਾ ਸੀ, ਓਸ ਨੂੰ ਕੁਝ ਨਾ ਕੁਝ ਸਜ਼ਾ ਦਿਤੀ ਜਾਂਦੀ ਸੀ ਜਾਂ ਹਰਜਾਨਾ ਭਰਨਾ ਪੈਂਦਾ ਸੀ। ਕੈਨੇਡਾ ਵਿਚ ਜਦ ਮੀਆਂ ਬੀਵੀ ਝਗੜ ਪੈਂਦੇ ਹਨ ਤਾਂ ਬੀਵੀ ਵੱਲੋਂ ਪੁਲਸ ਨੂੰ ਸ਼ਕਾਇਤ ਕਰਨ ਤੇ ਮੀਆਂ ਤਿੰਨੀਂ ਕਪੜੀਂ ਘਰੋਂ ਬਾਹਰ ਹੋ ਜਾਂਦਾ ਹੈ ਅਤੇ ਪੁਲਸ ਉਸ ਨੂੰ ਪੁਠੀਆਂ ਹਥਕੜੀਆਂ ਲਾ, ਆਪਣੀ ਗੱਡੀ ਵਿਚ ਬਿਠਾ ਕੇ ਪੋਲੀਸ ਸਟੇਸ਼ਨ ਲੈ ਜਾਂਦੀ ਹੈ। ਰਾਤ ਪੋਲੀਸ ਸਟੇਸ਼ਨ ਟਪਾ ਕੇ ਸਵੇਰੇ ਕਿਸੇ ਵਕੀਲ ਨੂੰ ਠੋਕਵੀਂ ਫੀਸ ਭਰ ਕੇ (ਹਜ਼ਾਰ ਡਾਲਰ ਦੇ ਕਰੀਬ) ਜੱਜ ਕੋਲੋਂ ਜ਼ਮਾਣਤ ਤੇ ਬਾਹਰ ਆਉਂਦਾ ਹੈ ਤਾਂ ਮੁੜ ਆਪਣੇ ਘਰ ਨਹੀਂ ਜਾ ਸਕਦਾ। ਘਰ ਜਾਂਦੀ ਸੜਕ ਤੋਂ ਵੀ ਨਹੀਂ ਲੰਘ ਸਕਦਾ। ਬੀਵੀ ਨਾਲ ਸੰਪਰਕ ਨਹੀਂ ਕਰ ਸਕਦਾ। ਕਈ ਹਾਲਤਾਂ ਵਿਚ ਬਚਿਆਂ ਨੂੰ ਵੀ ਨਹੀਂ ਮਿਲ ਸਕਦਾ। ਟੁਥ ਬਰੁਸ਼ ਲੈਣ ਲਈ ਪੁਲਸ ਨਾਲ ਲੈ ਕੇ ਹੀ ਜਾ ਸਕਦਾ ਹੈ। ਜੱਜ ਵੱਲੋਂ ਹਕ ਜਾਂ ਖਿਲਾਫ ਫੈਸਲਾ ਕਰਨ ਤੀਕ ਉਸ ਨੂੰ ਜੋ ਸਜ਼ਾ ਭੁਗਤਣੀ ਪੈਂਦੀ ਹੈ, ਉਹ ਜੇਲ੍ਹ ਜਾਣ ਨਾਲੋਂ ਔਖੀ ਹੈ। ਬਹੁਤ ਲੋਕ ਕਹਿੰਦੇ ਹਨ ਕਿ ਇਹ ਕਾਨੂੰਨ ਘਰਾਂ ਨੂੰ ਤੋੜਦਾ ਹੈ। ਔਰਤਾਂ ਦੇ ਬਹੁਤ ਜ਼ਿਆਦਾ ਹੱਕ ਵਿਚ ਅਤੇ ਮਰਦਾਂ ਦੇ ਖਿਲਾਫ ਹੈ। ਇੰਜ ਕਿਉ ਹੈ, ਇਸ ਨਾਲ ਪੁਲਸ, ਵਕੀਲ, ਕਰਾਊਨ, ਜੱਜ, ਕਈ ਸੰਸਥਾਂਵਾਂ ਆਦਿ ਵਾਲਿਆਂ ਦੀ ਚੰਗੀ ਰੋਟੀ ਜਾਂ ਜਾਬ ਚਲਦੀ ਹੈ ਪਰ ਨੈਤਿਕ ਤੌਰ ਤੇ ਇਹ ਸਖਤ ਕਾਨੂੰਨ ਸਮਾਜਕ ਰਿਸ਼ਤਿਆਂ ਨੂੰ ਅਤੇ ਪਰਵਾਰਾਂ ਨੂੰ ਤੋੜਨ ਵਾਲ ਕਾਨੂੰਨ ਹੈ। ਕੈਨੇਡਾ ਦੇ ਬਹੁਤ ਜ਼ਿਆਦਾ ਮਜ਼ਬੂਤ "ਵੁਮੈੱਨ ਗਰੁੱਪਸ" ਜੋ ਦਿਨ ਨੂੰ ਰਾਤ ਸਿੱਧ ਕਰਨ ਜਿੰਨੀ ਅਥਾਹ ਸ਼ਕਤੀ ਰਖਦੇ ਹਨ, ਨੂੰ ਇਸ ਸਮਾਜਕ ਅਤੇ ਮਾਨਵਤਾ ਲਈ ਘਾਤਕ ਕਾਨੂੰਨ ਵਿਚ ਸੋਧ ਦੀ ਕੋਸ਼ਿਸ਼ ਕਰਨੀ ਚਾਹੀਦੀ ਹੈ।

ਖੋਜ ਪੱਤਰ

ਕੈਨੇਡਾ ਵਿਚ ਪੰਜਾਬੀ ਭਾਸ਼ਾ: ਮਹਤਵ, ਪਛਾਣ ਤੇ ਭਵਿਖ

ਵਿਆਕਰਣ ਦੀ ਪ੍ਰੀਭਾਸ਼ਾ ਅਨੁਸਾਰ ਬੋਲੀ ਸ਼ਬਦਾਂ ਦਾ ਉਹ ਸਮੂਹ ਹੈ ਜਿਸ ਦਵਾਰਾ ਮਨੁਖ ਬੋਲ ਕੇ ਜਾਂ ਲਿਖ ਕੇ ਆਪਣੇ ਮਨ ਦੇ ਭਾਵ ਦੂਜਿਆਂ ਪ੍ਰਤੀ ਪਰਗਟ ਕਰਦਾ ਹੈ। ਬੋਲੀ ਦਾ ਇਤਿਹਾਸ ਦਸਦਾ ਹੈ ਕਿ ਲਿਖਣ ਰੂਪ ਵਿਚ ਆਉਣ ਤੋਂ ਪਹਿਲਾਂ ਢੇਰ ਚਿਰ ਇਹ ਕੇਵਲ ਬੋਲਣ ਦੇ ਰੂਪ ਵਿਚ ਹੀ ਉਜਾਗਰ ਰਹਿੰਦੀ ਹੈ। ਇਹੀ ਕਾਰਨ ਹੈ ਕਿ ਸੰਸਾਰ ਵਿਚ ਇਸ ਵੇਲੇ ਬੋਲੀਆਂ ਜਾਣ ਵਾਲੀਆਂ ਭਾਸ਼ਾਵਾਂ ਤਾਂ ਪੰਜ ਹਜ਼ਾਰ ਤੋਂ ਵਧ ਹਨ ਪਰ ਲਿੱਪੀ ਵਿਚ ਬਝਣ ਵਾਲੀਆਂ ਭਾਸ਼ਾਵਾਂ ਕੇਵਲ ਕੁਝ ਸੈਂਕੜੇ ਹੀ ਹਨ। ਇਕ ਸਰਵੇਖਣ ਅਨੁਸਾਰ ਸੰਸਾਰ ਵਿਚ ਲਿੱਪੀਆਂ ਪੰਜ ਸੌ ਤੋਂ ਵਧ ਨਹੀਂ ਹਨ। ਇਹ ਵਖਰੀ ਗੱਲ ਹੈ ਕਿ ਲਿੱਪੀਆਂ ਵਿਚ ਕੀਤੇ ਜਾ ਰਹੇ ਸੁਧਾਰ ਨੇ ਇਨ੍ਹਾਂ ਦੀ ਵਰਤੋਂ ਨੂੰ ਆਸਾਨ ਬਨਾਉਣਾ ਸ਼ੁਰੂ ਕਰ ਦਿਤਾ ਹੈ। ਕਬੀਲਿਆਂ ਦੀਆਂ ਭਾਸ਼ਾਵਾਂ ਬਹੁਤ ਘੱਟ ਉਹਨਾਂ ਦੀ ਕਿਸੇ ਆਪਣੀ ਲਿੱਪੀ ਵਿਚ ਮਿਲਦੀਆਂ ਹਨ। ਭਾਸ਼ਾ ਵਿਗਿਆਨੀਆਂ ਦਾ ਇਹ ਵੀ ਤੱਤ ਹੈ ਕਿ ਸੰਸਾਰ ਦੀ ਕੋਈ ਵੀ ਲਿੱਪੀ ਮਨੁਖੀ ਮੂੰਹ ਵਿਚੋਂ ਨਿਕਲਣ ਵਾਲੇ ਸਮੂਹ ਉਚਾਰਨਾਂ ਨੂੰ ਲਿੱਪੀ ਬਧ ਕਰਨ ਤੋਂ ਅਸਮਰਥ ਹੈ ਅਤੇ ਰਹੇਗੀ। ਇਸ ਤਥ ਦੀਆਂ ਅਨੇਕਾ ਉਧਾਰਨਾਂ ਵੀ ਦਿਤੀਆਂ ਜਾ ਸਕਦੀਆਂ ਹਨ ਜਿਵੇਂ "ਸ਼ਰਮਾ, ਸ਼ਰਮਾ ਕੇ ਚਲਾ ਗਿਆ, ਆਦਿ-ਵਿਚ ਉਚਾਰਨ ਹੀ ਦੋਵਾਂ ਸ਼ਰਮਾ ਸ਼ਬਦ ਦੇ ਅੰਤਰ ਨੂੰ ਦਰਸਾ ਸਕਦਾ ਹੈ। ਹੋਰ ਵੀ ਮਿਸਾਲਾਂ ਹਨ ਜਿਵੇਂ ਅੰਗਰੇਜ਼ੀ ਵਿਚਲੇ ਸ਼ਬਦ "CUP" ਨੂੰ ਗੁਰਮਖੀ ਲਿੱਪੀ ਵਿਚ ਨਹੀਂ ਲਿਖਿਆ ਜਾ ਸਕਦਾ ਭਾਵ "ਕੱਪ" ਲਿਖਦਿਆਂ ਅੰਗਰੇਜ਼ੀ ਦੇ ਯੂ ਨੂੰ ਲਿਖਣ ਦੀ ਕੋਈ ਵਿਧੀ ਨਹੀਂ ਹੈ।

ਪੰਜਾਬੀ ਬੋਲੀ ਜੋ ਕਿਸੇ ਨਾ ਕਿਸੇ ਰੂਪ ਵਿਚ ਹਜ਼ਾਰਾਂ ਸਾਲਾਂ ਤੋਂ ਪੂਰਬੀ ਤੇ ਪੱਛਮੀ ਪੰਜਾਬ ਦੇ ਇਲਾਕਿਆਂ ਵਿਚ ਬੋਲੀ ਜਾਂਦੀ ਹੈ ਅਤੇ ਸੰਸਾਰੀਕਰਨ ਨਾਲ ਹੁਣ ਦੁਨੀਆ ਦੇ ਹਰ ਓਸ ਦੇਸ਼ ਵਿਚ ਵੀ ਇਸਦਾ ਪਾਸਾਰ ਹੋ ਰਿਹਾ ਹੈ ਜਿਥੇ ਪੰਜਾਬੀ ਆਵਾਸ ਕਰ ਕੇ ਜਾ ਵੱਸੇ ਹਨ। ਪੰਜਾਬੀ ਬੋਲੀ ਨੂੰ ਇਸ ਗੱਲ ਦਾ ਵੀ ਮਾਨ ਪ੍ਰਾਪਤ ਹੈ ਕਿ ਇਸਦੀ ਆਪਣੀ ਨਵੇਕਲੀ ਲਿੱਪੀ ਹੈ ਜਿਸ ਨੂੰ ਗੁਰਮਖੀ ਲਿੱਪੀ ਕਿਹਾ ਜਾਂਦਾ ਹੈ। ਭਾਵੇਂ ਇਕ ਵਿਸ਼ਵਾਸ਼ ਅਨੁਸਾਰ ਇਸ ਨੂੰ ਗੁਰੂਆਂ ਦੇ ਮੂੰਹ ਤੋਂ ਨਿਕਲੀ ਹੋਣ ਕਾਰਨ ਗੁਰਮਖੀ ਦਾ ਨਾਂ ਦਿਤਾ ਗਿਆ ਹੈ ਪਰੇ ਗੁਰੂ ਸਾਹਿਬਾਨ ਤੋਂ ਸੈਂਕੜੇ ਸਾਲ ਪਹਿਲਾਂ ਹਨੂਰ ਪਿੰਡ ਦੇ ਇਕ ਖੂਹ ਦੇ ਮਹਿਲ ਅੰਦਰ ਲੱਗੇ ਪਥਰ ਤੇ ਖੂਹ ਬਨਾਉਣ ਵਾਲੇ ਮੁਸਲਮਾਨ ਦਾ ਨਾਂ ਤੇ ਅੰਕਿਤ ਸੰਮਤ ਇਹ ਸਿੱਧ ਕਰਦੇ ਹਨ ਕਿ ਗੁਰਮਖੀ ਲਿੱਪੀ ਵੀ ਪੰਜਾਬੀ ਬੋਲੀ ਵਾਂਗ ਬਹੁਤ ਪੁਰਾਣੀ ਹੈ ਅਤੇ ਇਸ ਲਿੱਪੀ ਦੇ ਅਨੇਕਾਂ

ਅੱਖਰ ਦੇਵ ਨਾਗਰੀ, ਬ੍ਰਹਮੀ ਤੇ ਹੋਰ ਪੁਰਾਤਨ ਭਾਰਤੀ ਲਿੱਪੀਆਂ ਨਾਲ ਕਾਫੀ ਮਿਲਦੇ ਜੁਲਦੇ ਹਨ। ਇਥੇ ਇਕ ਹੋਰ ਅਹਿਮ ਸਵਾਲ ਵੀ ਪੈਦਾ ਹੁੰਦਾ ਹੈ ਕਿ ਗੁਰਮਖੀ ਲਿੱਪੀ ਗੁਰੂਆਂ ਦੇ ਮੂੰਹਾਂ ਵਿਚੋਂ ਨਿਕਲੀ ਕਿਵੇਂ ਸਿੱਧ ਕੀਤੀ ਜਾ ਸਕਦੀ ਹੈ। ਗੁਰੂ ਸਾਹਿਬਾਨ ਦੇ ਮੁਖਾਰਬਿੰਦਾਂ ਤੋਂ ਤਾਂ ਬੋਲੀ ਬਾਹਰ ਨਿਕਲਦੀ ਹੈ ਨਾ ਕਿ ਲਿੱਪੀ। ਹਾਂ ਇਹ ਜ਼ਰੂਰ ਹੈ ਕਿ ਦੂਸਰੇ ਗੁਰੂ ਸ੍ਰੀ ਗੁਰੂ ਅੰਗਦ ਦੇਵ ਜੀ ਨੇ ਇਸ ਪੁਰਾਤਨ ਲਿੱਪੀ ਨੂੰ ਗੁਰਮਖੀ ਲਿੱਪੀ ਨਾਂ ਦੇ ਕੇ ਇਸ ਵਿਚ ਉਚ ਕੋਟੀ ਦਾ ਸੁਧਾਰ ਜ਼ਰੂਰ ਕੀਤਾ ਹੈ।

ਸਾਡਾ ਇਹ ਪੇਪਰ ਕਿਉਂਕਿ ਬੋਲੀ ਨਾਲ ਹੀ ਵਧੇਰੇ ਸਬੰਧ ਰਖਦਾ ਹੈ, ਇਸ ਲਈ ਲਿੱਪੀ ਦੇ ਪਿਛੋਕੜ ਵਿਚ ਜ਼ਿਆਦਾ ਨਾ ਗਵਾਚਦੇ ਹੋਏ ਇਹ ਦੱਸਣਾ ਕਿਸੇ ਤਰ੍ਹਾਂ ਵੀ ਅਤਿਕਥਨੀ ਨਹੀਂ ਹੋਵੇਗੀ ਕਿ ਨਾਥਾਂ ਤੇ ਬਾਬਾ ਫਰੀਦ ਦੀ ਕਵਿਤਾ ਜੋ ਲਗ ਭਗ ਹਜ਼ਾਰ ਸਾਲ ਪਹਿਲਾਂ ਰਚੀ ਗਈ, ਅਜ ਦੀ ਪੰਜਾਬੀ ਬੋਲੀ ਦੇ ਅਨੁਕੂਲ ਹੈ। ਇਹ ਇਹ ਸਿੱਧ ਕਰਦੀ ਹੈ ਕਿ ਹਿੰਦੋਸਤਾਨ ਦੇ ਉਤਰੀ ਖੇਤਰ ਵਿਚ ਜਿਥੇ ਹੁਣ ਪਾਕਿਸਤਾਨੀ ਤੇ ਭਾਰਤੀ ਪੰਜਾਬ ਦਾ ਇਲਾਕਾ ਹੈ, ਇਸ ਵਿਚ ਤੇ ਇਸਦੇ ਨਾਲ ਲਗਦੇ ਇਲਾਕਿਆਂ ਵਿਚ ਪੰਜਾਬੀ ਬੋਲੀ ਆਮ ਲੋਕਾਂ ਦੀ ਬੋਲੀ ਸੀ। ਇਹ ਵਖਰੀ ਗੱਲ ਹੈ ਕਿ ਪੋਠੋਹਾਰ, ਮਾਝੇ, ਦਵਾਬੇ, ਮਾਲਵੇ ਅਤੇ ਪੁਆਧ ਵਿਚ ਲੋਕਾਂ ਦਾ ਪੰਜਾਬੀ ਬੋਲੀ ਦਾ ਉਚਾਰਨ ਇਕ ਦੂਜੇ ਨਾਲੋਂ ਕੁਝ ਵਖਰਾ ਸੀ। ਜੇਕਰ ਹਜ਼ਾਰ ਸਾਲ ਪਹਿਲਾਂ ਪੰਜਾਬ ਵਿਚ ਪੰਜਾਬੀ ਆਮ ਲੋਕਾਂ ਦੀ ਬੋਲੀ ਸੀ ਤਾਂ ਹੀ ਤਾਂ ਤਕਰੀਬਨ ਨੌਂ ਸੌ ਸਾਲ ਪਹਿਲਾਂ ਪਿੰਡ ਖੋਤਵਾਲ ਜ਼ਿਲਾ ਮੁਲਤਾਨ ਵਿਚ ਜਨਮੇ ਬਾਬਾ ਫਰੀਦ ਨੇ ਆਪਣੀ ਸਾਰੀ ਰਚਨਾ ਓਸ ਵੇਲੇ ਦੇ ਪੰਜਾਬ ਦੇ ਲੋਕਾਂ ਦੀ ਆਮ ਬੋਲੀ ਜਾਣ ਵਾਲੀ ਬੋਲੀ ਪੰਜਾਬੀ ਵਿਚ ਹੀ ਕੀਤੀ। ਹੋ ਸਕਦਾ ਹੈ ਕਿ ਉਸ ਵੇਲੇ ਇਸ ਬੋਲੀ ਦਾ ਨਾਂ ਪੰਜਾਬੀ ਬੋਲੀ ਨਾ ਹੋਵੇ ਜਿਵੇਂ ਅਜ ਕੱਲ ਉਸ ਇਲਾਕੇ ਵਿਚ ਇਸ ਨੂੰ ਇਸਰਾਇਕੀ ਬੋਲੀ ਕਿਹਾ ਜਾਣ ਲਗ ਪਿਆ ਹੈ।

ਇਹ ਵਖਰਾ ਸਵਾਲ ਹੈ ਕਿ ਬਾਬਾ ਫਰੀਦ ਨੇ ਇਹ ਬਾਣੀ ਕਿਸ ਲਿੱਪੀ ਵਿਚ ਲਿਖੀ। ਨਿਸਚੈ ਹੀ ਇਹ ਫਾਰਸੀ ਲਿੱਪੀ ਵਿਚ ਲਿਖੀ ਗਈ ਹੋਵੇਗੀ ਜੋ ਮੁਸਲਿਮ ਹਕੂਮਤ ਹੋਣ ਕਾਰਨ ਸਰਕਾਰੀ ਜ਼ਬਾਨ ਸੀ। ਓਸ ਵੇਲੇ ਤੇ ਓਸ ਤੋਂ ਬਾਅਦ ਵੀ, ਇਥੋਂ ਤਕ ਕਿ ਮਹਾਰਾਜਾ ਰਣਜੀਤ ਸਿੰਘ ਦੇ ਰਾਜ ਤਕ ਹਿੰਦੋਸਤਾਨ ਦੀ ਸਰਕਾਰੀ ਭਾਸ਼ਾ ਫਾਰਸੀ ਰਹੀ। ਮੁਸਲਿਮ ਬਾਦਸ਼ਾਹਾਂ ਦੇ ਹਿੰਦੋਸਤਾਨ ਤੇ ਰਾਜ ਕਾਲ ਦੌਰਾਨ ਸਾਰੇ ਸਰਕਾਰੀ ਹੁਕਮ ਫਾਰਸੀ ਬੋਲੀ ਤੇ ਫਾਰਸੀ ਅਖਰਾਂ ਵਿਚ ਹੀ ਹੁੰਦੇ ਸਨ, ਭਾਵੇਂ ਸੂਬਿਆਂ ਦੀ ਬੋਲੀ ਕੁਝ ਕੁਝ ਵਖਰੀ ਵਖਰੀ ਸੀ। ਮੁਸਲਮਾਨਾਂ ਦੇ ਆਉਣ ਤੋਂ ਪਹਿਲਾਂ ਸੈਂਕੜੇ ਸਾਲ ਹਿੰਦੋਸਤਾਨ ਦੀ ਰਹੀ ਸਰਕਾਰੀ ਭਾਸ਼ਾ ਸੰਸਕ੍ਰਿਤ ਦੱਸੀ ਜਾਂਦੀ ਹੈ। ਇਹ ਨੁਕਤਾ ਵੀ ਕਈ ਵਾਰ ਵਿਚਾਰ ਅਧੀਨ ਆਇਆ ਹੈ ਕਿ ਉਹਨਾਂ

ਪੁਰਾਤਨ ਸਮਿਆਂ ਵਿਚ ਇਸ ਬੋਲੀ ਦਾ ਨਾਂ ਪੰਜਾਬੀ ਨਹੀਂ ਸੀ। ਕਿਉਂਕਿ ਇਤਿਹਾਸ ਵਿਚ ਪੰਜਾਬ ਦਾ ਨਾਂ ਪੰਜ ਛੇ ਸੌ ਸਾਲ ਤੋਂ ਪਹਿਲਾਂ ਕਿਤੇ ਨਹੀਂ ਮਿਲਦਾ। ਫਿਰ ਵੀ, ਕੁਝ ਵੀ ਹੋਵੇ, ਇਸ ਵਿਚ ਕੋਈ ਸੰਦੇਹ ਨਹੀਂ ਕਿ ਉਸ ਵੇਲੇ ਦੇ ਪੰਜਾਬ ਦੇ ਇਲਾਕੇ ਵਿਚ ਆਮ ਲੋਕਾਂ ਦੀ ਬੋਲੀ ਮੁਖ ਤੌਰ ਤੇ ਪੰਜਾਬੀ ਸੀ ਤੇ ਇਸ ਵਿਚ ਹੀ ਉਸ ਵੇਲੇ ਦਾ ਸਾਹਿਤ ਰਚਿਆ ਜਾ ਰਿਹਾ ਸੀ। ਪੁਰਾਤਣ ਪੰਜਾਬੀ ਕਿੱਸੇ ਅਤੇ ਭਗਤੀ ਯੁਗ ਦਾ ਸਾਹਿਤ ਇਸਦੀਆਂ ਸ਼ਾਖਸਾਤ ਮਿਸਾਲਾਂ ਹਨ। ਬੇਸ਼ਕ ਰਾਜਨੀਤਿਕ ਕਾਰਨਾਂ ਕਰ ਕੇ ਬਾਬਾ ਫਰੀਦ ਤੋਂ ਲੈ ਕੇ ਬਾਬਾ ਨਾਨਕ ਦੇ ਕੁਝ ਕੁ ਸੌ ਸਾਲਾਂ ਦੇ ਸਮੇਂ ਦੌਰਾਨ ਸਾਨੂੰ ਪੰਜਾਬੀ ਵਿਚ ਰਚਿਆ ਕਿਸੇ ਵੀ ਕਿਸਮ ਦਾ ਸਾਹਿਤ ਹਾਲੇ ਤੀਕ ਪੂਰੀ ਤਰ੍ਹਾਂ ਉਪਲਭਦ ਨਹੀਂ ਹੋ ਸਕਿਆ ਪਰ ਇਹ ਕਿਸੇ ਤਰ੍ਹਾਂ ਵੀ ਮੰਨਿਆ ਨਹੀਂ ਜਾ ਸਕਦਾ ਕਿ ਉਸ ਵੇਲੇ ਪੰਜਾਬ ਦੀ ਪੰਜਾਬੀ ਬੋਲੀ ਨਹੀਂ ਸੀ ਜਾਂ ਇਸ ਬੋਲੀ ਵਿਚ ਸਾਹਿਤ ਰਚਨਾ ਉਕਾ ਈ ਨਾ ਹੋਈ ਹੋਵੇ। ਇਸਦੇ ਪੰਜਾਬ ਵਿਚ ਹੁੰਦੀ ਰਹੀ ਉਥਲ ਪਥਲ ਅਤੇ ਰਾਜਨੀਤਿਕ ਕਾਰਨ ਵੀ ਹੋ ਸਕਦੇ ਹਨ।

ਸਾਡੀ ਪੰਜਾਬੀ ਬੋਲੀ ਨੂੰ ਇਸ ਗੱਲ ਦਾ ਵੀ ਮਾਣ ਪ੍ਰਾਪਤ ਹੈ ਕਿ ਇਸ ਵਿਚ ਹਰ ਵੰਨਗੀ ਦਾ ਉਚ ਕੋਟੀ ਦਾ ਸਾਹਿਤ ਰਚਿਆ ਗਿਆ ਹੈ। ਇਹ ਸਾਹਿਤ ਭਗਤੀ ਰਸ, ਬੀਰ ਰਸ, ਅਧਿਆਤਮਿਕਵਾਦ ਤੇ ਪੁਰਾਤਨ ਕਿੱਸਿਆਂ ਤੋਂ ਇਲਾਵਾ ਅਧੁਨਿਕ ਸਾਹਿਤ ਦੀਆਂ ਸਾਰੀਆਂ ਸ੍ਰੇਸ਼ਟ ਵੰਨਗੀਆਂ ਜਿਵੇਂ ਕਵਿਤਾ, ਕਹਾਣੀ, ਨਾਵਲ ਅਤੇ ਭਿੰਨ ਭਿੰਨ ਖੋਜ-ਵਿਸ਼ੇ ਆਦਿ ਵੀ ਪੇਸ਼ ਹਨ।

ਹਰ ਧਰਮ ਦੇ ਲੇਖਕਾਂ ਜਿਵੇਂ ਹਿੰਦੂ, ਮੁਸਲਮਾਨ, ਸਿੱਖ, ਈਸਾਈਆਂ ਆਦਿ ਨੇ ਪੰਜਾਬੀ ਸਾਹਿਤ ਦੀ ਰਚਨਾ ਕੀਤੀ ਹੈ। ਇਹ ਵਖਰੀ ਗੱਲ ਹੈ ਕਿ ਮੁਸਲਮਾਨ ਲੇਖਕਾਂ ਨੇ ਆਮ ਤੌਰ ਤੇ ਆਪਣੀ ਪੰਜਾਬੀ ਬੋਲੀ ਦੀਆਂ ਰਚਨਾਵਾਂ ਗੁਰਮਖੀ ਲਿੱਪੀ ਵਿਚ ਨਹੀਂ ਕੀਤੀਆਂ, ਸਗੋਂ ਫਾਰਸੀ ਅੱਖਰਾਂ ਵਿਚ ਕੀਤੀਆਂ ਹਨ। ਇਹ ਰੁਝਾਨ ਪਾਕਿਸਤਾਨ ਬਨਣ ਤੋਂ ਬਾਅਦ ਹੋਰ ਵੀ ਵਧੇਰੇ ਵਧ ਗਿਆ ਹੈ ਕਿਓਂਕਿ ਪੰਜਾਬ ਦੀ ਵੰਡ ਨਾਲ ਜਿਥੇ ਭਾਰਤੀ ਪੰਜਾਬ ਵਿਚ ਉਰਦੂ ਭਾਵ ਫਾਰਸੀ ਲਿੱਪੀ ਦਾ ਭੋਗ ਪੈ ਗਿਆ, ਓਥੇ ਪਾਕਿਸਤਾਨੀ ਪੰਜਾਬ ਵਿਚ ਗੁਰਮਖੀ ਲਿੱਪੀ ਉਕਾ ਹੀ ਅਲੋਪ ਹੋ ਗਈ। ਮੈਂ ਇਥੇ ਇਹ ਦਸਣਾ ਜ਼ਰੂਰੀ ਸਮਝਦਾ ਹਾਂ ਕਿ 62 ਸਾਲਾਂ ਬਾਅਦ ਕੰਪਿਊਟਰ ਨੇ ਇਕ ਵਾਰ ਫਿਰ ਦੋਹਾਂ ਪੰਜਾਬਾਂ ਅੰਦਰ ਲਿੱਪੀ ਦੀ ਇਕ ਨਵੀਂ ਸਾਂਝ ਪੈਦਾ ਕੀਤੀ ਹੈ। ਇਸ ਵੇਲੇ ਫਾਰਸੀ ਅਖਰਾਂ ਵਿਚ ਲਿਖੀ ਜਾਣ ਵਾਲੀ ਪੰਜਾਬੀ ਬੋਲੀ ਨੂੰ ਪਾਕਿਸਤਾਨ ਵਿਚ ਸ਼ਾਹਮੁਖੀ ਲਿੱਪੀ ਆਖਿਆ ਜਾਂਦਾ ਹੈ ਅਤੇ ਉਹ ਕੰਪਿਊਟਰਜ਼ ਜਿਨ੍ਹਾਂ ਵਿਚ "ਅਖਰ" ਆਦਿ ਨਾਵਾਂ ਦੇ ਸੋਫਟਵੇਅਰ ਲੋਡ ਹੋ ਚੁਕੇ ਹਨ ਜੋ ਕੁਝ ਮਿੰਟਾਂ ਵਿਚ ਹੀ ਗੁਰਮਖੀ ਲਿੱਪੀ ਦੇ ਹਜ਼ਾਰਾਂ ਸਫੇ ਸ਼ਾਹਮੁਖੀ ਵਿਚ ਅਤੇ ਸ਼ਾਹ ਮੁਖੀ ਦੇ ਗੁਰਮਖੀ ਲਿੱਪੀ ਵਿਚ ਬਦਲ ਸਕਦੇ ਹਨ। ਜੇ ਅਸੀਂ ਪੰਜਾਬੀ ਭਾਸ਼ਾ ਵਿਚ ਹੋ

ਰਹੀ ਸਾਹਿਤ ਰਚਨਾ ਨੂੰ ਲਿੱਪੀ ਦੇ ਚੱਕਰ ਵਿਚ ਨਾ ਪਾਈਏ ਤਾਂ ਇਸ ਭਾਸ਼ਾ ਵਿਚ ਇਸ ਵੇਲੇ ਭਾਰਤ ਤੇ ਪਾਕਿਸਤਾਨ ਤੋਂ ਇਲਾਵਾ ਸੰਸਾਰ ਵਿਚ ਜਿਥੇ ਜਿਥੇ ਵੀ ਪੰਜਾਬੀ ਜਾ ਵੱਸੇ ਹਨ, ਇਸ ਬੋਲੀ ਦੀ ਮਹਤਤਾ ਏਨੀ ਵਧ ਚੁਕੀ ਹੈ ਕਿ ਇਸ ਵਿਚ ਸਿਰਫ ਸਾਹਿਤ ਹੀ ਨਹੀਂ ਰਚਿਆ ਜਾ ਰਿਹਾ, ਸਗੋਂ ਇਸ ਬੋਲੀ ਵਿਚ ਅਨੇਕਾਂ ਪੰਜਾਬੀ ਦੀਆਂ ਅਖਬਾਰਾਂ, ਰੇਡੀਓ ਤੇ ਟੈਲੀਵਿਜ਼ਨ ਪਰੋਗਰਾਮ, ਬਿਜ਼ਨਸਜ਼ ਅਤੇ ਕਾਰ ਵਿਹਾਰ, ਗੁਰਦਵਾਰੇ ਜਾਂ ਗੁਰੂ ਘਰ ਇਸ ਦੀ ਮਹਤਤਾ ਅਤੇ ਪਛਾਣ ਵਿਚ ਢੇਰ ਵਾਧਾ ਕਰ ਰਹੇ ਹਨ। ਕੈਨੇਡਾ ਵਿਚ ਪੰਜਾਬੀ ਮਾਂ ਬੋਲੀ ਦੀ ਮਹਤਤਾ ਇਸ ਵੇਲੇ ਕਿਸੇ ਤੋਂ ਗੁਝੀ ਨਹੀਂ ਹੈ। ਹੈਰੀਟੇਜ ਲੈਂਗੁਏਜਜ਼ ਜਾਂ ਇੰਟਰਨੈਸ਼ਨਲ ਲੈਂਗੁਏਜਜ ਦੀ ਵਿਵਸਥਾ ਅਧੀਨ ਕੈਨੇਡਾ ਦੇ ਕਈ ਸਕੂਲਾਂ ਵਿਚ ਪੰਜਾਬੀ ਦੀ ਪੜ੍ਹਾਈ ਐਲੇਮੈਂਟਰੀ ਲੈਵਲ ਤੋਂ ਲੈ ਕੇ ਓ.ਏ. ਸੀ. ਲੈਵਲ ਤਕ ਹੋ ਰਹੀ ਹੈ। ਬੀ ਸੀ ਵਿਚ ਇਸ ਨੂੰ ਦੂਸਰੀ ਜਾਂ ਵਿਸ਼ੇਸ਼ ਭਾਸ਼ਾ ਦਾ ਮਾਣ ਪ੍ਰਾਪਤ ਹੈ। ਗੁਰਦਵਾਰਿਆਂ ਵਿਚ ਵੀ ਪੰਜਾਬੀ ਦੀਆਂ ਕਲਾਸਾਂ ਲਗਦੀਆਂ ਹਨ ਅਤੇ ਲਾਇਬਰੇਰੀਜ਼ ਵਿਚ ਵੀ ਪੰਜਾਬੀ ਪੁਸਤਕਾਂ ਦੀ ਭਰਮਾਰ ਹੈ ਜਿਥੇ ਧਾਰਮਿਕ ਅਤੇ ਇਤਿਹਾਸਿਕ ਪੁਸਕਾਂ ਪੰਜਾਬੀ ਬੜੇ ਸ਼ੌਕ ਨਾਲ ਪੜ੍ਹਦੇ ਹਨ। ਬਰੈਂਪਟਨ ਦੀ ਸੱਚਾ ਸੌਦਾ ਸੰਸਥਾ ਵੀ ਪੰਜਾਬੀ ਭਾਸ਼ਾ ਦੀਆਂ ਧਾਰਮਿਕ ਅਤੇ ਇਹਾਸਿਕ ਪੁਸਤਕਾਂ ਮੰਗਵਾ ਕੇ ਪੰਜਾਬੀ ਮਾਂ ਬੋਲੀ ਦੇ ਵਾਧੇ ਵਿਚ ਅਹਿਮ ਰੋਲ ਅਦਾ ਕਰ ਰਹੀ ਹੈ ਅਤੇ ਹੋਰ ਅਦਾਰੇ ਵੀ ਸਾਹਿਤਕ ਪੰਜਾਬੀ ਪੁਸਤਕਾਂ ਦੀ ਵਿਕਰੀ ਕਰ ਕੇ ਪੰਜਾਬੀਆਂ ਦੀ ਸਾਹਿਤਕ ਭੁਖ ਪੂਰੀ ਕਰ ਰਹੇ ਹਨ। ਹੁਣ ਘਰ ਘਰ ਵਿਚ ਆ ਚੁਕੇ ਕੰਪਿਊਟਰ ਵਿਚ ਵੀ ਬਹੁਤ ਪਰਵਾਰਾਂ ਨੇ ਗੁਰਮਖੀ ਲਿੱਪੀ ਦੇ ਵਖ ਵਖ ਕਿਸਮ ਦੇ ਫੌਂਟ ਪਵਾਏ ਹੋਏ ਹਨ ਤੇ ਲਿਖਾ ਪੜ੍ਹੀ ਦਾ ਕੰਮ ਈ-ਮੇਲਜ਼ ਦੁਆਰਾ ਹੋ ਰਿਹਾ ਹੈ। ਪੰਜਾਬੀ ਦੀਆਂ ਅਨੇਕਾਂ ਅਖਬਾਰਾਂ, ਵੈਬਸਾਈਟਸ ਅਤੇ ਬਲੌਗਜ਼ ਦੀਆਂ ਸਾਈਟਸ ਕੰਪਿਊਟਰਜ਼ ਵਿਚ ਦੇਖੀਆਂ ਜਾ ਸਕਦੀਆਂ ਹਨ।

ਕੈਨੇਡਾ ਵਿਚ ਪੰਜਾਬ ਦੇ ਆਵਾਸੀ ਇਸ ਸਦੀ ਦੇ ਪਹਿਲੇ ਦਹਾਕੇ ਵਿਚ ਆਏ ਦੱਸੇ ਜਾਂਦੇ ਹਨ। ਜੋ ਵੀ ਪੰਜਾਬੀ ਪਰਵਾਰ ਆਏ, ਉਹਨਾਂ ਦੀ ਗੱਲ ਬਾਤ ਤੇ ਪਿਛੇ ਪੰਜਾਬ ਵਿਚ ਚਿਠੀ ਪੱਤਰ ਦਾ ਕਾਰ ਵਿਹਾਰ ਪੰਜਾਬੀ ਵਿਚ ਹੀ ਰਿਹਾ। ਢੇਰ ਸਮੇਂ ਪਹਿਲਾਂ ਅਮਰੀਕਾ ਦੇ ਸ਼ਹਿਰ ਸਾਨਫਰਾਂਸਿਸਕੋ ਤੋਂ ਛਪਦਾ ਹਿੰਦੋਸਤਾਨੀਆਂ ਦਾ ਪ੍ਰਸਿਧ ਅਖਬਾਰ "ਗਦਰ" ਵੀ ਪੰਜਾਬੀ ਵਿਚ ਸੀ ਜੋ ਕੈਨੇਡਾ ਵੀ ਪਹੁੰਚਦਾ ਸੀ। ਬਦੇਸ਼ਾਂ ਵਿਚ ਖਾਸ ਕਰ ਕੈਨੇਡਾ ਵਿਚ ਜਿਥੇ ਜਿਥੇ ਪੰਜਾਬੀ ਆਵਾਸੀ ਵਧੇ ਤੇ ਆਬਾਦ ਹੋਏ, ਉਥੇ ਗੁਰਦਵਾਰੇ ਵੀ ਸਥਾਪਤ ਹੋਏ ਅਤੇ ਪਾਠ-ਪੂਜਾ, ਲੈਕਚਰਜ਼, ਵਿਆਹ-ਸ਼ਾਦੀ ਅਤੇ ਹੋਰ ਰਸਮਾਂ ਆਦਿ ਲਈ ਦਲੇਰੀ ਨਾਲ ਪੰਜਾਬੀ ਬੋਲੀ ਨੂੰ ਹੀ ਅਪਣਾਇਆ ਜਾਂਦਾ ਰਿਹਾ ਅਤੇ ਅਜੇ ਵੀ ਅਪਣਾਇਆ ਜਾ ਰਿਹਾ ਹੈ। ਵਕਤ ਦੇ ਅਗੇ ਵਧਨ ਨਾਲ ਪੰਜਾਬੀ ਆਵਾਸੀਆਂ ਦੀ ਗਿਣਤੀ ਕਈ ਲਖਾਂ ਤਕ ਪੁਜ ਗਈ ਹੈ।

ਹਰ ਪਖ ਵਿਚ ਜਿਵੇਂ ਬਿਜ਼ਨਸ, ਮੀਡੀਆ ਅਤੇ ਰਾਜਨੀਤੀ ਵਿਚ ਪੰਜਾਬੀ ਬਹੁਤ ਅਗੇ ਵਧੇ ਹਨ। ਇਹ ਸਭ ਇਸ ਸਚਾਈ ਦਾ ਪ੍ਰਗਟਾਵਾ ਹੈ ਕਿ ਪੰਜਾਬੀ ਬੋਲੀ ਦਾ ਵਿਕਾਸ ਜਿਥੇ ਪੰਜਾਬ ਜਾਂ ਪਾਕਿਸਤਾਨ ਵਿਚ ਹੋਇਆ ਹੈ, ਓਥੇ ਕੈਨੇਡਾ ਵਿਚ ਵੀ ਪੰਜਾਬੀ ਮਾਂ ਬੋਲੀ ਦੀ ਮਹਤਤਾ ਤੇ ਪਛਾਣ ਨੇ ਆਪਣੀ ਨਵੇਕਲੀ ਥਾਂ ਬਣਾਈ ਹੈ।

ਇਸ ਪੇਪਰ ਵਿਚ ਕੈਨੇਡਾ ਵਿਚ ਪੰਜਾਬੀ ਬੋਲੀ ਦੇ ਭਵਿਖ ਲਈ ਮੈਂ ਜਿਨ੍ਹਾਂ ਨੁਕਤਿਆਂ ਤੇ ਜ਼ੋਰ ਦੇਣਾ ਚਹੁੰਦਾ ਹਾਂ, ਉਹਨਾਂ ਵਿਚ ਮੁਖ ਨੁਕਤਾ ਬੜਾ ਸਪਸ਼ਟ ਹੈ ਕਿ ਕੈਨੇਡਾ ਵਿਚ ਪੰਜਾਬੀ ਬੋਲੀ ਦਾ ਭਵਿਖ ਮੁਖ ਤੌਰ ਤੇ ਆਵਾਸ ਤੇ ਹੀ ਨਿਰਭਰ ਕਰਦਾ ਹੈ। ਵੈਸਟ ਇੰਡੀਅਨ ਲੋਕਾਂ ਦੀ ਬੋਲੀ ਤੇ ਸਭਿਆਚਾਰ ਪਿਛਲੇ ਡੇਢ ਸੌ ਸਾਲਾਂ ਵਿਚ ਖਤਮ ਹੋ ਜਾਣ ਦਾ ਵਡਾ ਕਾਰਨ ਉਹਨਾਂ ਦੀ ਹਿੰਦੋਸਤਾਨ ਨਾਲੋਂ ਆਵਾਜਾਈ ਤੇ ਆਵਾਸ ਦਾ ਟੁੱਟਣਾ ਜਾਂ ਖਤਮ ਹੋ ਜਾਣਾ ਹੈ। ਜੇਕਰ ਪਿਛਲੀ ਸਦੀ ਦੇ ਅਰੰਭ ਤੋਂ ਲੈ ਕੇ ਹੁਣ ਤਕ ਆਪਣੇ ਦੇਸ਼ ਪੰਜਾਬ ਅੰਦਰ ਆਣ ਜਾਣ ਤੇ ਆਪਣੇ ਪਰਵਾਰਾਂ ਨੂੰ ਏਥੇ ਬੁਲਾਣ ਦੀ ਖੁਲ੍ਹ ਨਾ ਹੁੰਦੀ ਤਾਂ ਓਸ ਪੀੜ੍ਹੀ ਵਿਚੋਂ ਜਨਮੀ ਅਗਲੀ ਪੀੜ੍ਹੀ ਦਾ ਸਬੰਧ ਪੰਜਾਬੀ ਬੋਲੀ ਨਾਲ ਕੇਵਲ ਨਾਨਕੇ ਪਿੰਡ ਵਰਗਾ ਹੀ ਰਹਿ ਜਾਣਾ ਸੀ।

ਸੋ ਸਪਸ਼ਟ ਹੈ ਕਿ ਜਾਇਜ਼ ਨਾਜਾਇਜ਼ ਤਰੀਕਿਆਂ ਨਾਲ ਪੰਜਾਬ ਜਾਂ ਪੰਜਾਬੀਆਂ ਦਾ ਕੈਨੇਡਾ ਆਉਂਦੇ ਰਹਿਣਾ ਪੰਜਾਬੀ ਬੋਲੀ ਦਾ ਕੈਨੇਡਾ ਵਿਚ ਵਡਾ ਵਿਕਾਸ ਕਹਿ ਲਿਆ ਜਾਵੇ ਤਾਂ ਸ਼ਬਦ ਅਢੁਕਵਾਂ ਮਹਿਸੂਸ ਨਹੀਂ ਹੋਵੇਗਾ। ਕੈਨੇਡਾ ਵਿਚ ਮਾਤ ਭਾਸ਼ਾ ਪੰਜਾਬੀ ਨੂੰ ਅਗੇ ਤੋਰਨ ਵਾਲੇ ਸੋਮੇ ਅਖਬਾਰ, ਰਸਾਲੇ, ਰੇਡੀਓ ਪਰੋਗਰਾਮਜ਼, ਟੀ. ਵੀ. ਪਰੋਗਰਾਮਜ਼, ਗੁਰਦਵਾਰੇ, ਮੰਦਰ, ਮਸੀਤਾਂ, ਵੀਡੀਓ ਮੂਵੀਜ਼, ਗੀਤ, ਗਾਣੇ, ਕਲਾਕਾਰਾਂ ਦੇ ਸ਼ੋਅ, ਤੀਆਂ ਦੇ ਮੇਲੇ, ਫਿਲਮਾਂ, ਭਜਨ, ਕਥਾ-ਕਥਾਵਾਂ ਤੇ ਲੈਕਚਰਜ਼ ਦੀਆਂ ਟੇਪਾਂ, ਟੂਣੇ ਤਵੀਤ, ਭੰਗੜੇ, ਗਿਧੇ, ਸਿਠਨੀਆਂ, ਮੰਗਣੇ, ਵਿਆਹ ਸ਼ਾਦੀਆਂ, ਜਾਗੋ, ਜਨਮ ਦਿਨ ਤੇ ਹੋ ਰਹੀਆਂ ਪਾਰਟੀਆਂ ਵਿਚ ਤੇ ਹੋਰ ਰਸਮੋ ਰਿਵਾਜ, ਪੰਜਾਬੀ ਰੈਸਟੋਰੈਂਟਸ, ਗਰੋਸਰੀ ਸਟੋਰਜ਼, ਬੈਂਕਇਟ ਹਾਲਜ਼, ਕਬੱਡੀ ਤੇ ਹੋਰ ਖੇਡਾਂ ਆਦਿ ਸਭ ਕੁਝ ਹੀ ਪੰਜਾਬੀ ਬੋਲੀ ਦੀ ਮਹਤਤਾ ਅਤੇ ਪਛਾਣ ਨਾਲ ਸਬੰਧਤ ਹੈ। ਇੰਟਰਨੈੱਟ ਨੇ ਤਾਂ ਇਸ ਵਿਚ ਹੋਰ ਵੀ ਸੋਨੇ ਤੇ ਸੁਹਾਗੇ ਦਾ ਕੰਮ ਕੀਤਾ ਹੈ। ਸਟੋਰਾਂ ਵਿਚ ਗਰੋਸਰੀ ਖਰੀਦਦੇ ਮਰਦਾਂ ਤੀਵੀਆਂ ਨਾਲ ਉਂਗਲੀਂ ਲਾਈ ਬੱਚੇ ਤੇ ਪਲਾਜ਼ਿਆਂ ਵਿਚ ਗੋਰੀਆਂ ਲੱਤਾਂ ਦਾ ਨਿਘ ਮਾਣਦੇ ਤੇ ਆਵਾਜ਼ਾਂ ਕਸਦੇ ਪੰਜਾਬ ਦੇ ਠਰਕੀ ਬੁੜ੍ਹੇ ਆਪਣੀ ਪੰਜਾਬੀ ਬੋਲੀ ਨਾਲ ਨਵੇਂ ਦਿਸਦੇ ਤਜਰਬਿਆਂ ਨੂੰ ਤਸ਼ਬੀਹਾਂ ਦੇਂਦੇ ਆਮ ਵੇਖੇ ਤੇ ਸੁਣੇ ਜਾਂਦੇ ਹਨ। ਟੈਲੀਫੋਨਜ਼ ਜੋ ਕੈਨੇਡਾ ਦੀ ਸਭ ਤੋਂ ਵਡੀ ਸੁਗਾਤ ਹੈ ਤੇ ਜਿਸ ਤੇ ਫਰੀ ਲੋਕਲ ਕਾਲ ਦੀ ਸੁਵਿਧਾ ਬਰਾਬਰ ਕਾਇਮ ਹੈ। ਅੱਜ ਵੀ ਪੰਜਾਬੀ ਪਰਵਾਰਾਂ ਵਿਚ ਪੰਜਾਬੀ ਬੋਲੀ ਦਾ ਬਹੁਤ ਵਡਾ ਪਾਸਾਰ ਹੈ। ਜਿਵੇਂ ਕਿ ਪਹਿਲਾਂ ਵੀ ਦਸਿਆ ਜਾ ਚੁਕਾ ਹੈ ਕਿ ਜੇਕਰ "ਆਵਾਸ" ਦਾ ਸਿਲਸਿਲਾ ਚਲਦਾ

ਰਿਹਾ ਤਾਂ ਘਟੋ ਘੱਟ ਕੈਨੇਡਾ ਵਿਚ ਬੋਲੀ ਜਾਣ ਵਾਲੀ ਪੰਜਾਬੀ ਹੋਰ ਵੀ ਬੋਲੀ ਜਾਂਦੀ ਰਹੇਗੀ ਤੇ ਕਈ ਪਖਾਂ ਤੋਂ ਹੋਰ ਉਨਤੀ ਵੀ ਕਰੇਗੀ। ਸਭਿਆਚਾਰਕ ਪਖੋਂ ਪੰਜਾਬੀ ਬੋਲੀ ਆਪਣੀ ਹੋਂਦ ਸਮੂਹ ਖੇਤਰਾਂ ਵਿਚ ਕਾਇਮ ਹੀ ਨਹੀਂ ਰਖੇਗੀ ਸਗੋਂ ਇਸ ਵਿਚ ਵਾਧਾ ਵੀ ਕਰੇਗੀ। ਪਰ ਸਾਹਿਤਕ ਪਖੋਂ ਇਸ ਬੋਲੀ ਵਿਚ ਨਰੋਆ ਸਹਿਤ ਰਚੇ ਜਾਣ ਦੀਆਂ ਸੰਭਾਵਨਾਵਾਂ ਘੱਟ ਹੀ ਹਨ। ਇਹ ਕਹਿਣਾ ਵੀ ਅਤਿਕਥਨੀ ਨਹੀਂ ਕਿ ਕੈਨੇਡਾ ਵਿਚ ਪੰਜਾਬੀਆਂ ਦਾ ਨਿਸ਼ਾਨਾ ਮੁਖ ਤੌਰ ਤੇ ਮੌਲਿਕ ਸਾਹਿਤ ਰਚਨਾ ਏਨਾ ਜ਼ਿਆਦਾ ਨਹੀਂ ਹੈ, ਜਿੰਨਾ ਹੋਣਾ ਚਾਹੀਦਾ ਹੈ। ਸਗੋਂ ਪਦਾਰਥਵਾਦੀ ਨਜ਼ਰੀਏ ਨਾਲ ਜੀਵਨ ਜੀਣਾ ਜ਼ਿਆਦਾ ਹੈ। ਚੰਗੇ ਰਚੇ ਸਾਹਿਤ ਪੜ੍ਹਨ ਤੇ ਉਸਦੀ ਸੁਤੰਤਰ ਪਰਖ ਤੇ ਮੁਲਅੰਕਣ ਕਰਨ ਵਾਲੇ ਸੁਹਿਰਦ ਪਾਠਕ ਅਤੇ ਆਲੋਚਕ ਹੀ ਏਥੇ ਮੌਜੂਦ ਨਹੀਂ ਹਨ। ਸਗੋਂ ਇਕ ਸੀਮਤ ਸੋਚ ਦੇ ਧਾਰਨੀ ਤੇ ਲਿਹਾਜਾਂ ਪਾਲਣ ਪਾਲਣ ਵਾਲੇ ਹਨ। ਜੇ ਹਨ ਤਾਂ ਕੇਵਲ ਉਂਗਲਾਂ ਤੇ ਗਿਣੇ ਜਾਣ ਵਾਲੇ ਕੁਝ ਸਾਹਿਤਕ ਚੇਸ਼ਟਾ ਵਾਲੇ ਆਵਾਸੀ ਹੀ ਕੈਨੇਡਾ ਆ ਕੇ ਲਿਖਣ ਦੀ ਇਸ ਅੱਗ ਨੂੰ ਆਪਣੀ ਰੋਟੀ ਰੋਜ਼ੀ ਦੇ ਰੁਝੇਵਿਆਂ ਵਿਚੋਂ ਸਮਾਂ ਕਢ ਕੇ ਧੁਖਦੀ ਰਖ ਰਹੇ ਹਨ।

ਮੈਨੂੰ ਕਿਸੇ ਤਰ੍ਹਾਂ ਵੀ ਇਹ ਸੰਭਾਵਨਾ ਨਜ਼ਰ ਨਹੀਂ ਆਉਂਦੀ ਕਿ ਪੰਜਾਬੀ ਬੋਲੀ ਲਈ ਤਨੋ ਮਨੋ ਜੁਝ ਰਹੇ ਪੰਜਾਬੀ ਬੋਲੀ ਨਾਲ ਅੰਤਾਂ ਦਾ ਮੋਹ ਰਖਣ ਵਾਲੇ ਪੰਜਾਬੀ ਪਰਵਾਰਾਂ ਦੇ ਕੈਨੇਡਾ ਵਿਚ ਜੰਮੇ ਬੱਚੇ ਜਦੋਂ ਵਡੇ ਹੋਣਗੇ, ਉਹ ਥੋੜ੍ਹੀ ਬਹੁਤੀ ਪੰਜਾਬੀ ਬੋਲੀ ਬੋਲ ਤੇ ਸਮਝ ਤਾਂ ਜ਼ਰੂਰ ਸਕਣਗੇ ਪਰ ਇਸ ਨੂੰ ਪੜ੍ਹਨ, ਲਿਖਣ ਜਾਂ ਇਸ ਵਿਚ ਸਾਹਿਤ ਰਚਨਾ ਨਹੀਂ ਕਰਨਗੇ। ਨਾ ਹੀ ਉਹ ਇਸ ਦੇ ਅਮੀਰ ਸਾਹਿਤਕ ਅਤੇ ਸਭਿਅਚਾਰਕ ਵਿਰਸੇ ਦੀ ਡੂੰਘਿਆਈਆਂ ਤਕ ਦੀ ਥਾਹ ਪਾ ਸਕਣਗੇ। ਕੈਨੇਡਾ ਵਿਚ ਸਫਲਤਾ ਪ੍ਰਾਪਤ ਕਰਨ ਲਈ ਉਹਨਾਂ ਨੂੰ ਪੰਜਾਬੀ ਨਾਲੋਂ ਅੰਗਰੇਜ਼ੀ ਦੀ ਲੋੜ ਨਿਸਚੇ ਹੀ ਜ਼ਿਆਦਾ ਪਵੇਗੀ। ਉਹਨਾਂ ਲਈ ਪੰਜਾਬੀ ਬੋਲੀ ਦੀ ਬਿੰਬਾਵਲੀ, ਮੁਹਾਵਰਾ, ਅਖਾਣ, ਅਖੌਤਾਂ, ਸਮੁਚਾ ਇਤਿਹਾਸਕ ਪੰਜਾਬੀ ਭਾਈਚਾਰਾ, ਕਰਮ, ਭਰਮ ਤੇ ਧਰਮ ਕਾਫੀ ਹਦ ਤਕ ਓਪਰੇ ਤੇ ਸਮਝ ਤੋਂ ਬਾਹਰ ਹੋ ਜਾਣਗੇ। ਮੁਹਾਵਰੇ, ਅਖੌਤਾਂ ਤੇ ਅਖਾਣ ਜੋ ਪੰਜਾਬੀ ਬੋਲੀ ਦਾ ਬੜਾ ਅਮੀਰ ਖਜ਼ਾਨਾ ਹਨ, ਉਹ ਤਾਂ ਹੁਣ ਪੰਜਾਬ ਦੇ ਸ਼ਹਿਰੀ ਤਬਕੇ ਲਈ ਓਪਰੇ ਬਣਦੇ ਜਾ ਰਹੇ ਹਨ, ਕੈਨੇਡਾ ਦੇ ਪੰਜਾਬੀ ਪਰਵਾਰਾਂ ਦੇ ਜੰਮ ਪਲੇ ਬੱਚਿਆਂ ਨੂੰ ਕਿਥੇ ਸਮਝ ਆ ਸਕਦੇ ਹਨ।

ਦੋ ਸੂਰਤਾਂ ਵਿਚ ਕੈਨੇਡਾ ਵਿਚ ਪੰਜਾਬੀਆਂ ਦੀ ਨਵੀਂ ਪੀੜ੍ਹੀ ਦਾ ਪੰਜਾਬੀ ਬੋਲੀ ਨਾਲ ਨੇੜੇ ਦਾ ਰਿਸ਼ਤਾ ਕਾਇਮ ਰਹਿ ਸਕਦਾ ਹੈ ਜੇਕਰ ਉਹਨਾਂ ਦੇ ਜਨਮ ਤੋਂ ਬਾਅਦ ਕੁਝ ਵਰ੍ਹਿਆਂ ਦਾ ਸਮਾਂ ਪੰਜਾਬ ਵਿਚ ਬੀਤੇ ਜਾਂ ਕੈਨੇਡਾ ਸਰਕਾਰ ਆਵਾਸੀਆਂ ਦੇ ਬੱਚਿਆਂ ਲਈ ਉਹਨਾਂ ਦੀ ਮਾਤ ਭਾਸ਼ਾ ਦੀ ਪੜ੍ਹਾਈ ਲਾਜ਼ਮੀ ਕਰਾਰ ਦੇ ਦੇਵੇ। ਪੰਜਾਬੀ ਦੀਆਂ ਲਾਇਬਰੇਰੀਜ਼ ਹੋਣ ਜਿਨ੍ਹਾਂ ਵਿਚ ਰੌਚਿਕ ਪੁਸਤਕਾਂ, ਆਡੀਓ ਵੀਡੀਓ

ਟੇਪਸ, ਡੀ ਵੀ ਡੀ, ਸੀ ਡੀਜ਼ ਰਾਹੀਂ ਪਰਚਾਰ ਹੋਵੇ ਅਤੇ ਪੰਜਾਬੀ ਸਪੋਰਟਸ ਤੇ ਸਭਿਆਚਾਰਕ ਕੇਂਦਰਾਂ ਵਿਚ ਅਜਿਹੇ ਆਕਰਸ਼ਕ ਪਰੋਗਰਾਮਜ਼ ਉਪਲਭਦ ਹੋਣ ਜਿਵੇਂ ਜੈਜ਼ੀ ਬੈਂਸ, ਮਲਕੀਤ ਆਦਿ ਗਵਈਆਂ ਦੇ ਗਾਣੇ ਜੋ ਨੌਜਵਾਨ ਪੀੜ੍ਹੀ ਨੂੰ ਬੋਲੀ ਅਤੇ ਸਭਿਆਚਾਰਕ ਪਖੋਂ ਕੁਝ ਹੋਰ ਉਤੇਜਿਤ ਕਰ ਸਕਣ।

ਸਮੁਚੇ ਸਿਟੇ ਵਜੋਂ ਮੈਂ ਪੰਜਾਬੀ ਮਾਂ ਬੋਲੀ ਨੂੰ ਚਾਰ ਪਖਾਂ, ਬੋਲਣ, ਪੜ੍ਹਨ, ਲਿਖਣ ਅਤੇ ਸਮਝਣ ਤੇ ਵਧੇਰੇ ਮਹਾਨਤਾ ਦਿੰਦਾ ਹਾਂ। ਇਹਨਾਂ ਚਾਰੇ ਪਖਾਂ ਬਾਰੇ ਮੈਂ ਕੈਨੇਡਾ ਵਿਚ ਪੰਜਾਬੀ ਬੋਲੀ ਬਾਰੇ ਬੜਾ ਹੀ ਆਸਮੰਦ ਹਾਂ। ਇਸ ਵਿਚ ਢੇਰ ਵਾਧਾ ਹੋਇਆ ਹੈ ਅਤੇ ਹੋ ਰਿਹਾ ਹੈ। ਕਈ ਪੰਜਾਬੀ ਘਰਾਂ ਵਿਚ ਕੰਪਿਊਟਰਜ਼ ਵਿਚ ਪਏ ਪੰਜਾਬੀ ਦੇ ਭਾਂਤ ਭਾਂਤ ਦੇ ਫੌਂਟਸ ਇਸ ਦੀ ਸਾਖਸ਼ਾਤ ਉਧਾਰਨ ਹਨ। 30 ਦੇ ਕਰੀਬ ਕੈਨੇਡਾ ਵਿਚ ਛਪਦੇ ਪੰਜਾਬੀ ਅਖਬਾਰ, ਏਨੇ ਕੁ ਹੀ ਰੇਡੀਓ ਤੇ ਟੈਲੀਵਿਜ਼ਨ ਪਰੋਗਰਾਮ ਭਾਵੇਂ ਬਹੁਤੀਆਂ ਖਬਰਾਂ ਤੇ ਮੈਟਰ ਕਾਪੀ ਪੇਸਟ ਹੀ ਕਰਦੇ ਹਨ ਪਰ ਫਿਰ ਵੀ ਪੰਜਾਬੀ ਆਵਾਸੀਆਂ ਨੂੰ ਪੜ੍ਹੀ, ਸੁਣੀ ਤੇ ਵੇਖੀ ਜਾਣ ਵਾਲੀ ਪੰਜਾਬੀ ਸਮਗਰੀ ਨਾਲ ਜ਼ਰੂਰ ਜੋੜਦੇ ਹਨ। ਕੈਨੇਡਾ ਵਿਚ ਪੰਜਾਬੀ ਦਾ ਭਵਿਖ ਕਾਫੀ ਉਜਲਾ ਹੈ। ਜੇਕਰ ਕੈਨੇਡੀਅਨ ਪੰਜਾਬੀ ਆਪਣੀ ਮਾਂ ਬੋਲੀ ਪੰਜਾਬੀ ਵੱਲ ਪੂਰਾ ਧਿਆਨ ਨਹੀਂ ਦੇਣਗੇ ਤਾਂ ਆਪਣੀ ਪਛਾਣ ਨੂੰ ਖਤਮ ਕਰਨ ਦੇ ਖੁਦ ਜ਼ੁੰਮੇਵਾਰ ਹੋਣਗੇ। ਆਪਣੀ ਪਛਾਣ ਨੂੰ ਖਤਮ ਕਰਨਾ ਆਪਣੀ ਬੋਲੀ, ਆਪਣੇ ਵਿਰਸੇ ਤੇ ਆਪਣੇ ਸਭਿਆਚਾਰ ਨਾਲ ਧਰੋਹ ਕਮਾਉਣਾ ਅਤੇ ਆਪਣੇ ਆਪ ਦਾ ਆਤਮਘਾਤ ਕਰਨਾ ਹੈ।

ਸਵੈ-ਜੀਵਨੀ "ਕਿਹੋ ਜਿਹਾ ਸੀ ਜੀਵਨ" ਭਾਗ 2 ਦਾ ਅਠਵਾਂ ਕਾਂਡ

ਸ਼ਿਵ ਕੁਮਾਰ ਦਾ ਬਿੰਦੂ ਤੇ "ਵਡ ਕਵਾਰੀ ਦਾ ਗੀਤ" ਲਿਖਣਾ

ਅਕਤੂਬਰ 1965 ਦਾ ਕੋਈ ਦਿਨ ਸੀ ਜਦ ਮੈਂ ਤੇ ਕਹਾਣੀਕਾਰ ਜਗਜੀਤ ਸਿੰਘ ਆਹੂਜਾ ਗਰੈਂਡ ਹੋਟਲ, ਅੰਮ੍ਰਿਤਸਰ ਦੇ 5 ਨੰਬਰ ਕਮਰੇ ਵਿਚ ਬੈਠੇ ਸ਼ਿਵ ਕੁਮਾਰ ਬਟਾਲਵੀ ਨਾਲ ਦਾਰੂ ਪੀ ਰਹੇ ਸਾਂ। ਭਾਵੇਂ 1965 ਦੀ ਹਿੰਦ ਪਾਕ ਜੰਗ ਦਾ ਸੀਜ਼ ਫਾਇਰ ਹੋ ਚੁਕਾ ਸੀ ਪਰ ਤਨਾਓ ਅਜੇ ਬਾਕੀ ਸੀ। ਬਾਰਡਰਜ਼ ਤੇ ਗੋਲੀਆਂ ਚੱਲਣ ਦੀਆਂ ਆਵਾਜ਼ਾਂ ਅਜੇ ਵੀ ਔਂਦੀਆਂ ਸਨ। ਕਈ ਸ਼ਹਿਰਾਂ ਵਿਚ ਅਜੇ ਵੀ ਰਾਤ ਦਾ ਕਰਫੀਊ ਜਾਰੀ ਸੀ। ਜਿਵੇਂ ਜੰਗ ਤੋਂ ਡਰੇ ਫਿਰੋਜ਼ਪੁਰ ਸ਼ਹਿਰ, ਛਾਉਣੀ ਅਤੇ ਬਾਰਡਰ ਲਾਗੇ ਰਹਿੰਦੇ ਲੋਕ ਹੌਲੀ ਹੌਲੀ ਮੁੜ ਰਹੇ ਸਨ, ਓਸੇ ਵਾਂਗ ਅੰਮ੍ਰਿਤਸਰ ਸ਼ਹਿਰ ਛਡ ਕੇ ਭੱਜੇ ਕਈ ਲੋਕ ਵਾਪਸ ਮੁੜ ਰਹੇ ਸਨ। ਕਈ ਤਾਂ ਅਜਿਹੇ ਗਏ ਕਿ ਵਾਪਸ ਹੀ ਨਾ ਮੁੜੇ। ਉਹਨਾਂ ਨੇ ਹੋਰਨਾਂ ਸ਼ਹਿਰਾਂ ਵਿਚ ਕੰਮ ਖੋਲ੍ਹ ਲਏ ਪਰ ਓਥੇ ਨਵੀਆਂ ਥਾਂਵਾਂ ਤੇ ਪੈਰ ਨਹੀਂ ਲੱਗ ਰਹੇ ਸਨ। ਕਿਸੇ ਫਿਲਮ ਐਕਟਰ ਨੇ ਸ਼ਿਵ ਕੁਮਾਰ ਨੂੰ ਗਰੈਂਡ ਹੋਟਲ ਵਿਚ ਇਹ 5 ਨੰਬਰ ਕਮਰਾ ਲੈ ਕੇ ਦਿਤਾ ਹੋਇਆ ਸੀ ਜਿਥੇ ਬੈਠ ਕੇ ਉਹਨੇ ਇਕ ਫਿਲਮ ਦੇ ਗੀਤ ਲਿਖਣੇ ਸਨ। ਉਹ ਗੀਤ ਤਾਂ ਘੱਟ ਹੀ ਲਿਖਦਾ ਤੇ ਇਹ ਕਮਰਾ ਦਾਰੂ ਸਿੱਕੇ ਦੀਆਂ ਮਹਿਫਲਾਂ ਲਾਉਣ ਦੇ ਵਧੇਰੇ ਕੰਮ ਆਉਂਦਾ। ਕਦੀ ਸ਼ਿਵ ਬਟਾਲੇ ਚਲਾ ਜਾਂਦਾ ਤੇ ਕਦੀ ਇਸ ਕਮਰੇ ਵਿਚ ਹੀ ਰਹਿ ਜਾਂਦਾ। ਜੰਗ ਦੇ ਛਾਏ ਬੱਦਲਾਂ ਕਾਰਨ ਬਹੁਤ ਮੰਦਾ ਹੋਣ ਕਰ ਕੇ ਦਾਰੂ ਦਾ ਇੰਤਜ਼ਾਮ ਕਰਨਾ ਵੀ ਕਈ ਵਾਰ ਔਖਾ ਹੋ ਜਾਂਦਾ ਪਰ ਆਹੂਜਾ ਆਪਣੇ ਇੱਬਨ ਵਾਲੇ ਭਠੇ ਤੋਂ ਦੇਸੀ ਸ਼ਰਾਬ ਦੀਆਂ ਬੋਤਲਾਂ ਭਰਵਾ ਲਿਆਉਂਦਾ। ਅਸੀਂ 5 ਨੰਬਰ ਕਮਰੇ ਦੇ ਬਾਹਰ ਬਰਾਂਡੇ ਵਿਚ ਕੁਰਸੀਆਂ ਡਾਹ ਕੇ ਸ਼ਰਾਬ ਪੀਂਦੇ ਤੇ ਸ਼ਿਵ ਪੈਸੇ ਬਨਾਉਣ ਦੀਆਂ ਤਰਕੀਬਾਂ ਬਣਾਉਂਦਾ। ਹਾਲੇ ਉਹਦੀ ਲੂਣਾ ਛਪੀ ਨਹੀਂ ਸੀ। ਉਹਨੇ ਲੂਣਾ ਦੀ ਰਾਇਲਟੀ ਦੇ ਅਡਵਾਂਸ ਪੈਸੇ ਕਈ ਪਬਲਿਸ਼ਰਜ਼ ਤੋਂ ਲੈ ਕੇ ਸ਼ਰਾਬ ਪੀ ਲਈ ਸੀ। ਮੈਂ ਸ਼ਿਵ ਨੂੰ ਕਿਹਾ ਕਿ ਕੀ ਤੂੰ ਇਕ ਐਸੀ ਸੁੰਦਰੀ ਤੇ ਕਵਿਤਾ ਲਿਖ ਸਕਦਾ ਹੈਂ ਜਿਸ ਦੀ ਵਿਆਹ ਦੀ ਉਮਰ ਟਪਦੀ ਜਾ ਰਹੀ ਹੈ ਜਾਂ ਟੱਪ ਗਈ ਹੈ ਪਰ ਅਜੇ ਵੀ ਉਹਦੇ ਜਿਸਮ ਵਿਚੋਂ ਹੁਸਨ ਠਾਠਾਂ ਮਾਰਦਾ ਹੈ। ਅਜੇ ਵੀ ਵੀ ਉਸ ਮ੍ਰਿਗਨੈਣੀ ਦੀਆਂ ਮਸਤ ਅੱਖਾਂ ਦੀ ਤਾਬ ਨਹੀਂ ਝੱਲੀ ਜਾਂਦੀ। ਅਜੇ ਵੀ ਉਹ ਹਥ ਲਾਇਆਂ ਮੈਲੀ ਹੁੰਦੀ

ਹੈ। ਉਸ ਨੂੰ ਵੇਖ ਕੇ ਕਈ ਦਿਨਾਂ ਤਕ ਉਹਦੇ ਹੁਸਨ ਦੇ ਜਲਵੇ ਦਾ ਨਸ਼ਾ ਏਨਾ ਜ਼ਿਆਦਾ ਚੜ੍ਹਿਆ ਰਹਿੰਦਾ ਹੈ ਜੋ ਬੜੀ ਮੁਸ਼ਕਲ ਨਾਲ ਲਹਿੰਦਾ ਹੈ।

ਸ਼ਿਵ ਕਹਿਣ ਲੱਗਾ ਇਹ ਵਡ ਕੁਆਰੀ ਕੁੜੀ ਕੌਣ ਹੈ? ਮੈਂ ਕਿਹਾ ਮੇਰੀ ਅਗਲੀ ਕਹਾਣੀਆਂ ਦੀ ਕਿਤਾਬ "ਜੇ ਮੈਂ ਮਰ ਜਾਵਾਂ" ਜਿਸ ਵਿਚ 18 ਕਹਾਣੀਆਂ ਹਨ, ਦੀ ਕਹਾਣੀ "ਜੇ ਮੈਂ ਮਰ ਜਾਵਾਂ" ਮੈਂ ਉਹਦੇ ਤੇ ਲਿਖੀ ਹੈ। ਇਹ ਕਹਾਣੀ ਦੋ ਕਲਾਕਾਰਾਂ ਦੇ ਜਜ਼ਬਿਆਂ ਦੇ ਨਿਖਾਰ ਦਾ ਪ੍ਰਯੋਗ ਹੈ। ਕਿਤਾਬ ਦਾ ਟਾਈਟਲ ਅੰਮ੍ਰਿਤਸਰ ਦਾ ਕਲਾਕਾਰ ਦਲੀਪ ਬਣਾ ਰਿਹਾ ਹੈ। ਲੰਘਦਾ ਟਪਦਾ ਵੇਖ ਲਵੀਂ। ਤੂੰ ਉਸ ਸੁੰਦਰੀ ਤੇ ਅਜਿਹੀ ਕਵਿਤਾ ਲਿਖੇਂਗਾ ਜਿਸ ਕਵਿਤਾ ਦੀਆਂ ਲਾਈਨਾਂ ਵਿਚ ਉਹ ਆਪਣੇ ਆਪ ਨੂੰ ਵੇਖ ਅਤੇ ਮਹਿਸੂਸ ਕਰ ਸਕੇ। ਮੇਰੀ ਕਹਾਣੀਆਂ ਦੀ ਇਹ ਦੂਜੀ ਕਿਤਾਬ ਨਿਊ ਬੁਕ ਕੰਪਨੀ ਜਲੰਧਰ ਦਾ ਮਾਲਕ ਸ. ਮਹਿਤਾਬ ਸਿੰਘ ਛਾਪ ਰਿਹਾ ਹੈ। ਤੂੰ ਮੇਰੀ ਇਸ ਨਵੀਂ ਕਿਤਾਬ ਦਾ ਸੰਪਾਦਕ ਹੋਵੇਂਗਾ ਅਤੇ ਤੇਰਾ ਸੰਪਾਦਕੀ ਨੋਟ ਅਤੇ ਵਡ ਕਵਾਰੀ ਤੇ ਲਿਖੇ ਗੀਤ ਦੀ ਮੈਨੂੰ ਉਡੀਕ ਰਹੇਗੀ। ਛੇਤੀ ਲਿਖ ਕੇ ਭੇਜ ਦੇਵੀਂ। ਮੈਂ ਸ਼ਿਵ ਨੂੰ ਫਿਰੋਜ਼ਪੁਰ ਦੇ ਆਪਣੇ ਘਰ ਦਾ ਪਤਾ ਲਿਖ ਕੇ ਦੇ ਦਿਤਾ ਅਤੇ ਅਗਲੇ ਦਿਨ ਅੰਮ੍ਰਿਤਸਰੋਂ ਬੱਸ ਤੇ ਚੜ੍ਹ ਕੇ ਫਿਰੋਜ਼ਪੁਰ ਆ ਗਿਆ। ਮੇਰਾ ਮਨ ਕਰ ਰਿਹਾ ਸੀ ਕਿ ਸ਼ਹਿਰ ਜਾਣ ਦੀ ਬਜਾਏ ਪਹਿਲਾਂ ਛਾਉਣੀ ਉਤਰ ਕੇ ਬਿੰਦੂ ਨੂੰ ਮਿਲ ਜਾਵਾਂ ਪਰ ਇਹ ਸੋਚ ਕੇ ਮਨ ਬਦਲ ਲਿਆ ਕਿ ਜਦ ਸ਼ਿਵ ਦਾ ਉਹਦੇ ਤੇ ਲਿਖਿਆ ਗੀਤ ਆ ਜਾਵੇਗਾ, ਤਦ ਹੀ ਉਸਨੂੰ ਮਿਲਣ ਜਾਵਾਂਗਾ। ਬਿੰਦੂ ਨੂੰ ਏਨਾ ਪਤਾ ਲਗ ਗਿਆ ਸੀ ਕਿ ਮੇਰੀ ਕਹਾਣੀਆਂ ਦੀ ਦੂਜੀ ਕਿਤਾਬ "ਜੇ ਮੈਂ ਮਰ ਜਾਵਾਂ" ਤਿਆਰ ਹੋ ਕੇ ਜਲਦੀ ਛਪਣ ਜਾ ਰਹੀ ਹੈ ਪਰ ਉਸ ਨੂੰ ਅਜੇ ਤਕ ਇਹ ਪਤਾ ਨਹੀਂ ਸੀ ਕਿ ਮੈਂ ਉਸ ਤੇ ਇਕ ਕਹਾਣੀ ਲਿਖੀ ਹੈ ਜੋ ਕਿਤਾਬ ਦਾ ਟਾਈਟਲ ਪੇਜ ਵੀ ਹੈ। ਇਹ ਕਹਾਣੀ ਲਿਖਣ ਦਾ ਮਨ ਮੈਂ 31 ਮਾਰਚ, 1965 ਨੂੰ ਹੀ ਬਣਾ ਲਿਆ ਸੀ ਜਦ ਮੈਂ ਉਸ ਨੂੰ ਫਿਰੋਜ਼ਪੁਰ ਛਾਉਣੀ ਤੋਂ ਲੁਧਿਆਣੇ ਦੀ ਗਡੀ ਚੜ੍ਹਾ ਕੇ ਇਕ ਜ਼ਬਰਦਸਤ ਹਨੇਰੀ, ਝਖੜ ਤੂਫਾਨ ਵਿਚ ਘਿਰ ਗਿਆ ਸਾਂ ਜੋ ਪਿਛੋਂ ਮੀਂਹ ਅਤੇ ਗੜਿਆਂ ਦਾ ਰੂਪ ਧਾਰ ਗਿਆ ਸੀ। ਇਹ ਤੂਫਾਨ ਮੇਰੇ ਸਰੀਰ ਦੇ ਬਾਹਰ ਵੀ ਮਾਰ ਕਰ ਰਿਹਾ ਸੀ ਅਤੇ ਮੇਰੇ ਮਨ ਅੰਦਰ ਵੀ ਹਾਵੀ ਹੋ ਚੁਕਾ ਸੀ। ਤੂਫਾਨ ਦੀ ਇਸ ਲਪੇਟ ਵਿਚੋਂ ਪਈ ਮਾਰ ਸਦਕਾ ਹੀ ਜਜ਼ਬਿਆਂ ਦੇ ਪ੍ਰਯੋਗ ਦੀ ਕਹਾਣੀ "ਜੇ ਮੈਂ ਮਰ ਜਾਵਾਂ" ਦਾ ਜਨਮ ਹੋਇਆ ਸੀ।

ਕੁਝ ਦਿਨਾਂ ਬਾਅਦ ਸ਼ਿਵ ਨੇ ਕਿਤਾਬ ਦਾ ਸੰਪਾਦਕੀ ਨੋਟ ਅਤੇ ਕਵਿਤਾ "ਵਡ ਕਵਾਰੀ ਦਾ ਗੀਤ" ਲਿਖ ਕੇ ਭੇਜ ਦਿਤਾ। ਦੋਵਾਂ ਰਚਨਾਵਾਂ ਵਿਚ ਹੀ ਉਸ ਨੇ ਕਮਾਲ ਕੀਤੀ ਸੀ। ਕਵਿਤਾ ਦੇ ਬੋਲ ਇਸ ਤਰ੍ਹਾਂ ਦੇ ਸਨ:

ਵਡ ਕਵਾਰੀ ਦਾ ਗੀਤ

ਪਾਪੀ ਪਹਿਰ ਸੂ ਰਾਤ ਦਾ
ਮੈਂ ਸੁੱਤੀ ਤੇ ਸਾਹ ਜਾਗਦਾ
ਮੇਰੀ ਸੁੰਞੀ ਸੱਖਣੀ ਸੇਜ ਤੇ
ਡੰਗ ਜਾਗੇ ਤਨ ਦੇ ਨਾਗ ਦਾ

ਮੇਰਾ ਸੰਦਲੀ ਸ਼ਬਦ ਤਾਂ ਸੌਂ ਗਿਆ
ਮੂੰਹ ਵੇਖੇ ਬਿਨਾ ਖਵਾਬ ਦਾ
ਪਰ ਚਾਨਣ ਚਿੱਟੀ ਰਾਤ ਵਿਚ
ਮੇਰਾ ਗੀਤ ਅਜੇ ਵੀ ਜਾਗਦਾ

ਮੇਰੇ ਗੀਤ ਦੀ ਸੁੱਕੀ ਸ਼ਾਖ ਤੇ
ਉਹ ਸ਼ਬਦ ਕਦੇ ਨਾ ਬੈਠਿਆ
ਜੋ ਦਰਦ ਭਰੀ ਆਵਾਜ਼ ਵਿਚ
ਕਿਸੇ ਮੀਤ ਨੂੰ ਵਾਜਾਂ ਮਾਰਦਾ

ਮੈਨੂੰ ਕੋਈ ਸ਼ਬਦ ਨਾ ਜਾਣਦਾ
ਜੋ ਗੀਤ ਮੇਰੇ ਦੇ ਹਾਣ ਦਾ
ਜੋ ਪੀੜ ਮੇਰੀ ਨੂੰ ਸਮਝਦਾ
ਜੋ ਮੇਰਾ ਦਰਦ ਪਛਾਣਦਾ
ਕੋਈ ਚੰਦਨੀ ਸ਼ਬਦ ਨਾ ਲਭਦਾ
ਨਾ ਸੌਂਫੀ ਸ਼ਬਦ ਕੋਈ ਅਹੁੜਦਾ
ਜਿਹੜਾ ਇਸ ਮੇਰੇ ਗੀਤ ਤੋਂ
ਮੋਤੀ ਦਾ ਪਾਣੀ ਵਾਰਦਾ
ਕੋਈ ਗੀਤ ਨੂੰ ਲੈ ਜਾਏ ਤੋੜ ਕੇ
ਜਾਂ ਸ਼ਬਦ ਦਵੇ ਇਕ ਮੋੜ ਕੇ
ਮੇਰਾ ਹੰਝੂ ਤਰਲੇ ਕਢਦਾ
ਮੇਰਾ ਹਉਕਾ ਅਰਜ਼ ਗੁਜ਼ਾਰਦਾ
ਮੇਰੇ ਵਡ ਕੁਆਰੇ ਗੀਤ ਨੂੰ
ਮੇਰੇ ਨਿਰ-ਸ਼ਬਦੇ ਇਸ ਗੀਤ ਨੂੰ

ਕੋਈ ਦਾਨ ਦਵੇ ਇਕ ਸ਼ਬਦ ਦਾ
ਕੋਈ ਦਾਨ ਦਵੇ ਆਵਾਜ਼ ਦਾ
ਇਕ ਕੱਲੇ ਸ਼ਬਦ ਦੀ ਘਾਟ ਤੋਂ
ਇਕ ਕੱਲੇ ਸ਼ਬਦ ਦੀ ਥੋੜ ਤੋਂ
ਰੁੱਖ ਖੜ੍ਹਾ ਖਲੋਤਾ ਸੁੱਕਿਆ
ਮੇਰੀ ਗੀਤਾਂ ਭਰੀ ਬਹਾਰ ਦਾ
ਪਾਪੀ ਪਹਿਰ ਸੂ ਰਾਤ ਦਾ
ਮੈਂ ਸੁੱਤੀ ਤੇ ਸਾਹ ਜਾਗਦਾ
ਮੇਰੀ ਸੁੰਞੀ ਸੱਖਣੀ ਸੇਜ ਤੇ
ਡੰਗ ਜਾਗੇ ਤਨ ਦੇ ਨਾਗ ਦਾ

ਬਿੰਦੂ ਉਤੇ ਸ਼ਿਵ ਕੁਮਾਰ ਵੱਲੋਂ ਲਿਖਿਆ "ਵਡ ਕੁਆਰੀ ਦਾ ਗੀਤ" ਮੈਂ ਐਨੀ ਵਾਰ ਪੜ੍ਹਿਆ ਅਤੇ ਇਸ ਗੀਤ ਦਾ ਹਰ ਸ਼ਬਦ ਉਸਦੇ ਜਿਸਮ ਅਤੇ ਰੂਹ ਵਿਚੋਂ ਦੀ ਆਰ ਪਾਰ ਕਰ ਕੇ ਵੇਖਿਆ ਕਿ ਸਾਰਗ ਗੀਤ ਮੈਨੂੰ ਜ਼ਬਾਨੀ ਯਾਦ ਹੋ ਗਿਆ। ਇਹਨਾਂ ਹੀ ਦਿਨਾਂ ਵਿਚ ਸ਼ਿਵ ਕੁਮਾਰ ਸ਼ਰਮਾ ਨੇ ਵੀ ਉਹਦੇ ਤੇ ਕਵਿਤਾ ਲਿਖ ਦਿਤੀ-"ਵਡ ਕਵਾਰੀ"। ਇਹ ਕਵਿਤਾ ਉਸ ਦੀ ਕਿਤਾਬ ਖਾਰਾ ਦਰਿਆ ਵਿਚ ਛਪਣੋਂ ਰਹਿ ਗਈ ਜੋ ਮੈਂ ਤੇ ਬਟਾਲਵੀ ਨੇ 1971 ਵਿਚ ਦੀਪਕ ਪਬਲਿਸ਼ਰ ਜਲੰਧਰ ਨੂੰ ਕਹਿ ਕੇ ਛਪਵਾਈ ਸੀ। ਅਤੇ ਇਸ ਦੀ ਅਸਲ ਕਾਪੀ ਵੀ ਗਵਾਚ ਗਈ। ਸਾਰੀ ਕਵਿਤਾ ਤਾਂ ਮੈਨੂੰ ਹੁਣ ਭੁੱਲ ਗਈ ਹੈ ਪਰ ਇਸ ਕਵਿਤਾ ਦੇ ਬੋਲ ਜੋ ਹਾਲੇ ਤਕ ਮੈਨੂੰ ਯਾਦ ਹਨ, ਉਹਨਾਂ ਵਿਚੋਂ ਕੁਝ ਇਸ ਤਰ੍ਹਾਂ ਦੇ ਸਨ।

ਆ ਨੀ ਸੋਚ ਵਿਗੁਤੀਏ ਵਡ ਕਵਾਰੀਏ
ਆ ਨੀ ਏਸ ਬੇਕਦਰ ਸਮੇਂ ਦੀਏ ਮਾਰੀਏ
ਲੱਖ ਲੁਕਾ ਕੇ ਰਖ ਪੀੜ ਦੇ ਚਿੰਨ੍ਹ ਨੀ
ਦਿਲ ਮੇਰਾ ਤਾਂ ਛੁਹ ਲਏ ਪਰਤਾਂ ਵਿੰਨ੍ਹ ਨੀ
ਕੀਕੂੰ ਵਰੀਆਂ ਭੈਣਾਂ ਕੰਜ ਕਵਾਰੀਆਂ
ਕੀਕੂੰ ਸੀਨੇ ਲਾਇਆ ਨਿੱਕਾ ਵੀਰ ਨੀ
ਕੀਕੂੰ ਚੜ੍ਹ ਗਈ ਜ਼ੋਰ ਜਵਾਨੀ ਸੂਕਦੀ
ਕੀਕੂੰ ਲਹਿ ਗਈ ਮਾਰ ਅਵੱਲੇ ਤੀਰ ਨੀ
ਹੁਣ ਜੇ ਮੰਗੇ ਆਪ ਸਮੇਂ ਤੋਂ ਮੰਗ ਨੀ
ਵੇਖੇ ਪਰਖੇ ਜਾਵੇ ਹੱਸ ਕੇ ਲੰਘ ਨੀ
ਚੰਚਲ ਬਰਖਾ ਨਾਲੇ ਨੂੰ ਕੀ ਖਬਰ ਨੀ
ਕੀ ਹੁੰਦਾ ਏ ਝੀਲ ਨੀਰ ਦਾ ਸਬਰ ਨੀ

ਇਹ ਦੋਵੇਂ ਕਵਿਤਾਵਾਂ ਕਾਪੀ ਕਰ ਕੇ ਅਤੇ ਇਕ ਲਿਫਾਫੇ ਵਿਚ ਪਾ ਕੇ ਮੈਂ ਬਿੰਦੂ ਨੂੰ ਦੇ ਆਇਆ ਤੇ ਕਿਹਾ ਕਿ ਮੈਂ ਕਿਸੇ ਦਿਨ ਫਿਰ ਆਵਾਂਗਾ ਅਤੇ ਇਹਨਾਂ ਦੋਵਾਂ ਕਵਿਤਾਵਾਂ ਦਾ ਪ੍ਰਤੀਕਰਮ ਵੇਖਾਂਗਾ। ਮੈਂ ਵੇਖਣਾ ਚਾਹਾਂਗਾ ਕਿ ਅਸਮਾਨ ਤੋਂ ਇਕ ਖ਼ੂਬਸੂਰਤ ਪਰੀ ਕਿਵੇਂ ਬੱਦਲਾਂ ਦੇ ਰਥ ਤੇ ਸਵਾਰ ਹੋ ਕੇ ਹੌਲੀ ਹੌਲੀ, ਪੋਲੇ ਪੋਲੇ ਪੈਰ ਰਖਦੀ ਧਰਤੀ ਉਤੇ ਬਿਰਾਜਮਾਨ ਹੁੰਦੀ ਹੈ। ਧਰਤੀ ਦੀ ਹਰ ਕਾਇਨਾਤ ਤ੍ਰੇਲ ਧੋਤੇ ਫੁੱਲ ਉਹਦੇ ਕਦਮਾਂ ਵਿਚ ਵਿਛਾ ਕੇ ਉਸਦੇ ਪੈਰ ਚੁੰਮਣ ਆਉਂਦੀ ਹੈ ਅਤੇ ਭਿੰਨੜੀ ਰੈਣ ਕਿਵੇਂ ਉਹਨੂੰ ਆਪਣੀਆਂ ਅੱਖਾਂ ਵਿਚ ਬਿਠਾ ਕੇ ਝਿੰਮਣਾਂ ਦੀ ਝੱਲ ਮਾਰਦੀ ਹੈ। ਫਿਰ ਇਕ ਦਿਨ ਆਵੇਗਾ ਜਿਸ ਦਿਨ ਮੈਂ ਉਹਨੂੰ ਘੁਟ ਘੁਟ ਆਪਣੀ ਜਿੰਦ ਦੇ ਨੇੜੇ ਕਰ ਲਵਾਂਗਾ। ਉਸ ਦਿਨ ਇਹ ਧਰਤੀ ਸਵਰਗ ਦਾ ਰੂਪ ਧਾਰ ਜਾਵੇਗੀ। ਐਮਰਸਨ ਦੇ ਫ਼ੁਰਮਾਨ ਵੀ ਸੱਚੇ ਹੋ ਜਾਣਗੇ ਕਿ ਸੁੰਦਰ ਵਾਕ ਨਿਰਮਾਣ ਕਰਨ ਵਾਲੇ ਤੋਂ ਪਿਛੋਂ ਇਸਦਾ ਪ੍ਰਯੋਗ ਕਰਨ ਵਾਲੇ ਦੀ ਵਾਰੀ ਆਉਂਦੀ ਹੈ ਅਤੇ ਇਕ ਲੇਖਕ ਦੇ ਜੀਵਨ ਦੀ ਕਸ਼ਮਕਸ਼ ਵਿਚ ਮੇਰਾ ਉਦੇਸ਼ ਸੁਭ ਸੀ। ਇਸ ਲਈ ਮੇਰਾ ਗਿਆਨ ਅਤੇ ਕ੍ਰਮ ਕਿਸੇ ਤਰ੍ਹਾਂ ਵੀ ਪਾਪਾਂ ਦਾ ਭਾਗੀ ਨਹੀਂ ਸੀ ਅਤੇ ਮੈਂ ਕੋਈ ਗੁਨਾਹ ਨਹੀਂ ਕਰ ਰਿਹਾ ਸਾਂ।

***

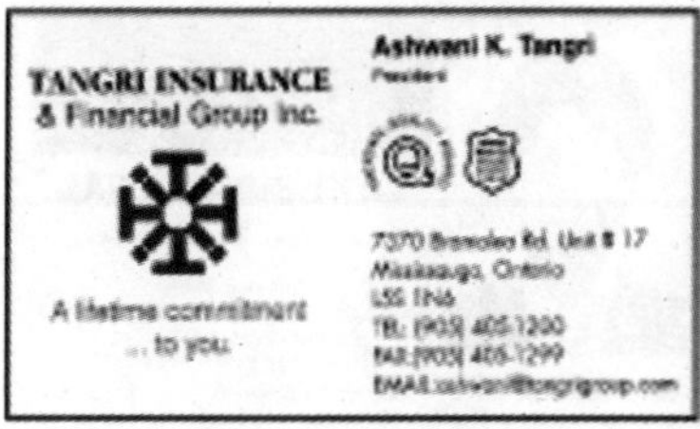